D1680450

தமிழ்மொழி அரசியல்

காலச்சுவடு கட்டுரைகள் 1994 – 2014

● அன்பார்ந்த வாசகருக்கு,

வணக்கம்.

காலச்சுவடு நூலை வாங்கியமைக்கு நன்றி.

நூலின் உள்ளடக்கம், உருவாக்கம், அட்டைப்படம் இன்ன பிற அம்சங்கள் பற்றிய உங்கள் கருத்துகளையும் ஆலோசனைகளையும் காலச்சுவடு வரவேற்கிறது. தகவல், எழுத்து, வாக்கியப் பிழைகள் தென்பட்டால் அவசியம் தெரிவித்து உதவுங்கள். நூல் தயாரிப்பில் கடும் குறைபாடு இருப்பின் மாற்றுப் பிரதி உங்களுக்குக் கிடைக்கக் காலச்சுவடு ஏற்பாடு செய்யும்.

மின்னஞ்சல்: **publisher@kalachuvadu.com**

காலச்சுவடு நாகர்கோவில் அலுவலகத்திற்குக் கடிதம் அனுப்பலாம்.

தங்கள்
எஸ்.ஆர். சுந்தரம் (கண்ணன்)
பதிப்பாளர் — நிர்வாக இயக்குநர்

Unauthorised use of the contents of this published book, whether in e-book or hardcopy format, for any type of Artificial Intelligence (AI) training — including but not limited to Machine Learning, Deep Learning, Natural Language Processing, Computer Vision, Chatbot Training, Image Recognition Systems, Recommendation Engines, and Language Models — is strictly prohibited without prior licensing from the publisher. Any such unauthorised use may result in legal action.

தமிழ்மொழி அரசியல்
காலச்சுவடு கட்டுரைகள் 1994 - 2014

மொழி ஒரு சமூகத்தின் உற்பத்திப் பொருள். எனவே, சமூக அரசியல் நிலைகளில் அதன் தகுதி குறித்த பிரச்சனைகளுக்கு உள்ளாவது, பொருளாதார அடுக்குகளில் சாதிய, வட்டார வேறுபாடுகளைப் புலப்படுத்தி நிற்பது, கல்வித்துறையில் உரிய பங்கைப் போராடிப் பெறுவது, புலம்பெயர்ந்த நாடுகளில் இன அடையாளத்தைத் தக்கவைத்துக்கொள்ள மல்லாடுவது, மொழி அழிவை எதிர்கொள்வது என அனைத்தும் அரசியல் அதிகாரத்திற்கு உட்பட்டவை. *காலச்சுவடு*, கடந்த இருபத்தைந்து ஆண்டுகளாகத் தமிழகத்திலும் அயல்நாடுகளிலுமாகப் பல்வேறு தளங்களில் நிலவும் தமிழ்மொழி அரசியலை விவாதிக்கக் களம் அமைத்துத் தந்துள்ளது. இக்களத்தில் சமூக மொழியியற் புல அறிவு மிகுந்த சிந்தனையாளர்களால் எழுதி விவாதிக்கப்பட்ட 44 கட்டுரைகளின் தொகுப்பு இது.

சு. இராசாராம் (பி. 1942)
பதிப்பாசிரியர்

இராசாராம் நாகர்கோவிலில் பிறந்தவர். அண்ணாமலைப் பல்கலைக்கழகத்தில் மொழியியலில் டாக்டர் பட்டம் பெற்று மைசூர் இந்திய மொழிகள் நடுவண் நிறுவனத்திலும், தமிழ்ப் பல்கலைக்கழக இந்திய மொழிகள் பள்ளியிலும் பணியாற்றிப் பேராசிரியராக நிறைவு பெற்றவர்.

கோட்பாட்டு மொழியியல், கல்வி மொழியியல், தமிழ் மரபிலக் கணங்கள் ஆகியவற்றில் ஆய்வுத் திட்டங்கள் மேற்கொண்டு ஆங்கிலத்திலும் தமிழிலுமாகப் பதினைந்துக்கும் மேற்பட்ட நூல்கள் எழுதியுள்ளார்.

வீரசோழிய இலக்கணக் கோட்பாடு, இலக்கணவியல் என்பன மரபிலக்கண ஆய்வின் முன்னோடி நூல்கள். இணையவழிச் செவ்வியல் இலக்கியம், செவ்வியல் இலக்கணக் கலைச்சொல் இணையக் களஞ்சியம் முதலிய ஆய்வுத் திட்டங்களில் தற்போது ஈடுபட்டுள்ளார்.

தமிழ்மொழி அரசியல்
காலச்சுவடு கட்டுரைகள் 1994 - 2014

பதிப்பாசிரியர்
சு. இராசாராம்

காலச்சுவடு பதிப்பகம்

தமிழ்மொழி அரசியல்: காலச்சுவடு கட்டுரைகள் 1994 – 2014 ♦ பதிப்பாசிரியர்: சு. இராசாராம் ♦ முதல் பதிப்பு: டிசம்பர் 2014, இரண்டாம் பதிப்பு: செப்டம்பர் 2025 ♦ வெளியீடு: காலச்சுவடு பப்ளிகேஷன்ஸ் (பி) லிட்., 669 கே. பி. சாலை, நாகர்கோவில் 629001

tamizmozi araciyal: kaalaccuvaTu kaTTuraikal 1994 - 2014 ♦ Articles Editor: S. Rajaram ♦ Language: Tamil ♦ First Edition: December 2014, Second Edition: September 2025 ♦ Size: Demy 1 x 8 ♦ Paper : 18.6 kg maplitho ♦ Pages: 416

Published by Kalachuvadu Publications Pvt. Ltd., 669 K.P. Road, Nagercoil 629001, India ♦ Phone: 91-4652-278525 ♦ e-mail: publications @kalachuvadu.com ♦ Printed at Manipal Technologies Limited, Manipal 576104, Karnataka

ISBN : 978-93-84641-12-2

09/2025/S.No. 646, kcp 5998, 18.6 (2) 1k

சலபதிக்கு

பொருளடக்கம்

பதிப்புரை 13

1. மொழி வளர்ச்சியும் சமூகமும்
   இ. அண்ணாமலை 61
2. தமிழும் அயலும்
   இ. அண்ணாமலை 70
3. தமிழ்ப் பற்று
   இ. அண்ணாமலை 74
4. கரும்புத் தோட்டத்திலே அங்கோர் கண்ணற்ற தீவினிலே
   பயணி 79
5. மலாக்கா செட்டிகள்: மொழிச்சிதைவின் அடையாளம்
   சை. பீர்முகம்மது 86
6. 'நாங்கள் நல்ல தமிழில் பேசும் பிள்ளைகள்'
   மா. சுப்ரமணியன் 94
7. சிங்கப்பூரில் தமிழர்கள்: நேற்று, இன்று, நாளை
   அ. வீரமணி 99
8. 'தமிழுக்கும் தமிழ் இலக்கியத்திற்கும்
   ஏற்ற சூழல் சிங்கப்பூரில் உள்ளது'
   நேர்காணல்: வை. திருநாவுக்கரசு – கண்ணன், லதா 106
9. தமிழ் பெரிய வீச்சுடன் எழுச்சி பெறும்
   நேர்காணல்: மு.ந. மூர்த்தி – பவுத்த அய்யனார் 115
10. தமிழவேள் கோ. சாரங்கபாணி: தமிழ் மரியாதையின்
    அஸ்திவாரம் – வி.டி.அரசு 120
11. தமிழைப் பற்றி
    புதுமைப்பித்தன் 126
12. வட்டாரவழக்கும் எழுத்தாளர்களும்
    இமையம் 130
13. கொங்கு வட்டாரச் சொல்லகராதி
    விவாதம்: பெருமாள்முருகன் 138

14.	வட்டாரம் கடந்த மேட்டிமைவாதம் அல்லது "கெலம்பு காத்து வர்ட்டும்" – அரவிந்தன்	143
15.	தமிழ் சினிமாவில் பேச்சுமொழியும் இலக்கியமும் எஸ். தியோடர் பாஸ்கரன்	152
16.	தமிழ்ப் படங்களில் பிறமொழிகள் அம்ஷன் குமார்	159
17.	எஸ்.என். நாகராஜன்: ஒரு சந்திப்பு சந்திப்பு – கண்ணன்	170
18.	உலகமயமாக்கல் பின்னணியில் மொழிக்கொள்கைகளின் அரசியல் கெ.சா. செந்தில்நாதன்	173
19.	ஆட்சி மொழியும் மொழி ஆட்சியும் இ. அண்ணாமலை	186
20.	மலையாள இரகசியங்கள் சக்கரியா	192
21.	மொழி கல்வி அரசியல்: ஒரு தாய்மொழி மடிகிறது கைல் வின்ஸ்	197
22.	மலையாளம், மலையாளி - ஓர் எச்சரிக்கை சக்கரியா	207
23.	தமிழும் நாகர எழுத்தும் ஆ.இரா. வேங்கடாசலபதி	211
24.	தாழ்த்தப்பட்டோரும் மொழிப்போரும்: ஒரு வரலாற்றுப் பார்வை – ரவிக்குமார்	215
25.	இலக்கியம், மொழி, அதிகாரம் நேர்காணல்: கே. சச்சிதானந்தன் – ஜெயமோகன்	236
26.	மொழியும் இலக்கியமும்: பெரியாரின் சிந்தனைகள் எம்.ஏ. நுஃமான்	248
27.	இந்தி எதிர்ப்புப் போராட்டம்: தலித் தலைமையும் தமிழ் அடையாளமும் ஸ்டாலின் ராஜாங்கம்	285
28.	இந்தி: திணிப்பும் எதிர்ப்பும் த. சுந்தரராஜ்	297
29.	தமிழுக்குச் செம்மொழித் தகுதி: அக்கரையிலிருந்து ஒரு மதிப்பீடு ஜார்ஜ் எல் ஹார்ட்	311
30.	தமிழ் செம்மொழி ஆகும் தருணத்தில் நாம் செய்யவேண்டியது என்ன? சு. துரை	315

31. செம்மொழியும் செல்லாத மொழியும்
    இ. அண்ணாமலை — 321
32. அதிகாரத்தை நோக்கி வாளும் மயிலிறகுகளும்
    சூரியதீபன் — 328
33. உலகத் தமிழர்களைக் காப்பது யார்?
    சூரியதீபன் — 341
34. செங்குருதி காயுமுன் செம்மொழி மாநாடா?
    மூத்த தமிழறிஞர் ம.இலெ. தங்கப்பா — 349
35. உலகத் தமிழ்ச் செம்மொழி மாநாடு: தீதும் நன்றும்
    தேவிபாரதி — 352
36. அகவிழி திறந்து: செம்மொழி
    கண்ணன் — 360
37. பேரழகியை மணந்த கையாலாகாதவன் என்ன செய்வான்?
    ரோஜா — 364
38. நாளை தமிழ் சாகாமலிருக்க வேண்டும்
    க. பூர்ணச்சந்திரன் — 368
39. உலகத் தமிழ்ச் செம்மொழி மாநாடு:
    கருணாநிதியை இனித் திட்டாதீர்கள்
    சந்தர் டி ராஜு — 371
40. தமிழ் மொழியை வளர்ப்பவர்களை
    வாழ்த்தி வரவேற்பதே தமிழன் மரபு
    நேர்காணல்: சை. பீர்முகம்மது – கே.ஜி. மகாதேவா — 376
41. பன்னாட்டுத் தமிழாய்வுக் கழகமும்
    உலகத் தமிழ்ச் செம்மொழி மாநாடும்
    (நொபுரு கராஷிமாவின் கட்டுரையும்,
    ம. இராசேந்திரன், வா.செ. குழந்தைசாமி,
    ஜராவதம் மகாதேவன் ஆகியோரது
    எதிர்வினைகளும்) — 381
42. பண்பாட்டுத் துயரம்:
    உலகத் தமிழ்ச் செம்மொழி மாநாடும்
    உலகத் தமிழாய்வுக் கழகமும் – கண்ணன் — 395
43. உலகத் தமிழ் மாநாடு: இரண்டு கடிதங்கள் — 400
44. அகவிழி திறந்து: வரலாறு
    கண்ணன் — 410

பதிப்புரை

மொழிக்கும் அரசியலுக்கும் இடையேயுள்ள தொடர்பு உள்ளியல்பானது. இத்தொடர்பு பல நூற்றாண்டுகளுக்கு முன்னரே – அரிஸ்டாடில் வாழ்ந்த காலத்திலேயே சுட்டிக்காட்டப்பட்டிருந்தது. மனிதன், மந்தை மந்தையாகக் கூடிவாழும் பிற விலங்கினங்களைக் காட்டிலும் கூடுதலான ஓர் அரசியல் விலங்கு என்பார் அரிஸ்டாடில். உணவுக்காக வேட்டையாடிய காலத்திலும், வேட்டையாடிய உணவைச் சமூகத்தோடு பங்குவைத்து உண்ட காலத்திலும், குடியிருக்கக் காணி நிலத்தை வேலியிட்டுத் தனக்குரியதென உறுதிப்படுத்திய தருணத்திலும், தன் புஜபலத்தால் தன்னைச் சுற்றி அதிகார மையத்தை உருவாக்கிக்கொண்டபோதும் அரசியலின் முதலாவது பாடத்தை மனிதன் கற்றுக்கொண்டிருக்க வேண்டும். இயற்கை எதையும் ஒரு குறிக்கோளில்லாமல் இவ்வுலகத்தில் படைப்பதில்லை. படைப்பின் அடிப்படைத் தத்துவம் இது. மனிதனைப் பேசும் விலங்காகப் படைத்ததும், அவனைப் பிற விலங்கினங்களிலிருந்து தனிப்படுத்த மேற்கொண்ட ஓர் அரசியல் தந்திரமே. அரசியல் மனித மொழியின் மூலதனமான வரலாறு இது.

அரசியல் என்பது ஆட்சி அதிகாரம். தனிமனித நடவடிக்கைகளைக் கட்டுப்படுத்துவதோடு, மொழி சார்ந்த சமூக நடவடிக்கைகளையும் கட்டுப்படுத்தி இயக்கும் ஆற்றல் ஆட்சி அதிகாரத்திற்கு உண்டு. மொழி, அரசியல் ஆக்கப்படும்போது தீர்மானங் களை முன்வைப்பதில் அதிகாரம் முக்கியப் பங்கு வகிக்கிறது. மொழிப் பிரச்சினைகள் வெறும் மொழியியல் பகுப்பாய்வு சார்ந்தவை மட்டுமல்ல. பல்வேறு சமூகக் கருத்தியலாக்கங்கள், அரசியல் கோட்பாடுகள், வரலாற்றுப் பகுப்பாய்வுகள் அடங்கிய பன்முக அணுகுமுறை பிரச்சினைகளுக்கான தீர்வுகளில் முதலிடம்

பெறுகிறது. இவையெல்லாவற்றின் இடைவினையாற்றல் மொழியியல் கொள்கைகளையும் கோட்பாடுகளையும் தளமாகக் கொண்டு நிகழ்கிறது. அதற்கேற்ப, மானுட மொழியியல், வரலாற்று மொழியியல், சமுதாய மொழியியல், நடைமுறை மொழியியல், உளவியல் மொழியியல் எனப் பகுப்பாய்வு நெறிமுறைகளைப் பல பரிமாணங்களில் உள்ளடக்கி மொழியியல் இன்று வளர்ந்துள்ளது.

மொழி ஒரு சமூகத்தின் உற்பத்திப் பொருள். எனவே, சமூக, அரசியல் தளங்களில் இதன் தகுதி குறித்த பிரச்சனைகளுக்கு உள்ளாவது, பொருளாதார அடுக்குநிலைகளில் சாதிய, வட்டார வேறுபாடுகளைப் புலப்படுத்தி நிற்பது, கல்வித்தளத்தில் தன் பங்கைப் போராடிப் பெறுவது, புலம்பெயர்ந்த நாடுகளில் அழிவுக்கு எதிராகத் தக்கவைக்க மல்லாடுவது, இன அடையாளத்தைக் காப்பது, அழிவை எதிர்கொள்வது என அனைத்தும் அரசியல் அதிகாரத்திற்கு உட்பட்டவை. நவீனமயமாக்கமும் இவ்வரசியல் அதிகாரத்திற்கு அப்பாற்பட்டதன்று.

கடந்த இருபத்தைந்து ஆண்டுக் காலமாகத் தமிழகத்திலும் அயல்நாடுகளிலுமாகப் பல்வேறு மொழித்தளங்களில் நிலவிய மொழி அரசியலுக்கு *காலச்சுவடு* விவாதக்களம் அமைத்துத் தந்துள்ளது. மூலக்கட்டுரை, எதிர்வினை, விவாதம், கடிதம் குறிப்பு எனப் பல மொழி வெளியீட்டு வடிவங்களில் இவ்விவாதங்கள் அமைந்ததும், தொடர்ந்து அமைந்து வருவதும் சமூகப் பிரக்ஞையுடைய ஒரு எழுத்து ஊடகத்தின் கடமையை *காலச்சுவடு* உணர்ந்து வளர்ந்திருக்கிறது என்பதற்கான ஆதாரங்கள்.

இத்தொகுப்பில் தமிழ்மொழி அரசியல் தொடர்பான 44 கட்டுரைகள் உள்ளன. இவை 1994 முதல் 2014 வரை, இருபதாண்டுக் காலமாக *காலச்சுவடு* இதழ்களில் வெளிவந்தவை. 44 கட்டுரை களும் மொழி அரசியல், அயலகத் தமிழ் அரசியல், வட்டாரவழக்கு அரசியல், சினிமா மொழி அரசியல், ஆட்சிமொழி அரசியல், மொழி இழப்பு / அழிவு, மொழிக்கல்வி அரசியல், இந்தி எதிர்ப்பு அரசியல், செம்மொழி அரசியல், செம்மொழித்தமிழ் மாநாட்டு அரசியல், உலகத் தமிழ் மாநாட்டு அரசியல் என்னும் தலைப்புக்களில் கீழ்வருமாறு வகைப்படுத்தப்பட்டுள்ளன.

மொழி அரசியல்

 1. மொழி வளர்ச்சியும் சமூகமும் – இ. அண்ணாமலை *(12, டிசம்பர் 1995)*; 2. தமிழும் அயலும் – இ. அண்ணாமலை *(12, டிசம்பர் 1995)*; 3, தமிழ்ப் பற்று - இ. அண்ணாமலை *(26, ஜூன் - செப்டம்பர் 1999)*

அயலகத் தமிழ் அரசியல்

4. கரும்புத் தோட்டத்திலே அங்கோர் கண்ணற்ற தீவினிலே – பயணி (135, மார்ச் 2011); 5. மலாக்கா செட்டிகள்: மொழிச்சிதைவின் அடையாளம் – பீர்முகம்மது (135, மார்ச் 2011); 6. 'நாங்கள் நல்ல தமிழில் பேசும் பிள்ளைகள்' – மா. சுப்ரமணியன் (101, மே 2008); 7. சிங்கப்பூரில் தமிழர்கள்: நேற்று, இன்று, நாளை – அ. வீரமணி (60, டிசம்பர் 2004); 8. 'தமிழுக்கும் தமிழ் இலக்கியத் திற்கும் ஏற்ற சூழல் சிங்கப்பூரில் உள்ளது' – நேர்காணல்: வை. திருநாவுக்கரசு - கண்ணன், லதா (60, டிசம்பர் 2004); 9. தமிழ் பெரிய வீச்சுடன் எழுச்சி பெறும் – நேர்காணல்: மு.ந. மூர்த்தி – பவுத்த அய்யனார் (60, டிசம்பர் 2004); 10. தமிழவேள் கோ. சாரங்கபாணி: தமிழ் மரியாதையின் அஸ்திவாரம் – வி. டி. அரசு (60, டிசம்பர் 2004)

வட்டாரவழக்கு அரசியல்

11. தமிழைப் பற்றி - புதுமைப்பித்தன் (12, டிசம்பர் 1995); 12. வட்டாரவழக்கும் எழுத்தாளர்களும் – இமையம் (86, பிப்ரவரி 2007); 13. கொங்கு வட்டாரச் சொல்லகராதி – விவாதம்: பெருமாள்முருகன் (39, ஜனவரி – பிப்ரவரி 2002); 14. வட்டாரம் கடந்த மேட்டிமைவாதம் அல்லது "கெலம்பு காத்து வர்ட்டும்" – அரவிந்தன் (129, செப்டம்பர் 2010)

சினிமா மொழி அரசியல்

15. தமிழ் சினிமாவில் பேச்சுமொழியும் இலக்கியமும் – எஸ். தியோடர் பாஸ்கரன் (22, ஜூலை – செப்டம்பர் 1997); 16. தமிழ்ப் படங்களில் பிற மொழிகள் – அம்ஷன் குமார் (66, ஜூன் 2005)

ஆட்சிமொழி அரசியல்

17. எஸ்.என். நாகராஜன்: ஒரு சந்திப்பு – சந்திப்பு – கண்ணன் (10, ஜனவரி 1995); 18. உலகமயமாக்கல் பின்னணியில் மொழிக்கொள்கைகளின் அரசியல் – கெ.சா.செந்தில்நாதன் (67, ஜூலை 2005); 19. ஆட்சி மொழியும் மொழி ஆட்சியும் – இ. அண்ணாமலை (31, செப்டம்பர் – அக்டோபர் 2000); 20. மலையாள இரகசியங்கள் – சக்கரியா (தமிழில்: சுகுமாரன் 55, ஜூலை 2004)

மொழி இழப்பு / அழிவு

21. மொழிக் கல்வி அரசியல்: ஒரு தாய்மொழி மடிகிறது – கைல் வின்ஸ் (தமிழில்: பா.ரா. சுப்பிரமணியன் 31, செப்டம்பர் – அக்டோபர் 2000)

மொழிக்கல்வி அரசியல்

22. மலையாளம், மலையாளி – ஓர் எச்சரிக்கை – சக்கரியா (தமிழில்: சுகுமாரன் 98, பிப்ரவரி 2008)

இந்தி எதிர்ப்பு அரசியல்

23. தமிழும் நாகர எழுத்தும் – ஆ.இரா. வேங்கடாசலபதி (10, ஜனவரி 1995); 24. தாழ்த்தப்பட்டோரும் மொழிப்போரும் : ஒரு வரலாற்றுப் பார்வை – ரவிக்குமார் (65, மே 2005); 25. இலக்கியம், மொழி, அதிகாரம் – நேர்காணல்: கே.சச்சிதானந்தன் – ஜெயமோகன் (11, ஏப்ரல், 1995); 26. மொழியும் இலக்கியமும்: பெரியாரின் சிந்தனைகள் – எம்.ஏ. நுஃமான் (25, ஏப்ரல் – ஜூன் 1999); 27. இந்தி எதிர்ப்புப் போராட்டம்: தலித் தலைமையும் தமிழ் அடையாளமும் – ஸ்டாலின் ராஜாங்கம் (151, ஜூலை 2012); 28. இந்தி: திணிப்பும் எதிர்ப்பும் – த. சுந்தரராஜ் (176, ஆகஸ்ட் 2014)

செம்மொழி அரசியல்

29. தமிழுக்குச் செம்மொழித் தகுதி: அக்கறையிலிருந்து ஒரு மதிப்பீடு – ஜார்ஜ் எல் ஹார்ட் (தமிழில்: ஆனந்த் செல்லையா 55, ஜுலை 2004); 30. தமிழ் செம்மொழி ஆகும் தருணத்தில் நாம் செய்யவேண்டியது என்ன? – சு. துரை (55, ஜுலை 2004); 31. செம்மொழியும் செல்லாத மொழியும் – இ. அண்ணாமலை (57, செப்டம்பர் 2004)

செம்மொழித்தமிழ் மாநாட்டு அரசியல்

32. அதிகாரத்தை நோக்கி வாளும் மயிலிறகுகளும் – சூரியதீபன் (122, பிப்ரவரி 2007); 33. உலகத் தமிழர்களைக் காப்பது யார்? – சூரியதீபன் (123, மார்ச் 2007); 34. செங்குருதி காயுமுன் செம்மொழி மாநாடா? – மூத்த தமிழறிஞர் ம. இலெ. தக்கப்பா (123, மார்ச் 2007); 35. உலகத் தமிழ்ச் செம்மொழி மாநாடு: தீதும் நன்றும் – தேவிபாரதி (128, ஆகஸ்ட் 2010); 36. அகவிழி திறந்து : செம்மொழி – கண்ணன் (128, ஆகஸ்ட் 2010); 37. பேரழகியை மணந்த கையாலாகாதவன் என்ன செய்வான்? – ரோஜா (128, ஆகஸ்ட் 2010); 38. நாளை தமிழ் சாகாமலிருக்க வேண்டும் – க. பூர்ணச்சந்திரன் (128, ஆகஸ்ட் 2010); 39. உலகத் தமிழ்ச் செம்மொழி மாநாடு: கருணாநிதியை இனித் திட்டாதீர்கள் – சந்தர் டி ராஜ் (128, ஆகஸ்ட் 2010)

உலகத் தமிழ்மாநாட்டு அரசியல்

40. தமிழ் மொழியை வளர்ப்பவர்களை வாழ்த்தி வரவேற்பதே தமிழன் மரபு – நேர்காணல்: சை. பீர்முகம்மது – கே. ஜி. மகாதேவா

(130, அக்டோபர் 2010); 41. பன்னாட்டுத் தமிழாய்வுக் கழகமும் உலகத் தமிழ்ச் செம்மொழி மாநாடும் (நொபுரு கராஷிமாவின் கட்டுரையும், ம. இராசேந்திரன், வா.செ. குழந்தைசாமி, ஐராவதம் மகாதேவன் ஆகியோரது எதிர்வினைகளும்) (தமிழில்: க. பூர்ணச்சந்திரன் 129, செப்டம்பர் 2010); 42. பண்பாட்டுத் துயரம்: உலகத் தமிழ்ச் செம்மொழி மாநாடும் உலகத் தமிழாய்வுக் கழகமும் – கண்ணன் (130, அக்டோபர் 2010); 43. உலகத் தமிழ் மாநாடு: இரண்டு கடிதங்கள் (தமிழில்: சி.எஸ். லக்ஷ்மி 12, டிசம்பர் 1995); 44. அகவிழி திறந்து: வரலாறு - கண்ணன் (132, டிசம்பர் 2010)

இக்கட்டுரைகளை எழுதியிருப்பவர்கள் நிறைந்த கல்வியும் மொழி ஆளுமையும் மிக்கவர்கள். ஒவ்வொரு கட்டுரையும் சமகால மொழி அரசியலை ஆழமாக விவாதிக்கின்றன. இருபதாண்டுக் காலத் தமிழக அரசியலில் தமிழ் மொழி ஆட்சி கவனிக்கப்பட்ட விதத்தின் நடப்புக்கணக்கு, இக்கட்டுரைகள் மற்றும் தொடர் விவாதங்கள் மூலம் சரிபார்க்கப்படுகிறது. நாளைய தமிழ் மொழி வரலாற்றை எழுதுவதில் இக்கட்டுரைகள் முதன்மை வள ஆதாரமாகச் சுருதி சேர்க்கும். இது இத்தொகுப்பின் முக்கிய நோக்கம். தகவல்களின் இன்றைய ஆவணம் நாளைய வரலாறு.

மொழி அரசியல்

மொழியும் அரசியலும் ஒன்றோடொன்று மிக நெருங்கிய தொடர்புடையவை. பலநேரங்களில் அரசியல் அதிகாரத்தைத் தீர்மானிக்கும் வல்லமையை மொழி பெறுவது வரலாற்றில் அசாதாரண நிகழ்வன்று. அதிகாரத்தின் குறியீடாகவும், அரசியல் கருத்தாக்கங்களையும் மதிப்பீடுகளையும் சமூகத்திற்கு கைமாற்றும் கருவியாகவும் மொழி செயல்படுகிறது. அதன் மூலம் அரசியல் அதிகாரத்தின் ஒரு முக்கியமான அங்கமாக மொழி செல்வாக்கு பெறுகிறது.

ஒரு மொழியின் வளர்ச்சி இலக்கியமொழியின் வளர்ச்சியாகக் கருதப்படும்வரை அவ்வளர்ச்சிக்கு ஒரு பாதுகாப்பு இருக்கிறது. ஆனால் மொழிவளர்ச்சி இலக்கிய மொழி வளர்ச்சி மட்டுமன்று. அண்ணாமலை கூறுவது போல், "ஒருமுகமான வளர்ச்சியிலிருந்து பல முகமான வளர்ச்சிக்கு மாறுவதும் மொழிவளர்ச்சியில் அடங்கும். தமிழ் போன்ற மொழிகளின் வளர்ச்சி இலக்கிய மொழி என்ற நிலையிலிருந்து அறிவியல் மொழி, வணிகமொழி, சட்டமொழி, ஆட்சிமொழி, உயர்கல்வி மொழி முதலிய நிலைகளுக்கு மாறுவதைக் கொண்டிருக்கும்" *(12, டிசம்பர் 1995).* இவ்வாறு மாறும்போதே மொழி, அரசியல் விமர்சனத்திற்கும் அதிகாரத்தின் வல்லாண்மைக்கும் உள்ளாகிறது.

இருப்பினும், ஒரு மொழியின் பயன்பாட்டில் அதன் தேவை, பயன்படுத்தும் முறை குறித்த கேள்விகளைக் கேட்க, விமர்சனங்களை முன்வைக்க அம்மொழி பேசும் சமூகத்திற்கு உரிமையுண்டு. இங்கே ஆட்சி அதிகாரம் மட்டுமே எல்லாவற்றையும் தன்னிச்சையாகத் தீர்மானித்துவிட முடியாது. எடுத்துக்காட்டாக, சிவசேகரம் கூறுவதுபோல், "தமிழைப் பயன்படுத்தும் எவருக்குமே தமிழின் தேவைகள் பற்றிய கேள்விகளை எழுப்பும் உரிமை உண்டு. தமிழின் பிரச்சினைகளின் தீர்வுக்கு நிபுணத்துவம் மட்டுமே போதாது. ஏனெனில், மொழி சமுதாயத் தொடர்பானது; அரசியல் சார்ந்தது" (அண்ணாமலை 12, டிசம்பர் 1995).

மொழி வளர்ச்சியில் சமூகத்தின் பங்கேற்பை சிவசேகரம் பல இடங்களில் வலியுறுத்துகிறார். "மொழி வளர்ச்சிக்கான போராட்டம் பரந்துபட்ட ஒரு சமுதாயப் போராட்டத்துடன் நெருங்கிப் பிணைந்துள்ளது. வெகுஜனங்களின் அரசியல் ஆதிக்கத்தின் கீழேயே தமிழின் முன்னோக்கிப் பாய்ச்சல் நடக்க முடியும். நமது விஞ்ஞான, தொழில்நுட்ப அறிவு வளர்ச்சிக்கு ஒரு வெகுஜன அடிப்படை இல்லாதவரை தமிழுக்குப் புதிய அறிவுத்துறைகள் தமிழர் நடுவே ஒரு சிறுபான்மைப் போக்காகவே இருக்க முடியும்" (12, டிசம்பர் 1995). அதேநேரத்தில் தமிழ்ச் சமூகத்தில் புரையோடிப் போயிருக்கிற மரபு பற்றிய சிந்தனையில் மாற்றம் வேண்டும். குறிப்பாக, "இன்றைய அயலான ஆங்கிலத்துடன் தமிழின் உறவைத் தெளிவுபடுத்திக் கொள்வது ஒரு அவசியத் தேவை. மரபைப் பரிசீலனைக்கு உட்படுத்தாமல் அப்படியே பயன்படுத்துவதுபோலவே ஆங்கிலத்தின் தாக்கத்தைப் பரிசீலனைக்கு உட்படுத்தாமல் அப்படியே ஏற்றுக்கொள்வதும் தமிழின் வளர்ச்சிக்குத் துணை செய்யாது. ஆங்கிலத்திலிருந்து நவீன சமூகத்துக்குத் தேவையான கருத்துக்களை, சொற்களை உள்வாங்கித் தமிழின் மாறிவரும் மரபோடு இணைத்து ஐக்கியப்படுத்திக்கொள்ளக் கவனம் செலுத்தவேண்டும். தமிழ்ப்பற்று, ஆங்கிலத்துக்கு ஈடுகொடுக்கவும் ஆங்கில ஊடுருவலின் விளைவுகளைத் தமிழுக்குப் பலமாக மாற்றவும் எடுக்கும் முயற்சிகளாகப் பரிணமிக்கவில்லை" என்னும் சிவசேகரத்தின் கருத்தை அண்ணாமலை குறிப்பிட்டுக் கூறும்போது இன்றைய மொழி அரசியலில் தமிழ்ப்பற்று இன்னும் ஆழமான பரிசீலனைக்கு உட்படுத்த வேண்டிய கட்டாயத்தை வற்புறுத்துகிறது.

நமக்குத் தெரிந்த அரசியல் வரலாற்றுக்காலந்தொட்டு எத்தனையோ பேரரசுகளின் ஆளுகையின்கீழ் தமிழ்நாடு இருந்தது. எத்தனையோ மொழிகளின் வளர்ச்சியையும் வீழ்ச்சியையும் இவ்வரலாற்றுக் காலத்தில் தமிழ்நாடு கண்டது. சங்க காலத்தில் தமிழ் மட்டுமே பேசும் ஒருமொழிச் சமுதாயமாகத் தமிழ்நாடு இருந்தது. பின்னர்க் காலவோட்டத்தில் பல்வேறு மொழிகளுக்கு அறிமுகமாகிக் கொடுக்கல் வாங்கலுக்கு

உள்ளானது. முதலாவது கொடுக்கல் வாங்கல் சமஸ்கிருதத்தோடு நிகழ்ந்தது. சங்க இலக்கியங்களில் சில சமஸ்கிருத சொற்கள் காணப்படுகின்றன. ஆரிய ஆதிக்க அரசியலின் பதிவுகளாக இவை சொல்லகராதிகளில் கணக்குவைக்கப்படுகின்றன. களப்பிரர் காலத்தில் பிராகிருதமும், பல்லவர் காலத்தைத் தொடர்ந்து இடைக்கால சோழர்காலத்தில் சமஸ்கிருதமும் பாலியும், பிற இந்திய மொழிகளான தெலுங்கு, கன்னடம், மலையாளமும் தமிழ்நாட்டு ஆட்சி அதிகாரத்திற்கு அறிமுகமாயின. சமஸ்கிருதம் இடைக்காலத்திலும் பின்னிடைக்காலத்திலும் தமிழுக்கு இணையான அரசியல் அந்தஸ்தை எல்லா மொழியாட்சிப் பகுதிகளிலும் பெற்றிருந்தது. ஐரோப்பியர் காலத்தில் ஐரோப்பிய மொழிகளும், பதினேழாம் நூற்றாண்டுக்குப் பின்னர் ஆங்கிலமும் தமிழக வரலாற்றில் அரசியல் அதிகாரச் சவால்களுக்கு உள்ளாகியுள்ளன. இவ்வரலாற்றுப் பின்னணியில் சமயங்களின் மீதும் பக்தியின் மீதும் தமிழர்க்கு இருந்த பற்றும் அபிமானமும் தமிழின் மீது இறுகப் படர ஆரம்பித்தது. கடந்த ஒரு நூறாண்டுக் காலத்தில் தமிழ்மொழியின் தனித்தன்மை மாத்திரமன்றித் தமிழ் இனம் மற்றும் பண்பாட்டின் தனித்தன்மையையும் இந்திய அரசியலில் நிலைநாட்டப் போராடியது தமிழின் இருபதாம் நூற்றாண்டு வரலாறு.

"இந்திய அரசியல் அமைப்பில் தமிழினத்துக்குத் தனிநிலை, சமநிலை கோரப்பட்டது. இந்திய அரசியல் அமைப்பிலிருந்தே விலகித் தனிநாடு அமைக்கவும் கோரிக்கை எழுந்தது. இந்த அரசியல் தமிழ்ப் பற்றை அடிப்படையாகக் கொண்டது. காலனி ஆதிக்கக் காலத்தில் உருவாகிய தமிழ்ப்பற்றின் தன்மைகளை இந்தப் பின்னணியில் விளங்கிக் கொள்ள வேண்டும்"

என்றும்,

"மேலே சொன்ன மொழி, சமயம், பண்பாடு, இனம் பற்றிய கலாச்சாரக் கட்டுமானங்களைப் பற்றி அரசியல் கட்சிகள் வேறுபட்ட நிலைப்பாடுகளை எடுத்தன. தேசியவாதிகள் தமிழ்த் தேசியத்தை உள்ளடக்கிய இந்தியத் தேசியத்தைப் பற்றிப் பேசினர். அவர்கள் பேசிய தமிழ்ப்பற்று இந்த வட்டத்துக்குள் அமைந்தது. திராவிடவாதிகள் இவை இரண்டும் முரண்பட்டவை, ஒன்றையொன்று விலக்குபவை என்று பேசினர் . . .

பொதுவுடைமைக் கட்சியும் சுயமரியாதை இயக்கமும் தமிழ்ப்பற்றுக்குத் தங்கள் கொள்கையிலும் அரசியல் செயற்பாடுகளிலும் இடம் தரவில்லை. பொதுவுடைமையாளரும் சமூக அரசியல் மாற்றத்துக்கு மொழிப்பற்று தேவையில்லாத ஒன்று"

என்றும் தமிழ்ப்பற்று வெளிப்பட்ட தமிழ்மொழி அரசியல் குறித்த சுமதி இராமசாமியின் கருத்துக்களை அண்ணாமலை தன் மதிப்புரையில் தொகுத்துத் தருகிறார் *(26, ஜூன் – செப்டம்பர் 1999).*

அயலகத் தமிழ் அரசியல்

"தாய்மொழி இழப்பு கொடூரமானது; தாயை இழந்த இழப்பிற்கு ஒப்பானது" என்று எண்பதுகளில் மொரீசியசில் கள ஆய்வு மேற்கொண்டபோது தமிழ் நண்பர் ஒருவர் மனமுருகிக் கூறிய வார்த்தைகள் இவை. அமைதியான நீலக்கடலின் பின்னணியில் இவ்வார்த்தைகளைக் கேட்டபோதுதான் புரிந்தது: ஆர்ப்பரிக்கும் இயல்பிற்கு மாறாக இந்த நீலக்கடல் ஏன் சோகத்தோடு தத்தளிக்கிறது என்று. தமிழுக்கு மட்டுமல்ல, இந்துமாக்கடலிலும் பசிபிக் கடலிலும் சிதறிக் கிடக்கும் பல்வேறு தீவுகளுக்குப் பதினெட்டு, பத்தொன்பதாம் நூற்றாண்டுகளில் ஒப்பந்தக் கூலிகளாகப் புலம்பெயர்ந்து சென்ற இந்தியர்களின் பல தாய்மொழிகள் இன்று அவர்கள் நாவில் வாழும் மொழிகளாக இல்லை. ஃபிஜி, ரீயூனியன், தென்னாப்பிரிக்கா போன்ற நாடுகளில் குடியேறிய தமிழர்களிடையே தமிழ் இன்று பயன்பாட்டில் இல்லை. சமூக மதிப்பற்றவராய், எழுத்தறிவும் பொருளாதார வலிமையுமின்றி, எண்ணிக்கையில் குறைந்தவராய் மற்றொரு நாட்டுக்குக் குடியேறும் ஒரு சமூகம், இரண்டாவது தலைமுறையிலேயே தாய்மொழி இழப்பிற்கு அடியெடுத்து வைத்துவிடுகிறது. இலங்கை, பர்மா, மலேசியா, சிங்கப்பூர், ஃபிஜி, மொரீசியஸ், தென்னாப்பிரிக்கா போன்ற நாடுகளில் வாழும் தமிழரிடையே நிலவும் தமிழ்ப் பயன்பாடு மொழி இழப்பின் பல்வேறு நிலைகளை உணர்த்துகின்றன.

ஓர் இனக்குழுச் சமூகம் தன் தாய்மொழியை இழப்பதற்கு எத்தனையோ காரணங்கள் கூறப்படுகின்றன. எண்ணிக்கையில் குறைவாக அயல்நாடுகளில் குடியேறும்போது மொழி இழப்பு வேகமாக நடைபெறும். குடியேறிய நாட்டு மொழிக்கொள்கையில் குடியேறியோர் மொழிக்குப் பாதுகாப்பின்மை, மொழியைப் பயன்படுத்தும் சமூக வாய்ப்பின்மை போன்ற காரணிகள் இந்நிலையில் மொழி இழப்பை மேலும் துரிதப்படுத்துகின்றன. ஃபிஜியில் தமிழர்களின் குறைவான எண்ணிக்கையே தமிழ் மொழி இழப்பிற்கு முதல் காரணமாக இருந்தது என்கிறார் பயணி.

> "எண்ணிக்கை குறைவானதால் மொழிகளும் நாவு விட்டுக் காதேறி வாழ முடியாமல் தத்தளித்துத் துவண்டன. பெரும்பான்மையினர் பேசிய மொழியைச் சிறுபான்மையினர் பின்பற்றவேண்டியதாயிற்று. (வயதான பெரியவர்கள் ஓரிருவர் தமிழில் பேசிக் கேட்டேன்.) மற்றபடி இன்றைக்கு எல்லா ஃபிஜி இந்தியர்களும் ஹிந்தி மொழிதான் பேசுகிறார்கள். அதுவும் கொஞ்சம் பழங்கால வாடையடிக்கும் ஃபிஜி ஹிந்தி *(135, மார்ச் 2011).*

ரோட்னி மோக் என்பார் ஃபிஜியில் தமிழ் உட்பட ஏற்பட்டுள்ள மொழியிழப்பு குறித்து விரிவாக ஆராய்ந்துள்ளார்.

கி.பி. பதினான்காம் நூற்றாண்டில் இன்றைய மலேசிய நாட்டின் ஒரு மாநிலமான மலாக்கா தீபகற்பத்திற்கு தமிழ்நாட்டிலுள்ள கலிங்கப்பட்டணத்திலிருந்தும் பிற பகுதிகளிலிருந்தும் தமிழ் வணிகர்கள் வாணிபத்தின் பொருட்டு வந்ததாக வரலாற்றுக் குறிப்பு உள்ளது. இத்தமிழர்கள் இன்று மலாக்கா செட்டிகள் என்று அழைக்கப்படுகின்றனர். பல நூற்றாண்டுகள் கடந்தும் இந்துக்களாய்க் கூடுதல் இனக்கலப்பின்றித் தமிழராய் தமிழ்ப் பண்பாட்டை இவர்கள் போற்றி வருகின்றனர் என்று குறிப்பிடுகிறார் பீர்முகம்மது. தேவாரப் பாடல்களை பக்தியோடு பாராயணம் செய்யும் இவர்களுக்குத் தமிழ் பேசத் தெரியாது.

"நாங்கள் எங்கள் மொழியை ஏழு தலைமுறைகளாக இழந்துவிட்டோம். இந்து மதம் மட்டுமே எங்களை அடையாளப்படுத்த எங்கள் மூதாதையர்கள் விட்டுச் சென்ற பெரிய சொத்து. அதை விடாமல் காலங்காலமாகக் காத்துவருகிறோம். எங்களை அடையாளப்படுத்த ஐந்து பெரிய கோயில்களைக் கட்டியுள்ளோம். ஐந்து சிறிய ஆலயங்களும் உள்ளன. பண்பாட்டு மாற்றத்தால் நாங்கள் தமிழ்மொழியை இழந்துவிட்டோம். இனியும் அப்படி இருக்க முடியாது. அதனால் தமிழ் படித்த இளைஞர்களுக்கே எங்கள் பெண்களைத் திருமணம் செய்துவைக்கிறோம். எங்கள் பேரப்பிள்ளைகளாவது தமிழ் தெரிந்தவர்களாக மாறிவிட இதை ஒரு வாய்ப்பாகக் கருதுகிறோம்" (135, மார்ச் 2011)

என்று கூறும் மலாக்கா செட்டிகள் இழந்துபோன தாய்மொழித் தமிழை மீட்டெடுத்துத் தக்கவைத்துக்கொள்ள ஆர்வமுடையவராய்க் காணப்படுகின்றனர். இந்து மதத்தை இன அடையாளமாகத் தக்கவைத்துக் கொள்ளக் கோயில்கள் கட்டுவதுபோல, இளைய தலைமுறையினர் தமிழ் கற்க உரிய வாய்ப்புகளை உருவாக்கி வருகின்றனர். மொழி மீட்டெழுச்சிக்கும், மொழித் தக்கவைத்தலுக்கும் முன் உதாரணமாக மலாக்கா செட்டிகள் விளங்குகின்றனர்.

மலேசியாவில் தமிழ்மொழிச் சூழல் முற்றிலும் வேறு. சோழர் வரலாற்றுக்காலந்தொட்டு தமிழர்கள் இந்நாட்டில் பெருமையுடன் வாழ்ந்திருக்கின்றனர் என்கிறார் சுப்ரமணியன். இவ்வரலாற்றுத் தொடர்ச்சியாக, இந்தியாவில் ஆட்சி செய்துவந்த ஆங்கிலேயர், மலேசியாவிலுள்ள கரும்புத்தோட்டங்களில் கூலி வேலை செய்யத் தமிழர்களைக் கூட்டிச் சென்று குடியமர்த்தினர். இரண்டாம் உலகப்போரின்போது தோட்டத்தைவிட்டு வெளியே வந்த மலேசிய தமிழர்கள் மனித உரிமைகள், சுதந்திரம் குறித்த உணர்வும் புரிதலும்

பெற்றனர். பெரும்பான்மை இனத்தின் அங்கீகாரம், பொருளாதாரத் தன்னிறைவு, எழுத்தறிவு ஆகியன மலேசிய சமூகத்தில் தமிழர்க்கு ஏற்றம் தந்தன. தமிழ்க்கல்வி எல்லோருக்கும் நிறைவாகக் கிடைக்க அரசு ஊக்கமளித்தது. தமிழிலக்கிய வளர்ச்சிக்கு இம்மொழிச் சூழல் சாதகமாக அமைந்தது என்கிறார் சுப்ரமணியன்.

> "மலேசியத் தமிழிலக்கியத்தை மூன்று காலகட்டமாகப் பிரிக்கலாம். ஜப்பானியரது ஆட்சிக்கு முந்தைய காலத்தினைத் தொடக்க இலக்கியக் காலமாகவும், 1940–50ஐ நடுப்பகுதியாகவும், 1950க்குப் பிந்திய காலகட்டத்தைத் தற்கால இலக்கியக் காலமாகவும் பிரிக்கலாம். தொடக்கக் கால இலக்கியம் தாய்நாட்டைச் சார்ந்தே இருந்தது. *சுதேசமித்திரன்* தமிழ்நாட்டில் வெளியாவதற்கு முன்பே, பல பத்திரிகைகள் வெளிநாடுகளில் தோன்றின. 1924இல் *தமிழ் நேசன்* மலேசியாவிலிருந்து வெளிவரத் தொடங்கியது. ... பின்னர் சிங்கப்பூரிலிருந்து கோ. சாரங்கபாணியின் *தமிழ் முரசு* வெளிவந்தது."

> "இப்போது இளைஞர்கள் மத்தியில் நவீனத்துவம் குறித்த விழிப்புணர்வு ஏற்பட்டுள்ளது. புதிய எழுத்து முயற்சியில் அவர்கள் ஈடுபட்டு வருகின்றனர். மலேசியாவில் 552 தமிழ்ப் பள்ளிகள் உள்ளன. தமிழில் சிறுகதைகள் எழுதி உலகளவில் பரிசு பெற்றுள்ளோம். தாய்ப்பால் கிடைக்காமல் வளர்ந்த பிள்ளைகளானாலும் நல்ல தமிழில் பேசும் பிள்ளைகளாக இன்று உள்ளோம்" (101, மே 2008).

மலேசியாவின் இம்மொழிச் சூழலே சிங்கப்பூரிலும் நிலவுகிறது. சிங்கப்பூர் ஆட்சி அதிகாரத்தில் முதன்மைமொழிகளுக்கான எல்லா உரிமைகளையும் தமிழும் பெற்றிருக்கிறது. திருநாவுக்கரசு கூறும்போது,

> "சிங்கப்பூர் மக்களுள் முக்கால்வாசிப் பேர் சீனமொழிப் பேசுவோராய் இருந்தும், ஐந்து விழுக்காடு மக்கள் பேசும் தமிழ் மொழி சிங்கப்பூரின் அதிகாரத்துவ மொழிகளுள் ஒன்றாக ஏற்றம் பெற்றதற்கு ஒரு முக்கியக் காரணம், மக்கள் செயல் கட்சியின் அறிவார்ந்த மொழிக்கொள்கை. ஆரம்பம் முதலே மொழியை உணர்வைத் தூண்டும் அரசியல் சமூகக் கருவியாக அது பயன்படுத்திக்கொள்ளவில்லை. அப்படி மொழியைப் பயன்படுத்தும் வாய்ப்பை எந்த மொழியினருக்கும் கொடுக்கவுமில்லை. எல்லாத் தாய்மொழிகளையும் சமமாகக் கருதி அவரவர் தத்தம் மொழியைக் கற்கவும் பேணி வளர்க்கவும் ஊக்கம் அளிப்பதே அதன் மொழிக்கொள்கையாக இருந்துள்ளது" (60, டிசம்பர் 2004)

என்று குறிப்பிடுகிறார். கணிசமான மக்கள்தொகையால் பெரும்பான்மையினராய்த் தமிழர் இருந்ததால் அரசியல் ரீதியாக ஏற்றம் காண்பதற்கு அன்றைய தமிழினத் தலவர்களுக்கு வாய்ப்பாக இருந்தது என்கிறார் வீரமணி.

> "1950களில் சிங்கப்பூரில் நிகழ்ந்த அரசியல் மாற்றங்கள் பொதுத் தேர்தலைப் பிரபலமாக்கின. இதனால் இந்தியர்களுள் பெரும்பான்மையினராய் இருந்த தமிழர்கள் தேர்தல்களில் முக்கிய மக்களாகக் கருதப்பட்டனர். தொழிற்சங்கங்களில் தீவிர பங்காற்றிய தமிழர்களால் புதிய அரசியல் கட்சிகள் பல தோன்றின. தமிழர்களின் ஆதரவினால் பல்வேறு அரசியல் கட்சிகள் சிங்கப்பூரில் உருவாகின. 1959ஆம் ஆண்டில் சிங்கப்பூர் தனது உள்நாட்டு நிர்வாகத்தில் சுயாட்சி பெற்றது. அச்சமயத்தில் ஆளுங்கட்சியிலும் எதிர்க் கட்சிகளிலும் தமிழர்கள் குறிப்பிடத்தக்க எண்ணிக்கையில் நாடாளுமன்ற உறுப்பினர்களாக ஒருமித்த ஆதரவு இருந்தது. மக்கள் செயல் கட்சி தனது அரசியல் சித்தாந்தத்தில் தமிழுக்குச் சரிநிகர் இடம் தந்தது தமிழர்களின் ஆதரவை ஈர்த்தது எனலாம். சிங்கப்பூர், மலேசியாவில் சேருவதற்கு முன்னதாகவும் சேர்ந்த பின்னரும் மக்கள் செயல் கட்சியின் அரசியல் செல்வாக்குக்குத் தமிழர்கள் பேராதரவு தந்தனர். சிங்கப்பூரின் மக்கள்தொகையில் தமிழர்கள் 4 விழுக்காட்டினராய் இருந்தாலும் சிங்கப்பூர் மலேசியாவில் சேர்ந்திருந்த காலத்தில் தமிழர்களின் பலம் 19 விழுக்காடாக அதிகரித்திருந்தது. எல்லாத் தேர்தல்களிளிலும் தமிழர்களின் வாக்களிப்பு வேட்பாளரின் வெற்றியை நிர்ணயிக்கக் கூடியதாய் இருந்தது.
>
> சிங்கப்பூரில் நிகழ்ந்த துரித அரசியல் மாற்றத்தில், தமிழர்களின் மாற்றத்தை அனைத்து அரசியல் கட்சிகளும் எதிர்பார்த்ததால் தமிழும் முக்கியத்துவம் பெற்றது. சிங்கப்பூரின் நான்கு அதிகாரத்துவ மொழிகளில் தமிழும் ஒரு மொழியாக ஏற்றுக்கொள்ளப்பட்டது. இதனால் வறுமையில் வாடிய தமிழ்க் கல்வியும் தமிழ்ப் பள்ளிக்கூடங்களும் அரசாங்க நிதியுதவி பெற்றன" (60, டிசம்பர் 2004).

இருப்பினும்,

> "சிங்கப்பூரின் பன்மொழிச்சூழலும் கற்கும் தமிழை வகுப்பறைக்கு வெளியே பயன்படுத்த உள்ள மட்டான வாய்ப்புகளும் தமிழைக் காதில் விழாத, நாவில் தவழாத மொழியாக்கிவிடும் அபாயம் உண்டு. பரவலாகப் புழங்கப்படாத, பயன்படாத மொழியாகச் சமூகம் தமிழை ஆக்கிவிட்டால், அரசியல் சட்டம் அதனைக் கட்டிக் காக்கும் என்று நம்பிக்கொண்டிருப்பது வீண் கனவாகிவிடும். தாய்மொழிப்பற்றும் ஆர்வமும் சிங்கப்பூர்த்

தமிழ் மக்களிடம் ஆழமாகப் பதிந்திருக்கின்றன. ஆனால் 'செய்தக்க செய்யாமை' தமிழைக் கவிழ்த்துவிடுமோ என்பதே என் கவலை" *(60, டிசம்பர் 2004)*

என திருநாவுக்கரசு தமிழின் நாளைய நிலையைக் குறித்துக் கவலை கொள்வதில் முழு அர்த்தம் உள்ளது. மூர்த்தி இதே கவலையை வெளிப்படுத்தினாலும் முழுவீச்சுடன் தமிழ் எழுச்சி பெறுவதற்கான சந்தர்ப்பங்களும் உள்ளன என்கிறார்.

"சிங்கப்பூர் தமிழர்கள் தமிழ்மொழி மீது அதீதப் பற்று கொண்டவர்கள். தமிழ் என்பது தூய தமிழாக இருக்கவேண்டும் என்பதில் ஆர்வம் அதிகம். ஆனால் புதிய தலைமுறையினர் தமிழைப் பேசுவதோடு நிறுத்திக்கொள்ளவேண்டிய சிக்கலான சந்தர்ப்பத்தில் இருக்கிறார்கள். கல்விக்கூடங்களில் தமிழ் ஒரு பாடமாகப் பயிற்றுவிக்கப்பட்டு வந்தாலும் படிப்புத் தமிழ் வளத்தோடு இருப்பதாகச் சொல்லமுடியாது. இது தற்காலிகச் சூழலாகக் கூட இருக்கலாம். ஈழத்தமிழர் புலம்பெயர்ந்த பிற நாடுகளில் தமிழ் வாழும் என்று சொல்கிறார்களே அதைவிட மிக வீச்சுடன் சிங்கப்பூரில் தமிழ் எழுச்சி பெறுவதற்கான சந்தர்ப்பங்களும் உண்டு" *(60, டிசம்பர் 2004)*.

தமிழவேள் கோ. சாரங்கபாணி கட்டிக் காத்த தமிழர் சுயமரியாதையின் அஸ்திவாரம் மலாயா – சிங்கப்பூர் நாடுகளில் தமிழ் உணர்வு வளரவும், தமிழ்மொழிக் கல்வி நிலைக்கவும், பொதுமக்களிடையே தமிழ் இலக்கியப்பற்றும் படைப்பிலக்கிய ஆர்வமும் மேலோங்கவும், அரசியல், பொருளியல் துறைகளில் சீனக் குடியேறிகளைப்போல இந்தியர்கள் உயரவும், சிங்கப்பூரில் தமிழ் ஆட்சிமொழியாக என்றென்றும் நிலைக்கவும், இந்தியச் சமூகம் தேசியச் சமூகமாக இவ்விரு நாடுகளில் வாழவும் தலைமுறை மாற்றங்களையும் தாண்டித் தமிழ்ச் சமூகம் உயர, திருநாவுக்கரசு கூறுவது போல், நிலைத்த வலிமை உடையது *(60, டிசம்பர் 2004)*.

வட்டாரவழக்கு அரசியல்

சமுதாயத்திற்கும் மொழிக்குமிடையே உள்ள உறவு மிகவும் கெட்டியானது. ஒவ்வொரு சமுதாயமும் தமக்கே உரிய மொழியாக ஒரு மொழிப்பிரிவைக் கருதுகிறது; இம்மொழியையே கிளைமொழி எனக் கூறுகிறோம். ஒரு குறிப்பிட்ட வட்டாரப் பகுதியில் இக்கிளைமொழிகளிடையே பொதுவான புரிதலை மையமாகக்கொண்டு ஒரு கிளைமொழி, வட்டார வழக்குத் தகுதியைப் பெறுகிறது. இத்தகுதி பெறும் மொழி பெரும்பான்மை மக்கள் தொகையோ சமூக அந்தஸ்தோ உடைய அதிகார வர்க்கத்தினரின் மொழியாக இருக்கும். தமிழ் சமூகச்சூழலில் இவ்வட்டாரத் தேர்வில்

சாதிக்கும் முக்கியப் பங்கிருக்கும். ஒருவகையான அரசியல் அதிகாரத்தின் வெளிப்பாடாகவே இவ்வழக்கு சமூகத்தில் புழங்கும். கி. ராஜநாராயணன் தொகுத்த வட்டார வழக்குச் சொல்லகராதி *(1982)*, பெருமாள்முருகன் தொகுத்த கொங்கு வட்டாரச் சொல்லகராதி *(2000)*, இமையம் தொகுத்த தலித் சொல்லகராதி *(2002)*, அ.கா. பெருமாள் தொகுத்த நாஞ்சில் வட்டார வழக்குச் சொல்லகராதி *(2004)* ஆகிய அனைத்தையும் முறையான ஆய்வுக்கு உட்படுத்துவோமேயானால் வட்டாரவழக்கு அரசியலும் தொகுப்பாசிரியர்களின் சமூகச் சார்பும் மொழிமனப்பாங்கும் இத்தொகுப்புகளில் இழையோடிச் செல்வதை உணரமுடியும்.

வட்டார வழக்குச் சொல்லகராதித் தொகுப்பில் முதன்மையானதும் முதலாவதுமான பிரச்சினை வட்டாரம் என்பதற்கான எல்லை வரையறை. இமையம்,

> "அதிகப்படியான போக்குவரத்து வசதி, தொழிற்சாலைகள், நகரங்களை நோக்கிய குடிபெயர்வு, அச்சு ஊடகங்கள், காட்சி ஊடகங்கள், உலகமயமாக்கம் என்று எல்லாமும் சேர்ந்து தமிழ் வாழ்க்கைமுறையை முற்றிலுமாகக் குலைத்துப்போட்டுவிட்ட நிலையில் வட்டார வழக்குகள் குறித்துப் பேசுவது சற்று வேடிக்கையானதுதான்" என்றும்,
>
> "உலகெங்கும்சிறுசிறு இனக்குழுக்கள் சர்வதேசக் கலாச்சார வன்முறையால், அச்சு, காட்சி ஊடகங்களின் ஆக்கிரமிப்பால் தங்கள் பண்பாட்டு அடையாளங்களை வேகமாக இழந்துவருகின்றன. தமிழ்மொழியும் இதற்கு விதிவிலக்கல்ல. பல நூற்றாண்டுக் காலக் கிராம ஒழுங்குகள், நீதி நியமங்கள், நடைமுறைகள், அமைப்புகள் ஊடகங்களால் கொந்தளிப்பை ஒத்த தாக்குதலுக்கு உட்பட்டு நிலைகுலைந்துள்ள நிலையில் நாம் வட்டார வழக்குகள் குறித்துப் பேசுகிறோம்" *(86, பிப்ரவரி 2007)*

என்றும் கூறுவதற்கொப்ப வட்டாரம், வட்டார வழக்குச் சொற்கள் என்பன கட்டுக்கோப்பான ஓர் அறிவியல் விளக்கத்திற்கு உட்படாமல் உள்ளன, இருப்பினும் சமூக ரீதியாகவும், சாதிய அமைப்புரீதியாகவும், பொருளாதார ஏற்றத்தழ்வு அடிப்படையிலும், வட்டாரவாரியாகவும் மாறிவரும் மொழியின் கட்டமைப்பும், புழக்கத்திற்கு நாளும் வந்துசேரும் புதிய புதிய சொற்களும் ஏதாவது ஒரு நிலையில் ஆவணப்படுத்தப்பட வேண்டும். 'வட்டாரம்' என்ற சொற்பயன்பாடு மட்டுமே இதற்கு ஒரு குடைத் தலைப்பை தரமுடிகிறது. மொழியியலாளர்களும் இக்கருத்துக்கு உடன்பட்டவர்களே. அமெரிக்க வட்டார ஆங்கில அகராதி *(Dictionary of American Regional English DARE)* தொகுப்பாக்கம் தொடங்கிய காலத்தில் இப்பிரச்சினைக்கு முக்கியத்துவம் தரப்பட்டது. வட்டாரம் என்பது

ஒரு நகரமாகவோ நகரத்தின் பகுதியாகவோ நாடாகவோகூட இருக்கலாம். தமிழைப் பொறுத்தவரையில் மலேசியாவோ யாழ்ப்பாணமோ கூட வட்டாரமாக வரையறுக்கப்படலாம்.

கொங்கு வட்டாரச் சொல்லகராதியைத் தொகுத்த பெருமாள்முருகன் கொங்குநாடு என்று கோயம்புத்தூர் மாவட்டமும், அதை ஒட்டியுள்ள சேலம், திருச்சி, திண்டுக்கல் மாவட்டத்தின் சில பகுதிகளும் மாவட்டங்கள் நிர்வாக வசதிக்காகச் செய்யப்பட்ட நிலப்பிரிவுகள் என்பதால் அவற்றுக்குக் கலாச்சார அடிப்படை இருப்பது கடினம். எனவே, வரலாற்று மரபைப் பின்பற்றிக் கொங்குநாடு என்ற வட்டாரத்தை வரையறுத்துக்கொண்டது இந்த அகராதிக்கு ஒரு கலாச்சார அடிப்படையைத் தரும் வாய்ப்பை அதிகரித்திருக்கிறது *(39, ஜனவரி – பிப்ரவரி 2002)* என்பது அரசியல் அதிகாரங்களை மையமாகக் கொண்ட நிலப்பகுப்பிற்கு மாறாக, 'வட்டாரம்' என்பதற்குத் தரப்படும் புதிய விளக்கம். பிற வட்டார வழக்குச் சொல்லகராதிகளும் இதற்கு விதிவிலக்கல்ல.

தமிழில் வட்டார வழக்குச்சொல்லகராதியின் பிதாமகர் கி. ராஜநாராயணன். வட்டாரம், வட்டார வழக்குச் சொல் என்பனவற்றைக் கீழ்வருமாறு விளக்குகிறார் கி.ரா.

> "இருமல் என்கிற வார்த்தையை எல்லாத் தமிழர்களும் அறிவார்கள். 'தொறத்தல்' என்று சொன்னாலும் இருமல்தான் என்று பல பகுதி தமிழ் மக்களுக்குத் தெரியாது. இப்படிக் குறிப்பிட்ட ஒரு வார்த்தை ஒரு குறிப்பிட்ட அர்த்தத்தில் புழக்கத்தில் இருக்குமானால் அதுதான் வட்டார வழக்குச் சொல் என்று சொல்லப்படுகிறது"

இவ்விளக்கத்தை முன்னோடியாகக்கொண்டே பிற வழக்குச் சொல்லகராதிகளும் தொகுக்கப்பட்டுள்ளன. இத்தொகுப்பில் கி.ரா., பெருமாள்முருகன், அ.கா.பெருமாள், இமையம் நால்வருமே சாதிய அடையாளத்திற்குள் அகப்பட்டுள்ளனர் என்பதை அகராதிப் பதிவுகளிலிருந்து தெரிந்துகொள்ள முடிகிறது. இது வட்டார வழக்குச் சொல்லகராதித் தொகுப்பில் நாம் முன்னர்க் குறிப்பிட்டதுபோல் தவிர்க்க முடியாதது. உணர்வுபூர்வமாகச் சாதிய அடையாளத்தைத் தவிர்க்க முயற்சிகள் மேற்கொண்ட பின்னும்கூட நுட்பமாகச் சாதி அடையாளம் பொதிந்திருக்கலாம் என பெருமாள்முருகன் கூறுவதுதான் யதார்த்தம் (கொங்கு வட்டாரச் சொல்லகராதி, *2000*).

சாதி, இன அடையாளங்களைத் தவிர்த்த சென்னை வட்டாரத்திற்கேயுரிய ஒரு வழக்கு சென்னைத்தமிழ் என்கிறார் அரவிந்தன்.

> "மதுரைத் தமிழ், கொங்குத் தமிழ், கரிசல் தமிழ், நாஞ்சில் தமிழ், ஈழத்தமிழ் போலச் சென்னைத்தமிழும் ஒரு வட்டார வழக்குதான். எல்லா வட்டார வழக்குகளையும் போலவே

பல்வேறு இயல்பான காரணிகளால் உருவாகி, தொடர்ந்த பயன்பாட்டினால் உருமாறி வரும் ஒரு வழக்கு. சென்னைத் தமிழை மேலெழுந்தவாரியாகப் பார்க்கும்போது அது படிக்காத மக்களின் கொச்சை மொழியாகத் தோன்றும். ஆனால் சற்று நிதானமாகப் பார்த்தால் எல்லா வட்டார வழக்குகளையும் போலவே சென்னைத்தமிழும் வட்டார வழக்குகளுக்கான அனைத்துக் கூறுகளையும் கொண்டிருப்பது தெரியவரும்" *(129, அக்டோபர் 2010).*

ஆங்கிலம், உருது, இந்தி, பஞ்சாபி, தெலுங்கு, சமஸ்கிருதம் போன்ற மொழிகளிலிருந்து கடன்வாங்கிய சொற்கள் மிகுந்த சென்னைத்தமிழ் சென்னையின் அரசியல் வரலாற்றை அறிய உதவுகிறது. இச்சொற்கள் தமிழகத்தில் வேறெந்த வட்டார வழக்குக்கும் இல்லாத தனித்தன்மையைச் சென்னைத்தமிழுக்கு அளித்துள்ளன என்கிறார் அரவிந்தன். ஒரு வட்டரவழக்குச் சொல்லகராதி தொகுப்பதற்கான எல்லாத் தகுதிகளும் சென்னைத் தமிழுக்கு உண்டு.

மொழியைப்போல் வட்டார வழக்கும் இழப்பிற்கு அல்லது அழிவிற்கு விதிவிலக்கல்ல. வட்டாரத்தை அடையாளப்படுத்தும் தமிழ் மொழிப்பயன்பாடு இன்று குறைந்து வருகிறது. வட்டாரம், சாதி, மதம் இவற்றை அடையாளப்படுத்தும் மொழிப்பயன்பாடு படித்தவர்களிடையே இன்று அருகிக் காணப்படுகிறது. பொதுநிலைப் பேச்சுத்தமிழைப் பயன்படுத்துவதின் மூலம் சமூகத்தின் மையநீரோட்டத்துக்குத் தம்மைத் தகுதிப்படுத்த முடிகிறது எனப் பாமரரும் இன்று உணர்ந்துள்ளனர். எனவே, இழப்பு விகிதத்திற்கு இன்று வட்டார வழக்கு உள்ளாகியுள்ளது. இது உலக அளவில் நடந்து வரும் பொது சமூக மாற்றத்திற்கு உட்பட்ட நிகழ்வே. வட்டார வழக்காய்வை மேற்கொள்ளும் மொழியியலாளரும் வட்டார வழக்குச்சொல் இழப்பிற்குக் கூருணர்ச்சி உடையவராய் உள்ளனர். பொதுவாக, இக்கால இளைஞர்கள் வட்டார/கிளைமொழிகளை இழந்து வருகிறார்கள். முதியோர்களிடம் காணப்படும் அளவுக்கு வட்டார/ கிளைமொழிச் சொற்கள் இளைஞர்களிடையே காணப்படவில்லை. குறிப்பாக, கிராமத் தொழில், கை வைத்தியம், பழக்கவழக்கங்கள், சமூகச் சடங்குகள், திருநாள்கள், உணவு சார்ந்த வட்டாரச் சொற்கள் இளையோரின் மொழிப்பயன்பாட்டில் இல்லை. இவ்விழப்பின் முதல் இலக்கு வட்டாரச் சாதிக்கிளைமொழியாக இருக்கும். இதற்கெல்லாம் கல்வி, நகரமயமாதல், இடம்பெயர்தல், தகவல் தொடர்பு முதலானவை முக்கியக் காரணங்களாகும். இவை எல்லாவற்றுக்கும் முதல் காரணமாக இன்றைய இளஞர்களிடம் நிகழ்ந்துகொண்டிருக்கும் பொதுநிலைப் பேச்சுத்தமிழாக்கத்தைக் குறிப்பிடலாம்.

இப்பின்னணிகளில் வட்டார வழக்குகள், இன்று பொதுநிலைத் தமிழை நோக்கிப் பொதுநிலையாக்கத்திற்கு உட்பட்டிருந்தாலும் வழக்குச் சொற்களை ஆவணப்படுத்தலும், அவை தொடர்பான ஆய்வுகளை மேற்கொள்ளுதலும் மொழி மாற்றத்தைப் புரிந்துகொள்ள உதவுகின்றன. சமூக மொழிவரலாற்றுக்கான அடிப்படை ஆதாரங்களாகவும் இவை பயன்படுகின்றன.

சினிமா மொழி அரசியல்

தமிழ் சினிமாவில் தமிழ் மொழியின் அதிகாரமும் அரசியலும் குறிப்பிடத்தக்க ஆளுமையில் நிலைபெற்றிருந்தன. மௌனப் படங்களுக்குப் பின்னர் பேசும் படங்கள் வெளிவரத் தொடங்கிய காலத்திலேயே தமிழ் முழுவதுமாகத் தன் அதிகார எல்லையைப் பரப்பிக்கொண்டது. தமிழ்ச் சமூகத்தில் ஒவ்வொரு காலகட்டத்திலும் நிலவிய சமகால மொழி ஆளுமை திரைப்படங்களிலும் பிரதிபலித்தது. இலக்கியத்தமிழ், பிராமணத் தமிழ், வட்டாரப் பேச்சுத்தமிழ், பொதுப் பேச்சுத்தமிழ், அடுக்குமொழி எனக் கருத்துப்புலப்படுத்தத்தில் காட்சிப் படிமங்களுக்கு மேலாகத் திரை வசனம் என்ற போர்வையில் தமிழ் மொழியின் அதிகாரம் சினிமா மொழி (the language of Cinema) வளரப் பல பத்தாண்டுக் காலமாக முட்டுக்கட்டையாகவே இருந்தது.

தமிழ் சினிமாவின் ஆரம்பக்கால வரலாறு தமிழின் மேலாதிக்க வரலாறாகும். தமிழ் சினிமாவில் அதிகார உறவுகளைக் கட்டமைத்த இம்மொழியின் மேலாதிக்கம் காமிராவின் மொழியைக் கூடப் புரிந்துகொள்ள நெடுங்காலத் தடையாக இருந்தது. தியோடர் பாஸ்கரனின் கட்டுரை இம்மொழி மேலாதிக்கத்தைக் குறித்து விரிவாகப் பேசுகிறது.

காட்சி ஊடகங்களுள் ஒன்றான சினிமாவில் மௌனப் படங்களுக்குப் பின்னர் ஆயிரத்துத் தொள்ளாயிரத்து முப்பதுகளிலிருந்து பேச்சுமொழியும் எழுத்துமொழியும் இடம்பெற்றன. அக்காலப் பேச்சுமொழி கூடுதல் வட்டார வழக்காக இல்லாமல் பொதுப்பேச்சுத்தமிழைச் சார்ந்திருந்தது. இதனால் சினிமா மொழியின் வளமை குறுகி சினிமாவுக்கான செறிவான இலக்கணம் வளர்வது கடினமாகி விடுகிறது என்கிறார் தியோடர் பாஸ்கரன் (22, ஜூலை – செப்டம்பர் 1997). வார்த்தைகளை நம்பியே திரைப்படங்கள் எடுக்கப்பட்டன. காட்சிமூலம் நிகழ்வுகளை வெளிப்படுத்த முடியாமல் வசனத்தை மட்டுமே பெரிதும் சார்ந்திருந்தனர் படத் தயாரிப்பாளர்கள்.

நாற்பதுகளில் வந்த புராணப்படங்களிலும் வரலாற்றுப் படங்களிலும் இலக்கியத் தமிழ் பயன்படுத்தப்பட்டது. பிம்பங்கள் மூலம் நிகழ்வுகளைக் காட்சிப்படுத்த இயலாத நிலையில்

நிகழ்வுகளையும், கதாபாத்திரங்களின் எண்ணங்களையும் வார்த்தைகளால் கூற முயன்றனர். *50*களில் அண்ணா, மு. கருணாநிதி போன்றோர் திரைக்கதை எழுதியபோது வசனங்களுக்கே முக்கியத்துவம் தந்தனர். காட்சிப் படிமங்களுக்கான முக்கியத்துவம் குறைந்தது. சினிமா மொழி வளர்வதற்கு இவை தடையாக இருந்தன. திரைப்படங்கள் சினிமாவுக்குப் பதிலாக இலக்கியத்தின் ஒரு பகுதியாகவே இருந்தன. திராவிட அரசியலில் *50*களின் கடைசிப் பகுதியில் திராவிட கட்சிகளுக்கும் வேறு சில அரசியல் கட்சிகளுக்கும் சினிமா பிரச்சார மேடையானபோது சினிமாவின் கட்புலமொழி செழுமையடைய எந்த முயற்சியும் எடுக்கும் சாத்தியக்கூறுகள் இல்லாமலே போயிற்று. எழுத்தைப் பிம்பங்களாக மாற்றும் திறன் உருவாக்கப்படவில்லை என்று பாஸ்கரன் குறிப்பிடுகிறார்.

> "சினிமாவுக்கேயான பிரத்தியேகப் பண்புகள் உபயோகிக்கப் படாததால், சினிமா அழகியல் உருவாகாததால், பாடல்களுக்கும் உரையாடல்களுக்கும் தரப்படும் முன்னுரிமை, தமிழ் சினிமாவைக் கேளிக்கை சாதனத் தளத்திலேயே நிறுத்தி விடுகிறது. இந்த நிலையில் தீர்க்கமான சினிமா மலர்வது கடினம்" *(22,* ஜுலை – செப்டம்பர் *1997).*

இம்மொழி ஆளுமை அல்லது மேலாதிக்கத்தின் மற்றொரு பரிமாணம்தான் சினிமா வசனகர்த்தாக்களுக்கு இருந்த செல்வாக்கு. சினிமா தயாரிப்பில் தொழில்நுட்பக் கலைஞர்களுக்குக் கிடைக்காத மதிப்பும் மரியாதையும் வசனகர்த்தாக்களுக்குக் கிடைக்க தமிழ்மொழிமீதிருந்த அதீத பற்றும் சமூகத்தில் அதன் மேலாதிக்கமும் முக்கியக் காரணங்களாய் இருந்தன. பாத்திரப் படைப்பிற்கு வலுவூட்ட மொழியைக் கையாண்ட விதத்தில் தமிழுக்குக் கொடுத்த முக்கியத்துவம் ஒருபுறமிருக்கப் பிற மொழிகளைக் கையாண்டதில் தமிழ் சினிமா கூடுதல் அக்கறை எடுத்துக்கொண்டது. கதாபாத்திரங்களின் பிறமொழிப்பயன்பாட்டிற்கு முழு அர்த்தம் இருந்தது. ஒவ்வொரு மொழியும் சினிமாவிற்காகக் கட்டமைக்கப்பட்ட விதம் கதாபாத்திரங்களின் நடையுடை பாவனைகளில் பிரதிபலித்தது. அதேநேரத்தில் பிறமொழிகளையும் அவற்றைப் பேசும் தாய்மொழியாளரையும் எவ்வாறெல்லாம் தமிழ்ச் சமூகம் தன் சுய கற்பனைகளோடும் தப்பெண்ணங்களோடும் உருவாக்கியிருந்ததோ அந்த பிம்பம் தமிழ் சினிமாக்களில் கட்டிக் காக்கப்பட்டது. இந்த சினிமா மொழிப் பயன்பாட்டு அரசியல் தமிழ்ச் சமூகத்தைச் சுற்றிவளைத்திருந்த ஆங்கிலத்தையும் இந்திமொழியையும் அதிகமாகச் சார்ந்திருந்தது. பிற இந்திய மொழிகளான மலையாளம், தெலுங்கு, கன்னடம், உருது ஆகிய மொழிகளைக் காட்டிலும் ஆங்கிலமும் இந்தியும் கூடுதல்

அரசியல் அதிகாரத்திற்கு உட்பட்டிருந்ததால் பாராட்டுக்கும், பலநேரங்களில் கேலிக்கும் கிண்டலுக்கும் இவ்விருமொழிகளே அடிக்கடி சினிமாக்களில் மாட்டிக்கொண்டன. அதேநேரத்தில் இம்மொழிகளைப் பற்றிய தமிழர்களின் மனப்பாங்குகளைப் பிரதிபலிக்கும் ஒரு காட்சி ஊடகத்தின் பங்களிப்பை தமிழ் சினிமா முழுமையாக நிறைவேற்றியுள்ளது. எடுத்துக்காட்டாக, அம்ஷன்குமார் தமிழ் சினிமாக்களில் ஆங்கிலத்தின் பயன்பாடு குறித்துக் கூறும் வரிகள் முக்கியமானவை.

> "ஆங்கிலம், தமிழ் சினிமாவில் மிகுதியாகப் பயன்படுத்தப்படும் ஒரு மொழி. இதை ரசிகர்கள் மிகவும் வரவேற்கிறார்கள். இந்த வரவேற்பு பல பரிமாணங்களைக் கொண்டிருக்கிறது. இந்தியைப்போல ஆங்கிலத்தை வில்லனாக்கி அடித்து உதைத்து அனுப்பிவிட முடியாது. ஆங்கிலம் வளர்ச்சியின் அறிகுறி; காலத்தின் இன்றியமையாத தேவை. அது தமிழுக்கோ தமிழர்களுக்கோ எதிரானது அல்ல. சினிமா மாபெரும் பொதுஜன ஊடகம். அந்த ஊடகத்தின் புரவலர்களான பலருக்கு ஆங்கிலம் தெரியாது. அது எட்டாக்கனியாகவும் உள்ளது. இதனால் ஆங்கிலம் அவர்களுக்கு ஒரே சமயத்தில் அறியாமையினால் கவர்ச்சிப்பொருளாகவும் கேலிப்பொருளாகவும் தோன்றத் தொடங்கியது . . .
>
> படத்திற்குப் படம் கதாநாயகனின் கதாபாத்திர பிம்பத்திற்கு ஏற்ப ஆங்கிலம் மாறியது. கதாநாயகன் ஆங்கிலம் கற்றிருந்தால் ஆங்கிலம் கவர்ச்சியானதாகவும், அவன் ஆங்கிலம் அறியாதவனாக இருந்தால் அம்மொழி நகையாடப்படுவதாகவும் காட்டப்படுகிறது. அடங்காப்பிடாரியான படித்த கதாநாயகி ஆங்கில மோகம் கொண்டவளாகக் காட்டப்படுவாள். அவளுடைய கொட்டத்தை ஆங்கிலத்தை வைத்தே கதாநாயகன் அடக்கத் துணிவான். கர்வம் பிடித்த ஆதிக்கம் காட்டுகின்ற கதாநாயகி ஆங்கிலத்தைப் பயன்படுத்தும்போது அது வெறுக்கத்தக்கதாகிறது; ஆனால் அதே ஆங்கிலத்தைக் கதாநாயகன் பேசும்போது விரும்பத்தக்கதாகிறது" *(66, ஜூன் 2005).*

சினிமா, சமூகத்தின் பிரதிபலிப்பே என்னும் யதார்த்தத்தை ஏற்றுக்கொண்டால், சமூகத்தில் நாம் அன்றாடம் அனுபவம்கொள்ளும் மொழிஅரசியலையே சினிமாவும் பிரதிபலிக்கிறது. மொழித் தொடர்பான கற்பனை, அணுகுமுறை, மனப்பாங்கு, அதிகாரச் சூழல், மேலாதிக்க உணர்வு போன்றவை மொழி அரசியலைக் கட்டமைக்கின்றன. சினிமாவின் ஒவ்வொரு காலகட்டத்திலும் இக்கட்டமைப்பு நேர்த்தியாகக் காட்சிப்படுத்தப்பட்டு வந்திருக்கிறது.

ஆட்சிமொழி அரசியல்

உலகிலுள்ள பெரும்பாலான விடுதலை பெற்ற காலனிய நாடுகளில் ஆட்சிமொழியின் இடத்தை காலனியமொழி தக்கவைத்துக்கொண்டிருப்பதைப் பார்க்கிறோம். இந்தியா போன்ற மொழிக்காட்சிச்சாலைகளில் கூட எத்தனையோ வளர்ந்த மொழிகள் வழக்கிலிருந்தாலும் தேசிய, ஆட்சிமொழி அங்கீகாரத்தில் காலனிய மொழிகளின் மேலாதிக்கம் முக்கியத்துவம் பெற்றுவிடுகிறது. இதற்குப் பல அரசியல் வரலாற்றுச் சமூகப் பொருளாதாரக் காரணங்கள் உள்ளன. எனவே, மொழித்திட்டமிடுதலில் தேசியமொழி, ஆட்சிமொழித் தேர்வு பிரச்சினையாகவே இருந்துவருகிறது. குறிப்பாக, ஒரு ஜனநாயக நாட்டில் மாறிமாறி அமையும் ஆட்சி அதிகாரமும் அரசியல் நிலைப்பாடுகளும் இம்மொழிப் பிரச்சினையைப் புதிய திசை நோக்கித் திருப்புகின்றனவே தவிர முடிவான தீர்வுக்கு வழிகாட்டுவதில்லை. இந்தியாவிலும் கிட்டத்தட்ட அறுபத்தைந்து ஆண்டுகளாக நிலவும் நிலை இதுதான்.

இந்தியா விடுதலைபெற்ற காலத்திலிருந்து இந்நாட்டிற்கேற்ற மொழிக்கொள்கையை வகுப்பதில் நாம் இன்னும் வெற்றிபெறவில்லை. இந்தியர்கள் அனைவரும் ஒருமனதாக ஏற்றுக்கொள்கிற ஒரு மொழியைத் தேர்வு செய்தல், ஆட்சி நிர்வாக நடவடிக்கைகளை மேற்கொள்ளக்கூடிய அளவுக்கு அம்மொழியை அமைப்பளவில் உருவாக்குதல், புதிய மொழியாட்சிப்பகுதிகளில் அதன் செயல்பாட்டுத் திறனை விரிவாக்குதல், அந்தஸ்தை உயர்த்தி அம்மொழியால் பெருமைப்படும் மனப்பாங்கை மக்களிடையே உருவாக்குவதன் மூலம் அதனை ஒருமனதாக ஏற்றுக்கொள்ளச் செய்தல் என்னும் முக்கியமான நடவடிக்கைகளுக்கு உட்பட்டு நிலைபெறும் ஒரு மொழியே கொள்கை வகுத்தலுக்கு அடிப்படையாகித் தேசிய மொழியாகவோ ஆட்சிமொழியாகவோ கருதலுக்குத் தகுதிபெறுகிறது. இந் நடவடிக்கைகளைத் தாண்டி நிலைபெறும் எந்த மொழியும் கொள்கை வகுத்தலுக்குத் தகுதி உடையதே. எந்தெந்த மொழியாட்சிப் பகுதிகளில் எந்தெந்தச் செயல்பாடுகளை மேற்கொள்வது என்பது உறுதியாகும்போது அதற்கேற்ற மொழிகளை இனங்கண்டு மொழிக்கொள்கை உருவாகிறது. ஒவ்வொரு மொழியின் அதிகாரமும் அரசியல் பின்னணியும் இம்மொழித்திட்டமிடலில் முக்கியப் பங்கு பெறுகின்றன. என்னதான் சிறப்பாக ஒருமொழிக்கொள்கையைப் பல தரப்பினர் வகுத்தாலும் அதனை ஏற்பதும், சட்டமாக்குவதும், நடைமுறைப்படுத்துவதும் ஒரு ஜனநாயக நாட்டைப் பொறுத்தவரையில் ஆளும் அரசே என்பது குறிப்பிடத்தக்கது. இதனால் மொழிக்கொள்கையை வகுத்தல் முழுக்கமுழுக்க ஒரு அரசியல் நடவடிக்கை என்று கூறிவிட முடியாது. ஒவ்வொரு இந்தியக் குடிமகனுக்கும்

நடைமுறை மொழிக்கொள்கையை விமர்சிப்பதற்கும், புதிய மொழிக்கொள்கையை முன்னிறுத்துவதற்கும் இந்நாட்டில் உரிமையுண்டு. எஸ்.என். நாகராசனும் இக்குடிமகன்களுள் அடக்கம்.

> "இந்தி வந்து லம்பாடிச்சி மொழின்னு சொல்லறியே சரி அப்பா, ஆங்கிலம் யாருடைய மொழி? சட்டாக்காரச்சி மொழியடா, உங்க பாட்டி மொழியா, உங்க தாத்தா மொழியான்னு கேட்டேன் கோயம்பத்தூர்லே மொழிப்பிரச்சினை வந்தபோது. ஆங்கிலத்தினுடைய ஆதிக்கம் இருக்கும்வரை அக்ரஹாரத்தினுடைய ஆதிக்கத்தை அசைக்க முடியாதுன்னு நான் பேசினேன். பதிலே பேசமாட்டெனுட்டாங்களே. 1954ல கம்யூனிஸ்டு கட்சிக்கு ஒரு டாக்கியுமெண்ட் எழுதி அனுப்பிச்சோம். *A foreign language is a foreign language at all levels* இது தான் அதனுடைய தலைப்பு. இந்தியாவுக்கு ஒரு மொழி கூடாது. அந்தந்த மக்கள் பேசக்கூடிய ஒரு மொழிதான் அவர்கள் ஆட்சி மொழியாகவும் பயிற்றுமொழியாகவும் இருக்க வேண்டும் என்று திட்டவட்டமாகக் கம்யூன்ஸ்டு கட்சிக்கு எழுதி அனுப்பிச்சோம். ஆனா, இக்கட்சியின் செவுட்டுல விழலை. குப்பை தொட்டியிலே போட்டுட்டாங்க" ***(10, ஜனவரி 1995).***

இன்றைய நடப்புச் சூழலுக்கேற்ப, சமூகத்தின் 75 சதவீத மக்களுக்கான தேவையின் அடிப்படையில், சந்தையின் தேவைக்கும் மனித வளர்ச்சிக்கும் பொதுவான மொழிக்கொள்கையை உருவாக்கச் சொன்னால் என்ன முடிவை எடுப்பீர்கள் என்ற வினாவை எழுப்பி அதற்கு விடையும் தருகிறார் செந்தில்நாதன்.

> "இதுவரை நடைமுறையில் இருந்துவந்த ஒற்றைப் பரிமாணம் கொண்ட, தட்டையான மொழிக்கொள்கை இன்று ஒத்து வராது என்னும் முடிவை முதலில் எடுத்தாக வேண்டும். ஆட்சியில், அரசுத்துறையில் எங்கும் தமிழ், எதிலும் தமிழ், தேவைப்படும் இடங்களில் ஆங்கிலம் மற்றும் சிறுபான்மையினர் மொழிகள், கல்வியில் தமிழ், ஆங்கிலம் மற்றும் மூன்றாம் மொழியாக உலக முக்கியத்துவம் வாய்ந்த ஏதேனும் ஓர் ஐரோப்பிய அல்லது ஆசியமொழி. இதுதான் தமிழகத்தின் இன்றைய சூழலுக்கான மொழிக்கொள்கையாக இருக்க முடியும்" ***(67, ஜூலை 2005).***

செந்தில்நாதன் முன்வைக்கும் இம்மொழிக்கொள்கைக்கும் தமிழக அரசின் இன்றைய நடைமுறை மொழிக்கொள்கைக்கும் இடையே அதிக வேறுபாடில்லை. மூன்றாவது மொழியாகக் கூறும் ஒரு ஐரோப்பிய அல்லது ஆசிய மொழியைத் தவிர. 'ஆட்சியில், அரசுத்துறையில் எங்கும் தமிழ், எதிலும் தமிழ்' என்று வற்புறுத்தும்போது எந்தத் தமிழ் என்பதும் தெளிவுபடுத்தப்பட

வேண்டும். இங்கு அண்ணாமலையின் கருத்து மிக முக்கியமாகக் கருதத் தக்கது:

"ஆட்சிமொழி என்றால் தமிழுக்கு அதிகாரம் தரும் செயல் என்ற நிலையில்மட்டும் நின்றால் அது பொதுமக்களின் வாழ்க்கையில் பெரிய பாதிப்பை ஏற்படுத்தாது. ஆங்கில அறிவு பெற்ற அதிகார வர்க்கத்தினருக்கும், தமிழ் அறிவு பெற்ற அதிகார வர்க்கத்தினருக்கும் இடையே நடக்கும் அதிகாரப் போட்டியாகவே அது அமையும். தமிழ் ஆட்சிமொழி என்னும்போது அது பொதுமக்கள் பங்குபெறும் ஆட்சி. பொதுமக்கள் புரிந்துகொள்ளும் நிர்வாகச் செயல்கள், முடிவுகள். பொதுமக்களின் பிரச்சினைகளைக் கரிசனத்தோடு கவனிக்கும் நிர்வாக இயந்திரம் என்ற மாற்றத்தைக் கொண்டுவரும் திட்டம் என்றால் அதைக் கட்டாயப்படுத்தத் தேவை இருக்காது. வீட்டுமொழிக்கும் ஆட்சிமொழிக்கும் உள்ள இடைவெளி குறைந்தால்தான் இந்த மாற்றம் சாத்தியமாகும் . . .

இந்த நோக்கில் ஆட்சிமொழிப் பிரச்சினையை நோக்கும்போது எந்தத் தமிழ் ஆட்சிமொழித் தமிழ் என்ற கேள்வி முக்கியமானதாகுகிறது. பொதுமக்களுடைய தமிழிலிருந்து விலகிய பொதுமக்களுக்கு எளிதில் விளங்காத தமிழ் ஆட்சியில் பயன்படுத்தப்பட்டால் (இதில் சொற்கள் மட்டுமல்ல, ஆங்கிலத்தை அடியொற்றிய சொற்றொடர் அமைப்புகளும் அடங்கும்). ஆங்கில ஆட்சிமொழியின்போது ஆளுவோருக்கும் ஆளப்படுவோருக்கும் இடையே இருந்த தூரம் தமிழ் ஆட்சிமொழியின்போது தமிழ் தாய்மொழி என்பதால் மட்டும் குறைந்துவிடும் என்று சொல்ல முடியாது" ***(31, செப்டம்பர் – அக்டோபர் 2000).***

ஆட்சி அதிகாரங்களில் ஆங்கிலத்தின் மேலாதிக்கத்தையும் இந்நிலையில் குறைத்து மதிப்பிட முடியாது.

"மலையாளமே ஆட்சிமொழி என்பது நியதி. ஆனால் முக்காற்பங்கு அரசுப் பணிகள் நடைபெறுவது ஆங்கிலத்தில்தான். அதிகாரிகளிடமிருக்கிறது இதன் இரகசியம். ஒருபக்கம் இங்கிலீஷைக் காட்டித்தான் அவர்கள் மந்திரிகளை விரட்டுகிறார்கள். மறுபக்கம், சாதாரண மக்களை ஏமாற்றவும் சிரமப்படுத்தவும் அவர்கள் இங்கிலீஷையே பயன்படுத்துகிறார்கள். இவ்வாறு அதிகாரிகள் ஆங்கிலத்தை உபயோகித்துத் தங்களது காட்டாட்சி, ஊழல், பொறுப்பின்மையின் சாம்ராஜியத்தைப் பாதுகாக்கிறார்கள் எனலாம் '***(55, ஜூலை 2004).***

தமிழகத்தில் தமிழ் ஆட்சிமொழியின் தரம் கேரளத்தில் மலையாள ஆட்சிமொழியின் தரத்திற்குச் சற்றும் குறைவானதல்ல. இந்திய அரசின் இருமொழித் திட்டத்தையோ மும்மொழித் திட்டத்தையோ பின்பற்றினாலும் அட்டவணைப்படுத்தப்பட்ட இந்திய மொழிகள் எந்த மாநில அரசியலிலும் முழுமையான ஆட்சிமொழி அந்தஸ்தை இன்னும் பெறவில்லை என்றே கூறலாம்.

மொழி இழப்பு / அழிவு

உலகெங்கிலும் கிட்டதட்ட *6500* தாய்மொழிகள் இன்று பேசப்படுகின்றன. இவற்றுள் *2500* தாய்மொழிகள் பேசுவோர் எண்ணிக்கை குறைந்து மரணத்தின் விளிம்புநிலையை எட்டியுள்ளன. இன்னும் ஒரு நூற்றாண்டில் இவை முழுவதுமாகப் பேசுவோரில்லாமல் அழிந்து விடும். யுனெஸ்கோவின் பண்பாட்டுப் பிரிவு அதிர்ச்சி தரும் இத்தகவலை வெளியிட்டுள்ளது.

உலகத்தில் மனிதன் தோன்றிய காலந்தொட்டு எத்தனையோ மொழிகள் தோன்றி அழிந்துள்ளன. இவ்வாறு அழிந்துபோனவை மொத்த மொழிகளுள் *50* விழுக்காடு என்பர். ஒரு காலத்தில் *10000* மொழிகள் வழக்கில் இருந்தன என்றும், இவற்றுள் *5000* மொழிகள் பேசுவோரின்றி அழிந்து போயின என்றும் கூறும் மொழியறிஞர் கருத்துகள் இன்றுவரை மறுக்கப்படவில்லை. இத்துடன் இன்றுவரை ஆவணப்படுத்தப்படாத பழங்குடி மக்கள் பேசும் பல மொழிகள் உலகெங்கிலும் உள்ளன. இன்றைய இரான் இராக்கின் எல்லையோர சாக்ரோஸ் மலைப்பகுதிகளிலிருந்து *2500* ஆண்டுகளுக்கு முன் வெளியேறி, அசிரியன் பேரரசின் துஷான் நகரத்தில் குடியேறியோரின் தாய்மொழி இன்று தொல்லியல் ஆய்வாளர்களால் கண்டுபிடிக்கப்பட்டுள்ளது. இதுபோல இந்து சமவெளியில் தோன்றி மறைந்துபோன மொழிகள் ஏராளம். மொழியின் ஜனனமும் மரணமும் காலத்தின் யதார்த்த நியதி.

மொழியின் இவ்வரலாற்று நிகழ்வைச் சமுதாய மொழியியலார் மொழி இழப்பு / அழிவு *(language loss / death)* எனக் குறிப்பிடுவர். ஒரு மொழியை முந்திய தலைமுறையினரிடமிருந்து அடுத்த தலைமுறையினர் பாரம்பரியமாக ஏற்றுப் புழங்காமல் போவது மொழி இழப்பு. பேசுவோர் எண்ணிக்கை குறைந்து முற்றிலும் இவ்விழப்பிற்கு உள்ளாகாமல் எண்ணிக்கைக் குறைவோடு இழப்பை நோக்கி நகரும் மொழிகளை விளிம்புநிலை மொழிகள் எனலாம். மொழியியலாளர் மைக்கேல் கிரவுஸ்,

> “உலக மொழிகளில் மூன்றில் ஒரு பங்கு ஆயிரத்திற்கும் குறைவான மக்களாலேயே பேசப்படுகின்றன. எனவே அவை அபாயக்கட்டத்தில் உள்ளன. இலட்சக்கணக்கான பேர் பேசும் மொழிகள் கூட, ‘பெரிய’ மொழிகளின்

தாக்கத்தால் வீழ்ந்துவிடக் கூடும் என்று மொழியியலாளர்கள் அஞ்சுகின்றனர். அதிகமாகப் போனால் உலகமொழிகளில் 600 மட்டுமே 'பத்திரமாக' இருப்பதாகக் கூறமுடியும்" (31, செப்டம்பர் – அக்டோபர் 2000)

என்கிறார். மேலும் கிரவுஸ்,

"அழிவின் விளிம்பில் இருக்கும் ஒரு மொழியை எளிதாக அடையாளம் கண்டுகொள்ளலாம். பெற்றோர் தங்கள் குழந்தைகளுக்கு அதைக் கற்றுக் கொடுப்பதை நிறுத்திவிடுவார்கள். குழந்தைகளும் அதைக் கற்றுக்கொள்ளும் ஆர்வத்தை இழந்து விடுவார்கள்" (31, செப்டம்பர் – அக்டோபர் 2000)

என்று கூறி, இதனால் நூற்றாண்டுக் காலமாக நிலவி வந்த மொழிவழித் தகவல் பரிமாற்றம், ஓரிரு தலைமுறையுடன் அடியோடு மறைந்து விடும் என்று எச்சரிக்கிறார்.

"தொழில்நுட்பத் துறையில் ஏற்பட்ட மாற்றமும் இந்த நிலைக்குப் பெரும்பங்கு அளிக்கிறது. இல்லையென்றால் வரலாறு தொடங்கியதிலிருந்து மொழிப்பன்மையில் ஏற்பட்டுவரும் சரிவை நம்மால் எப்படி விளக்க முடியும்? 1500 ஆண்டுகளுக்கு முன்பு பல்வகை மனித மொழிகளின் உச்சக்கட்டம் இருந்தது. அப்போது 10000 மொழிகள் இருந்தன. ஆனால் மக்கள் தொகை இப்போதிருப்பதைவிட 500 மடங்கு குறைவாக இருந்தது. பயிர் வேளாண்மை பரவப் பரவ இந்த மொழிகள் அடித்துச் செல்லப்பட்டன. இந்தப் பரந்த பூமியைக் குடியேற்றத்திற்கு மாற்றுவதில் பயிர்த்தொழில் செய்வோர் பெற்ற வெற்றிதான் குறிப்பிடத்தகுந்த அளவிற்குப் பல மொழிகளை ஒரு மொழி நோக்கி ஒன்றுபடுத்தியது" (31, செப்டம்பர் – அக்டோபர் 2000)

என்னும் பேஜலின் குறிப்பை கைல் வின்ஸ் காட்டுகிறார்.

"மேற்கு ஐரோப்பியர்கள் உலகைக் குடியேற்ற நாடாக ஆக்கத் தொடங்கிய 15ஆம் நூற்றாண்டிலிருந்து மொழிகள் திரள்திரளாக மடியத் தொடங்கின. பல இடங்களில் பொருளாதார அல்லது அரசியல் காரணங்களுக்காக மக்கள் தங்கள் மொழிகளைக் கைவிட்டனர். மொழிப் பெருக்கம் நாட்டின் ஒருமைப்பாட்டிற்குக் குந்தகமானது என்றே பார்க்கப்படுகிறது. சிறுபான்மை மொழிகள் மிக எளிதாகத் தங்கள் சமுதாய மதிப்பை இழக்கின்றன" (31, செப்டம்பர் – அக்டோபர் 2000)

என்று வின்ஸ் மொழி இழப்பிற்கான காரணிகளைத் தொகுத்துக் கூறுகிறார்.

இப்பேரிழப்பில் இந்தியாவின் பங்கிற்குரிய விளிம்புநிலை மொழிகள் பல. 1961ஆம் ஆண்டு மக்கள்தொகைக் கணக்கெடுப்பின் படி 1652 தாய்மொழிகள் இந்தியாவில் பேசப்படுகின்றன. உலகத்தில் வேறெந்த நாட்டிலும் இத்தனை தாய்மொழிகள் வழக்கில் இல்லை. எனவே, அழிவின் விளிம்புநிலைத் தாய்மொழிகளின் எண்ணிக்கையிலும் இந்தியாவிற்கே முதலிடம். இங்கு 197 தாய்மொழி கள் இழப்பின் விளிம்புநிலையில் உள்ளன. இவற்றுள், இழப்பிற்கு உட்படத்தக்க மொழிகள் 81, இழப்பிற்கு உறுதியான மொழிகள் 63, கடுமையான இழப்பிற்குரிய மொழிகள் 6, இழப்பை எதிர்நோக்கி யிருக்கும் மொழிகள் 42, இழந்து போன மொழிகள் 5.

உலக அளவில் 191 மொழிகள் அமெரிக்காவிலும், 146 மொழிகள் இந்தோனேஷியாவிலும் முழு இழப்பை எதிர்நோக்கிக் காலம் தள்ளுகின்றன. மொத்த விளிம்புநிலைத் தாய்மொழிகளுள் 200 மொழிகளைப் பேசுவோர் 10 பேரேயாவர். 178 மொழிகளைப் பேசுவோர் 50 பேருக்கும் குறைவு.

இவ்விழப்பிற்கு உள்ளாகும் இந்திய மொழிகளுள் பெரும்பான்மை பழங்குடி மொழிகள். எடுத்துக்காட்டாக கொதவா, குறும்பா, கொரகா, பெங்கு, இருளா, தோடா முதலானவற்றைக் கூறலாம். சிறுபான்மையரின் தமிழ் உள்ளிட்ட அட்டவணை மொழிகளும் சில இந்திய மாநிலங்களில் இவ்விழப்பிற்கு விதிவிலக்கல்ல. பத்தொன்பதாம் நூற்றாண்டில் இந்தியர் குடியேறிய பல அயல்நாடுகளில் தமிழ், தெலுங்கு, வங்காளம் போன்ற மொழிகள் அழிவின் விளிம்பில் உள்ளன. பிஜி, ரீயூனியன், தென்னாப்பிரிக்கா போன்ற நாடுகளில் குடியேறிய தமிழர்களின் பேச்சு வழக்கிலிருந்த தமிழ் ஐந்தாவது தலைமுறையில் முழுவதுமாக அழிந்துவிட்டது.

ஒரு மொழியை இழப்பின் விளிம்பிற்குத் தள்ளும் காரணிகளுள் முதன்மையானது அம்மொழியைப் பேசும் மக்கள் தொகை. யுனெஸ்கோ கணக்கெடுப்பின்படி மொத்த விளிம்புநிலைத் தாய் மொழிகளுள் 378 மொழிகளைப் பேசுவோர் பத்திலிருந்து ஐம்பது பேரே. 1961 மக்கள்தொகைக் கணக்கெடுப்பின்படி 442 இந்திய மொழிகளைப் பேசுவோர் எண்ணிக்கை ஒன்றிலிருந்து ஐந்து மட்டுமே. மக்கள் தொகையைத் தவிர சிறுபான்மை மொழிகளின் மீது மாநில மொழி செலுத்தும் அதிகாரம், ஆங்கில மொழியின் ஆதிக்கம், குறிப்பாகப் பழங்குடி மொழிகளைப் பொறுத்தவரையில் சமூகத்தின் மைய நீரோட்டத்தில் கலந்துவிட மேற்கொள்ளும் முயற்சி, சமூக உறவுகளில் ஏற்படும் இனக்கலப்பு, நகரமயமாதல் முதலியன விளிம்புநிலைக்குத் தள்ளும் முக்கியமான காரணிகளுள் சில.

கைல் வின்ஸ், வெகுசன ஊடகத் தொழில்நுட்பங்கள் பெருகப்பெருக, சிறுபான்மை மொழிகளைப் பேசுவோர் ஆதிக்க மொழியின் சொல்வளம், சமூக மதிப்பு, அரசியல் செல்வாக்கு ஆகியவற்றால் ஈர்க்கப்பட்டு வாய்ப்பு கிடைக்கும்போதெல்லாம் அம்மொழியைப் பயன்படுத்துகிறார்கள் என்றும், இம்மொழித் தாவலால் தம் மொழிப் பாரம்பர்யத்தை இழக்கிறார்கள் என்றும் குறிப்பிடுகிறார். இதை மொழியியலாளர் சிலர் 'மொழி ஏகாதிபத்தியம்', 'மொழிப்படுகொலை, என்று குறிப்பிடுவர்" என்கிறார்.

அழிவின் அல்லது இழப்பின் விளிம்பிற்கு வந்துவிட்ட ஒரு தாய்மொழியின் நிலை எதிர்காலத்தில் என்னவாகும் என்பதை உறுதியாகக் கூறமுடியாது. ஆனால் தொடர்ந்து போராடினால் மேலும் இழப்பிற்கு உள்ளாகாமல் அதனைத் தக்க வைக்க முடியும். தமிழர்கள் வாழும் மலேசியா, சிங்கப்பூர், தென்னாப்பிரிக்கா, மொரீசியஸ், கானடா, செருமனி போன்ற நாடுகளில் தமிழ் உள்ளிட்ட பிற இந்திய மொழிகளை முழு இழப்பிலிருந்து காத்துத் தக்கவைக்கப் பல முயற்சிகள் அரசு இயந்திரங்களாலும், தன்னார்வத் தொண்டு நிறுவனங்களாலும் தனிமனிதர்களாலும் மேற்கொள்ளப்பட்டு வருகின்றன. அரசியல் நிருவாகம், கல்வி, வெகுசன ஊடகம், கலை மற்றும் பண்பாட்டு விழாக்கள், நூல் வெளியீடுகள் போன்ற மொழியாட்சிப் பகுதிகளில் இந்திய மொழிகளின் சிறப்பும் ஆளுமையும் வெகுவாகப் போற்றப்பட்டு வருவது இது கருதியே.

திரைப்படங்களாலும் இப்பிரச்சினையை வலுவாக முன்வைக்க முடியும். 'இழந்த சொற்கள்', அழிவின் விளிம்பிலிருக்கும் அரபாஹோ என்னும் அமெரிக்க இந்திய மொழியைத் தக்கவைப்பதை நோக்கமாகக் கொண்ட திரைப்படம். பண்பாட்டு அடையாளத்தைத் தக்கவைப்பதில் மொழியின் முக்கியத்துவத்தையும், அமெரிக்க இந்தியப் பழங்குடிகளின் மொழிகளை அழிக்க அமெரிக்க அரசு காட்டும் தீவிரத்தையும், அதனால் அப்பழங்குடிகளுக்கு ஏற்படும் மன உளைச்சலையும் இப்படம் காட்சிப்படுத்துகிறது. அரபாஹோவைத் தக்கவைப்பதில் இத்திரைப்படம் இன்று முக்கியப் பங்காற்றுகிறது என்பர்.

விளிம்புநிலையிலிருந்து முழுவதுமாக இழந்துபோன ஒரு மொழியை மீட்டுப் புத்துயிர் அளிப்பதும் வலுவான நடைமுறைச் செயல்பாடுகளால் சாத்தியமே. கிரேக்கம், இலத்தீன், ஹீப்ரூ, எபிரேயம், சீனம், சமஸ்கிருதம், தமிழ் ஆகிய செவ்வியல் மொழிகளுள் கிரேக்கம், இலத்தீன், ஹீப்ரூ, சமஸ்கிருதம் நான்கும் முழு இழப்பிற்கு உள்ளானவை. இவை இலக்கிய வழக்கில் பெரிதாகப் பேசப்பட்டாலும் இன்று பேச்சு வழக்கில்

இல்லை. பல்லாயிரக்கணக்கான ஆண்டுகளுக்கு முன்பு தோன்றி, இலக்கிய இலக்கணச் செழுமை பெற்ற இம்மொழிகள் காலப் பழைமையில் அழிந்துபோய்விட்டன. இருப்பினும், இம்மொழிகளுள் ஹீப்ரூ, இழப்பிலிருந்து மீண்டு எழுத்திலும் நாவிலும் தவழ ஆரம்பித்துள்ளது. சமஸ்கிருத மொழியை மீட்டுப் புத்துயிர் அளிக்க இந்திய அரசு முழு முனைப்பில் உள்ளது. உயராய்வு நிறுவனங்கள் நிறுவி சமஸ்கிருதப் பரவலை ஊக்குவித்தலைக் குறிப்பிட்டுக் கூறலாம்.

மொழி இழப்பின் விளிம்பைத் தொட்டுத் தத்தளிக்கும் தாய்மொழிகளைத் தக்கவைக்கவும், முழுவதுமாக இழந்துபோன மொழிகளை மீட்டுப் புத்துயிர் அளிக்கவும் யுனெஸ்கோ பல திட்டங்களை வகுத்துள்ளது. இன்னும் எவ்வித முயற்சியையும் மேற்கொள்ளாமல் உலகநாடுகள் தாமதிக்குமானால் அடுத்த நூற்றாண்டிற்குள் இவ்விளிம்புநிலைத் தாய்மொழிகள் அழிந்துபோகும் என எச்சரிக்கிறது ஐக்கிய நாடுகள் கல்வி, அறிவியல் மற்றும் கலாச்சார அமைப்பு. இவ்வெச்சரிக்கைக்கு இந்தியத் தாய்மொழிகள் விதிவிலக்கல்ல.

மொழிக்கல்வி அரசியல்

இந்தியாவில் மொழிவாரியாக மாநிலங்கள் பிரிக்கப்பட்டதற்குப் பின் பெரும்பாலான மாநில மொழிக்கல்வித்திட்டத்தில் தாய்மொழியே முதல்மொழியாக வகுக்கப்பட்டிருக்கிறது. கேரளத்தில் முதல்மொழி ஆங்கிலம். மலையாளிகளின் தாய்மொழியான மலையாளம் இரண்டாம் மொழி. இதற்கான அரசியல் பின்னணி விநோதமானது என்பது சக்கரியாவின் கருத்து. கேரளத்தின் சமூகப் பொருளாதாரப் பண்பாட்டுக் கல்விப் பிரச்சினைகளை மிக நுணுக்கமாக விமர்சிப்பவர் சக்கரியா. பல மாநிலங்களில் மொழிக்கல்வித் திட்டத்தில் முதல் மொழியாக அந்தந்த மாநில மொழி முதன்மைப்படுத்தப்பட்டிருந்தாலும் ஆங்கிலமே தாய்மொழிக்கு மிஞ்சிய செல்வாக்கை அனுபவிக்கும் மொழியாக உள்ளது. கேரளத்தின் நிலையிலிருந்து கல்வித்திட்டத்தில் தமிழின் நிலை எந்தவிதத்திலும் வேறுபட்டதன்று. சக்கரியா முடிவில் கூறுவது போல, அண்டைமாநில மொழியான தமிழ் இந்நிலைமையைக் கண்டிப்பாக ஓர் எச்சரிக்கையாகவே எடுத்துக்கொள்ள வேண்டும்.

ஆனால் அன்றாட வாழ்க்கையில் எல்லாப் பயன்பாட்டு நிலைகளிலும் மலையாளமே முக்கிய இடம்பெறுகிறது.

> “சராசரி மலையாளியைப் பொறுத்தவரை அன்றாட வாழ்க்கையில் கருத்துப்பரிமாற்றத்துக்கான கருவி மலையாளம் மட்டுமே. வீட்டில், வழியில், கடையில், அலுவலகத்தில் எங்கும். அல்லது செய்திகள் வாசிக்க, தொலைக்காட்சிப்

> பார்க்க, புரோகிதனின் சொற்களைக் கேட்க எல்லாவற்றுக்கும். பத்திரிகை வாசிக்கும்போதும் தொலைக்காட்சி பார்க்கும்போதும் அவன் அரசியல் கட்சிகள், எழுத்தாளர்கள் போன்ற கருத்துத் தொடர்பாளர்களின் சொற்களையும் மறைமுகமாகக் கேட்கிறான். தொலைக்காட்சிகளில் வரும் கலைநிகழ்ச்சிகளும் சினிமாவும் அவனை மலையாளம் வழியாகவே உல்லாசப்படுத்துகின்றன" *(98, பிப்ரவரி 2008)*

என்றெல்லாம் கூறும் சக்கரியா இவற்றுக்கெல்லாம் இன்றைய மலையாளி ஒரு சந்தை மட்டுமே என்கிறார்.

> "அவன் மூலம் இவர்களெல்லாம் வாழ்கிறார்கள். அவர்கள் அவனிடம் அரசியலை விற்கிறார்கள்; மதத்தை விற்கிறார்கள்; இலக்கியத்தை விற்கிறார்கள்; பத்திரிகை விற்கிறார்கள்; தொலைக்காட்சி நிகழ்ச்சிகளை விற்கிறார்கள். அவன் கொடுக்கும் சந்தாக்கள், காணிக்கைகள், நன்கொடைகள், விலைகள் ஆகியவற்றால் அவர்கள் கேரளத்தில் வலிமையானவர்களாவும் செல்வந்தர்களாகவும் செல்வாக்கு உள்ளவர்களாகவும் மாறுகிறார்கள். வேறு வார்த்தைகளில் சொல்வதானால் அவர்கள் அதிகாரவர்க்கமாகிறார்கள், சராசரி மலையாளி அதிகாரம் செய்யப்படுபவனாகிறான்" *(98, பிப்ரவரி 2008).*

வளமான வாழ்க்கையை உருவாக்கிக் கொள்ள மலையாளம் மலையாளிக்கு உதவவில்லை. இம்மொழி இன்று அவனுக்குச் சோறு போடவில்லை. இது மலையாளிக்குப் புரிந்துவிட்டது. அரசியல் கட்சிகளும் மதங்களும் ஊடகங்களும் அறிவுஜீவிகளும் அடங்கிய ஆளும் வர்க்கம் ஆங்கிலத்தைத் தூக்கிப்பிடித்து மலையாளத்தைக் கல்வித்திட்டத்தில் இரண்டாம் நிலைக்குத் தள்ளிவிட்டது. ஆங்கிலக் கல்வியும் அறிவுஜீவிகளைக் கேரளத்தில் உருவாக்குவதை நோக்கமாகக் கொண்டதல்ல.

> "ஆங்கில மீடியம் பள்ளிகளின் நோக்கம் மலையாளிகள் கேரளத்திலிருந்து ஏற்றுமதியாவதற்கான பாஸ்போர்ட் தயார் செய்வதே. ஐம்பத்தைந்து வருடங்களாக அரசியல்வாதிகள் இங்கே உருவாக்கி வைத்திருக்கும் வேலையில்லா நரகத்திலிருந்து வெளியேற ஆங்கிலம்தான் அவர்களது பாஸ்போர்ட். தவிர, இந்தியாவின் நகர்ப்புற மத்திய வர்க்கம், உயர் மத்திய வர்க்கங்களின் அதிகாரத் தட்டுகளில் பங்கேற்க ஆங்கிலம் அவசியம்" *(55, ஜூலை 2004).*

சக்கரியா கூறுவதுபோல, கேரளத்தின் மொழிக்கல்வி அரசியலை தமிழ்நாடு நிச்சயமாக ஓர் எச்சரிக்கையாகவே எடுத்துக்கொள்ளவேண்டும்

இந்தி எதிர்ப்பு அரசியல்

இந்திய மொழி அரசியலை மத்திய அரசுக்கு எதிராக அவ்வப்போது புதுப்பித்துக் கொள்ளத் தமிழக அரசியல்வாதிகளுக்கு ஒரு வாய்ப்பான தளம் இந்தி எதிர்ப்பு. ஒரு மொழியின் அதிகாரம் அதன் இயல்பில் இல்லை. மொழி அதிகாரம் ஆளப்படுவோரால் தீர்மானிக்கப்படுகிறது. அதுவும் இந்தியா போன்ற பல மொழிகள் வழங்கும் ஒரு பன்மைப் பண்பாட்டுச் சமூகத்தில் ஒரு மொழி ஆட்சி அதிகாரத்தில் அமர்ந்து விடுவது அவ்வளவு எளிதான காரியமல்ல. என்றாலும், ஆளப்படுவோரின் பெரும்பான்மையும் கொள்கை நிலைப்பாடுகளும் மொழியின் மேலாதிக்கத்தைத் தீர்மானிக்கின்றன. இதனை நடைமுறைப்படுத்தும்போதுதான் மொழி அதிகாரத்திற்கான வரவேற்பும் எதிர்ப்பும் எழுகின்றன.

விடுதலைக்கு முன் 1930களில் இந்திமொழியைத் தேசியத் தகுதிக்கு உயர்த்திப் பேசியபோது அதனை ஏற்றுக்கொண்ட தேசபக்தர்களே கூடுதல் எண்ணிக்கையில் தமிழகத்தில் இருந்தனர்.

"இந்தி இந்தியாவின் பொதுப் பாஷையாவதில் எங்களுக்கு ஒருவிதத் தடையுமில்லை. அல்லது பல மாகாணங்களில் பாஷைகள் ஒன்றுக்கொன்று சம்பந்தம் பெறச் செய்வதிலும் ஆட்சேபம் இல்லை. தேசபக்தரான எங்களுக்கு இவ்விரண்டு முயற்சிகளிலும் நம்பிக்கை உண்டு. ஆனால் அசாதாரணமான வேறு வேறு சில கொள்கைகளையே நாங்கள் எதிர்க்கிறோம். உதாரணமாக நாகர எழுத்துக்களையே தமிழில் உபயோகப்படுத்த வேண்டுமென்பது 'இக்குறிப்பு 1937ஆம் ஆண்டு காந்தியடிகள் இந்தியமொழிகளுக்கெனப் பொது வரிவடிவம் வேண்டுமென்றும், அவ்வடிவம் நாகர எழுத்து வடிவமாக இருக்க வேண்டும் என்றும் கூறியதற்கு, மணிக்கொடி ஆசிரியர் பி.எஸ். ராமய்யா, கு.ப. இராஜகோபாலன், புதுமைப்பித்தன் முதலானோர் இணைந்து எழுதிய கூட்டறிக்கையில் காணப்படுவது. இதையே முதல் இந்தி எதிர்ப்புப் போராட்டம் என இங்கு நினைவுப்படுத்திக்கொள்ள வேண்டும்.'

எனக் குறிப்பிடுகிறார் வேங்கடாசலபதி (10, ஜனவரி 1995). ஆனால், தமிழகத்தைப் பொறுத்தவரையில் இந்தி எதிர்ப்பு இந்தி என்னும் ஒரு மொழியின் மேலாதிக்கம் மட்டுமன்று. இந்தி சமஸ்கிருதத்தின் மற்றொரு அவதாரம்; இனத்தால் வடவரின் தாய்மொழி; பிராமணீய சர்வாதிகாரம் என்னும் பண்பாட்டு அரசியல் கட்டமைத்துள்ள மொழி உணர்வும்கூட. அரசியல் தளத்தில் 1930களிலிருந்தே காங்கிரஸ் கட்சியின் மொழி. திராவிட இனத்திற்கு எதிரான ஆரிய இனத்தின் மொழியாகச் சமூக அரசியல் தளங்களில் இந்தி

கருதப்பட்டது. இந்தி அன்னியரின் – ஆரியரின் மொழி, பார்ப்பனிய ஆதிக்கத்தின் கருவி என்றே பெரியார் கருதினார். 1957இல் தந்தை பெரியார் எழுதிய குறிப்பொன்று சுட்டிக்காட்டத்தக்கது (நுஃமான் 25, ஏப்ரல் – ஜூன் 1999).

> "இந்தி எந்தவகையிலும் நமக்குத் தேவையில்லை என்பதோடு கண்டிப்பாக நம் நாட்டுக்குள் புகவிடவே கூடாது என்பது எனது கருத்தாகும். எந்தத் துறையில் நம் நாட்டிற்குள் இந்தி புகுந்தாலும், சமஸ்கிருதத்தினால் தமிழர்களும் தமிழ்நாடும் இன்று என்ன நிலைக்கு வந்து தொல்லையும் மடமையும் இழிவும் அனுபவிக்கிறார்களோ சற்றேறக்குறைய அந்த நிலைக்குத்தான் நம்மைக் கொண்டுபோய் விடும் என்பது எனது துணிவு. இந்தி தமிழ்நாட்டையும் தமிழனையும் வடநாட்டானுக்கு – பார்ப்பனருக்கு அடிமைப்படுத்துவதல்லாமல் வேறு எந்தக் காரியங்களுக்கும் பயன்படாது.
>
> இந்தி ஆட்சிமொழியாக இருக்கிறதே என்றால், நாம் உலகம் உள்ளளவும் வடநாட்டானுக்கு அடிமையாக இருப்பது என்று முடிவு செய்துகொண்டோமா? தமிழ்நாடு ஒரு நாளைக்கும் அன்னியன் ஆதிக்கம் இல்லாத சுதந்திர நாடாக இருக்கக்கூடாது என்பதுதான் தமிழ்நாட்டின் நிலையா?" (ஆனைமுத்து, 1974).

திராவிட அரசியலில் இந்தி மொழியின் மேலாதிக்கம் இவ்வாறே உணரப்படுகிறது. இவ்வாறு உணரும் நிலையில் பெரியார் வலியுறுத்திய ஆங்கிலத்தின் தேவை இவ்வரசியலில் இன்று மறுக்கப்படுவது நகை முரண்.

இந்தி எதிர்ப்பை வரலாற்று நோக்கில் பார்ப்பவர்கள், 1911 ஆம் ஆண்டிலேயே இந்தியை எதிர்த்து முதல் குரல் எழுப்பியவர் அயோத்திதாசர் என்பர்.

> "இந்திய தேசத்திற்குப் பொதுப் பாஷையாக இருக்க வேண்டியவை ஆங்கில பாஷையாம். மற்றுமுள்ள பாஷைகள் யாவிலும் சாதிமதப் போராட்டங்களை வரைந்துள்ள கட்டுக்கதைகளே மிகப் பெருகி நீதிநெறி வாக்கியங்களும் கெட்டு நிலைகுலைந்திருக்கின்றபடியால் இந்தியாவில் வழங்கி வரும் தற்காலப் பாஷைகள் யாவையும் பொதுப் பாஷையாக ஏற்றுக்கொள்வது வீணேயாம் . . .
>
> இந்திய தேசத்தின் நூதனப் பெயராக வழங்கும் இந்தி பாஷையைக் கற்றவர்களேனும், அதனிற் பெரும் பழக்கமுள்ளவர்களேனும் இத்தேசத்தார்க்கு என்ன வித்தையை விருத்தி செய்திருக்கின்றார்கள்? என்ன சுகங்களை அளித்திருக்கின்றார்கள்? . . ."

என்று கேட்கும் அயோத்திதாசர் "அவரவர்கள் தம் சொந்த மொழியை விடுத்து இந்தியைக் கற்றுக்கொள்வதால் அவரவர்களது சாதி ஆச்சாரங்கள் விட்டுப்போய்விடுமா? வஞ்சினம் அகலுமா? நம்மவர் – அந்நியர் என்கிற பாரபட்சம் ஒழியுமா?' என்று கேள்வி எழுப்பினார் என்று கூறும் ரவிக்குமார், அயோத்திதாசரை வழிமொழிந்து இந்தி எதிர்ப்பை தமிழகத்தின் சாதிய அரசியலின் ஒரு பிரச்சினையாகவே மூன்றாம் மொழிப்போரை முன்வைக்கிறார் *(65, மே 2005).*

இருப்பினும், இந்தி எதிர்ப்பின் தொடக்கநிலை அடையாளத்தை ரவிக்குமாரின் வரலாற்றுக் குறிப்பிலிருந்தே நாம் அவதானிக்க முடியும். அவ்வரலாற்றின் முன்னணி வீரர் அயோத்திதாசர் என்பதையும் மறுக்க முடியாது.

> "எல்லாக் காலகட்டங்களிலும் ஓர் இயக்கம் முன்வைக்கும் கொள்கை, தத்துவம், போராட்டம் வெற்றிபெறுவதற்கு உழைக்கும் மக்களே பெரிதும் காரணமாக இருந்து வந்திருக்கிறார்கள் இந்த மக்கள் எழுச்சி ஆள்வோர்களுக்கு ஆதரவாக இருந்தால் வரவேற்கப்படும், எதிராக இருந்தால் ஒடுக்கப்படும் அல்லது விமர்சிக்கப்படும்"

என்று தன் கருத்தை தே. ஞானசேகரன் (விவாதம் *68*, ஆகஸ்ட் *2005*), ரவிக்குமார் கட்டுரை பற்றிய விவாதத்தில் கூறுவது பொருத்தமானது. மேலும், இவ்வுண்மை பொதுவான தமிழ் மொழி சமூக வரலாற்று நூல்களிலோ இந்தி எதிர்ப்புப் போராட்ட நூல்களிலோ ஸ்டாலின் ராஜாங்கம் குறிப்பிடுவதுபோலக் கண்டுகொள்ளப்பட்டதே இல்லை.

*1938–39*களில் அயோத்திதாசரைத் தொடர்ந்து, சுயமரியாதை இயக்கத்தோடு இணைந்து இந்தி எதிர்ப்புப் போராட்டக்களத்தில் ஈடுபட்ட ஒரு குழுவினரும், அறிவுத்துறைச் செயல்பாடுகளைக் காட்டிலும் அரசியல் செயல்பாடுகளில் அதிகம் ஈடுபாடு காட்டிய மற்றொரு குழுவினருமாக தலித்துகள் வட தமிழகத்தில் இந்தி எதிர்ப்புப் போராட்டங்களில் ஈடுபட்டனர். இவர்களுள் இரண்டாவது குழுவைச் சார்ந்த மீனாம்மாள் சிறந்த தலித் செயல்பாட்டாளர்களுள் ஒருவராக விளங்கினார் என்று கூறும் இராஜாங்கம், இந்தி எதிர்ப்புப் போராட்டத்தில் தலித் பெண்ணான மீனாம்மாளின் பங்கு குறிப்பிடத்தக்கது என்று கூறுகிறார். பிற்காலங்களில் தலித் உட்படப் பல பெண்கள் இந்தி எதிர்ப்புப் போராட்டங்களில் பங்கேற்க மீனாம்மாள் ஒரு முன்னோடியாக விளங்கினார். திராவிட அரசியல் உணர்வு பெற்று சுயமரியாதை இயக்கத்தில் சேர்ந்த காலத்தில் தலித்துகள் மட்டுமன்றிப் பிற அடிநிலை மக்கள் சார்ந்த இயக்கமாகவே இந்தி எதிர்ப்புப் போராட்டம் ஆரம்ப வடிவம் பெற்றிருந்தது என ரவிக்குமார் விட்ட இடத்திலிருந்து வரலாற்றைத் தொடர்கிறார் ஸ்டாலின் இராஜாங்கம் *(151*, ஜூலை *2012).*

இவ்வரலாற்றுப் போக்கில் இந்தி எதிர்ப்பை இந்திய அரசு எவ்வாறு கருதுகிறது? இந்தியா ஒரு ஜனநாயக நாடு. இந்நாட்டில் பல மொழிகள் பேசப்படுகின்றன. இப்பன்மொழிச்சூழலில் ஒரு மொழி பல்வேறு இனம், சமயம், பண்பாடுகளைத் தாண்டித் தேசியமொழியாகவோ ஆட்சிமொழியாகவோ அங்கீகாரம் பெறுவது அவ்வளவு எளிதன்று. இந்தியாவின் எல்லாத் திக்குகளிலிருந்தும் வீசும் இந்தி எதிர்ப்பலைக்கு எந்த ஒரு அரசும் எல்லைச்சுவராக முடியாது. மத்திய அரசின் சமீபத்திய இரு சுற்றறிக்கைகள் பல ஆண்டுகளாகக் கனன்றுகொண்டிருந்த இந்தி எதிர்ப்பு என்னும் கங்கை இப்போதும் ஊதிப் பெருக்கியிருக்கின்றன. மத்திய அரசு மீண்டும் இந்திய மாநில அரசுகளிடமிருந்து பாடம் கற்றுக்கொண்டிருக்கிறது. ஒவ்வொரு மாநிலத்திலும் சாதி, சமய வேறுபாடுகளுக்கு அப்பால் மக்களை இணைக்கும் மாபெரும் சக்தியாக அந்தந்த மாநில மொழிகள் உயர்ந்துள்ளதற்குத் தெரிந்தோ தெரியாமலோ தேசிய மொழிக்கொள்கை காரணமாகியுள்ளது என்பதையும், அம்மொழிகள்மீது இந்தி மொழியின் திணிப்பும் ஆதிக்கமும் ஜனநாயகத்துக்குப் புறம்பானது என்பதையும் மத்திய அரசு இயந்திரங்கள் உணர்ந்துள்ளன.

அதிகாரத்திற்கும் மொழிக்குமிடையேயுள்ள உறவு எப்போதும் நெருடலாகவே இருந்து வருகிறது. உலகமொழிச்சூழமைவில் பல நாடுகளை இதற்கு எடுத்துக்காட்டாகக் கூறலாம். அதிகாரத்தின் மூலம் மொழி வளர்ச்சி எவ்வளவு சவாலானது என்பதை தமிழக அரசும் தமிழ் வளர்ச்சித்துறையும் மேற்கொண்ட பல முயற்சிகளிலிருந்து நாம் அறிந்திருக்கிறோம். சுந்தரராஜ் கூறுவதுபோல், தமிழில் கையெழுத்து இடுங்கள், முன்னெழுத்தைத் தமிழில் எழுதுங்கள், பெயரைத் தமிழில் எழுதுங்கள், தமிழிலேயே கையெழுத்திடுங்கள், அரசாணைகள், அறிவிப்புகள், சுற்றறிக்கைகள், கடிதங்கள் முதலியவற்றைத் தமிழில் அனுப்புங்கள் என்று 1956இல் சட்டம் இயற்றி, 1957இல் போடப்பட்ட உத்தரவுகளைச் சரியாக நடைமுறைப்படுத்த முடிந்ததா?

> “இன்று தமிழுக்கு எதிரி இந்தியோ சமஸ்கிருதமோ அல்ல. அதே போன்று இந்திக்குஎதிரிதமிழோபிறமாநிலமொழிகளோஅல்ல. இந்திய மொழிகள் அனைத்திற்குமான பொது எதிரி ஆங்கிலம். ஆங்கிலேயரின் காலனி ஆதிக்கத்திலிருந்து விடுபட்ட பெரும்பாலான நாடுகள் தம் தாய்மொழியைத் தம் மக்களிடம் தக்கவைப்பதற்கே தடுமாறிக்கொண்டிருப்பதை மத்திய அரசு நன்கு உணர்ந்திருக்கிறது. அந்த அளவிற்கு ஆங்கிலத்தின் வீச்சு வேகமாகவும் ஆழமாகவும் இருப்பதால் மத்திய அரசு இந்திக்கு ஆதரவான திட்டங்களை விரிவுபடுத்த வேண்டிய நிலைக்குத் தள்ளப்பட்டுள்ளது” (176, ஆகஸ்ட் 2014).

இந்தித் திணிப்பால் தமிழுக்கு ஏற்படவிருக்கும் ஆபத்தை பெரும்பாலும் ஊக நிலையில் சத்தம்போட்டுப் பேசும் தமிழ் மொழி ஆதரவாளர்களும் அரசியல்வாதிகளும் ஆங்கிலத்தால் விளையப் போகும் விபத்தைப் பற்றி வாய்திறப்பதில்லை. குறிப்பாக, தமிழாலேயே ஆட்சிபீடம் ஏறிய திராவிடக்கட்சிகள் தமிழ் வளர்ச்சிக்கு வாய்ப்பந்தல் போட்ட அளவுக்கு நடைமுறையில் ஆக்கபூர்வமான வளர்ச்சிக்கு எதுவுமே செய்யவில்லை.

> "திராவிடக் கட்சிகளின் தமிழ் வளர்ச்சி, தமிழ் மேம்பாடு என்பது தமிழ் அறிஞர்களுக்கு விருது கொடுப்பது, ஓய்வூதியம் அளிப்பது, தமிழ்த்தாய்க்குச் சிலை திறப்பது, தமிழ்ப் புத்தாண்டை மாற்றுவது, கொண்டாடுவது, தமிழாய்வு என்னும் பெயரில் சில நிறுவனங்களுக்கு நிதி அளிப்பது என்பதோடு நின்றுவிடுகின்றது. தமிழை வளப்படுத்தி அடுத்தத் தலைமுறைக்கு எடுத்துச் செல்லும் எந்தத் திட்டமும் தமிழக அரசிடம் இல்லை. இருபதாம் நூற்றாண்டில் தனிநாயகம் அடிகள் போன்ற தமிழறிஞர்கள் தொலைநோக்குப் பார்வையில் தொடங்கிய உலகத் தமிழாராய்ச்சி நிறுவனம் போன்றவை ஆய்வுத் தடத்திலிருந்து ஆட்சியாளர்களின் துதிபாடிகளாக மாறிவிட்டன. தமிழறிஞர்கள் அலங்கரித்த இருக்கைகள் கறைபடிந்த கரைவேட்டிக்காரர்களின் கைகளுக்குள் சிக்கியுள்ளன. மத்திய அரசு இந்தியைக் காப்பாற்ற எடுக்கும் முயற்சியில் சிறிதளவு கூட (மத்திய அரசுக்குப் போட்டியாகக் கூட) தமிழைக் காக்கத் தமிழகத்தை ஆண்ட / ஆளுகின்ற திராவிடக் கட்சிகள் எடுக்கவில்லை என்பதற்கு தமிழ்நாட்டில் இருக்கும் கல்வி நிறுவனங்களே சாட்சி" (சுந்தரராஜ் *176*, ஆகஸ்ட் *2014*).

ஆங்கில மோகத்திலிருந்து விடுபடுதல், முறையான தமிழ் வளர்ச்சியை மேற்கொள்ளுதல் என்னும் இருநிலைகளில் தமிழன் தன்னை உருமாற்றிக்கொண்டால் மட்டுமே தன் தாய்மொழிமீது மற்றொரு மொழியின் திணிப்பையோ ஆதிக்கத்தையோ எதிர்த்துப் போராடுவதற்குத் தகுதியுடையவனாக இருக்க முடியும்.

இந்தி மொழியை இந்தியாவின் அலுவல் மொழியாக – ஆட்சிமொழியாக, பின்னர்த் தேசிய மொழியாக நிலைநிறுத்துவது மத்திய அரசின் நோக்கம். இதற்கான எல்லா முயற்சிகளையும் *1963* இலிருந்து மத்திய அரசு எடுத்து வருகிறது. இந்தியா போன்ற ஜனநாயக நாட்டில் இது ஒரு தொடர் நிகழ்வாகவே இருந்து வரும். அரசின் நடவடிக்கைகள், மறுப்பு எனத் தொடரும் இது இன்று ஆசிரியர் தினத்தை "குரு உத்ஸவ்" எனக் கொண்டாடச் சுற்றறிக்கை அனுப்பியுள்ளதில் முடிந்திருக்கிறது. இது இன்னும்

தொடரும். மத்திய பல்கலைக்கழகங்கள், மத்தியப் பொதுத் துறை நிறுவனங்கள் ஆகிய அனைத்துக் களங்களிலும் இந்திமொழி ஆதிக்கத்தின் வேகம் மிக அதிகம் (விரிவுக்குப் பார்க்க: த. சுந்தரராஜ் 176, ஆகஸ்ட் 2014).

பேச்சிலும் எழுத்திலும் தமிழின் மொழியாளுமையைச் சரியாகக் கையாளத் தவறும்போதெல்லாம் தமிழ் உணர்வாளர் நொந்துபோய் முணுமுணுக்கும் வரி "மெல்லத் தமிழினிச் சாகும்" என்பது. இவ்வரியைப் பாரதியின் கூற்றாகப் புழங்குவது இன்னும் கொடுமை.

"மெல்லத் தமிழினிச் சாகும் – அந்த
மேற்கு மொழிகள் புவிமிசை யோங்கும்"

இவ்வாறு கூறியவன் ஒரு பேதை எனச் சாடுகிறான் பாரதி. "மெல்லத் தமிழினி ஓங்கும்" என்பது பாரதியின் உட்கிடைக்கையாக இருந்தது. தான் வாழ்ந்த காலத்தில் மட்டுமின்றித் தன் காலத்திற்குப் பின்னரும் தமிழுக்கு அழிவில்லை என பாரதி ஆழமாக நம்பினான்.

> "தமிழ் பாஷை இறந்து போய்விடுமென்றும், நமது தமிழ் நாட்டில் எல்லாப் பாஷைகளுக்குமே பிரதியாக இங்கிலீஷ் பாஷை ஏற்படுமென்றும் நம்பிய மூடர்கள் சுமார் 100 வருடங்களுக்கு முன்பு நமது ஜனங்களிலே பலர் இருந்தார்கள். இப்போதுகூட அந்த நம்பிக்கையுடையவர் ஆங்கிலேயர்களில் அநேகர் இருக்கிறார்கள். இந்தியாவிலுள்ள பாஷைகள் எல்லாம் மடிந்துபோய் அவற்றின் இடத்திலே இங்கிலீஷ் நிலவிவிடும் என்பது இவர்களுடைய எண்ணம்"

என்று தன் கட்டுரையொன்றில் குறிப்பிடுகிறான் பாரதி. பிரிட்டிஷ் ஏகாதிபத்தியத்தில் கூட அப்படியொரு நிலைமை தமிழுக்கு நேராது என்று கட்டியம் கூறியவன் பாரதி.

காலவோட்டத்தில் தமிழுக்குரிய இடத்தை காலனிய மொழியான ஆங்கிலம் பெற்றுவிடும் என்று கிட்டத்தட்ட 400 ஆண்டுகளாக நம்பிவந்திருக்கிற தமிழ்ச் சமூகத்தில் இயல் தமிழ், இசைத் தமிழ், நாடகத் தமிழ், அறிவியல் தமிழ், கணினித் தமிழ், ஊடகத் தமிழ், பல்வேறு துறைவழக்குகள் (registers) எனப் பரந்து விரியும் தமிழின் பன்முகப் பயன்பாடு 'மெல்லத் தமிழினி ஓங்கும்' என்பதையே உணர்த்துகிறது.

காலந்தோறும் நவீனமயமாகி வளர்ந்துள்ள வரலாற்றுப் பெருமை தமிழுக்கு உண்டு. எந்தக் காலத்திலும் சமகால மொழித்தேவைகளுக்கு ஈடுகொடுக்க முடியாத தேக்கநிலை தமிழுக்கு ஏற்பட்டதில்லை. எழுத்துச் சீர்திருத்தம், புதிய சொல்லுருவாக்கம், கலைச்சொல்லாக்கம், பொதுநிலையாக்கம் என

நவீனமயமாக்கத்துக்கு உட்பட்டுத் தள்ளுவன தள்ளி, ஏற்பன ஏற்று வளர்ந்துள்ளதைத் தமிழ் வரலாற்றை அறிந்தவர் மறுப்பதில்லை.

அரசியலுக்கு அப்பால் ஓர் இந்தியமொழி என்கிற நோக்கில் இந்தியைக் கற்பதால் தமிழ் மடிந்து போகும் என்பதற்கு யதார்த்தத்தில் என்ன ஆதாரம் இருக்கிறது? அண்டை மாநிலங்களில் இந்திமொழி ஏற்றுக்கொள்ளப்பட்டிருப்பதால் அந்தந்த மாநிலமொழி வளர்ச்சிக்கு என்ன பின்னடைவு மொழிரீதியாகவும் இலக்கிய வளர்ச்சி ரீதியாகவும் ஏற்பட்டிருக்கிறது என்பதை அறிவியல்பூர்வமான சிந்தனைக்கு உட்படுத்தவேண்டும். பொருளாதார ரீதியாகத் தாய்மொழித் தமிழுக்கு எவ்விதப் பாதகமும் இல்லாமல் இந்தியாவின் பன்முகப் பண்பை மொழிமனப்பாங்கில் வளர்க்க இந்தி உதவுமானால் தமிழோடு மற்றொரு மொழிக்கல்வி வரவேற்கத்தக்கதே. மொழிப்பன்மியத்தை ஒரு நாகரிகமடைந்த சமுதாயத்தின் முக்கியமான வளர்ச்சிக் கூறாகக் கருத இம்மொழி மனப்பாங்கு தமிழ்ச் சமூகத்துக்குக் கைகொடுக்கும். அதே நேரத்தில் மாநில மொழிக்கொள்கையில் தமிழின் இடம் நன்றாக உணரப்பட வேண்டும்.

ஒரு மொழியைக் கற்பது குழந்தைக்குச் சுமையில்லை. எத்தனை மொழிகளை வேண்டுமானாலும் ஒரு குழந்தையால் கற்க முடியும் – அதற்கான சூழல் அமையுமானால். மைசூரில் குடிபுகுந்த ஒரு தமிழ் – மலையாள கலப்புமணத் தம்பதிக்குப் பிறந்த பெண்குழந்தைக்குத் தந்தையின் தாய்மொழியான தமிழையும், தாயின் தாய்மொழியான மலையாளத்தையும், தன் சுற்றுப்புறச் சூழல் மூலமாகவும் பள்ளிக்கல்வி மூலமாகவும் கன்னடம், இந்தி மற்றும் ஆங்கில மொழிகளையும் கற்க எந்தவிதச் சிரமும் இல்லை. பல மொழிகளைக் கற்போரின் மொழி, இனம், பண்பாடு பற்றிய நேரிய பொது மனப்பாங்கு விரிவடைகிறது என்னும் மொழியியலாரின் கருத்தும் இங்குக் குறிப்பிடத்தக்கது. இதனைக் கருதியாவது மொழி கற்பதை அரசியல் சிமிழுக்குள் அடைக்கவேண்டாம். “ஆங்கிலத்தைத் தவிர இன்னொரு மொழியையும் (அது இந்தியாகவும் இருக்கலாம்) கற்றுக்கொள்வது எவ்வளவோ பயனுள்ளதாக இருக்கும்” என்னும் எம்.எஸ்ஸின் குறிப்பு (எதிர்வினை 177, செப்டம்பர் 2014) சுட்டிக்காட்டத்தக்கது.

தாய்மொழி, வளர்ச்சி குன்றுவதற்கும் அழிவதற்கும் மற்றொரு மொழி காரணமாகவோ தடையாகவோ இருந்ததில்லை. தடையாக இருக்கும் என்னும் அச்சம் ஏற்பட்டால் மற்றொரு மொழியின் வளர்ச்சிக்கு இணையாகத் தாய்மொழி திட்டமிட்டு வளர்க்கப்படவில்லை என்பதே பொருள். ஆங்கிலத்தின் வல்லாண்மையால் தமிழ் தமிழ்நாட்டில் அழிந்துவிடும் என்னும் அச்சம் இருப்பதுவரை தமிழைத் திட்டமிட்டு வளர்க்கும் தீவிரம் இருக்க வேண்டும். அதே நேரத்தில் ஆங்கிலமொழியின்

வல்லாண்மைப் போக்கின் வேகமும் கட்டுப்படுத்தப்பட வேண்டும். இந்நோக்கில் இந்தியும் இதற்கு விதிவிலக்கன்று. எந்தத் தளத்தில் இந்தி தன் ஆதிக்கச் சக்தியைத் திணிக்க முயற்சிக்கிறதோ அத்தளத்தில் நின்றே போராடுவதில் அரசியல் வேறுபாடுகளைக் கடந்து அர்த்தமுள்ள நிலைப்பாட்டை மேற்கொள்ள வேண்டும்.

மொழிக்கான இப்போராட்டம் இந்தியச் சமூகத்தின் தொடர்கதை. இதன் ஒவ்வொரு அத்தியாயமும் அடுத்த அத்தியாயத்திற்கான முன்னிகழ்வு. ஏனெனில், ஆங்கிலத்தின் தேவையை முற்றிலுமாக எந்தவொரு நவீன சமூகமும் குறிப்பாக, ஐரோப்பியக் காலனிய நாடுகள் புறந்தள்ளிவிட முடியாது. இந்திய மாநிலங்கள் எதுவும் இதற்கு விதிவிலக்கல்ல. ஆங்கிலத்திற்கு எதிராக அரசு எடுத்த முன்னெடுப்புக்கள் வலுவாக இல்லை. அது அலுவல் மொழியிலாகட்டும், பயிற்றுமொழியிலாகட்டும், பிற துறைகளின் வளர்ச்சியிலாகட்டும், வீரியம் இழந்து மேடைப்பேச்சோடு முடங்கிவிடுகின்றன. தேர்தல் அறிக்கையில் அரசியல் கட்சிகள் தரும் மொழி தொடர்பான வாக்குறுதிகள் எதுவும் ஆட்சிக்கு வந்த பிறகு தூசு தட்டிப் பார்க்கப்படுவதில்லை. தமிழமைப்புகளும் இது பற்றிக் கவலைகொள்வதில்லை. இச்சூழல் இந்திமொழிக்கும் சாதகமாகத் தொடருமானால் அம்மொழி தமிழின் எல்லாக் களங்களையும் ஆக்கிரமிக்கும் காலம் வெகு தொலைவில் இல்லை. அக்காலத்திற்கு முந்தைய யதார்த்த மொழிநிலை கோபாலகிருஷ்ணன் (எதிர்வினை 177, செப்டம்பர் 2014) கூறுவதுபோல் கீழ்வருமாறுதான் அமையும்.

> "இந்தி என்பதை ஒரு மொழியாகப் பார்க்காமல், ஒரு திணிப்பாக அணுகும் தமிழகத்தின் போக்குக்கு இந்தி எதிர்ப்புப் போராட்டம் ஒரு முக்கியக் காரணி. இந்தியைப் புறக்கணித்ததின் வழியாக நாம் கணிசமான வாய்ப்புகளை, அரசியல் நோக்கிலும் வரலாற்றுப்போக்கிலும் இழந்தே இருக்கிறோம். இந்தியை எதிர்ப்பதில் இருந்த கவனமும் போராட்ட மனப்பான்மையும் இன்று தமிழை வளர்ப்பதிலும் காப்பாற்றுவதிலும் தேவையாக உள்ளது. பள்ளி மாணவர்களிடையே உள்ள தமிழறிவும் ஆர்வமும் (?) அச்சத்தையும் வேதனையையும் ஏற்படுத்துகின்றன. தமிழகத்தில் தமிழைக் கட்டாயப் பாடம் ஆக்கவேண்டிய துர்பாக்கியமான நிலை. தாய்மொழி (?) யான தமிழும் ஒழுங்காகத் தெரியாது. பாடங்களைக் கற்றுக்கொள்ளும் ஆங்கிலத்திலும் தடுமாற்றம், இந்தி உட்படப் பிற தொடர்பு மொழி எதிலும் அக்கறையில்லை. ஆனால், பள்ளி இறுதித் தேர்வில் சமஸ்கிருதம், பிரெஞ்சு, ஜெர்மன் என்று மொழிப்பாடங்களில் முதலிடம் பெற முந்துகிறார்கள்."

நம் மாநில மொழிக்கொள்கையில் - குறிப்பாகக் கல்விமொழிக் கொள்கையில் நமக்கேன் இவ்வளவு குழப்பம்?

இந்தியை ஒரு மொழியெதிர்ப்பின் அடையாளமாகவே நாம் கருதி வந்திருக்கிறோம். மற்றொரு நிலையில் சமஸ்கிருதமும் இப்பார்வைக்கு உட்படுவதே. இந்திமொழிமீதான இம்மனப்பாங்கைப் பிற மாநிலங்களைப்போல் கொஞ்சம் திருத்திக்கொள்ள வேண்டியது காலத்தின் கட்டாயமாகும். *இந்தி: திணிப்பும் எதிர்ப்பும்* என்னும் கட்டுரைக்கு எதிர்வினையாற்றும் அம்பை இந்தி ஒரு மொழியே இல்லை எனக் குறிப்பிடுகிறார் (177, செப்டம்பர் 2014). மொழி என்றால் என்ன என்ற விளக்கத்திற்குச் செல்ல இது சரியான சந்தர்ப்பம் இல்லை. இந்தி என்கிற ஒரு மொழி எப்படித் தோன்றியிருந்தாலும் இன்று எல்லா மொழியாட்சிப்பகுதிகளிலும் *(language domains)* தடையின்றிப் புழங்குகிற ஆற்றல் இம்மொழிக்கு இருக்கிறது. எந்தவொரு மொழியும் – அது முழு வளர்ச்சியடையாத பழங்குடியினத்தவரின் மொழியாக இருந்தாலும் தேசிய மொழியாகவோ ஆட்சிமொழியாகவோ அங்கீகாரம் பெறத் தகுதி உடையதே. அதிகாரத்திற்கு வந்த பின்னர்த் தகுதிப்படுத்திக்கொள்ளவேண்டும்.

காலனிய மொழிகளைக்காட்டிலும் தாய்நில மொழிகள் தேசிய மொழியாவதற்கோ ஆட்சிமொழியாவதற்கோ தகுதி உடையன அல்ல என்னும் மனப்பாங்கு உலகம் முழுவதும் காணப்படுகிறது. இலத்தீன் அமெரிக்க நாடுகளுள் ஒன்று பராகுவே. இந்நாட்டு மக்களின் மொழி கௌரானி. இருப்பினும் ஸ்பானிஷ் மொழி இந்நாட்டின் தேசியமொழியாகவும் ஆட்சிமொழியாகவும் இருந்தது. நாட்டின் 90 விழுக்காட்டினர் பேசும் கௌரானி அன்றாடப் பயன்பாட்டுமொழியாகவே இருந்து வந்தது. பராகுவே மக்களின் பண்பாட்டையும், அடையாளத்தையும் கொண்ட கௌரானி கல்வி, சமூக மேம்ப்பாட்டு நிலைகளில் தன்னிறைவு பெற 1967இல் ஸ்பானிஷ் மொழியோடு கௌரானியும் தேசிய மொழியாகப் பிரகடனப்படுத்தப்பட்டது. இதைப்போலவே, தான்சேனியா விடுதலைப்பெற்றதும் ஆங்கிலம் வெளியேறி, ஆப்பிரிக்கப் பழங்குடியின மக்களின் மொழியான ஸ்வாஹிலி தேசியத் தகுதி பெற்றது. இத்தகுதி பெற்ற பின்னரே ஸ்வாஹிலி இலக்கியமொழியாகவும், தான்ஸேனியர்களின் இனம் மற்றும் சமூக மேம்ப்பாட்டு அடையாளமாகவும், கல்வி, வெகுசன ஊடக மற்றும் நீதிமன்ற மொழியாகவும் திட்டமிட்டு வளர்க்கப்பட்டது. எனவே, இந்தியாவில் பேசப்படுகின்ற எந்தவொரு மொழியும் தேசிய மொழியாகவோ ஆட்சிமொழியாகவோ உயரத் தகுதியுடையதே.

செம்மொழி அரசியல்

தேசியமொழி, ஆட்சிமொழி, நிர்வாக மொழி, நீதிமன்ற மொழி, மாநில மொழி, கல்விமொழி, பயிற்றுமொழி என்பன

அரசியல் அதிகாரங்களால் ஒரு மொழி பெறும் தகுதிகள். செவ்வியல் மொழி (செம்மொழி) தகுதி மட்டுமே ஒரு மொழி அதன் தன்மையால் பெறுவது. இதற்கு எந்த அரசியல் அதிகாரத்தின் அங்கீகாரமும் தேவையில்லை. கிரேக்கம், ஹீப்ரூ இலத்தீன், சீனம், எபிரேயம், சமஸ்கிருதம் போன்ற செவ்வியல் மொழி வரிசையில் உலக மொழிவல்லுநர்களால் தமிழும் செவ்வியல் தகுதியைப் பெற்றது இச்சுய தன்மையின் அடிப்படையிலேயே. ஆனால், அரசு அங்கீகாரம் பெற்றால் மட்டுமே செவ்வியல் மொழித் தகுதியை ஏற்றுக்கொள்ளமுடியும் என்பது ஆட்சி அதிகாரத்தின் வல்லாண்மை அரசியல். தமிழுக்குச் செம்மொழி அந்தஸ்து வாங்கித் தந்தது கலைஞர் ஆட்சியே என்பதும் இச்செம்மொழி அரசியலின் உச்சக்கட்டம். இதன் விளைவு, வரையறுக்கப்பட்ட செவ்வியல் மொழிக்கான தகுதி இல்லாமல், இந்திய அரசு அங்கீகாரம் வழங்கிவிடும் மாத்திரத்திலேயே எந்தவொரு மொழியும் செவ்வியல் மொழித் தகுதியைப் பெற்றுவிடலாம் என்ற நிலை உருவாகியுள்ளது. ஒருமொழியின் செவ்வியல் தகுதியை இதைவிடக் கூடுதலாகக் கொச்சைப்படுத்த முடியாது.

> "தமிழ் ஏன் ஒரு செம்மொழியாக அங்கீகரிக்கப்படவில்லை என்பதைப் புரிந்துகொள்ள முயலும்போது, அரசியல் காரணத்தை மட்டுமே என்னால் உணர முடிகிறது. செம்மொழியாகத் தமிழ் அறிவிக்கப்பட்டால் பிற இந்திய மொழிகளும் அதே அந்தஸ்துக்கு உரிமை எழுப்பும் என்னும் அச்சம். இது தேவையற்ற கவலை. தற்கால இந்திய மொழிகளின் செழுமை குறித்த புரிதல் எனக்கு உண்டு. இன்று பேசப்படுகிற மிகவும் வளமான, தொன்மைவாய்ந்த, படைப்பாற்றல் மிக்க மொழிகளில் அவையும் அடங்கும். உலகிலுள்ள முக்கியமான இலக்கியங்களுடன் பேசப்படுமளவுக்குத் தற்கால, இடைக்காலச் செழுமையான இலக்கியங்களை அவை கொண்டிருக்கின்றன. எனினும், அம்மொழிகளில் எதுவும் செம்மொழியல்ல. ஆங்கிலம் மற்றும் பிற தற்கால ஐரோப்பிய மொழிகளைப்போல (கிரேக்க மொழியைத் தவிர) முன்பே இருந்த மரபுகளிலிருந்து தாமதமாகவும் இரண்டாம் ஆயிரமாண்டில் வளர்ச்சியடைந்தவை. கிரேக்கம் உலகம் முழுவதும் ஒத்துக்கொள்ளும் விதத்தில் செம்மொழியாக அங்கீகரிக்கப்பட்டபோது, பிரஞ்சோ ஆங்கிலமோ செம்மொழி அந்தஸ்தைக் கோரவில்லை' (ஜார்ஜ் ஹார்ட் 55, ஜூலை 2004).

பேரறிஞர் ஜார்ஜ் ஹார்ட் எது நடக்காது, நடக்கக்கூடாது என்று கருதினாரோ அது இன்று நடந்து வருகிறது. இன்னும் பல இந்திய மொழிகள் செவ்வியல் அங்கீகாரத்திற்காக வரிசையில் நின்றுகொண்டிருக்கின்றன.

அண்ணாமலை குறிப்பிடுவதுபோல,

"தமிழின் இந்தத் தகுதிக்கு அரசாங்க அங்கீகாரம் வேண்டுவதும், அது கிடைத்தபோது பெரிதாகக் கொண்டாடுவதும் தன் பிள்ளைக்குப் பெயர் வைக்க அரசியல்வாதியின் அங்கீகாரம் நாடும் தமிழர்களின் பண்பாட்டின் வெளிப்பாடு. ஒரு மொழியின் அங்கீகாரம் அதைப் பேசும் மக்களிடமிருந்து வர வேண்டும். அது அவர்கள் கலாச்சாரத்தின் ஓர் அங்கமாக அமைய வேண்டும்" *(57, செப்டம்பர் 2004).*

செவ்வியல் மொழியாக ஒரு மொழி கருதப்படுவதற்கு ஒரு மொழி என்னென்ன தகுதிகள் பெற்றிருக்க வேண்டும்?

"செம்மொழியாகக் கருதப்படுவதற்கு ஒரு மொழி பல தகுதிகளைப் பெற்றிருக்க வேண்டும். அம்மொழி பழமை வாய்ந்ததாக இன்னொரு பாரம்பரியத்திலிருந்து கிளைத்ததாக அல்லாமல், பெருமளவு தன்னியலாக எழுந்ததாகத் தற்சாற்புடையதாக இருக்க வேண்டும். மிகப் பெரிய அளவிலான, வளமான, தொன்மையான இலக்கியத்தைப் பெற்றிருக்க வேண்டும். இந்தியாவிலுள்ள பிற தற்கால மொழிகளைப் போல அல்லாமல் தமிழ் இவை ஒவ்வொன்றையும் நிறைவேற்றுகிறது. தமிழ் லத்தீனைப்போல, அரபு மொழியை விட – பழமையானது. சமஸ்கிருதத்தாலோ பிற மொழிகளாலோ எந்தத் தாக்கத்திற்கும் உள்ளாகாமல் முற்றிலும் சுதந்திரமான மரபாக எழுந்தது. மேலும், தமிழில் பழங்கால இலக்கியம் விவரிக்க முடியாத அளவுக்கு விரிவும் வளமும் கொண்டது" *(55, ஜூலை 2004)*

என்பார் ஜார்ஜ் ஹார்ட்.

வரலாற்றுத்தொன்மை, வேறெந்த மொழிமரபிலிருந்தும் பெறப்படாத தனி இலக்கியப் பண்பு, உலகத்திலுள்ள பிற செவ்வியல் மொழி இலக்கியங்களுக்கு நிகரான உயர்ந்த வாழ்வியல் சிந்தனைகள், பொதுமைக் கூறுகள், பிற மொழிகளுக்கு மூலமாகவும் முதன்மையாகவும் ஆதல் போன்ற பண்புகள் நிறைந்தது செவ்வியல் மொழி என்பதெல்லாம் மொழியியலார் வகுத்துள்ள வரையறைகள். எல்லாவற்றுக்கும் மேலாக, எந்தக் காலத்திலும் இம்மொழியைப் பேசக்கூடிய தாய்மொழியாளர் இல்லாதநிலை முக்கியமான தகுதி யாகக் கருதப்படுகிறது. செவ்வியல் இலக்கியங்கள் என இன்று நமக்குக் கிடைக்கின்ற சங்க இலக்கியங்களின் மொழி எந்தக் காலத்திலும் தாய்மொழியாகத் தமிழர்களால் பேசப்பட்டதாகக் குறிப்பில்லை. இலக்கிய வழக்கு வேறு; பேச்சுவழக்கு வேறு. இவ்விரட்டை வழக்கு தொல்காப்பியர் காலத்திலேயே இருந்தது. இதுவும் ஒரு செவ்வியல் மொழியின் தனிக்கூறு. கிரேக்கம், இலத்தீன், அரேபியம், ஹீப்ரூ போன்ற மொழிகளில் இவ்விரட்டை வழக்குத் தன்மை இருந்தது.

தமிழின் இச்செம்மொழிப் பெருமை தமிழைப் புதிய வழிகளில் வளர்க்க எப்படிப் பயன்படும் என்று பார்ப்பது மிகவும் முக்கியம். எவ்வாறெல்லாம் செம்மொழி ஆய்வுகளை மேற்கொள்ளலாம் என்று துரை தன் கட்டுரையில் விரிவாக விளக்குகிறார் (55, ஜூலை 2004). செம்மொழித் தமிழின் அயலகநிலை குறித்துத் தமிழவனும் தன் அனுபவம் சார்ந்த கருத்துக்களைக் குறிப்பாகத் தந்துள்ளார் (கடிதம் 60, டிசம்பர் 2004). ஆனால், 'செம்மொழி என்ற பெருமையால் தமிழ் ஆய்வுத் திட்டங்களுக்கும், பல்கலைக் கழகங்களில் அதிகப்படியாகச் செம்மொழி இருக்கைகள் அமைப்பதற்கும் மத்திய அரசிலிருந்தும் யுனெஸ்கோவிலிருந்தும் பணம் கிடைக்கும் என்பது ஓர் எதிர்பார்ப்பு. தமிழின் பெருமையை ஒரு வேலைவாய்ப்புத் திட்டமாகப் பார்ப்பது அதைச் சிறுமைப்படுத்துவதாகும்' (57, செப்டெம்பர் 2004) என்னும் அண்ணாமலையின் கருத்து முக்கியமாகக் கவனத்தில் கொள்ளப்பட வேண்டும்.

"செம்மொழி அதிலிருந்து பிறந்த நவீன மொழிக்கு ஆதர்சமாக விளங்கும் ஒன்று. லத்தீனும் கிரேக்கமும் இன்று ஆங்கிலம் உள்ளிட்ட ஐரோப்பிய மொழிகளில் வளரும் புதிய அறிவியல் துறைகளுக்கு ஆதர்சமாக விளங்குகின்றன. அரிஸ்டாடில் முதலானோர் தொடர்ச்சியாகவே ஐரோப்பிய மொழிகளின் அறிவுத்துறைகள் வளர்கின்றன. மனிதன் குறைந்த புலனனுபவம் இருந்தும் நிறைந்த அறிவு பெறுவது என்ற பிளேட்டோவின் கேள்விக்கு விடை காணும் முறையில் சோம்ஸ்கியின் மொழியியல் கொள்கை அமைகிறது. தமிழ் செம்மொழியாக உள்ள நிலை அதன் அறிவுத்துறை வளர்ச்சிக்கு எப்படிப் பயன்படும் என்று யாரும் நினைத்துப் பார்ப்பதில்லை" (57, செப்டம்பர் 2004).

செம்மொழிக்கும் நவீன மொழிக்கும் இடையேயுள்ள இடைவெளி பேணப்பட வேண்டும் என்பது அண்ணாமலையின் கருத்து.

ஆனால், அரசியல் அடிப்படையில் தமிழ் பெற்றிருக்கிற செம்மொழி அங்கீகாரம் வளர்ச்சியைப் பொறுத்தவரையில் உலகத் தமிழ் மாநாட்டு அரசியலின் மையப்பொருளானபோது நொறுங்கிப்போனது. ஒன்பதாவது உலகச் செம்மொழித்தமிழ் மாநாட்டை நடத்துவதற்கு மட்டும் உலகத் தமிழாராய்ச்சிக் கழகத்தின் ஒப்புதல் கிடைத்திருக்குமானால் செம்மொழி தப்பிப் பிழைத்திருக்கும். முரண்நிலையாகச் செம்மொழி, செம்மொழி ஆய்வு என்னும் கருத்தாடல்களுக்கே இடம் இல்லாமல் ஒரு செம்மொழி மாநாடு உலகளாவிய நிலையில் நடைபெற்ற நாளிலிருந்து செம்மொழியின் வளர்ச்சி இறங்குமுகமாக மாறியிருப்பது பின்னால் செம்மொழி அங்கீகாரம் பெற்ற பிற இந்தியமொழிகளுக்கு அச்சத்தை ஏற்படுத்தியுள்ளது.

செம்மொழித்தமிழ் மாநாட்டு அரசியல்

செம்மொழித்தமிழ் மாநாட்டை நடத்துவது குறித்த அறிக்கை வெளிவந்தவுடனேயே தமிழகத்தில் எல்லாத் தரப்பிலிருந்தும் விமர்சனங்கள் எழுந்தன. குறிப்பாகத் தமிழறிஞர்கள் பலர் இம்மாநாட்டைப் புறக்கணித்தனர். செம்மொழித்தமிழ் மாநாடு எவ்வாறு அமையப்போகிறது என்று முன்கூட்டியே கட்டியம் கூறியவர் சூரியதீபன்.

> "செம்மொழித்தமிழ் மாநாட்டின் வெளிப்பாடுகள் எத்திசையில் எவ்வாறு அமையும்? அதற்கான முன்நகர்வுகள் தோன்றத் தொடங்கியுள்ளன. சென்னைச் சங்கமத்தின் ஒரு பிரதான கூறான 'தமிழ்ச் சங்கமத்தின்' பொங்கல் நாள் நிகழ்வில், ந.முருகேச பாண்டியன் எழுதிய 'திராவிட இயக்க வளர்ச்சியில் கலைஞரின் நாடகங்கள்' என்னும் நூல் வெளியீட்டில், வழக்கம்போல் அமைச்சர்கள், கவிஞர் வாலி பங்கேற்பினூடாக, கூத்துப்பட்டறை ந. முத்துசாமி, பேரா. அ.ராமசாமி போன்ற சமகால இலக்கியத் திறமைகளும் பங்கேற்று வாழ்த்தினார்கள்.
>
> ஆனால் தமிழைத் தாய்மொழியாகக் கொண்டிராத சப்பானிய அறிஞரும் உலகத் தமிழாராய்ச்சிக் குழுவின் தலைவருமான நொபுரு கராஷிமா இந்த அரசியல் சதுராட்டங்களுக்கு ஆட்படாது தமது புலமைத் தகுதியை நிறுவியுள்ளார். 'பழியெனின் உலகுடன் பெறினும் கொள்ளலர்' என்ற புறநானூற்று வரிகளை, மாணவர்களுக்குப் பயிற்றுவித்த சான்றோர்களிடம், அவர்களை மெய்ப்பிக்குமாறு இன்றைய வரலாறு கோருகிறது. உலகெங்கும் வாழும் தமிழ் மக்கள் இன்று கொண்டாட்ட உணர்வில் இல்லை. முள்வேலியில் முடங்கிய தமிழர்கள் வாய் பேசமுடியா நிலையில் வைக்கப்பட்டுள்ளனர். வெளியே இருப்போரின் நிலையும் அதுவே. திசையெட்டும் சிதறிய உறவுகள் வாய் புதைத்து அழுகின்றனர்" (122, பிப்ரவரி 2010).

இக்கருத்தையே 'செங்குருதி காயுமுன் செம்மொழி மாநாடா?' என மூத்த தமிழறிஞர் ம.இலெ. தங்கப்பா அறிக்கையாக வெளியிட்டார். "உரோம் நகரம் தீப்பற்றி எரிகையில் நீரோ மன்னன் யாழ் மீட்டிக்கொண்டிருந்தான் என்று வரலாறு கூறும். ஈழ நெருப்பு இன்னும் அவியவில்லை. இங்கோர் ஆரவார மாநாடு கூட்டப்படவிருக்கின்றது" (123, மார்ச் 2010) எனத் தம் புறக்கணிப்பை தங்கப்பா பதிவுசெய்தார். இக்கட்டத்தில், இருபத்தொன்றாம் நூற்றாண்டில் மிகப் பெரிய மனித மீறல் என வருணிக்கப்படும் ஈழப்போரின் இறுதிக் கட்டத்தில் லட்சக்கணக்கான தமிழ் மக்கள்

கொன்றொழிக்கப்பட்ட பின்னர் முள்வேலி முகாம்களுக்குள் வதைபடும் மூன்று லட்சம் தமிழர்களின் நிராதரவான நிலை மற்றும் பதினைந்து லட்சம் ஈழத்தமிழர்கள் உலகெங்கும் அகதிகளாகத் தவிக்கும் அவலம் ஆகியவற்றை முன்னிட்டு உலகத் தமிழர் பாதுகாப்பு மாநாட்டை கிருஷ்ணசாமி கூட்டினார்." தமிழ் மக்களின் பாதுகாப்பை உறுதி செய்ய எவருடைய தயவுமின்றி, நமக்குள் இருக்கிற அனைத்து வேறுபாடுகளையும் துறந்து இணைந்து செயல்படுவோம் என்று மாநாட்டுத் தலைவர் கிருஷ்ணசாமி உரையாற்றியது, 'தமிழர்கள் பாதுகாக்கப்படச் சாதி மறுப்போம், மதம் மறுப்போம், கட்சி மறுப்போம்' என்று சொல்லுகிற சுயபரிசோதனை முயற்சியாக அமைந்தது என்று கூறுகிறார் சூரியதீபன் *(123, மார்ச் 2010).*

எதிர்ப்புகளுக்கிடையே மாநாடு இனிதாக முடிவடைந்தது. இம்மாநாடு தமிழ்ச் சமூகத்துக்குச் சொல்லியிருக்கும் செய்தி மிகக் குறைவு. குறிப்பாக, செம்மொழி ஆய்வை முதன்மை நோக்கமாகக் கொண்ட இம்மாநாடு உலகிலுள்ள பிற செம்மொழிகளைப் பற்றி எதுவுமே கூறவில்லை. மீண்டும் ஒரு பொதுச் செய்திகள் அடங்கிய மாநாடாகவே நடந்து முடிந்தது. முழுக்க முழுக்க அரசியல்வாதிகளால் அரசியல்வாதிகளுக்காக நடத்தப்பட்ட ஒரு பிரம்மாண்டமான அரசுத் திருவிழாவுக்குச் சில நல்ல தமிழறிஞர்களையும் இணைத்துகொண்ட பெருமை மட்டுமே உண்டு.

> நவீனத் தமிழைப் பொறுத்தவரையில் தேவிபாரதி குறிப்பிடுவது போல்,
>
> "கடந்த இருபது இருபத்தைந்து ஆண்டுகளில் சங்க இலக்கியங்கள் சார்ந்தும், தமிழக வரலாறு குறித்த புனைவுகள் சார்ந்தும் பல்வேறு கேள்விகள் எழுப்பிவந்த தலித், பெண்ணிய, பின்நவீனத்துவ அறிவுத்துறையினரது குரல்கள் இந்தக் கொண்டாட்டத்தால் பலவீனப்படுத்தப்பட்டுள்ளன. தமிழ் குறித்தும் தமிழக வரலாறு குறித்தும் திராவிட இயக்கங்களால் கட்டமைக்கப்பட்ட கற்பனைகளின் குறுக்கீடுகளை நிகழ்த்துவதற்கான உரிமைகள் முற்றாகப் பாதிக்கப்பட்டுள்ளன" *(120, ஆகஸ்டு 2010).*

தமிழின் இந் நவீனப்போக்குகளுக்குச் செம்மொழி ஆதார்சமாக விளங்கும் முறைமையை இம்மாநாடு வெளிக்கொணர்ந்திருக்க வேண்டும். உலகமொழி வல்லுநர்களால் ஏற்றுக்கொள்ளப்பட்ட பிற செம்மொழிகளுக்கும் தமிழுக்கும் இடையேயான சமூக அரசியல், மொழி வரலாற்றுத் தொடர்பான செய்திகள் எதுவும் பேசப்படவில்லை. ஓர் அனைத்துலக மாநாட்டினால் கிரேக்க, இலத்தீன், ஹீப்ரூ, சமஸ்கிருத, அரேபிய, சீனப் பேராசிரியர்களை

உலகத்தின் எந்தப் பகுதியிலியிருந்தும் வரவழைத்துப் பேச வைத்திருக்க முடியும். ஆனால், தனித்தமிழ்ப் புற்றுக்குள் பாதுகாப்பாகக் குளிர்காயும் தமிழைத் தவிரப் பிற எதுவும் அறியாத நம் தமிழறிஞர்களிடம் இதை எதிர்பார்க்க முடியாது. இன்று நாவில் வாழும் மொழியாக சமஸ்கிருதம் வழக்கில் இல்லாவிட்டாலும் இந்திய நாட்டின் சமூக அரசியல் கலாச்சார வளர்ச்சியை ஒவ்வொரு இந்திய மொழியும் பங்குபோட்டுக் கொண்டுள்ளதை மறந்தால் வரலாறு மன்னிக்காது.

பல்லாயிர ஆண்டுகளுக்கு முன்பிருந்தே தமிழுக்கும் சமஸ்கிருதத்திற்குமான உறவு எல்லா நிலைகளிலும் போற்றப்பட்டு வந்துள்ளது. குறிப்பாக, தமிழ் மொழி வளர்ச்சியில் சமஸ்கிருதத்தின் கொடை சொல் கடனாட்சிக்கும் அப்பாற்பட்டது. இதை ஜார்ஜ் ஹார்ட் போன்ற மேனாட்டறிஞர்கள் சொல்லி நாம் தெரிந்துகொள்வதில் வெட்கித் தலைகுனிய வேண்டும். செம்மொழித் தமிழுக்கும் சமஸ்கிருதத்திற்கும் இடையே உள்ள மறக்கப்பட்ட – மறுக்கப்பட்ட உறவுகளைப் புதுப்பித்துக்கொள்ள இந்த மாநாடு கொஞ்ச நேரமாவது ஒதுக்கியிருந்தால் மாநாட்டை நடத்தியதை நியாயப்படுத்தியிருக்க முடியும். மாநாட்டை விட்டுவிடுவோம். மெத்தப் படித்த அறிஞர்கள் நிரம்பிய – தமிழ்மொழி வளர்ச்சியொன்றையே குறிக்கோளாகக் கொண்ட தமிழ்ப்பல்கலைக்கழகத்தில் தமிழுக்கும் சமஸ்கிருதத்திற்கும் பிற இந்தியமொழிகளுக்கும் இடையேயுள்ள தொடர்புகளைக் காண மேற்கொண்ட பல முயற்சிகள் தோற்கடிக்கப்பட்டன.

> "இந்த நிலப்பரப்பில் வாழ்ந்த எல்லா மனிதர்களுடனும் மொழிகளுடனும் பண்பாட்டுடனும் தமிழுக்கும் தமிழனுக்கும் கொடுக்கல் வாங்கல், உறவு, பாதித்தல், பாதிக்கப்படுதல் எல்லாம் இருந்திருக்கும். இந்த உறவைப் பற்றிய வரலாற்றுச் சான்றுகளுடன் கூடிய புரிதல் அவசியம். பதற்றம் அவசியமில்லை. இத்தகைய பதற்றம், வாழும் மொழியான தமிழை சமஸ்கிருதம் எனும் அருங்காட்சியகத்தின் எதிர்நிலையில் நிறுத்தி நம்மை அவமதிக்கிறது. தமிழ் தழைக்கும் மரச்செறிவு. வடமொழி அலங்கார சமாதி. ஏன் இந்த அச்சம்? தஞ்சைப் பல்கலை சில ஆண்டுகளுக்கு முன்னர் பாரம்பரியமிக்க இந்திய மொழிகளின் முதல் இலக்கண நூல்களைத் தமிழாக்கம் செய்து பிரசுரிக்க மேற்கொள்ளப்பட்ட முயற்சிக்கு முட்டுக்கட்டை போட்டமை – வடமொழியின் முதல் இலக்கண நூலாகக் கருதப்படும் அஷ்டாத்யாயி, பாலியின் முதலாவது இலக்கணமான கச்சாயனம் ஆகியவற்றுடன் பிராகிருதம் மற்றும் தெலுங்கின் முதல் இலக்கண நூல்களையும் தமிழில் மொழிபெயர்த்துப்

பிரசுரிக்கும் திட்டம் இது – இத்தகைய அவமதிக்கும் பதற்றத்திற்கு உதாரணம்.

இத்தகைய மூடிமறைப்பு அரசியலால் தமிழ் அடையப்போவது எதுவுமில்லை. தமிழின் தொன்மை பற்றிய சான்றுகள் வெளிவர வெளிவர, தன்னம்பிக்கை கொள்ளாமல் பதற்றங்களைக் கூட்டிக்கொண்டே போவது இவர்களால் உருவாக்கப்பட்டிருக்கும் தமிழ் அடையாளத்தின் போதாமையை அம்பலப்படுத்துகிறது. புதிய தமிழ் அடையாளம் தமிழால் பிழைப்பவர்களையும் அவர்களது பதற்றங்களையும் புறமொதுக்கி, தமிழுக்குப் பங்களிப்பவர்களை முன்னிலைப்படுத்துவதாகவும் தன்னம்பிக்கையுடன் நவீன காலத்தின் சவால்களை ஏற்றுச் சாதிப்பதாகவும் சமஸ்கிருதத்தையும் பிற மொழிகளையும் மூடநம்பிக்கை தவிர்த்த அக்கறையுடன் சரிநிகர் சமானமாக எதிர்கொள்வதாகவும் அமையட்டும்' (128, ஆகஸ்ட் 2010).

கண்ணனின் இவ்வரிகள் மிக முக்கியமானவை. அரசியல்வாதியின் சுயலாபத்தில் சிறுதுளி பங்கிற்காகக் கையேந்தி நிற்கும் தமிழ் அறிவுஜீவிகளுக்கு இது சாத்தியமில்லை. நம் மக்களும் இதற்கு ஒரு மாற்றும் குறைந்தவர்களல்லர். உலகச் செம்மொழி மாநாட்டின்போது நடைபெற்ற 'பிரம்மாண்டமான பேரணியாகட்டும், மலிவுவிலைச் சாப்பாடாகட்டும், கண்காட்சி அரங்குகளாகட்டும், கவியரங்குகளாகட்டும், பட்டிமன்றங்களாகட்டும்; கருத்தரங்குகளாகட்டும் எல்லாமே மக்களின் விருப்பம்தான். மக்கள் இதைப் பார்க்கத்தானே வந்தார்கள், சுற்றுலாப் பயணிகளைப்போல.?!' (128, ஆகஸ்ட் 2010) என்னும் சந்தர் டி ராஜின் வரிகள், என்ன புரிந்து கொண்டோம் நாம் பேசும் மொழியைப் பற்றி என ஐயப்படத் தூண்டுகின்றன.

2010ஆம் ஆண்டு ஜூன் 23ஆம் நாள் தொடங்கி 27ஆம் நாள்வரை முதலாவது உலகச் செம்மொழித்தமிழ் மாநாடு இனிதே நடந்து முடிந்தது. 219 அமர்வுகளில் 915 கட்டுரைகள் வாசிக்கப்பட்டதாக அதிகாரப்பூர்வமான செய்தி வெளியானது. மூன்றாண்டுகள் முடிந்து விட்டன. இன்னும் ஆய்வரங்கக் கட்டுரைகள் வெளியாகவில்லை. மீண்டுமொரு சுற்றில் – எட்டாவது உலகத்தமிழ் மாநாட்டு ஆய்வரங்கக் கட்டுரைகளைத் தொகுத்து வெளியிட ஏற்பட்ட தடங்கல்கள்போல – இவை குறைந்தது இன்னும் 10 ஆண்டுகளாவது எதுவுமே புரியாத இருட்டறையில் புதையலாய்ப் புதையுண்டு கிடக்கும். வெளியே தோண்டியெடுக்கப்படும் நாளில் மீண்டும் பல அரசாணைகள் வெளியிடப்படும். அப்போது யாருக்குமே கிடைக்காமல், எங்குப் போயின என்றே புரியாமல் ஜோதியோடு கலந்துவிடும்.

உலகத் தமிழ் மாநாட்டு அரசியல்

இதுவரை எட்டு உலகத் தமிழ் மாநாடுகள் நடந்து முடிந்து இருக்கின்றன. இவை உலகத் தமிழாராய்ச்சி மன்றத்தின் (International Association of Tamil Research IATR) துணையோடு நடத்தப்பெறுகின்றன. இம்மாமன்றம் அனுமதிக்காதவரை 'உலகத் தமிழ் மாநாடு' என்னும் பதாகையின் கீழ் இம்மாநாட்டை நடத்த முடியாது. இவ்வனுமதி பெறுவதில் ஏற்பட்ட பிரச்சினைதான் செம்மொழி மாநாட்டு அரசியல். அனுமதி பெறாமலேயே முதலாவது உலகச் செம்மொழித்தமிழ் மாநாடு நடந்தது. இவ்வாரோக்கியமற்ற அரசியலில் உலகத் தமிழாராய்ச்சி மன்றத்தின் நிர்வாக அமைப்பைத் தடுமாறவைத்த பெருமையைக் கோவையில் நடந்த செம்மொழி மாநாடு வாரிக்கொண்டது. இத்தடுமாற்றத்திலிருந்து தமிழாராய்ச்சி மன்றம் இன்னும் மீளவில்லை. இதன் காரணமாக, உலகத் தமிழ் மாநாடுகளின் எதிர்காலம் கேள்விக்குரியதாகி இருக்கிறது. உலகத் தமிழியல் ஆய்வறிஞர்களையும், உலகளாவிய தமிழ் ஆர்வலர்களையும் ஒன்றுகூட வைத்த ஓர் உன்னதக் கூட்டமைப்பு இன்று முழுவதுமாகச் சிதைவுறும் நிலைக்குத் தள்ளப்பட்டிருப்பது தமிழுக்கும் தமிழ் ஆய்வுக்கும் ஏற்பட்டிருக்கும் துரதிர்ஷ்டம். இந்நிலையில் உலகத் தமிழாராய்ச்சி மன்றத்தின் தலைவர் பேராசிரியர் நொபுரு கராஷிமா தன் பதவியை ராஜினாமா செய்து வெளியிட்டுள்ள அறிக்கை தமிழ் ஆய்வுலகத்திற்கான முக்கியமான செய்தி:

> "பன்னாட்டுத் தமிழாய்வுக் கழகம் ஒரு புதிய அவதாரத்தை எடுப்பதற்கான காலம் நெருங்கியிருக்கிறது. திராவிட இயக்கம் தனது அசலான நோக்கங்களை நிறைவேற்றுவதில் வெற்றியடைந்தது போலவே, இந்த அமைப்பும் தமிழாய்வின் முக்கியத்துவத்தை மக்களுக்கு உணர்த்தும் வரலாற்றுப் பணியை நிறைவேற்றியிருக்கிறது. இனி உண்மையான கல்விசார் ஆய்வு அமைப்பாகச் செயல்பட ஒரு புதிய பன்னாட்டுத் தமிழாய்வுக் கழகம் உருவாக்கப்படவேண்டும். தமிழாய்வுத் துறையைச் சேர்ந்த நேர்மையான இளம் அறிஞர்களின் தோள்வலிமையால் இந்த மறுமலர்ச்சி நிகழ வேண்டும்". (மொழிபெயர்ப்பு க. பூர்ணச்சந்திரன் 129, செப்டம்பர் 2010)

ஒன்பதாவது உலகத் தமிழ் மாநாடு 2015 ஆம் ஆண்டு சனவரியில் மலேசியாவில் நடைபெறவிருப்பதாக அறிவிக்கப்பட்டுள்ளது. மலேசியாவைச் சேர்ந்த சிறந்த தமிழ் ஆய்வாளரும் விமர்சகரும் நாவல் ஆசிரியருமான சை. பீர்முகம்மதுவின் இதுவரை நடந்து முடிந்த உலகத் தமிழ் மாநாடுகளைப் பற்றிய மதிப்பீட்டை இக்கட்டத்தில் நினைவுகூர்வது முக்கியம்.

“. . .இதில் பார்க்க வேண்டியது மாநாட்டின் நோக்கம் நிறைவேற்றப்பட்டதா, இலக்கு எட்டப்பட்டதா என்பதுதான். (முந்திய) மலேசிய மாநாடு தனது நோக்கத்தை முழுமையாக நிறைவேற்றி இருக்கிறது. தமிழுக்குச் சிறப்பு செய்யும் வகையில் அற்புதமான ஆராய்ச்சிக் கட்டுரைகள் படிக்கப்பட்டன. அவை மக்களுக்குச் சென்றடையும்வகையில் பிரசுரிக்கப்பட்டன. நூலுருவிலும் வெளிவந்தன. . . . தஞ்சாவூர் தமிழாராய்ச்சி மாநாட்டின் பயன்கள் மக்களைச் சென்றடையவில்லை எனலாம். அந்த மாநாட்டுக்கு மிகச் சிறந்த ஆராய்ச்சிக் கட்டுரைகள் வந்தும் அவை நூல் வடிவம் பெறவில்லை. உலகத் தமிழர்களிடம் போய்ச் சேரவில்லை. மாநாட்டின் பெறுபேறுகளும் பயனற்றதாய்ப் போய்விட்டன. (பதிப்பாசிரியர் குறிப்பு: *Contribution of Tamil Culture to the Twenty first Century* என்னும் எட்டாவது உலகத் தமிழ் மாநாட்டின் ஆய்வரங்கத் தலைப்பில் கிட்டத்தட்ட 500 ஆய்வுக்கட்டுரைகள் அடங்கிய 5000 பக்கங்கள் கொண்ட 5 தொகுதிகள் பேராசிரியர்கள் நொபுரு கராஷிமா, இ. அண்ணாமலை, சு. இராசாராம் ஆகியோரால் பதிப்பிக்கப் பெற்று 2005இல் வெளியிடப்பட்டன. தஞ்சைத் தமிழ்ப் பல்கலைக் கழகத்திலும், சென்னை உலகத் தமிழாராய்ச்சி நிறுவனத்திலுமாக யாருக்கும் விநியோகிக்கப்படாமல் இத்தொகுதிகள் நான்காண்டுகள் தேங்கிக் கிடந்தன. இதனை வெளியிடுவதற்காக உலகத் தமிழாராய்ச்சி மன்றத்தின் தமிழகத் துணைத் தலைவர்களோ பொருளாளரோ எந்த முயற்சியும் மேற்கொள்ளவில்லை. இதன் பொருட்டு 2010இல் கண்ணன் எழுப்பிய வினாக்கள் குறிப்பிடத்தக்கவை. “2005இல் தயாராகிவிட்ட மாநாட்டுத் தொகுதிகளை அடுத்த மாநாடு நடத்தப் போவதாக அறிவிப்பு வெளியிடும்வரை ஏன் வினியோகிக்கவில்லை? 2006இல் கராஷிமா கடிதம் எழுதி, திரும்பத் திரும்ப வேண்டுதல்கள் வெளியிட்ட பின்னரும் அரசு ஏன் அவர் கோரிக்கையை 2009 இறுதிவரை ஏற்கவில்லை? அடுத்த மாநாடு நடத்துவதாக அறிவித்த அரசு, மாநாட்டு ஆய்வுக் கட்டுரைத் தொகுதிகளை வினியோகிக்கவேண்டியதை ஒரு முன் நிபந்தனையாக வைக்கும்வரை ஏன் செயல்படவில்லை? ம.ரா. கூற்றுப்படி தஞ்சைப் பல்கலைக்கழகம் ஒரு படியைக் கூட நான்கு ஆண்டுகளாக விற்காமல் அடைகாத்துப் பின்னர் அவற்றை உலகத் தமிழாராய்ச்சி நிறுவனத்திற்கு அனுப்பி வைத்திருக்கிறது. அவற்றில் 130 படிகளை இலவசமாக அளிக்க ஒதுக்கிவைத்து, 870 படிகளை அரசு நூலகங்களுக்கு அளித்தது. அதாவது, ஒரு பிரதி கூட விற்கப்படவில்லை. தமிழகத்தில் எந்தக் கல்லூரி, பல்கலைக் கழக நூலகங்களிலும்

இப்படிகள் இருக்கமாட்டா. செம்மொழி மாநாட்டுக்கு வந்த அறிஞர்கள் இவற்றை வாங்க முடியாது. உலகத் தமிழ் மாநாட்டு ஆய்வுக்கட்டுரைகளை இதைவிடச் சிறுமைப்படுத்த முடியுமா?" (130, அக்டோபர் 2010).

நான் கேட்கிறேன், தமிழ்மொழியை யாரும் வளர்க்கட்டும். அதன் தொன்மையை யாரும் கண்டறியட்டும். உரம் சேருங்கள். அழகு பாருங்கள். இதில் ஏன் சுயவிருப்பு வெறுப்பு? ஏன் அரசியல்? தமிழ்மொழியை மட்டும் தங்களது அந்தரங்க அறைக்குள் வைத்திருக்கும் நிலைக்கு வரவேண்டாம். தமிழ் உங்கள் அந்தரங்க அறை அல்ல" (129, செப்டம்பர் 2010).

உலகத் தமிழ் மாநாடுகளில் அரசியல் நிகழ்வுகளும் ஆய்வு நிகழ்வுகளும் பிரித்தாளப்பட வேண்டும் என்று கொள்கையளவில் ஏற்றுக்கொள்ளப்பட்டிருந்தாலும் நடைமுறையில் சாத்தியப்படாமலே போயிற்று. இருந்தாலும் ஆய்வரங்குகளை அமைத்தவர்கள் எல்லா மாநாடுகளிலும் இதற்கு விலக்காகவே இருக்க முயற்சித்தார்கள். ஐந்தாம் உலகத்தமிழ் மாநாடும் எட்டாம் உலகத் தமிழ் மாநாடும் ஆய்வரங்க நிகழ்வுகளில் அன்றைய அரசின் குறுக்கீடு இல்லாமல் இயங்கியது குறிப்பிடத்தக்கது. ஏழாவது உலகத்தமிழ் மாநாட்டை மொரீசியஸ் அரசு நடத்தினாலும் அம்மாநாட்டு ஆய்வரங்கக் கட்டுரைகளை இரண்டு தொகுதிகளாக வெளியிடத் தமிழக அரசு நிதி உதவி அளித்தது.

இவையெல்லாம் ஒரு புறமிருக்க, ஒரு கல்விசார் மாநாட்டை ஓர் அரசின் நிதி உதவியோடு நடத்தும்போது ஆடம்பரமும் ஆரவாரமும் உடன் சேர்ந்து விடுகிறது. இதைத் தவிர்க்க முடியாது என்பது உண்மை. ஆனால், இம்மாதிரியான பெரிய மாநாடுகள் அரசியலிலிருந்து விடுபட்டிருக்க வேண்டும் என்பார் கராஷிமா. தஞ்சையில் எட்டாவது உலகத் தமிழ்மாநாட்டிற்கான ஏற்பாடுகள் நடைபெற்றுக்கொண்டிருந்தபோது மாநாட்டுக்குத் தடை விதிக்கக் கோரி உயர்நீதிமன்றத்தில் வழக்கு தொடரப்பட்டது. இத்தடை நீக்கப்பட்டது (132, டிசம்பர் 2010). மாநாட்டின்போது இலங்கைத் தமிழறிஞர்களின் வருகை பெரும் பிரச்சினையானதற்கும் இவ்வரசியல் சார்பே முக்கியக் காரணம். தஞ்சைக்கு வந்த அனைத்து இலங்கைப் பேராளர்களும் வெளியேற்றப்பட்டனர். வெளியேற்றப்பட்டதற்கான காரணம் அனைவரையுமே அதிர்ச்சிக்குள்ளாக்கியது. இதைத் தமிழுக்கும் தமிழனுக்கும் நேர்ந்த அவமதிப்பாகப் பேராசிரியர்கள் ஏ. வேலுப்பிள்ளையும் பீட்டர் ஷால்கும் மத்திய அரசுக்குக் கடிதம் மூலம் தெரிவித்தனர் (12, டிசம்பர் 1995). பேராசிரியர் வேலுப்பிள்ளை தன் கடிதத்தில்,

"நான் அரசியலிலிருந்து முற்றும் விலகியிருக்கிறேன். எந்த அரசியல் கட்சியுடனோ குழுவுடனோ எனக்குத் தொடர்பில்லை.

என் ஆராய்ச்சி சரித்திர ஆய்வுப்பொருள்கள் பற்றியது. பழைமைக் காலம் பற்றியது. தஞ்சாவூர் மாநாட்டுக்கு நான் எழுதிய கட்டுரையும் தமிழ் இலக்கிய நூலான மணிமேகலையில் வேற்று மதங்கள் எப்படி எதிர்மறையாக எடையிடப்பட்டிருக்கின்றன என்பதைக் குறித்துதான். நான் அரசியல் கொள்கைகளைப் பரப்புவதாக யாரும் எந்த ஆதாரமும் காட்ட முடியாது. என்னுடைய சில வெளியீடுகளில், இலங்கையும் தமிழர்கள் காலம் காலமாக உறைந்த இடம் என்று வலியுறுத்தியிருக்கிறேன். இந்த நோக்கு அங்குள்ள எல்லாத் தமிழ்க் கட்சிகளும் குழுக்களும் ஏற்கும் ஒன்று. எனக்குத் தெரிந்த அளவு, இந்த நோக்கு தமிழ்நாடும் இந்தியாவும் ஏற்றுக்கொள்ளும் ஒன்றுதான். 1990இல் என் குடும்பத்துடன் ஸ்வீடன் வந்து இருக்கத் தொடங்கிய பின் இலங்கைக்கு ஒரு முறை கூட இதுவரை செல்லவில்லை.

இந்திய அரசாங்கம் செய்த தவறை இப்போது நேராக்க முடியாது என்பதை நான் உணர்கிறேன்" (12, டிசம்பர் 1995) என்று கூறியிருக்கும் விளக்கம் நம் நெஞ்சைப் பிசைவதற்குக் காரணம் இத்தகைய கல்விசார் மாநாடுகளை நடத்த அரசின் தயவை நாடியதே.

" பன்னாட்டுத் தமிழாய்வுக் கழகம் ஒரு புதிய அவதாரத்தை எடுப்பதற்கான காலம் நெருங்கியிருக்கிறது. திராவிட இயக்கம் தனது அசலான நோக்கங்களை நிறைவேற்றுவதில் வெற்றியடைந்தது போலவே, இந்த அமைப்பும் தமிழாய்வின் முக்கியத்துவத்தை மக்களுக்கு உணர்த்தும் வரலாற்றுப் பணியை நிறைவேற்றியிருக்கிறது. இனி, உண்மையான கல்விசார் ஆய்வு அமைப்பாகச் செயல்பட ஒரு புதிய பன்னாட்டுத் தமிழாய்வுக் கழகம் உருவாக்கப்பட வேண்டும்" (129, செப்டம்பர் 2010)

என்னும் கராஷிமாவின் கனவு மெய்யானால் அங்கு வேலுப்பிள்ளை, பீட்டர் ஷால்க் போன்ற பேரறிஞர் குரல்கள் மட்டுமே உரக்க ஒலிக்கும்.

இன்று வெளியாகும் சமூகப் பிரக்ஞை உடைய நல்ல இதழ்கள் கல்விசார் ஆய்வாளர்களை ஈர்ப்பதில்லை. அவர்களைக் கவனப்படுத்தும் பல செய்திகள் நிறைந்து கிடந்தாலும் அவை மலிவுச்சரக்காகத் தோன்றுகிறதே தவிர குறைந்த பட்ச ஆய்வுக்கான தரவுகளாகக் கூடத் தென்படுவதில்லை. சமூக விஞ்ஞான ஆய்வு, கூடுதல் களப்பணியை மையமாகக் கொண்டது. சமூக நடப்புகளுக்குக் கூருணர்ச்சியுடைய ஒவ்வொரு மனிதனும் – அவன் பாமரனாக இருந்தாலும், பல கற்றுத் துறைபோகிய வல்லவனாக

இருந்தாலும் சமூக விஞ்ஞானியே. அவனோடு நிகழ்த்தும் கருத்தாடல் எந்த வெளியீட்டு ஊடக வடிவத்தில் வெளிப்பட்டாலும் அது அர்த்தமுள்ளது; பயனுள்ளது. காலச்சுவடு இந்த இடத்தைச் சமூக விழிப்புணர்வுடையவர்களின் மத்தியில் நிலைநிறுத்தியுள்ளது. இதற்கு 'காலச்சுவடு'க்கு இருபத்தைந்து ஆண்டுக் கால அவகாசம் தேவைப்பட்டிருக்கிறது. இதைச் சாத்தியப்படுத்தியவர்கள் நம் கட்டுரையாசிரியர்கள் போன்ற பன்முகப் பார்வை கொண்ட சமூக அரசியல் சிந்தனையாளர்கள்.

இத்தொகுப்பில் அடங்கியுள்ள 44 கட்டுரைகளில் விவாதிக்கப்படும் மொழி அரசியல், மொழியியலில் இன்று 'மொழியும் அரசியலும்', 'மொழியும் அதிகாரமும்' என இரு தளங்களில் விவாதிக்கப்படும் பிரச்சினைகளுக்கு அயலானவையல்ல. தமிழ் மொழி அரசியல் வரலாறு ஒன்று எழுதப்படுமானால் இவற்றின் பங்களிப்பு மிகக் கூடுதலாகும். இவற்றை எழுதிய கட்டுரையாளர் அனைவருக்கும் நன்றி. இக்கட்டுரைகளை 'தமிழ் மொழி அரசியல்' என்ற தலைப்பில் தொகுத்துப் பதிப்பிக்கின்ற வாய்ப்பளித்த காலச்சுவடு ஆசிரியர் கண்ணன் அவர்களுக்கும், சிறப்பாக அச்சில் வெளிவர உதவிய காலச்சுவடு பதிப்பக நண்பர்களுக்கும் என் நன்றி.

சு. **இராசாராம்**
பதிப்பாசிரியர்

1

மொழி வளர்ச்சியும் சமூகமும்
இ. அண்ணாமலை

மொழி ஒரு உயிர்ப்பொருள்; வளர்ச்சி அதன் இயங்கு சக்தி. மொழியின் வளர்ச்சிக்கு மனிதனைப் போல் முதுமை வரத் தேவை இல்லை; முடிவும் இருக்கத் தேவை இல்லை. மனிதனின் வளர்ச்சி அவன் உடற்கூற்றையும், அவன் வாழும் சூழலையும் பொறுத்தது. மொழியின் வளர்ச்சியோ அதன் உடற்கூற்றை-அதாவது இலக்கணத்தை – பொறுத்தது அல்ல. அது மொழி வழங்கும் சமூகச் சூழலைப் பொறுத்தது. ஒரு மனிதன் அவன் வாழும் சமூகத்தின் விளைவு (product); அதைப் போல ஒரு மொழி அது வழங்கும் சமூகத்தால் ஆக்கப்படுகிறது. மொழியின் வளர்ச்சி சமூக வளர்ச்சியின் பிரதிபலிப்பு; அது சமூக வளர்ச்சியைப் பின்பற்றி வருவது. வளர்ந்து வரும் மொழிகள் என்றால் வளர்ந்து வரும் நாடுகளின், சமூகங்களின் மொழிகள் என்றே பொருள். தமிழ் இத்தகைய ஒரு மொழி.

தமிழ் வளர்ந்த மொழி என்பது பலரின் கருத்து. இவர்கள், 'தமிழுக்கு வளர்ச்சி ஒரு பிரச்சினை அல்ல. பாதுகாப்பே இன்றைய பிரச்சினை' என்று கருதுகிறார்கள். வளர்ச்சியைப் போல் பாதுகாப்புத் தருவது வேறு எதுவும் இல்லை. வாட்டசாட்டமாக வளர்ந்த மனிதன் தன் பாதுகாப்பைப் பற்றித் தனியாக கவலைப்பட வேண்டியதில்லை. வளர்ந்த மொழிகள் வேலி அமைத்துப் பாதுகாப்புத் தேட வேண்டியதில்லை. சொல்லப் போனால், வேலிக்குள் அடைந்து கிடப்பது வளர்ச்சியைக் கட்டுப்படுத்தவதாகவே அமையும்.

தமிழின் வளர்ச்சி பற்றித் திருப்தியடையும்போது அதன் இலக்கிய வளர்ச்சியை – துல்லியமாகச் சொல்வதானால் அதன் இலக்கியப் பாரம்பரியத்தை – மனதில் கொள்கிறார்கள். இலக்கிய வளர்ச்சி மொழி வளர்ச்சியின் ஒரு முகம்தான். இலக்கிய வளர்ச்சியே மொழி வளர்ச்சி ஆகாது. தமிழில் இக்காலத்தில்

இலக்கியமும் வளரவில்லை என்பது தனிப்பிரச்சனை; அதைப்பற்றித் தனிக்கட்டுரை தேவை.

தமிழ் போன்ற இலக்கிய வளர்ச்சி உடைய மொழிகள் மொழி வளர்ச்சி பற்றிய ஒரு உண்மையை வெளிப்படுத்துகின்றன. வளர்ச்சி என்பது வளராத நிலையிலிருந்து வளர்ந்த நிலைக்குப் போவது மட்டுமல்ல. பழங்குடி மக்களின் மொழி வளர்ச்சிக்கு இது பொருந்தும். இலக்கிய மொழிகளுக்கு இது பொருந்தாது. ஒருமுகமான வளர்ச்சியிலிருந்து பலமுகமான வளர்ச்சிக்கு மாறுவதும் மொழி வளர்ச்சியில் அடங்கும். தமிழ் போன்ற மொழிகளின் வளர்ச்சி இலக்கிய மொழி என்ற நிலையிலிருந்து அறிவியல் மொழி, வணிக மொழி, சட்ட மொழி, ஆட்சி மொழி, உயர்கல்வி மொழி முதலிய நிலைகளுக்கு மாறுவதைக் கொண்டிருக்கும். தமிழ் வளர்ந்த மொழி என்று யாரும் சொல்லும் போது அவர்கள் தமிழின் பன்முக வளர்ச்சித் தேவையைக் குறைத்து மதிப்பிடுகிறார்கள்.

இந்த நூற்றாண்டு வரை, ஓரளவு இலக்கணத் துறையிலும் சமயத் துறையிலும் மொழியின் வளர்ச்சி இருந்தாலும், பெரும்பகுதி இலக்கிய வளர்ச்சியாகவே இருப்பதால், இன்றைக்குத் தேவையான தமிழ் மொழி வளர்ச்சியும் இலக்கியப் புலவர்களின் பொறுப்பு; அவர்களுக்கே மொழி வளர்க்கும் தகுதி உண்டு என்ற எண்ணம் அரசாங்கத்துக்கும் மற்றவர்களுக்கும் இருக்கிறது. இலக்கியப் புலவர்களோ மொழியைப் பொறுத்தவரை பழமைவாதிகளாக இருக்கிறார்கள். இவர்கள் மட்டும் மொழி வளர்ச்சிக்குப் பொறுப்பேற்கும்போது முரண்பாடு ஏற்படுகிறது. மொழி வளர்ச்சியில் பழமைவாதமும் சமூக வளர்ச்சியில் புதுமைவாதமும் இருந்தால் அது முரண்பாட்டில்தான் முடியும்.

இலக்கியப் புலவர்களுக்கும் அரசியல்வாதிகளுக்கும் இலக்கிய வளர்ச்சி பற்றிக் கூடத் தெளிவான சிந்தனை இல்லை. இலக்கிய ஆசிரியர்களுக்குப் பரிசு கொடுப்பதும் விழா எடுப்பதும் வளர்ச்சிக்குத் துணை செய்யும் என்ற எண்ணத்திலேயே வளர்ச்சித் திட்டங்கள் வகுக்கப்படுகின்றன.

இவர்கள் கவனம் செலுத்தும் இன்னொரு செயல்பாடு சொல்லாக்கம். இலக்கிய அறிஞர்களுக்குச் சொல்லின் மேல் தனிப்பற்று உண்டு; அறிவும் உண்டு. இந்தச் செயல்பாட்டில் மொழியியல், அறிவியல் அறிஞர்களும் சேர்ந்துகொள்கிறார்கள். ஆனால் சொல்லின் வளர்ச்சியே மொழியின் வளர்ச்சி ஆகாது. கடந்த அறுபது ஆண்டுகளில் தமிழில் உற்பத்தி செய்துள்ள கலைச்சொற்கள் மூன்று லட்சத்துக்குப் பக்கத்தில் இருக்கும் என்று ஒரு கணக்குச் சொல்கிறார்கள். இந்த எண்ணிக்கை

இரண்டாயிரத்துக்கு மேற்பட்ட ஆண்டுகளில் உருவான எல்லாச் சொற்களையும் தொகுத்து அளிக்கும் தமிழ்ப் பேரகராதியில் உள்ள சொற்களைவிட இரண்டு மடங்கு ஆகும். சொல்லே மொழி என்றால் தமிழ் கடந்த அறுபது ஆண்டுகளில் நாலாயிரம் ஆண்டு வளர்ச்சியை அடைந்துவிட்டது என்று சொல்ல வேண்டும். மொழியறிவு உள்ள யாரும் இதை ஒப்புக்கொள்ள மாட்டார்கள்.

அறிஞர் குழுக்கள் கலைச்சொற்களை உற்பத்தி செய்வது ஒரு வாகனத்தின் உதிரிப்பாகங்களைச் செய்வது போன்றது. பல துறைகளைச் சார்ந்தவர்களிடையே ஒருங்கிணைப்பு இல்லாததாலும் அவர்கள் வேறுபட்ட மொழிக்கொள்கைகளைக் கொண்டிருப்பதாலும் உதிரிப்பாகங்கள் ஒன்றோடொன்று பொருந்தாமல் போகின்ற நிலையைப் பார்க்கிறோம். இதைவிடப் பெரிய இடர்ப்பாடு வாகனம் ஓடுவது இரண்டாம் பட்சப் பிரச்சினை ஆகிவிடுகிறது; வாகனத்தின் ஓட்டம் யாருடைய பிரச்சினையும் இல்லாமல் போகிறது. இன்று தமிழ் வளர்ச்சியின் நிலை, 'உதிரிப்பாகங்கள் மெருகேற்றப்பட்டுக்கொண்டேயிருக்கின்றன; வண்டி ஓடவில்லை' என்பதுதான். தனித்தனியாக உற்பத்தி செய்த கலைச்சொற்களைச் சேர்த்துப் பனுவல் அமைத்தால், ஒட்டுத்துணிகளைச் சேர்த்துத் தைத்த சட்டை போல், மொழி முரண் ஏற்படுகிறது. மொழி புரியாமல் போகிறது. மொழியின் ஓட்டம் தடைபடுகிறது.

சொல், மொழியின் பயன்பாட்டால் விளைய வேண்டும். பயன்பாடு உள்ள இடத்தில் சொல் தானாக வரும், ஆங்கிலத்தில் புதிய சொற்கள் நாள்தோறும் வருவதுபோல. மாறாக, சொல் இருந்தால் பயன்பாடு தானே வராது. இலக்கியம் படைப்பவன் சொல்லை வைத்துக்கொண்டு தன் அனுபவத்தை, கருத்தை வெளிப்படுத்துவதில்லை. அறிவியல் படைப்பவனும் அப்படியே. அனுபவங்களை, கருத்துகளை, கண்டுபிடிப்புகளை வெளியிடும்போது தேவையான சொற்கள் தானே வரும். பயன்பாட்டின் விளைவாக வரும் சொற்கள் இயல்பாக இருக்கும். பொதுமக்கள் உருவாக்கும் சொற்களைப் போல அவற்றை மொழி ஏற்றுக்கொள்வதும் இயல்பாக நடக்கும்.

மொழி வளர்ச்சியே மொழிப் பயன்பாட்டின் வளர்ச்சிதான். மொழியின் வளர்ச்சியும் தன்மையும் அதன் பயன்பாட்டைப் பொறுத்து அமையும். இலக்கியத்துக்கு மட்டுமே பயன்படுத்தும் மொழியின் சொல்லும், நடையும், வடிவும் அறிவியலுக்கு மட்டுமே பயன்படும் மொழியிலிருந்து வேறாக இருக்கும். வீட்டில் மட்டுமே பயன்படுத்தும் மொழியின் வளர்ச்சி குறுகிப் போயிருக்கும். மொழியின் வளர்ச்சியை வழி நடத்தும் மொழிப்

பயன்பாடு சமூகத்தைச் சார்ந்தது. ஏனெனில், மொழிப் பயன்பாடு ஒரு சமூகச் செயல்; தனியாட்களின் அல்லது குழுக்களின் *(committees)* செயல் அல்ல. சமூகத்தின் செயல்பாடு இல்லாமல் மொழிப்பயன்பாடு விரிவடைய முடியாது.

சமூகத்தின் வளர்ச்சியை ஒட்டி மொழி வளரும் என்றாலும் மொழியின் வளர்ச்சி மெதுவானது. மொழி சமூக மாறுதல்களை எட்டிப்பிடிக்கத் தாமதமாகும். மேலும், இன்று சமூகத்தின் வளர்ச்சி திட்டமிட்டு விரைவுபடுத்தப்படுகிறது. அந்த வேகத்துக்கு மொழி வளரத் திட்டமிடுதல் தேவையாகிறது. இதனால் மொழி வளர்ச்சி அரசியல் செயல்பாட்டைச் சார்ந்ததாகிறது. அதாவது, அரசு மொழியை வளர்க்கும் கருத்தாகியது. மொழியின் வளர்ச்சிக்கு அரசு ஆணைகள் அடிப்படை ஆகின்றன. இது குறிப்பாக வளர்ந்து வரும் நாடுகளில் உள்ள நிலை. இந்த நிலையால் மொழி வளர்ச்சியில் தனக்குள்ள பொறுப்பிலிருந்து சமூகம் தன்னைத் தூரப்படுத்திக் கொள்கிறது. புதிய துறைகளில் மொழியைப் பயன்படுத்துவது பற்றிச் சமூகம் முன்முயற்சி எடுப்பதில்லை. இதனால், தமிழ் வளர்ச்சி ஒரு அரசாங்கத் திட்டமாகவும் ஆங்கில அறிவுடைய ஆதிக்கத்தோரை *(elite)* கீழிறக்க விழையும் மற்றொரு ஆதிக்கத்தோரின் கோரிக்கையாகவும் இருக்கிறது. பொதுமக்களின் செயல் திட்டமாக அது இயங்கவில்லை.

பொதுமக்கள் சமூக மாற்றத்தின் தேவைகளை, தமிழை வளர்ப்பதன் மூலமாக அல்லாமல், வளர்ந்திருக்கிற ஆங்கிலத்தின் மூலமாகவே நிறைவேற்றிக் கொள்ளலாம் என்று நினைக்கலாம். நாட்டுக்குத் தேவையான தொழில்நுட்பத்தை உருவாக்குவதற்குப் பதில் வெளிநாட்டிலிருந்து தொழில்நுட்பத்தை இறக்குமதி செய்வதுபோல் இது எளிய வழியாகக் காணப்படலாம். சமூக, பொருளாதார, அறிவு வளர்ச்சிக்கு ஆங்கிலம், பண்பாட்டுப் பாதுகாப்புக்குத் தமிழ் என்ற இரட்டை நிலை இந்த எண்ணத்தால் உருவாகிறது. இதனால் தமிழ் வளர்ச்சி மற்ற சமூக வளர்ச்சிகளிலிருந்து தனிப்பட்டுப் போகிறது. சமூக வளர்ச்சிக்கும் தமிழ் வளர்ச்சிக்கும் உள்ள தொடர்பு அறுந்து போகிறது. மொழி வளர்ச்சி மொழிக்காகவே என்ற ஒரு அசாதாரணமான மனோபாவம் உருவாகிறது.

எந்த மொழியும் தனக்காக வளர்வதில்லை. தமிழை உயர் கல்வியில் பயன்படுத்துவது கல்வியின் தரத்தை மேம்படுத்துவதற்காக; கல்வி, படைப்பாற்றலைப் பெருக்குவதற்காக; தமிழை அலுவலகங்களில் பயன்படுத்துவது நிருவாகம் மக்களுக்குப் புரிகின்ற முறையில் நடப்பதற்காக; அதிகாரத்தில் உள்ளோர் மக்கள் பிரச்சனைகளைச் சுரணையோடு அணுகுவதற்காக. தமிழை நீதிமன்றங்கள் பயன்படுத்துவது

தங்கள் வாழ்வைப் பாதிக்கும் முடிவு எடுப்பவர்கள் அந்த முடிவுக்கு வந்த வகையைப் பொதுமக்கள் புரிந்துகொள்வதற்காக. இவற்றுக்கெல்லாம் தமிழ் பயன்படும்போது மொழி வளர்ச்சி தவிர்க்க முடியாமல் இயல்பாக நடக்கின்ற செயல் ஆகிறது.

தமிழுக்கு வளம் சேர்ப்பதற்காக அதைப் புதிய துறைகளில் பயன்படுத்த வேண்டும் என்று சொல்வது, புத்தாடை, புது நகைகளுக்காக கல்யாணம் என்று நினைப்பதைப் போன்றது. கல்யாணம் சில வாழ்க்கைத் தேவைகளை நிறைவேற்றுவது போல, சமூகத்தின் புதிய தேவைகளைத் தமிழ் நிறைவேற்றும்போதுதான் தமிழ் வளர்ந்திருக்கிறது என்று சொல்ல முடியும். இல்லையென்றால் கல்யாணம் நடந்தாலும் வம்சவிருத்தி – தமிழ் வளர்ச்சி இருக்காது.

மொழி வளர்ச்சியில் சமூகத்தை ஈடுபடவைக்க வேண்டியது முக்கியமான காரியமாகும். அறிவுபூர்வமான உயிர் வாழ்தலுக்கு ஆங்கிலம், உணர்வுபூர்வமான உயிர்வாழ்தலுக்குத் தமிழ் என்ற சமூக எண்ணம் மாற வேண்டும். ஆங்கிலத்துக்கு அறிவை கலையைத் தருவேன், தமிழுக்கு உயிரைத் தருவேன் என்ற சமூக மனப்போக்கு மாற வேண்டும். தான் கண்டறிந்த, சேகரித்த, அறிவை, கலையை ஒவ்வொருவரும் தமிழில் தர வேண்டும். அப்படித் தருபவர்களுக்குச் சமூக மதிப்பு கிடைக்க வேண்டும். இது மொழி வளர்ச்சியில் சமூகம் ஈடுபடுவதன் ஒரு அறிகுறியாகும்.

அறிவும் கலையும்தான் மொழி என்ற உயிர்ப்பொருளை வளர்க்கும் சத்துப் பொருள்கள். இந்தச் சத்துப்பொருள்கள் தமிழுக்குக் கிடைக்க, நுகர்வோர் விழிப்புணர்வுக்கு, சுற்றுச் சூழல் பற்றிய மக்கள் விழிப்புணர்வுக்கு உள்ள இயக்கங்கள் போல, தமிழ் பற்றிய அறிவுபூர்வமான விழிப்புணர்வுக்குச் சமூக இயக்கம் வேண்டும். பல துறைகளிலும் அரசாங்கத்தின் பிடி தளர்த்தப்படுகின்ற இன்றைய சூழ்நிலையில் இந்த இயக்கம் மொழிக்கும் அவசியம் மொழியின் வாழ்வும் சந்தைச் சக்திகளால் நிர்ணயிக்கப்படுகிற சமயத்தில் இதன் தேவை அதிகமாகிறது. உணர்ச்சி வழியாக அல்லாமல் *Buy Indian, be Indian* என்பது போல அறிவு வழியாக விழிப்புணர்வை ஏற்படுத்தவில்லை என்றால், மக்கள் கவர்ச்சியான பொருளைத்தான் நாடுவார்கள். ஆங்கிலத்தின் கவர்ச்சிக்கு விளம்பரம்கூட தேவையில்லை. இந்த விழிப்புணர்வை ஏற்படுத்துவது அரசியல் கட்சிகள் அல்ல, சமூக உணர்வுள்ள பலதுறை அறிஞர்கள், கலைஞர்கள் செய்ய வேண்டிய வேலை. தமிழில் எதிர்காலம் இவர்கள் கையில் இருக்கிறது.

காலச்சுவடு 9, அக்டோபர் 1994

விவாதம்

பேராசிரியர் இ. அண்ணாமலை எழுதிய 'மொழி வளர்ச்சியும் சமூகமும்' என்ற கட்டுரை இருபத்தைந்து ஆண்டுகளுக்கு முன்பு எழுதப்பட்டுக் கைத்தவறுதலாக 1994இல் வெளியிடப்பட்டுவிட்டதாகத் தோன்றுகிறது.

மொழியை மனித உடல், வாகனம், திருமணம் ஆகியவற்றோடு ஒப்புமைப்படுத்தி எழுதியிருக்கும் பாங்கு பத்தொன்பதாம் நூற்றாண்டு மொழியாராய்ச்சியை நினைவூட்டுவதாக அமைந்திருப்பது ஒருபுறம் இருக்க, வேறு சில சிக்கல்களும் இ. அண்ணாமலையின் கட்டுரையில் பொதிந்துள்ளன.

மொழி என்பது வெறும் ஒரு சமூக ஆக்கம்; மொழியின் வளர்ச்சி சமூக வளர்ச்சியைப் பிரதிபலிப்பதோடு நின்றுவிடுகின்றது என்ற கருத்தாக்கமே கட்டுரையின் மையச்சரடு. கொச்சை மார்க்சியர்கள் என்று விமர்சிக்கப்பட்டவர்கள்கூட இப்படிப்பட்ட வறட்டுத்தனமான வாதத்தை முன்வைத்தது இல்லை. சமூகத்தால் மொழி சமைக்கப்படும் அதே வேளையில் சமூக மாற்றம் மற்றும் சமூக மாற்றத்திற்கான செயற்பாடுகளும் போராட்டங்களும் மொழியினூடே நடைபெறுகின்றன. எடுத்துக்காட்டாக, பலவகையான அணிதிரட்டல்களில் மொழி – மொழிவழியான பெயர் அடையாளங்கள் முதலியவை முக்கிய பங்கு வகிக்கின்றன. இந்த நூற்றாண்டில் மட்டும் மூன்று இந்தி எதிர்ப்புப் போராட்டங்களைக் கண்ட தமிழ்நாட்டில், சமூக உருவாக்கத்தில் மொழி ஆற்றும் பங்கை எடுத்துரைக்க வேண்டியிருப்பது விந்தையே.

மேலும், அறிவு x உணர்வு என்ற போலியான இருமையை அண்ணாமலை முன்வைக்கிறார். அறிவுக் கலப்பற்ற தூய உணர்வும், உணர்வுக் கலப்பற்ற தூய அறிவும் எங்கே கிடைக்கின்றன? அவற்றைக் கடைந்தெடுத்துப் பிரிக்கும் மத்து எங்குள்ளது?

இத்தகைய போலி இருமையின் அடிப்படையிலான நிலைப்பாட்டை மேற்கொள்வதாலேயே சந்தையில் விற்கப்பட்டு நுகரப்படும் ஒரு பண்டமாக மொழியைப் பார்க்கிறார் அண்ணாமலை. இது ஒரு வகையான பயன்பாட்டு நோக்கு; கருத்தியலுக்கு இடம்தர மறுக்கும் காரியவாதம் *(Instrumental Reason)*. இதனால் மொழிக்கும் பண்பாட்டுக்கும் உள்ள தொடர்பு முற்றாக மறுக்கப்படுகின்றது. 'தமிழ் பற்றிய அறிவுபூர்வமான விழிப்புணர்வு' ஏற்பட வேண்டும் என்று கருதும் அண்ணாமலை, 'அறிவு' என்பதற்கு என்ன பொருள் தருகிறார்

என்பதும் குழப்பமாகவே உள்ளது. காரணம், அறிவுபூர்வமான விழிப்புணர்வுக்கு உதாரணமாக, *'Be Indian Buy Indian'* என்ற முழக்கத்தைக் காட்டுகிறார். 'தமிழுக்கும் அமுதென்று பேர்' என்பதைவிட இது எப்படி அதிக 'அறிவு'பூர்வமானது என்பது விளங்கவில்லை.

இறுதியில், 'ஆங்கிலத்துக்கு அறிவை, கலையைத் தருவேன், தமிழுக்கு உயிரைத் தருவேன் என்ற சமூக மனப்போக்கு மாற வேண்டும். தான் கண்டறிந்த, சேகரித்த, அறிவை, கலையை ஒவ்வொருவரும் தமிழில் தரவேண்டும்' என்று கூறி முடிக்கிறார் அண்ணாமலை. மொழியியல் துறையில் முப்பதாண்டுகளுக்கும் மேலான சிறப்புப் பயிற்சியும் சிறந்த உயராய்வு நிறுவனத்தில் பணியும் கொண்ட பேராசிரியர் இ. அண்ணாமலை தமிழில் எத்தனை நூல்களையும் கட்டுரைகளையும் எழுதியிருக்கிறார் என்று அறிய விரும்புகிறேன். அண்மைக்காலத்தில் ஏற்பட்ட அறிவு, சிந்தனைத் துறைகளின் வளர்ச்சியில் மொழியியல் ஆற்றிய பங்கு பெரியது. இந்த வளர்ச்சியைத் தமிழுக்கும் தமிழருக்கும் அறிமுகப்படுத்தியதில் இவர் பங்கு என்ன?

இவற்றைப் பேராசிரியர் அண்ணாமலை தெளிவுப்படுத்த வேண்டும். சென்ற ஒரு நூற்றாண்டுத் தமிழ் மொழி/பண்பாட்டில் ஏற்பட்ட மாற்றங்களால் அதிகாரத்தை இழந்த பிரிவினர் இம்மாற்றங்களைக் கண்டித்தும் கேலி செய்தும் வந்துள்ளனர். தமிழில் சிறுபத்திரிகைகளின் தோற்றம்—வளர்ச்சியின் ஊற்றுக்கண் இதுதான். அண்ணாமலையின் கட்டுரை இதற்கு அதிகார முத்திரை வழங்க முயல்கின்றது. அவ்வளவே.

ஆ. இரா. வேங்கடாசலபதி

***காலச்சுவடு* 10, ஜனவரி 1995**

மொழி சமூக உறவு பற்றி ஒரு பதில்

மொழி வளர்ச்சியும் சமூகமும் (*காலச்சுவடு* இதழ் 9) என்ற என் கட்டுரையை அடுத்த இதழில் விமரிசித்த ஆ.இரா. வேங்கடாசலபதி "மொழி என்பது வெறும் ஒரு சமூக ஆக்கம், மொழியின் வளர்ச்சி சமூக வளர்ச்சியைப் பிரதிபலிப்பதோடு நின்றுவிடுகிறது" என்ற கருத்தாக்கமே அந்தக் கட்டுரையின் மையச்சரடு என்று கூறி இது பத்தாம்பசலித்தனமான, வரட்டுத்தனமான கருத்து என்று கூறுகிறார். மேலே எடுத்துக்காட்டிய வரிகளில் "வெறும்", "நின்றுவிடுகிறது" என்ற சொற்கள் அவருடைய செயற்கை. அவற்றை

நீக்கியபிறகு எஞ்சியுள்ள கருத்தைக் கூறுவது கட்டுரையின் முதன்மை நோக்கம் அல்ல. கட்டுரையின் மையக் கருத்தான "மொழிப் பயன்பாடு சமூகத்தின் பயன்பாடு. சமூகத்தின் செயல்பாடு இல்லாமல் மொழிப்பயன்பாடு விரிவடைய முடியாது" என்பதற்குப் பின்புலமாக நிற்கும் கருத்தே அது.

சமூகம் மொழியை ஆக்குகிறது என்று சொன்னால் மொழி சமூகத்தை ஆக்குகிறது என்பது உடன்பாடான கருத்தல்ல என்று பொருளல்ல. இரண்டும் உண்மை; மொழியைப் பற்றி வேறு நிலைகளில் பேசப்படும் உண்மை. சமூகத்தை மாற்றும் மொழிநிலையின் *(Language status)* மாற்றம்கூட சமூக மாற்றத்தின் வெளியீடாகவோ அதை நிலைப்படுத்தும் முறையிலோ ஏற்படுவதே. சமூகத்துக்கும் மொழிக்கும் உள்ள உறவு ஒன்றையொன்று ஆக்கும் உறவு. ஒன்றே மற்றொன்றுக்கும் காரணம் என்று சொல்வது உண்மையைச் சிதைப்பதாகும்.

அறிவில் உணர்வு கலந்திருக்கலாம்; உணர்வில் அறிவு கலந்திருக்கலாம். இரண்டையும் வேறுபடுத்தும்போது அவற்றின் உண்மை போலி ஆகாது. இவற்றின் வேறுபாடு இரண்டு மனநிலைகளைப் பிரதிநிதிப்படுதுதுவதாகும். மனம் ஒன்றே. *"Be Indian Buy Indian"* என்ற விளம்பரம் "தமிழுக்கு அமுதென்று பேர்" என்ற கவிதை வரி போல் உணர்வு பூர்வமானதே என்று அவர் சொல்லும்போதே அறிவையும் உணர்வையும் வேறுபடுத்தும் மத்து இருக்கிறது என்பது தெளிவாகிறது. (என் கட்டுரையில் மேலே உள்ள ஆங்கிலத் தொடரின் முன்னும் பின்னும் இருந்த அடைப்புக்குறி அச்சில் விடுபட்டுப் போனதால் குழப்பம் ஏற்பட்டுவிட்டது; இது உணர்வுக்கு எடுத்துக்காட்டாகவே தரப்பட்டது).

"அண்ணாமலை தமிழில் எத்தனை நூல்கள் எழுதியிருக்கிறார்?" என்று கேட்பது பிள்ளைப் பெறாதவள் பிள்ளைத் தேவை என்று சொல்லக்கூடாது என்பதைப் போல் இருக்கிறது. எழுத்துக்கும் அதைவிட எழுதுபவனுக்கும் முத்திரை குத்துவது தமிழில் விமரிசனத்தின் சாபக்கேடு போலும்.

எளிமையாக எழுதப்படும் கருத்து விளக்க கட்டுரைகள் இன்றைய சிறுபத்திரிகைகளுக்கு ஏற்றவை அல்ல என்ற கருத்தும் இந்த விமரிசனத்தில் வெளிப்படுகிறது. காலச்சுவடு பற்றிய விமரிசனக் கூட்டத்தில் ஜெயமோகனும் இதே மாதிரியான கருத்தைக் கூறியிருக்கிறார். தமிழ்நாட்டின் சூழ்நிலையில் என் கட்டுரையின் கருத்து விவாதத்துக்கு உரியது என்பது ஒருபுறமிருக்க, தங்கள் படிப்பாலும் அனுபவத்தாலும் வாழ்க்கை, சமூகம் பற்றி ஒரு கருத்து நிலையை எடுத்துக்கொண்டுள்ள

அறிவு ஜீவிகள் அதை மற்ற அறிவு ஜீவிகளின் வேறு கருத்து நிலைகளோடு வாதிடுவதற்கே சிறுபத்திரிகைகள் என்ற கருத்து மறுக்கப்பட வேண்டிய ஒன்று. போன காலச்சுவடு இதழின் ஆசிரியர் உரையில் கண்ணனும், ஒரு விமர்சனக் கூட்டத்தில் கிருஷ்ணனும் இந்த மறுப்பைச் செய்திருக்கிறார்கள். இன்று கல்லூரியில் பயிலும் மாணவர்களுக்கு மாற்றுக் கருத்தை வழங்க மொழி, இலக்கியம், பண்பாடு பற்றி ஒரு அறிவு சார்ந்த, பரந்த அணுகுமுறையைத் தர சிறு பத்திரிகைகள் வாய்க்காலாக இருக்க வேண்டும். மேலை நாடுகளில் அவர்கள் வாழ்க்கை அனுபவத்தின் அடிப்படையில் பிறக்கும் கருத்தோட்டங்களை முற்றிலும் புரியாமல், நம் நிலைக்குப் பொருந்தாமல், பயமுறுத்தும் கலைச்சொற்களை *(Jargon)* வாரிவிட்டு எழுதுவது வளர்ந்துவரும் தலைமுறையினரை மிரட்டி விரட்டுவதாகவே இருக்கும்; அறிவு ஜீவிகளின் ஆணவ வெளிப்பாடாகவே இருக்கும். புதிய கருத்தோட்டங்களின் அடிப்படையில் நமக்குள்ள பிரச்சினைகளை சாதாரணமானவர்களுக்கும் தெளிவுபடுத்தும்போதுதான் அறிவு ஜீவிகள் தங்கள் சமூக கடமையைச் செய்தவர்களாவார்கள்.

காலச்சுவடு இந்த நோக்கத்தோடு செயல்படுவது நம்பிக்கையைத் தருகிறது.

இ. அண்ணாமலை

காலச்சுவடு 12, டிசம்பர் 1997

2

*தமிழும் அயலும்
இ. அண்ணாமலை

"தமிழைப் பயன்படுத்தும் எவருக்குமே தமிழின் தேவைகள் பற்றிய கேள்விகளை எழுப்பும் உரிமை உண்டு... தமிழின் பிரச்சினைகளின் தீர்வுக்கு நிபுணத்துவம் மட்டுமே போதாது. ஏனெனில் மொழி சமுதாயத் தொடர்பானது; அரசியல் சார்ந்தது" என்று ஆசிரியர் சிவசேகரம் நூலின் முன்னுரையில் கூறியபடி தமிழ்த்துறையைச் சாராத அவர் தமிழின் சமகாலப் பிரச்சினைகளைச் சரியாகக் கணித்து அவற்றுக்குத் தீர்வுகளையும் குறிப்பிடுகிறார். பெரும்பாலான தமிழ்த்துறை வல்லுநர்களின் கணிப்பிலிருந்தும் பார்வையிலிருந்தும் வேறுபட்டவை இந்த நூலின் கருத்துகள். இலங்கையில் உருவாகும் தமிழைப் பற்றிய ஆரோக்கியமான பார்வை இந்த நூலிலும் வெளிப்படுகிறது.

தமிழின் சமகாலப் பிரச்சினைகளாக ஆசிரியர் கணித்திருப்பவை மரபுக்கும் நவீனத்துவத்துக்கும் இணைப்பு ஏற்படுத்துவதும், எழுத்துத் தமிழுக்கும் பேச்சுத் தமிழுக்கும் இணைப்பு ஏற்படுத்துவதும், தமிழின் பிரச்சினையை அறிவு ஜீவிகளின், அரசியல்வாதிகளின் பிரச்சினையாக அல்லாமல் பொதுமக்களின் பிரச்சினையாக, அவர்களுடைய வாழ்க்கை நலத்தின், முன்னேற்றத்தின் பிரச்சினையாக அணுகுவதும் ஆகும். இவை சரியான கணிப்புகள். இந்த பிரச்சினைகளின் தீர்வில் தமிழின் இயல்பான பலத்தையும், அயல்மொழிகள், பண்பாடுகள் தரக்கூடிய பலத்தையும் இனங்கண்டு இரண்டையும் சரியான முறையில் பயன்படுத்துவது முக்கியமான அம்சமாகும். இந்த நூல் இதைப் பற்றித் தெளிவாகப் பேசுகிறது.

---

* *தமிழும் அயலும்*, சி. சிவசேகரம், சவுத் ஏசியன் புக்ஸ் வெளியீடு, சென்னை 1993.

புதுமையாக்கத்தின் தேவையாகத் தமிழுக்கு வரும் அயல்சொற்களை, கலைச்சொற்களை, குறியீடுகளை ஏற்கும்போது அவற்றை மொழிபெயர்ப்புச் செய்வதில், ஒலிபெயர்ப்புச் செய்வதில் உள்ள கொள்கை, நடைமுறைப் பிரச்சினைகள், இதற்காகத் தமிழ் நெடுங்கணக்கில் செய்ய வேண்டிய மாற்றங்கள், இலக்கியத்தில் பேச்சு மொழியின் பிரயோகத்துக்கான வரைவுகள், உயர் அறிவியல் கல்வியில் தமிழின் பயன்பாடு, ஆங்கில மொழியின் தாக்கத்தினால் தமிழ் மொழியில் ஏற்பட்டுள்ள வேண்டிய, வேண்டாத விளைவுகள், சமகாலத் தமிழில் ஏற்பட்டுள்ள மாற்றங்களை ஏற்றுக்கொண்டு ஏற்படுத்த வேண்டிய இலக்கண விதிகள், புதிய இலக்கணம் ஆகிய எல்லாமும் மற்றவர்களாலும் பேசப்படுபவையே.

சிவசேகரத்தின் சிறப்பு அவருடைய அணுகுமுறையிலும் தீர்விலும் இருக்கிறது. இவை அவருடைய மொழியைப் பற்றிய அறிவுரீதியான, ஆரோக்கியமான பார்வையிலிருந்து பிறக்கின்றன. இந்தப் பார்வையை அவருடைய கீழ்வரும் கருத்தாக்கங்கள் விளக்கும்.

"தமிழின் பிரச்சினைகளுக்குத் தீர்வு அதன் மரபுக்குள்ளேயே அமைய வேண்டும் என்று வரையறுக்காமல் சமுதாய நடைமுறைக்கு உரிய மதிப்புக் கொடுத்து அமைய வேண்டும்" *(பக். 42).* மரபு வளர்ச்சியற்ற ஒன்று அல்ல; புதிய நடைமுறை மரபை வளர்க்கிறது, மறுக்கவில்லை.

இன்றைய அறிவியல் தேவைகளுக்குத் தமிழ் எவ்வாறு ஈடுகொடுக்கிறது என்பது முக்கியமான பிரச்சினை. "தமிழில் அறிவியல் கல்வியின் பொதுவான வளர்ச்சிக்கு உயர் கல்வியில் பின்பற்றும் மொழிக்கொள்கை முக்கியமானது. இந்த மொழிக்கொள்கைக்குச் சமூகச் சூழலே காரணம்" *(பக். 59).* புதிய தேவைகளுக்குத் தமிழ் ஈடுகொடுக்கச் சட்டங்கள் இயற்றுவதும் கலைச்சொற்கள் படைப்பதும் மட்டும் போதாது; சமூகத்தின் மொழி மனப்பான்மை மாறவேண்டும்; மொழி வளைவது வளர்ச்சிக்குத் தேவை என்பது சக அளவிலே ஒப்புக்கொள்ளப்பட வேண்டும்.

மொழி வளர்ச்சியில் சமூகத்தின் பங்கேற்பை சிவசேகரம் பல இடங்களில் வலியுறுத்துகிறார். "மொழி வளர்ச்சிக்கான போராட்டம் பரந்துபட்ட ஒரு சமுதாயப் போராட்டத்துடன் நெருங்கிப் பிணைந்துள்ளது. வெகுஜனங்களின் அரசியல் ஆதிக்கத்தின் கீழேயே தமிழின் முன்னோக்கிப் பாய்ச்சல் நடக்க முடியும். நமது விஞ்ஞான, தொழில்நுட்ப அறிவுவளர்ச்சிக்கு ஒரு வெகுஜன அடிப்படை இல்லாதவரை தமிழுக்குப் புதிய அறிவுத்

துறைகள் தமிழர் நடுவே ஒரு சிறுபான்மைப் போக்காகவே இருக்க முடியும்" (பக். 70–71).

சமூக ஆதிக்கம் ஆங்கில ஆதிக்கத்தாரிடமிருந்து (elite) தமிழ் ஆதிக்கத்தாரிடம் மாறினால் தமிழ் வளர்ச்சி உறுதிச் செய்யப்படும் என்பது தவறு. தமிழின் வளர்ச்சிக்கு வெகுஜன அடிப்படை இருக்க வேண்டும். "மொழியின் நலமும் அதைப் பயன்படுத்தும் சமுதாயத்தின் நலமும் பிரிக்கக் கூடியன அல்ல" (பக். 139).

"சமூகத்தின் வளர்ச்சி கீழ்நிலையில் இருக்கும்போது மொழியின் வளர்ச்சி மேல்நிலையில் இருக்க முடியாது. மொழி அதைப் பயன்படுத்துபவர்களைச் சார்ந்த ஒன்று. மொழி அதைப் பயன்படுத்துபவர்களிடமிருந்து அப்பாற்படும்போது இயக்கமற்றுவிடுகிறது" (பக். 82). மொழியின் வளர்ச்சி அதைப் பயன்படுத்துபவர்களின் தேவையை நிறைவுசெய்வதில், திறனைப் பயன்படுத்துவதில் இருக்கிறது.

தமிழின் வளர்ச்சி மரபின் பங்கு பிரச்சினைக்குரிய ஒன்று. அது முடக்கும் பாரமா, உந்தும் சக்தியா என்பது அதைப் பயன்படுத்தும் முறையைப் பொறுத்தது. இன்று தமிழ் வல்லுநர்கள் மரபைப் பயன்படுத்துவது வளர்ச்சிக்கு எதிர்மறையாகவே இருக்கிறது என்று சிவசேகரம் குறிப்பிடுகிறார். "நம்முடைய நிகழ்காலப் பங்களிப்பின் போதாமையை மூடி மறைக்கவும் நமது கடந்த காலத்தின் செழுமையை எதிர்காலத்திற்கு எப்படிப் பயன்படுத்துவது என்று தெரியாத குழப்பத்தில் இருந்து தப்பி ஓடவும் தமிழனுடைய, தமிழினுடைய தொன்மை பயன்படுகிறது" (பக். 104). "மரபின் விறைப்பான விதிகளைச் சற்றே தளர்த்தி மரபு மொழியை விரிவுபடுத்தி நவீனத் தமிழ் மொழியை மரபின் தொடர்ச்சியாக விருத்திச் செய்யும் வாய்ப்பு தமிழ் சகத்திற்கு இருக்கிறது" (பக். 162). ஆங்கிலத்தின் தாக்கத்தை இந்த முறை அணுகி ஏற்பது தமிழை ஏற்றுக்கொள்ளும் முறையில் நவீனப்படுத்துவதற்கு உதவும்.

இன்றைய அயலான ஆங்கிலத்துடன் தமிழின் உறவைத் தெளிவுபடுத்திக்கொள்வது ஒரு அவசியத் தேவை. மரபைப் பரிசீலனைக்கு உட்படுத்தாமல் அப்படியே பயன்படுத்துவது போலவே ஆங்கிலத்தின் தாக்கத்தைப் பரிசீலனைக்கு உட்படுத்தாமல் அப்படியே ஏற்றுக்கொள்வதும் தமிழின் வளர்ச்சிக்குத் துணை செய்யாது. ஆங்கிலத்திலிருந்து நவீன சமூகத்துக்குத் தேவையான கருத்துக்களை, சொற்களை உள்வாங்கித் தமிழின் மாறிவரும் மரபோடு இணைத்து ஐக்கியப்படுத்திக் கொள்ளக் கவனம் செலுத்த வேண்டும்.

தமிழ்ப்பற்று தமிழ் ஆங்கிலத்துக்கு ஈடுகொடுக்கவும் ஆங்கில ஊடுருவலின் விளைவுகளைத் தமிழுக்குப் பலமாக மாற்றவும் எடுக்கும் முயற்சிகளாகப் பரிணமிக்கவில்லை என்பது சிவசேகரத்தின் கருத்து (பக். 144).

மரபு காலத்துக்கேற்ப மாறாவிட்டால் அயல் நம் புலன் அறிவு உணராமலேயே மரபு கருத்தோட்டத்தில் *(Native conceptualisation)* ஊடுருவி விடுகிறது என்று சிவசேகரம் எச்சரிக்கிறார். இதனால் இயல்பான கருத்து வளர்ச்சிக்குப் பதில் கருத்துப் பெயர்ச்சி ஏற்படுகிறது. "ஆங்கில மொழி ஆதிக்கம் முதலாளித்துவ முறையுடன் இணைந்து நமது சமுதாயத்தைப் பற்றுகிறது. மரபுத் தமிழ் நிலமானியச் சமுதாயச் சிந்தனையிலிருந்து விடுபட மறுப்பதால் நவீனச் சிந்தனைகளைத் தாங்கிய ஆங்கில அர்த்தங்கள் மரபுத் தமிழின் அர்த்தங்களின் இடத்தைக் காலி செய்து பிடித்துவிடுகின்றன" (பக். 124). ஆங்கிலச் சொற்களை எதிர்க்கும் மரபுவாதிகள் தமிழ்ச்சொற்களின் மரபுப்பொருளை இழக்கிறார்கள். இதைத் தவிர்க்க, ஆங்கிலச் சொற்களின் பொருளுக்கு நெருக்கமாக உள்ள பழைய தமிழ்ச் சொற்களை ஆங்கில வழிச் சிந்தனையை வெளிப்படுத்தப் பயன்படுத்தாமல் புதியச் சிந்தனையைத் தாங்கிய ஆங்கிலச் சொற்களை அப்படியே ஒலிபெயர்த்து அல்லது புதிய சொற்களை மொழிபெயர்ப்பாக உருவாக்கிப் பயன்படுத்தலாம் என்று சிவசேகரம் கருத்துத் தெரிவிக்கிறார் (பக். 118). இது விவாதத்துக்குரிய கருத்து. பழமைக்கும் புதுமைக்கும் இருக்க வேண்டிய உறவைப் பற்றி, ஊடாட்டத்தைப் பற்றி வழிவகுக்க முடிவு செய்யும்போது விவாதிக்க வேண்டிய கருத்து.

தமிழும் அயலும் கட்டுரைகளின் தொகுப்பாக இல்லாமல், கூறியது கூறலைத் தவிர்த்துத் தனி நூலாக எழுதப்பட்டிருந்தால் அதன் வேகமும் பலனும் கூடி இருக்கும். இருப்பினும், தமிழ்நாட்டில் பலரும் படித்து இதில் வெளியிட்டுள்ள கருத்துகளைப் பரவலாக விவாதிப்பது தமிழின் எதிர்காலத்துக்கு நல்லது.

காலச்சுவடு 12, டிசம்பர் 1995

3

தமிழ்ப் பற்று

இ. அண்ணாமலை

அறிவியல் நோக்கில் மொழியை ஆராயும் மொழியியலாளர்கள் மொழியை உணர்வுபூர்வமாக மக்கள் அணுகுவதைப் பாமரத்தனமானது என்றோ பகுத்தறிவுக்கு அப்பாற்பட்டது என்றோ கருதி ஆய்வுக்கு எடுத்துக் கொள்வதில்லை. மொழியின் மீதான மனநிலைகளை ஆராயும் சமூகமொழியியலாளர்கூட மொழிபற்றிய அதீதமான உணர்வுகளை *(Passions)* இயல்பற்றதாக எண்ணிப் புறக்கணித்துவிடுவார்கள். மொழி ஒரு கருவி; கருத்தைப் பரிமாறுவதற்கு, கற்பனையை வெளிப்படுத்துவதற்கு, உறவை நிர்ணயிப்பதற்கு, சமூகத்தைக் கட்டுப்படுத்துவதற்கு, நாட்டைக் கட்டிக்காப்பதற்கு ஒரு கருவி; கருவியை உணர்ச்சிக்குரிய, வழிபாட்டுக்குரிய பொருளாகக் கொள்வது அறிவியலின்பால் படாது என்ற கொள்கையை உடையவர்கள் மொழியியலாளர்கள். ஆயுதபூஜை பற்றி மானிடவியலாளர் ஆராயலாம்; ஆனால் இயற்பியலாளர் ஆராய்வதில்லை என்ற கருத்தைக் கொண்டவர்கள் மொழியியலாளர்கள். இதனாலேயே தமிழ் மக்களிடையே காணப்படும் தனித்த தன்மைகளை உடைய தமிழ்ப்பற்றைப் பற்றி மொழியியலாளர் நூல் எழுதத் துணியவில்லை.

கடந்த ஒரு நூறாண்டுக் காலத்தில் தமிழ்ப்பற்று வெளிப்பட்ட விதம்பற்றி சுமதி ராமசாமி என்ற வரலாற்றாசிரியர் ஒரு நூல் எழுதியிருக்கிறார். இந்த நூல் கலிபோர்னியா (பெர்க்லி) பல்கலைக்கழகத்தில் – எந்தத் தமிழ் நாட்டுப் பல்கலைக்கழகத்திலும் அல்ல – செய்த Ph.D. ஆய்வின் அடிப்படையில் எழுதப்பட்டது. இது தமிழ்ப் பற்றை ஒரு வரலாற்று நிகழ்ச்சியாகக் கண்டு விவரிக்கிறது. இந்திய சமூகத்தின் இயல்பை ஆராய்கின்றவர்கள் மதத்துக்கும் ஜாதிக்கும் தரும் இடத்தை மொழிக்கும் தரவேண்டும் என்று காட்டுவதும் இந்த நூலின் நோக்கம்.

இந்தியாவின் மற்றப் பகுதிகளிலிருந்து மாறுபட்ட முறையில் மொழிப்பற்று தமிழ்நாட்டில் உருவெடுத்தற்குரிய காரணங்களை ஆராய இந்த நூல் முற்படவில்லை. 1964இல் திருச்சியில் தமிழுக்காக சின்னசாமி என்ற பாமர இளைஞன் தீக்குளித்த நிகழ்ச்சியோடு துவங்கும் இந்த நூல் கடந்த நூற்றாண்டின் இறுதியில் தோன்றிய ஒரு வரலாற்று நிகழ்வாகவே அதாவது காலனிய ஆதிக்கத்தின் எதிர்வினையாகத் தோன்றிய ஒரு நிகழ்வாகவே – தமிழ்ப்பற்றை விவரிக்கிறது. ஆனால் தமிழைப் பெருமைப்படுத்தும் மொழிப்பற்று பக்தி இலக்கிய காலத்திலேயே துவங்கிவிட்டது. மேலும் காலனி ஆதிக்கத்தின் எதிர்வினை சென்னை மாகாணத்தில் இந்தியாவின் மற்றப் பகுதிகளிலிருந்து ஜாதி அடிப்படையில் வேறுபட்டிருந்தது. இந்த இரண்டு காரணங்களும் தமிழ்ப்பற்றின் தனித்த தன்மைகளை விளக்கப் பயன்படும் என்று கூறலாம்.

பற்று என்ற சொல்லை devotion என்ற பொருளில் ஒரு கருத்தாக்கமாகக் கொண்டு இந்த ஆய்வு செய்யப்பட்டிருக்கிறது. இந்தச் சொல் மொழியோடு மட்டுமன்றிச் சமயம், ஜாதி முதலான அடிநிலை உணர்வுகளைப் பிரதிபலிக்கும் பிற சொற்களோடும் சமயப்பற்று, ஜாதிப்பற்று என்று இணைந்து வரும். இவற்றுக்குரிய பிறப்பின், நம்பிக்கையின் அடிப்படையிலான சில கூறுகள் மொழிப் பற்றுக்கும் பொருந்தும். தமிழ்ப்பற்றின் தனித்தன்மைகளை இந்த மாதிரியான பற்றுகளோடு தொடர்புபடுத்திப் புரிந்துகொள்ளலாம்.

பக்தி இலக்கியக் காலத்தில் தமிழ்ப்பற்று தமிழ்ப் பாசுரங்கள் பற்றிய ஒரு நம்பிக்கையிலிருந்து பிறந்த ஒன்று. முக்தி தரும் தமிழ்ப் பாசுரங்கள் எழுதப்பட்ட தமிழ் தெய்வீகத் தன்மையில் சமஸ்கிருதத்துக்குச் சமமானது என்று நம்பப்பட்டது. இவ்வாறு தமிழைச் சமஸ்கிருதத்துக்குச் சமமாக, மாற்றாகப் பாவிக்கும் பக்தி இலக்கிய மனப்பாங்கு கருத்து வந்த காலத்தில் (நந்திக்கலம்பகம் சுட்டிக் காட்டுவதுபோல) தமிழ் இலக்கியத்தின் சம தன்மைக்கும் தனித்தன்மைக்கும் விரிந்தது. காலனி ஆதிக்கக் காலத்தில் இந்த மனப்பாங்கு பண்பாட்டுக்கும் இனத்துக்கும் விரிந்தது. இந்தக் காலத்தில் இந்தியப் பண்பாடு பற்றி மறுபரிசீலனை செய்தபோது, அதன் பாரம்பரியத்தில் தமிழ்ப் பண்பாட்டுக்கும் இனத்துக்கும் சமமான, தனியான பங்கு உண்டு என்ற கருத்து முன்னிறுத்தப்பட்டது. இந்தியப் பண்பாட்டின் சிறப்பான, தூய்மையான பகுதி தமிழ்ப் பண்பாட்டிலிருந்து பெறப்பட்டது என்ற கருத்தும் முன்வைக்கப்பட்டது. தற்காலத் தமிழ்ப் பண்பாட்டில் ஆரியர்களால் சேர்ந்த கசடுகளை நீக்கிய தூய்மையான பண்பாட்டு நிலையைத் தமிழ் வரலாற்றில் பண்டைய நிலையில் காணலாம் என்று ஒரு பழம் பண்பாடு கட்டமைக்கப்பட்டது.

சென்னை மாகாணத்தில் காலனி ஆதிக்கத்தின் எதிர்வினை முதலில் சொன்ன வரலாற்றின் தொடர்ச்சியாக எழுந்தது. இது வெவ்வேறு பொருளாதார அடித்தளங்களைக் கொண்ட பிராமணர்களது எதிர்வினையும் உயர் சாதியைச் சேர்ந்த பிராமணரல்லாதவர்களது எதிர்வினையும் வேறுவேறாக அமைவதற்குப் பின்புலமாக இருந்தது. வரலாற்றின் தொடர்ச்சியாகத் தமிழுக்குச் சமதன்மை (அல்லது உயர்தன்மை), தனித்தன்மை கோரும் நிலை, காலனி அரசியலில் சமஸ்கிருதத்திலிருந்து இந்திக்கு விரிந்தது. ஆரியர்கள் சேர்த்த கசடுகளை நீக்கிய சைவ சமயம் தமிழ்ச் சமயமாகக் கட்டப்பட்டது. உலக முதல் மொழியாகத் தமிழ் காட்டப்பட்டது. இந்தக் கட்டுமானத்தின் பகுதியாகச் சமயச் சடங்குகளிலும் மொழியிலும் பிராமணர்களின், சமஸ்கிருதத்தின் ஊடுருவல்களை அகற்றுவதன் தேவை வலியுறுத்தப்பட்டது. இது தமிழ்ப் பற்றின் ஒரு அங்கமாகக் காட்டப்பட்டது.

மொழியிலும் சமயத்திலும் பண்பாட்டிலும் வலியுறுத்திய தமிழின் தனித்தன்மையும் சமதன்மையும் (உயர் தன்மையும்) இனத்துக்கு விரிந்து அரசியல் வடிவம் எடுத்தது. இந்திய அரசியல் அமைப்பில் தமிழ் இனத்துக்குத் தனி நிலை, சமநிலை கோரப்பட்டது. இந்திய அரசியல் அமைப்பிலிருந்தே விலகித் தனிநாடு அமைக்கவும் கோரிக்கை எழுந்தது. இந்த அரசியல் தமிழ்ப்பற்றை அடிப்படையாகக் கொண்டது. காலனி ஆதிக்கக் காலத்தில் உருவாகிய தமிழ்ப்பற்றின் தன்மைகளை இந்தப் பின்னணியில் விளங்கிக்கொள்ள வேண்டும்.

இந்தக் காலகட்டத்தில் தமிழர்களுக்கும் தமிழுக்கும் இடையேயான உறவில் முக்கியமான மாற்றங்கள் நிகழ்ந்தன. இந்த மாற்றங்களை இந்த நூல் அழுத்தமாகச் சொல்கிறது. அவை தமிழைப் பற்றிய உரையாற்றல்களை (disposes) கட்டுடைத்துக் காட்டுகின்றன. தமிழர்கள் தமிழைப் பயன்படுத்துபவர்கள் என்ற உறவு அவர்கள் தமிழுக்கு உரிமையாளர்கள் என்ற அழுத்தம் பெறுகிறது. தமிழ் உடைமைப் பொருள் ஆகிறது. இதன் அடுத்த நிலையாக, தமிழ் தமிழர்களின்மீது ஆதிக்கம் செலுத்தும் ஒரு சக்தியாக உருவெடுக்கிறது. தமிழர்கள் தமிழுக்குக் காரியங்கள் செய்கின்ற நிலையிலிருந்து தமிழ் தமிழர்களுடைய காரியங்களை நிர்ணயிக்கிற நிலை ஏற்படுகிறது. மக்கள் மொழியைப் பயன்படுத்துகின்ற நிலையிலிருந்து மொழி மக்களைப் பயன்படுத்துகிற நிலை தோன்றுகிறது. இந்த நிலையில் தமிழ் ஒரு கருவியாக அல்லாமல் பிரமை தரும் குறியீட்டுப் பொருளாக (icon) மாற்றம் பெறுகிறது. தமிழ்ப்பற்றின் இந்த மாற்றத்தையும் அதன் அடிநாதமாக இருந்த கருத்தியலையும் ஒரு வரலாற்று நிகழ்வாகத் தருவதே இந்த நூலின் சாரம்.

தமிழ்ப்பற்றின் உரையாற்றல் பல குரல் உடையது என்பதையும் இந்த நூல் காட்டுகிறது. பல குரல்கள் காலனிய, தேசிய, இன வாதங்களின் வெளிப்பாடாக ஒலிக்கின்றன. மேலே சொன்ன மொழி, சமயம், பண்பாடு, இனம் பற்றிய கலாச்சாரக் கட்டுமானங்களைப்பற்றி அரசியல் கட்சிகள் வேறுபட்ட நிலைகளை எடுத்தன. தேசியவாதிகள் தமிழ்த்தேசியத்தை உள்ளடக்கிய இந்தியத் தேசியத்தைப் பற்றிப் பேசினர். அவர்கள் பேசிய தமிழ்ப்பற்று இந்த வட்டத்துக்குள் அமைந்தது. திராவிடவாதிகள் இவை இரண்டும் முரண்பட்டவை; ஒன்றை ஒன்று விலக்குபவை என்று பேசினர். இவர்கள் பேசிய தமிழ்ப் பற்று வட்டத்துக்குள் மற்றதை வரவிடாத ஒன்றாக இருந்தது. இருவருமே வெவ்வேறு காரணங்களுக்காகத் தமிழ்ச் சமயம் என்ற கருத்தாக்கத்தை ஏற்கவில்லை. இந்தச் சமயத்துக்கு உண்மையில் அரசியல் ஆதரவு இல்லை.

பொதுவுடைமைக் கட்சியும் சுயமரியாதை இயக்கமும் தமிழ்ப் பற்றுக்குத் தங்கள் கொள்கையிலும் அரசியல் செயற்பாடுகளிலும் இடம் தரவில்லை. பொதுவுடைமையாளருக்கு சமூக, அரசியல் மாற்றத்துக்கு மொழிப்பற்று தேவையில்லாத ஒன்று. தமிழ்ப்பற்றின் அரசியல் தாக்கத்தால் இவர்களும் பின்னால் மொழிப்பற்றுக்குத் தங்கள் எதிர்ப்பைக் குறைத்துக் கொண்டனர். ப. ஜீவானந்தம் தமிழ்ப்பற்றாளராகத் தமிழ் இலக்கியம், தமிழ்ப் பண்பாடு பற்றிப் பேசினார். (இந்தக் குரலைப் பற்றி இந்த நூல் ஒன்றும் பேசவில்லை.) சுயமரியாதையாளர்களின் தலைவர் பெரியார் தமிழ்ப் பற்று பகுத்தறிவுக்குப் பொருந்தாதது என்று அதை நிராகரித்தார். தமிழர்களின் சுயமரியாதையை, முன்னேற்றத்தை, ஜாதி உயர்வை ஒழித்த சமத்துவத்தின் அடிப்படையில் அமைக்கவேண்டும்; புனையப்பட்ட உயர்வான பண்பாட்டின் அடிப்படையில் அல்ல என்று வாதிட்டார். தமிழ்ப் பற்றாளர்கள் பண்டைய தமிழ்ச் சமுதாயத்தில் புனைந்து காட்டிய சமூக சமத்துவம் அவருக்கு ஏட்டுச் சுரைக்காயாக இருந்தது.

தமிழ்ப் பற்றை மறுத்த பெரியாரை, தமிழினவாதத்தை ஏற்றுக்கொண்ட தமிழ்ப்பற்றாளர்கள் தங்கள் தலைவராக, தந்தையாக ஏற்றுக்கொண்டனர். இந்த முரண்பாட்டைச் சுமதி ராமசாமி இப்படி விளக்குகிறார். தமிழர்களின் உயர்வு பிராமணர்களின், ஆரியர்களின் உயர்நிலை ஒழிந்தே ஏற்பட முடியும் என்று போராடும் ஒருவர் தமிழின் சிறப்புத் தன்மையை ஏற்றுக்கொள்ளாவிட்டாலும் தமிழ்ப் பற்றாளராகவே இருக்கமுடியும் என்று இந்தத் தமிழன்பர்கள் நம்பினர். இவர்களுக்கு இடையே உள்ள வேறுபாட்டில் ஒரு கேள்வி பிறக்கிறது. மொழி மனிதனுடைய நிலையை உயர்த்துகிறதா?

அல்லது மனிதன் மொழியின் நிலையை உயர்த்துகிறானா? தமிழன்பர்கள் முன்னதை நம்பினர். சுயமரியாதையாளர்கள் பின்னதை ஏற்றனர்.

தமிழைப் பெண்மைப்படுத்தியது கலாச்சாரக் கட்டுமானங்களில் ஆழமானதும் வலுவானதும் ஆகும். தமிழ்த் தாய்; பண்பாட்டுத் தாய் தன் பிள்ளைகளைக் காப்பவள்; தன் பிள்ளைகளால் காக்கப்படுபவள். தாய் தெய்வம்; தமிழும் தெய்வம்; பெண் தெய்வம். தெய்வம் பக்தர்களின் தேவைகளை நிறைவேற்றும், தெய்வத்தின் விருப்பத்தைப் பக்தர்கள் தங்கள் தியாகத்தால், தங்களையே அர்ப்பணித்து நிறைவேற்றுவார்கள். தமிழைத் தாயாக, தெய்வமாகக் கொள்வது மொழி குறியீட்டுப் பொருள் (icon) ஆவதை முற்றுப் பெறச் செய்கிறது. சமயத்தில் துவங்கிய தமிழ்ப்பற்று எளிதாகத் தமிழைத் தெய்வமாக்குகிறது. தமிழன்பர்களில் கவிஞர்கள் தமிழைக் காதலியாக உருவகிப்பது, ஆசிரியர் சொல்வதுபோல, மாறுபட்ட கற்பனையாக்கம் அல்ல. அது கடவுளைக் காதலியாகக் கண்டு இச்சை கொள்ளும் பக்தி இலக்கியத்தின் மரபே. தற்காலத்தில் பாரதி இந்த மரபைப் பின்பற்றியிருக்கிறான்.

உடையவள் என்ற நிலையில் தமிழ் அன்பர்களுக்கு வாழ்வு கொடுக்கும். உடைமை என்ற நிலையில் அன்பர்கள் அதைக் காத்துப் போற்றவும் பெருக்கி வளர்க்கவும் கடமைப்பட்டவர்கள். சுதந்திர இந்தியாவில் தமிழ்ப்பற்று தமிழைத் தேசிய அரசியல் ஆக்கிரமிப்பிலிருந்து காத்திருக்கிறது. ஆனால் தமிழின் நிலையை உயர்த்துவதும் வளத்தைப் பெருக்குவதும், சட்டங்கள் இயற்றுவதோடும் விருதுகள் வழங்குவதோடும் திருப்தி அடைகிறது. காக்கப்படும் உடைமை பயன்படுத்தப்படவில்லை; விரிவாக்கப்படவில்லை. தமிழுக்காக உயிரையும் கொடுக்கத் தயாராக உள்ள தமிழன்பர்கள் தங்கள் பொருளியல் வாழ்க்கை முன்னேற்றத்துக்கு ஆங்கிலத்தைச் செவிலித் தாயாக ஏற்றுக்கொள்ளத் தயங்குவதில்லை. தமிழ்ப்பற்றின் முரண்நிலை இது. தமிழ்ப்பற்றின் இந்த மறுபக்கத்தை அறிய இன்னொரு நூல் எழுதப்பட வேண்டும்.

காலச்சுவடு 26, ஜூன்-செப்டம்பர் 1999

4

கரும்புத் தோட்டத்திலே
அங்கோர் கண்ணற்ற தீவினிலே
பயணி

கரும்புத் தோட்டத்திலே – ஆ!
கரும்புத் தோட்டத்திலே
ஏழைகள் அங்கு சொரியும் கண்ணீர் வெறும்
மண்ணிற் கலந்திடுமோ? – தெற்கு
மாகடலுக்கு நடுவினிலே, அங்கோர்
கண்ணற்ற தீவினிலே – தனிக்
காட்டினிற் பெண்கள் புழுங்குகின்றார் – அந்தக்
கரும்புத் தோட்டத்திலே.

— பாரதியார்

கடந்த பொங்கல் நாளில் தொலைபேசியில் வாழ்த்துச் சொன்ன சென்னை நண்பர் கேட்டார்: "கரும்பு கிடைக்குமா, ஃபிஜியிலே?"

அவரிடம் பேசி முடித்துத் தொலைபேசியை வைத்த பிறகு, மீண்டும் பாரதியின் "கரும்புத் தோட்டத்திலே" பாட்டை எடுத்துப் படித்தேன். சிறுவயதில் படித்த 'பாரதியார் பாடல்கள்' புத்தகங்களிலே, இந்தப் பாடல் 'பிஜித் தீவிலே ஹிந்து ஸ்திரீகள்' என்றும் 'பிஜித் தீவினிலே' என்றும் தலைப்பிடப்பட்டிருந்தது என் நினைவில் ஆடியது. 'ஃபிஜி' என்று இருந்த மாதிரியும் நினைவு. ஆனால் பாரதியின் கவிதையின் உள்ளே ஃபிஜி/பிஜி என்னும் சொல் கிடையாது. 'தெற்கு மாகடலுக்கு நடுவினிலே, அங்கோர் கண்ணற்ற தீவினிலே' என்று ஃபிஜித் தீவைக் குறிப்பிடுவது மட்டுமே தொடர்பு. என் பள்ளி நாட்களிலே, தமிழ்ப் பேச்சுப் போட்டிகளுக்குப் பரிசு தருவது என்றால் திருக்குறள், பாரதியார் பாடல்களின் கையடக்கப் பதிப்புகள் தருவது வழக்கம். கிடைத்த நூல்களில் ஒன்றை வாசித்தபோது, 'பெல்ஜியம் நாட்டிற்கு

வாழ்த்து', 'பிஜித் தீவிலே ஹிந்து ஸ்திரீகள்' போன்றவை மனத்தில் ஒட்டாமல் போயின. பாரதியின் உயரத்திலிருந்து தெரிந்தவை, என் பள்ளத்தில் எப்படிப் பார்வையில் படும்? புதுமைப்பித்தனின் 'துன்பக்கேணி'யின் தலைப்பு இந்தப் பாடலிலிருந்துதான் பெற்றது. கதைக்களமும் தொடர்புடையதுதான். ஆனால் தேயிலைத் தோட்டக் கூலிகளைப் பற்றியது. ஃபிஜிக்கு வந்த பிறகு, கரும்புத் தோட்டங்களினூடாகப் பயணிக்கும்போதெல்லாம் பாரதியின் பாடல் வரிகள் மனத்தில் ஓடும்.

❍

நாட்டை நினைப்பாரோ? எந்த/நாளினிப் போயதைக் காண்பதென்றே அன்னை/வீட்டை நினைப்பாரோ?

காலனி ஆதிக்கத்தின்போது 'ஒப்பந்தத்தின்படி' வேலைசெய்ய வந்தவர்களை, 'கிர்மித்தியர்கள்' என்கிறார்கள். *Agreement* என்னும் சொல் *Greement* ஆகி, *Girmit* ஆகி, அதிலிருந்து வந்த மருவு. ஒப்பந்தம் என்னும் பம்மாத்துக்குப் பின்னால் இருப்பது வெறும் அடிமைத்தனம்தான். 1834இல் இங்கிலாந்தில் 'அடிமை ஒழிப்புச் சட்டம்' – காலனியாதிக்கத்தில் எங்கும் அடிமை முறை ஒழிக்கப்படுவதாகச் சொன்னது – கொண்டுவரப்படுகின்றது. அதே ஆண்டில், முதன்முறையாக 'ஒப்பந்தம்' என்னும் முறையில் இந்தியர்களை ஏற்றிக்கொண்டு முதல் கப்பல் மொரிஷியஸ் தீவுக்குக் கிளம்பியது. நீ என்னை நாயே என அடித்தாலும் நண்பா என அடித்தாலும் வலி எனக்குத்தானே? மேலும், வலிதானே எனக்கு?

மொரிஷியஸில் கவர்னராக இருந்த சர். ஆதர் கோர்டன் ஃபிஜியின் முதல் கவர்னராக வந்து விவசாயத் தோட்டங்களை உருப்படச் செய்ய முனைந்ததும் செய்த முதல் வேலை, இந்தியத் தொழிலாளர்களை ஃபிஜிக்கு வரவழைத்ததுதான். 1879ஆம் ஆண்டு மே மாதம் 14ஆம் நாள் வந்திறங்கிய லியோனிதாஸ் கப்பலில் தொடங்கி, 1916ஆம் ஆண்டுவரை கப்பல் கப்பலாகக் கொண்டுவரப்பட்டு ஃபிஜியில் குவிக்கப்பட்ட இந்தியர்களின் எண்ணிக்கை 60,537. அதாவது, கப்பலில் காலரா, அம்மை, வாந்திபேதியால் போய்விடாமல், கரைசேர்ந்தவர்கள். யார் இந்த இந்தியர்கள்? எதற்கு ஃபிஜிக்கு வர ஒப்பினார்கள்? சுமார் 45,000 பேர் வட இந்தியத் துறைமுகங்களிலிருந்து வந்திருக்கிறார்கள். மற்ற 15,000 பேர் தென்னிந்தியாவிலிருந்து. 1903ஆம் ஆண்டிலிருந்துதான் தென்னிந்தியர்கள் வருகை தொடங்குகிறது. தென்னிந்தியர்கள் மலேயா, சிலோன் போன்ற இடங்களுக்கு அதிகம் போனதால் ஃபிஜிக்கு வந்தவர்களின் எண்ணிக்கை குறைவு என்கிறார்கள். இவர்கள் பெரும்பாலும்

விசாகப்பட்டினம், ஆற்காடு, சித்தூர், திருச்சினாப்போலி, சிங்கில்பட், கிஸ்ட்னா (கிருஷ்ணா) மாவட்டங்களிலிருந்து வந்தவர்கள் என்று ஆவணங்கள் குறிப்பிடுகின்றன.

எங்கெங்கிருந்தோ முகவர்களின் மூலம் துறைமுகங்களுக்குக் கொண்டுவரப்பட்டு, 'உடல் நோயோ மனநோயோ இல்லை' என்று சான்றிதழ் அளிக்கப்பட்டு, ஒப்பந்தத்தில் கைநாட்டு/கையெழுத்து வாங்கப்பட்டு, கழுத்தில் எண் எழுதிய வட்டத் தகரம் கட்டப்பட்டு, கப்பலில் ஏற்றப்பட்டவர்கள் இவர்கள். போகுமிடம் பற்றியோ வேலை பற்றியோ தெளிவில்லாதவர்கள். (2010இல் ஏதோ ஒரு முகவரிடம் 'ஆஸ்திரேலியா வேலை'க்காகப் பல லட்சங்களைக் கொடுத்து, இதுதான் ஆஸ்திரேலியா என்று ஃபிஜியில் இறக்கிவிடப்பட்டு, விசா பிரச்சினையால் கைதான, கல்லூரியில் படித்த 12 இந்திய இளைஞர்களை இங்கே சந்திக்க நேர்ந்தது.)

❍

. . . அவர்/கால்களும் கைகளும் சோர்ந்து விழும்படி/வருந்துகின்றனரே !
. . . செக்கு/மாடுகள் போலுழைத் தேங்குகின்றார்.

நாமெல்லாம் பாழாய்ப்போன கையொப்பத்திற்கு அபரிதமான மரியாதை தரும் அவல சமூகத்தில் வாழ்ந்துகொண்டிருக்கிறோம். கல்யாணம் முதல் கருமாதிவரை கையொப்பம் என்னும் எச்சம் மூலம், மனமொப்பம் என்னும் உயிர்ப்புள்ளப் பறவையைக் கூண்டில் அடைத்துவிட்டதான போலித்தோற்றத்தைக் கொண்டாடிக் கொண்டிருக்கிறோம். இந்த அபத்தம் இன்றைக்கே கண்ணில் படுவது கடினம் என்றால், அந்தக் காலத்தில் என்ன நிலை? 'ஒப்பந்தம்' ஒன்றில் அவர்கள் கைநாட்டோ கையெழுத்தோ இட்டாலும் அது பெயரளவில்கூட அடிமை சாசனம்தான். வேலை, கூலி, இருப்பிடம், உணவு, உடைமைகள் போன்ற பட்டியல்: ஒவ்வொரு நாளைக்கும் எவ்வளவு அரிசி, பருப்பு, எண்ணெ, உப்பு; வருடத்திற்கு ஒரு போர்வை, இரண்டு வேட்டி/புடவை, ஒரு தொப்பி; ஒருவருக்கு ஒரு தட்டு/கிண்ணம், மூன்று/நான்கு பேருக்குத் தண்ணீர் குடிக்க ஒரு லோட்டா; கண்டிப்பாக ஐந்தாண்டுகள் வேலைசெய்ய வேண்டும். பிறகு திரும்பிவரும் கப்பல் செலவு அவரவர் பொறுப்பு. பத்தாண்டுகள் வேலைசெய்தால், கப்பல் செலவு கம்பெனியினுடையது. அவர்கள் வாழ்ந்துகொண்டிருந்த சூழலின் கொடுமை, இந்த 'ஒப்பந்த'த்தை இனிமையாக்கி இருந்திருக்கும். ஆனால் ஒப்பந்தக் கூலிகளின் சொல்லொணாக் கொடுமைகள் ஒப்பந்தத்தில் இல்லாத நடைமுறையில் இருந்த பல விஷயங்களாலும் வந்தது.

குடும்பமாய் வந்தவர்கள் போக, ஓரிடத்திலிருந்து வந்தவர்கள் தனித்தனியே பிரிக்கப்பட்டார்கள் – கோஷ்டி சேர்ந்துவிடக் கூடாது என்று. வயற்காட்டை ஒட்டிய நசநசப்பான, வரிசை வரிசையான வாழிடங்களில் அறை ஒன்றுக்கு முறையே மூன்று ஆட்கள் அடைக்கப்பட்டார்கள். சுகாதாரம் என்பது தனிமனிதர் அளவிலும் அமைப்பு அளவிலும் பின் தள்ளப்பட்டு, வாந்திபேதியும் கொடுஞ்சுரமும் கொண்டு இறந்தவர்கள் மிகப் பலர். பிறந்த பிள்ளைகள் பிழைத்திருப்பது அரிது. விடிந்தது முதல் இருட்டும் வரைக்கும் தோட்டத்தில் உழுவதும் வாய்க்கால் வெட்டுவதும் விலங்குகளுக்கு உணவளிப்பதும் கரும்பு தூக்கிச் செல்லுவதும் என கங்காணிகளின் சவுக்குக்குக் கீழே வாழ்க்கை – ஓய்வு ஒழிசலில்லாமல் ஒவ்வொரு நாளும், ஆண்டுக்கணக்காக. ('கிர்மித்தியர்களின் நினைவு நாள்' கொண்டாட ஃபிஜியில் உருவாக்கிய சின்னத்தில் ஒரு சவுக்கு இருக்கிறது.) 'உடல்நலக்குறைவால் சரியாக வேலைசெய்ய முடியாததால், தண்டிக்கப்பட்டதால், உணவு போதாததால், வேலைக்குப் போகாததால், கூலி கிடைக்காததால், உடல்நலக்குறைவு இன்னும் அதிகமாவதால்' என்று துன்பக்கேணியின் ஆழத்துக்குச் செல்லப் பலவழிகள் இருந்தன. ஆரம்பக் காலத்தில் ஓரிருமுறை இந்தக் கொடுமைகளுக்கு எதிராகப் 'போராட்டங்கள்' நடத்தி அதன் 'பலன்'களை அனுபவித்த பின், அதைப் பற்றியெல்லாம் யாரும் பேசிக்கொள்வதில்லை. கோரமான மனவலிக்கு, கொடுமைகள் பெரும்பாலும் வெறும் தொடக்கமாக மட்டுமே இருக்கின்றன – அவற்றைப் பற்றிப் பேசக்கூட முடியாத சூழல் வலியை உக்கிரப்படுத்திவிடுகிறது.

❍

அவர் / விம்மி விம்மி விம்மி விம்மியழுங் குரல் /கேட்டிருப்பாய் காற்றே! – துன்பக் / கேணியிலே எங்கள் பெண்கள் அழுதசொல் / மீட்டும் உரையாயோ?

நாராயணி என்னும் பெண்ணொருத்தியின் கதை ஃபிஜியின் தோட்டக் கூலிக் குடும்பக் கதைகளில் பிரசித்தமானது. கர்ப்பிணி நாராயணி பிரசவக் காலம்வரை தோட்டத்திலே உழைத்தாள். பிரசவத்தின்போது, பிறந்த குழந்தை உடனே செத்தது. பிள்ளை பெற்ற உடம்பும் பெற்றதை உடனே பாடையில் வைத்த மனமுமாய் இருந்தாள் அவள். பிரசவம் முடிந்த நான்காவது நாளிலேயே, ஏன் இன்னும் வேலைக்கு வரவில்லை என்று கங்காணியால் நாராயணி விசாரிக்கப்பட்டாள். தோட்டத்தின் ஓரத்தில் பிள்ளையைப் புதைத்த மண்ணும்கூட இன்னும் காயாத வலியில் அவள் பதில் பேச, சவுக்கால் அடிக்கப்பட்டாள். ரத்தம் வடிந்து

நினைவிழந்த நாராயணியைக் கயிற்றுக் கட்டிலில் கிடத்தித்தான் மருத்துவமனைக்குக் கொண்டு செல்ல வேண்டியிருந்தது. வெளியே தெரிந்ததால், கங்காணியை நீதிமன்றத்துக்குக் கொண்டு போனார்கள். ஆனால் அரசாட்சி பேய்களின் கையில் இருந்தால், சாத்திரங்கள் எல்லாம் பிணத்தைத் தின்று வாழுமே? கங்காணியின் காரியத்தில் தவறேதும் இல்லை என்று தீர்ப்பளிக்கப்பட்டது. மருத்துவமனையிலிருந்து வெளியே அனுப்பப்பட்ட நாராயணி, மனநோய் பீடிக்கப்பட்டு, வேலை இழந்து, தோட்டப் பகுதிகளில் உலவிக் கொண்டிருந்து செத்துப்போனாள்.

இப்படிப் பதிவுசெய்யப்பட்ட கதைகள் சில. ஆனால் சொல்லப்படாதவை மிக அதிகம். கூலிக்கு ஆள் எடுக்கும்போது, பெண்களை எடுக்க வேண்டாம் என்பது கம்பெனியின் பொதுநோக்கு. இந்தியக் கூலிகளைக் கப்பலில் ஏற்றும்போது, 100 ஆண்களுக்கு 12 பெண்களா 25 பெண்களா என்று கம்பெனி அதிகாரிகள் விவாதங்களில் ஈடுபட்டார்கள். கப்பலில் வந்த கூலிகள் உள்ளூர் மக்களுடன் தொடர்போ உறவோ வைத்துக்கொள்ளக் கூடாது என்று சட்டதிட்டங்கள் இருந்தன. நீரும் உப்பும் சத்தும் உறிஞ்சி வாழ்ந்த இடத்திலிருந்து வேரறுக்கப்பட்ட மனங்களும் வாழும் இடத்தின் சமூக முரண்களும் நடைமுறைச் சூழல்களின் வற்புறுத்தல்களும் அதுவரை அவர்களுக்கு அறிமுகமாகியிருந்த குடும்பம், உறவு, தனிமனித வரையறைகள் போன்ற கோட்பாடுகளைச் சின்னாபின்னமாக்கின.

அதிகாரிகள், கங்காணிகளின் இழுப்புக்கு வளைவதுபோக, ஒன்றுக்கும் மேற்பட்ட ஆண்கள் ஒரு பெண்ணுடன் உறவுகொள்வது என்பது நடைமுறையில் ஏற்றுக்கொள்ளப்பட்டது. கணவர்கள் தங்களுக்குத் தெரிந்த ஆண்களுடன் மனைவியைப் பகிர்ந்துகொண்டதும் தந்தைகள் சொந்த மகள்களின் உறவுகளைக் கவனித்துக்கொண்டதும் கங்காணிகள் யாரைக் கைகாட்டுகிறார்களோ அந்த ஆளுடன் வாழ வேண்டியிருந்ததும் சுட்டிக்காட்டப்பட்டுள்ளன. பணமும் வசதியும் சலுகைகளும் பெண் உறவின் மூலம் பரிமாறிக்கொள்ளப்பட்டன. வசதி கருதிய உறவுகள் காலத்தில் மனம்போல மாற்றிக்கொள்ளப்பட்டன. பற்பல கொலைகளும் தற்கொலைகளும் பெண் உறவுத் தகராறுகளால் நடந்தன. நோயும் சீற்றமும் இழிப்பும் சீரழிவும் கூத்தாடின. இவற்றிற்கெல்லாம் நடுவிலே, 'திருமணம்' என்னும் நிகழ்வும் 'குடும்பம்' என்னும் அமைப்பும் தொடர்ந்து கொண்டுதான் இருந்தன. தோட்டக் கூலி முறை காலனி யாதிக்கத்தில் ஒழிக்கப்பட்டு, கூலிகள் தோட்டத்தைவிட்டு விவசாயிகளாக மாறிய காலம்வரை நிலமை இப்படியாகத்தான் இருந்துவந்தது.

துன்பப்/பட்டு மடிந்து மடிந்து மடிந்தொரு/தஞ்சமுமில்லாதே - அவர்/சாகும் வழக்கத்தை இந்தக் கணத்தினில்/மிஞ்ச விடலாமோ? - ஹே/வீரமாகாளி சாமுண்டி, காளீஸ்வரி!

நாம் நாமாக இருப்பதற்குக் காரணம் நாம் மட்டுமே என்று நம்புவது எளிமையானது. பண்பாடு எதிர்ப்பும் பண்பாடு உடைப்பும் பண்பாட்டு வளர்ச்சியின் இயல்பான கூறுகள் – வழுவல, கால வகையினானே. ஆனால் பண்பாடு பறிப்பும் பண்பாடு இழப்பும் வேறு வகையைச் சேர்ந்தவை. சூழல் பறிபோகும்வரை, சூழலின் முக்கியத்துவம் புரிவதில்லை. கப்பலில் வந்திறங்கியபின், இதுதான் இனி உன் உலகம் என்று கைகாட்டிவிட்ட இடத்தில், அவர்கள் நிஜமாக விட்டுவிட்டுவந்த உலகத்தின் சாயல்களையாவது எப்படிக் கொண்டுவருவது?

கப்பலில் ஏறும்போது குறிக்கப்பட்ட தகவல்களில், சாதியும் சமயமும் இருந்தன. அதனால், வந்தவர்களில் இந்தச் சாதியைச் சேர்ந்தவர்கள் இத்தனை பேர், இந்த மதத்தைச் சேர்ந்தவர்கள் இத்தனை பேர் என்று சுட்டிக்காட்டிவிட முடிகிறது. ஆனால் கப்பலிலிருந்து இறங்கிய பிறகு, இவற்றிற்கெல்லாம் கம்பெனி கவனம் செலுத்தவில்லை. சாதி ஒழிப்பு உடனடியாக நடந்தது. வாழும் சூழலிலும் உறவுகளிலும் திருமண விவகாரங்களிலும் சாதியைப் பார்த்து நடக்குமளவுக்கு வசதி இல்லை. (இன்றைக்கும் ஃபிஜி இந்தியர்களிடையே சாதிப் பிரிவுகள் இல்லை. அது இல்லாத விஷயத்தின் நூதன இன்பத்தை அனுபவித்துப் பார்த்தால்தான் புரியும்). எண்ணிக்கை குறைவானதால் மொழிகளும் நாவு விட்டுக் காதேறி வாழ முடியாமல் தத்தளித்துத் துவண்டன. பெரும்பான்மையினர் பேசிய மொழியைச் சிறுபான்மையினர் பின்பற்ற வேண்டியதாயிற்று. (வயதான பெரியவர்கள் ஓரிருவர் தமிழில் பேசிக் கேட்டேன். மற்றபடி இன்றைக்கு எல்லா ஃபிஜி இந்தியர்களும் ஹிந்தி மொழிதான் பேசுகிறார்கள். அதுவும் கொஞ்சம் பழங்கால வாடையடிக்கும் ஃபிஜி ஹிந்தி.)

ஆனால் மதமும் வெகுசில கலை அம்சங்களும் வேர் பிடித்து, சூழலுக்கேற்ப வளர்ந்தன. தெரிந்தவர்கள் தெரியாதவர்களுக்குக் கற்றுத் தந்தார்கள். பல மருவுகளும் திரிபுகளும் குழப்பங்களும் வந்தேறின. ஓரிரு கோயில்கள் கட்டினார்கள். (காளி மாதா கோயில், முருகர் கோயில் போல, பாரதமாதா கோயில் ஒன்றும் கட்டினார்கள். இன்றைக்கும் இந்தியச் சுதந்திர தினத்தன்று கொடியேற்றிச் சூடம்காட்டிக் கும்பிடுகிறார்கள்) அவர்களிடையே சில 'குருக்கள்' உருவானார்கள். ராமாயணக் கதைகள், தெருக்கூத்து, தப்பட்டை, சலங்கை என்று இன்றைக்கும் இந்தியப் பண்பாட்டின் கூறுகள் இங்கே திகழ்வதற்கு, அந்தக் காலத்தில்

சவுக்குக்கும் ரத்தத்துக்கும் பசிக்கும் இழிவுக்கும் ரணத்துக்கும் நடுவிலும் சாமி கும்பிட்டவர்களும் கும்மி அடித்தவர்களும் பிள்ளைகளுக்குத் தாலாட்டுப் பாடியவர்களும்தாம் காரணம்.

அந்தத் தலைமுறையுடன் நேரடியாகத் தொடர்புடையவர்கள் அருகிவருகிறார்கள். ஆயினும் அரசியல்வாதிகளையோ பல்கலைக்கழக ஆசிரியர்களையோ ஓட்டல் முதலாளிகளையோ கடையில் எடுபிடியாய் இருப்பவர்களையோ காணும் வயதான ஃபிஜி இந்தியர்களில், 'நான் என் அப்பா அம்மாவுடன் வயலில் கரும்பு வெட்டிய போது' என்று காய்த்துப்போன உள்ளங் கைகளைக் காட்டிப் பேசாதவர்கள் அரிது. துன்பக்கேணியின் சவுக்கு ஒன்று சலீர் பின்னணியில் கேட்கும் அப்போது.

உதவிய நூல்கள்

1. Oxford Encyclopedia of Indian Diaspora, Brij V. Lal, Peter Reeves, Rajesh Rai, University of Hawaii Press, 2006.

2. Girmitiyas - The origins of the Fiji Indians, Brij V Lal, Fiji Institute of Applied Studies, Lautoka, Fiji Islands, 2004.

3. Pacific Indians - profiles from 20 countries. (Fiji: the Fiji Indian Achievement by Ahmed Ali), Institute of Pacific Studies, University of the South Pacific in association with the Hanns Seidel Foundation, 1981.

4. Bittersweet: the Indo-Fijian experience, Editor: Brij V. Lal, Pandanus Books, 2004.

காலச்சுவடு 135, மார்ச் 2011

5

மலாக்கா செட்டிகள்:
மொழிச்சிதைவின் அடையாளம்
சை. பீர்முகம்மது

இன்று வரலாற்று நகரமாகப் பிரகடனப்படுத்தப் பட்டுள்ள மலாக்கா 14ஆம் நூற்றாண்டிலேயே முக்கியத்துவம் வாய்ந்த துறைமுகமாகத் திகழ்ந்துள்ளது. ஐரோப்பிய – ஆசிய நாட்டு வாணிபர்கள் தங்களின் கப்பல் பயணத்தில் மலாக்கா துறைமுகத்தைக் கடந்தே போக வேண்டிய ஒரு காலகட்டத்தில் தமிழர்களும் இங்கே வாணிகம் செய்ய வந்துள்ளார்கள்.

கலிங்கப்பட்டணத்திலிருந்தும் ஏனைய தமிழகத் துறைமுகங்களிலிருந்தும் பாய்மரக்கப்பல்களில் வாணிபம் செய்ய வந்த இவர்கள் 'மலாக்கா செட்டி' (Malacca Chetti) என்றே அழைக்கப்பட்டார்கள். 'செட்டி' என்ற இந்த வார்த்தை வியாபாரிகள் என்னும் பொருள் கொண்டு மலாய் மொழியில் வழங்கப்பட்டது. நாட்டுக்கோட்டைச் செட்டியார்களுக்கும் இந்த மலாக்கா செட்டிகளுக்கும் எந்தச் சம்பந்தமும் இல்லை.

14ஆம் நூற்றாண்டில் சுமத்திராத் தீவின் ஒரு நகரமான பலம்பாங்(Palembang)கிலிருந்து வந்த இந்து இளவரசனான பரமேஸ்வரா (Parameswara) முதலில் தமாஸ்சேக் (Tamasek) என்று அப்போது பெயர்பெற்றிருந்த சிங்கப்பூருக்கு வந்து பின் மலாக்கா மாநிலத்தைக் கைப்பற்றினான். இக்காலகட்டத்தில் தமிழர்கள் இந்தச் சுல்தானின் அரண்மனையில் பிரதம அமைச்சர், நிதியமைச்சர் மற்றும் பாதுகாப்புத் தளபதிகளாக இருந்துள்ளார்கள்.

சுல்தான் பரமேஸ்வராவின் ஆட்சியின்போதுதான் இந்த மாநிலத்துக்கு மலாக்கா என்னும் பெயரை அவன் அதிகாரபூர்வமாகப் பிரகடனப்படுத்தினான். மலாய்

மீன்பிடிக் கிராமமாக இருந்த இந்தக் கடற்கரையை வாணிபத் துறைமுகமாக்கியது அப்போது அங்கிருந்த தமிழர்கள்தாம். அவர்கள் மலாக்கா மாநிலத்தில் இருந்தவர்களைவிடக் கல்வியிலும் வியாபாரத்திலும் சிறப்புற்றிருந்தார்கள். எனவேதான் அவர்களைப் பரமேஸ்வரா தனது அரண்மனையில் முக்கியப் பதவிகளில் அமர்த்தினான்.

1414இல் இந்தோனேசியாவின் ஆச்சே (Acceg) நகரத்துக்குச் சென்ற பரமேஸ்வரா அங்கே பாசாய் (Pasai) பகுதி இளவரசியை மணந்ததன் மூலம் முஸ்லிமாக மாறித் தனது பெயரைச் சுல்தான் ஸ்கந்தர் ஸா (Sultan Skandar Shah) என மாற்றிக்கொண்டான். அப்போதைய மலாயாத் தீபகற்பத்தில் இவனே முதல் முஸ்லிம் சுல்தான்.

பரமேஸ்வரா, சுல்தான் ஸ்கந்தர் ஸா என முஸ்லிமாக மாறினாலும் அரண்மனையிலும் வாணிபத்திலும் வெற்றிகரமாக இருந்த தமிழர்கள் யாரும் மதம் மாறாமல் இந்துக்களாகவே இருந்தார்கள். தங்களுக்கென்று சிறிய கோயில் ஒன்றையும் கஜபதி அம்மான் என்னும் பெயரில் இவர்கள் ஏற்படுத்திக்கொண்டார்கள்.

வர்த்தக நிமித்தம் வந்த இவர்கள் திரும்பவும் தமிழகம் திரும்பாமல் இங்கேயே தங்க வேண்டிய சூழல் உருவாகியது. தமிழகத்திலிருந்து பல்வேறு உணவுப் பொருட்களைப் பருவக்காற்றை ஒட்டிவந்த கப்பல்கள் மூலம் இறக்குமதி செய்து வியாபாரம் செய்துள்ளார்கள்.

வர்த்தகர்களாக வந்த இவர்களில் வெகு சிலரைத் தவிர மற்றவர்கள் பெண்களை அழைத்துவரவில்லை. இதன் காரணமாக இங்கே மலாய்ப் பெண்களை மணமுடித்துக்கொண்டார்கள். அப்போது சீனாவிலிருந்தும் மலாக்கா துறைமுகத்துக்குப் பெருமளவில் கப்பல்கள் வரத் தொடங்கின. அப்படி வியாபாரம் நிமித்தம் வந்த சீனர்களோடு உறவு நீடித்ததால் சீனப் பெண்களையும் இந்தத் தமிழ் வாணிபர்கள் மணமுடித்தார்கள்.

அரண்மனையில் அரசியல் செல்வாக்கும் பொருளாதாரத்தில் மேன்மையும் கொண்டிருந்த இவர்களை மணந்துகொள்ள மலாய், சீன இனப் பெண்கள் முன்வந்தது ஆச்சரியமல்ல.

போர்த்துக்கீசியர்கள் (1511 – 1641) மலாக்காவைக் கைப்பற்றியபோதும் மலாக்கா செட்டிகளின் செல்வாக்குக் குறையவில்லை. போர்த்துக்கீசியர்களுக்கு அணுக்கமாக இருந்துவந்துள்ளார்கள். ஏறக்குறைய 130 ஆண்டுகள் மலாக்கா நகரம் போர்த்துக்கீசியர்களின் ஆட்சியில் இருந்தபோது இங்கே மதமாற்றங்கள் நிகழ்ந்தன. வியாபாரத்தைவிட மதமாற்றத்தில்தான்

போர்த்துக்கீசியர்கள் அதிகக் கவனமுடையவர்களாக இருந்துள்ளார்கள் என்பது வரலாற்று உண்மை. இந்தியாவில் அவர்கள் வந்த இடங்களிலும் இதுதான் நடந்துள்ளது.

இதில் பெரிய ஆச்சரியம் என்னவென்றால் பெரும் பகுதித் தமிழர்கள் தங்களின் இந்து மதத்திலிருந்து மாறவே இல்லை. பிற இனப் பெண்களை மணந்தபோதும் அவர்கள் கோயில் வழிபாடு போன்றவற்றை விட்டுக்கொடுக்காமல் இருந்துள்ளார்கள்.

வெகு சிலர் கிறிஸ்துவ மதத்திற்கு மாறினார்கள். மலாய், சீன இனப் பெண்களைப் போர்த்துக்கீசியர்கள் மணந்துகொண்டார்கள். இந்தியாவில் உள்ள ஆங்கிலோ – இந்திய இனத்தைப் போல இங்கே 'போர்த்துக்கீசியர்' என்ற தனி இனம் ஒன்று உருவாகியது. இன்றும் போர்த்துக்கீசியர்கள் என்ற அடையாளத்துடன் இவர்கள் வாழ்கிறார்கள். போர்த்துக்கீசியர் காலனி என்றே அரசாங்கம் அதிகாரபூர்வமாக இவர்கள் வாழும் இடத்தை அறிவித்துள்ளது. இவர்களுக்கு அரசியல் சட்டப்படி 'பூமி புத்ரா' (மண்ணின் மைந்தர்கள்) என்னும் அந்தஸ்தும் தரப்பட்டுள்ளது.

மலேசியாவின் அரசியல் அமைப்புச் சட்டப்படி 1957இல் நாடு சுதந்திரமடைந்தபோது மலாய்க்காரர்களுக்கு அரசியல் சாசனத்தில் தனிச்சலுகைகள் வழங்கப்பட்டன. கல்வி, பொருளாதாரம், வேலைவாய்ப்பு, அரசாங்கக் குத்தகைகள் அனைத்திலும் இந்தச் சிறப்புச் சலுகைகள் ஏற்படுத்தப்பட்டன. பின்தங்கிய சமூகம் என்று அப்போது இதற்குக் காரணம் கூறப்பட்டது.

இந்தச் சிறப்புச் சலுகை பெறும் இனமாகப் போர்த்துக்கீசியச் சமூகமும் சேர்த்துக்கொள்ளப்பட்டது.

இதில் பெரிய சோகம் என்னவென்றால் 1511இல் வந்து இங்கே மதமாற்றங்கள் செய்தபோதும் இங்குள்ள பெண்களை மணந்தபோதும்தான் இப்போதுள்ள போர்த்துக்கீசிய சமூகம் உருவானது. ஆனால் 'பரமேஸ்வரா' என்ற இந்து மன்னனாகவும் பிறகு மலாயாவின் முதல் முஸ்லிம் சுல்தானாகவும் அதிகாரபூர்வமாக மலாய் வரலாற்றில் கூறப்பட்டவனின் அரசாங்கத்தில் 14ஆம் நூற்றாண்டிலேயே முதலமைச்சராகவும் நிதியமைச்சராகவும் இருந்த 'மலாக்கா செட்டிகளுக்கு' பூமி புத்திரா அந்தஸ்து வழங்கப்படாதது ஏன்? இதை இங்கே உள்ள இந்திய அரசியல் கட்சிகளும் பேசவில்லை. மலாக்கா செட்டிகளும் இதைப் பற்றிப் பேசவில்லை. அல்லது பேசச் சரியான தலைமைத்துவம் அவர்களிடம் இல்லை.

போர்த்துக்கீசியர்கள் 1511இல் மலாக்காவைக் கைப்பற்றிய போது அவர்கள் ஒரு புதிய வரைபடத்தை உருவாக்கியுள்ளார்கள். அதில் கடற்கரையோரம் அமைந்த ஒரு கிராமத்தை 'கம்போவ் கிலீவ்' என்று குறிப்பிட்டுள்ளார்கள். கலிங்கப்பட்டணத்திலிருந்து வந்த தமிழர்களை 'கிலீவ்' என்றே மலாய்க்காரர்கள் அழைத்தார்கள். அக்காலத்தில் கௌரவமான சொல்லாக இருந்த இந்த 'கிலீவ்' இன்று தமிழர்களை இழிவுபடுத்தும் சொல்லாக மாறிவிட்டது.

போர்த்துக்கீசியர்களோடு மலாக்கா செட்டிச் சமூகம் புரிந்துணர்வுடன் செயல்பட்டுள்ளது. போர்த்துக்கீசியக் கடற்படைத் தலைமைத் தளபதி அல்பான்சோ டி அல்புகர்க் எழுதியுள்ள குறிப்பில் மலாக்காவை அங்குள்ள மக்களிடம் இணக்கமாக அரசாட்சி நடத்த மலாக்கா செட்டிச் சமூகம் கணிசமாக உதவியதால் உயர்பதவிகள் அவர்களுக்கு வழங்கப்பட்டதாகக் குறித்துள்ளார். இவ்வாறு கைகோத்துச் செயல்பட்டதால் மலாக்கா செட்டிச் சமூகம் தங்குதடையின்றி வாணிபம் செய்ய முடிந்துள்ளது.

1641இல் டச்சுப் படை மலாக்காவைப் போர்த்துக் கீசியரிடமிருந்து கைப்பற்றியது. 1824 வரை டச்சு அரசாங்கத்தில் 'மலாக்கா செட்டி' சமூகம் மோசமான நிலைக்குத் தள்ளப்பட்டிருந்தது. டச்சுக்காரர்கள் வாணிபத்தைத் தங்கள் வசம் எடுத்துக்கொண்டார்கள். அதுவரை வாணிபத்தில் முதலிடத்தில் இருந்த இவர்களின் வாழ்க்கைமுறை படுமோசமாகி வாழ்வாதாரத்திற்கு விவசாயத்தை நாட வேண்டிய சூழலிலிருந்து தொடங்கி இவர்களின் வீழ்ச்சி ஆரம்பித்தது.

'கம்போவ் கிலீவ்' என்ற வியாபார இடத்தை டச்சுக்காரர்கள் மலாக்கா செட்டிகளிடமிருந்து பறித்து அதற்கு டச்சுக் கிராமமென்று மறுபெயர் சூட்டினார்கள்.

மலாக்கா செட்டிகள் இந்து மதத்தில் பிடிவாதமாக இருந்த காரணத்தால் டச்சுக் கவர்னர் போர்ட் (Bort) 15,879 சதுர அடி கொண்ட நிலத்தைக் கோயில் கட்டுவதற்கு வழங்கியுள்ளார். 1781இல் டச்சு அரசாங்கக் கெசட்டில் இது நிரந்தர பட்டாவுடன் கூடிய நிலமாக அவர்களுக்கு வழங்கப்பட்டதற்கான குறிப்பு உள்ளது.

'ஸ்ரீபொய்யாத விநாயகர் மூர்த்தி' என்னும் பெயரில் இக்கோயில் கட்டப்பட்டது. எழுத்துப்பூர்வமான மலாயா வரலாற்றில் இதுவே இப்பிரதேசத்தில் கட்டப்பட்ட முதல் இந்துக் கோயில் – இன்றும் வரலாற்றுச் சின்னமாக உள்ளது. மலாக்கா செட்டிகளின் ஆதி வரலாறு இது.

ஐந்திலிருந்து ஏழு தலைமுறைகளுக்குப் பின்னர் அவர்களின் இப்போதைய நிலை என்ன?

1962ஆம் ஆண்டிலும் 1999ஆம் ஆண்டிலும் இரண்டு முறை அவர்களின் இருப்பிடம் சென்று சில ஆய்வுகள் செய்துள்ளேன். இப்போது இந்தக் கட்டுரைக்காகவும் அங்கே சென்று வந்தேன்.

சீன – மலாய் இனத்தவரோடு கலப்பு மணம் செய்த காரணத்தால் தங்களின் தாய்மொழியான தமிழை அவர்கள் முற்றாக இழந்துவிட்டார்கள். பல்வேறுபட்ட பண்பாட்டு மாற்றங்களுக்குப் பிறகும் அவர்கள் இன்றும் தங்களை இந்து மதத்தவர் எனக் கூறிக்கொள்வதில் பிடிவாதமாக இருக்கிறார்கள். தொழில் நிமித்தம் தலைநகர் கோலாலம்பூர், சிங்கப்பூர், பினாங்கு என்று போய்விட்டாலும் இன்றும் சித்திரை மாதம் ஸ்ரீமுத்து மாரியம்மன் திருவிழாவில் கலந்துகொள்வதைக் கடமையாகக் கொண்டுள்ளார்கள்.

மலாக்கா கஜபெராவ் என்னும் இடத்தில் இன்றும் 100 குடும்பத்தினர் ஒரே இடத்தில் வசிக்கிறார்கள். தியாகராஜன் என்பவர் இவர்களுக்குத் தலைவராக உள்ளார் – 'கஜபெராவ்' என்று அதிகாரபூர்வ நகராக உள்ள இந்த இடம் முற்காலத்தில் 'காஞ்சிபுரம்' என்றே விளங்கியுள்ளது.

தலைவர் தியாகராஜனின் மனைவி சீன வம்சாவழியில் வந்த மலாக்கா செட்டியாவார். வீட்டில் சேலை கட்டுகிறார். பூஜை அறையில் அனைத்து இந்துக் கடவுள்களும் இருக்கிறார்கள். அந்த அறையை எனக்குக் காட்டினார்கள். பெருமிதமும் மகிழ்ச்சியும் பொங்க அவர் தேவாரத்தை ராகத்துடன் பாடினார். எனக்கு ஆச்சரியமாக இருந்தது. தேவாரம் பாடத் தெரிந்த இவருக்கு ஏன் தமிழ் தெரியவில்லை. எழுதப்பட்ட ஒரு தாள் அவர் கையில் இருந்தது. எட்டிப் பார்த்தபோதுதான் உண்மை தெரிந்தது. ஆங்கில எழுத்துருவில் எழுதப்பட்டிருந்த தேவாரத்தைத்தான் அவர் பாடியுள்ளார்.

அவர்களுக்கு ஒரே மகள். திருமணம் முடிந்துவிட்டது. திருமண ஆல்பத்தைக் காட்டினார்கள். இந்து ஆகமங்கள் சிறிதும் வழுவாத கோயிலில் திருமணம் நடைபெற்றுள்ளது. படத்தில் அனைவரும் வேட்டி, சேலை உடுத்திக் கூட்டமாக இருக்கிறார்கள். மாப்பிள்ளை தாலி கட்டுகிறார். அவர் முகம் அசல் தமிழ் முகமாக இருந்தது.

இவர் 'மலாக்கா செட்டி' சமூகத்தவரா என்று தலைவர் தியாகராஜனிடம் கேட்டேன்.

"இல்லை அசல் தமிழர்" என்றார்.

"எப்படி?"

"நாங்கள் எங்கள் மொழியை ஏழு தலைமுறைகளாக இழந்துவிட்டோம். இந்து மதம் மட்டுமே எங்களை அடையாளப்படுத்த எங்கள் மூதாதையர்கள் விட்டுச் சென்ற பெரிய சொத்து. அதை விடாமல் காலங்காலமாகக் காத்துவருகிறோம். எங்களை அடையாளப்படுத்த ஐந்து பெரிய கோயில்களைக் கட்டியுள்ளோம். ஐந்து சிறிய ஆலயங்களும் உள்ளன. பண்பாட்டு மாற்றத்தால் நாங்கள் தமிழ்மொழியை இழந்துவிட்டோம். இனியும் அப்படி இருக்க முடியாது. அதனால் தமிழ் படித்த இளைஞர்களுக்கே எங்கள் பெண்களைத் திருமணம் செய்துவைக்கிறோம். எங்கள் பேரப்பிள்ளைகளாவது தமிழ் தெரிந்தவர்களாக மாறிவிட இதை ஒரு வாய்ப்பாகக் கருதுகிறோம். மிக உறுதியாகத் தியாகராஜன் பேசினார்.

மொழியை இழந்துவிட்ட சோகம் அவரின் குரலில் தெரிந்தது. அவர் மனைவி சீனத்தை இழந்துவிட்டாலும் தன் கணவரின் தாய்மொழிதான் தனது மொழி என்பதில் உறுதியாக இருந்தார். மொழி இழப்பு என்பது எவ்வளவு சோகமானது என்பது நம்மில் பலருக்கு விளங்குவதில்லை. தனது தாய்மொழியை இழந்த இந்த மலாக்கா செட்டிகளை அவர்கள் ஒருமுறை வந்து பார்த்தால் அதன் முக்கியத்துவம் புரியும்.

தியாகராஜன் தன் வீட்டின் எதிர்ப்புறமிருந்த ஒரு வீட்டிற்கு என்னை அழைத்துச் சென்றார். தமிழ் தெரிந்த இளைஞரை மணந்து மூன்று பிள்ளைகளுடன் குடும்பமாக அமர்ந்து ஒரு ஞாயிற்றுக்கிழமையில் உணவு சாப்பிட்டுக் கொண்டாடிக்கொண்டிருந்தார்கள். பிள்ளைகள் தமிழ் பேசுகிறார்கள். வீட்டில் இந்துக் கடவுள்களும் சீனக் கடவுள்களும் பக்கம் பக்கமாக இருந்தார்கள். அந்தப் படங்களுக்கு வைக்கப்பட்ட வாழைப்பழங்களில் சீன ஊதுவத்திகள் புகைந்துகொண்டிருந்தன—பண்பாட்டு மாற்றம் ஒன்று அங்கே நிகழ்ந்துகொண்டிருந்தது. இதில் திடுக்கிடும் மிகப் பெரிய ஒரு (செய்தியைத் தலைவர் தியாகராஜன் என்னிடம் கூறியபோது என்னால் அதை ஜீரணிக்க முடியவில்லை.

"நாங்கள் முதலியார் சாதியைச் சேர்ந்தவர்கள். எங்கள் மகளை ஒரு முதலியாருக்குத்தான் திருமணம் செய்துகொடுத்துள்ளேன். எந்தக் காரணம் கொண்டும் சாதியை விட்டுக்கொடுக்கக் கூடாது" என்று என் அப்பா அடிக்கடி சொல்வார். இப்படி அவர் கூறியபோது சாதி பற்றிய பெருமிதம் அவர் முகத்தில் தாண்டவமாடியது.

"உங்கள் மனைவி சீனச் சமூகத்தவர்போல் இருக்கிறாரே. அவர் என்ன சாதி?"

அவர் அந்தக் கேள்வியை எதிர்பார்த்தவர்போலவே என்னைப் பார்த்துச் சிரித்தார்.

"என் மனைவியின் அப்பா முதலியார் வகுப்பைச் சேர்ந்தவர். அதனால்தான் என் அப்பா இந்தக் கலியாணத்தை நடத்தினார்."

அவருக்குத் தமிழ் தெரியவில்லை. மலாய் மொழியிலும் ஆங்கிலத்திலும் என்னிடம் உரையாடினார். ஆனால் சாதி பற்றிச் சொல்லும்போது 'முதலியார்' என்று அழுத்தமாகத் தமிழில் கூறினார்.

1824இல் ஆங்கிலேயர்கள் மலாக்காவைக் கைப்பற்றினார்கள். காலனித்துவ ஆட்சியில் அரசாங்கத்தின் சாதாரண வேலைகளில் இவர்களுக்கு வாய்ப்புக் கிடைத்தது. 1941 வரையில் ஜப்பானியர் படையெடுப்புக்கு முன்புவரை இவர்களின் வாழ்க்கை சிறிது மாறியது.

1957இல் நாடு சுதந்திரம் அடைந்த பிறகு இவர்கள் இந்திய அரசியல் கட்சிகளாலும் இந்து சங்க அமைப்புகளாலும் கவனிக்கப்படாமலேயே இருக்கிறார்கள். அவர்களே கோயில்கள் கட்டிக்கொண்டு தீபாவளி, பொங்கல், மாரியம்மன் திருவிழா என வாழ்ந்துவருகிறார்கள்.

ஞாயிற்றுக்கிழமைகளில் தேவாரம், திருவாசகம், சிவபுராணம் என்று தங்கள் பிள்ளைகளுக்குக் கோயில்களில் வகுப்பு நடத்துகிறார்கள். தங்கள் மூதாதையர்கள் ஐந்து நூற்றாண்டுகளுக்கு முன் விட்டுச்சென்ற இந்து மதப் பண்பாட்டை விடாமல் காப்பதில் அவர்கள் யாருடனும் சமரசம் செய்துகொள்ளத் தயாராய் இல்லை. இப்போது தங்கள் தாய்மொழியை மீட்டெடுக்கும் ஆவலோடு தங்கள் பிள்ளைகளைத் தமிழ் தெரிந்த முதலியார்களுக்கே திருமணம் செய்துவைக்கப் பெரும்பாடுபடுகிறார்கள். உணவு வகையில் தமிழ் வகை உணவுகளையே கடைப்பிடிக்கிறார்கள்.

அரசாங்கம் 'மலாக்கா செட்டி' என்ற இவர்கள் வாழும் பகுதியைச் சுற்றுலாப் பகுதியாக்கியுள்ளது. இவர்கள் வாழும் பகுதியின் நுழைவாயில்கூட இந்து மதக் கலாச்சாரத்தில் உருவாக்கப்பட்டுள்ளது. இவர்கள் பற்றி ஒரு குறிப்பையும் இங்கே பளிங்குக் கல்லில் வைத்துள்ளார்கள். இவர்களின் அடையாளங்களைக் காணச் சிறிய மியூசியமும் உள்ளது.

மிக மென்மையானதாகவும் அன்பின் அடையாளமாகவும் இந்தச் சமூகம் உள்ளது. இவர்கள் அமைதியானவர்கள். இந்த அமைதிதான் இவர்களுக்கு எதிரியாகவும் இருக்கிறது.

மலேசிய சுற்றுலாத் துறை தங்களைக் காட்சிப் பொருளாக ஆக்கிய அளவு தங்கள் வாழ்க்கைத் தரத்தை உயர்த்த எந்த நடவடிக்கையும் எடுக்கவில்லை என்பது இவர்களின் கவலையாக இருக்கிறது. ஒருவேளை சுற்றுலாப் பயணிகளைக் கவரும் இந்த மலாக்கா செட்டிச் சமூகம் இதேபோல் இருந்தால் தான் அத்துறைக்கு இலாபமாக இருக்கக்கூடும்.

காலச்சுவடு 135, மார்ச் 2011

6

'நாங்கள் நல்ல தமிழில் பேசும் பிள்ளைகள்'

மா. சுப்ரமணியன்

மலேசியத் தமிழ் எழுத்தாளர் சை. பீர்முகம்மது உரையாற்றிய 'மீண்டும் காகங்கள்' சிறப்புக் கூட்டம் (27.11.2007) புலம்பெயர்ந்த தமிழர்களின் வாழ்வியல் அனுபவங்களின் தொகுப்பாக இருந்தது. இலக்கியமும் வாழ்வும் பிரிக்க முடியாதவை. இணைந்தே இருப்பவை. எனவே 'மலேசியத் தமிழ் இலக்கியம்' என்று தலைப்பு இருந்தாலும் அவரது உரையில் வெளிப்பட்டது அம்மக்களின் வாழ்க்கையே!

மலேசியாவும் குறிப்பாக அங்கு வாழும் தமிழர்களும் இன்று செல்வச் செழிப்புடன் இருந்தாலும் அவர்களது கடந்த காலம் இருட்டாகவே இருந்தது என்று சை. பீர்முகம்மது தமது உரையைத் தொடங்கினார். மலேசியா இன்று ஒரு 'சிறு ஆசியா'. இங்கே பல்வேறு ஆசிய நாட்டினர் வாழ்ந்து வருகின்றனர். தமிழர்களின் தனியடையாளமாகத் தமிழ் மொழியுள்ளது என்று பெருமையுடன் கூறினார்.

'வட வேங்கடம் தென்குமரி ஆயிடை தமிழ்கூறும் நல்லுலகம்' எனத் தமிழின் பரப்பைத் தமிழகம் குறுக்கிக்கொண்டாலும், தமிழ் இன்று தனது எல்லைகளைத் தகர்த்துக்கொண்டு 80 நாடுகளில் இலக்கியம் படைக்கும் அளவில் விரிந்து பரந்து உள்ளது. இலங்கை, மலேசியா, சிங்கப்பூர் ஆகிய நாடுகள் பல்லாண்டு காலமாகவே தமிழிலக்கியத் தளத்தில் இயங்கி வந்தாலும், தனித்த அடையாளமும் அங்கீகாரமும் இல்லாமல் தாயன்பு வேண்டி ஏங்கி, வாடி வளர்ந்துவரும் குழந்தைகள்போல் உள்ளன. தாய்நாட்டுத் தமிழ் இலக்கியம் 80 நாடுகளிலும் வரவேற்பு பெற்றுவருகிறது. ஆனால், தமிழ்நாட்டிற்கு வெளியே உருவாகும் தமிழ் இலக்கியம் பற்றி இங்குள்ளோர் அறிந்திருக்காதது ஒரு

பெருங்குறை. தெரிந்தவர்களும் அக்கரை இலக்கியம் குறித்துப் பேசுவதில்லை. அரசியல்வாதிகளுக்கு மலேசியாவில் தமிழ் பேசப்படுகிறது என்பதே வியப்பளிக்கிறது. பல்கலைக்கழகப் பேராசிரியர்கள், குறிப்பாக அயல் நாட்டுத் தமிழ்த் துறை சார்ந்தவர்கள்கூட, மலேசியாவிலிருந்து தமிழ்ச் சிறுகதைகளும் நாவல்களும் வெளியாகின்றன என்ற செய்தியைக் கேட்டதும் வியப்படைகின்றனர்.

இதனைப் போக்கும் விதத்தில் 93 மலேசியப் படைப்பாளிகளின் எழுத்துக்களை *வேரும் வாழ்வும்* என்னும் தலைப்பில் 3 தொகுதிகளாக வெளியிட்டுள்ளேன் என பீர்முகம்மது பெருமையுடன் கூறினார். 18ஆம் நூற்றாண்டின் பிற்பகுதியில் இந்தியாவில் காலனியாட்சி செய்துவந்த ஆங்கிலேயர்கள் மலேசியாவிலுள்ள கரும்புத் தோட்டத்தில் வேலை செய்யத் தமிழர்களைக் கூட்டிச் சென்று குடியமர்த்தினர். அவர்களை அடிமைகள் போலவே ஆங்கிலேயர்கள் நடத்தினர். அவர்கள் சிறிய குடிசை போன்ற வீடுகளில் போதிய வசதிகள் இன்றி வாழ்ந்தனர். உடல் வலி தீரக் கள்ளும், மன வலி நீங்க மாரியம்மன் கோவிலும் அவர்களுக்கு வழங்கப்பட்டன. பஞ்சத்தால் விரட்டப்பட்டவர்களாக மலேசியா வந்தவர்கள் பலர்; நல்ல சுகபோக வாழ்வு அங்கே கிடைக்கும் எனக் கூறி ஏமாற்றிக் கொண்டுவரப்பட்டவர்கள் இன்னும் சிலர். ஆங்கிலேயர்களுக்கு எதிராகக் கிளர்ச்சிசெய்த சுதந்திரப் போராட்ட வீரர்களான மருது சகோதரர்களின் உறவினர்கள் 73 பேர் நாடு கடத்தப்பட்டவர்களாக மலேசியாவிற்கு வந்துள்ளனர். இதற்கான வரலாற்று ஆவணங்கள் உள்ளன.

மலேசியா, இந்தோனேஷியா, பாலி போன்ற நாடுகளுக்குச் சோழ மன்னர்கள் படையெடுத்துச் சென்று வெற்றியுடன் திரும்பியதற்கான வரலாற்றுக் குறிப்புகள் உள்ளன. 1272இல் இராஜராஜ சோழன் படையெடுத்துச் சென்றதற்கான வரலாற்று ஆவணங்களை ஆய்வாளர்கள் தருகின்றனர். அங்குத் தமிழர்கள் பெருமையுடன் வாழ்ந்திருந்தனர். அடிமைகளாக அல்ல. படையெடுத்துச் சென்ற தமிழ் மன்னர்களின் நோக்கம் வணிகத் தொடர்பு விரிவாக்கமாகவே இருந்ததாக வரலாற்றாய்வாளர்கள் கூறுகின்றனர். தமிழர்கள் அங்கே நட்புணர்வுடன் கௌரவமாகவே நடத்தப்பட்டனர். இதற்குச் சான்றாக இந்தோனேஷிய நாட்டு நாணயத்தைக் காட்டலாம். இன்றுள்ள ரூ. 20,000 மதிப்புள்ள நாணயக் காகிதத்தில் இந்துக் கடவுளான விநாயகர் உருவம் பொறிக்கப்பட்டுள்ளது.

ஆனால் மலேசியாவில் வெள்ளையர்களால் குடியமர்த்தப்பட்ட தமிழர்களின் வலியும் வேதனையும் விவரிக்க

இயலாததாக இருந்தது. அவர்கள் வாழ்வு, சுமை மிகுந்ததாக இருந்தது. ஆட்சி மாறியும் அவர்கள் அல்லல் தீரவில்லை. ஜப்பானியர்கள் வெள்ளையர்களைவிடக் கொடூரத்தன்மையுடன் ஆட்சி நடத்தினர். தோட்டத்தில் விவசாயப் பணியில் இருந்தவர்களைச் சாலை அமைக்கும் பணியிலும், இருப்புப் பாதை அமைக்கும் பணியிலும் அமர்த்திக் கசக்கிப் பிழிந்தனர். நேதாஜி சுபாஷ் சந்திரபோஸ், ஆங்கிலேயர்களுக்கு எதிராக ஜப்பானியர் உதவியுடன் இந்திய தேசியப் படையை இந்தியாவிற்கு வெளியே அந்நிய மண்ணில், மலேசியாவில் உருவாக்கினார். அதன் பின்னர் ஜப்பானியர்கள் பிடியில் தளர்வு ஏற்பட்டது. மலேசியத் தமிழர்கள் பெரும் எண்ணிக்கையில் சுபாஷ் அமைத்த படையில் இணைந்தனர். அவர் மறைவுக்குப் பின்னர் இந்திய தேசியப் படையும் சோர்ந்து, கரைந்து மடிந்தது. இவ்வாறு, இரண்டாம் உலகப்போர்க் காலகட்டத்தில் தோட்டத்தைவிட்டு வெளியே வந்த மலேசியத் தமிழர்கள் மனித உரிமைகள், சுதந்திரம் ஆகியன குறித்த உணர்வும் புரிதலும் பெற்றனர். இதிலிருந்து மலேசியத் தமிழிலக்கியம் தோன்றியது எனலாம்.

மலேசியத் தமிழிலக்கியத்தை மூன்று காலகட்டமாகப் பிரிக்கலாம். ஜப்பானியராட்சிக்கு முந்தைய காலத்தினைத் தொடக்க இலக்கியக் காலமாகவும், 1940–50ஐ நடுப் பகுதியாகவும், 1950க்குப் பிந்திய காலகட்டத்தைத் தற்கால இலக்கியக் காலமாகவும் பிரிக்கலாம். தொடக்க கால இலக்கியம் தாய்நாட்டைச் சார்ந்தே இருந்தது. *சுதேசமித்திரன்* தமிழ்நாட்டில் வெளியாவதற்கு முன்பே, பல பத்திரிகைகள் வெளிநாடுகளில் தோன்றின. 1924இல் *தமிழ் தேசன்* மலேசியாவிலிருந்து வெளிவரத் தொடங்கியது. அதனை நடத்திவந்த ஐயங்காரிடமிருந்து நாட்டுக்கோட்டை செட்டியார்களிடம் பத்திரிகை வந்தது. வாரம் இருமுறை வரும் வெளியீடாக மாறியது. பின்னர் சிங்கப்பூரிலிருந்து கோ. சாரங்கபாணியின் *தமிழ்முரசு* வெளிவந்தது. இப்பத்திரிகை களில் கவிதை, கட்டுரைகள், சிறுகதைகள், நாவல்கள் வெளிவந்தன. 1914இல் வெளிவந்த தமிழ் நாவல்கள் இரு தலைப்புகளைக் கொண்டிருந்தன – 'ரோஜா அல்லது முத்துமலைக் கள்வன்'.

முதற்கட்ட இலக்கிய முயற்சியில் இலங்கைத் தமிழர்களின் பங்களிப்பு அதிகமாக இருந்தது. அக்காலகட்ட இலக்கியத்தில் மக்களின் வாழ்க்கைச் சுமை, மனவலி, துயரங்கள் பதிவாகவில்லை. மண்ணின் வாசம் அறவே இல்லை எனலாம். 1929இல் ஈ.வெ.ரா. பெரியார் அங்கு வந்தார். தோட்டத் தொழிலாளர்களின் அவலங்களைப் பொதுக்கூட்டங்களில் பேசினார். அவரது பேச்சுக்கள் *தமிழ் முரசு* பத்திரிகையில் வெளியாயிற்று. இளைஞர்கள் மத்தியில் விழிப்புணர்வு ஏற்பட்டது. நாடகங்கள்

எழுதி மக்களிடம் ஒற்றுமையுணர்வை ஏற்படுத்தினர். பாடல்களை எழுதிப் போட்டிகள் நடத்திக் கவிஞர்களை உற்சாகப்படுத்தினர்.

1875ஆம் ஆண்டு சிறுகதை வடிவத்தில் *சிங்கை நேசன்* ஒரு கதையை வெளியிட்டுள்ளது. தமிழின் முதல் சிறுகதையை வெளியிட்ட பெருமை மலேசியாவிற்குத் தரப்பட வேண்டும்.

1948இல் *தமிழ் முரசு* பத்திரிகை பாரதிதாசன் கவிதை, கருணாநிதியின் கதை, இராஜாஜியின் கட்டுரை ஆகியவற்றை வெளியிட்டுள்ளது. *தமிழ்சுடர்* பத்திரிகையாசிரியர் சண்முகசுந்தரம் சிறுகதைப் போட்டி நடத்தி வெற்றிபெற்றவர்களுக்கு 25 வெள்ளிக் காசுகளைப் பரிசளித்துள்ளார். இப்பத்திரிகையை மலேசியாவின் மணிக்கொடி எனப் பலர் புகழ்ந்துள்ளனர். ஆரம்பகாலத்தில் இருந்த நிலை மாறி மலேசியாவின் மண்வாசனையோடு கதைகள் வெளிவரத் தொடங்கின. இப்ராஹிம் என்பவர் எழுதிய 5 சிறுகதைகள் அடங்கிய புத்தகம் வெளியிடப்பட்டது.

1954இல் ஈ.வெ.ரா. பெரியார் இரண்டாம் முறையாக மலேசியாவிற்கு வந்தார். புதிய வெளிச்சமும் மறுமலர்ச்சியும் தமிழ் மக்களிடம் ஏற்பட அவர் வருகை பெரிதும் உதவியது. இளைஞர்கள் பொது வாழ்வில் அக்கறை காட்டினர். சாரங்கபாணியின் *தமிழ் முரசு* பத்திரிகை 'மாணவர் மணி மன்றம்' என்ற அமைப்பைத் தோற்றுவித்து, அவர்கள் தமிழில் எழுத வாய்ப்பளித்தது. மாணவர்கள் எழுத்திற்கு நான்கு பக்கங்கள் ஒதுக்கப்பட்டன. இம்மாணவர்கள் பின்னர் 1967இல் 'தமிழ் இளைஞர் மணி மன்றம்' என்ற அமைப்பை உருவாக்கினர். 60,000 உறுப்பினர்களைக் கொண்ட இம்மன்றம் கலை, இலக்கியம், நாடகங்கள் வெளிவரப் பெரிதும் உதவியது. புதிய சிந்தனைத் தளங்கள் உருவாகின. 60 தமிழ் நாடகக் குழுக்கள் நாடகங்களை எழுதி நாடகக் கலைக்குச் சேவை செய்தன

தமிழ்நாட்டிலிருந்து தீபம் நா. பார்த்தசாரதி, அகிலன், மு.வ. ஆகியோர் மலேசியாவிற்கு வந்தனர். மக்கள் மத்தியில் இலக்கிய ஆர்வம் வளர்ந்தது. 1960 – 72 காலகட்டம் மலேசியத் தமிழ் இலக்கியத்தின் பொற்காலம் எனலாம். தனிநாயக அடிகளின் தமிழ் ஆராய்ச்சி மாநாடு அப்போது நடைபெற்றது. திராவிடத் தமிழ் இலக்கியமே அங்கு பழக்கத்திலிருந்தது. புதுக்கவிதை வரவில்லை. மரபுக் கவிதையும் திராவிடத் தாக்கத்தால் உந்தப்பட்டு, "தமிழே தாயே, வானமே வையகமே" என உணர்ச்சி வெளிப்பாடாகவே இருந்தது. மனித வலியும் மக்களின் அவல நிலையும் கவிதையின் பாடுபொருளாக இல்லை.

இப்போது, இளைஞர்கள் மத்தியில் நவீனத்துவம் குறித்த விழிப்புணர்வு ஏற்பட்டுள்ளது. புதிய எழுத்து முயற்சியில்

அவர்கள் ஈடுபட்டுவருகின்றனர். மலேசியாவில் 552 தமிழ்ப் பள்ளிகள் உள்ளன. தமிழில் சிறுகதைகள் எழுதி உலகளவில் பரிசு பெற்றுள்ளோம். தாய்ப்பால் கிடைக்காமல் வளர்ந்த பிள்ளையானாலும் நல்ல தமிழில் பேசும் பிள்ளைகளாக இன்றுள்ளோம். 1976இல் கணையாழி நடத்திய சிறுகதைப் போட்டியில் மலேசியத் தமிழ் எழுத்தாளரின் 'சிகரம்' என்னும் கதை முதல் பரிசு பெற்றுள்ளது. இலங்கைப் பல்கலைக்கழகப் பாடத்திட்டத்தில் மலேசியத் தமிழ் இலக்கியம் சேர்க்கப்பட்டுள்ளது. லண்டனிலுள்ள நூலக அமைப்பு மலேசிய இலக்கியக் கருத்தரங்கம் நடத்தவுள்ளது. 'தமிழினி 2008' மலேசியாவில் நடத்தத் திட்டமிட்டுவருகிறோம். 93 மலேசியத் தமிழ் எழுத்தாளர்களின் இலக்கியப் படைப்புகளின் 3 தொகுதிகளையும் தமிழ்நாட்டில் உள்ள நூலகங்களுக்கு வழங்கி வருகிறோம். தமிழ்நாடு இன்று மலேசிய எழுத்துக்களுக்கு மதிப்பளிக்கிறது. எனது கட்டுரைத் தொகுப்பினைக் காலச்சுவடு பதிப்பகம் வெளியிட்டுள்ளது. மலேசியத் தமிழிலக்கியம் இன்று தனி முத்திரையுடன் வளர்ந்துவருகிறது என்று சை. பீர்முகம்மது தமது உரையை நிறைவுசெய்தார்.

பார்வையாளர்களின் கேள்விகளுக்கு பீர்முகம்மது பதிலளித்தார். அவர் பேசும்போது ஆறு ஆங்கில வார்த்தைகளை மட்டுமே பயன்படுத்தியதாகக் குறிப்பிட்டபோது, "நாங்கள் நல்ல தமிழில் மட்டுமே பேசுகிறோம். நீங்கள் புரிந்துகொள்ள வேண்டுமே என்ற நிலையில் அந்த ஆங்கில வார்த்தைகளைப் பயன்படுத்தினேன். நாங்கள் 'டிபன் சாப்பிட்டீர்களா?' என்று வினவுவதில்லை. 'பசியாறிவிட்டீர்களா?' என்றுதான் கேட்போம்" என்று மலேசிய மக்களின் தமிழ்ப் பயன்பாடு பற்றி உயர்வாகக் கூறினார்.

காலச்சுவடு 101, மே 2008

7

சிங்கப்பூரில் தமிழர்கள்: நேற்று, இன்று, நாளை

அ. வீரமணி

அ. வீரமணி (அ. மணி என்றும் அழைக்கப்படுபவர்) தற்போது ரிட்சுமேக்கான் ஆசிய பசிபிக் பல்கலைக்கழகத்தில் பேராசிரியராகவும் ரிட்சுமேக்கான் ஆசிய பசிபிக் ஆய்வுக் கழகத்தின் இயக்குநரகாவும் ஜப்பானில் பணியாற்றிவருகிறார். இதற்கு முன்னதாகச் சிங்கப்பூரில் உள்ள தென்கிழக்காசிய ஆய்வுக் கழகத்திலும் சிங்கப்பூர்த் தேசியப் பல்கலைக்கழகத்திலும் புருணைப் பல்கலைக்கழகத்திலும் பணியாற்றியுள்ளார். சமூகவியல்வாதியான அவர் தென்கிழக்காசியாவில் கல்வி, இனம், குடியேற்றம் ஆகிய துறைகளில் பல ஆய்வுகளை வெளியிட்டுள்ளார். இக்கட்டுரை 'அனைத்துலக அரங்கில் தமிழ் 2002 முதல் படி' ஆய்வரங்கத் தொகுப்பில் வெளியான விரிவான கட்டுரையின் முதல் இரண்டு அத்தியாயங்களின் சுருக்கப்பட்ட வடிவம்.

சிங்கப்பூரில் தமிழர் எனப்படுபவர், தமிழைப் பேசும் ஒரு மக்கள் கூட்டத்திலிருந்து தோன்றியவர் என்பதைப் பலரும் ஏற்றுவந்துள்ளனர். தமிழர் எனப்படுபவர் தமிழ்மொழிப் புழக்கத்தால் மட்டுமே அறியப்படக் கூடியவர் என்று மற்றுமொரு விளக்கமும் உண்டு. ஆயினும், வரலாற்று அடிப்படையில் தமிழ் மொழிப் பயனீடு இன்றைய தமிழக – வடஇலங்கைப் பகுதிகளிலிருந்து வந்தவர்கள் மத்தியில் மட்டும் அடங்கிவிடவில்லை. மாறாக, தென்னிந்தியர்கள் மத்தியிலும் தமிழ் புழங்கப்படுகிறது. மலாயா – சிங்கப்பூரில் தமிழ்மொழி தென்னிந்தியர்களின் தொடர்புமொழியாகக் கடந்த நூறு ஆண்டுகளாய் இருந்துவருகிறது. எனவே, தமிழ்மொழிப் பயனீடு, தமிழர் அல்லாதவர் மத்தியிலும் விரிவாக்கம் கண்டுள்ளது. மலாய்ச் சமூகத்துடன் சில தலைமுறைகளாகக் கலந்துவிட்ட

குடும்ப உறுப்பினர்களும் தமிழரெனக் குறிப்பிடப்படுகின்றனர். பாட்டன் காலத்தில் மலாய் மாதுவை மணமுடித்தவர் தமிழராக இருந்தால், பேரப்பிள்ளைகள் காலத்திலும் அக்குடும்பத்தில் தோன்றியவர்கள் தமிழரெனக் குறிப்பிடப்படுகின்றனர்.

சிங்கப்பூரில் தமிழர் சமுதாய உருவாக்கத்தைப் புரிந்துகொள்ள இரண்டாம் உலகப்போருக்குப் பிந்திய காலத்தை எடுத்துக்கொண்டால் போதும். இரண்டாம் உலகப்போருக்கு முந்திய காலப்பகுதியில், சிங்கப்பூரின் வரலாறு மலாயாவுடன் மிகவும் இணைந்திருப்பதால், சிங்கப்பூர்த் தமிழர்கள் வரலாற்றைத் தனியாகக் காண்பது எளிதாக இராது. போருக்கு முன்னைய ஆண்டுகளில், சிங்கப்பூருக்கும் தமிழர்களுக்கும் மலாக்கா நீரிணைக் குடியேற்ற இடங்களான பினாங்கு, மலாக்கா முதலான இடங்களுடன் நெருங்கிய தொடர்பு இருந்தது. தமிழர்கள் மலாயாவின் எந்தப் பகுதியிலும் வாழ முடிந்தது. இதனால் சிங்கப்பூருக்கு வந்த தமிழர்கள் மலாயாவின் பல பகுதிகளுக்குச் சென்றனர். அதைப் போலவே மலாயாவில் வாழ்ந்த தமிழர்கள் சிங்கப்பூருக்கு வந்து வாழ்ந்தனர். இந்த நிலை சிங்கப்பூர் தனி நாடாகும்வரை நீடித்தது. 1965இல் மலேசியர்களுக்கெனச் சிங்கப்பூர் நுழைவு அட்டையை அறிமுகம் செய்த பின்னரே, சிங்கப்பூர்த் தமிழர்கள் எனும் அடையாளம் உறுதிபெறலாயிற்று. அதுவரை 'ஜாலான் பாஸ்' (அடையாள அட்டை) மட்டுமே மலாயாவில் வாழத் தேவைப்பட்டது. இந்த அடையாள அட்டைகூட, 1950களில் உருவாகிய கம்யூனிசப் புரட்சியின்போதுதான் அறிமுகமாகியது. அதற்கு முன்னதாக, தமிழர்கள் மலாயாவில் எந்த இடத்திலும் வாழ்வது எளிதாக இருந்தது.

சிங்கப்பூர் இந்தியர்களில், தமிழர்கள் பெரும்பான்மையாக இருப்பதற்கு அண்மையகால வரலாறுதான் காரணமாக உள்ளது. ஆங்கிலேயர் சென்னை மாகாணத்தை ஆண்டபோது, மலாயாவுக்கான உடலுழைப்புக்கான தொழிலாளர்களாகத் தமிழர்களையே பெரும்பாலும் கொண்டுவந்தனர். தமிழ்ப் பாட்டாளிகளை மலாயாவுக்கு எளிதாகவும் மலிவாகவும் கடல்வழி அனுப்ப, நாகைப்பட்டினத் துறைமுகத்தருகில் ஆவடி எனும் பாட்டாளிகளைச் சேர்க்கும் நிலையத்தை நடத்தினர். தமிழ்ப் பாட்டாளி மக்களோடு, மலையாளம், தெலுங்கு முதலான இதர தென்னிந்திய மொழி பேசுவோரும் வந்தனர். இவர்கள் தமிழர்களோடு வாழ்ந்ததால் தமிழில் பேசவும் கற்றனர். இவ்வாறாகத் தென்னிந்தியப் பாட்டாளி மக்கள் மத்தியில் தமிழைத் தொடர்பு மொழியாகக்கொண்ட சமுதாயம் உருவாகியது.

சிங்கப்பூரில் குடியேறிய தமிழர்கள் மத்தியில், 50 விழுக்காட்டினருக்கு அதிகமானோர் இந்துக்களாக இருந்தனர். இது சமுதாய ஒருமைப்பாட்டுக்கு உதவியது. கிறித்துவம், இசுலாம் முதலான மதத்தினரும் தமிழர்கள் மத்தியில் இருந்தனர். மொழியால் இவர்கள் இணைக்கப்பட்டிருந்தாலும் சமயங்கள் இவர்களைப் பிரித்தே வைத்தன.

சிங்கப்பூர் இந்தியர்களின் சமூக உருவாக்கத்தில், அவர்களின் பொருளாதார நிலைதான் தலையாயக் காரணமாக இருந்தது. காலனித்துவப் பொருளாதாரத்தில் அவர்களின் ஈடுபாடு ஏனைய நடவடிக்கைகளை எல்லாம் பாதித்தது. சிங்கப்பூருக்கு வந்த இந்தியர்களில் பெரும்பாலோர் தமிழ்ப் பாட்டாளிகளாய் இருந்ததால், பெரும்பான்மை இந்தியர்கள் பாட்டாளிகளாகவே வாழ்ந்தனர். பாட்டாளித் தமிழர்கள் பொதுப் பயனீட்டுத் துறைகளான சாலை அமைத்தல், கப்பல் தளங்கள், சுகாதாரம் முதலான பிரிவுகளில் பணியாற்றினர். 1970கள் வரை தமிழர்களின் எண்ணிக்கை இத்துறைகளில் மற்ற இனத்தவர்களைக் காட்டிலும் அதிகமாகவே இருந்தது. பாட்டாளித் தமிழர்கள் ஈடுபட்ட வேலைகள், அவர்கள் பணியாற்றிய தொழில் மனைகள் அவர்களுக்குத் தரப்பட்ட வீடுகள், இந்த வீடுகளின் அமைப்பு முதலானவை தமிழர்களின் வாழ்க்கையையும் எண்ணங்களையும் பாதித்தன. இந்தப் பாதிப்புகள், புதியதோர் தமிழர் பண்பாடு உருவாக அடித்தளமாய் அமைந்தது.

சிங்கப்பூரில் உருவாகிய தமிழர் சமுதாயம், தொடக்கத்தில் பாட்டாளி மக்களைப் பெரும்பான்மையாகக் கொண்டிருந்தாலும், போருக்குப் பின் கல்வி கற்ற தென்னிந்தியர்களின் எண்ணிக்கை அதிகரிக்கத் தொடங்கியது. தொழில்நுட்பம் மிகுந்த வேலைகள், நடுநிலை நிர்வாகிகள், வியாபாரம் முதலான தொழில்களுக்குப் படித்த இந்தியர்கள் வந்தனர். சிங்கப்பூரைத் தூரகிழக்குக்கான கடற்படைத்தளமாகப் பிரிட்டன் மாற்றியபோது, மலையாளிகளின் எண்ணிக்கை துரிதமாக அதிகரித்தது.

பாட்டாளிகள், கல்வி அறிவு தேவைப்பட்ட தொழில்களில் ஈடுபட்டோர் ஆகியோருடன் மூன்றாம் பகுதியினராக வர்த்தகத்தில் ஈடுபட்ட தமிழர்களைக் குறிப்பிடலாம். வர்த்தகத்தில் ஈடுபட்ட இதர இந்தியர்களோடு ஒப்பிடுகையில், வர்த்தகத்தில் ஈடுபட்ட தமிழர்கள் பல்வேறு பொருள்களை விற்பவர்களாகவும் சேவைகள் வழங்குபவர்களாகவும் இருந்தனர். தமிழகத்தின் பல பகுதிகளிலிருந்தும் இவர்கள் வந்திருந்தனர். இவர்களிடையே குறிப்பிடத்தக்கவர்களாக நாட்டுக் கோட்டைச் செட்டியார்கள் விளங்கினர். தமிழகத்தின் கடலோர நகரங்களில்

இருந்து தமிழ் முஸ்லிம்களும் கேரளப் பகுதிகளிலிருந்து மொப்ளாக்களும் வர்த்தகத்தில் ஈடுபட்டிருந்தனர். சின்னஞ்சிறு பொருள்கள் விற்பது, சமைத்த உணவைத் தள்ளுவண்டிகளில் எடுத்துச்சென்று விற்பது, பலசரக்குக் கடைகள், ஜவுளிக் கடைகள், தங்க நகைசெய்து விற்பது, தனவைசிகத் தொழில் (வட்டித் தொழில்) முதலான பல்வேறு தொழில்களில் தமிழர்கள் ஈடுபட்டிருந்தனர். ஆயினும், மேலோட்டமாகப் பார்க்கும்போது, வர்த்தகத்தில் வட இந்தியர்கள் முன்னணி வகிப்பதுபோல் தெரிந்தது. வட இந்தியர்களின் கடைகள், பழைய சிங்கப்பூரின் மையப் பகுதியில் இருக்கும் 'ஹய் ஸ்திரீட்' *(High Street)*எனும் சாலையில் அமைந்திருந்ததால், வியாபாரத் துறையில் அவர்கள் மிகுந்த செல்வாக்குடன் இருந்ததாகத் தோற்றம் தந்தது. தென்னிந்திய வியாபாரிகள், இந்தியச் சமுதாயத்தின் தேவைகளைப் பூர்த்திசெய்யும் வணிகத்தில் ஈடுபட்டிருந்ததால், தமிழர்கள் பரவலாக வாழ்ந்த இடங்களில் தத்தம் வியாபாரத்தைச் செய்தனர். வட இந்திய வணிகர்கள் கால வோட்டத்தில், செல்வந்தர்களின் தேவைகளைப் பூர்த்தி செய்யும் வியாபாரங்களில் ஈடுபட்டனர். இந்திய வணிகர்கள் மத்தியில் காணப்பட்ட இருதுருவப் போக்கு, சமுதாய உருவாக்கத்திலும் விளைவுகளை ஏற்படுத்திற்று.

சமுதாய உருவாக்கமும் அடையாளமும்

இரண்டாம் உலகப்போருக்கு முன்னர் சிங்கப்பூரில் வாழ்ந்த தமிழர்கள், மலாயாவின் இந்தியச் சமூகத்தின் ஒரு பகுதியினராய்க் கருதப்பட்டனர். தமிழர்களின் உலகளாவிய சிந்தனையைக் குறிப்பிடுகையில் அதில் முதலிடம் வகித்தது அவர்கள் மலாயாவில் இந்தியர்களாக வாழ்ந்த வாழ்க்கைதான். அதே சமயத்தில் அவர்களின் எண்ண அலைகள் இன்றைய தமிழகம், வட இலங்கை ஆகிய பகுதிகளையும் உள்ளடக்கியிருந்தது. சிங்கப்பூரில் வாழ்ந்த ஒவ்வொரு தமிழரின் உள்ளத்திலும் அவர்களோ அல்லது அவர்தம் மூதாதையரோ விட்டு வந்த கிராமம் மனத்தில் தெள்ளத் தெளிவாக இருந்தது. சிங்கப்பூர் 'சம்பாத்தியம்' செய்ய வந்த இடமாகவும் தமிழகத்திலிருந்த அவர்களுடைய 'ஊர்' நிலையான இடமாகவும் விளங்கியது. சிங்கப்பூர்த் தமிழர்களின் சிந்தனையில், தமிழகத்தில் காணப்படாத தமிழ் மொழியால் ஏற்பட்ட இன உணர்வு மிளிர்ந்தது. மலாயாவில் தமிழ் புழங்குவோர் அனைவரும் தமிழ் இனத்தைச் சார்ந்தவர்கள் என்ற உணர்வு படிப்படியாக மேலோங்கியது. இந்த உணர்வுகளுக்கு அப்பால்தான் இந்தியத் துணைக் கண்டத்து மக்கள் என்ற சிந்தனை எழுந்தது. சிங்கப்பூர் மலாயா ஆகியவற்றின் வரலாறு

எழுதுவோர் மலாய்க்காரர், சீனர், இந்தியர், இதர இனத்தவர் எனும் நான்கு இனப் பாகுபாட்டைக் கொண்டே பல ஆய்வுகளை எழுதி வந்திருப்பதால் தமிழர்களின் தனிப்பட்ட அடையாளம் பல நிலைகளில் மறைக்கப்பட்டும் மறக்கப்பட்டும் வந்துள்ளது. இதனால் சிங்கப்பூர்த் தமிழர்களுக்குத் தனியொரு வரலாறு எழுதுவது பெருஞ்சவாலாக இருந்துவருகிறது.

சிங்கப்பூரில் தமிழர்கள் தனியொரு அடையாளம் பெற, பல்வேறு சமூக உருவாக்கங்கள் உதவின. சிங்கப்பூருக்குள் குடியேறும் முதல் தலைமுறைக் குடியேறிகள் மத்தியில் சாதி ஒரு முக்கியச் சமூக அடையாளமாக உதவியது. தொடக்க நிலைச் சமூகங்களை உருவாக்கச் சாதியமைப்பு உதவியாக இருந்தது. குறிப்பிட்டதொரு சாதியைச் சார்ந்தோர் போதிய எண்ணிக்கையில் இல்லாதபோது, தமிழர்கள் தாங்கள் வந்த ஜில்லா, வட்டாரம் முதலானவற்றின் அடிப்படையில் தொடக்க நிலைச் சமூகக் கூட்டங்களை உருவாக்கினர்.

இந்திய விடுதலைக்கு முன்னர் சென்னை மாகாணத்தில் எழுந்த பல்வேறு சமூகச் சிந்தனைகள், சமூக இயக்கங்கள் மலாயாவில் வாழ்ந்த தமிழர்களை ஈர்த்தன. இவற்றில் இரண்டு, சிங்கப்பூரில் வாழ்ந்த தமிழர்களையும் கவர்ந்தது. திராவிட இயக்கம் சிங்கப்பூர்த் தமிழர்கள் மத்தியில் சமூக மாற்றத்தைச் செய்யத் தூண்டியது. தமிழர்களின் வாழ்விலும் சிந்தனையிலும் அது சீர்திருத்தக் கருத்துகளைப் பரப்பியது. அரசியல் விடுதலையைக் காட்டிலும், தமிழர்கள் தங்கள் சமுதாய வாழ்க்கையில் தீவிரமான சீர்திருத்தத்தைச் செய்ய வேண்டுமென அது தூண்டியது. இந்திய விடுதலை இயக்கம், சில இந்தியர்களிடையே முக்கிய இயக்கமாகக் கருதப்பட்டாலும், பாமரத் தமிழர்கள் மத்தியில் அது இரண்டாம் இடத்தையே வகித்தது. மகாத்மா காந்தி போன்ற இந்திய தேசியத் தலைவர்களைத் தவிர, இந்திய விடுதலை பற்றிய ஏனைய கருத்துகள் அனைத்தும் தமிழ்மொழி வாயிலாகவே பாமரத் தமிழர்களைச் சென்றடைந்தது. ஆங்கில மொழியைப் புழங்கிய இந்தியர்களிடையே, இந்திய விடுதலை இயக்கம் ஒன்றுதான் முக்கியமான இயக்கமாக இருந்தது. இந்திய விடுதலை இயக்கம், ஆங்கில மொழியை அதிகமாத் தழுவிச் செயல்பட்டதால், பாமரத் தமிழர்கள் மத்தியில் அதற்கு அதிக வரவேற்பில்லை.

சமூகச் சீர்திருத்தம் பற்றிய கருத்துகள் மலாயாவில் வேரூன்றியதால், 1930களின் பிற்பகுதிக்குள், கோயில்களில் ஆதிதிராவிடர்கள் நுழைவதற்கு இருந்த தடை அகன்றது. சாதி, சமய விழாக்களில் இருந்து அகன்றதால் தீமிதி, தைப் பூசம்

முதலான தமிழ் இந்து விழாக்கள் தமிழர்கள் திரளாக ஒன்றுகூடும் விழாக்களாக மாறின. கடந்த நூற்றாண்டின் தொடக்கத்தில் சிங்கப்பூரின் பல இடங்களில் நடைபெற்ற தைப்பூசம் தெங் ரோடு சுப்பிரமணியர் ஆலயத்தை மையமாகக் கொண்டு வளர்ந்தது. தீமிதி விழா சௌத் பிரிட்ஜ் ரோடு மாரியம்மன் கோயிலை மையமாகக் கொண்டு வளர்ந்தது. இரண்டாம் உலகப்போருக்கு முன்னர், இன்றைய அல்பர்ட் சாலையைத் தமிழர்கள் 'தீமிதித் திடல்' என்றே அழைத்தனர். அங்குதான், சிங்கப்பூரில் முக்கியச் சமய விழாவாகத் தீமிதி கொண்டாடப்பட்டது.

இரண்டாம் உலகப்போர் பொருளாதார நெருக்கடியையும் வாழ்க்கைக்கு வேண்டிய அடிப்படை வசதிகள் இல்லாமையையும் தமிழர்களுக்குத் தந்தது. அந்த இன்னல் சூழ்ந்த போர்க்கால வாழ்க்கையிலும் தமிழர்களுக்குத் தன்னம்பிக்கை தரும் மனநிறைவுகள் ஏற்பட்டன. சுமார் நூறாண்டுகளுக்கும் மேலாக ஆங்கிலேயக் காலனித்துவம் பாட்டாளித் தமிழர்களை உடல் உழைப்பாளிகளாக மட்டும் கருதி வந்த நிலை ஜப்பானியரின் வருகையால் மறைந்தது. நேதாஜி சுபாஷ் சந்திரபோஸ் தலைமையில் சிங்கப்பூரில் நிறுவப்பட்ட இந்தியத் தேசிய விடுதலைப் படையில் பாட்டாளித் தமிழர்கள் போர் வீரர்களாகச் சேர்த்துக் கொள்ளப்பட்டனர். தங்களை மனிதச் சமுதாயத்தின் அடிமட்டத்தில் உழலும் வெறும் கூலிகளாய் எண்ணி வாழ்ந்த ஆயிரக்கணக்கான பாட்டாளித் தமிழர்கள் நேதாஜியின் வீர உரைகளால் மன எழுச்சி பெற்றனர். இரண்டாம் உலகப்போரின் முடிவு இந்திய விடுதலைப் படைக்கு வெற்றி தராவிட்டாலும் அதில் சேர்ந்த ஆயிரக்கணக்கான தமிழர்களின் எண்ணத்தில் பலவித முன்னேற்றச் சிந்தனைகள் நிலவின.

1950களில் சிங்கப்பூரில் நிகழ்ந்த அரசியல் மாற்றங்கள் பொதுத் தேர்தலைப் பிரபலமாக்கின. இதனால், இந்தியர்களில் பெரும்பான்மையினராய் இருந்த தமிழர்கள் தேர்தல்களில் முக்கிய மக்களாகக் கருதப்பட்டனர். தொழிற்சங்கங்களில் தீவிரப் பங்காற்றிய தமிழர்களால் புதிய அரசியல் கட்சிகள் பல தோன்றின. தமிழர்களின் ஆதரவினால் பல்வேறு அரசியல் கட்சிகள் சிங்கப்பூரில் உருவாகின. 1959ஆம் ஆண்டில் சிங்கப்பூர் தனது உள்நாட்டு நிர்வாகத்தில் சுயாட்சி பெற்றது. அச்சமயத்தில் ஆளுங்கட்சியிலும் எதிர்க்கட்சிகளிலும் தமிழர்கள் குறிப்பிடத்தக்க எண்ணிக்கையில் நாடாளுமன்ற உறுப்பினர்களாக இருந்தனர். அன்று ஆளுங்கட்சியாக இருந்த 'மக்கள் செயல் கட்சிக்கு' தமிழர்களின் ஒருமித்த ஆதரவு இருந்தது. மக்கள் செயல் கட்சி தனது அரசியல் சித்தாந்தத்தில் தமிழுக்குச் சரிநிகர் இடம் தந்தது தமிழர்களின் ஆதரவை ஈர்த்தது எனலாம். சிங்கப்பூர்

மலேசியாவில் சேருவதற்கு முன்னதாகவும் சேர்ந்த பின்னரும் மக்கள் செயல் கட்சியின் அரசியல் செல்வாக்குக்குத் தமிழர்கள் பேராதரவு தந்தனர். சிங்கப்பூரின் மக்கள் தொகையில் தமிழர்கள் 4 விழுக்காட்டினராய் இருந்தாலும் சிங்கப்பூர் மலேசியாவில் சேர்ந்திருந்த காலத்தில் தமிழர்களின் பலம் 10 விழுக்காடாக அதிகரித்திருந்தது. எல்லாத் தேர்தல்களிலும் தமிழர்களின் வாக்களிப்பு வேட்பாளரின் வெற்றியை நிர்ணயிக்கக் கூடியதாய் இருந்தது.

சிங்கப்பூரில் நிகழ்ந்த துரித அரசியல் மாற்றத்தில், தமிழர்களின் ஆதரவை அனைத்து அரசியல் கட்சிகளும் எதிர்பார்த்ததால் தமிழும் முக்கியத்துவம் பெற்றது. சிங்கப்பூரின் நான்கு அதிகாரத்துவ மொழிகளில் தமிழும் ஒரு மொழியாக ஏற்றுக்கொள்ளப்பட்டது. இதனால் வறுமையில் வாடிய தமிழ்மொழிக் கல்வியும் தமிழ்ப் பள்ளிக்கூடங்களும் அரசாங்க நிதியுதவிபெற்றன.

காலச்சுவடு 60, டிசம்பர் 2004

8

"தமிழுக்கும் தமிழ் இலக்கியத்திற்கும் ஏற்ற சூழல் சிங்கப்பூரில் உள்ளது"

நேர்காணல் :
வை. திருநாவுக்கரசு கண்ணன், லதா

கடந்த ஐம்பது ஆண்டு காலத்துக்கும் மேலாகச் சிங்கப்பூரின் வளர்ச்சியோடும் வாழ்வோடும் தன்னை இணைத்துக்கொண்டிருப்பவர் வை. திருநாவுக்கரசு. தமிழகத்தின் தினத்தாள், விடுதலை ஆகிய பத்திரிகைகளில் பணிபுரிந்த அனுபவத்தோடு தன் 25ஆம் வயதில் சிங்கப்பூருக்குக் குடிபெயர்ந்தவர். தமிழவேள் கோ. சாரங்கபாணியின் தமிழ்முரசு நாளிதழில் 1951 முதல் 1958 வரை துணையாசிரியராகப் பணிபுரிந்தபோது அவரோடு இணைந்து மொழி, கல்வி, சமுதாய முன்னேற்றம் எனப் பல்வேறு சமூகப் பணிகளில் செயல்பட்டுள்ளார். அதன் பிறகு அரசாங்கத்தின் ஆங்கில வாரப் பத்திரிகையின் ஆசிரியராகவும் சிங்கப்பூர் வரலாற்று நூல் ஒன்றின் ஆசிரியராகவும் அரசாங்கப் பத்திரிகை உறவுப் பிரிவின் தலைவராகவும் பணிபுரிந்துள்ளார்.

அரசாங்கப் பணியிலிருந்து 1988 ஓய்வுபெற்றதும் தமிழ் முரசுப் பத்திரிகையின் ஆசிரியராக 12 ஆண்டுகள் பணிபுரிந்து அதனை நவீனப்படுத்திப் பெரிய பத்திரிகை நிறுவனத்துடன் இணைத்து மேம்படுத்தினார். தேசிய அளவில் மதிக்கப்படும் சமூகத் தலைவர்களில் ஒருவரான அரசு, அரசாங்கத்தின் பல்வேறு வாரியங்களிலும் உறுப்பினராக இருந்திருப்பதோடு, அரசியல், சமூகம், மொழி, இலக்கியம், கல்வி, சமயம் போன்ற பல துறைகளின் கொள்கை மேம்பாட்டுத் திட்ட உருவாக்கங்களிலும் குறிப்பிடத்தக்க பங்களிப்பைச் செய்துள்ளார். தற்போது "வளர்தமிழ் இயக்கம்" என்னும் அரசாங்க ஆதரவுபெற்ற சமூக அமைப்பின் தலைவராகச் செயல்பட்டுவரும் இவரைக் காலச்சுவடு ஆசிரியர் கண்ணனும் கவிஞர் லதாவும் சந்தித்துப் பேசினார்கள்.

சிங்கப்பூர் மலேசியாவில் தமிழர் குடியேற்றம் எந்தக் காலகட்டத்தில் அதிகமாக இருந்துள்ளது?

ஐந்தாம் நூற்றாண்டிலிருந்தே இந்தியர்களின் குடியேற்றம் மலாயாவில் நிகழ்ந்தது என்னும் வரலாற்றுக் குறிப்புகள்

உண்டு. எனினும் நவீன காலத்தில், சிங்கப்பூர் – மலாயா வட்டாரம் 18ஆம் நூற்றாண்டின் பிற்பகுதியில் பிரிட்டிஷ் காலனித்துவம் பினாங்கில் காலூன்றியது முதல், அதன் ஆட்சிப் பரப்பு விரிய விரிய இந்தியர்கள் வருகை பெருகியது. ஆனால், அவர்களுள் பெரும்பாலோர் தாமாக வரவில்லை. தமிழகக் கிராமங்களிலிருந்தும் பின்னர் தெலுங்கு மொழி வழங்கிய பகுதிகளிருந்தும் வறுமையில் தவித்த விவசாயிகளை ஆட்சியாளர்கள் கொண்டுவந்து இறக்கினர் – காடு அழிக்கவும் சாலைகள் அமைக்கவும் குப்பை வாரவும்.

இந்தியக் குடியேறிகள் மிகக் குறைந்த ஊதியத்திற்கு உண்மையாகவும் அடங்கியும் வேலை செய்கிறவர்கள் என்று இந்திய அனுபவம் பிரிட்டிஷாருக்குக் கற்பித்திருந்ததால் ஏற்பட்ட விளைவு இது.

பத்தொன்பதாம் நூற்றாண்டின் கடைசி இருபது ஆண்டுகளில் சராசரியாக ஆண்டுக்கு 20,000 இந்தியர்கள் மலாயா – சிங்கப்பூரில் கரையிறங்கினர். 1920களில் இந்தச் சராசரி எண்ணிக்கை 1,10,000ஐத் தொட்டது. அந்த நாட்களில் குடியேறிய இந்தியர்கள் மிகப் பெரும்பாலோர் இங்கே குடியும் குடித்தனமாகவும் தங்கவில்லை. கப்பல் கப்பலாக வந்திறங்கிக் கப்பல் கப்பலாக நாகப்பட்டினம் திரும்பினர். எடுத்துக்காட்டாக, 1900ஆம் ஆண்டில் வந்திறங்கிய இந்தியர்கள் 37,000 பேர்; அவர்களில் ஊர் திரும்பியவர்கள் 11,000 பேர். குடும்பத்தோடு இங்குக் குடியமர்வதற்கு "ஒப்பந்தக் கூலி" ஏற்பாடும் குறைந்த ஊதியமும் மோசமான குடியிருப்பு வசதிகளும் குறுக்கே நின்றன.

மலாயாக் கூட்டரசு சுதந்திரம்பெற்ற 1957ஆம் ஆண்டில், மலாயாவிலும் சிங்கப்பூரிலும் வாழ்ந்த மக்கள் தொகையில் இந்தியர் நூற்றுக்கு 11 பேராய் இருந்தனர். எப்போதுமே இவ்வட்டாரத்தில் வாழும் இந்தியருள் தமிழ் பேசுவோரே பெருவாரியான மக்கள். எடுத்துக்காட்டாக, 1947ஆம் ஆண்டில் மலாயா – சிங்கப்பூரில் வாழ்ந்த இந்தியரில் 77% தமிழர்கள்; மலையாளிகளும் தெலுங்கரும் 14%. மற்றவர்கள் பல்வேறு வட இந்திய மொழிப்பிரிவினர். வட இந்தியருள் அதிக எண்ணிக்கையில் இருப்பவர்கள் சீக்கியர்கள்.

இரண்டாம் உலகப் போரும் ஜப்பானிய ஆதிக்கமும் வந்தபோது, நாட்டை விட்டுச் சென்ற இந்தியர்களும் புது வரவுமாக நாற்பதுகளின் இறுதி முதல் 1953 வரை பெரிய எண்ணிக்கையில் தமிழர்கள் இப்பகுதியில் குடியேறினர். காமன்வெல்த் நாடுகளில் இருந்து குடிவருவோருக்கு 1953ஆம் ஆண்டுவரை குடிவரவுக் கட்டுப்பாடுகள் இல்லை.

சிங்கப்பூரின் துரிதமான பொருளியல் வளர்ச்சியும் பிறப்பு விகித வீழ்ச்சியும் ஏற்படுத்தியுள்ள ஆள் பற்றாக்குறை காரணமாக, 1990 முதல் குடி நுழைவு விதிகளை அரசு தளர்த்தியிருக்கிறது. வெளிநாட்டவர் பணி செய்யவும் குடியமரவும் வருவதைக் குடியரசு ஊக்குவித்து வரவேற்கிறது. உலகப் பொருளியல் போட்டிக்கு ஈடுகொடுக்கத் தொழில் நுட்பத் தேர்ச்சி பெற்ற இந்தியர்களையும் பிறநாட்டினரையும் தாராளமாகக் குடியேறச் சிங்கப்பூர்அனுமதிக்கிறது. இதனால் கடந்த சில ஆண்டுகளாக இந்தியர்களின் குடிவரவும் குடியமர்வும் உச்சம் பெற்றுள்ளன. சிங்கப்பூரைத் தலைமைத் தளமாகக் கொண்டு சீனாவுடனும் பிற நாடுகளுடனும் தொழில் செய்யும் இந்திய நிறுவனங்களின் எண்ணிக்கை பெருகுவதும் சிங்கப்பூர்க் கல்விக்கூடங்கள் இந்தியாவிலிருந்து அதிகப்படியான மாணவர்களை ஈர்ப்பதும் புதிய போக்குகள்.

சிங்கப்பூர் மக்கள் தொகையில் இந்தியர்கள் (2003 ஜூன் இறுதிக் கணக்குப்படி) நூற்றுக்கு 8.3 பேராய், அதாவது 2,84,000 பேர் குடிமக்களாவோ நிரந்தரவாசிகளாகவோ வாழ்கின்றனர். இவர்களன்றி நிறுவனங்களில் உயர் பொறுப்புகளில் இருக்கும் இந்தியர்களும் வேலை அனுமதிச் சீட்டுடன் பணிசெய்யும் இந்திய ஊழியர்களும் கல்விக் கூடங்களில் பயில வந்திருக்கும் இந்திய மாணவர்களும் பல்லாயிரவர்.

சிங்கப்பூர்–மலாயா உருவாக்கத்தில் தமிழரின் பங்கு என்ன?

வரலாற்று ஏடுகளில் தொடர்ச்சியாகவோ விரிவாகவோ பதிவாகாவிட்டாலும், இவ்விரு பகுதிகளின் உருவாக்கத்திலும் அரசியல், பொருளியல், கல்வி, வணிகம் ஆகிய துறைகளின் வளர்ச்சியிலும் இந்தியர், குறிப்பாகத் தமிழ் பேசுவோர் அளித்துள்ள பங்கு மிகப் பெரிது.

பிரிட்டன் 1786இல் பினாங்கை வசப்படுத்திய பிறகு, இந்தியத் தொழிலாளர், வணிகர், இராணுவத்தினர் வந்தனர். பினாங்கின் தொடக்ககால வளர்ச்சியில் அவர்கள் பங்கு கணிசமானது.

சிங்கப்பூரை வணிகத்தளமாகப் பிரிட்டிஷ் இந்தியா கம்பெனி 1819இல் அமைத்தது முதலே, ஏற்றுமதி இறக்குமதி வணிகமும் அதன் காரணமாகத் துறைமுகமும் முதன்மை பெற்றன.

முறையான துறைமுகம் அமைவதற்கு முன்னர், கடலில் நிற்கும் கப்பல்களிலிருந்து படகுகளில் சரக்குகளை ஏற்றிச் சிங்கப்பூர் ஆற்றோரத்தில் அமைந்திருந்த கிடங்குகளுக்குக் கொண்டுசெல்லும் பணியைச் செய்த படகோட்டிகளும் படகுச் சொந்தக்காரர்களும் சோழமண்டலக் கரைப் பகுதியிலிருந்து வந்த தமிழர்களே. பத்தொன்பதாம் நூற்றாண்டு முழுவதும்

சிங்கப்பூர் ஆற்றை நிறைத்துக் கொண்டிருந்த தமிழர்களின் சரக்குத் தோணிகளே கடல் வாணிகம் வளர உதவின.

தீவாந்திர தண்டனை பெற்ற இந்தியக் கைதிகள் 75 ஆண்டுக் காலம் (1825 – 1873) சிங்கப்பூரிலும் பினாங்கிலும் ஆற்றிய அடிப்படைக் கட்டுமானப் பணிகள் கொஞ்சமல்ல. சிங்கப்பூரில் அவர்களுடைய எண்ணிக்கை எந்தக் காலத்திலும் 1500ஐத் தாண்டியிராதபோதிலும் சிங்கப்பூரின் அதிபர் மாளிகையில் இருந்து மாரியம்மன் கோவில் (1835), செயிண்ட் ஆண்ட்ரூஸ் தேவாலயம் போன்ற பல கட்டடங்கள், பெருஞ்சாலைகள் வரை அந்த இந்தியர்கள் அமைத்தவையே.

பினாங்கு, மலாக்காவிலும் சிங்கப்பூரைப் போன்றே நகர உருவாக்கப்பணிகளைச் செய்தவர்கள் இந்தியக் கைதிகளே.

முதன்முதலாகக் கடலைத் தூர்த்துச் சிங்கப்பூரின் நிலப்பரப்பை விரிவாக்கும் பணியைத் தொடங்கியவர்களும் கைதிகள் என்னும் பட்டயத்தோடு பாடுகொடுத்த அந்த ஏழை இந்தியர்களே. அந்த நாள்களில் உலவிய புலிகளைக் கொல்லவும் பாம்புகளைப் பிடிக்கவும் பிரிட்டிஷ் முதலாளிகளுக்குக் கிடைத்த கட்டாய ஊழியர்களும் இந்தியக் கைதிகளே.

மேலும் மாலாயாவின் பொருளாதார அடிப்படைக்கு உயிர் கொடுத்தவர்கள் இந்தியர்கள். காடழித்து நாடாக்கி, ரப்பர் மரங்களைப் பயிரிட்டு, பால் வடித்து இரண்டு மூன்று காசு நாள்சம்பளத்துக்கு வேலை பார்த்த தோட்டத் தொழிலாளர்கள் பங்களிப்பு மிகப் பெருமை வாய்ந்தது. ரப்பர் தோட்டங்கள் வருவதற்கு முன்னே கரும்பு பயிரிட்டவர்களும் அவர்களே.

வங்கிகள் அமைவதற்கு முன்பே மலாயா – சிங்கப்பூரில் நிதிச் சேவை வழங்கிப் பெரும் செல்வாக்குப் பெற்றவர்கள் 'நகரத்தார்' (செட்டியார்கள்). அதோடு அரசாங்கச் சேவைகள், ஆசிரியர் தொழில், ரயில்வே ஊழியம், வணிகம், மருத்துவம், சட்டத்துறை போன்றவற்றிலும் இந்தியர்கள் தம் விகிதாசாரத்துக்கு மேம்பட்ட அளவில் ஈடுபட்டிருந்தனர்.

அண்மைப் புள்ளிவிவரப்படி, இப்போது சிங்கப்பூரில் பணி செய்யும் வெளிநாட்டுக்காரர்களில் இந்தியர்கள் 50 விழுக்காட்டினர் இருக்கின்றனர். அவர்களுள் நிதித் துறை, கணினித் தொழில்நுட்பத் துறை போன்றவற்றில் பெரும் பொறுப்புகளில் இருப்பவர்களும் அடங்குவர். இவர்களன்றிக் கட்டட வேலை, கப்பல் பட்டறை ஆகிய துறைகளில் நூறாயிரம் இந்தியத் தொழிலாளிகள் ஈடுபட்டுள்ளனர். (சிங்கப்பூரில் அரசாங்கக் கணக்கில் "இந்தியர்கள்" என்னும் பிரிவில்

இந்தியா, இலங்கை, பாகிஸ்தான், பங்களாதேஷ் ஆகியவற்றை மூலமாகக் கொண்டவர் அனைவரும் அடங்குவர். எனினும் மிகப் பெரும்பாலோர் (75%) தென்னிந்தியாவை மூலமாகக் கொண்டவர்களே. மொத்தத்தில் சிங்கப்பூர் இந்தியருள் ஏறக்குறைய நூற்றுக்கு 63 பேர் தமிழ்வழி வந்தவர்கள்.)

சிங்கப்பூரில் இன்று வட்டாரத் தலைமையகம் அமைத்துள்ள அல்லது முதலீடு செய்துள்ள இந்திய நிறுவனங்கள் எண்ணிக்கை 1,600ஐத் தொட்டுவிட்டது. இது பெருகிவரும் எண்ணிக்கை.

அரசியலிலும் தொழிற்சங்கங்களிலும் 1930 முதல் 50கள் முடிய இருந்தது போன்ற ஈடுபாட்டை இந்தியச் சிங்கப்பூரர்களிடம் இன்று காணாவிட்டாலும், நாடாளுமன்றத்திலும் அமைச்சரவையிலும் பெருமைசான்ற இடங்களை அவர்கள் வகிக்கின்றனர். “திறமைக்கே முன்னுரிமை” என்னும் சிங்கப்பூரின் உறுதியான கொள்கையால், இந்தியர்கள் இங்குச் சிறுபான்மையர் என்று சிறுமைப்படவுமில்லை, ஒதுக்கீடு கேட்டு ஒடுங்கவுமில்லை.

சிங்கப்பூர் – மலேசியத் தமிழர்களையும் புலம் பெயர்ந்த தமிழர்கள் பட்டியலில் சேர்க்கிறார்கள். இது பற்றிய உங்கள் கருத்து?

புலம் பெயரும் போக்கு மனிதன் தோன்றிய காலத்திலேயே தொடங்கிவிட்டது. அண்மைக் காலத்தில் இந்தச் சொல்லைப் பிறப்பித்துப் பரப்பியது இலங்கை அரசியல் பிரச்சினை எனக் கூறலாம். நல்ல தமிழ்ச் சொல். ஆனால் பல தலைமுறைகளாக ஒரு நாட்டில் வாழ்கிறவர்களைப் புலம் பெயர்ந்தோர் என்று சொல்வதில் நியாயமோ பொருத்தமோ இல்லை. முதல் குடியேறிகள் புலம்பெயர்ந்தோராக இருந்தாலும், அவர்களுடைய வழித்தோன்றல்கள் புலம்பெயர்ந்தோர் அல்லர்.

அந்தந்த நாடுகளில் பிறந்து அவ்வவ்நாட்டுக் குடிமக்களாய் வாழ்கிறவர்கள். குறிப்பாகச் சிங்கப்பூர் மலேசியாவில் வாழும் இந்தியர்கள் தங்களைப் “புலம் பெயர்ந்தோர்” என வர்ணித்துக்கொண்டால் அவர்களது சிங்கப்பூர் – மலேசியப் பற்றுறுதி (loyalty) கேள்விக்குரியதாகும். 1940 – 50களில் வழங்கிய “ஊர்க் குருவிகள்” என்னும் பட்டம் மறுபடி இந்தியரை ஒட்டிக்கொள்ளும்.

சிங்கப்பூர் – மலேசிய சமுதாயத்தில் தமிழ்ச் சமூகம் இன்னும் உச்சத்தைப் பெறாததற்கு என்ன காரணம்?

உச்சம்பெறவில்லை என்னும் பொத்தாம் பொதுவான தீர்ப்பு பழுதுபட்டது.

கடந்த 1950கள்வரை மிகப் பெரும்பான்மையான தமிழர்கள் குறைந்த வருமானம் தரும் உடல் உழைப்புத் தொழிலாளர்களாக,

அரைகுறைப் படிப்புடன் குடியேறியவர்கள். காலனி ஆட்சியின்போது நடப்பில் இருந்த "சஞ்சிக்கூலி" முறையின் கீழ் அவர்கள் மனைவி, மக்களோடு குடியேற அனுமதிக்கப்படவில்லை. உழைப்பு இக்கரையில் குடும்பம் அக்கரையில் என்னும் பழக்கம் பலரிடம் பலகாலம் நிலைத்திருந்தது.

இந்தப் பின்னணியில் வந்தவர்கள் எல்லாராலும் நிலைமை மாறிய வேகத்திற்கு ஈடுகொடுத்து முன்னேற முடியவில்லை. சிலர் வேகமாக மேல்படிகளில் ஏறி முன்னே நிற்கின்றனர். சிலர் நிதானமாகத் தடவிப் பார்த்துப் படி ஏறுகின்றனர். உச்சியை அண்ணாந்து பார்த்து மலைத்துப்போய் நிற்பவர்களும் உண்டு. ஆனால், முன்புபோலத் தொழிலாளி மகன் இப்போது தொழிலாளியாக இல்லை. இரண்டாம், மூன்றாம் தலைமுறையினர் மற்ற இனங்களோடு போட்டியிட்டு முந்தும் ஆற்றலைப் பெற்றுவருகின்றனர். இந்தப் போக்குச் சிங்கப்பூரில் மேம்பட்டு வருகிறது. இந்தியர்கள் திறமைசாலிகள் என்னும் மதிப்புநிலை இன்றைய சிங்கப்பூரில் பெரும்பான்மையின மக்களிடம் ஏற்பட்டுள்ளது.

எனினும், தேசிய அளவில் இந்தியர்கள் இன்னும் முன்னேற முடியும், அதற்கு மேலும் அதிகமான முயற்சி வேண்டும் என்னும் ஆதங்கமும் ஆசையும் சமூகத்தில் இருக்கிறது. பல இனச் சமுதாயத்தில், குறிப்பாகத் திறமைக்கு முன்னுரிமை அளிக்கும் சூழலில், பெரும் எண்ணிக்கையிலுள்ள இனத்துடன் போட்டியிட்டு முன்னேறுவது மிக முக்கியம்; ஆனால் அது கடினமான, சவால் நிறைந்த காரியம். முன்னேறிய சமுதாயங்களில்கூடப் பின்தங்கிவிடுகிறவர்கள் சிலர் இருப்பார்கள். சிங்கப்பூர் இந்தியச் சமூகத்திலும் அப்படிப்பட்டவர்கள் இருக்கிறார்கள் என்பது உண்மை. ஆனால் அத்தகையவர் முன்னேற ஊக்கமும் உதவியும் செய்யும் மனமும் முயற்சியும் சிங்கப்பூர் இந்தியச் சமூகத்திடமும் சிங்கப்பூர் அரசாங்கத்திடமும் சில ஆண்டுகளாய் வளர்ந்துள்ளதால் முன்னேற்றப் பாதையில் இந்தியச் சிங்கப்பூரர்கள் நம்பிக்கையோடு நடைபோடுகிறார்கள் என்பதே இன்றைய மகிழ்ச்சியான நிலைமை.

சிங்கப்பூர் மக்கள் தொகையில் தமிழ் பேசுவோர் ஐந்து விழுக்காடு மட்டுமே இருந்தும் நான்கு அதிகாரத்துவ மொழிகளில் ஒன்றாகத் தமிழ் இடம் பெற்றதன் பின்னணி என்ன?

முதலில் இதற்கான வரலாற்றுப் பின்னணியைச் சொல்ல வேண்டும். சிங்கப்பூர் – மலாயா வட்டாரத்தில் 19ஆம் நூற்றாண்டின் பிற்பாதியிலிருந்தே மலாய்க்காரர், சீனர், இந்தியர் என்னும் மூவின மக்களையும் நாட்டின் முப்பெருங்குடிகளாக

வழிவழிவந்த அரசுகள் அங்கீகரித்து வந்துள்ளன. இந்தியருள் தமிழ் பேசும் மக்களே மிகப்பெரும்பான்மையர் என்பதால் தமிழ்மொழி இந்தியரின் மொழி என்பதை மற்ற இனத்தினரும் அறிந்து ஏற்றுக்கொண்டிருந்தனர். மேலும் பிரிட்டிஷ் ஆட்சிக் காலத்தில் இந்தியர்களை வேலைக்கு வைத்துக்கொள்ளும் முதலாளிகள் தமிழ்ப் பள்ளிகளை அமைக்கவேண்டும் என்பது தொழிலாளர் சட்டத்தின் ஓரம்சமாய் இருந்தது. இதனால் தமிழ் மொழியைக் கற்பிக்கும் பள்ளிகளும் இருவட்டாரங்களிலுமே இருந்தன.

மலாயா சுதந்திரம் பெற்றபிறகு, அந்நாட்டின் பெருங்குடிகளின் மொழியான மலாய் மொழி மட்டுமே முதன்மைபெற்றது. எனினும் சீனமும் தமிழும் பல்கலைக்கழகம்வரை விரும்புவோர் தொடர்ந்து கற்க அங்கு வாய்ப்பு இருக்கிறது.

சிங்கப்பூரின் பின்னணி சற்று மாறுபட்டது. இங்குப் பெருவாரிமக்கள் சீன மொழியைத் தாய்மொழியாய்க் கொண்டவர்கள். எனினும் இனச் சார்பில்லாத, பல இன அரசியலே சிங்கப்பூரின் பாரம்பரியம். 1950கள் முடிய இந்தியர்கள் அரசியலில் முன்னணி வகித்தனர். தொழிற்சங்கங்களில் அதிக ஈடுபாடு கொண்டிருந்தனர். சீன மக்கள் சிங்கப்பூர் அரசியலில் அதிக அக்கறை காட்டாத காலம் அது.

இந்தச் சூழ்நிலையில், சிங்கப்பூருக்குத் தன்னாட்சி வழங்கும் தருவாயில், சட்டசபையில் அனைத்துக் கட்சிக் குழு ஒன்று ஆங்கிலம், மலாய், சீனம், தமிழ் ஆகிய நான்கு மொழிகளும் பள்ளிகளில் கற்பிக்கப்படவும் சட்டமன்றத்தில் பேசப்படவும் சம வாய்ப்பு வழங்கப்படவேண்டும் என்று பரிந்துரைத்தது. அப் பரிந்துரை ஏற்றுக்கொள்ளப்பட்டது.

தன்னாட்சி அரசியலமைப்பின் கீழ் நடைபெற்ற தேர்தலில் 1959 ஜூன் மாதம் மக்கள் செயல் கட்சி (ம.செ.க) அரசாங்கம் அமைத்தது. அதற்கு ஓராண்டுக்கு முன்பே நடந்த நகரமன்றத் தேர்தலில் வென்று மேயர் பொறுப்பை ஏற்றிருந்த ம.செ.க., மன்ற விவாதங்களைத் தமிழ் உள்ளிட்ட நான்கு மொழிகளிலும் ஒரே நேரத்தில் மொழிபெயர்த்து வழிகாட்டியது.

பின்னர் அந்த வழக்கம் சட்டமன்றத்திற்கும் வந்தது. சிங்கப்பூர்ப் பள்ளிகளில் பரந்த அளவில் தமிழ் பயிற்று மொழியானதும் 1960களில்தான்.

சிங்கப்பூர் மக்களுள் முக்கால்வாசிப் பேர் சீனமொழி பேசுவோராய் இருந்தும், ஐந்து விழுக்காடு மக்கள் பேசும் தமிழ் மொழி, சிங்கப்பூரின் அதிகாரத்துவ மொழிகளுள்

ஒன்றாக ஏற்றம் பெற்றதற்கு ஒரு முக்கியக் காரணம், மக்கள் செயல் கட்சியின் அறிவார்ந்த மொழிக் கொள்கை. ஆரம்பம் முதலே மொழியை உணர்வைத் தூண்டும் அரசியல், சமூகக் கருவியாக அது பயன்படுத்திக்கொள்ளவில்லை; அப்படி மொழியைப் பயன்படுத்தும் வாய்ப்பை எந்த மொழியினருக்கும் கொடுக்கவுமில்லை. எல்லாத் தாய்மொழிகளையும் சமமாகக் கருதி, அவரவர் தத்தம் மொழியைக் கற்கவும் பேணி வளர்க்கவும் ஊக்கம் அளிப்பதே அதன் மொழிக்கொள்கையாக இருந்துள்ளது.

இத்தகைய கொள்கையைச் சிங்கப்பூர் கடைப்பிடிக்கச் சரியான அரசியல் கட்டாயமும் இருக்கிறது. குடியரசைச் சுற்றி வளைத்துக்கொண்டிருக்கும் பெரிய நாடுகள் இரண்டும் மலாய் மொழி முதன்மை மொழியாக வழங்குகிற நாடுகள். அதனால் மலாய்மொழி உறவுக்கும் வணிகத்துக்கும் முக்கியமான மொழி. இதனால் தமிழை மட்டும் ஒதுக்குவதனால் அரசியல் லாபமில்லை; தமிழையும் சேர்த்துக்கொள்வதால் மொழிக்கொள்கைக்கு வலுகூடும் என்னும் சிந்தனையும் ஆட்சியாளரின் முடிவுக்கு உரமூட்டியிருக்கும்.

மலேசியாவிலிருந்து சிங்கப்பூர் வெட்டிவிடப்பட்ட பிறகு, தமிழைச் சிங்கப்பூரின் அதிகாரத்துவ மொழிகளுள் ஒன்றாக அரசியல் அமைப்புச் சட்டத்தில் குறிக்கும் அரசியல் சமூகக் காரணங்கள் மேலும் வலுப்பட்டன. எல்லாவற்றுக்கும் மேலாக, தமிழர் தலைவர் தமிழவேள் சாரங்கபாணியும் தொழிற்சங்கவாதிகளும் சிங்கப்பூர்ப் பிரதமரிடம் செய்த அழுத்தமான முறையீடும் தமிழ் மொழிக்கு இடம் தேடித் தந்தன. கிடைத்த இடத்தைக் காப்பாற்றிப் பேணும் பெரும் பொறுப்பு அடுத்துவரும் தலைமுறை இந்தியர்களுக்கு இருக்கிறது.

சிங்கப்பூரில் தமிழ்மொழியின் எதிர்காலம் எப்படி இருக்கும் என நீங்கள் கருதுகிறீர்கள்?

எதிர்காலம் நீடித்ததாயும் மேலும் வளமானதாகவும் இருக்க முடியும் என்பதே என் நம்பிக்கை. பலருடைய நம்பிக்கையும் அதுதான். ஆனால் வழி வழி வரும் தமிழர் இடைவிடாது முயற்சித்தாலன்றி எதிர்கால நம்பிக்கை நிறைவேறாது. அதற்குத் தேவையான சிந்தனையும் செயலூக்கமும் தமிழ்மொழி பேசுவோரிடம் இருக்கின்றனவா துவளாமல் அம்முயற்சி நீடிக்குமா என்பதே கேள்வி.

சிங்கப்பூரின் பன்மொழிச் சூழலும் கற்கும் தமிழை வகுப்பறைக்கு வெளியே பயன்படுத்த உள்ள மட்டான வாய்ப்புகளும் தமிழைக் காதில் விழாத, நாவில் தவழாத

மொழியாக்கிவிடும் அபாயம் உண்டு. பரவலாகப் புழங்கப்படாத, பயன்படாத மொழியாகச் சமூகம் தமிழை ஆக்கிவிட்டால், அரசியல் சட்டம் அதனைக் கட்டிக்காக்கும் என்று நம்பிக்கொண்டிருப்பது வீண் கனவாகிவிடும். தாய்மொழிப் பற்றும் ஆர்வமும் சிங்கப்பூர்த் தமிழ் மக்களிடம் ஆழமாகப் பதிந்திருக்கின்றன; ஆனால் "செய்தக்க செய்யாமை" தமிழைக் கவிழ்த்துவிடுமோ என்பதே என் கவலை.

சிங்கப்பூரில் தமிழ்ப் படைப்பிலக்கியத்தின் வளர்ச்சி நிலை என்ன? அதன் வருங்காலம் எப்படி இருக்கும்?

வருங்காலத்தைக் கணிக்கவல்ல காலக்கணிதன் அல்லன் நான். ஆனால் தமிழ்மொழி போலவே, தமிழில் படைப்பிலக்கிய ஆக்கத்திற்கும் வளர்ச்சிக்கும் ஏற்ற ஊக்குவிப்புகளும் சூழலும் இன்றைய சிங்கப்பூரில் நிறைந்திருக்கின்றன. தேசிய அளவில் மற்ற மொழிகளுக்குச் சமமான பரிசுகள், பயிற்சிகள், வாய்ப்புகள் முதலியவை அரசாங்க அமைப்புகளாலும் தனிப்பட்ட நிறுவனங்களாலும் தமிழுக்கும் வழங்கப்படுகின்றன. ஆங்கிலமும் தமிழும் கற்றுத் தேர்ந்தவர்கள் எண்ணிக்கை பல ஆயிரமாக உயர்ந்திருக்கிறது.

தமிழ் மக்கள் தொகையும் 1950களில் இருந்ததை விடப் பல ஆயிரம் அதிகம். இலக்கியப் படைப்புக்கு உள்ள சாதகமான கூறுகளில் இவை சில.

தமிழ் நூல் வெளியீடுகளின் எண்ணிக்கையும் கடந்த சில ஆண்டுகளாக வளர்ந்து வருகிறது. ஆனால் உள்ளூர் இலக்கியங்களைப் படிப்போர் தொகை தேக்க நிலையிலேயே இருக்கிறது என்பது பலர் கணிப்பு. மேலும், தமிழில் இலக்கியம் படைக்க முன்வரும் இருமொழிப் புலமைபெற்ற இளையர் அரிதாக இருக்கின்றனர் என்பது கவலை தரும் போக்கு. இந்தப் போக்கைத் திருத்தப் பரிசுகள் மட்டும் போதா என்பது கண்கூடு. ஐம்பதுகளிலும் அறுபதுகளிலும் சிங்கப்பூர் – மலாயாவில் தமிழ் இலக்கிய முயற்சிகளில் ஈடுபட்டவர்கள் பரிசுத் தொகை பெற்றதில்லை; அவர்களுடைய எழுத்துகளை நிறைத்துக்கொண்டிருந்த தமிழ் ஏடுகள் அவர்களுக்கு அஞ்சல் செலவுக் காசைக்கூடக் கொடுத்ததில்லை. என்றாலும் அவர்கள் உற்சாகமாக இலக்கியம் படைத்தார்கள். அத்தகைய இலக்கிய ஆர்வத்தை இன்றைய சிங்கப்பூரில் எப்படி வளர்ப்பது? தெரிந்தவர்கள் சொல்லுங்கள்!

காலச்சுவடு 60, டிசம்பர் 2004

9

தமிழ் பெரிய வீச்சுடன் எழுச்சிபெறும்

நேர்காணல் :

பவுத்த அய்யனார் மு.ந. மூர்த்தி

இலங்கையில் பிறந்த மு.ந. மூர்த்தி சிங்கப்பூரில் வாழ்ந்துவருகிறார். எழுத்தாளரும் ஊடகவியலாளருமான மூர்த்தி சென்னை வந்திருந்தபோது இணை ஆசிரியர் அய்யனார் அவரைச் சந்தித்துப் பேசினார். பேட்டியிலிருந்து சில பகுதிகள்.

இலங்கையைச் சேர்ந்த நீங்கள் சிங்கப்பூருக்கு எப்படிப் புலம்பெயர்ந்தீர்கள்?

1977ஆம் ஆண்டு இலங்கையின் போர்ச் சூழலுக்கு முன்பே படிப்பதற்காக ரஷ்யா சென்றேன். இயந்திரவியல் பொறியியல் படித்தேன். பின்பு பட்ட மேற்படிப்புக்காகக் கனடா நாட்டிற்குப் போனேன். அதைப் புலம்பெயர்ந்து போனதாகக்கூட வைத்துக்கொள்ளலாம். படிப்பும் புலம்பெயர்வும் ஒன்றாகக் கூடிவந்தன. அங்குப் பட்ட மேற்படிப்புப் படித்தபோதே பல சஞ்சிகைகள், தமிழ்க் கலாச்சார அமைப்புகளில் பங்காற்றினேன். அவை என் தனிப்பட்ட ஆர்வ மிகுதியால் செய்த காரியங்கள்தான். கீழ்த்திசை நாடுகளில் வாழ வேண்டும் என்ற விருப்பத்தால் இலங்கைக்கோ அல்லது இந்தியாவிற்கோ செல்ல வேண்டும் என்றுதான் நினைத்திருந்தேன். ஆனால் அதிர்ஷ்டவசமாகச் சிங்கப்பூரில் நல்லதொரு வேலையும் வாழ்க்கைச் சூழலும் கிடைத்தன. புலம்பெயர்ந்த நாட்டிலிருந்து புலம்பெயர்ந்தவன் நான்.

சிங்கப்பூரில் தமிழின் நிலைமை பற்றிச் சொல்லுங்கள்.

சிங்கப்பூரில் உள்ள தமிழர்கள் இந்தியாவில் இருந்து தான் சென்றவர்கள் என்று சொன்னாலும்கூட அவர்களது வாழ்க்கை முறை நவீனப்பட்டுள்ளது என்பதை மறுக்க

முடியாது. பொருளாதாரத்தை அடிப்படையாக வைத்துத் தான் வாழ்க்கை முறையும் உள்ளது. நிலையான அரசியல், திட்டமிடப்பட்ட பொருளாதாரம் முதலியவை அவர்களது சமூகத்தைக் காப்பாற்றி வருவதால் வாழ்வின் முழுக் கவனமும் பொருளாதார முன்னேற்றம் குறித்தே உள்ளது. சிங்கப்பூர்த் தமிழர்கள் தமிழ்மொழி மீது அதீதப் பற்றுக் கொண்டவர்கள். தமிழ் என்பது தூயதமிழாக இருக்க வேண்டும் என்பதில் ஆர்வம் அதிகம். ஆனால் புதிய தலைமுறையினர் தமிழைப் பேசுவதோடு நிறுத்திக்கொள்ள வேண்டிய சிக்கலான சந்தர்ப்பத்தில் இருக்கிறார்கள். கல்விக்கூடங்களில் தமிழ் ஒரு பாடமாகப் பயிற்றுவிக்கப் பட்டு வந்தாலும் படிப்புத் தமிழ் வளத்தோடு இருப்பதாகச் சொல்ல முடியாது. இது தற்காலிகச் சூழலாகக்கூட இருக்கலாம். ஈழத்தமிழர் புலம்பெயர்ந்த பிற நாடுகளில் தமிழ் வாழும் என்று சொல்கிறார்களே அதைவிட மிக வீச்சுடன் சிங்கப்பூரில் தமிழ் எழுச்சி பெறுவதற்கான சந்தர்ப்பங்களும் உண்டு.

அங்கு இலக்கிய ரீதியான செயல்பாடுகள் எப்படி?

தொடக்கத்தில் சிங்கப்பூரில் எழுதிக்கொண்டிருந்தவர்கள் திராவிடக் கட்சிகளின் தாக்கத்தால் எழுதியவர்கள். இவர்களிடம் தீவிர மொழிப் பற்று இருந்தது. அதற்குப் பின்பு வந்தவர்கள் வைரமுத்து பாணியிலான கவிதைகளுடன் உறவுகொண்டவர்களாகவே இருக்கிறார்கள். கைவிட்டு எண்ணக்கூடிய அளவில் இருப்பவர்களைத் தவிர பிறருக்கு நவீனத் தமிழ் இலக்கியம் பற்றியோ நவீனப் போக்குகள் பற்றியோ தெரிந்துகொள்ளுவதற்கான சந்தர்ப்பம் இலக்கிய ரீதியாகவும் சமூக ரீதியாகவும் உருவாகவில்லை. ஆனால் இவர்களுக்கு மத்தியில் காலஞ்சென்ற நா. கோவிந்தசாமியை மரியாதைக்குரியவராகச் சொல்ல முடியும். ஏனென்றால் சமூகத்தை முன்வைத்து எழுதியவர்களில் மிக முன்மாதிரியாகக் காட்டக்கூடிய ஒரே எழுத்தாளராக இவர் இருக்கிறார்.

நாடகத்துறையில் இளங்கோவனைச் சொல்ல வேண்டும். சிங்கப்பூரை வெளிநாடுகளில் பிரதிபலிக்கக் கூடிய ஒரே ஒருவராக இன்றும் கலை இலக்கியத்துறையில் இருந்துவருகிறார்.

தமிழ் முரசில் எழுதிவருகின்ற குறிப்பிட்ட எழுத்தாளர்களில் குறிப்பாக லதா, இந்திரஜித், போப்பு போன்றவர்கள் சிங்கப்பூரில் இலக்கிய விழிப்புணர்ச்சியை ஏற்படுத்தியவர்கள். விமர்சகர்கள் என்று சொல்லக்கூடிய இன்னொரு பகுதியினரையும் குறிப்பிட்டுச் சொல்ல வேண்டும். இதனுடைய தலைமைப்

பொறுப்பை அரவிந்தன் அவர்களுக்குக் கொடுக்கலாம். அவரைப் பொறுத்தவரையில் சிங்கப்பூரைப் பற்றியோ வெளி உலகம் பற்றியோ விரிவாகத் தெரிந்து கொண்ட நூலகமாகவே திகழ்ந்துவருகிறார். எந்த விடயம் குறித்தும் அவருக்குச் சுய கருத்து இருப்பதுதான் முக்கியமாகச் சொல்ல வேண்டியது. இவரைப்போல இன்னொருவர் பாஸ்கரன். அவர் மலேயப் பல்கலைக்கழகத்தில் பணிபுரிந்து பின்பு சிங்கப்பூர்த் தொலைக்காட்சி செய்திப் பிரிவில் நிறையக் காலம் வேலை செய்தவர்.

தமிழர்கள் எங்குச் சென்றாலும் கூடவே சாதியையும் எடுத்துச் செல்பவர்கள் என்பது பொதுவான பேச்சு. சிங்கப்பூரில் நிலைமை எப்படி?

சிங்கப்பூருக்குச் சாதியை எடுத்துக்கொண்டு வந்தது மட்டுமல்ல, அதை வளர்த்துக்கொண்டும் இருக்கிறார்கள். அடிப்படையில் பெரும்பான்மையான மக்கள் தொழிலாளர் வர்க்கமாக இருந்தபடியால் இன்று அவர்கள் திருப்பி மேற்கத்திய கலாச்சாரத்திற்கு வரும்பொழுது கடந்த காலத்தைப் பற்றி நினைப்பதில் பெரும் ஆர்வம் காட்டுவதில்லை. ஆனால் குறிப்பிட்ட சில சமூகத்தினர் தங்கள் சாதியைக் காப்பாற்றிக்கொள்வதில் பெருமைகொள்வதும் இருக்கிறது. இலங்கைத் தமிழர்களைப் பொறுத்தவரையில் சாதியை மிகப்பெரிய அளவில் தூக்கிப் பிடிப்பவர்களாகவே உள்ளார்கள். தமிழ்நாட்டிலிருந்து வெகு அதிகமாக அங்கு வந்து சேர்ந்துகொண்டிருக்கிற தொழில்நுட்பவியலாளர்களிடம் தங்களை ஒருங்கிணைத்துக்கொள்ள முடியாத நிலையிலும்கூடச் சாதி தலைதூக்கவே செய்கிறது. இப்படிச் சாதியைப் பொறுத்தவரையில் சுவாரசியமான சமூக அமைப்பு அங்கு உள்ளது.

காலச்சுவடு 60, டிசம்பர் 2004

விவாதம்

சிங்கப்பூர் மறுபக்கம்

ந. மூர்த்தியைப் பற்றி எனக்குள் ஒரு மதிப்பிருக்கிறது. அந்த மதிப்பை அவர் கூறியிருக்கிற எல்லாக் கருத்துகளுக்கும் *(இதழ் 60)* நீட்டிவிட வாய்ப்பில்லாமல் போனது துரதிருஷ்டம். அவர் சொல்லியிருக்கிற கருத்துகளை ஒரு தனி மனிதரின் கருத்துகளாக

ஒதுக்கித்தள்ள முடியவில்லை. காரணம், காலச்சுவடு போன்ற கவனிப்பிற்குரிய இதழில் வெளியாகி இருக்கிற இந்தக் கருத்துகள், இணையத்தின் வழி உலக நாடுகள் அத்தனைக்கும் போய்ச் சேர்ந்து, சிங்கப்பூர் இலக்கியச் சூழல் பற்றி ஒரு 'லாடம் கட்டிய குதிரைப் பார்வை'யை ஏற்படுத்திவிடக்கூடும் என்ற அச்சம்.

நவீனத் தமிழ் இலக்கியப் போக்கு பற்றிய பரிச்சய வாய்ப்பு இங்குள்ள வெகு பல படைப்பாளர்களுக்கு இல்லை என்பது நிஜம். பல்வேறு புறக்காரணிகள் வாழ்க்கையை இறுக்கிக்கொண்டிருக்கிற சிங்கப்பூர்ச் சூழலில், இலக்கியம் உயிர்ப்புடன் இருக்கிறதா அல்லது மெல்ல மெல்ல இறக்கிறதா என்பதே முக்கியமான கேள்வியாக உள்ளது. இலக்கியம் மரபுக் கவிதைகளாகவோ, வைரமுத்து பாணியிலான கவிதைகளுடன் உறவுகொண்டவர்களின் படைப்புகளாகவோ வாழ்ந்துவிட்டுப்போகட்டும் என்பதே இங்குள்ளவர்களின் இலக்கிய ஆதங்கம்.

கனகலதா, இந்திரஜித், போப்பு போன்றவர்கள் சிங்கப்பூர்த் தமிழ் இலக்கியத்திற்குப் பெருமளவில் பங்களித்திருக்கிறார்கள் என்பது சிங்கப்பூர் சிராங்கூடன் சாலை சீனிவாச பெருமாள் மீது சத்தியமாக உண்மைதான். ஆனால் அவர்கள்தான் சிங்கப்பூரில் இலக்கிய மறுமலர்ச்சியை ஏற்படுத்தினார்கள் என்ற மூர்த்தியின் தொனியை ஒப்புக்கொள்ள மேற்குறிப்பிட்ட மூவருமேகூடக் 'கொஞ்சம் போலாவது' வெட்கப்படுவார்கள் என்று நினைக்கிறேன்.

கனிமொழி *தமிழ்முரசில்* பணியாற்றிய காலத்தில், 'போடர்ஸ்' புத்தகக் கடை விவகாரத்தில் இந்தியைத் தகர்த்துத் தமிழை இடம்பெறச் செய்த போது ஏற்படுத்திய மொழி சார்ந்த விழிப்புணர்வை, சிங்கப்பூர்ச் சூழலை உள்வாங்கிப் படைத்த தரமான கவிதைகளின் மூலம் பெற்ற கவனத்தை, எந்த எடைத் தட்டில் வைத்திருக்கிறார் மூர்த்தி என்பது தெரியவில்லை.

சகல தளத்தில் இயங்கும் மக்களும் கலந்துகொள்ளும் 'கவிமாலை' என்ற மாதாந்தர நிகழ்வை நடத்தி, தொடர்ந்து கவிதைகளைப் படைத்துவரும் பிச்சினிக் காடு இளங்கோவும், மாதந்தோறும் 'கவிச்சோலை' நிகழ்வை நடத்தும் சிங்கப்பூர்த் தமிழ் எழுத்தாளர் கழகமும் இலக்கிய விழிப்புணர்வை ஏற்படுத்தவில்லை என்று அதைப் பார்க்காதவர்கள் அல்லது பங்கேற்காதவர்கள் மட்டுமே கூற முடியும். 'ஆசியான் கவிஞர்' க. து. மு. இக்பாலைவிட, கவித் தளத்திலும் சமூகத் தளத்திலும் பெரிய விழிப்புணர்வை சிங்கப்பூர் இலக்கியச் சூழலில் அமைப்பு சாராத் தனி மனிதர்கள் எவரும் ஏற்படுத்திவிடவில்லை.

கடைசியாக ஒன்று. சிங்கப்பூரில் கடலில் இருந்து மண்ணெடுத்துக் கரையில் கொட்டி, நிலப்பரப்பை நீட்டிக் கொண்டே போகிறார்கள். சிங்கப்பூர்த் தமிழ்ப் படைப்பாளிகளோ தீவு தீவாகப் பிரிந்து கிடக்கிறார்கள். யாராவது நட்பு மண்ணெடுத்துக் கொட்டி, இந்த இலக்கியத் தீவுகளை இணைத்து விட்டால், எதிர்காலத்தில் இன்னொரு தலைமுறை சுகமாகச் சுற்றிப் பார்க்க வசதியாக இருக்கும். யார் செய்யப் போகிறார் இந்தக் காரியத்தை?

பாலு மணிமாறன்

காலச்சுவடு 63, மார்ச் 2005

10

தமிழவேள் கோ. சாரங்கபாணி: தமிழர் சுயமரியாதையின் அஸ்திவாரம்

வி.டி. அரசு

கடந்த நூறு ஆண்டுகளில் சிங்கப்பூர் – மலேசிய வட்டாரம் கண்ட முக்கியமான தேசிய – சமுதாயத் தலைவர்களுள் தமிழவேள் கோ. சாரங்கபாணி குறிப் பிடத்தக்கவர். அந்தக் காலகட்டத்தில் இந்திய மரபுவழி வந்த மக்களின் உயர்வுக்கும் ஒற்றுமைக்கும் உழைத்தவர்களுள் தலையாயவர் என்றும் அவரைக் குறிப்பிடலாம். அவரது பணிகளைப் பல கோணங்களில் ஆராய்ந்தால், நாம் அவரைச் சமூக முன்னோடியாகக் காணலாம்; தேசியவாதியாக மதிப்பிடலாம்; சமூகச் சீர்திருத்தவாதியாகவும் சமுதாயச் சிற்பியாகவும் நோக்கலாம்; கல்வி, கலை, பல இனநல்லிணக்கம், தமிழுணர்வு ஆகியவற்றை வளர்த்தவராகவும் சீரிய பத்திரிகையாளராகவும் கணிக்கலாம்.

சிங்கப்பூர்–மலேசிய வட்டாரத் தமிழ் மக்கள் நலனுக்கும் தமிழ்மொழி வளர்ச்சிக்கும் அரை நூற்றாண்டுக் காலம் பாடுபட்டு (1974) மறைந்த கோவிந்தசாமி சாரங்கபாணி, தமிழகத்தின் திருவாரூரில் (1903) பிறந்தார். பள்ளி இறுதிநிலைக் கல்வித் தேர்ச்சியோடு தமது 21ஆம் வயதில் சிங்கப்பூரில் குடியேறி, வணிக நிறுவனம் ஒன்றில் எழுத்தராய் வாழ்க்கையைத் தொடங்கினார். புதிய நாட்டில் கால் வைத்த நான்கே ஆண்டில், எழுத்தாளராக, பத்திரிகை ஆசிரியராக, சீர்திருத்தவாதியாகப் பொதுவாழ்வில் தலையெடுத்தார்.

சிதறிக்கிடந்த இந்திய மக்களை ஒரு சமூகமாக ஒற்றுமைப்படுத்துவது அவரது முக்கியப் பணியாய் அமைந்தது. இந்தியச் சமூகத்தில் பெரும்பான்மையான தமிழ் பேசும் மக்கள் பலவீனர்களாக இருந்ததால் அவர்களை ஒற்றுமைப்படுத்தி

அவர்களது நிலையை உயர்த்துவதையே முதல் வேலையாகக் கோ.சா. கணித்தார். அவர் பணியைத் தொடங்கிய 1930களில் சிங்கப்பூர்-மலாயா இந்திய மக்கள் தொகை குறைவு. அவர்களுள் நூற்றுக்கு 80 பேர் தொழிலாளிகளாக, தமிழ் பேசுவோராக, படிப்பறிவு இல்லாமலோ அரைகுறைப் படிப்புடனோ இருந்தனர். தொழிலாளியின் பிள்ளை தொழிலாளியாகவே தொடர்வதை மாற்ற அடிப்படைத் தேவை கல்வியும் தொழில் தேர்ச்சியும் என்பதைக் கோ.சா. அன்றே கணித்தார்.

இளைஞர் சாரங்கபாணி சிங்கப்பூரில் குடியேறிய பிறகே தமிழகத்தில் சுயமரியாதை இயக்கம் தலைதூக்கியது, பெரியார் இராமசாமியின் பிரசாரம் வலுத்தது. தொடக்கக் காலத்திலிருந்தே பகுத்தறிவுக் கொள்கைகள் அவரைப் பெரிதும் கவர்ந்திருந்தன என்பதில் ஐயமில்லை. 1929இல் பெரியார் மலாயா - சிங்கப்பூருக்கு முதன்முறையாகச் சுற்றுப்பயணம் வந்தபோதும் இரண்டாம் முறையாக 1954இல் வந்தபோதும் நிகழ்ச்சிகளுக்கு ஏற்பாடு செய்வதில் முன்னுக்கு நின்றவர் கோ. சா. தொடக்கக் காலங்களில் "குடி அரசு" இதழை வட்டாரம் முழுதும் பரப்பியவரும் அவரே.

எனினும், எந்தக் கருத்தையும் செயல்முறையையும் சிங்கப்பூர் - மலாயா சூழலுக்குப் பொருந்துமா என்று உரசிப் பார்க்காமலோ தக்கபடி மாற்றியமைக்காமலோ கோ.சா. ஏற்றதில்லை. உதாரணத்திற்கு, 1929 வருகை யின்போது சுயமரியாதைச் சங்கத்தை நிறுவுமாறு பெரியார் கேட்டுக்கொண்டதை மறுத்து, மலாயாவுக்குத் தமிழர் சீர்திருத் தச் சங்கமே பொருத்தம் என்று கூறினார்.

சாரங்கபாணி முன்னின்று அமைத்த தமிழர் சீர்திருத்தச் சங்கத்தின் செயல் திட்டம், குடியேறிய தமிழ் மக்களோடு குடிவந்த ஒவ்வாத பழக்கங்களையும் மூடநம்பிக்கைகளையும் கைவிடத் தூண்டுவதாய் இருந்தது. தைப்பூச விழாவில் அலகுக் காவடிகளை எதிர்த்த சங்கம், தைப்பூசத்தையோ இறைவழிபாட்டையோ மறுக்கவில்லை. நாடகங்கள், சொற்பொழிவுகள் இலக்கியப் போட்டிகள் வழியாக மக்களின் பழக்கங்களையும் போக்குகளையும் திருத்த முயன்றது.

கடந்த நூற்றாண்டின் முற்பகுதியில், பிரிட்டிஷ் காலனித்துவ அரசால் ஏராளமான தமிழ் மக்கள் ஒப்பந்தக் கூலிகளாக ரப்பர் தோட்டங்களில் உழைக்கவும் சாலை, துப்புரவு, துறைமுக வேலைகளுக்கும் இந்தியாவிலிருந்து சிங்கப்பூர்-மலாயாவுக்குக் கொண்டு வரப்பட்டனர். வசதி ஏதுமின்றிக் கேவலமான முறையில் அவர்களைக் கப்பலின் அடித்தளத்தில் திணித்து மலாயாவிலும்

சிங்கையிலும் கரையிறக்கினர். அந்த அவலத்தை ஒழிக்கச் சீர்திருத்தச் சங்கத்தின் தலைமையில் இந்திய அமைப்புகளை ஒன்றுகூட்டி, பல ஆண்டுகள் முயன்று தொழிலாளரின் கப்பல் வசதிகளை மேம்படுத்தினார் சாரங்கபாணி.

பிரிட்டிஷ் காலனி ஆட்சியின்போது, இந்து முறைப்படி நடந்த திருமணங்களுக்கோ சீர்திருத்த மணங்களுக்கோ சட்ட அங்கீகாரமில்லை. அவற்றைப் பதிவுசெய்து சட்டபூர்வமாக்க வேண்டும் என்று 25 ஆண்டுகள் விடாப்பிடியாகப் பல வழிகளிலும் சாரங்கபாணி போராடினார். இறுதியாகச் சிங்கப்பூர் தன்னாட்சி பெற்ற (1959) பிறகே அக்குறிக்கோள் "மாதர் சாசனம்" வழியாக நிறைவேறியது.

மலாயா – சிங்கப்பூர் வட்டாரத்தில் தமிழ் உணர்வு வளரவும் தமிழ்மொழிக் கல்வி நிலைக்கவும் சாரங்கபாணியின் பங்களிப்பு மிகப் பெரிது. பொது மக்களிடையே தமிழ் இலக்கியப்பற்றும் படைப்பிலக்கிய ஆர்வமும் மேலோங்க அவர் பல உத்திகளைக் கையாண்டார். தாம் நடத்திய இயக்கங்களையும் நாளிதழையும் அக்குறிக்கோள்களை நிறைவேற்றும் சக்திவாய்ந்த கருவிகளாகப் பயன்படுத்தினார்.

இரண்டாம் உலகப் போர் முடிந்து, பிரிட்டிஷ் ஆட்சி இவ்வட்டாரத்துக்குத் திரும்பியபோது, சிங்கப்பூரில் முப்பதுக்கும் மேற்பட்ட தமிழ்ப் பள்ளிகள் இருந்தன. தொழிற்சங்கத் தலைவர்கள் அவற்றைத் தனியார் பள்ளிகளாக நடத்தினர். கம்யூனிஸ்ட் ஆயுதப் போராட்டம் காரணமாக நெருக்கடி நிலையை அரசு அறிவித்தவுடன் தமிழ்த் தொழிற்சங்கத் தலைவர்கள் பலரும் தலைமறைவாயினர். ஆதரிப்பாரின்றித் தமிழ்ப் பள்ளிகள் மூடப்படும் நிலைக்குத் தள்ளப்பட்டன. அப்போது தமிழவேள், பள்ளிகளை நடத்தும் பொறுப்பேற்பதற்காகத் தமிழ்க் கல்விக் கழகத்தை அமைத்து, தமிழ்ப் பள்ளி ஆசிரியர்களுக்கான சம்பளத்தொகையை அரசாங்கம் மானியமாக வழங்குமாறு செய்தார். பின்னர், உமறுப்புலவர் பெயரில் இவ்வட்டாரத்தின் முதல் தமிழ் உயர்நிலைப்பள்ளியை நிறுவவும் முன்னின்று உதவினார்.

மலாயா – சிங்கப்பூருக்காக முதன்முதலாகப் பல்கலைக்கழகம் ஒன்றை அமைப்பது பற்றிப் பிரிட்டிஷ் அரசு ஆய்வுசெய்தபோதே தமிழ்த் துறை வேண்டும் என்று விண்ணப்பம் செய்தவர் சாரங்கபாணி. பல்கலைக்கழகம் அமைந்த பிறகு, சமஸ்கிருதத்தை முதன்மையாகக் கொண்ட இந்தியத் துறையே பொருத்தம் என்று பேராசிரியர் நீலகண்ட சாஸ்திரி செய்த பரிந்துரையை

எதிர்த்துத் தமிழவேள் நடத்திய மக்கள் இயக்கத்தின் விளைவாக, தமிழுக்கு முதன்மையிடம் தரும் இந்தியத் துறை அமைந்தது.

அந்த வெற்றி தந்த எழுச்சி அடங்குமுன் "தமிழ் எங்கள் உயிர் நிதி"யைத் தொடங்கினார். அந்த இயக்கம் இரட்டைப் பலனைத் தந்தது: பல்கலைக்கழகத் தமிழ்த் துறைக்கு நிதியையும் ஆயிரத்துக்கும் மேற்பட்ட தமிழ் நூல்களையும் அளித்ததோடு தமிழ் மக்களிடையே தமிழுணர்வை மிக ஆழமாகப் பதித்தது.

சாரங்கபாணியின் அருஞ்சாதனைகளில் ஒன்று, "தமிழர் திருநாள்" என்னும் ஆண்டு நிகழ்ச்சி மூலம் தமிழ் மக்களிடையே ஏற்படுத்திய மனப்புரட்சியும் செயலூக்கமுமாகும். சிங்கப்பூரிலும் மலாயாவின் வடகோடி பெர்லிஸ் நகரிலும் முதன்முதலாக 1952இல் தை மாதம் முதல் நாள் கொண்டாடப்பட்ட தமிழர் திருநாள் பின்னர் ஆண்டுதோறும் பெருவிழாவாக வட்டாரத்தின் எல்லா ஊர்களுக்கும் பரவியது. தை முதல்நாள் திருநாள் சமய விழா அல்ல, பண்பாட்டு விழா; எனவே இந்து, கிறிஸ்தவர், முஸ்லிம் என்னும் வேறுபாடு கருதாமல் தாய்மொழியின் அடிப்படையில் ஒன்று சேர்ந்து கொண்டாடும் ஒற்றுமைத் திருநாள் எனச் சாரங்கபாணி எடுத்துரைத்து, கருத்து வேறுபாடுகளையும் எதிர்ப்புகளையும் தணித்துத் தமிழ் மக்களிடம் பேரார்வத்தை வளர்த்தார்.

தமிழர் திருநாளை வெறும் கேளிக்கை நிகழ்ச்சியாக்காமல், அதனை ஒற்றுமை நாளாக இசை, நடனம், ஓவியம், இலக்கியம், விளையாட்டு, கல்வி ஆகிய துறைகளில் சமூகத்தின் கவனத்தையும் ஆற்றலையும் வளர்க்கும் வாய்ப்பாக நடத்தியதாலேயே அது பயன் தந்தது. ஆண்டுதோறும் புகழ்பெற்ற தமிழறிஞர் இருவரையேனும் இந்தியா, இலங்கையிலிருந்து அழைத்து, பத்து நாள்கள் சிங்கப்பூர், மலாயாவில் நடந்த திருநாள் கூட்டங்களில் சொற்பொழிவாற்றச் செய்தார் கோ.சா. திருநாள் நிகழ்ச்சிகளில் சீன, மலாய் கலை நிகழ்ச்சிகளைச் சேர்த்ததோடு, தேசியத் தலைவர்களையும் பிரதமர்களையும் சிறப்பு விருந்தினராக அழைத்து நிகழ்ச்சிகளில் பேசச் செய்தார். இதன் மூலம், தமிழர் பற்றியும் தமிழ்ப் பண்பாடு பற்றியும் தேசிய அளவில் சீன, மலாய் இனத்தவரிடமும் புரிந்துணர்வையும் மதிப்பையும் உயர்த்தினார்.

தமிழர் திருநாள் பரப்பிய தமிழுணர்வும் தேசிய அளவில் தமிழுக்கும் தமிழ் பேசும் மக்களுக்கும் ஏற்பட்ட மதிப்பும் சாரங்கபாணியின் செல்வாக்கும் பல நன்மைகளைச் சமூகத்திற்குக் கொண்டுவந்தன. அவற்றுள் சிங்கப்பூரில் தமிழ் ஆட்சி மொழிகளுள் ஒன்றாக (1959) ஏற்கப்பட்டதும் அதன் காரணமாகத் தலைமுறை

தலைமுறையாக இந்தியருள் பெரும்பான்மையினர் தமிழ் கற்கும் சமூகமாக வளர வழி ஏற்பட்டதும் முக்கியமான பயன்கள்.

சிங்கப்பூருக்கும் மலாயாவுக்கும் பிழைப்புத் தேடி 19ஆம் நூற்றாண்டு முதல் குடியேறிய இந்தியர்கள், குடும்பம் அங்கே பிழைப்பு இங்கே என்று இருந்ததாலேயே, அரசியல் பொருளியல் துறைகளில் சீனக் குடியேறிகளைப் போன்ற நிலைக்கு இந்தியர்கள் உயரவில்லை; இதனை மாற்றவேண்டும் என்று கோ.சா பல ஆண்டுகள் எழுதியும் பேசியும்வந்தார்.

முதன்முதலாகச் சிங்கப்பூர்க் குடியுரிமைப் பதிவு 1957இல் தொடங்கியபோது வீடுவீடாகச் சென்று இந்தியர்களைக் குடிமக்களாகப் பதிவுசெய்துகொள்ளுமாறு கோ.சா. கேட்டுக்கொண்டார். 25,000 இந்தியர்கள் ஒருமாதப் பதிவுக்காலத்தில் எளிதில் குடியுரிமை பெற உதவினார்.

கோ.சா.வின் பெருஞ்சாதனையாகவும் அவரது பணிகளுக்கு உறுதுணையாகவும் இருந்தது அவர் நடத்திய தமிழ் முரசு நாளிதழ். ஒரு காசு விலையில், சீர்திருத்தக் கொள்கையைப் பரப்புவதற்காகத் (1935) தொடங்கப்பட்ட வார ஏட்டை, சிங்கப்பூர்-மலேசிய இந்தியச் சமூகத்தின் வலுவான குரலாகவும் சிறந்த நாளேடாகவும் வளர்த்தார்.

சமூகத்தின் குரலாக மட்டுமன்றி, ஏழை எளியவரின் தோழனாகவும் இலக்கிய, கலாச்சார இதழாகவும் அது விளங்கியது. மாணவப் பருவத்திலிருந்தே கதை, கட்டுரை, கவிதை எழுதிப் பழகும் வாய்ப்பு அளிக்கும் பொருட்டு அவர் 1953இல் தொடங்கிய "தமிழ் முரசு மாணவர் மணிமன்ற மலர்" என்னும் இலவச இணைப்பு, பத்திரிகை உலகில் முன்னோடியான அற்புத உத்தி. அந்த மாணவர் இதழில் எழுதத் தொடங்கியவர்களில் பலர், பின்னர் சிங்கப்பூர் மலாயாவின் முன்னணி எழுத்தாளர்களாகத் தலையெடுத்தனர். மாணவர் இதழ் உருவாக்கிய உணர்வும் ஆர்வமும் மலேசியாவில் பல கிளைகளைக் கொண்ட துடிப்புமிக்க இளைஞர் அமைப்பைத் தோற்றுவித்தது. அது இன்றும் மலேசியத் தமிழ் இளைஞர் மணிமன்றப் பேரவை என்னும் பெயரில் சிறப்பாகச் செயல்படுகிறது.

தமிழவேள் கோ. சாரங்கபாணி அவர்களை நேரில் கண்டறியாதவர்கள்கூட இன்றும் பாசத்தோடும் நன்றியுணர்வோடும் அவர் புகழ் பேசுகிறார்கள். பயனைத் துய்ப்போர், வித்திட்டவரையும் வளர்த்தவரையும் நினைத்துப் பார்ப்பது அபூர்வம். இவ்வகையில் சிங்கப்பூர் – மலேசிய மக்கள் அசாதாரணமானவர்கள். இக்கருத்துக்குச் சான்றாக ஓர்

அண்மை நிகழ்ச்சியைக் கூறலாம். சாரங்கபாணி நூற்றாண்டு விழாவின் சிறப்பம்சமாக 2004 ஜனவரி மாதம் சிங்கப்பூர் மக்கள் தொடங்கிய "கோ. சாரங்கபாணி கல்வி அறக்கட்டளை நிதி"க்கு 1.1 மில்லியன் சிங்கப்பூர் வெள்ளி (101 லட்சம் வெள்ளி அல்லது ஏறக்குறைய 2.7 கோடி ரூபாய்) சேர்ந்தது. இந்த நிதியை மக்கள் சில வாரங்களில் நிரப்பினர் என்பதோடு, இத்தொகையில், பத்தும் இருபதும் ஐம்பதுமாய்ச் சாதாரண நிலையிலுள்ள மக்கள் தாமாக முன்வந்து கொடுத்த தொகை மட்டுமே 35,000 வெள்ளியைத் தொட்டது.

சாரங்கபாணி குறுகிய வகுப்புவாதி அல்ல. இந்திய வம்சாவளியினர் அனைவரது ஒற்றுமையும் ஒருமித்த முன்னேற்றமுமே அவர் குறிக்கோள். பிற இன மக்களோடு கைகோத்து இந்தியச் சமூகம் தேசிய இனமாக மதிப்புடன் வாழவேண்டும் என்பது அவர் இலக்கு.

அவர் பட்டம் பதவிகளை நாடவில்லை, ஆடம்பரங்களுக்கு அடிமையாகவில்லை. தன்னைப் பின்னுக்குத் தள்ளி ஏழை எளியவர்களின் நலனை முன்னுக்கு வைத்தார். தான் உயர்வதற்காக மக்களை அவர் ஏணியாகப் பயன்படுத்தவில்லை. மாறாக, மக்கள் முன்னேற வழிகாட்டினார். தங்கள் தோளில் சவாரி செய்யும் தலைவராக அவரை மக்கள் கருதியிருந்தால் அவரை ஒதுக்கியிருப்பார்கள். ஆனால் தங்கள் தோழராகவே அவரை மதித்துப் போற்றினர்.

ஆழ்ந்து எண்ணிப் பார்த்து, தொலைநோக்குடன் தக்க குறிக்கோள்களை வகுத்துக்கொண்டு அவற்றை அரும்பாடுபட்டு நிறைவேற்றினார். அவர் சாதனைகள், அதுவும் மிகவும் இக்கட்டான சிங்கப்பூர்-மலாயா விடுதலைக்கு முந்திய காலத்தில் அவர் இரு வட்டாரங்களிலும் செய்த முன்னோடிப் பணிகள் மறக்கக் கூடியன அல்ல. அவர் நிறைவேற்றிய பணிகளும் ஊட்டிய உணர்வுகளும் சிங்கப்பூர் மலாயா மக்களிடம் ஆழப்பதிந்ததால், தலைமுறை மாற்றத்தையும் தாண்டி அவை வாழ்கின்றன. சாரங்கபாணி செய்த பணிகளின் பலனை இந்தியச் சமூகம் எப்போதையும்விட இப்போது அதிகமாக அனுபவிக்கிறது.

காலச்சுவடு 60, டிசம்பர் 2004

11

தமிழைப் பற்றி

புதுமைப்பித்தன்

தமிழ் பாஷையைப் பற்றி – தனித் தமிழ் பதத்தை ஏன் உபயோகிக்கவில்லை என்று சிலர் சீறலாம், தாயைச் சிறையில் வைத்துக் கண்டுகளிக்க ஆசைப்படுகிறவர்கள் எழுதிக்கொள்ளட்டும் – தமிழ் பாஷையைப் பற்றி ஒரு தனிப்போக்கான கொள்கை பிலாக்கணம் வைக்கப்படுகிறது. அதில் ஒரே ஒரு மயக்கம். தமிழுக்கு ஒரு காலத்தில் பெருமை (இலக்கியத்தைப் பொறுத்து அல்ல) இருந்ததாம். இது இப்பொழுது போய்விடும் என்ற பயம். தமிழணங்கு 'கலப்பு' மணம் செய்துகொள்வாளோ என்ற பயம். அதனால், தனிமை என்ற திரையால் மறைத்து 'பூசல் அம்பு நெறியின் புறஞ்செலா' நங்கையாக்க பிரயத்தனம். சிரிக்கத்தான் வேண்டியிருக்கிறது.

பாஷை ஒரு சத்தியாயுதம்; உள்ளத்தைத் திறந்து காண்பிக்கும், மறைக்கவும் செய்யும். உபயோகப்படுத்தாது உறையில் போட்டு வைத்தால் துருப்பிடிக்கும். அந்தக் கதிதான் நமது பாஷைக்கும்.

கொஞ்ச காலமாக இயற்கைக்கு மாறாக நாம் நடந்து வருகிறோம். பாஷை ஒரு சமூகத்தின் ஜீவசக்தி. சொந்த பாஷையில்தான் நமது அந்தரங்க உணர்ச்சிகளை வலிமையுடன் சொல்ல முடியும். இந்த இயற்கையை மறந்ததினால்தான் நமக்கு நமது பாஷையே அன்னிய பாஷையாக இருக்கிறது. எங்கிருந்து ஆரம்பிப்பது என்று தெரியாமல் பழைய சங்கப் பலகையைத் தொத்திப்பிடித்துக் கீழே கவிழ்கிறோம்.

பாஷை, காலம் என்ற ஜீவநதியின் பாசனத்தில் ஓங்கி வளரும் கற்பகவல்லி. புதிய சக்தியைப் பெற்ற தமிழின் மறுமலர்ச்சியின் பொழுது, உலர்ந்து விழுந்த சருகுகளைக் கொண்டு பாமாலை தொடுப்பதுதான் பாஷை வளர்ச்சி எனறால், அது சௌந்தரிய உணர்ச்சியற்ற ஒட்டகங்களுக்குத்தான் பொருந்தும்.

தமிழ் 'இன்ஸால்வெண்டு' பாஷையல்ல. புதிய வார்த்தைகள் சேர்வது, அவள் சுய உருவைக் குலைத்துவிடாது. அவள் அரசி. புதிய வார்த்தைகளைப் பெறுவது, புதிய நாடுகளைச் சயித்து, புதிய கலைச் செல்வங்களின் பண்டகசாலைகளைப் பெறுவதுதான். இது பாஷை – இயற்கையின் சூட்சுமம். இதைக் கம்பன் அறிந்திருந்தான். அவன் காலத்து கலைச் செல்வர்கள் அறிந்திருந்தார்கள். அவன் இலக்கியத்தில், புதிய வார்த்தைகள் – வாய் நிறைந்த வடசொற்கள் – அழகுத் தெய்வத்தை அணி செய்கின்றன.

வசனம்

தமிழில் வசனத்திற்கு இதுவரை ஒரு ஸ்தானம் இல்லை. இதற்கு மூன்று காரணங்கள். ஒன்று எல்லா சமூகத்திற்கும் பொதுவானது. ஆதி மனிதனுக்கு மகத்தான, அடக்க முடியாத உணர்ச்சிகள்தான் தென்பட்டன. அதைத்தான் அவன் அறிந்தான், அனுபவித்தான். அது ஆட்டத்தில், வெறியாட்டத்தில் ஆரம்பித்து, நாட்டியத்தில் தனது முழு ஆகிருதியையும் பெற்றது. பாட்டில் (முதலில் கூப்பாடுதான்) ஆரம்பித்துக் கவிதையாக வடிவெடுத்தது. அதைச் சேமித்து வைத்தான். அதுதான் ஆதி இலக்கியங்கள். ஆதி இலக்கியங்கள் எங்கும் பாட்டில் இருப்பதின் இரகசியம் இதுதான்.

தமிழுக்கு இதுவரை வசனம், பேச்சுமட்டிலேயே இருந்ததின் காரணம், நாம் ஓலையை இலக்கியத்தைச் சேர்த்து வைக்கும் பண்டசாலையாக உபயோகித்தது. ஓலையில் நீண்ட வசனகாவியம் எழுதிவைக்க முடியாது. இதனாலேயே வசனத்திற்கு உரைநடை என்ற பெயர் கொடுக்கப்பட்டது. அதாவது பாட்டிற்குப் பொருள் தெரிவிக்கும் நடை என்று கவிதைத் தெய்வத்தின் சேடியாகப் பிணைத்து வைத்ததினால், வசனத்தில் பேசுவதே கேவலம் என்ற அபிப்பிராயம் பண்டித பாவலர்களிடம் ஏற்பட்டு அவர்களைச் சீட்டுக்கவி முதல் எடுத்ததெல்லாம் பாடும் செய்யுள் யந்திரங்களாக்கிவிட்டன. இதனாலேயே வசனம், தமிழில் ஒரு வளர்ச்சிபெறாத ஆயுதமாக இருக்கிறது.

வசனத்திற்கு ஒரு ஸ்தானம் கொடுக்க வேண்டுமானால், நமது துருப்பிடித்த அபிப்ராயங்களை கொஞ்சம் ஒதுக்கிவைக்க வேண்டும். இலக்கியத் தமிழுக்கும் பேச்சுத் தமிழுக்கும் நெடுந்தூரம் இருக்க வேண்டும் என்று நினைத்துக்கொண்டிருப்பது பெருந் தவறு. அப்படியிருந்தால் 'மெல்லத் தமிழினிச் சாகும்' என்பதில் சந்தேகமில்லை. இலக்கியத் தமிழுக்கும் பேச்சுத் தமிழுக்கும் ஒரு சிறு வித்தியாசந்தான். இலக்கியத் தமிழ் கிரந்த கர்த்தாவின்

சௌந்தர்ய உணர்ச்சியில் மெருகு போடப்பட்ட சிருஷ்டி. பேசுந் தமிழ் உள்ளத்தின் துடிதுடிப்பை அப்படி அப்படியே சொல்லும் பட்டை போடாத வைரம். பேச்சுத் தமிழ்தான் ஜீவசக்தி, சிருஷ்டி கர்த்தாவின் பண்டசாலை. இவை இரண்டிற்கும் இடையில் சுவர் எழுப்பினால், லத்தீன், சமஸ்க்ருதம் முதலியவைகளுக்கு நேர்ந்த கதிதான்.

வாக்கியத்துக்கு உயிருண்டு. அது பல தசைகளும் நரம்புகளும், அவயவங்களும் கொண்ட சிருஷ்டி. அதை நாம் உம்மைத் தொகுதிகளால் பிணிக்கப்பட்ட வெறும் வார்த்தைச் சங்கிலிகளாக மதித்துவிடக்கூடாது. வாக்கியத்தின் கட்டுக்கோப்பு *(Architectronics)* மிகவும் முக்கியமானது. ஒரு வாக்கியத்தில் வாத்தையின் 'அமைப்பு' நயமான அர்த்த விசேஷங்களைத் தந்துவிடும். வாக்கியங்களின் *(Prose-rhythm)* ஓசை இன்பம் – கவிதையைப்போல் வசனத்திலும் இருக்கிறது; ஆனால் அதைவிட சூக்ஷ்மமானது – வார்த்தை நயங்களையும் வாக்கியத்தின் 'அமைப்பு' வசீகரத்தையும் பொறுத்தே இருக்கிறது. இதைப்பற்றி எழுத முடியாது; பயிற்சியினாலும் மேதாவிகளின் நூல்களைப் படித்துப் படித்து அனுபவிப்பதினாலும் வரும். தமிழில் இதற்கு இலக்ஷியகர்த்தாக்கள் அவ்வளவாக இல்லை. வெளியிலிருந்துதான் ஆகர்ஷிக்க வேண்டும். சிலர் மோனைகளையும், பிராசங்களையும் வசனத்தில் உபயோகிப்பது ஓசை இன்பம் என்று நினைக்கிறார்கள். என்னமோ, அசுணப் பறவையையும் பறை முழக்கத்தையும் பற்றிக் கம்பன் சொன்ன கதைதான் நினைவிற்கு வருகிறது. அப்படி எழுதுவது ஆபாசம்; பேசுவது பைத்தியக்காரத்தனம்.

வார்த்தைகள் ஓர் பாஷையின் ஜீவசக்தியைச் சுமந்து செல்லும் பரமாணுக்கள். தனித் தமிழ் என்ற ஆவேசத்தில், ஒரு காலத்தில் உபயோகப்படுத்தப்பட்டு இப்பொழுது துருப்பிடித்து அகராதியில் ஒளிந்து கிடக்கும் வார்த்தைகளைத் தோண்டி எடுத்துக் கோர்த்து வைப்பதைவிட, குழிப்பிள்ளையை எடுத்துக் கொஞ்சலாம். பழைய கலைவாணர்கள் வார்த்தைகளின் இரகசியத்தை அறிந்துதான் தமிழுக்கு, பைந்தமிழ், அதாவது பசுந்தமிழ் அல்லது ஜீவ சக்தி நிறைந்த பேச்சுத் தமிழ் என்று கூறிக் கணித்தார்கள். இலக்கியக் கிழவி ஔவை தமிழின் அருமையைப் பற்றிப் பேசுகையில் "பழகு தமிழ் சொல்லருமை" என்று குறித்துக் கூறுவதின் ரகசியம் இதுதான். 'பழகு தமிழ் சொல்லருமை' என்ற இலக்ஷியம் போய் 'செத்த தமிழருமை' வேண்டுமானால்தான் அகராதியில் சுரங்கம் போடுவதில் ஈடுபட வேண்டும்.

வசனத்தை அழகுணர்ச்சிக்குப் பொருந்த சிருஷ்டிப்பதற்குப் பல பாஷைகளில் நல்ல பயிற்சி வேண்டும்; அதன் நயங்களை

ஆகர்ஷிக்கும் சக்தி வேண்டும். இந்த விஷயத்தில் பண்டிதர்களால் ஒரு உதவியும் செய்ய முடியாது. அவர்களிடம் சிருஷ்டி சக்தியும் கலையுணர்ச்சியும் நாம் எதிர்பார்க்க முடியாது; அவ்விரண்டும் கபாடபுரத்தைப்போல் கடல் கொண்டுபோன 'சரக்குகள்'. இப்பொழுது சில காலமாக பெருகிவரும் ஆங்கிலம் படித்த பண்டிதர்களோ? பழைய பண்டிதர்களுக்கு மேற்பட்ட பண்டிதர்களாக இருக்கிறார்கள். அபூர்வ நடையும் அபூர்வ அபிப்பிராயங்களும் நிறைந்த இந்தப் 'போலி'களைச் செல்லாக் காசுகளாக மதித்து ஒதுக்க வேண்டும். இவ்விருவரிடமும் சிறைப்பட்டு இருக்கும் தமிழை மீட்க வேண்டுமானால், கலைவளர் மன்றங்கள் என்று சொல்லுகிறார்களே, எழுதிய மை காயுமுன் உலர்ந்து விழும் தமிழ் இலக்கியக் கோரங்களைப் பொறுக்கி எடுத்துப் பாட புத்தகமாக வைக்கும் சர்வகலா சாலைகள், அவைகளால் முடியுமா?

பத்திரிகைகள் இருக்கின்றன. 'தனித் தமிழ் உரை நடைக்கென்று தொண்டாற்றும்' பத்திரிகைகள், அவைகளல்ல, எழுதுவது வாசிப்பதற்காகத்தான் என்பதை மட்டும் கவனித்து வெளிவரும் பத்திரிகைகள் தான் இந்த மகத்தான பொறுப்பை ஏற்றுக்கொள்ள வேண்டும். இவைகளால் இலக்கியத்தைச் சிருஷ்டிக்க முடியாமல் இருக்கலாம்; ஆனால் 'வளைந்து கொடுக்கும் வசனத்தைப் பழக்கிவிட முடியும்

காந்தி 25 ஜூன் 1934

காலச்சுவடு 12, டிசம்பர் 1995

12

வட்டார வழக்கும் எழுத்தாளர்களும்

இமையம்

> மொழியை மக்கள் உருமாற்றம் செய்கிறார்கள். இவ்வுலகின் பெரிய அறிஞர்கள் அவற்றை வரிசைப்படுத்தி ஒழுங்குபடுத்துகிறார்கள். மக்களின் மொழிப் பிரயோகத்திற்கு நாம் பெரிதும் கடமைப்பட்டிருக்கிறோம்.
>
> **– ழாக் ப்ரெவர்**

ஒரு சமூகத்தின் குறிப்பிட்ட கால வாழ்க்கை முறையை ஆவணமாக, இலக்கியமாக, வரலாறாக, கலையாக உருவாக்குபவன் எழுத்தாளன். மொழியியல் சார்ந்த விதிமுறைகளை, கொள்கைகளை, கோட்பாடுகளை, வரையறைகளை, அளவுகோல்களை அவன் உருவாக்குவதில்லை என்றாலும் இவை அனைத்தும் உருவாவதற்கான காரணிகளை உருவாக்குவதில் எழுத்தாளனின் பங்கு மிக முக்கியமானது.

மொழி குறித்து, அதன் கூறுகள், அதன் பன்முகத் தன்மை, அதன் பயன்பாட்டுப் பரப்பு குறித்துப் பேசுவதற்கு நுணுக்கமான பார்வை தேவை. காரணம், மாறிக்கொண்டேயிருப்பது, அதே நேரத்தில் வளர்ந்து கொண்டேயிருப்பது மொழி. மொழி தனித்து இயங்கக் கூடிய ஒன்றல்ல. அது குறிப்பிட்ட இனக்குழுவின் வாழ்க்கைமுறை சார்ந்து, நிலம் சார்ந்து, கலைகள், தொழில்கள், கலாச்சாரப் பண்பாட்டுக் கூறுகள் சார்ந்து உருவாவது. இந்த மொத்தக் கூறுகளும் சேர்ந்ததுதான் மொழி. இவற்றில் ஒன்றிலிருந்து மற்றொன்றைப் பிரித்துப் பார்க்க முடியாது.

மொழி என்பது பேசுவதற்கானது, கருத்துகளைப் பரிமாறிக்கொள்வதற்கானது. ஒரு பொருளை, இடத்தை உச்சரிப்பதற்கானது, புரிந்துகொள்வதற்கானது மட்டுமல்ல. ஒரு

குறிப்பிட்ட இனக்குழுவின் ஒட்டுமொத்த வாழ்வின் சாராம்சம். ஒரு வாழ்க்கைமுறைதான் மொழியை உருவாக்குகிறது. மொழி ஒருபோதும் ஒரு வாழ்க்கைமுறையை உருவாக்குவதில்லை.

ஒரு மொழியில் ஒரு படைப்பு உருவாக்கப்படுகிறது என்றால் அது ஒரு தனிமனித வாழ்க்கையை, ஒரு குடும்பத்தின் கதையை மட்டுமே விவரிப்பதாகக் கொள்ள முடியாது. விரிந்த பொருளில் ஒரு படைப்பு குறிப்பிட்ட சமூகத்தின் ஒரு காலத்திய வாழ்க்கை முறையை விவரிப்பதாகவே கொள்ள முடியும். அப்படி விவரிக்கிற ஒரு படைப்பைத்தான் சிறந்த இலக்கியப் படைப்பு என்கிறோம். சிறந்த படைப்பிலக்கியத்தின் மூலம் ஒரு சமூகத்தை, அதன் வாழ்க்கையை, வரலாற்றை அறிய முடியும். அப்படி அறிந்து கொள்வதற்கான வாசல்தான் மொழி.

தமிழ் மொழியை, அதன் கூறுகளை, அலகுகளை, பயன்பாட்டுப் பரப்பை, பரிமாணங்களைப் புரிந்துகொண்டு செயல்படுவது – எழுத்தாளன் என்ற வகையில் எனக்கு எளிதாக இல்லை. குறிப்பாக, தமிழ் மொழியின் வழக்குகளைப் புரிந்துகொள்வதில், தற்காலத் தமிழைக் கையாள்வதில், மொழியில் நிகழ்ந்துவரும் மாற்றங்களைப் புரிந்துகொண்டு செயல்படுவது எளிய காரியம் அல்ல. அதிலும் வட்டார வழக்குகளைப் பயன்படுத்தி எழுதும்போது வரக்கூடிய பிரச்சினைகள் கொஞ்சமல்ல. எனக்கு மட்டுமல்ல, மொழியைப் புரிந்துகொண்டு எழுதுகிற எழுத்தாளர்களுக்கு – மொழியில் சிக்கல்கள் பெருகியபடியே இருக்கின்றன – இருக்கும் என்பதுதான் உண்மை.

தமிழ் மொழியில் வட்டார வழக்குகள் குறித்த பேச்சு வெகுகாலத்திற்கு முன்பே தொடங்கப்பட்டு, விவாதத்தில் பல படிநிலைகளைக் கடந்து செயல்பாட்டளவில் பல வரையறைகளுக்கு வந்திருக்க வேண்டும். ஆனால் நாம் இப்போதுதான் பேசவே ஆரம்பித்திருக்கிறோம். அதிகப்படியான போக்குவரத்து வசதி, தொழிற்சாலைகள், நகரங்களை நோக்கிய குடிபெயர்வு, அச்சு ஊடகங்கள், காட்சி ஊடகங்கள், உலகமயமாக்கம் என்று எல்லாமும் சேர்ந்து தமிழ் வாழ்க்கைமுறையை முற்றிலுமாகக் குலைத்துப் போட்டுவிட்ட நிலையில் வட்டார வழக்குகள் குறித்துப் பேசுவது சற்று வேடிக்கையானதுதான். தற்போதைய தமிழ் வாழ்க்கைமுறையில் வட்டாரம் என்பதற்கும் வட்டார வழக்குகள் என்பதற்கும் அர்த்தம் மிகவும் குறைவாக இருப்பதாகவே நான் கருதுகிறேன்.

தமிழ் மொழி காலம் காலமாக ஏதாவது ஒரு வழியில் தொடர்ந்து தாக்குதலுக்கு உள்ளாகிக்கொண்டே வந்திருக்கிறது. போர்த்தொடுப்புகள், வடமொழி ஆக்கிரமிப்பு, சமஸ்கிருதத்தின்

தாக்கம், மிஷனரிகளின் வருகை, பிரிட்டிஷ் நிர்வாகமுறை, ஊடகங்களின் மொழி என்று நிகழ்ந்த, நிகழ்ந்துகொண்டிருக்கும் தாக்குதலில் தமிழ் மொழி இழந்ததும் அளப்பரியது; பெற்றதும் அளப்பரியது.

உலகெங்கும் சிறுசிறு இனக்குழுக்கள் சர்வதேசக் கலாச்சார வன்முறையால், அச்சு, காட்சி ஊடகங்களின் ஆக்கிரமிப்பால் தங்கள் பண்பாட்டு அடையாளங்களை வேகமாக இழந்துவருகின்றன. தமிழ் மொழியும் இதற்கு விதிவிலக்கல்ல. பல நூற்றாண்டுக் காலக் கிராம ஒழுங்குகள், நீதி நியமங்கள், நடைமுறைகள், அமைப்புகள் ஊடகங்களால் கொந்தளிப்பை ஒத்த தாக்குதலுக்குட்பட்டு நிலைகுலைந்துள்ள நிலையில் நாம் வட்டார வழக்குகள் குறித்துப் பேசுகிறோம்.

வழக்குச் சொற்களில் உயர்ந்தது தாழ்ந்தது என்பது இருக்க முடியாது. இல்லை. ஆனால் உயர் வழக்கு, புலவர் தமிழ், பாமரர் வழக்கு, சாதி வழக்கு, இழிசனர் வழக்கு, கொச்சைத் தமிழ் என்று பல ரகமாகக் காலம் காலமாகப் பிரித்து வைத்திருக்கிறோம். இப்பிரிவினை மொழி வளர்ச்சிக்கு உதவாது. உலகத்தில் இன்று செழுமையான மொழிகள் என்று சொல்லப்படும் எல்லா மொழிகளுமே ஒரு காலத்தில் வட்டார மொழிகளாக, பேச்சு மொழிகளாகத்தான் இருந்துள்ளன என்பது வரலாறு. ஒரு மொழியின் சொல்வளத்தைப் பெருக்குவதற்கு வட்டார வழக்குகள், பொதுப் பேச்சு வழக்குகள் பெரிய பங்களிப்பைச் செய்ய முடியும். படைப்பு மொழி, தனது உயிர்ப்பைப் பேச்சு– வட்டார வழக்கிலிருந்துதான் பெறுகிறது.

தமிழ் மொழியில் கிராமப்புற, உழைக்கிற மக்களின் மொழியை 'நீச பாஷை' என்று புறக்கணித்த நிலை இருந்துள்ளது. இதனால் மொழியின் செழுமையான ஒரு பகுதி தமிழ் மொழியில் சேராமலேயே போய்விட்டது. கிராமப்புற நிகழ்த்துக்கலைகளின் வழக்குகள், கதைகள், பாடல்கள், சடங்குகள், விளையாட்டுகள், விடுகதைகள், பழமொழிகள் போன்றவற்றோடு தொடர்புடைய பல வழக்குகளை இழந்துவிட்டு நிற்கிறது தற்காலத் தமிழ். வட்டார வழக்கு பொது வழக்காக, எழுத்து வழக்காக மாறும். அப்படி மாறும்போது மொழிக்குப் பெரிய பலம் சேரும். வட்டார வழக்கின் பலத்தை இன்னும் அறியாதவர்களாகவே நாம் இருக்கிறோம்.

இயல்பான தமிழில் எழுதுகிற மனோபாவம் நம்மிடம் இல்லை. மேடைப் பேச்சுத் தமிழையே எழுத்துத் தமிழாகப் பாவிக்கிற மனோபாவத்தைத் திராவிட இயக்கங்கள் வலுவாக வேர் ஊன்றச் செய்து விட்டன. அந்த மனோபாவத்திலிருந்து

தமிழர்கள் இன்னும் மீளவே இல்லை. மொழி என்பது ஒரு இனக் குழுவின் அடையாளம். நாம் நம் அடையாளத்தை, அதற்குரிய நிஜமான பொருளில் புரிந்துகொள்ளாதது மட்டுமல்ல, அதை வேகமாக இழந்துவருகிறோம் என்பதுகூட நமக்கு உறைக்கவில்லை.

குறிப்பிட்ட நிலப்பரப்பிற்குள் வாழும் மக்கள் பயன்படுத்தும் மொழியில் சிலபல வழக்குகள் பிற நிலப்பரப்பிற்குள் வாழும் மக்கள் அறியாத வழக்குகளாக இருப்பவற்றைக் குறிப்பிட்ட நிலப்பரப்பின் வழக்குச் சொற்கள் என்று வரையறை செய்யலாம். இப்படிப் பல நிலப்பகுதிக்குள் தனித்தனியாக உச்சரிக்கப்படுகிற வழக்குகளையே அந்தந்த நிலப்பகுதிக்குரிய வழக்குச் சொற்கள் எனறு வகைப்படுத்தலாம். இந்த வரையறை ஒருபோதும் முழுமையானதாக இருக்க முடியாது. காரணம். நிலைத்த, நீடித்த சொல் வழக்கு என்று எந்த நிலப்பகுதியிலும் இருக்காது; இருக்கவும் முடியாது. மொழி காலந்தோறும் மாறக்கூடியதாக இருக்கிறது. மாறக்கூடிய, மாற்றம் கொள்ளக்கூடியதாக இருக்கிற நிலையில் ஒரு குறிப்பிட்ட கால எல்லைக்குள் நின்றுதான் வரையறுக்க முடியும்.

கிராமத்தையும் விவசாயத்தையுமே அடிப்படையாகக் கொண்ட நாட்டில் இவற்றை மையப்படுத்தித் தான் இலக்கியங்கள் உருவாகியிருக்க வேண்டும். அப்படி நிகழ்ந்திருக்குமாயின் பெருமளவில் கிராம வாழ்க்கையும் மொழியும் வழக்குகளும் பதிவு செய்யப்பட்டுப் பாதுகாக்கப்பட்டிருக்கும். அது தமிழ் மண்ணில் காலம் கடந்துதான் நடந்தது. அதுகூட, தாழ்த்தப்பட்ட, பிற்படுத்தப்பட்ட பிரிவினர் எழுத வந்த பிறகுதான் நிகழ்ந்தது. அதுவும் 1980க்குப் பிறகு. இலக்கியத்தில் கிராமப்புற வாழ்வையும் மொழியையும் அதன் தன்மை மாறாமல் ஓரளவு பதிவுசெய்தவர்கள் என்று கி. ராஜநாராயணன், ஆர். சண்முகசுந்தரம், பூமணி போன்றவர்களை முன்னோடிகளாகச் சொல்லலாம். இவர்களுடைய பாணியைப் பின்பற்றி நிறைய பேர் ஒரு இயக்கமாகவே செயல்பட்டார்கள். இவர்களும் சரி, இவர்களுக்குப் பினனால் வந்தவர்களும் சரி, வட்டார வழக்கின் ஜீவனை, அதன் பன்முகத்தன்மையை, பண்பாட்டுப் பரப்பைப் புரிந்துகொண்டு எழுதினார்கள், எழுதிக்கொண்டிருக்கிறார்கள் என்று சொல்ல முடியாது. அதனால் மனத்தில் பட்டதை எல்லாம் எழுதினார்கள் என்று சொல்லலாம்.

கிராமத்தில் பிறந்து வளர்ந்ததாலேயே ஒரு எழுத்தாளன் குறிப்பிட்ட வட்டார வழக்கின் ஜீவனைக் கண்டுபிடித்து எழுதுவான் என்று சொல்ல முடியாது. கிராமத்தில் பிறந்து

வளர்ந்ததாலேயே ஒருவர் எழுதுவதெல்லாம் வட்டார வழக்கு எழுத்து இலக்கியம் என்று சொல்ல முடியாது. ஒருவர் அனுபவ பலத்தில் எழுதும்போது தன்னியல்பாக வட்டார வழக்குகள் சிறப்பாக அமைந்து ஒரு படைப்பை மதிப்புமிக்கதாக மாற்றிவிடலாம். தன்னியல்பாக அமைகிற மொழி முக்கியமானது. அதோடு வாசிப்பின் மூலம் பெறுகிற மொழியும் முக்கியமானது. இரண்டு மொழியையும் மிகவும் சரியாகப் பயன்படுத்துவதற்கு எழுத்தாளனுக்குத் தேர்ந்த பயிற்சி வேண்டும். பிறரைக் காட்டிலும் எழுத்தாளனுக்கு மொழியில் தெளிவும் பயிற்சியும் இருக்க வேண்டியது அவசியம்.

ஒரு பாத்திரத்தை உருவாக்குவதுதான் எழுத்தாளனின் வேலை. அதற்குரிய மொழியைத் தீர்மானிப்பதில்லை. குறிப்பிட்ட பாத்திரம் அதற்கான மொழியைத் தானாகவே உருவாக்கிக்கொள்ளும். கவிதைக்கான மொழியும் புனைகதைக்கான மொழியும் வெவ்வேறானவை. சொற்களின் மீதும் மொழியின் மீதும் கவர்ச்சியும் மோகமும் கொண்டவனாக எழுத்தாளன் இருக்கக் கூடாது. மொழியைக் கவர்ச்சியுடன் பயன்படுத்துவதைவிட அறிவுபூர்வமாகப் பயன்படுத்துவதே மொழி வளர்ச்சிக்கு உதவக்கூடியது. வடிவ ஒழுங்கும் மொழி நேர்த்தியும் மட்டுமே ஒரு படைப்பை மதிப்புமிக்கதாக மாற்றிவிடமாட்டா.

பொது எழுத்து மொழியைப் பயன்படுத்துபவர்களைக் காட்டிலும் வட்டார வழக்குகளைப் பயன்படுத்தி எழுதுகிறவர்கள் கூடுதல் அக்கறையுடன் மொழியின் வலுவைப் புரிந்துகொண்டு எழுத வேண்டிய கட்டாயம் இருக்கிறது. வட்டார வழக்குகள் நிறைந்த படைப்பைப் படிப்பதில் பிரச்சினைகள் இருக்கும் என்று நான் நம்பவில்லை. அப்படி இருப்பின் அவை சிறிய பிரச்சினைகளாகவே இருக்கும்.

தமிழில் வட்டார வழக்குகளைப் பயன்படுத்தி எழுதுபவர்கள் இரண்டு வகையாக இருக்கின்றனர். கிராமத்தில் பிறந்து, வளர்ந்து தொழில் சார்ந்து பெரு நகரங்களில் நிரந்தரமாகக் குடியேறி, கிராமத்தோடு தொடர்பு விட்டுப்போனவர்கள், தங்களுடைய ஞாபகங்களை மறுஉருவாக்கம் செய்து எழுதுகிறவர்கள். இவர்களுடைய வட்டார வழக்கு – எழுத்து மொழி, பொதுப் பேச்சுமொழி, அரைகுறை வட்டார வழக்கு மூன்றும் கலந்து – புது வழக்காக இருக்கிறது. மற்றொரு வகையினர் நிரந்தரமாக, குறிப்பிட்ட நிலப்பரப்பிற்குள்ளேயே வாழ்ந்துகொண்டிருப்பவர்கள். வார்த்தைகளுக்கு உயிர் உண்டு என்பது இவர்களுக்குத் தெரிவதில்லை. கச்சிதத்தன்மை பற்றி

அக்கறையில்லாமல், தங்களுக்குத் தெரிந்த வழக்குகளை எல்லாம் ஒரு மோஸ்தராகப் பதிவுசெய்கிறவர்கள். இந்த இரண்டு வகையினர் எழுதும் வட்டார வழக்குகளைக் கொண்டு வட்டார வழக்குகள் குறித்த எந்த அலகையும் உருவாக்க முடியாது. படைப்பு என்பது மொழி சம்பந்தப்பட்டது. ஒரு சிறந்த படைப்பில் மொழி தன்னைப் புதுப்பித்துக் கொள்ள மட்டுமல்ல, உருவாக்கிக்கொள்ளவும் செய்கிறது.

வட்டாரம் சார்ந்த வழக்குகளைப் பயன்படுத்தும்போது சிக்கலில்லை என்று சொல்ல முடியாது. அய்யர் என்றால் பிராமணர் என்பது பொதுவாக ஏற்றுக்கொள்ளப்பட்ட ஒன்று. காலனியில் ஒரு அய்யர் இருக்கிறார், அவர் பிராமணர் அல்ல, வள்ளுவப் பண்டாரம். இவர்தான் காலனி வாழ் மக்களுக்குத் திருமணம், சாவு, ஜோசியம் பார்த்தல் போன்ற சடங்குகளைச் செய்பவர். இவரை 'அய்யர்' என்றுதான் காலனி வாழ் மக்கள் அழைப்பார்கள். பிற வகுப்பினர் இவரைப் "பண்டாரம்" என்றுதான் அழைப்பார்கள். இந்த அய்யரை நாவலில் பதிவுசெய்யும்போது (கோவேறு கழுதைகள், 1994; செடல், 2006) கூடுதலாக ஒரு பத்தி எழுத வேண்டிய கட்டாயம் ஏற்பட்டது. அதே மாதிரி– ஆறுமுகம் நாவல் (1999) மொழிபெயர்க்கப்பட்டபோது – 'சாண்டே குடிச்சவன' என்பதை எப்படி மொழிபெயர்ப்பது என்று தெரியவில்லை. 'சாண்டு' என்றால் பெண்களின் சிறுநீரைக் குறிப்பது. மொழி பெயர்ப்பாளர் 'சாண்டு' என்றால் பெண்களின் மாதவிடாய், அழுக்கு, கழிவு என்பதாகத் தமிழ் லெக்சிக்கனில் பதிவுசெய்யப்பட்டுள்ளது என்று வாதிட்டார். கோவேறு கழுதைகள் நாவலில் (1994) 'என்னோட லிபி' அவ்வளவுதான் என்று ஆரோக்கியம் என்ற பாத்திரம் சொல்லும். லிபி என்பது சமஸ்கிருதச் சொல். இச்சொல் எப்படி ஆரோக்கியம் என்ற பாத்திரத்திற்குத் தெரியும் என்பது எனக்குத் தெரியவில்லை. நாவலுக்குள் எப்படி அச்சொல் வந்தது என்பதும் எனக்குத் தெரியவில்லை. இச்சொல் தன்னியல்பாக வந்து விழுந்துள்ளது. இது சமஸ்கிருதச் சொல் என்று சொல்ல வேண்டுமா, வட்டாரச் சொல் என்று சொல்ல முடியுமா?

என் விருப்பத்திற்கேற்ப மொழியைப் பாத்திரத்தின் மொழியாக மாற்றுவதில்லை. ஒரு பாத்திரத்தின் மீதோ அதன் மொழியின் மீதோ நான் குறுக்கீடு செய்வதில்லை. மொழியால் வாசகரை ஈர்க்க நினைப்பது, பிரமிக்கவைப்பது என்பது படைப்பை ஊனப்படுத்தும்.

வட்டார வழக்குகள் குறித்துப் பேசுகிற நமக்கு எது எழுத்து வழக்கு, எது பேச்சு வழக்கு, எது வட்டார வழக்கு என்ற

தெளிவு இருப்பதாகத் தெரியவில்லை. எழுத்து மொழிக்கும் பேச்சு மொழிக்குமான இடைவெளி எது, பேச்சு வழக்குக்கும் வட்டார வழக்குக்குமான இடைவெளி எது, அவற்றை எப்படி இனம் காண்பது, எந்த அலகால் வரையறை செய்வது? தீர்மானிப்பது? இதற்கு நடைமுறை சார்ந்த அணுகுமுறை என்ன, விஞ்ஞானபூர்வமான அணுகுமுறை என்ன என்பது குறித்த தெளிவோ அக்கறையோ எழுத்தாளர்களுக்கு மட்டுமல்ல; மொழியியலாளர்களுக்கும் கல்வித் துறையைச் சார்ந்தவர்களுக்கும் மட்டுமல்ல, சமூகத்திற்கேகூட இருப்பதாகத் தெரியவில்லை. இதில் தெளிவும் அறிவும் ஏற்படாதவரையில் மொழியின் ஒரு பிரிவான வட்டார வழக்குக் குறித்து நாம் எந்த அலகுகளையும் உருவாக்க முடியாது. அதுவரை எழுத்து மொழியையும் பேச்சு மொழியையும் வட்டார வழக்கையும் ஒரே வாக்கியத்தில் நம் தமிழ் எழுத்தாளர்கள் எழுதிக்கொண்டுதான் இருப்பார்கள். எழுத்தாளர்கள் மொழியியல் குறித்து அக்கறைப்படுவதில்லை; மொழியியலாளர்கள் இலக்கியம் குறித்துக் கவலைப்படுவதில்லை. இந்தத் தனித்தனித் தீவுகள் ஒன்றிணையும்போது மட்டுமே மொழி குறித்து, வட்டார வழக்குகள் குறித்துப் பேசுவதில் அர்த்தம் இருக்க முடியும்.

"கைமுதல், கைப்பாவை, கையாலாகாதவன், கைநாட்டு, கைமாத்து, கைக்கிளி, கையை விரிச்சிட்டான், அவனுக்குக் கை நீளம்" ஆகிய சொற்களைக் கழனியூரன் என்பவர் வட்டார வழக்குச் சொற்களாகப் பட்டியலிடுகிறார் (*குமரிக்கடல்* – ஜூன் 2006 – பக்கம் 21, 22). இச்சொற்கள் எந்த வட்டாரத்திற்குரியவை என்பதைக்கூடக் கழனியூரன் குறிப்பிடவில்லை. இதே மாதிரி அ.கா. பெருமாள் தொகுத்த *நாஞ்சில் நாட்டுச் சொல்லகராதியில்* (2004) நாஞ்சில் நாட்டு வட்டார வழக்குகளாக "நக்கல், நடவு, சுண்டைக்காய், சுமைதாங்கி, குட்டிக்கரணம், கனகச்சிதம், அடம், அட்டூழியம், அடிமாடு" என்று பட்டியலிடுகிறார். அ.கா. பெருமாள் தொகுத்துள்ள சொல்லகராதியில் தமிழகம் எங்கும் உள்ள எழுத்து வழக்கு, பேச்சு வழக்குச் சொற்களையே அவர் தொகுத்துள்ளார். நம்முடைய வட்டார வழக்குச் சொல்லகராதிகளின் நிலை இப்படித்தான் இருக்கிறது.

2000ஆம் ஆண்டு இந்திய அரசின் பண்பாட்டுத்துறை எனக்கு இளநிலை ஆய்வு நல்கை ஒன்றை வழங்கியது. இளநிலை ஆய்வு நல்கைக்காக நான் தொகுத்த 'தலித்' சொல்லகராதி பாதியிலேயே நின்று விட்டது. காரணம் தற்போதைய நவீன உலகமயமாக்கல் வாழ்க்கைமுறையில் சாதி ரீதியான ஒரு வழக்குச் சொல்லகராதியை உருவாக்குவது சாத்தியமில்லை

என்பது என் அனுபவத்தில் தெரிந்தது. இது வட்டார வழக்குச் சொல்லகராதிக்கும் பொருந்தும் என்று நினைக்கிறேன். சோதனைக்காக கி. ராஜநாராயணன் தொகுத்த *வட்டார வழக்குச் சொல்லகராதி (1982),* பெருமாள்முருகன் தொகுத்த *கொங்கு வட்டாரச் சொல்லகராதி (2000),* நான் தொகுத்த *தலித் சொல்லகராதி (2002)* ஆகியவற்றை ஒப்பிட்டுப் பார்த்தபோது மூன்றுக்குமிடையில் மிக நெருங்கிய உறவிருப்பது தெரியவந்தது. அந்த ஒப்பீடு தமிழ் வாழ்க்கைமுறை மிக வேகமாக மாறிவருகிறது என்பதைக் காட்டியது.

பிறரைக் காட்டிலும் மொழி குறித்து அக்கறைப்பட வேண்டியவன் எழுத்தாளன்தான். அவன்தான் வார்த்தைகளால் ஒரு வாழ்க்கை முறையை உருவாக்கிக் காட்டுகிறான். அதனால் படைப்பில் புதிய எழுத்து முறையை, புதிய மொழியைக் கண்டடைய வேண்டிய அவசியம் எழுத்தாளனுக்குத்தான் இருக்கிறது. அதற்கு அவன் மொழியை நடப்பியல் ஆய்வு முறையோடு, புதிய நோக்கில் புரிந்துகொள்ள வேண்டியுள்ளது. மொழி குறித்த தெளிவும் பயிற்சியும் இல்லாமல் உருவாக்கப்படும் படைப்பின் மொழி உயிரற்றதாகவே இருக்கும். பண்டைக்காலத் தமிழை, இடைக்காலத் தமிழை, தற்காலத் தமிழை – தற்காலத் தமிழில் எழுத்துமொழியாக இருந்தாலும் சரி, வட்டார வழக்காக இருந்தாலும் சரி – ஏற்பட்டுள்ள மாற்றங்களை, வளர்ச்சிகளை, முன்னேற்றங்களைக் கணக்கில் கொண்டு செயல்படுவது படைப்பு மொழிக்கு மட்டுமல்ல, தமிழ் மொழியின் வளர்ச்சிக்கும் நல்லது.

காலச்சுவடு 86, பிப்ரவரி 2007

13

கொங்கு வட்டாரச் சொல்லகராதி
பெருமாள்முருகன்

விவாதம்:

கடந்த இரண்டு நூற்றாண்டுகளின் தமிழின் வளர்ச்சிக் – இதில் சொல்லின் வளர்ச்சியும் அடங்கும் – உந்துதலாக அமைந்த வரலாற்று, சமூக நிகழ்வுகளில் இரண்டை முக்கியமாகச் சொல்லலாம். ஒன்று, காலனியாட்சியால் ஐரோப்பியச் சமூகங்களின் எண்ணங்கள், மதிப்பீடுகள், அறிவியல் சிந்தனைகளோடு ஏற்பட்ட தொடர்பு; முக்கியமாக, ஆங்கிலேயச் சமூகத்தோடும் ஆங்கில மொழியோடும் ஏற்பட்ட தொடர்பு. இந்தத் தொடர்பின் விளைவாக அறிவியல், சட்டம், நிர்வாகம், அரசியல் முறை, சமூக அமைப்பு முதலியவை தொடர்பான புதிய சொற்கள் உருவாயின. அவை பெரும்பாலும் ஆங்கிலச் சொற்களின் மொழிபெயர்ப்பாகவும் தழுவலாகவும் கடனாகவும் அமைந்தன. ஆங்கிலச் சொற்களுக்கு இணையான தமிழ்ச் சொற்களைத் தரும் அகராதிகள் புதிய சொல் வளர்ச்சியை உருப்படுத்தும் (codify) வகையில் வெளிவந்தன. இந்தச் சொற்கள் எழுத்துத் தமிழின் மரபு வழியில் தரப்படுத்தப்பட்டாலும் இக்காலத் தமிழின் தன்மையை ஒரு வகையில் மாற்றின. மேலிருந்து வந்த இந்த மாற்றம் தமிழுக்கும் ஆங்கிலம் போன்ற நவீன மொழிகளுக்கும் இடையே மொழிபெயர்ப்புத் தன்மையை (translatability) அதிகரித்தது.

மற்றொரு நிகழ்வு, தமிழ்ச் சமூகத்தைச் சார்ந்த, ஆனால் சமூகநிலையிலும் செய்யும் தொழில் நிலையிலும் வாழும் இடத்தின் நிலையிலும் விளிம்பில் இருக்கும் பிரிவினர் பேசும் தமிழோடு எழுத்துக்கு ஏற்பட்ட தொடர்பு. விளிம்புநிலை மக்கள் பேசும் தமிழ் ஐரோப்பியத் தொடர்பால் தோன்றிய

புதிய வசன வடிவப் படைப்பிலக்கியத்தில் இடம்பெற்றது. பேச்சு மொழிக்கு முதன்மை தந்த புதிய மொழியியலும் நாட்டுப்புற இலக்கியத்துக்குத் தரப்பட்ட இலக்கிய அந்தஸ்தும், விளிம்புநிலைத் தமிழ் தரப்படுத்தப்பட்ட தமிழைப் போலவே கருத்துவெளிப்பாட்டுக்கும் அழகியல் படைப்புக்கும் தகுதியானது என்ற கருத்து ஏற்றுக்கொள்ளப்படுவதற்குத் துணை செய்தன. இதைவிட முக்கியமாக, விளிம்புநிலை மக்களின் வாழ்வனுபவத்தை, மதிப்பீடுகளை, நம்பிக்கைகளை, பழக்கவழக்கங்களை – அதாவது, அவர்களுடைய கலாச்சாரத்தை – உண்மையாக வெளியிட விளிம்புநிலைத் தமிழ் வேண்டும் என்ற கருத்து ஏற்றுக்கொள்ளப்பட்டது. விளிம்பு நிலைத் தமிழின் சொற்கள் வசன வடிவப் படைப்பிலக்கியத்தின் உரையாடல்கள் மூலம் பொதுத் தமிழுக்கு அறிமுகமாயின. இந்தச் சொற்களும் அவை வெளிப்படுத்திய கலாச்சாரமும் பொதுத்தமிழை இன்னொரு வகையில் பாதித்தன. தமிழின் கலாச்சார எல்லையை விரித்தன. இந்த மாற்றம் தமிழுக்குக் கீழிருந்து வரும் மாற்றம் எனலாம். மேலிருந்து ஆங்கிலத்தின் வழி வரும் தாக்கத்தைப் போல் தமிழ்ச் சமூகத்தின் விளிம்பிலிருந்து வரும் தாக்கம் இன்னும் ஆழமாகவும் பரவலாகவும் இல்லையெனினும் இரண்டு தாக்கங்களும் நவீனத் தமிழை உருப்படுத்துகிற சக்திகள் எனலாம்.

மேலிருந்து வரும் தாக்கத்தை உருப்படுத்த உதவும் ஆங்கிலம் – தமிழ் அகராதிகள் போல், கீழிருந்து வரும் தாக்கத்தை உருப்படுத்த விளிம்புத் தமிழ் – மையத் தமிழ் அகராதிகள் மிகுதியாக இல்லை. அபூர்வமாக வெளிவந்துள்ள இந்த அகராதிகளில் பெருமாள் முருகனின் கொங்குவட்டாரச் சொல்லகராதி ஒன்று. பெருமாள் முருகன் ஒரு படைப்பாசிரியர்; தமிழையும் மொழியியலையும் சிறப்புப்பாடமாக உயர்நிலையில் படித்தவர். இந்த இரட்டைப் பயிற்சி இவர் இந்த அகராதித் தயாரிப்பில் ஈடுபடத் துணை செய்திருக்கிறது. சொல்லை அகநிலையில் உணர்வுபூர்வமாகப் பயன்படுத்துவது, புறநிலையில் அறிவுபூர்வமாக அலசுவது என்ற இரண்டு நிலைகளும் கைகூடி இந்த அகராதிக்கு ஆதாரமாக அமைந்திருக்கின்றன.

சுமார் 2500 சொற்களைக் கொண்ட இந்த அகராதி (சுமார் 300 பழமொழிகள் அகராதியின் பின்னிணைப்பாகத் தரப்பட்டுள்ளன) கொங்கு நாட்டின் பேச்சிலிருந்து தொகுக்கப்பட்டது. இந்த வட்டாரத்தின் இலக்கியத்திலிருந்தும் சொற்கள் சேர்த்துக்கொள்ளப்பட்டன. கொங்குநாடு என்று அவர் எடுத்துக் கொண்டது கோயம்புத்தூர் மாவட்டமும் அதை ஒட்டியுள்ள சேலம், திருச்சி, திண்டுக்கல் மாவட்டத்தின் சில பகுதிகளும். மாவட்டங்கள் நிர்வாக வசதிக்காகச் செய்யப்பட்ட

நிலப்பிரிவுகள் என்பதால் அவற்றுக்குக் கலாச்சார அடிப்படை இருப்பது கடினம். எனவே, வரலாற்று மரபைப் பின்பற்றிக் கொங்குநாடு என்ற வட்டாரத்தை வரையறுத்துக்கொண்டது இந்த அகராதிக்கு ஒரு கலாச்சார அடிப்படையைத் தரும் வாய்ப்பை அதிகரிக்கிறது.

ஒரு அகராதியை விமர்சிக்கும்போது அது அகராதியியலின் கொள்கைகளையும் அது பின்பற்றும் மரபுகளையும் எந்த அளவில் பின்பற்றி இருக்கிறது; அதில் உள்ள சொற்கள் பிரதிபலிக்கும் கலாச்சாரம் என்ன என்ற இரண்டு நிலைகளில் விமர்சிக்கலாம். மொழிவழக்குகள் என்ற நிலையிலும் கலாச்சாரப் பழக்கங்கள் என்ற நிலையிலும் ஒரு வட்டாரத்தில் பல சாதிகள் உண்டு. வட்டாரத்தில் உள்ள எல்லாச் சாதிகளுக்கும் பொதுவான மொழி வழக்குகளும் கலாச்சாரப் பழக்கங்களும் உண்டு, சாதிக்குச் சாதி வேறுபடுபவையும் உண்டு. இந்த அகராதி தரும் சொற்கள் கொங்குவட்டாரத்தில் உள்ள எல்லா சாதிகளுக்கும் பொதுவானவையா, அல்லது ஒரு குறிப்பிட்ட சாதிக்கு – அதாவது பெரும்பான்மையாக உள்ள சாதிக்கு – உரியவையா என்ற விபரம் நூலின் முன்னுரையில் இல்லை. இரண்டாவதே என்று ஊகிக்க இடமிருக்கிறது.

பொதுத்தமிழில் வழங்குகின்ற சொற்களை வட்டாரச் சொற்கள் என்று கூற முடியாது. பொதுத்தமிழ்ச் சொற்கள் சில கொங்கு வட்டாரச் சொற்களாகத் தரப்பட்டிருக்கின்றன. (அத்துபடி, அடிமடி, இளவெயில்) வேறு வட்டாரங்களிலும் வழங்குகின்ற சொற்களை கொங்கு வட்டாரச் சொற்களாகக் கருத முடியாது (குரங்குப் பெடல்). கொங்கு வட்டாரச் சொல் என்று பொறுக்கி எடுப்பதில் இன்னும் கவனம் செலுத்தியிருக்கலாம்.

அகராதியில் ஒரு சொல்லுக்குத் தரும் தகவல்கள் தொகுப்பாளரின் நோக்கத்தையும் நேரத்தையும் பொறுத்து வேறுபடும். தலைப்புச் சொல், அதன் பொருள் என்ற இரண்டு தகவல்களும் எல்லா அகராதிகளிலும் இருக்கும். அதற்கு மேல் தரும் தகவல்களில் இந்த அகராதி எடுத்துக்காட்டு வாக்கியம், சொல்லின் இலக்கண வகை என்ற இரண்டு தகவல்களைத் தருகிறது. சொல்லின் உச்சரிப்பு, இணையான எழுத்துத் தமிழ் வடிவம் முதலிய தகவல்கள் முழுமையாகத் தரப்படவில்லை. தலைப்புச் சொற்கள் தமிழ் எழுத்துகளையே பயன்படுத்திப் பேச்சின் உச்சரிப்பை ஓரளவு காட்டும் வகையில் எழுதப்பட்டிருக்கின்றன. ஆனால் சில சொற்கள் எழுத்துத் தமிழின் மரபின்படி மாற்றி எழுதப்பட்டிருக்கின்றன. சில சொற்களில் சொல்லின் ஒரு பகுதி பேச்சு வடிவிலும் ஒரு பகுதி எழுத்து வடிவிலும் இருக்கின்றன.

(அகராதி பிடிச்ச வேலை; அக்கெட்டை, ஆனால் அக்கட்ட; ஈஞ்சமாறு, ஆனால் ஈக்கமார்). சில சொற்களுக்கு எழுத்துத் தமிழின் வடிவம் பொருளாகத் தரப்பட்டிருக்கிறது (எசகேடு – இசை கேடு).

தலைப்புச்சொல்லைத் தரும்போது தனிச்சொல்லோடு தொடரும் தரப்பட்டிருக்கிறது. (அகராதி, அகராதி பிடிச்ச வேலை). அடிச்சொல்லிலிருந்து பல தொடர்களை உருவாக்கும் வாய்ப்பு இருப்பதால் (அகராதி பிடிச்ச மனுசன், அகராதி பிடிச்சவன் / ள்) அடிச்சொல்லை மட்டும் (அகராதி பிடி(த்தல்) தருவது முறை. ஒன்றுக்கு மேற்பட்ட வடிவம் உள்ள சொற்களில் (அச்சாங்கல், அஞ்சாங்கல்) அகர வரிசையில் முதலில் வரும் வடிவத்தின் கீழ்ப் பொருள் தந்து பின்னால் வரும் வடிவத்தைக் 'காண்க' என்று முதலில் வந்த வடிவத்துக்கு ஆற்றுப்படுத்தப்படுகிறது. அதிகமாக வழக்கில் உள்ள சொல் வடிவத்தின் கீழ்ப் பொருள் தந்து மற்றதை ஆற்றுப்படுத்துவது அகராதியியல் மரபு.

ஒரு சொல்லுக்கு ஒத்த சொல்லின் (synonym) மூலம் பொருள் உணர்த்தப்பட்டால் ஒத்த சொல்லும் அகராதியில் இடம்பெறவேண்டும். எடுத்துக்காட்டு வாக்கியங்களில் வரும் சொற்கள் எல்லாம் அகராதியில் இடம்பெற வேண்டும். அகராதியியலின் இந்த விதிமுறையால் அகராதியின் தற்சார்புத்தன்மை (self-sufficiency). அகராதியைப் பயன்படுத்துபவர் அதில் உள்ள எந்தச் சொல்லையும் புரிந்துகொள்ள வேறொரு உதவியைத் தேடக் கூடாது என்பது இந்த விதிமுறையின் நோக்கம். இந்த விதிமுறையைப் பின்பற்றாத இடங்கள் இந்த அகராதியில் உண்டு. அடப்பம் என்ற சொல்லுக்கு எடுத்துக்காட்டு வாக்கியம் 'நாசுவன் அடப்பத்தோட போறாப்ல'; இதில் உள்ள 'நாசுவன்' என்ற சொல் அகராதியில் இல்லை.

தலைப்புச் சொல்லின் பொருளின் நுட்பத்தை அது வரும் வாக்கியத்திலிருந்து அனுமானிக்கும்படியாக எடுத்துக்காட்டு வாக்கியம் இருக்கவேண்டும். அப்போதுதான் எடுத்துக்காட்டு வாக்கியத்தின் பொருள் விளக்கும் பயன் நிறைவு பெறும். 'வலிச்சி' என்ற சொல்லுக்குத் தரப்பட்டுள்ள 'வலிச்சி நெறைய வேணும்', 'வறுகறி' என்ற சொல்லுக்குத் தரப்பட்டுள்ள 'வறுகறி கொஞ்சம் போடு' என்ற எடுத்துக்காட்டு – வாக்கியங்கள் பொருள் விளங்கப் பயன்படவில்லை.

சொல்லுக்குப் பொருள் விளக்கம் தரும்போது விளக்கத்தில் பொருள் மயக்கம் இருக்கக்கூடாது. 'அச்சாங்கல்' என்ற சொல்லுக்கு, 'ஐந்து சிறு கற்களைக் கொண்டு பெண்களும் சிறுவர்களும் ஆடும் விளையாட்டு' என்று பொருள் விளக்கம்

தரப்பட்டிருக்கிறது. பெண்களும் சிறுவர்களும் ஒன்றுசேர்ந்து ஆடும் விளையாட்டு என்ற பொருளையும், பெண்கள் தனித்துச் சேர்ந்தும் சிறுவர்கள் தனித்துச் சேர்ந்தும் ஆடும் விளையாட்டு என்ற பொருளையும் இந்த விளக்கம் தந்து மயங்கவைக்கிறது; மேலும் இந்த விளக்கம் சிறுமிகளை இந்த விளையாட்டிலிருந்து நீக்குகிறது. வயதுவந்த ஆண்களை மட்டும் நீக்குவதாகப் பொருள் இருக்க வேண்டுமென்றால், பொருள் விளக்கத்தை வேறு வகையாக எழுதவேண்டும்.

அகராதியியலின் அடிப்படையில் இப்படி இன்னும் சில திருத்தங்களைச் சொல்லலாம். இந்தத் திருத்தங்கள் இல்லாத நிலையில் அகராதியின் அறிவியல் அடிப்படை குறைபாடு உடையதாக இருக்கிறது எனலாம்; ஆனால் இவை அகராதியின் பயன்பாட்டைக் குறைக்கவில்லை.

கொங்கு வட்டாரச் சமூகத்தின் பண்பாட்டுக் கூறுகளைப் பற்றி என்ன தெரிந்து கொள்கிறோம் என்ற கேள்விக்கான பதில் இந்த அகராதியில் சுருக்கமாகவே உள்ளது. இது பொருள் களஞ்சிய அகராதி *(encyclopaedic dictionary)* அல்ல; இருப்பினும், சொற்களின் எண்ணிக்கையின் அடிப்படையில் வேளாண்மைக் கலாச்சாரக் கூறுகள் இந்த அகராதியில் வெளிப்படுகின்றன எனலாம். வேளாண்மையோடு தொடர்புள்ள பொருள்களுக்கான சொற்கள் மட்டுமல்லாமல் அந்தக் கலாச்சாரத்தின் நம்பிக்கைகள், பழக்கங்களைக் கூறும் சொற்களும் அகராதியில் இருக்கின்றன (கருப்பு, பச்சிலை சத்தியம், எறகூடை, நம்பாலக்கொடி).

கொங்கு வட்டாரச் சொல்லகராதி, வேறு வட்டாரச் சொல்லகராதிகளையும், தலித் போன்ற சமூகப் பிரிவினர் சொல்லகராதிகளையும், பெண் வழக்குச் சொல் அகராதியையும் தொகுக்க உந்துதலாக இருந்தால், இதன் பயன் பெரிதாகும். இத்தகைய அகராதிகள் விளிம்பு மொழிச் சொற்களையும் பொருள்களையும் மொழியின் மையத்துக்குக் கொண்டுவந்து தமிழின் சொல்வளத்தையும் பெருக்க உதவும்; தற்காலத் தமிழின் பரப்பை விரிவாக்கத் துணை செய்யும்.

காலச்சுவடு 39, ஜனவரி பிப்ரவரி 2002

14

வட்டாரம் கடந்த மேட்டிமைவாதம் அல்லது "கெலம்பு, காத்து வர்ட்டும்"
அரவிந்தன்

கேள்வி: அன்னைத் தமிழில் பேசும் நீங்கள் சென்னைத் தமிழில் பேசிப் பார்த்ததுண்டா?

பதில்: தமிழ்த்தாயின் முகத்தில் செம்புள்ளி, கரும்புள்ளி குத்திப் பார்ப்பதா? கொடுமை! கொடுமை!

இது 87ஆம் பிறந்த நாளை ஒட்டித் தமிழக முதல்வர் டாக்டர் கலைஞர் மு. கருணாநிதி குமுதம் வார இதழுக்கு அளித்த பேட்டியில் இடம்பெற்ற கேள்வி – பதில்.

முத்தமிழ் அறிஞர் என்று போற்றப்படும் கருணாநிதிக்குச் சென்னைத் தமிழின் மீது என்ன கோபமோ தெரியவில்லை! சென்னைத் தமிழின் மேற்பரப்பில் தெரியும் சில தன்மைகளை வைத்தும் அதைப் பேசுபவர்களின் சமூக அடுக்கின் மதிப்பை (அல்லது மதிப்பின்மையை) வைத்தும் அந்த மொழியை மதிப்பிடும் மையநீரோட்டப் பார்வையையே அவரது கருத்து பிரதிபலிக்கிறது. இந்தப் பார்வையைப் பரிசீலனைக்கு உட்படுத்தினால் மொழி சார்ந்த பல கற்பிதங்களையும் கருத்தோட்டங்களையும் புரிந்து கொள்ள முடியும். அவற்றில் ஊடாடும் சாதிய, வர்க்க, மேட்டிமைக் கூறுகளையும் புரிந்துகொள்ளலாம்.

சென்னைத் தமிழின் கொச்சை வழக்கைக் கேட்ட மாத்திரத்தில் கூசிப்போகும் மேட்டுக்குடியினர் பலர் இருக்கிறார்கள். சென்னையின் நடுத்தட்டு, மேல்தட்டுப் பிரதிநிதிகள் பலரும் தமிழகத்தின் பிறபகுதிகளைச் சேர்ந்த பலரும் சென்னைத் தமிழைத் தமிழின் இழிந்த வழக்காகக் கருதி விமர்சனமும் பரிகாசமும் செய்வதுண்டு. சமீபத்தில் பாணா காத்தாடி என்னும் படத்துக்குத் தன் வலைப்பக்கத்தில்

விமர்சனம் எழுதிய உண்மைத் தமிழன் என்பவர் படத்தில் கூவம் பாஷை நன்றாகக் கையாளப்பட்டிருப்பதாக மெச்சிக்கொள்கிறார். கதாநாயகனாக நடித்த அதர்வா, கூவம் பாஷையிலும் பொளந்துகட்டுகிறாராம். சென்னையில் வழங்கி வரும் மொழி நாற்றமெடுக்கும் கூவத்தோடு ஒப்பிடப்படுவது தற்செயலானதோ விதிவிலக்கானதோ அல்ல. தமிழ்ப் பரப்பின் பொதுப்புத்தியின் பார்வை இது. சமூக மட்டத்தில் மேல் அடுக்குகளில் இருப்பவர்களும் அங்குச் செல்ல விரும்புபவர்களும் கொண்டிருக்கும் பொதுவான பார்வையின் வெளிப்பாடுதான் இது. படித்த, நாகரிக வளர்ச்சி பெற்ற மக்களின் வாயிலோ காதுகளிலோ நுழையக் கூடாத அநாகரிக மொழியாகவே சென்னைத் தமிழ் பலராலும் கருதப்பட்டுவருகிறது. படிக்காத, பாமரத்தனமான, பண்பாட்டின் கடைநிலையில் உழல்பவர்களின் மொழியாகவே சென்னைத் தமிழ் தமிழகத்தின் பொதுப்புத்தியில் உருவகப்படுத்தப்பட்டுள்ளது. சென்னைத் தமிழை ரசிக்கும் சிலர்கூடத் தட்டிக்கொடுக்கும் மனப் பாங்கோடுதான் அதை அணுகுகிறார்கள்.

ஒரு மொழியின் மேன்மை, மிகுதியும் அதிலுள்ள படைப்புகளையும் அறிவுசார் பிரதிகளையும் இலக்கண அமைப்பையும் சார்ந்திருக்கிறது. உலக மொழிகளுடன் அதற்குள்ள உயிரோட்டமுள்ள தொடர்பு, புதிய விஷயங்களை ஆயாசமின்றி உள்வாங்கிக்கொள்ளும் திறன், மாறிவரும் காலத்துக்கேற்ப மாற்றங்களை ஏற்கும் நெகிழ்வுத் தன்மை போன்ற கூறுகளை அதன் மேன்மையை அளப்பதற்கான இதர அளவுகோல்களாகக் கூறலாம். அந்த மொழி பேசும் மக்களின் வாழ்நிலையும் அதன் அந்தஸ்தைத் தீர்மானிக்கும் காரணியாக அமையும். ஆனால் ஒரு மொழி, வாழும் மொழியாக இருக்க வேண்டுமானால் அது மக்களால் தொடர்ந்து பேசப்படும் மொழியாக இருக்க வேண்டும். வெவ்வேறு இடங்களில் வசிக்கும் மக்கள் வெவ்வேறு முறைகளில் ஒரே மொழியைப் பேசுவது இயல்பானதே. அம்மொழி பேசும் மக்கள் வாழும் இடங்களையும் அவ்விடங்களின் கல்வி மற்றும் கலாச்சாரக் கூறுகளையும் பொறுத்து அவர்கள் அம்மொழியைக் கையாளும் விதமும் மாறும். வட்டாரம் சார்ந்து மாறும் மொழியின் வடிவம் 'வட்டார வழக்கு' என்று குறிப்பிடப்படுவது போலவே சாதி வழக்கு, புலமை வழக்கு, எளிமை வழக்கு ஆகிய பல வழக்குகள் உள்ளன. மருத்துவம், வேளாண்மை, தையல்கலை முதலான துறை சார்ந்த வழக்குகளும் உள்ளன.

ஒவ்வொரு வட்டாரத்திலும் வெவ்வேறுவிதமாக வடிவம் எடுக்கும் மொழியில் பேச்சு வழக்கு என்று பொதுவான ஒரு வழக்கும் வழங்கி வருவதுண்டு. சாதி, வட்டாரம் ஆகிய

வேறுபாடுகளைத் தாண்டி எல்லா வட்டாரங்களிலும் வழங்கக்கூடிய பொதுவான கொச்சை / பேச்சு வழக்கை இப்படிச் சொல்லலாம். உதாரணமாக, பார்த்துக்கொள் என்னும் சொல் பாத்துக்கிடு என்றும் பாத்துக்க என்றும் பாத்துக்கோ என்றும் பலவிதமாக வழங்கிவரும். ஆனால் கொடு என்பது குடு என்று ஆவது அனேகமாக எல்லா வகைமைகளுக்கும் பொதுவானது.

இப்படிப்பட்ட வகைமைகள் அனைத்தும் ஒரு மொழியின் உயிரோட்டத்தை உணர்த்துபவை. அதாவது, உயிரோடு இருக்கும் மொழியில்தான் வகைமைகள் இருக்க முடியும். அந்த வகைமைகள் காலந்தோறும் மாறிக்கொண்டிருக்கும். புதுப்புது வழக்குகள் தோன்றுவதும்கூட ஒரு மொழியின் உயிர்ப்பை உணர்த்தும் அடையாளம் தான் (தங்கிலீஷ் என்று சொல்லப்படும் ஆங்கிலம் கலந்த தமிழ் வழக்கும்கூட இவ்வகையில் தமிழின் வாழும் தன்மைக்கு உதாரணம் தான்).

இத்தகைய வழக்குகளில் ஒன்றான சென்னைத் தமிழும் தமிழின் உயிர்ப்பைப் பறைசாற்றும் ஓர் அடையாளம் என்பதில் சந்தேகம் இல்லை. மதுரைத் தமிழ், கொங்குத் தமிழ், கரிசல் தமிழ், நாஞ்சில் தமிழ், ஈழத் தமிழ் போலச் சென்னைத் தமிழும் ஒரு வட்டார வழக்குதான். எல்லா வட்டார வழக்குகளையும் போலவே பல்வேறு இயல்பான காரணிகளால் உருவாகி, தொடர்ந்த பயன்பாட்டினால் உருமாறிவரும் ஒரு வழக்கு. சென்னைத் தமிழை மேலெழுந்தவாரியாகப் பார்க்கும்போது அது படிக்காத மக்களின் கொச்சை மொழியாகத் தோன்றும். ஆனால் சற்று நிதானமாகப் பார்த்தால் எல்லா வட்டார வழக்குகளையும் போலவே சென்னைத் தமிழும் வட்டார வழக்குகளுக்கான அனைத்துக் கூறுகளையும் கொண்டிருப்பது தெரியவரும்.

❍

பிற வட்டார வழக்கு எதற்கும் இல்லாத சில கூறுகள் சென்னைத் தமிழுக்கு உண்டு. அது, பிற மொழிகளை உள்வாங்கித் தன்வயப்படுத்தும் திறன். கஸ்மாலம் என்று ஒரு சொல். இதன் வேர்ச்சொல் வடமொழியின் கஸ்மலம். இதன் பொருள் அழுக்கு. இழிவான காரியங்களைச் செய்பவர்களைச் சென்னைத் தமிழில் கஸ்மாலம் என்று சொல்வார்கள். அதுபோலவே ஜபூர் அல்லது ஜபுரு என்று வழங்கப்படும் சொல். இதன் வேர்ச்சொல் ஜபுர் என்னும் உருதுச் சொல். பொருள்: ஜாலவித்தை. இது கிட்டத்தட்ட இதே பொருளின் அங்கத வடிவில் ஜபுரு காட்டாதே என்று சென்னைத் தமிழில் வழங்கிவருகிறது. ந – அஸ்தி = நாஸ்தி (ஒன்றுமில்லை) என்ற வட மொழிச் சொல், நாஸ்தி

பண்ணிடுவேன் என்று சென்னைத் தமிழில் வழங்கிவருவதைப் பார்க்கும்போது சென்னைத் தமிழ் பிற மொழிகளை எப்படி நுட்பமாக உள்வாங்கியிருக்கிறது என்பது புரியும். பஜார், பேஜார், மஜா, கேடி, தௌலத், கிங்கு போன்ற பல சொற்களை வைத்தும் இதைப் புரிந்துகொள்ளலாம்.

நேரடிப் பொருள்கள் தரும் இத்தகைய சொற்கள் ஒரு புறம் இருக்க, சற்றே திரிந்த அல்லது வித்தியாசமான பொருள் தரும் பிறமொழிச் சொற்களின் இருப்பும் சென்னைத் தமிழின் பிரத்யேகத் தன்மைகளில் ஒன்று. உதாரணம் அப்பீட் என்ற சொல். இது பம்பர விளையாட்டில் பயன்படுத்தப்படும் சொல். தரையில் சுற்றும் பம்பரத்தின் ஆணியைச் சாட்டையால் சுற்றிச் சுண்டிப் பம்பரத்தைத் தலைக்கு மேலே எழுப்பிப் பிடிக்கும் செயலுக்கு அப்பீட் என்று பெயர். இது அப் ஹெட் என்ற சொல்லிலிருந்து மருவி வந்தது என்ற தகவல் ஜெயகாந்தனின் *'ஒரு மனிதன் ஒரு வீடு, ஒரு உலகம்'* என்னும் நாவலில் காணக் கிடைக்கிறது. அதுபோலவே அம்பேல் என்னும் சொல் ஐ – ஆம் – ஆன் – பெயில் என்னும் தொடரின் மரூஉ என்றும் அந்த நாவல் சொல்கிறது. இவை இரண்டுமே மூலப்பொருளுக்கு நெருக்கமான பொருளிலேயே விளையாட்டில் பயன்பட்டாலும் சென்னைத் தமிழின் நடைமுறைப் பயன்பாட்டில் வேறு பொருள்களையும் தருகின்றன. கிளம்புகிறேன் (நான் அப்பீட்டு) என்றும் ஆளைவிடுங்கள் (அம்பேல்) என்றும் நடைமுறையில் இவை வழங்கப்படுகின்றன.

தாராந்துட்டியா என்ற சொல்லை எடுத்துக்கொள்வோம். தாரை வார்த்தல் என்பது இந்து சமயச் சடங்கு சார்ந்த ஒரு சொல். தன்னுடைய பொருளைத் தன்னுடையதல்ல என்று முற்றாகத் துறந்து பிறருக்குத் தந்துவிடும் செயலே தாரை வார்த்தல். சென்னைத் தமிழில் தாராந்துட்டியா என்றால் தொலைத்துவிட்டாயா என்று பொருள். தாரை வார்த்தல் என்னும் தொடருக்கான பொருள் அங்கதச் சுவையோடு மறு வடிவம் எடுக்கும் அழகை இங்கே காணலாம்.

இத்தனை மொழிகளின் தாக்கம் சென்னைத் தமிழில் இருப்பதைப் பார்க்கும்போதே இத்தனை மொழிகளுடன் அது உறவாடியிருப்பதை உணர முடியும். சென்னையிலும் அதை ஒட்டியுள்ள பகுதிகளிலும் உருது, ஆங்கிலம், தெலுங்கு, சமஸ்கிருதம், இந்தி ஆகிய பல மொழிகள் புழங்கியிருப்பதன் அடையாளங்களைச் சென்னைத் தமிழில் காணலாம். சென்னைக்கு மிக அருகில் இருக்கும் ஆந்திரப் பிரதேசத்தின் தாக்கத்தைச் சென்னையின் மக்கள் தொகை விகிதாச்சாரத்தில் மட்டுமின்றிச் சென்னைத் தமிழின் நைனா, டப்பு, துட்டு

போன்ற சொற்களிலும் (எனக்)கோசரம், (அதுக்)கோசரம் போன்ற வழக்குகளிலும் காணலாம். காலனியாதிக்கக் காலத்தில் சென்னை ஆங்கிலேயர்களின் மிக முக்கியமான மையமாக இருந்தது. இதன் அடையாளங்களைச் சென்னையின் பல்வேறு பகுதிகளில் இன்றும் காண முடிவதுபோலவே சென்னைத் தமிழிலும் காண முடிகிறது. காலனியாதிக்கத்துக்குச் சற்று முந்தைய காலகட்டத்தில் சென்னை, தெலுங்கு மன்னர்களின் ஆட்சியின் கீழ் இருந்தது. ஆங்கிலேயர்கள் இங்குக் காலூன்ற முயன்றுகொண்டிருந்த சமயத்தில் ஹைதர் அலி பலமுறை சென்னையின்மீது படையெடுத்து ஆங்கிலேயர்களுக்குப் பெரும் சவாலாக விளங்கிவந்தார். இது போன்ற நிகழ்வுகளால் சென்னையில் பல தரப்பட்ட மக்கள் வந்தனர்; வாழ்ந்தனர். போர், வணிகம் முதலான காரணங்களுக்காகப் பல மொழிகள் பேசும் மக்களின் போக்குவரத்து அதிகமாக இருந்தது. இந்த நிகழ்வுகளின் தாக்கங்கள் சென்னை மொழியில் தமிழின் வேறு எந்த வட்டார வழக்குக்கும் இல்லாத ஒரு தனித்தன்மையை – (பல மொழிகள் கலந்த தன்மையை) – அளித்திருக்கின்றன.

ஒரு விதத்தில் சென்னையின் வரலாற்றை அறிவதற்கான ஒரு ஆதாரமாகவும் சென்னைத் தமிழ் இருக்கிறது என்று சொல்லலாம். பல்வேறு மொழிகளால் வளமூட்டப்பட்ட வண்ணமயமான இந்த மொழியை அக்கறையுடன் ஆராய்ந்து பல உண்மைகளைக் கண்டறிவதற்குப் பதிலாக இதை இழிவு படுத்தும் போக்கு நிலவுவது துரதிருஷ்டவசமானது. கீழ்த்தட்டு மக்களின் வாழ்க்கைமுறை, சமய நம்பிக்கைகள், பழக்கவழக்கங்கள் ஆகியவை எப்படி இழிவாகப் பார்க்கப்படுகிறனவோ அதேபோல அவர்களது மொழியும் பார்க்கப்படுகிறது. மேட்டிமைவாதத்தின் மொண்ணைத்தனம் என்றுதான் இதைச் சொல்ல முடியும்.

உணர்ச்சிக்கு நெருக்கமான வெளிப்பாடு சென்னைத் தமிழின் வியக்கவைக்கும் ஒரு கூறு. மொழியின் ஆதாரமான பயன்பாடுகளில் ஒன்று, உணர்ச்சியை வெளிப்படுத்துதல். அந்த வகையில் பார்த்தால் சென்னைத் தமிழ் அளவுக்கு உணர்ச்சிக்கு நெருக்கமான ஒரு வழக்கைக் காண்பது அரிது. புட்டுக்கிச்சி, பூட்ட கேஸு என்பன போன்றவை உணர்த்தும் உணர்ச்சியைப் பிறமொழிகளில், பிற வழக்குகளில் இவ்வளவு சிக்கனமாக வெளிப்படுத்த முடியாது. ரொம்பவும் பீற்றிக்கொள்ளாதே என்பதைச் சொல்ல அமுக்கிவாசி என்று சொல்வதும் உணர்ச்சியைக் கச்சிதமாகக் காட்டும் வெளிப்பாடுதான்.

சென்னை மொழியின் கொச்சையை நாக்கை அதிகம் துன்புறுத்தாத எளிமைப்படுத்தலின் விளைவு என்று சொல்லலாம். கஷ்டம் – கஸ்டம், ஓடி வா – ஓடியா, வந்து கொண்டிருக்கிறான் –

வந்துனு குறா(ன்), கிழிச்சிடுவேன் – கீசிடுவேன் போயிடிச்சி – பூட்ச்சி போன்றவற்றை உதாரணங்களாகச் சுட்டலாம்.

❍

சென்னைத் தமிழின் போதாமைகளையும் பலவீனங்களையும் பற்றிப் பேசுபவர்கள் அதன் உச்சரிப்புத் திரிபுகளையும் கொச்சையையும் சுட்டிக்காட்டுவார்கள். வலிச்சிக்குனு, இஸ்துக்கினு, புட்ச்சிக்குனு, மெர்சலாயிட்டா(ன்) முதலான பல சொற்களை மூக்கைப் பிடித்துக்கொண்டே விசித்திரமான முறையில் சொல்லிக் காட்டுவார்கள். இந்தக் குறைகளைக் கூறுபவர்கள் பிற வழக்குகளின் குறைகளை வசதியாக மறந்துவிடுகிறார்கள். திரிபு என்பது எல்லா வழக்குகளுக்கும் பொதுவானது என்பதையும் மறந்துவிடுகிறார்கள். சளி பிடித்திருக்கிறது என்பதைச் சளி பிடிச்சிக்கிடிச்சி, தடுமம் பிடிச்சிரிக்கி, சளி பிடிச்சிண்ட்ருக்கு என்றெல்லாம் சொல்வது வட்டார / சாதி வழக்காக அங்கீகாரம் பெறும் என்றால் ஜல்ப்பு (ஜலதோஷம்) புட்ச்சிக்கிச்சு என்று சென்னைவாசி சொல்வது மட்டும் எப்படி இழி வழக்காக ஒதுக்கப்பட முடியும்? கிளம்பிவிட்டார்கள் என்பதைக் கிளம்பிட்டாய்ங்க என்று சொல்வதில் ரசம் இருக்கிறது என்று கருதுபவர்கள் கெலம்பிட்டாங்க என்று சொல்வதில் மட்டும் ஏன் ரசக் குறைவைக் காண வேண்டும்? கஷ்டம் என்பதைக் கஸ்டம் என்று சென்னைத் தமிழர் சொல்லும்போது சிரிப்பவர்கள் சிவாஜி என்பதை ஜிவாஜி என்று நெல்லைத் தமிழர் சொல்லும் போதும் சிரிக்க வேண்டியதுதானே. தமிழ் என்பதைத் தமில் என்று உச்சரிக்கும் தமிழர்கள் எண்ணிக்கை குறைந்தது ஒரு கோடியைத் தாண்டும். கழுதையைக் கய்தே என்று சென்னைத் தமிழர் சொல்கிறார் என்றால் களுத என்று சொல்லும் பிற வட்டாரத் தமிழரும் இருக்கிறார். இந்நிலையில் சென்னைத் தமிழின் கொச்சையை மட்டும் பிரத்யேகப் பரிகசிப்புக்கும் இழிவுக்கும் உள்ளாக்குவது என்ன நியாயம்?

இதுபோலப் பல கேள்விகளை எழுப்பலாம். ஆனால் வேறுபாடுகள் சார்ந்து கட்சி கட்டிக்கொண்டு லாவணிபாடுவதால் மொழிக்கு எந்தப் பலனும் விளையப்போவதில்லை. எல்லா வட்டார வழக்குகளுக்கும் பல்வேறு வட்டாரங்களில் இருக்கும் தமிழர்களுக்கும் இருக்கும் பொதுவான சில பிரச்சினைகள் சென்னைவாசிகளுக்கும் சென்னைத் தமிழ் வழக்கிற்கும் இருக்கத்தான் செய்யும். இந்தப் பிரச்சினைகளை மட்டும் வைத்துக்கொண்டு சென்னைத் தமிழை இழிவழக்காகக் காண முடியாது என்பதை உணர வேண்டும்.

சென்னைத் தமிழில் சகஜமாகப் புழங்கிவரும் வசைச் சொற்களை வைத்து அதை இழிவாகப் பார்க்கும் போக்கும் உள்ளது. எல்லா மொழிகளிலும் எல்லா வட்டார வழக்குகளிலும் 'கெட்ட' வார்த்தைகள் உள்ளன. அந்தச் சொற்களை அந்த வட்டாரத்தைச் சேர்ந்த எல்லோரும் பயன்படுத்துவதில்லை. பயன்படுத்துபவர்களும் எல்லாச் சமயங்களிலும் பயன்படுத்துவதில்லை. இந்தச் சொற்களை வைத்து எந்த மொழியையும் வழக்கையும் யாரும் இழிவுபடுத்துவதில்லை. வக்காளி அல்லது ஒக்காளி என்ற பாலியல்சார் வசைச் சொல்லை ரசமான திரிபாகக் காண்பவர்கள் சென்னைத் தமிழின் வசைச் சொல்லுக்கு மட்டும் வேறு அளவுகோல்களைப் போடுகிறார்கள். 'ங்கோத்தா' என்ற சொல்லைக் கேட்ட மாத்திரத்தில் முகத்தில் விகாரம் காட்டுபவர்கள் கிட்டத்தட்ட அதே பொருள் தரும் 'ஃபக்' என்ற சொல்லை வாக்கியத்துக்கு நான்குமுறை பயன்படுத்தும் வெள்ளைக்காரர்களைக் கண்டு முகம் சுளிப்பதில்லை. ஷிட் என்ற சொல் ஆங்கிலத்தில் சொல்லப்படுவதாலேயே உயர் அந்தஸ்துப் பெற்றுப் படித்தவர்கள் நாவில் குடியிருக்கிறது. பீ, மூத்திரம் என்னும் தமிழ்ச் சொற்கள் கடைநிலையில் வாழும் தமிழர்கள் பேசுவதாலேயே அருவருக்கத்தக்கவையாகக் கருதப்படுகின்றன. இவையெல்லாம் மேட்டுக்குடிப் பார்வையின் மொழி சார்ந்த வெளிப்பாடுகள் அன்றி வேறு என்ன?

◯

சிக்கனம், உணர்ச்சி, பிறமொழிகளை உள்வாங்குதல், எளிமையான பிரயோகங்கள் ஆகியவை கொண்ட சென்னைத் தமிழின் இன்னொரு முக்கியமான அம்சத்தைப் பற்றிப் பேசாமல் இருக்க முடியாது. பல்வேறு செய்திகளை உள்ளடக்கிய ரசமான தொடர்கள் சென்னைத் தமிழில் இயல்பாகப் புழங்குகின்றன. எதிராளியிடம், உன் பேச்சை நான் நயா பைசாவுக்குக்கூட மதிக்கவில்லை; உன்னோடு பேசுவதால் எனக்கு நேரம்தான் வீணாகிறது; நீ இங்கே நிற்பதுகூட எனக்குத் தொந்தரவாக இருக்கிறது; நீ நகர்ந்தால் குறைந்தபட்சம் எனக்குக் காற்றாவது வரும் என்றெல்லாம் சொல்லச் சில சமயம் நாம் விரும்பக் கூடும். 'கெலம்பு, காத்து வர்ட்டும்' என்ற ஒரே தொடரின் மூலம் இவ்வளவு செய்திகளையும் சொல்லிவிடுகிறது சென்னைத் தமிழ். போக்கு வரத்து நெரிசலில், "இடது புறம் இடம் உள்ளதே, அந்த இடைவெளியில் வளைந்து சென்று முன்னேறலாமே" என்று நமக்கு முன்னால் இருக்கும் வண்டிக்காரரிடம் சொல்ல விரும்புவோம். இதை ஒரு ஆட்டோக்காரர் மிக எளிதாக, "லெப்ட்ல வாங்கின் போயே(ன்)" என்று சென்னைத் தமிழில் சொல்லிவிடுவார்.

இந்த அளவுக்கு வண்ண மயமான இன்னொரு வழக்கை எந்த மொழியிலும் காண்பது அரிது. ஆனால் இந்தத் தமிழைப் பெரும்பாலும் படிக்காதவர்களும் அடித்தட்டு மக்களும் பயன்படுத்தும் ஒரே காரணத்துக்காக இதை இழிவாகப் பார்க்கும், சித்திரிக்கும் போக்கு படித்த நடுத்தட்டு, மேல்தட்டு மக்கள் மத்தியில் நிலவுகிறது. விளிம்பு நிலை சார்ந்த கூறுகளை இழிவாகவோ பரிகாசமாகவோ அனுதாபத்துடனோ வெறுப்புடனோ அணுகும் தட்டையானதும் அதிகார உணர்வு கொண்டதுமான மையநீரோட்டப் பார்வை இது.

'ஒல்காப்' புகழ் கொண்ட தமிழ் இன்றளவிலும் வாழ்வது அதன் செவ்வியல் தன்மையால் அல்ல. மக்களிடையே பேசப்படும், அன்றாடம் புதிது புதிதாய் மாற்றம் கொள்ளும் தன்மையைக் கொண்டிருப்பதால்தான். வட்டார வழக்குகளை எல்லாம் ஒழிக்க வேண்டும் என்று அவ்வப்போது பேசிவரும் பேராசிரியர் அன்பழகன் வட்டார வழக்குகள் ஒரு மொழியை வாழவைக்கின்றன என்பதை உணரத் தவறுகிறார். மேடைகளில் முழங்கப்படும் தமிழ் மட்டும்தான் தமிழ் என்று ஆகிவிட்டால் என்ன ஆவது என்று நினைத்துப்பார்க்கவே பயமாக இருக்கிறது. வட்டார வழக்குகள் இன்றித் தமிழ் மொழி தன் வண்ணங்களையும் உயிர்ப்பையும் இழந்து காட்சியளிக்கும் என்பதில் சந்தேகமில்லை.

வாழும் மொழிக்கான பல்வேறு இலக்கணங்களையும் தேவைகளையும் தன்னகத்தே கொண்டிருக்கும் சென்னைத் தமிழ் என்னும் வட்டார வழக்கை மொழிமீது அக்கறை உள்ள யாரும் புறக்கணிக்கவோ இழிவுபடுத்தவோமாட்டார்கள். ஒரே தாய்மொழியைக் கொண்ட மக்கள் பேசும் மொழியின் தன்மைகள் இடம் சார்ந்தும் தொழில் சார்ந்தும் சாதி சார்ந்தும் வரலாறு சார்ந்தும் மாறுவது மிக இயல்பானது. வெகுமக்கள் பண்பாடு, பழக்க வழக்கங்கள், மொழிக் கூறுகள் ஆகியவற்றில் உள்ள வேறுபாடுகள் பல்வேறு கோணங்களில் ஆராயப்பட வேண்டியவை. பல உண்மைகளை நமக்கு உணர்த்தக்கூடியவை. இதில் உயர்வென்றும் தாழ்வென்றும் பேதம் காண்பது மேட்டிமைவாதம். ஆய்வுப் பார்வையோ மொழியின் வகைமை குறித்த பிரக்ஞையோ அற்ற இந்த மேட்டிமைவாதத்தைக் கண்டு சென்னைத் தமிழ் பேசும் தமிழர் இகழ்ச்சி நகையுடன், "கெலம்பு காத்து வர்ட்டும்" என்றோ "மூடினு போ" என்றோ சொல்லிவிட்டுப் போய் விடுவார். மையநீரோட்டத்தின் பொதுப்புத்தி சார்ந்த இந்தக் கண்ணோட்டத்தால் அவருக்கு எந்த நஷ்டமும் இல்லை.

காலச்சுவடு 129, செப்டம்பர் 2010

கடிதம்

சென்னைத் தமிழ் குறித்த கட்டுரையில் அரவிந்தனின் கருத்துக்கள் ஏற்புடையன அல்ல. மற்ற வட்டார வழக்குகளோடு சென்னைத் தமிழ் ஒப்பிட முடியாததற்குக் காரணம் இவர் குற்றம்சாட்டுவது போல் மேலாதிக்க உணர்வோ சென்னைத் தமிழ் பேசுபவர்கள் சமூகத்தின் கீழ்தட்டுப் பிரிவினர் என்பதோ அல்ல. அது அருகில் வந்தால் வசை பாடுவேன் என்னும் மிரட்டல் வகையைச் சார்ந்தது.

பிறமொழிச் சொற்களை எந்தத் தமிழ்ப்படுத்தலும் இல்லாது தமிழ்ச் சொற்களுக்குப் பதிலாகப் பயன்படுத்துவது தமிழ் மொழிக்குத் தீங்கு தரும் என்பது புரிந்துகொள்ளப்பட வேண்டும். வட்டார வழக்கு, மரூஉ இவையெல்லாம் தமிழை எவ்வளவு சிதைத்தாலும் அதை அழிப்பதில்லை. அதன் திரிபுகள் தமிழ் சார்ந்தே இருக்கும். அது மாதிரி அமையும் 'வீட்டாண்ட' – வீட்டுக்கு அண்டை போன்ற சென்னைத் தமிழை ஏற்றுக்கொள்ளலாம். ஆனால் பேஜார், கலீஜ் (பே – ஜோர் = உற்சாகமின்மை புதிய சொல் புதிய இலக்கண முறை) போன்ற உருதுச் சொற்கள் அதற்கிணையான தமிழ் மூலத்தைக் காலப்போக்கில் அழித்து விடும். கலைஞரின் பிராமணக் காழ்ப்புணர்ச்சி, குடும்ப அரசியல் ஆகியவற்றை எதிர்க்கும் ஏராளமானவர்களில் ஒருவனாக இருக்கும் அதே நேரத்தில் தமிழ் வளர்ச்சிக்கு எதிரான அவரது விமர்சனங்களுக்கு ஆதரவு கொடுக்கும் பலரில் ஒருவனாகவே இருக்க விரும்புகிறேன்.

எஸ். எஸ். வாசன்
brahmintoday@gmail.com

காலச்சுவடு 130, அக்டோபர் 2010

15

தமிழ் சினிமாவில் பேச்சு மொழியும் இலக்கியமும்

எஸ். தியடோர் பாஸ்கரன்

தமிழ் சினிமாவின் ஒரு தனி குணாம்சம் அது பேச்சுமொழியையும் எழுத்துமொழியையும் பெரிதும் சார்ந்திருப்பதுதான். சினிமாவின் ஆணிவேரான காட்சிப் படிமங்களின் முக்கியத்துவம் புறக்கணிக்கப்பட்டு, வார்த்தைகள் ஊன்றுகோலாகப் பயன்படுத்தப்படுகின்றன. இது சினிமா மொழியின் வளமையைக் குறுக்கி, சினிமாவைப் பொழுதுபோக்குத் தளத்திலேயே நிறுத்திவிட ஏதுவாகிறது. சினிமாவின் இலக்கணம் செறிவுள்ளதாக வளர்வது கடினமாகிறது. இந்நிலைக்கான அடிப்படைக் காரணங்களை இக்கட்டுரை ஆராய முயல்கிறது.

மனித வாழ்வு போலவே, ஒரு சினிமாவின் குழந்தை பருவ தாக்கங்கள், அதன் பிற்கால வளர்ச்சியை வெகுவாகப் பாதிக்கின்றன. சென்னையில் தயாரிக்கப்பட்ட பெரும்பாலான மௌனப் படங்கள் புராணப் படங்களே. நாடோடிப் பாடல்களும், கதாகாலட்சேபங்களும், மேடை நாடகங்களும் மக்களுக்கு இக்கதைகளை நன்கு அறிமுகப்படுத்தியிருந்தன. ஒரு இயக்குநர் ஒரு சம்பவத்தைக் காட்சிப் படிமங்கள் மூலம் திரையில் சித்திரிக்க வேண்டிய நிர்ப்பந்தம் இருக்கவில்லை. சீதையின் பேச்சைக்கேட்டு, ராமன் பொன் மானைப் பின்தொடர்ந்து செல்லும்போது படம் பார்ப்பவர்களுக்கு, அந்த மான் உண்மையில் சீதையைக் கவர்வதற்காக மாரீசன் எடுத்த மாய உருவமே என்பது நன்கு தெரிந்திருந்தது. அவர்களுக்கு இந்தப் புராணக் கதைகள் ஏற்கனவே தெரியும் என்பதையும் இயக்குநர்கள் நன்றாகவே உணர்ந்திருந்தனர். ஆகவே, திரையில் பிம்பங்கள் மூலம் நிகழ்வுகளைப் பார்வையாளர்களுக்குப் புலப்படுத்த வேண்டிய கட்டாயம் அன்றைய இயக்குநர்களுக்கு இல்லை.

அன்று பிரபலமாயிருந்த நாடகங்களைப் படமாக்கும்போதும், இயக்குநர்கள் இதே கோட்பாடு செயல்படும் என்பதை அறிந்திருந்தார்கள். மக்களுக்கு நன்கு அறிமுகமாயிருந்த நந்தனார், கோவலன் போன்ற நாடகங்கள் படமாக்கப்பட்டன. உத்திகளும் நாடகப் பாணியாகவே இருந்தன. ஆகவே, ஒரு முக்கிய வளர்ச்சிக் கட்டத்தில் ஒரு சீரிய கட்புல ஊடகமாக, சினிமாத் தமிழ் உருவாகும் சாத்தியப்பாடு மிகக் குறைவாக அமைந்தது.

பிம்பங்களால் நிகழ்ச்சிகளை வெளிப்படுத்தும் உத்தி, திறன் வளராமல் இருந்ததால், பேசும்படம் வந்த பிறகும், திரைப்படங்களில் இயக்குநர்கள், வார்த்தைகளையே நம்ப ஆரம்பித்தனர். முதல் ஆறு ஆண்டுகளில் தயாரிக்கப்பட்ட சுமார் 100 படங்களில், ஏறக்குறைய 88 படங்கள் மக்களுக்கு நன்கு தெரிந்த புராணக் கதைகளே. ஆரம்ப நாட்களில் – ஐம்பதுகளில்கூட – கதையை நகர்த்துவதற்கு விவரண அட்டைகள் (title cards) பயன்படுத்தப்பட்டன. ராமாயணம் போன்ற நீண்ட கதைகளைப் படமாக்கும் போது நிறைய சம்பவங்களை விட்டுவிட நேர்கிறது. அத்தகைய நீண்ட பகுதிகளைச் சுருக்கிக் கூறவும் விவரண அட்டைகளைப் பயன்படுத்தினர்.

1935இல் சமகாலப் பின்னணியில் எடுக்கப்பட்ட, சமூகப் படங்களிலும் தயாரிப்பாளர்கள் காட்சி மூலம் நிகழ்வுகளை வெளிப்படுத்த முடியாமல், வசனத்தையே பெரிதும் நம்பியிருந்தனர். சினிமா ஒரு பொழுதுபோக்குச் சாதனமாக நிலைபெற்ற பின்னரும்கூட, அதன் தனித்தன்மையான கலைத்துவம் கண்டுகொள்ளப்படவில்லை. முப்பதுகளில், இலக்கியமும் கலையும் மறுமலர்ச்சியடையத் தொடங்கியதும், அந்தப் பாதிப்பு சினிமாவையும் எட்டியது. பேச்சுமொழி, சினிமாவில் முக்கிய இடத்தைப் பெறத் தொடங்கியது. இரட்டைக் காப்பியங்களான சிலப்பதிகாரமும் மணிமேகலையும் இக்காலத்தில் திரைக்கு வந்தன. 1940இல் ஏ.ஏ. சோமயாஜுலு *மணிமேகலைக்கு* (1948) வசனம் எழுதியிருந்தார். இந்தப் படங்களிலெல்லாம் இலக்கியத் தமிழே முக்கிய இடம் பெற்றிருந்தது. இலக்கிய அம்சத்தையே சினிமாவின் அழகியலாகக் கருத ஆரம்பித்தார்கள். சினிமா அழகியல், அதற்கே உரிய இயற்பண்புகளுடன் தமிழ்நாட்டில் உருவாகாததற்கு இது ஒரு முக்கியக் காரணம்.

இந்தச் சமயத்தில்தான் சில புதிய வசனகர்த்தாக்களின் வருகை நிகழ்ந்தது. இலக்கிய நயம் கமழும் அடுக்குமொழியில் அவர்கள் உரையாடல் எழுதினர். சினிமாவில் வார்த்தைகளின் ஆக்கிரமிப்பை இது மேலும் வலுப்படுத்தியது. *மனோன்மணிக்கு* (1942) டி.வி. சாரியும், *சிவகவிக்கு* (1943) இளங்கோவனும் வசனம்

எழுதினர். வசனகர்த்தாக்கள் நட்சத்திர அந்தஸ்து பெற்றனர். தமிழின் தொன்மை, இனிமை, தமிழ்ப் பண்பாட்டின் உயர்வு போன்றவை உரையாடல், பாடல்களாக சினிமாவில் முக்கிய இடம்பெற்றன. 1953இல் வெளிவந்த *ஔவையாரில்* இந்தப் பாணி முழுவீச்சுடன் இருப்பதைக் காணலாம்.

சினிமாவில் வசனத்தை அடியொற்றிப் பாடல்களும் சிறப்பிடம் பெற்றன. பாடல்களும் காதால் கேட்கப்படுவன தானே? வசனத்தைவிடக் கவிதையே உயர்ந்தது என்ற இலக்கிய உணர்வு, சினிமாவில் முக்கிய கட்டங்களில் பாடல்கள் இடம்பெற ஒரு காரணமாயிற்று. உணர்ச்சி பீறிடும் கட்டங்களில், வசனத்தைவிட்டு, பாட்டின்மூலம் பாத்திரங்கள் தங்கள் மனநிலையை வெளிப்படுத்தும் கம்பெனி நாடக வழக்கமும், இந்த நிலையை உறுதிப்படுத்தியது. தமிழ் இலக்கியப் பாரம்பரியம் கொண்ட கவிஞர்கள், சினிமாவுக்கான பாடல்கள் எழுதியபோது, அவை சினிமா அழகியலிலிருந்து நீண்ட தூரம் விலகி, இலக்கிய நயம் கமழும் இசையாக அமைந்தன. இந்தப் பாடல்கள், இலக்கியப் படைப்புகளாக, திரைப்படத்தில் ஆங்காங்கே இடைச்செருகல்களாக அமைந்தன. சினிமா பாடலாசிரியருக்குக் கவிஞன் என்ற அந்தஸ்து அளிக்கப்படுவதையும் நாம் மனங்கொள்ள வேண்டும். அந்தப் பாடல்கள், அந்தத் திரைப்படத்தின் ஓட்டத்துடன் இணையாமல், தனியான ஒரு இலக்கிய – இசைப்படைப்பாக மதிப்பீடு செய்யப்பட்டன. விடுதலைப் போராட்டக் காலத்திலும், அதன்பின் திராவிட இயக்கங்களின்போதும், இடதுசாரிக் கட்சிகளிடத்தும் இத்தகைய பாடல்கள் பிரசாரத்துக்காகத் திரைப்பட காட்சியினின்று தனித்து, பாடல்களாகப் பயன்படுத்தப்பட்டு மிகப் பிரபலம் அடைந்தன. பார்த்து ரசிக்க வேண்டிய ஒரு கலை வடிவம், கேட்டு ரசிப்பதற்கான பொழுதுபோக்காகப் பரிணமித்துவிட்டது. திரைக்கதை வசனம் புத்தகம், ஒலிநாடா உருவில் வெளிவருவதும், வானொலி மூலம் ஒலிபரப்பப்படுவதும், இப்படிப்பட்ட மதிப்பீட்டுக்குச் சான்றுகள்.

நாடகாசிரியர்களாக விளங்கிய பல திராவிட இயக்க வசனகர்த்தாக்கள், சினிமாவின் காட்சி சாத்தியக் கூறுகளைப் பற்றி உணர்ந்திருக்கவில்லை. அவர்கள் திரைப்படங்களுக்கு வசனம் எழுதியபோது, பிம்பங்கள் மூலம் நிகழ்வுகளை வெளிப்படுத்த முடியும் என்பதை நினைவில் கொள்ளவில்லை. அனைத்து நிகழ்வுகளையும், எண்ணங்களையும், உணர்வுகளையும் வார்த்தைகளால் கூற முயன்றார்கள்.

பிராங்க் காப்ராவின் *Mr. Deeds Goes to Town* (1936) என்ற படத்தைத் தழுவி எடுக்கப்பட்ட நல்லதம்பி (1949) படத்துக்குக்

கதை வசனம் எழுதியதன் மூலம் சி.என். அண்ணாதுரை திரையுலகில் பிரவேசித்தார். அவரைத் தொடர்ந்து வந்த திராவிட இயக்க நாடகாசிரியர்களில் மு. கருணாநிதியும் ஒருவர். அவரது *பராசக்தி* (1952), *மனோகரா* (1954) இரண்டு படங்களிலும் பொறி பறக்கும் வசனம் அடிநாதமாக அமைந்திருந்தது. இங்கு முக்கியத்துவம் பேசும் மொழிக்கே, காட்சிப் படிமங்களுக்கல்ல. நீண்ட வசனங்களிருந்ததால் காமிரா, கதாபாத்திரங்கள் முன் அசையாமல் நிறுத்தப்பட்டு, காட்சிகள் முன் கோணத்தில், அண்மைக் காட்சிகளாகவோ *(close-up)* அல்லது இடைக்காட்சிகளாகவோ *(mid shot)* படமாக்கப்பட்டன. படங்கள் மேடை நாடகத்தின் மறுபதிப்பாக இருந்தன. திரைப்பட உத்திகள் பயன்படுத்தப்படவில்லை. பாத்திரங்கள், திரையில் பக்கவாட்டிலிருந்து வந்து போயினர், மேடை நாடகம் போல. நடிகர்கள் திரையிலிருக்கும் மற்ற பாத்திரங்களைப் பார்க்காமல், காமிராவைப் பார்த்துக்கொண்டே, வசனத்தைப் பொழிந்தனர்.

காட்சியைவிட, பேசும் பேச்சிற்கு முக்கியத்துவம் கொடுக்கப்பட்டபோது காமிரா அசைவற்று ஓரிடத்தில் நிலையாக இருக்க வேண்டிய நிலை ஏற்பட்டது. ஒரு பாத்திரம் திரையில் நிமிடக்கணக்கில், மூச்சுவிடாமல் பேசும்போது, காமிராவின் சுதந்திரம், ஒரு குறுகிய வட்டத்திற்குள் வரையறுக்கப்பட்டது. வெவ்வேறு கோணங்களில் படமாக்க ஏதுவான காமிராவின் திறனும் அழகியலும் முடக்கப்பட்டன. ஸ்டுடியோவிற்குள் நிர்மாணிக்கப்பட்ட அரங்குகளிலேயே படப்பதிவு நடந்தது. இயக்குநர்கள் சினிமாவின் இலக்கணத்தைப் புரிந்துகொள்ளச் சிரமப்பட்டனர். ஆகவே நுண்ணிய உணர்வுகளையும், அக அனுபவங்களையும், பிம்பங்கள் மூலம் பிரதிபலிக்கச் செய்யக் கூடிய காமிராவின் தீர்க்கத்தை அவர்கள் அறிந்திருக்கவில்லை. அவர்களுக்குத் தேவையானதெல்லாம் ஒன்று தான் – வாய்மொழி. சினிமாவை இலக்கியத்தின் ஒரு பரிமாணமாகவே இனம் கண்டனர். சினிமா மொழியின் பரிணாம வளர்ச்சி தடைபட்டது. அந்தக் காலகட்ட இயக்குநர்கள் உருவாக்கிய திரைப்படங்கள் சினிமாவுக்குப் பதிலாக இலக்கியத்தின் ஒரு பகுதியாகவே இருந்தன.

தமிழ் சினிமாவில் உரையாடல்களை நடைமுறைப் பேச்சாக அல்லாமல் எழுத்து மொழியில்தான் அமைந்தன. பெரும்பாலான திரைப்படப் பாத்திரங்களும் செந்தமிழையே, அதாவது எழுத்து மொழியையே பேசினர். கதாபாத்திரங்கள், எழுத்துமொழி பேசும்பொழுது, எதார்த்தம் சிதைகிறது. சினிமாவிற்குத் தேவையான இயல்புத்தன்மை உருவாவதில்லை. இது நிஜமல்ல, திரைப்படம்தான் என்ற உணர்வு

நிலைப்படுத்தப்பட்டு, பார்வையாளர் சினிமானுபவத்திலிருந்து, அந்நியப்படுத்தப்படுகிறார்.

சினிமா உரையாடலும், மேடைப் பேச்சும் ஒரே நோக்கு கொண்டதாக இருந்தன. இந்த நோக்கத்திற்குச் செந்தமிழ் தேவைப்பட்டது. திராவிட இயக்கத் தலைவர்கள் உரையாடல் எழுதிய படங்களில் இந்தப் பிரசார நோக்கும், எழுத்துத் தமிழும் முக்கியத்துவம் பெற்றன. அவர்களுடைய படங்களில் ஒவ்வொரு வசனமும் சொற்பொழிவு போல் மிக நீளமாக இருந்தது. *மனோகரா*வில் தர்பார் காட்சியில் மனோகரன் பேசும் மிக நீண்ட அடுக்குத் தொடர் வசனம் பிரசித்திபெற்றது. இது இசைத்தட்டிலும் ஒலிநாடாவிலும் வந்து அமோகமாக இன்னும் விற்பனையாகிக்கொண்டிருக்கிறது.

அப்போது வெளியான, வசனத்திற்குச் சிறப்பிடம் அளிக்கப்பட்ட படங்களில் பிரசாரமும் கலந்து இருந்தது. ஆகவே இந்த நீண்ட வசனங்களின் நோக்கமும் வேறு – சினிமாவை வளப்படுத்துவதாக அல்ல. நடிகர்களும் மேடைப் பேச்சாளர்களின் அங்க அசைவுகளுடன், நின்றபடி கைகளை ஆட்டியபடி பேசினர். வசனகர்த்தாக்கள் சினிமாத் திரையை ஒரு பிரசங்க மேடையாகப் பாவித்தனர். கண்ணதாசன் வசனம் எழுதிய *சிவகங்கை சீமை (1959)* படத்தின் இறுதிக்கட்டத்தில், முத்தழகு ஒரு நெடிய வசனத்தை, தனிமொழியாகப் *(soliloquy)* பேசுவான். ஒரு ஆவேசமிக்க மேடைப்பிரசங்கமாகவே அது அமைந்திருந்தது. தமிழரசுக் கட்சி, இடதுசாரி கட்சிகளுக்கும் வேறு சில அரசியல் கட்சிகளுக்கும் சினிமா பிரசார மேடையாயிற்று. இந்தப் போக்கு சினிமா என்ற அற்புதக் கலையின் இலக்கணத்தையும் எல்லைகளையும் மிகவும் குறுக்கிவிட்டது. ஒரு நிகழ்ச்சியைச் சொல்வதற்கு வசனத்தை மட்டுமே நம்பும்போது, சினிமாவின் கட்புல மொழி செழுமையடைய எந்த முயற்சியும் எடுக்கும் சாத்தியகூறுகள் இல்லை.

பிரபலமான நாவல்கள் படமாக்கப்பட்டபோதும் இந்த பழக்கமே நீடித்தது. சினிமாவின் சிறப்பான இயல்புகள் பயன்படுத்தப்படவில்லை. நாவலாசிரியரின் சொற்களை அப்படியே பாத்திரங்கள் பேசின. எழுத்தாளனின் கருத்துக்களை உள்வாங்கி, அவைகளைப் பிம்பங்கள் மூலம் வெளிப்படுத்தும் பக்குவம் நம் இயக்குநர்களுக்கு இல்லை. பல தமிழ் நாவல்களும் பேச்சை நம்பியிருப்பதை நாம் இங்குக் கவனத்தில் கொள்ள வேண்டும். திரைப்படப் பாத்திரங்கள் நாவலில் வரும் ஒவ்வொரு பேச்சு வரியையும் பேசினர். *சில நேரங்களில் சில மனிதர்கள் (1971)* படத்தில், நாவலில் வரும் நீண்ட பேச்சுகள்

அப்படியே இடம் பெற்றிருந்தன. பிம்ப வடிவில் வர வேண்டிய நிகழ்ச்சிகளுக்குப் பதிலாகப் பேசப்படும் வார்த்தைகளே சம்பவங்களை நகர்த்துகின்றன. படமாக்கப்பட்ட பெருவாரியான தமிழ் நாவல்கள் பத்திரிகைகளில் தொடர்கதையாக வந்தவையே. இத்தகைய பாரம்பரியம் சுப்ரமணியத்தின் சேவாசதனத்துடன் (1938) ஆரம்பித்தது – பிரேம்சந்தின் இந்த நாவலின் தமிழ் மொழிபெயர்ப்பு *ஆனந்த விகடனில்* தொடராக வந்திருந்தது – ஞானசேகரன் இயக்கிய *மோகமுள்* (1994) வரை தொடர்ந்திருக்கிறது.

திரைப்படங்கள், சினிமா ரீதியில் மதிப்பீடு செய்யப்படாமல், திரைப்படத்தின் உள்ளடக்கமான கதை, வசனம், பாட்டு என்ற இலக்கிய ரீதியிலேயே எடை போடப்படுகிறது. சினிமா பற்றிய ஆய்வுகள் பல்கலைக்கழகத் தமிழ்துறையிலேயே மேற்கொள்ளப்படுவதையும் நாம் கவனிக்க வேண்டும். சினிமா, இலக்கியத்தின் ஒரு பகுதியாகக் கருதப்படுகிறது. ஒரு கட்புல ஊடகமாக அல்ல. எழுத்தை, பிம்பங்களாக மாற்றும் திறன் உருவாக்கப்படவில்லை. திரைப்பட இயக்குநர்கள் காட்சிப் படிமங்கள் மூலம் தாம் சொல்ல வருவதைப் பார்வையாளர்களுக்குப் புலப்படுத்தும் திறனை வளர்த்துக்கொள்ளத் தவறிவிட்டார்கள். இதனால்தான் சினிமா மொழி, சினிமா அழகியல் இவற்றுடன் பரிச்சயம் இல்லாதவர்கள்கூட 'வெற்றிப் படங்களை' உருவாக்கும் இயக்குநர்களாக முடிகிறது. அவர்களால் பயிற்றுவிக்கப்படும் இளம் இயக்குநர்களும் இதே முறையைப் பின்பற்றுகிறார்கள். இப்படியே தமிழ் சினிமா பாரம்பரியம் தொடருகிறது.

பார்வையாளர்களின் போக்கை, சினிமா பற்றிய அவர்களின் அணுகுமுறையை உருவாக்குவதில் சினிமா வசனத்துக்கும் ஒரு பங்குண்டு. பேச்சு சார்ந்த திரைப்படங்களையே பார்த்துப் பழகிய தமிழ்ச் சினிமாப் பார்வையாளர்கள், எல்லாவற்றையும் வார்த்தைகள் மூலம் சொல்லி விளக்கிட வேண்டும் என்று எதிர்ப்பார்க்கிறார்கள். சினிமா மொழி, அதன் உத்திகள் பற்றிய பரிச்சயம் அவர்களிடம் வளரவில்லை. ஆகவே, சினிமானுபவம் புலனளவிலேயே நின்றுவிடும் நிலை ஏற்பட்டுவிடுகிறது. சினிமா பற்றிய ஒரு அறிவுபூர்வமான அக்கறை வளர்வது கட்டுப்படுத்தப்படுகிறது. சினிமா மொழியைப் புரிந்துகொள்ளும் திறன் வளருவது தடைபடுகிறது. சினிமாவைத் தனித்ததொரு கலையாக உணரும் சாத்தியம் இல்லாமல் போகிறது. சினிமாவுக்கேயான பிரத்தியேகப் பண்புகள் உபயோக்கிகப்படாததால், சினிமா அழகியல் உருவாகாததால், பாடல்களுக்கும் உரையாடல்களுக்கும் தரப்படும் முன்னுரிமை,

தமிழ் சினிமாவைக் கேளிக்கை சாதன தளத்திலேயே நிறுத்துகிறது. இந்த நிலையில் தீர்க்கமான சினிமா மலர்வது கடினம்.

இன்றும் பேச்சு மொழியின் ஆக்கிரமிப்பு சினிமாவில் தொடர்ந்து கொண்டிருக்கிறது. சினிமாவில் எதிர்பாராத ஒரு நிகழ்ச்சியை காட்சிமூலமாக வெளிப்படுத்துவதற்கு இயக்குநருக்கு இயலாதபோது, ஒரு பாத்திரத்தின் வாய் மொழியாகவே அதைக் கூறிவிடுகிற வழக்கம் நிலை கொண்டுவிட்டது. ஒரு பாத்திரத்தின் மனப்போக்கைப் பார்வையாளருக்கு உணர்த்த வேண்டிய தருணத்தில், இயக்குநர் அவரைக் காமிராவைப் பார்த்தே பேசவைத்து விடுகிறார். கிராமிய நாடகங்களில், கட்டியக்காரன் பார்வையாளர்களை நேரே பார்த்துப் பேசுவதைப் போல்தான் இதுவும். *காதலன்* (1994) படத்தில், ஜெனரல் ஆஸ்பத்திரி நிகழ்ச்சி ஒன்றில் கலந்துகொள்ளும் கவர்னரை தான் கொல்லத் திட்டமிட்டிருப்பதைக் கொடியோன், தனிமொழியாகவே சொல்கிறான். இவ்வாறு திரையில் வேறு கதாபாத்திரங்களில்லாமல், தனியாக இருக்கும் ஒரு பாத்திரம், தன் மனநிலையையோ அல்லது நடக்கவிருக்கும் ஒரு நிகழ்வையோ தனிமொழியில் பேசி, பார்ப்போருக்குப் புரியவைப்பது தமிழ் சினிமாவில் வேரூன்றிவிட்ட பழக்கம்.

வாயின் வார்த்தைகளின் ஆக்கிரமிப்பு மிகுந்ததால் சினிமா மொழி அதன் இலக்கணம், செறிவு, அதன் தனித் தன்மைகள் இவை வளருவது தடைபடுகிறது. சினிமா மொழியின் சிறப்பு அம்சங்களான சூசகமாய் உணர்த்தும் குறியீடு, காட்சியின் உணர்வுகளுக்கேற்ற ஒளியமைப்பு, காமிராக் கோணங்கள், சினிமாவைச் சிதைக்காத இசை, படத்தொகுப்பு போன்றவை ஒளிராது போகின்றன. விதிவிலக்காக அவ்வப்போது வந்த சில படங்கள் — பாலு மகேந்திராவின் *வீடு* (1988), மகேந்திரனின் *உதிரிப் பூக்கள்* (1979), பரதனின் *ஆவாரம் பூ* (1993) — பொதுநிலையில் ஒரு மாற்றத்தை உண்டு பண்ணவில்லை. சினிமா ரீதியான விமர்சனம் தமிழில் வளராததற்கும் இதுவே காரணம். சினிமா பார்வையாளர்களுக்கும், சினிமா மொழி பற்றிய சுரணை வளர்வது தடைபடுகிறது. சினிமா பற்றிய நுணுக்கங்களைப் பற்றிக் கூறவே வேண்டாம். பெருவாரியான தமிழ்த் திரைப்படங்களின் நிலை இதுதான்.

(சினிமாவின் நூற்றாண்டை முன்னிட்டு புனே தேசியத் திரைப்பட ஆவணக் காப்பகத்தில் (National Film Archives) மார்ச் 1996இல் நடந்த கருத்தரங்கில் வாசிக்கப்பட்ட கட்டுரை ஒன்றை அடிப்படையாகக் கொண்டது.)

காலச்சுவடு 22, ஜூலை - செப்டம்பர் 1997

16

தமிழ்ப் படங்களில் பிற மொழிகள்
அம்ஷன் குமார்

இன்று என்னதான் சிறப்பாகப் படத்திற்கு வசனம் எழுதினாலும் சினிமா நடிகரின் – ஏன், சினிமா இசையமைப்பாளரின் பிராபல்யத்தைக்கூட ஒரு வசனகர்த்தா அடைந்துவிட முடியாது. ஆனால் ஒரு காலத்தில் வசனகர்த்தாக்களுக்கு ஒரு தனிச் செல்வாக்கு இருந்தது. அப்பொழுது சினிமா வசனப் புத்தகங்கள் மலிவு விலையில் அச்சிடப்பட்டுப் பலராலும் விரும்பிப் படிக்கப்பட்டன. வசனங்கள் இசைத்தட்டுகளாக வெளிவந்தன. பலர் அவற்றைப் படித்துத் தேர்ந்து நடிகர்களாகவும் தங்களை உயர்த்திக்கொண்டார்கள். டெலிவிஷன் இல்லாத காலத்தில் ஆல் இந்தியா ரேடியோவில் பட வசனங்கள் ஒலிச் சித்திரங்கள் என்னும் பெயரில் ஒலிபரப்பப்பட்டன. சினிமா கதாநாயகர்களுக்கு இணையான செல்வாக்கும் வசனகர்த்தாக்களுக்கு இருந்தது. முதல் முறையாக இத்தகைய சிறப்பினைப் பெற்றவர் இளங்கோவன். அம்பிகாபதி படத்தின் மூலம் நன்கு அறியப்பட்டவர். சி.என். அண்ணாதுரை, மு. கருணாநிதி போன்ற பல வசனகர்த்தாக்கள் பெயர் பெற்று விளங்கினர். இவர்களுக்கு முன் சினிமா வசனம் எந்த ஒரு குறிப்பிட்ட குணாதிசயமும் இல்லாது இருந்தது. பேச்சுத் தமிழோ இலக்கியத் தமிழோ அதில் இருக்காது. சரித்திரப் புராணக் கதாநாயகர்கள்கூடப் பிராமணத்தமிழில் பேசுவார்கள்.

இளங்கோவனுக்குப் பிறகு செந்தமிழ் வசனங்கள் தலைகாட்டத் தொடங்கின. இங்கு ஒன்றைக் கவனிக்க வேண்டும். அன்று சினிமா பார்த்தவர்களில் எத்தனைபேருக்குச் செந்தமிழ் வசனங்கள் புரிந்திருக்கும்? எல்லோருக்கும் புரிந்திருக்க வாய்ப்பில்லை. என்றாலும் அடுக்குமொழி வசனங்களில் இருந்த ஒரு கவர்ச்சியின்பால் அவர்கள் ஈர்க்கப்பட்டிருக்க வேண்டும்.

ஆணித்தரமான தமிழ் வசனங்களைத் தனது முதுகெலும்பாகக் கொண்டிருந்த தமிழ்ப் படங்களில் பிறமொழிச் சொற்கள் அதிகம் பயன்படுத்தப்படவில்லை. தமிழ்போலவே

தோற்றம் தந்துகொண்டிருக்கும் பாரசீக, உருது, வடமொழிச் சொற்களைப் பற்றிச் சொல்லவில்லை. பிற மொழியைப் பிரக்ஞைபூர்வமாகப் பயன்படுத்தும் சந்தர்ப்பங்கள் குறைவு என்கிற அர்த்தத்தில் சொல்கிறேன். அச்சந்தர்ப்பங்கள் பின்னரே வாய்க்கத் தொடங்கின. பிற மொழி உபயோகம் என்றவுடனே பிற மொழியைப் பேசுகிறவர்கள் பிற கலாச்சாரத்தைச் சேர்ந்தவர்கள் ஆகியோர் படத்தில் இடம்பெறுகிற சந்தர்ப்பங்கள் பற்றியது என்பது எளிதில் விளங்கக்கூடியது. தமிழ் சினிமாவில் பங்கு பெற்றுள்ள பிற மொழியினர் என இவர்களைக் கூறலாம்:

1. இந்திக்காரர்கள் 2. மலையாளிகள் 3. தெலுங்கர்கள் 4. ஆங்கிலேயர்கள் மற்றும் ஆங்கிலம் பேசுபவர்கள். இவர்களைத் தவிர சிங்களம், கன்னடம், ஜப்பான் மொழி பேசுகிறவர்களும் படங்களில் வந்திருக்கிறார்கள். ஆனால் அவர்கள் பெரும்பாலும் தமிழ் பேசக்கூடியவர்களாக இருப்பார்கள். பிரதேச வாடை அவர்களது ஒப்பனையில் மட்டுமே தென்படும். *இரத்தத் திலகம்* படத்தில் வரும் சீன ராணுவ வீரன் தமிழ் பேசுவான். சீன மொழியில் அவன் பேசினால் அதற்குத் தமிழில் சப் – டைட்டில் போட வேண்டியிருக்கும். அதைப் படிப்பதில் சிரமம் உண்டாகும். இதையெல்லாம் தவிர்ப்பதற்காகத் தமிழையே கொச்சையாக அவர்கள் பேசிவிடுவார்கள். 'இங்க ஒரு இந்திப் பய வந்தானா?' என்பது போல் வசனங்கள் இருக்கும்.

மலையாளம், இந்தி, தெலுங்கு போன்ற மொழிகளைப் பேசுபவர்கள் ஓரளவு அந்த மொழிகளிலேயே வசனங்கள் பேசுவார்கள். இவையும் கொச்சையாகவே இருக்கும். நாடகத் தன்மையுடன் உச்சரிப்புகள் வெளிப்படும். வேறு மொழி பேசுபவர்கள் கதாநாயகர்களாக இருக்கமாட்டார்கள். *அந்த ஏழு நாட்கள்* மாதவன் நாயரைப் போலக் கதாநாயகனாக வந்தாலும் மலையாளம் நகைப்புக்குரிய விதத்தில் பேசப்பட்டிருக்கும். வேறு மொழி பேசுபவர்கள் உப பாத்திரங்களாகவே வருவார்கள். சிங்களப் பெண் *புன்னகை மன்னன்* படத்தில் கதாநாயகியாக வருவாள். அவள் சிங்களப் பெண் என்று காட்டிக்கொடுக்கிற மாதிரி வசனம் பேசுவதைத் தவிர வேறு எந்த வகையிலும் சிங்களம் அதில் பயன்பட்டிருக்காது. பொதுவாகவே கே. பாலசந்தர் படங்களில் பிற மொழி பேசுபவர்கள் அதிகம் இடம் பெறுவார்கள். *எதிர் நீச்சல்* படத்தில் வரும் நாயர் ஒரு மிரட்டலான ஆசாமியாக இருப்பார். அப்பாவி மாதுவைக் காப்பாற்றுகிற நல்ல மனிதரான அவரைக் கண்டு மற்றவர்கள் பயப்படுவார்கள். பல படங்களில் மலையாளிகள் மாந்தரீகர்களாக வருவார்கள். தமிழர்கள் மலையாளிகள்மீது வைத்திருக்கும் அபிப்பிராயங்களே இத்தகைய கதாபாத்திரங்களை

உருவாக்குகின்றன. துவேஷம் இல்லாவிடினும் மலையாளம் கேலிக்குள்ளாகியிருக்கும். எத்தனையோ மலையாளிகள் தமிழ் நாட்டில் வாழ்கிறார்கள். அவர்கள் நமது நண்பர்களாக, அண்டை வீட்டுக்காரர்களாக வாழ்கிறார்கள். தமிழ் சினிமாத் தொழிலிலேயே மலையாளிகள் நிறைய பேர் உள்ளனர். ஆனாலும் அவர்களை சகஜமாக நமது படங்கள் பார்ப்பதில்லை. அவர்களைப் பற்றிய புனைவுகளை உருவாக்கி அவற்றின் மூலம் அவர்களை முன்னிறுத்துகின்றனர். மலையாளத்தைவிடத் தெலுங்கு குறைவாகவே வெளிப்பட்டிருக்கிறது. மலையாளம், தெலுங்கு மொழி பேசுபவர்கள்மீது விரோத மனப்பான்மையைத் தமிழ் சினிமா வளர்த்ததில்லை. மலையாளிகளைத் தேவையில்லாது விரோதிகளாகப் பார்க்கும் *ஆட்டோகிராஃப்* படம் வந்த பிறகு தமிழ் சினிமாவிற்கு இந்தப் பெருமையும் பறிபோய்விட்டது.

ஆனால் இந்தி மொழி தொடர்ந்து விரோத பாவத்துடன் அணுகப்பட்டிருக்கிறது. பெரும்பாலான தமிழர் பிரக்ஞையில் விந்தியமலைக்கு அப்பால் இருப்பவர்கள் அனைவருமே இந்திக்காரர்களாக உணரப்படுவதால் குஜராத்தி, பஞ்சாபி, வங்காளி என்று அவர்கள் மொழிவாரியாகத் தரம்பிரிக்கப்படுவதில்லை.

'வடவர் நம்மவரும் அல்லர். நல்லவரும் அல்லர்' என்றார் சி.என். அண்ணாதுரை. வடவர்களின் ஆதிக்கத்தில் விடுபட்டுத் தனிநாடு அமைக்கப்பட வேண்டும் என்கிற கோரிக்கையைத் திராவிடத் தலைவர்கள் ஒரு காலகட்டம் வரைத் தொடர்ந்து வைத்துக்கொண்டிருந்தார்கள்.

தமிழ்நாட்டில் தமிழர்களுக்கு எளிதாகப் பார்க்கக் கிடைத்த வடநாட்டவர்கள் வட்டிக்கடை சேட்டுகள். ஈவு இரக்கமற்ற ஷைலக்குகளாக இவர்கள் தமிழ்ப் படங்களில் வருவார்கள். 'நம்பிள் நிம்பிள்' என்று தமிழ் பேசுவார்கள்.

அறுபதுகளில் இந்தி எதிர்ப்புப் போராட்டம் நடந்தது. பல இளைஞர்கள் அதில் போலீஸ் துப்பாக்கிகளுக்குப் பலியானார்கள். திராவிடக் கட்சிக்கு அதன் தொடர்ச்சியாக ஆட்சி பீடம் கிடைத்தது வரலாறு. ஆனால் இந்தி எதிர்ப்புப் போராட்டத்தை மையமாக வைத்து ஒரு திரைப்படம்கூட வரவில்லை. திராவிடக் கட்சியினர் தமிழ் சினிமாவை ஆக்கிரமித்திருந்த காலங்களிலும் கண்ணகியின் கற்பு வரலாறு படமாக்கப்பட்டதேயொழிய இந்தி எதிர்ப்புப் போராட்டம் பற்றிய ஒரு ஆவணப்படம்கூட எடுக்கப்படவில்லை.

திராவிடத் தலைவர்கள் வாழ்க்கையின் புனை யதார்த்தமான மணிரத்னத்தின் *இருவர்* படத்திலும் இந்திப் போராட்டம்

இடம்பெறவில்லை. தேசிய ஒற்றுமையை வலியுறுத்தி எடுக்கப்பட்ட *பாரத விலாஸ்* படம் தவிர சகஜமான வாழ்வில் நாம் பார்க்கிற நல்ல கதாபாத்திரங்களாக இந்திக்காரர்கள் தமிழ்ப் படங்களில் அதிகம் தலைகாட்டவில்லை. ஒரு சில விதிவிலக்குகள் உள்ளன. *பாமா விஜயம்* படத்தில் வரும் இந்தி பண்டிட், அப்பாவியான மத்தியவர்க்கப் பாத்திரம். *இரு கோடுகளில்* அரைகுறையாக இந்தி தெரிந்த கதாநாயகன் தனது மனைவி ஆற்றுக்குப் போயிருக்கிறாள் என்பதை ஆற்றோடு போய்விட்டாள் என்று புரிந்துகொண்டு இரண்டாம் கல்யாணம் செய்து கொள்கிறான். விசுவின் *மணல் கயிறு* படத்தில் வரும் கதாநாயகன் தனது மனைவி இந்தி தெரிந்த புத்திசாலியாக இருக்க வேண்டும் என்று நிபந்தனை இடுகிறான். *சூரியகாந்தி* படத்தில் மனைவி கணவனுக்கு இந்தி கற்றுக்கொடுக்கிறாள். இவையெல்லாம் இந்தி நமது வாழ்வில் எவ்வாறெல்லாம் இடம்பெற்றுள்ளது என்பதன் ஆரோக்கியமான கோணங்கள். ஆனால் இந்திக்காரர் வில்லனாகத்தான் பார்க்கப்படுகிறார்.

கமல்ஹாசனின் *ஹே ராம்* தேசப் பிரிவினை பற்றிய படம். அதில் தமிழர்கள் – வடநாட்டவர்கள் என்கிற மொழிவாரியான பிரச்சினை கிளம்பாமல் இந்துக்கள் – முஸ்லிம்கள் என்கிற பாகுபாட்டின் அடிப்படையில் கதாபாத்திரங்கள் அணுகப்படுகின்றனர். தேசிய வரலாற்றுப் பின்னணியில் இந்தி பேசும் நல்லவர்கள் இதில் மீட்டெடுக்கப்படுகின்றனர். இது ஆரோக்கியமான அணுகல். இந்தி பேசும் முஸ்லிம்கள் பயங்கரவாதிகளாக *ரோஜா, பம்பாய், உயிரே* படங்களில் வருகின்றனர். *நாயகன், மௌனராகம்* படங்களில் வன்முறைகளில் ஈடுபடும் வடநாட்டவர்கள் இந்தி பேசுபவர்கள். கே. பாக்யராஜின் *தாவணிக் கனவுகள்* நிஜம் எது, சினிமா எது என்கிற பேதங்களைத் தாண்டி இந்திக்காரனைக் குரூர வில்லனாகச் சித்திரிக்கும் ஒரு படம்.

கதாநாயகன் தனது தங்கைகளைத் திருமணம் செய்து வைக்க வேண்டிக் கிராமத்திலிருந்து சென்னைக்குச் சென்று அங்கு சினிமா கதாநாயகனாகிறான். சினிமா கதாநாயகனின் வாழ்க்கையைக் காட்ட அவன் ஸ்டுடியோவில் நடிகைகளுடன் ஆடிப் பாடும் காட்சிகள் எடுக்கப்படுவதெல்லாம் இடம்பெறுகின்றன. ஒரு சண்டைக் காட்சியும் தேவை. ஆனால் அது சாதாரண சண்டைக் காட்சி அல்ல. வில்லன் நடிகன் ஒரு இந்திக்காரன். கபர் சிங். இந்தியிலேயேதான் பேசுகிறான். புதுமுக நாயகனுடன் சண்டை போட மறுக்கிறான். பிரபல இந்தி நடிகர்களுடன் சண்டைக் காட்சிகளில் நடித்தவன் என்று இறுமாந்து பேசுகிறான். பின்னர் அதிகப் பணம் வாங்கிக்கொண்டு சண்டைக் காட்சியில் நடிக்கச்

சம்மதிக்கிறான். இருந்தும் நடிப்பிற்குப் பதிலாக நிஜமாகவே கதாநாயகனைத் தாக்குகிறான். கதாநாயகனுக்கு உதடு கிழிந்து, ரத்தம் கொட்டுகிறது.

டைரக்டர் வருகிறார். அவனைப் பார்த்துப் பதைபதைக்கிறார். 'ஏய்யா, எங்கேர்ந்தோ வந்தவன் உன்னை அடிச்சிருக்கான்ல. வேணும்னே அடிச்சிருக்கான். தெரிஞ்சிருக்கில்லே, திருப்பித் தாக்கவேண்டியதுதானே. உனக்கு எங்கே போச்சு தைரியம்? உனக்குத் தைரியம் இருக்கில்லே? இந்த செட் – அப் கிட் – அப் பத்தி எல்லாம் கவலைப்படாதே. இதோ பார், அவன் வந்தவுடனே நீ திருப்பி எப்படி வேணாலும் அடி. உனக்கு தெரிஞ்ச வித்தையெல்லாம் காட்டு. வளைச்சு வளைச்சு அடி. நீ தமிழ்நாட்டுச் சிங்கம். என் ஆளுங்கிறதை ப்ரூப் பண்ணு. கெட் ரெடி பார் ஷாட்' என்று அவனைத் தமிழிலும் ஆங்கிலத்திலும் உற்சாகப்படுத்தி உத்தரவிடுகிறார்.

கதாநாயகன் தமிழ்க் கடவுளாம் முருகனை வழிபட்டுவிட்டுச் சண்டையிடுகிறான். வில்லனைக் கதாநாயகன் வளைத்து வளைத்துப் புரட்டிப் புரட்டி எடுக்கிறான். இது சினிமா சண்டை போலத் தோன்றினாலும் தமிழ்நாட்டுக்கும் வடநாட்டுக்குமான நிஜ சண்டைபோல் நடத்தப்படுகிறது. அந்தச் சண்டைக் காட்சி ஸ்டுடியோ படப்பிடிப்புத் தளத்திலிருந்து மாற்றம் ஆகிக் கொட்டகைத் திரையில் ஓடுகிறது. மக்கள் அதைப் பார்க்க அலைமோதுகிறர்கள்.

●

ஒரு பெரும் தொடர்ச்சியுடன் ஆங்கிலம் தமிழ் சினிமாவில் இடம்பெற்றுக்கொண்டிருக்கிறது. இந்தியைவிட ஆங்கிலம் வேறுவிதமான கட்டமைப்புடன் சினிமாவில் இடம்பெறுகிறது. அது பல அடுக்குகள் கொண்டது. சிக்கலானதும்கூட. இந்தி எதிர்ப்புப் போராட்டத்தைப் போல ஆங்கில எதிர்ப்புப் போராட்டம் தமிழ்நாட்டில் நடைபெறவில்லை. ஆனால் இருபதாம் நூற்றாண்டின் தொடக்கத்திலிருந்தே ஆங்கிலம், ஆங்கில ஏகாதிபத்தியத்துடன் தொடர்புபடுத்தப்பட்டு எதிர்க்கப்பட்டது. தமிழ் சினிமாவில் ஆங்கிலம் எப்பொழுது முதன்முதலாக நுழைந்தது என்பதைச் சுலபமாகக் கூறிவிட முடியாது. முப்பதுகளிலும் நாற்பதுகளிலும் வெளிவந்த பல பேசும் படங்கள் தொலைந்தழிந்து போய்விட்ட நிலையில் இந்த ஆராய்ச்சி மிகவும் கடினமான ஒன்று. ஆனால் இது நிச்சயம். இந்தி, மலையாளம் ஆகியவற்றை அந்த மொழியினரே பேசுவதைப் போலன்றித் தமிழ்ப் படங்களில் ஆங்கிலம் ஆங்கிலேயர்களால் மட்டும் பேசப்படுவதில்லை. ஆங்கிலத்தை

மிக அதிகமாகப் பேசியவர்கள் தமிழ்க் கதாபாத்திரங்கள்தாம். ஆங்கிலம் பேசிய தமிழன் விமரிசையாக அறிமுகமானது 'மைனர்' என்கிற கதாபாத்திரத்தின் வாயிலாக. யார் இந்த மைனர்?

'மைனர்' என்கிற ஆங்கிலச் சொல்லுக்கு *'Not yet of full age, comparatively unimportant'* போன்ற அர்த்தங்களை ஆக்ஸ்போர்டு அகராதி தருகிறது. தமிழ்ச் சமூகத்தில் மைனர் என்பவன் மேம்போக்கான மேல்நாட்டு நாகரிகத்தில் திளைக்கும் சல்லாபப் பிரியன்.

இந்த 'ஜாதி', காலனி ஆதிக்கம் இந்தியாவில் வந்த சில காலங்களிலேயே தோன்றியிருக்கக்கூடும்.

1879இல் வெளிவந்த *பிரதாப முதலியார் சரித்திரத்தில்* இந்த மைனரைப் பற்றிய சித்திரம் முதன்முதலாகத் தென்படுகிறது. அனந்தையன் என்னும் பிராமண இளைஞன் நாகரிக மோகம் கொண்டு தன்னை ஒரு ஐரோப்பியனாகவே பாவித்துக்கொள்ளத் தொடங்கிவிடுகிறான். எப்பொழுதும் ஆங்கிலத்திலேயே பேசுகிறான். மில், ஹக்ஸ்லி, டார்வின் ஆகியோரைப் படிக்கிற ஆற்றல் இருப்பினும் பிற சிறந்த பண்புகள் இல்லாததாலோ என்னவோ அவன் அற்ப ஆங்கில அறிவுடையவன் என்று நாவலாசிரியர் கூறுகிறார். சட்டைக்காரர்களின் சகவாசம், மதுப் பழக்கம், நாத்திகம் போன்ற அன்றைய மாபாதகங்கள் குடிகொண்டுள்ளன. ஐரோப்பிய மோகத்தால், வீட்டுக்கு வரும் பெரிய மனிதர்களிடம் தனது தந்தையையே வேலைக்காரன் என்று கூறிவிடுகிறான். வேதநாயகம் பிள்ளை 'மைனர்' என்கிற ஆங்கில வார்த்தையைத் தனது நாவலில் பயன்படுத்தவில்லை. அவ்வார்த்தை புதிய தமிழ் அர்த்தத்துடன் பின்னரே புழக்கத்தில் வந்திருக்கக்கூடும். பொறுப்பினை ஏற்கும் வயது பெற்றவனே *major* என்பதால் பொறுப்பில்லாத வசதி படைத்த இளைஞனை 'மைனர்' என்று அழைக்கும் பாமர வழக்கம் வந்திருக்கலாம் என்று தோன்றுகிறது.

1935இல் மூவலூர் ஆ. ராமாமிர்தத்தம்மாள் *தாஸிகளின் மோச வலை* என்னும் தனது சீர்திருத்த நாவலை வெளியிட்டார். இந்த நாவலுக்கு அவர் இட்டிருந்த உபதலைப்பு 'மதி பெற்ற மைனர்'. முதல் முறையாக ஒரு தமிழ் நாவலின் தலைப்பில் 'மைனர்' என்கிற சொல் இடம் பெறுகிறது.

தமிழ் சினிமா, மைனரை இவ்வாறு உருவாக்குகிறது: தன்னை ஆங்கிலத் துரையாகப் பாவித்துக்கொள்வது, சீட்டாடுவது, கோட், சூட், டை சில சமயங்களில் தொப்பி ஆகிய உடைகள் அணிவது, பெரும்பாலும் பட்டிக்காட்டுக் கதாநாயகனிடமிருந்து நாயகியை அபகரிக்கும் வில்லத்தனம், வேலை பார்க்காமல்

வெட்டியாகத் திரிவது, எல்லோரையும் அவமதிப்பது போன்றவை மைனர்தனங்கள். எம்.ஆர். ராதாவின் *ரத்தக் கண்ணீர் (1954)* தமிழ் சினிமாவின் மறக்க வியலாத மைனர் பாத்திரம்.

வெளிநாட்டிலிருந்து படித்துவிட்டுத் திரும்பிவரும் அவர் தன்னை 'துரை' என்றே அழைத்துக் கொள்வார். புகையும் சிகரெட் துண்டை தன் தாய் மீது வீசி எறிவார். அநேகமாக எம்.ஜி.ஆரைத் தவிர எல்லா நடிகர்களும் மைனர் பாத்திரங்களில் நடித்திருக்கிறார்கள். ஆங்கிலம் அறியாத 'ராசுக்குட்டி' போன்ற கிராமிய மைனர்களும் உண்டு.

இந்த மைனர் கதாபாத்திரம் இந்தியப் படங்கள் எல்லாவற்றிலுமே வேரூன்ற என்ன காரணம் இருக்க முடியும்? (ஆனால் மைனர் என்கிற பட்டப் பெயர் தமிழுக்கு மட்டுமே சொந்தம்.) ஆங்கில மொழி, ஐரோப்பிய நடை, உடை, பாவனைகள் ஆகியவற்றின் மீதுள்ள கவர்ச்சி ஆகியவற்றைப் பயன்படுத்த வேண்டும் என்கிற ஆசை. அதே சமயம் நம் மண்ணுக்குச் சொந்தமான இயல்புகளற்றவன் என்பதால் அவனைத் தவறு செய்பவனாகக் காட்ட வேண்டிய கட்டாயம் ஆகிய இரண்டுமாக மைனரை ஸ்தாபிதம் செய்துள்ளன.

ஆங்கிலம், தமிழ் சினிமாவில் மிகுதியாகப் பயன்படுத்தப்படும் ஒரு மொழி. இதை ரசிகர்கள் மிகவும் வரவேற்கிறார்கள். இந்த வரவேற்பு பல பரிமாணங்களைக் கொண்டிருக்கிறது. இந்தியைப் போல ஆங்கிலத்தை வில்லனாக்கி அடித்து உதைத்து அனுப்பிவிட முடியாது. ஆங்கிலம் வளர்ச்சியின் அறிகுறி. காலத்தின் இன்றியமையாத தேவை. அது தமிழுக்கோ தமிழர்களுக்கோ எதிரானது அல்ல. சினிமா மாபெரும் பொதுஜன ஊடகம். அந்த ஊடகத்தின் புரவலர்களான பலருக்கும் ஆங்கிலம் தெரியாது. அது எட்டாக்கனியாகவும் உள்ளது. இதனால் ஆங்கிலம் அவர்களுக்கு ஒரே சமயத்தில் அறியாமையினால் கவர்ச்சிப் பொருளாகவும் கேலிப் பொருளாகவும் தோன்றத் தொடங்கியது. அது புரிதல் – புரிய வைத்தல் என்கிற மொழிக்குரிய செயல்பாட்டினையும் இழந்தது. தமிழர் நாகரிகம் தாண்டிய இன்னொரு நாகரிகத்தின் அம்சமாகவும் ஆங்கிலம் தென்பட்டு, அது தேவையாகவும் உணரப்பட்டது. ஜே.பி. சந்திரபாபு அத்தேவையைப் பூர்த்தி செய்கிற ஒரு நடிகராகத் தமிழ் சினிமாவில் இடம்பெற்றார். அவரது நகைச்சுவைத் தமிழ் சினிமா அதுகாறும் காட்டிவந்த நகைச்சுவை அல்ல. அநேகமாக அவர் பேண்ட் – ஷர்ட்தான் போட்டிருப்பார். ஆங்கில நடனங்கள் ஆடுவார். ஆங்கிலச் சொற்கள் மிகுதியாகக் கலந்த பாடல்களைப் பாடுவார். மேலும் அவர் ஒரு கிறிஸ்தவர் என்பதால் அந்தப் பிம்பத்திற்கு அவர் பொருத்தமானவராகவே இருந்தார். மற்ற நடிகர்களுக்குக்

கிடைத்திராத ஒரு மதிப்பு அவருக்கு அவரது ஆங்கிலப் பரிச்சய வெளிப்பாட்டினால் கிடைத்தது.

படத்திற்குப் படம் கதாநாயகனின் கதாபாத்திர பிம்பத்திற்கு ஏற்ப ஆங்கிலமும் மாறியது. கதாநாயகன் ஆங்கிலம் கற்றிருந்தால் ஆங்கிலம் கவர்ச்சியானதாகவும் அவன் ஆங்கிலம் அறியாதவனாக இருந்தால் அம்மொழி நகையாடப்படுவதாகவும் காட்டப்படுகிறது. அடங்காப்பிடாரியான படித்த கதாநாயகி ஆங்கில மோகம் கொண்டவளாகக் காட்டப்படுவாள். அவளுடைய கொட்டத்தை ஆங்கிலத்தை வைத்தே கதாநாயகன் அடக்கத் துணிவான். கர்வம் பிடித்த ஆதிக்கம் காட்டுகின்ற கதாநாயகி ஆங்கிலத்தைப் பயன்படுத்தும்போது அது வெறுக்கத் தக்கதாகிறது. ஆனால் அதே ஆங்கிலத்தைக் கதாநாயகன் பேசும்போது அது விரும்பத்தக்கதாகிறது.

ஆங்கிலத்தைத் தமிழால் வெல்வது போல் காட்டுவதில்லை. அதை ரசிகர்கள் ஏற்றுக்கொள்ள மாட்டார்கள். *வீரபாண்டிய கட்டபொம்மன்* படத்தில் கட்டபொம்மனும் ஜாக்ஸன் துரையும் மோதுகிற காட்சி மிகவும் பிரசித்தமானது. கட்டபொம்மன் தமிழிலும் ஜாக்ஸன் ஆங்கிலத்திலும் பேசியிருந்தால் விவாதத்தில் ஜாக்ஸன் ஜெயித்ததாகவே ரசிகர்கள் முடிவுகட்டியிருப்பார்கள். எனவே படத்தில் ஜாக்ஸனும் கட்டபொம்மனுடன் செந்தமிழில் பேசுகிறார். போரில் ஜாக்ஸன் கட்டபொம்மனை வென்றாலும் தமிழால் கட்டபொம்மன் ஜாக்ஸனை வென்றுவிடுகிறார்.

தேவர் மகன் படத்தில் எதிரி வீட்டின் குடும்ப வக்கீல், திடீரென விவசாயிகளுக்கு எதிராக நிலத்தின் குறுக்கே வேலி போட்டதன் காரணத்தை ஆங்கிலத்தில் பெரிய தேவருக்கு விளக்குகிறார்.

வக்கீல்: *The legal owner of the concerned land wanted his property fenced to avoid lumpen trespassing. So we thought a tough fence is required.*

பெரிய தேவர் ஆங்கிலப் படிப்பறிவு இல்லாதவர். அவர் தன்னருகே நிற்கும் தனது மகன் சக்திவேலைப் பார்க்கிறார். சக்திவேல் லண்டனில் படித்து விட்டுத் திரும்பி வந்திருக்கிறான். சக்திவேல் வக்கீலிடம், '*Look! we are not concerned with either your intensions or your modus operandi. We would like to know what legal rights you have to say that the tough fence is required.*'

பெரிய தேவர் வக்கீலிடம் 'போதுமா, இன்னும் வேணுமா. இங்கிலீஷ் பேச நம்ம கைவசம் ஆள் இருக்கு. மரியாதையா தமிழ்லேயே சொல்லு' என்று மீண்டும் தைரியமாகப் பேசத் தொடங்குகிறார். இங்கும் ஆங்கில மமதை ஆங்கிலத்தால்

முதலில் அடக்கப்படுகிறது. தமிழ் தோற்கக்கூடாது என்றால் ஆங்கிலத்துடன் தமிழ் மோதுவதாகக் காட்டவும் கூடாது. அது ரசிகர்களிடம் எடுபடாது. ஆங்கிலம் தனது ஆதிக்கத்தைப் பெருக்கி வருவதையும் ஆங்கிலக் கல்வியினால் உலக அறிவு, வேலை வாய்ப்புகள் போன்றவை கிடைப்பதையும் அவர்கள் அறிவார்கள்.

தமிழ் சினிமா ஆங்கிலவயப்பட்ட தொழிற்சாலை. பல ஆங்கிலக் கலைச்சொற்கள் சகஜமாகப் புழங்குகிற இடம் அது. எவ்வளவு தமிழ்ப் பற்று உள்ள டைரக்டரும் ஸ்டார்ட், கட் சொல்லித்தான் படத்தை இயக்குகிறார். படத்தின் பெயர்கள் தமிழிலேயே தரப்பட வேண்டும் என்று சிலர் நிர்ப்பந்திக்கத் துவங்கியிருப்பது சமீபமாகத் தலைதூக்கியுள்ள போக்குகள். பெயர் மட்டும் தமிழில் இருப்பதால் தமிழுக்கோ தமிழ் சினிமாவிற்கோ எவ்விதப் பயனுமில்லை. இவற்றுக்கெல்லாம் பதிலாகத் தொலை நோக்குடன் சினிமா என்கிற ஊடகம் பற்றிய அறிவை கலாபூர்வமாகவும் விஞ்ஞானபூர்வமாகவும் இவர்கள் தமிழர்களுக்குப் புகட்டுவார்களேயெனில் அது தமிழுக்கும் தமிழ் சினிமாவிற்கும் செய்யப்படும் மாபெரும் தொண்டாக இருக்கும். தமிழ்க் குணாதிசயங்களுடன் உலகமே வியக்கும் வண்ணம் தமிழ்ப் படங்கள் வெளிவர அதுவல்லவா வழிவகுக்கும்! தமிழர் வாழ்வில் ஆங்கிலம் இரண்டறக் கலந்துவிட்டது. இதைத் தமிழ் சினிமா காட்டத் தயங்கவில்லை. அதே சமயம் இதைக் கருத்தளவில் ஜீரணித்துக் கொள்ளவும் தமிழ் சினிமாவால் இயலவில்லை.

பல மொழிகள், பல இனங்கள், பல மதங்கள் இவற்றின் ஒருமிப்புதான் சமூகம். அதில் தமிழை உயர்த்தி மற்றதைத் தாழ்த்துவது தமிழ் சினிமாவில் அடிக்கடி காணக் கிடைக்கும் குணமாகும்.

காலச்சுவடு 66, ஜூன் 2005

நம்மவரும் நல்லவர் அல்லர்

'தமிழ்ப் படங்களில் பிற மொழிகள்' கட்டுரையை முன்வைத்து

அம்ஷன்குமார் தன் கட்டுரையின் முதல் வரியில் உபயோகப்படுத்தும் 'பிராபல்யம்' போன்ற மணிப்பிரவாள நடைச் சொற்கள் தமிழ்த் திரைப்படத்தில் நாற்பதுகளின் இறுதிவரை இருந்தது உண்மை. தொண்ணூறு சதவிகிதம் கதை, வசனம், பாடல்கள் எழுதியவர்கள் பார்ப்பனர்கள் என்பதால்

படங்கள் பிராமண மொழியில் பேசின, பாடின. முப்பதுகளுக்குப் பின் பேச ஆரம்பித்த நமது சினிமா, இன்னும் வாய் ஓயாமல் பேசிக்கொண்டிருப்பது தான் நமது துர்பாக்கியம் என்பது வேறு விஷயம்.

நாற்பதுகளில் நல்ல தமிழ் பேச ஆரம்பித்த சினிமா (இளங்கோவன் உபயம்) இன்றுவரை பிராமணத் தமிழ், மதுரைத் தமிழ், கொங்குத் தமிழ், நெல்லைத் தமிழ் என ஏதோ ஒரு தமிழைப் பேசிக்கொண்டே வருகிறது.

'ஆட்டோகிராஃபி'ல் மலையாளிகளைத் தேவையில்லாமல் விரோதிகளாகப் பார்க்கிறார்கள் என்பது 2005ன் தேர்ந்தெடுத்த நகைச்சுவை. ஒரு சென்னைவாசி இளைஞன் மேலூரில் ஒரு பெண்ணை டாவடித்தாலும் இந்த மோதல் இருக்கத்தான் செய்யும்.

கிருஷ்ணன் பஞ்சுவின் 'தெய்வப் பிறவி'யில் சிவாஜி வீட்டுச் சமையற்காரர் ஏ. கருணாநிதி (நகைச்சுவை நடிகர்) நாயர் என அழைக்கப்படுகிறார். அழகாக மலையாளம் பேசுகிறார். சிவாஜி அவரைத் தனது மனைவியோடு (பத்மினி) இணைத்துப் பார்த்துச் சந்தேகப்படுகிறார். ஒரு பாத்திரம் நாயராகச் சித்தரிக்கப்படுவது படத்திற்கு ஒரு வண்ணம் சேர்க்க மட்டுமே.

'மூன்று முடிச்'சில் ரஜினிகாந்த் தனது வலையில் வீழ்த்தும் அப்பாவிப் பெண் ஒரு மலையாளப் பெண். மலையாளிகள் இத்திரைப்படங்களைப் பார்த்துவிட்டு வரிந்துகொண்டு சண்டைக்கு வரவில்லை. விரோதம் கொள்ளவில்லை.

நாற்பதுகளில் ஒரு முறையும் (கிளவுன் சுந்தரம் சேட்டா) பிறகு ஐம்பதுகளில் ஒரு முறையும் (டி.எஸ். பாலையா சேட்டா) வெளிவந்த 'தூக்குத் தூக்கி'யில் ராஜகுமாரனின் (சிவாஜி) மனைவியைப் பெண்டாளுபவன் நமக் ஹராம் சேட். இந்த இரண்டு படத்திலும் 'பியாரி நிம்பள் கீ மேலே நம் கீ மஜா' என சேட்டு பாடுவார். இந்தப் படம் வடநாட்டுக்காரர்கள் நிறைய வாழும் சென்னையிலோ திருச்சியிலோ எந்த விதச் சலனங்களையும் உண்டாக்கவில்லை. ஆனால் 50களில் 'ஒரு மலைதனிலே' என்ற பாடலில் வரும் 'ஆனந்தக் கோனாரே அறிவு கெட்டுத் தான் போனாரே' என்ற வரியைக் கேட்டுத் தென்மாவட்டத்தில் ஒரு கொட்டகையில் உணர்ச்சி பொங்கி அந்த இனத்தைச் சேர்ந்த தோழர் திரையில் பாய்ந்து அதைக் கிழித்தெறிந்தார்.

இந்தி மொழி தொடர்ந்து விரோத பாவத்துடன் அணுகப்பட்டிருக்கிறது என்கிறார் அம்ஷன் குமார். சரி, இந்தச் சண்டையை யார் ஆரம்பித்தார்கள், நாணயத்தின் மறுபக்கம் என்ன என்பதைச் சற்றுப் பார்ப்போம்.

ஐம்பதுகளில் 'ஃபிலிம் ஃபேர்' பத்திரிகையில் நடிக – இயக்குநர் ஐ.எஸ். ஜோஹர் ஒரு வாசகரின் கேள்விக்குப் பதிலளித்தார்:

கேள்வி: ஏன் தமிழ்ப் படங்கள் திரைப்பட விழாவுக்கு அனுப்பப்படுவதில்லை?

ஜோஹரின் பதில்: விழாவிற்குப் படங்களை அனுப்புவது பரிசுகளுக்காக அன்றி தண்டனைக்காக அல்ல.

துவங்கியது சண்டை. 'தெய்வப் பிறவி'யில் (1959) சீட்டாடும் கே.ஏ. தங்கவேலு 'ஜோக்கரைத் தூக்கிச் சாக்கடையில் போடு' என்றார். அதே திரைப்படத்தில் பூங்காவில் கத்தி *(knife)* விற்கும் வடநாட்டுப் பெண் 'லக்டி', 'லட்கி' எனக் கேலி செய்யப்பட்டிருப்பாள்.

வடவரும் தொடர்ந்து சண்டை போட ஆரம்பித்தனர். அநேகமாக அப்பொழுது வெளியான எல்லாத் திரைப்படங்களிலும் பார்க்கில், சலூனில், பஸ் ஸ்டாப்பில் நைட்கிளப்பில் பட்டை நாமம் போட்டுக்கொண்டு ஒரு மதராஸி இழுத்து இழுத்துத் தமிழ் + ஹிந்தி (அய்யய்யோ, ஹம் க்யா கரேகி?) பேசுவார்.

நாமும் சேர்ந்து சிரித்துக்கொண்டு தான் இருந்தோம். இது 60கள்வரை தொடர்ந்தது. (இன்று நாம் நல்ல பிள்ளைகளாக ஹிந்தி படித்து சமர்த்தாக மந்திரி சபையில் இடம் பெற்றுவிட்டோம். ஆவே மரியா!)

ஆனால் இதன் உச்சக்கட்டம் 'படோசன்' (தமிழில் அடுத்த வீட்டுப் பெண்) திரைப்படம். கிஷோர் குமாரின் பக்கத்து வீட்டுப் பாட்டு வாத்தியார் சாய்ரா பானுவுக்கு பாட்டுச் சொல்லிக் கொடுப்பவர் (மெஹ்மூத்) மதராஸி, உச்சிக் குடுமி வைத்த பாட்டு வாத்தியார். கிஷோர் குமாரும் மெஹ்மூதும் வரும் பாட்டுப் போட்டியின் கடைசியில் மெஹ்மூத் குடுமி அவிழ்ந்து 'ஐயோ, சே . . . சே . . .' எனப் புலம்புவது உச்சக்கட்டம். நாம் நடிப்பைக் கை தட்டி ரசித்தோம்.

ஏ.எல். நாராயணன் வசனம் எழுதிய மாடர்ன் தியேட்டர்ஸ் படங்களில் உருது (ஹிந்துஸ்தானி) பேசுபவர்கள் நிறைய கேலி செய்யப்பட்டிருக்கிறார்கள்.

உருது பேசும் முஸ்லிம் சுருளி ராஜன் 'ஆவோரே (வாடா) ஆவ மாட்டே (வர மாட்டே?) நான் ஆவரேன் (நான் வரேன்)' என்பார்.

ஆகக்கூடி நாமும் நல்லவர் அல்லர்.

ஜே. ஸ்ரீநிவாச ராஜூ

***காலச்சுவடு* 68, ஆகஸ்ட் 2005**

17

எஸ்.என். நாகராஜன்: ஒரு சந்திப்பு

சந்திப்பு : கண்ணன்

அப்ப இந்தியாவுல வந்து ஐ.ஏ.எஸ். சர்வீஸ்ல சுத்தமா பிற்படுத்தப்பட்டவங்களே இல்ல. இந்த மாதிரி நிலமைய இட ஒதுக்கீடு கொள்கையோ அல்லது மண்டல் கமிஷனோ இல்லாம எப்படி மாத்த முடியும்?

அகில இந்திய அமைப்பில வந்து எந்தக் காரணத்தைக் கொண்டும் பிற்படுத்தப்பட்டவங்களோ தாழ்த்தப்பட்டவங்களோ வரது ரொம்ப கஷ்டம். அதற்கான காரணம் மொழிப் பிரச்சனை. மிகப் பெரும் பிரச்சனை அது. ஆங்கிலம் இருக்கும்வரை திருகரணம் பண்ணினாலும், தாழ்த்தப்பட்டவங்களோ, பிற்படுத்தப்பட்டவங்களோ அகில இந்திய அமைப்புல வரதே கஷ்டம். அதே மாதிரி விஞ்ஞானிகள் குரூப்லயும் வரதே ரொம்ப கஷ்டம். இந்த ஆதிக்கம் ஒழியணும்னா ஐ.ஏ.எஸ்.ங்கற Cadre ஒழிஞ்சாகணும். ஆட்சி மொழி, பயிற்சி மொழி இரண்டும் தாய்மொழில இருக்கணும். அத முதல்ல ஏன் பார்க்க மாட்டேங்கிறாங்க இவங்க. இதுதான் அடிப்படை. Prof: Ambertsonian சொல்லறான்:

“நான் வந்து அசர்பைஜான்ல ஒரு ஆட்டு இடையனா இருந்தவன். அந்த குடும்பத்துலே பொறந்தவன். அக்டோபர் புரட்சி வந்த உடனே அவங்க என்ன பண்ணினாங்க? விஞ்ஞானத்தையெல்லாம் தாய்மொழியில கொண்டு வந்துட்டாங்க. அப்படி வரலேன்னா நான் இன்னிக்கும் இடையனாத்தான் இருந்திருப்பேன்.” இந்தியாவுல, இவ்வளவு மக்கள்தொகை இருக்கக்கூடிய நாட்டிலே, பிற்படுத்தப்பட்டவர்கள் மத்தியிலே இருந்து ஒரு உலகப் புகழ்பெற்ற விஞ்ஞானி வராததற்கு காரணம் என்னன்னா இன்னும் இங்கு விஞ்ஞானம் அன்னிய மொழிலதான் இருக்கு.

அப்ப முந்தி சமஸ்கிருதம் பண்ணின வேலையைத்தான் ஆங்கிலம் இப்ப பண்ணுதுங்கிறீங்களா?

அதே வேலையைத்தான் பண்ணுது. உதாரணமா அன்னிக்கு நான் பெங்களூரில் பேசறபோது இந்திய விஞ்ஞானம் இளம்பிள்ளைவாதத்தோட தொங்கியதுன்னேன். ஏன்னா ஆங்கிலத்துல இருக்கு நம்ம விஞ்ஞானம் பூரா. விஞ்ஞானிக்கும் கைவினைஞர்களுக்கும் தொடர்பில்லை. அப்ப ராவ் பகதூர், திவான் பகதூர் வீட்டுப் பையன்தான் விஞ்ஞானியா ஆவான். அவன் எப்பேர்ப்பட்ட விஞ்ஞானியாவான் தெரியுமா? தொழிலோட சம்பந்தப்படாத, வெறும் Theoretical விஞ்ஞானியாக இருப்பான். ஆனா வெள்ளைக்காரன் இந்த ஆங்கில கல்வி முறையைக் கொண்டுவராத வரையில் தொழில் அறிவு பூரா யாருகிட்ட இருந்தது? பிராமணர்களிடம் அல்ல. விவசாயம் ஆகட்டும், கட்டிடக்கலையாகட்டும், அத்தனையும் பிற்படுத்தப்பட்டவங்ககிட்டதான் இருந்தது. இன்னிக்கு என்ன பண்ணியிருக்கே நீ? அவங்ககிட்ட இருந்த அறிவு பூரா இன்னிக்கு ஒண்ணுமில்லாம போச்சு.

அப்ப ஆங்கிலம்தான் இந்தியாவினுடைய ஆட்சிமொழியாக இருக்கணும்னு திராவிட கழகமும் மற்ற இந்தி எதிர்ப்பு சக்திகளும் தமிழ்நாட்டுல குரல் கொடுப்பதற்கு என்ன காரணம்?

அதாவது அவங்க வந்து தாழ்த்தப்பட்ட பிற்படுத்தப்பட்ட மக்களுடைய வளர்ச்சியில அக்கறையே இல்லாதவங்கன்னுதான் காட்டுது. அண்ணாதுரையே சொன்னாரு, ஆங்கிலம் போச்சுன்னா மத்திய அரசுல நம்ம கண்ட்ரோல் போயிடும்ன்னு. அப்படீன்னா யாருடைய கண்ட்ரோல்னு கேட்க வேண்டாமா? இன்னிக்கு தமிழ்நாட்டுல சைவப்பிள்ளை, முதலியாரு, ஐயமாரு மூணு பேரும்தான் முக்கியமான துபாஷிகள். மறந்திட வேண்டாம் இவங்க மூணு பேருக்கும் வித்தியாசமே கிடையாது. அவங்க ஆதிக்கம் வேணும்கிறாரு. மத்த சாதிகள் பத்தி அக்கறை இருக்கா அங்க? தி.க.வினுடைய ஆங்கிலம்தான் வேணும்'னு சொல்லற கொள்கை திட்டவட்டமாக மக்களுக்கு எதிரான கொள்கை.

இந்தியா, ஆங்கிலமா? அப்படிங்கற கேள்விக்கே இடமில்லையா?

இந்தி வந்து லம்பாடிச்சி மொழின்னு சொல்லறியே சரி அப்பா; ஆங்கிலம் யாருடைய மொழி? சட்டக்காரிச்சி மொழியடா, உங்க பாட்டி மொழியா, உங்க தாத்தா மொழியான்னு கேட்டேன். கோயம்பத்தூர்ல மொழிப்பிரச்சினை வந்தபோது. ஆங்கிலத்தினுடைய ஆதிக்கம் இருக்கும் வரை அக்ரஹாரத்தினுடைய ஆதிக்கத்தை அசைக்க முடியாதுன்னு

நான் பேசினேன். பதிலே பேசமாட்டேனுட்டாங்களே. 1954ல கம்யூனிஸ்டு கட்சிக்கு ஒரு டாக்கியுமெண்ட் எழுதி அனுப்பிச்சோம். *A foreign language is a foreigners language at all levels.* இது தான் அதனுடைய தலைப்பு. இந்தியாவுக்கு ஒரு மொழி கூடாது. அந்தந்த மக்கள் பேசக்கூடிய மொழிதான் அவர்கள் ஆட்சி மொழியாகவும் பயிற்சி மொழியாகவும் இருக்க வேண்டும் என்று திட்டவட்டமாக இந்திய கம்யூனிஸ்டு கட்சிக்கு எழுதி அனுப்பிச்சோம். ஆனா இ.க.கட்சியின் செவுட்டுல விழலை. குப்பை தொட்டியிலே போட்டுட்டாங்க. அப்பவே சொன்னேன். இவங்க தேசிய இனப்பிரச்சினையை கைவிட்டுட்டாங்கன்னு.

அப்ப இந்தியா ஒண்ணா இருக்கணும்னா . . ?

இந்தியா ஒண்ணா இருக்கிறதா! யாருடைய ஆதிக்கம் நிலைநாட்ட படணும்ங்கறது அவங்களுடைய நோக்கம்? இந்திய மக்களை மொத்தமாகச் சுரண்டும் மேல்மட்டத்தின் எண்ணம்தான் இதன் பின்னுள்ள கருத்து.

அப்ப ஒரு தேசத்துல ஒரு மொழி இருக்கணும் அப்படியங்கறது . . ?

இந்தியா ஒரு தேசமே இல்லையே! இந்த இலக்கணம் கூட வேண்டாம் எனக்கு. மொழிங்கறது மக்களுக்காகத்தான், மக்களுடைய நலனுக்காகத்தான் என்று பிரச்சினைய பார்க்கணுமே தவிர, இந்தியா ஒரு தேசமா இல்லியாங்கறது எல்லாம் இரண்டாம் பிரச்சினை இந்த மக்கள் நன்றாக வாழ வேண்டும். இந்த மக்களை யாரும் ஆதிக்கம் பண்ணக்கூடாது. இதுதான் என்னுடைய பிரச்சினை. இதுக்கான கொள்கை என்ன?

அப்ப இந்தியாங்கற கருத்து வந்து மக்களுக்கு எதிரான கருத்தா?

இந்தியா வந்து ஒரு நாடு; ஒரு மொழிதான் பேச முடியும்; அதுக்கு ஐ.ஏ.எஸ் காடர் *(Cadre)* வேணும், அகில இந்திய அமைப்பு கண்ட்ரோல் பண்ணணும் என்பதெல்லாம் மக்களுக்கு விரோதமானது. இந்தியா கூட்டாட்சியாகத்தான் இருக்க முடியும். பல்வேறு மக்களுடைய நலனை வளர்க்கக் கூடிய அடிப்படையில் அந்தக் கூட்டாட்சி இருந்தா அதுக்கு அர்த்தம் இருக்கு மக்களுடைய நலனுக்கு குறுக்க வந்தா அந்த கூட்டாட்சியும் தப்பு. காலுக்கு ஆகாத செருப்பை கழட்டி எறிடான்னேன்.

காலச்சுவடு 10, ஜனவரி 1995

18

உலகமயமாக்கல் பின்னணியில் மொழிக்கொள்கைகளின் அரசியல்
கெ.சா. செந்தில்நாதன்

தமிழ் மொழிப் பிரச்சினை குறித்த விவகாரத்தில் எழுப்பப்படாத கேள்விகளும் அளிக்கப்படாத பதில்களும் நிறையவே இருக்கின்றன. இந்தப் பிரச்சினை உண்மையிலேயே உரிய முக்கியத்துவம்/அழுத்தம் இல்லாமல்தான் விவாதிக்கப்படுகிறது என்று தோன்றுகிறது. பல விஷயங்களில் மிகத் தீவிரமான ஆய்வுகளை மேற்கொள்ளும் அறிவுஜீவிகள் மொழிப் பிரச்சினையைப் படுமட்டமாக 'நடத்து'வதாகத் தோன்றுகிறது. மொழிப் பிரச்சினை கடந்த 20 ஆண்டுகளில் 'வளராமல்', தன்னைத்தானே 'புதுப்பித்துக் கொள்ளாமல்' இருக்கிறது. அதாவது, மொழிப் பிரச்சினை கடந்த 20 ஆண்டுகளில் தமிழ்ச் சமூகம் பயணித்த, பயணித்துவருகிற சமூக, அரசியல், பொருளாதாரத் தளங்களின் பின்லத்தில் வைத்து அலசப்படாமல், அதற்குரிய புதிய முழக்கங்களைப் பெறாமல் இருக்கிறது.

தமிழில் ஆங்கிலச் சொல்லைக் கலந்து எழுதலாமா வேண்டாமா, எழுத்துச் சீர்திருத்தம் அல்லது தமிழில் அறிவியல் கலைச்சொல்லாக்கங்களை எப்படி மேற்கொள்வது என்பது போன்ற மொழிப் பயன்பாட்டு சமாச்சாரங்கள் மட்டுமே மொழிப் பிரச்சினை அல்ல. அது தேசிய இன அடையாளம் அல்லது பண்பாட்டுத் தன்னடையாளம் தொடர்பான சிக்கல் மட்டுமே அல்ல. மொழிப் பிரச்சினை இவை எல்லாவற்றையும் உள்ளடக்கிய மக்களின் அறிவுசார் உரிமைகள் தொடர்பான பிரச்சினையுமாகும். ஒரு மனித உரிமைப் பிரச்சினையாகவும் சமூகத்தின் முன்னேற்றத்துடன் மிக நெருங்கிய தொடர்புடைய அறிவுடைமை, தகவல் உரிமை தொடர்பான பிரச்சினையாகவும் அது இருக்கிறது. எல்லாவற்றுக்கும் மேலாக மொழிப்

பிரச்சினை, அரசியல் அதிகாரம் மற்றும் அதிகாரத்தை உறுதிப்படுத்திக்கொள்ளுதல் தொடர்பான பிரச்சினையுமாகும். மேலும், நிச்சயமாக அது ஓர் ஆழமான பொருளாதாரப் பிரச்சினை.

●

கல்வியில், தொழில் வணிகத்தில், அரசு நிர்வாகத்தில், நீதிமன்றத்தில், சமூக, பண்பாட்டு மையங்களில், வழிபாட்டு இடங்களில், கலை மையங்களில், பொழுதுபோக்கு ஊடகங்களில், மொழி புழங்கும் தொழில்நுட்பச் செயல்பாட்டில் (இணையம் போன்று) இங்கெல்லாம் தமிழின் எதிர்காலம் என்ன? இதைப் பற்றி நாம் கவலைப்பட்டே ஆக வேண்டுமா? குறிப்பாகத் தலித்துகள் இது குறித்துக் கவலைப்பட்டே ஆக வேண்டுமா? (இந்தக் கேள்வியே படு அபத்தமானது, ஆனால் அறிவுஜீவிகளால் கேட்கப்படுகிற கேள்வி என்பதால் அதைப் பயன்படுத்தியிருக்கிறேன்).

இந்தக் கேள்விகளுக்கான பதில் இந்தியாவின் மொழிக் கொள்கை வரலாற்றோடு தொடர்புடையது.

1947க்குப் பின் கட்டமைக்கப்பட்ட மையப்படுத்தப் பட்ட இந்தியாவுக்கு ஒரே மொழி ஆட்சி மொழியாக இருக்க வேண்டிய தேவை ஏற்பட்டது முற்றிலும் அரசியல் காரணங்களுக்காகத்தான். ஆங்கிலத்துக்கு மாற்றாக இந்திய மொழி ஒன்றை ஆட்சி மொழியாகக் கொண்டுவர முயற்சியெடுக்கப்பட்டபோது ஆங்கிலமே தொடர்ந்து நீடிக்கட்டும் என்று இந்தி பேசாத மக்களின் பிரதிநிதிகளும் இந்தியாவெங்கும் சிறுபான்மையராக இருந்த பல காஸ்மோபாலிட்டன் மேல்தட்டினரும் விரும்பினார்கள். ஆனால் இந்திய மொழி ஒன்று அந்த இடத்தில் இருக்க வேண்டும் என்று அன்றைய அரசு ஆசைப்பட்டது. ஆனால் எந்த மொழியும் அதற்குத் தயார் நிலையில் இல்லாத நிலையில், இந்தியாவின் வடக்கு, மத்தியப் பகுதிகளில் பேசப்பட்ட இந்துஸ்தானியை ஒட்டிய ஒரு வட்டார மொழியான கடிபோலியை (தில்லி வட்டாரத்தில் பேசப்பட்டது) தரப்படுத்தி, சமஸ்கிருதமயமாக்கி ராஷ்ட்ர பாஷாவாக அதைத் திணித்தார்கள். வட இந்தியப் பகுதிகளில் உள்ள நூற்றுக்கணக்கான மொழிகளின் இருப்பையே மறுத்து அவற்றை நசுக்கி இந்த இந்திதான் அவர்களின் தாய்மொழி என்று சொன்னார்கள். இது வரலாறு. சீனாவில் புதோங்குவா (மாண்டரின் சீனம்), இந்தோனேஷியாவில் பஹாஷா இந்தோனேஷியன், பிலிப்பைன்ஸில் பிலிப்பினோ போல அரசியல் அதிகாரத்தால் உருவாக்கப்பட்ட "மொழி"தான் இந்தியாவின் இந்தி.

ஆனால் இந்த விஷயத்தில் இந்திய ஆட்சியாளர்களின் நோக்குக்கும் சீனா, பிலிப்பைன்ஸ் போன்ற அரசுகளின் நோக்குக்கும் இடையில் வித்தியாசம் இருந்தது. சீனாவை எடுத்துக்கொள்ளுங்கள். அவர்கள் சீனத்தை ஆட்சி மொழியாக்கியதும் பல்வேறு தேசிய இனங்களின் மொழிகளின் உரிமையை மறுத்துத்தான். ஆனால் சீன மொழி ஆட்சி மொழியானவுடன் முதலில் அதன் வரிவடிவத்தில் எளிமையைப் புகுத்தினார்கள், அதை மக்கள் மொழியாக மாற்றுவதற்கான உருப்படியான காரியங்களைச் செய்தார்கள், சீன மொழியைச் சீனாவில் அனைவரும் கற்பதற்கான முயற்சி என்பது அந்த நாட்டின் எழுத்தறிவு இயக்கத்தோடு சேர்ந்ததாக இருந்தது. சீனமொழியை அறிவியல்மயமாக்கினார்கள்.

நமது தமிழன்பர்கள் இதைக் கேட்டால் சிரிப்பார்களா கோபிப்பார்களா என்று தெரியாது. ஆனால் உண்மை இதுதான்: சீன மொழிக்குச் சீன அரசு செய்த சேவைகளோடு ஒப்பிடும்போது இந்தி மொழிக்கு இந்திய அரசு செய்த சேவைகள் வெகு அற்பம். சொல்லப்போனால், இந்தி மொழிக்கு இந்திய அரசு பாதகம்தான் செய்ததே ஒழியே சாதகம் செய்யவில்லை. ஆங்கிலம்தான் உண்மையில் பொருளாதார வாழ்க்கைக்கான மொழியாக வளர்ந்தது. அதைப் பயன்படுத்திக்கொண்டது இந்தியா முழுக்க இருக்கும் மேல்தட்டுப் பிரிவினரும் அதை நோக்கி மேலே எழுந்துவந்த பிறரும். இந்தி ஒரு குறிப்பிட்ட பொருளாதார வரம்புக்குள் மட்டுமே பயன்படுத்தப்பட்டது.

80களுக்குப் பிறகு சுதந்திர இந்தியாவின் இரண்டாம் தலைமுறையினரிடம் நாட்டின் ஆட்சியதிகாரம் இருந்தது. அவர்கள் நேரு பாணி சோஷலிஸத்தை மூட்டை கட்டிவிட்டுத் தாராளமயமாக்கப் பொருளாதாரத்தை நோக்கிச் சென்றார்கள். இது ராஜீவ் காந்தி காலத்தில் தொடங்கியது. உலகளாவிய பொருளாதார வலைப்பின்னலின் பகுதியாகத் தனியார் துறை மூலமான இந்தியப் பொருளாதார வளர்ச்சிக்கு முழுக்க முழுக்க ஆங்கிலமே வேண்டும் என்னும் சூழல் உருவாகிவிட்டது. அங்கே இந்திகூடத் தேவைப்படவில்லை. குறிப்பாக சாஃப்ட்வேர் வளர்ச்சி தன்னந்தனியாகத் தனிப்பட்ட முறையில் மாபெரும் தொழில் துறையாக வளர்ந்தபோது ஆங்கிலம்தான் இந்தியாவின் மிகப் பெரிய ஆயுதமாக விளங்கியது. மிகப் பெரிய சாஃப்ட்வேர் சந்தையான அமெரிக்காவை நம்பி இந்தத் துறை தொடங்கியது.

இந்த அரை நூற்றாண்டுக் கால சோக நாடகத்தில் அம்போவென்று விடப்பட்ட மொழிகள் தமிழ், கன்னடம் போன்றவை. இப்போது இந்த ஜோதியில் இந்தியும் கலந்தாயிற்று.

இந்தியாவின் இந்த 'இந்திய மொழிகள் எதிர்ப்பு' நிலைமைக்கு ஒரு வரலாற்றுப் பின்புலம் இருக்கிறது. இது குறித்த என் ஆய்வுக்கு இந்திய மொழிக் கொள்கை குறித்து பென்சில்வேனியா பல்கலைக்கழகத்தின் பென் லாங்குவேஜ் சென்டரின் இணை இயக்குநரும் தமிழ் ஆராய்ச்சியாளரும் மொழிக் கொள்கைகள் பற்றி விலாவரியாக ஆராய்ச்சி செய்திருப்பவருமான ஹெரால்ட் ஷிஃப்மனின் ஒரு ஆய்வுரை மிகவும் பயன்பட்டது.

Indian Linguistic Culture and the Genesis of Language Policy in the Subcontinent என்கிற அவரது ஆய்வுரை இந்திய மொழிக் கொள்கையின் வேர் இந்திய மரபில் இருக்கும் தூய்மை, தீட்டு குறித்த அதே வர்ணாஸ்ரமக் கோட்பாடுதான் என்பதை அம்பலப்படுத்துகிறது (இந்த முழு ஆய்வுக் கட்டுரையும் இணையத்தில் கிடைக்கிறது. இணைய முகவரி: *http//ccat.sas.upenn.edu/~harikdfs/540/handouts/indiapol/*).

இந்தியாவின் பண்டைய மொழிசார் கலாச்சாரத்தின் மிக முக்கியமான அம்சத்தை ஷிஃப்மன் இவ்வாறு விளக்குகிறார்: புனித உரைகளைப் பாதுகாப்பது மற்றும் அந்தப் புனித உரைகள் எழுதப்பட்ட மொழியின் தூய்மையைப் பேணுவது என்பதான கவலைதான் உண்மையில் பண்டைய இந்திய மொழிசார் கலாச்சாரத்தின் மிக முக்கிய அம்சமாக இருந்தது என்கிறார் ஷிஃப்மன். இதன் காரணமாக, உரைகளைத் தொடர்ந்து பேணுவதை உறுதிப்படுத்தும், தூய்மையைப் பாதுகாக்கும் ஒரு முறையை அவர்கள் எப்போதும் நாடினார்கள். தூய்மை பேண வேண்டிய அந்த மொழியாக சமஸ்கிருதமே இருந்தது என்பது சொல்லித் தெரியவேண்டியதில்லை.

இதே அணுகுமுறையைத்தான் சுதந்திர இந்தியாவின் புதிய மொழிக் கொள்கையை உருவாக்கும்போதும் இந்தியாவின் ஆட்சியாளர்கள் மேற்கொண்டார்கள். ஆனால் நேரடியாக சமஸ்கிருதத்தை ஆட்சி மொழியாக்கும் அளவுக்கு நடைமுறை ஒத்துவரவில்லை. இந்துஸ்தானி இந்தியாவின் ஆட்சி மொழியாக விளங்க வேண்டும் என்று காந்தி விரும்பினார். ஆனால் காங்கிரசும் பிற இந்திய தேசியவாதிகளும் சமஸ்கிருதமயமாக்கத்தின் அடிப்படையில் தரப்படுத்தப்பட்ட இந்தியையே ஆட்சி மொழியாக்க வேண்டும் என்று விரும்பினார்கள். அப்படியே செய்தும் காட்டினார்கள்.

ஆக, தேசிய வளர்ச்சி, வர்த்தக உறவு, ஊடக வளர்ச்சி, நிர்வாக வசதி, வெகுமக்களுக்குக் கல்வி அளிப்பது, மக்களின் மொழியியல் அறிவியல், தொழில் நுட்பம், சமூக அறிவியல்

துறைகள், வணிக அறிவு, பொது அறிவு ஆகியவற்றை எடுத்துச் செல்வது ஆகியவற்றை மையமாகக் கொண்டு இந்தியாவின் மொழிக் கொள்கை வகுக்கப்படவில்லை. மாறாக, இந்தியாவின் புதிய ஆட்சியாளர்களின் ஆதிக்க சித்தாந்தங்களை நடைமுறைப்படுத்துவதற்கு ஏற்ப ஒரு மொழிக் கொள்கை வரையறுக்கப்பட்டது.

●

தமிழகத்தில் திராவிட இயக்கம் ஆட்சி ஏறியபோது இருமொழித் திட்டத்தை அறிமுகப்படுத்தியது. ஆனால் கல்வித்துறையைப் பொறுத்தவரை வழக்கம்போல அது ஒருமொழித் திட்டமாகவே ஆனது. ஆங்கிலம், தமிழ் இரண்டிலுமே அனைத்தும் வழங்கப்படும் நிலை இருந்தால், தமிழை மட்டும் பயன்படுத்த விரும்புபவர்கள் அப்படிப் பயன்படுத்தியிருப்பார்கள்தானே? அந்த வாய்ப்பு அளிக்கப்படவில்லை. ஏன்? காரணம், தமிழ்வழிக் கல்வி பற்றி யாருக்கும் நம்பிக்கை இல்லை. அதை வளர்த்தாக வேண்டிய அரசியல் நெருக்கடி இல்லை. அதற்கும் பொருளாதார முன்னேற்றத்துக்குமான உறவு புரியவில்லை.

உண்மையில் இந்தியாவில் மொழிக் கொள்கையை வகுப்பது சந்தைதான். இந்திய மொழிக் கொள்கையை ஆங்கிலத்தை மையப்படுத்தியதாக மாற்றியது சந்தை தான். அதுவும் வேலைச் சந்தை. தொடக்கத்தில் அது அரசு/பொதுத் துறை வேலைச் சந்தை; 80களுக்குப் பிறகு அது சேவைத் துறையின் வேலைச் சந்தை. இங்கேதான் மொழிக் கொள்கையை வகுக்கும் பொருளாதாரச் சூழலுக்கும் இந்தியாவின் சமூக நீதிப் போராட்டத்துக்கும் – எனவே, தலித் விடுதலைக்கும் – இடையிலான முடிச்சு விழுகிறது.

இந்தியா முழுவதிலும் உள்ள மேல்தட்டு வகுப்பினர் – குறிப்பாக பிராமணர்கள், சத்திரியர்கள், வைசியர்கள் மற்றும் காலனிய காலகட்டத்திலேயே உயர்நிலை அடைந்த வேறு சாதியினர் – சுதந்திர இந்தியாவின் முதல் நாற்பதாண்டுகளில் மைய/மாநில அரசுகளின் வேலைவாய்ப்புகளை, பொதுத்துறை வேலைவாய்ப்புகளை மற்றும் விரல்விட்டு எண்ணக்கூடிய லைசன்ஸ் ராஜ் காலத்தின் சூப்பர் ஸ்டார்களான சில தனியார் துறை வேலை வாய்ப்புகளை விழுங்கியிருந்தார்கள். இந்திய மக்களின் வரிப்பணத்தில் கல்வியையும் வேலையையும் அனுபவித்துவந்த இவர்கள் தங்கள் பிள்ளைகளுக்கு உரிய மேற்கல்வி அளித்து இடைவிடாமல் அமெரிக்காவுக்கு ஏற்றுமதி செய்துகொண்டேயிருந்தார்கள். இவர்களின் மொழிக் கொள்கை – ஆஸ்திக்கு ஆங்கிலம், அதிகாரத்துக்கு இந்தி என்பதே. அதாவது அப்பன் வளர இந்தி, மகன் வளர ஆங்கிலம்.

திராவிட இயக்கம் தமிழகத்தில் இவர்களை எதிர்த்துப் போராடினாலும் இந்திய அரசின் பொருளாதாரக் கொள்கைக்கு மாறாக அது எதையும் முன்வைக்கவில்லை. ஏற்கனவே இருந்த பொருளாதாரக் கட்டமைப்புக்குள்ளாகவே தனக்கென்று ஓர் அதிகாரத்தைப் பிரித்து அனுபவிப்பதே அதன் நோக்கமாக இருந்தது.

70களிலும் 80களிலும் இந்தியா முழுவதும், தமிழகம் முழுவதும், பொதுத் துறை – அரசுத் துறையின் தளர்ச்சியான வளர்ச்சி தவிர வேறு எதுவும் நடக்கவில்லை. அதிகாரவர்க்கத்தினர் தங்கள் பிள்ளைகளுக்கு நல்ல ஆங்கிலக் கல்வியை அளிக்க முடிந்தது. நாட்டில் 90 சதவீத மக்கள் இதற்கு வெளியே முறைசாராப் பொருளாதார வாழ்க்கையில் இருந்தார்கள். பெரும்பாலானோர் சுரண்டப்பட்டார்கள், சிலருக்குச் சுரண்டப்படுவதற்கான அதிர்ஷ்டம்கூட வாய்க்கவில்லை. வேளாண்மையும் சிறு, நடுத்தரத் தொழிலுற்பத்தியும் அரசுகளின் பாடாவதிக் கொள்கைகளின் கீழ் வாடின.

80களின் பிற்பகுதியில் தாராளமயமாக்கம் வந்தவுடன், ஏற்கனவே நல்ல வேலையிலிருந்த தரப்பினரின் அடுத்த வாரிசுகள் கிடுகிடுவென்று புதிய வாய்ப்புகளைப் பிடித்துக்கொண்டார்கள். இந்தக் காலகட்டத்தின் மொழிக் கொள்கை ஆங்கிலம் மட்டுமே. இது சேவைத் துறைக்குத் தேவைப்பட்டது. இந்தியாவில் சேவைத் துறையின் வளர்ச்சி திட்டமிட்ட வளர்ச்சியாகும். பழைய மேல் சாதிக்காரர்களும் புதிய மேல்சாதிக்காரர்களும் இணைந்துவிட்ட இந்தக் காலகட்டத்தின் மொழிக் கொள்கை இந்தியாவின் தற்போதைய பொருளாதாரச் சூழலைப் பிரதிபலிக்கிறது. தமிழகத்தைப் பொறுத்தவரை இது பார்ப்பனர்கள், பார்ப்பனரல்லாத மேல், இடைநிலைச் சாதியினரின் பொருளாதார வாழ்க்கையும் பாதுகாப்பும் உறுதிப்படுத்தப்பட்ட காலமாகும்.

தலித்துகளும் மிகவும் பிற்படுத்தப்பட்ட சமூகத்தவரும் பிற்படுத்தப்பட்டோரின் அதிகார அலையில் விடுபட்ட கிராமப்புறத்தில் இன்னும் குலத்தொழில்களையே செய்து கொண்டிருக்கும் பிற்படுத்தப்பட்ட சமூகத்தவர்களும் – அதாவது தமிழ்ச் சமூகத்தில் சுமார் 75 சதவீதத்தினர் – மேற்கண்ட பொருளாதார மாற்றத்தின் அனுகூலங்களை அனுபவிக்கவில்லை.

சேவைத் துறை லட்சக்கணக்கானவர்களுக்கு வேலை வாய்ப்புத் தந்ததும் தருவதும் தரப்போவதும் உண்மை. ஆனால் இதெல்லாம் எத்தனை சதவீத மக்களுக்குச் சாத்தியப்படும்? 20 – 25 சதவீத மக்கள் தொகைக்கு வேண்டுமானால் இதெல்லாம்

சரி. மற்றவர் எல்லோரும் சாஃப்ட்வேர் டெவலப்பர் ஆக முடியுமா? எல்லோரும் நுனிநாக்கு ஆங்கிலப் பேச்சு வேலையைச் செய்தாக வேண்டுமா? (சாஃப்ட்வேர் டெவலப்பர் ஆகும் வாய்ப்பு அல்லது சரளமாக ஆங்கிலம் பேசுவதற்கான கல்வி வாய்ப்பு எல்லோருக்கும் வழங்கப்பட வேண்டும் என்பது வேறு விஷயம்)

இங்கேதான் இந்தியப் பொருளாதாரத் தலைமையின் ஓரவஞ்சனை பல்லிளிக்கிறது. இந்திய அரசும் நிதி அமைச்சகமும் தொழில் துறையினரும் மையநீரோட்ட மீடியாவும் இணைந்த இந்தியப் பொருளாதாரத் தலைமை இந்தியாவின் வேளாண் பொருளாதாரத்துக்கும் தொழிலுற்பத்தி மற்றும் கிராமப்புற மேம்பாட்டுப் பொருளாதாரத்துக்கும் நிச்சயமாக, உறுதியாக, சந்தேகமேயில்லாமல் உரிய முக்கியத்துவத்தை அளிக்கவில்லை.

தகவல் தொழில்நுட்பம் என்றால் மத்திய அரசு, மாநில அரசுகள், ஊடகங்கள், தொழில் அமைப்புகள் எல்லாம் ஒரே மொழியில் பேசுகின்றன; உரிய உள்கட்டமைப்பு வளர்ச்சிக்கான முதலீடுகளைச் செய்கின்றன. எனவே அந்தத் துறையில் இந்தியா உலகத்தரத்தை எட்ட முடிகிறது. உலக அரங்கில் இந்தியப் பொருள்களுக்கு மதிப்பு இல்லை என்றால் அதற்கு இந்தியாவின் பொருளாதாரக் கொள்கைதான் காரணம். சாஃப்ட்வேர் துறையில் மட்டும் அந்த மதிப்பு இந்தியாவுக்குக் கிடைத்தது என்றால் அதற்கும் இந்தியப் பொருளாதாரக் கொள்கை அந்தத் துறையைப் பொறுத்தவரை சரியான முடிவுகளை எடுத்ததுதான் காரணம். ஆனால் வேளாண்துறைக்கோ கிராமப்புறத் தொழிலுற்பத்தித் துறைக்கோ அந்த நிலை இன்று இல்லை. ஏனெனில் அங்கே வேலை செய்பவர்கள் 'மற்றவர்கள்'; 'நம்மவர்கள்' அல்ல. மாறாக, என்ஜிஓக்களிடமும் உள்ளூர் லேவாதேவிக்காரர்களிடமும் அந்த வேலையை அரசு ஒப்படைத்துவிட்டது.

எப்படிப் பார்த்தாலும் உலகச் சந்தையில் நீங்கள் பங்குபெற்றாக வேண்டும். இந்தியாவின் தலித்துகளுக்கும் பிற பிற்படுத்தப்பட்ட சமூகத்தவருக்கும் இனி எதிர்காலம் என்பது உலகமயமாக்கத்தோடு சம்பந்தப்பட்டிருக்கிறது. ஒரு விதத்தில் உலகமயமாக்கம் என்பது சமூகத்தின் கீழ்நிலையில் உள்ள மக்களைப் பொறுத்தவரை நல்வாய்ப்புதான் என்று சொல்ல வேண்டும். இந்தியாவின் சலுகை பெற்ற சமூகத்தினர் அதைத் தகவல் தொழில் நுட்பம் மற்றும் பிஸினஸ் பிராசஸ் அவுட்சோர்சிங் துறையில் ஏற்கனவே அதை அனுபவிக்கிறார்கள்.

ஆனால் பல பொருளாதாரவியலாளர்களின் கணிப்புப்படி பார்த்தால் உணவு பதப்படுத்தல் மற்றும்

மூலிகை அடிப்படையிலான உணவு, டெக்ஸ்டைல்ஸ், கைவினைப் பொருள்கள், கருவிகள் உற்பத்தி, வடிவமைப்பு போன்ற பல துறைகளில் இந்தியாவின் ஏற்றுமதி பலப்பல மடங்கு பெரிதாவதற்கான வாய்ப்புகள் உள்ளன. ஆனால் அந்தத் துறைகள் வளர்வதற்கான முன்னுரிமை அளிக்கப் பட வேண்டிய அளவுக்கு அளிக்கப்படுவதில்லை. இந்தத் துறைகளில் நிஜமாகவே லட்சக்கணக்கான தொழிலாளர்கள் தேவைப்படுகிறார்கள். இதற்கு இந்தியாவின் தொழிலாளர்கள் தங்களை அறிவுப் புரட்சிக்கு உட்படுத்திக்கொள்ள வேண்டும். அவர்கள் பாரம்பரியமாகக் கற்றுவந்த, வளர்ச்சிக்கான வழி அடைபட்ட நிலையில் 'ஜாதி ரகசிய'மாக வைத்திருக்கும் அறிவை மட்டுமே கொண்டு உலகச் சந்தையில் வெல்ல முடியாது.

புதிய துறைகளில் அறிவை அடைவது திட்டமிட்ட கல்வித் துறை செயல்பாட்டால் மிக எளிதில் சாத்தியமாகக்கூடிய ஒன்றுதான் – அதன் தொடக்கம் தாய்மொழியில் இருந்தால்! அறிவு என்பது இன்றைய உலகில் ஒரு தகவல் செயல்முறைதான். அதை அடைய வாய்ப்புதான் முக்கியம். இதுதான் இன்றைய சமூக நீதி அரசியல்வாதிகள் புரிந்துகொள்ள வேண்டிய விஷயம்.

ஆறேழு ஐஐடிகளும் சில நூறு பொறியியல் கல்லூரிகளும் இதற்குரிய மனித வளத்தைத் தயாரித்துவிட முடியாது. நூறு ஐஐடிகளும் ஆயிரம் தொழில்நுட்பக் கல்லூரிகளும் தேவை.

இந்தியாவின் எதிர்காலம் அதன் பொருளாதாரக் கொள்கையையும், பொருளாதாரக் கொள்கை அதன் கல்விக் கொள்கையையும் அடிப்படியாகக் கொண்டவை என்றால், அவை இரண்டும் மொழிக் கொள்கையையும் சார்ந்திருப்பதைக் காணத்தவறாதீர்கள். அத்துடன் கல்வி என்பது முறைசார்ந்த கல்வி வசதியை மட்டும் குறிக்கவில்லை. மாறாக, சமூகத்தில் அறிவுப் பரவல் நிகழும் வேகத்தையும் விதத்தையும்கூட அது குறிக்கிறது. மக்கள் டீக்கடையில் உட்கார்ந்துகொண்டு சிக்ஸ் சிக்மா பற்றியும் நோகியா சென்னையில் தயாரிப்பு மையத்தைத் தொடங்கினால் நமக்கென்ன கிடைக்கும் என்பதைப் பற்றியும் பேசுமளவுக்குத் தகவல் தெரிந்தவர்களாக இருக்க வேண்டும். இந்த நோக்கிலிருந்து பார்க்கும்போதுதான், மனிதவள மேம்பாட்டைப் பொறுத்தவரை, ஆங்கிலப் புலமைக்காகக் காத்திருக்க முடியாத ஒரு சூழல் இங்கே நிலவுவதைப் புரிந்துகொள்ள முடியும்.

சுருக்கமாக: இந்தியப் பொருளாதார வளர்ச்சிக்கு முன்நிபந்தனை வேளாண்மை மற்றும் தொழிலுற்பத்தித் துறையில் மாபெரும் முன்னேற்றம். அந்த முன்னேற்றத்துக்கு முன் நிபந்தனை முற்றிலும் சமூக நீதிவயப்பட்ட மனிதவள மேம்பாடு.

அந்த மேம்பாட்டுக்கு முன்நிபந்தனை தாய்மொழிவழிக் கல்வி மற்றும் அறிவுப் பரவல்.

இதன் அர்த்தம் ஆங்கிலப் புறக்கணிப்பு அல்ல. இந்தியாவின் 75 சதவீத கிராமப்புற, சிறுநகர்ப்புற மக்களைப் பொறுத்தவரை ஆங்கிலம் இன்னும் எட்டாக் கனிதான். அவர்களுக்கு நிச்சயம் முறையான, சரியான ஆங்கிலக் கல்வி அளித்தேயாக வேண்டும். முறையான ஆங்கிலப் பயிற்சிக்காகவும் சமூகநீதியாளர்கள் கொடி பிடித்தாக வேண்டும். பெரியார் பார்வையில் சொல்லப்போனால் சம அனுபவத்துக்கான போராட்டம் அது.

ஆனால் அவர்கள் ஒவ்வொருவரும் ஆங்கிலக் கல்வி கற்று மேம்பட்டு ஒரு தொழில்நுட்ப அல்லது மேலாண்மையியல் நூலைப் படிப்பதற்காக 5 – 10 ஆண்டுகள் செலவழித்தால் பரவாயில்லை என்று காத்திருக்க முடியாது. தொழில்நுட்ப அல்லது உடனடியாயாக மேலாண்மைத் துறையை அவரவர் மொழிகளில் அளிக்க வேண்டும். சீக்கிரம் அவர்களை உற்பத்திக்கு ஏற்றவர்களாக, உலகமயமாக்கத்தைத் தாக்குப்பிடிக்கக்கூடியவர்களாக மாற்ற வேண்டும்.

பாலம் கட்டுவது, எக்ஸ்பிரஸ் வே அமைப்பது, சாஃப்ட்வேர் பூங்கா அமைப்பதுபோலச் சாதாரண விஷயம் அல்ல மனிதவளத்தை மேம்படுத்துவது. அது தென்னை மரம் வளர்க்கிற விஷயம். அது ஒரு கல்வி, அறிவு, கலாச்சார மேம்பாட்டுடன் நடக்கிற விஷயம். அதில் ஆங்கிலம் ஒரு கருவியாக இருக்க முடியுமே ஒழியே அது மட்டும்தான் ஊடகமாக இருக்க வேண்டும் என்று சொல்ல முடியாது. பல ஐரோப்பிய, ஆசிய நாடுகளில் தாய்மொழி மூலம் சாதித்தவற்றையும் இந்தியா ஆங்கிலத்தின் மூலம் சாதிக்காதவற்றையும் ஒப்பிட்டுப் பார்த்தால்தான் இந்த வித்தியாசம் தெரியும்.

●

தமிழகத்தை எடுத்துக்கொண்டால், திராவிட இயக்கம் கொண்டுவந்த சமூக மாற்றத்தின் காரணமாக ஒரு பெரும்பிரிவு மக்கள் ஏற்கனவே பொருளாதார ரீதியில் பாதுகாப்பான நிலையை அடைந்திருக்கிறார்கள். அவ்வாறு அடைந்திருப்பவர்களின் பொருளாதாரப் பார்வை (மொழிப் பார்வையும்தான்) வேறு மாதிரி இருக்கும். ஆனால் தலித்துகளும் பிறரும் இந்தச் சலுகை பெற்ற சமூகத்தவரின் முன்னுரிமைகளை முன்மாதிரியாகக் கொள்ளாமல் புதிய உலகளாவிய வாய்ப்புகளை முன்னிறுத்திக்கொண்டுதான் தங்கள் பொருளாதாரப் பார்வையை வகுக்க வேண்டும்.

தலித்துகளும் பிற வளர்முக சமூகத்தவர்களும் ஆங்கிலத்துக்கு உரிய முன்னுரிமை தர வேண்டும். இருந்தாலும், எல்லாக்

கல்வியையும் தமிழிலேயே பெறவும் உரிய அளவுக்கு ஆங்கில அறிவைப் பெறவும் போராட வேண்டும். இது இரண்டையும் எதிர்நிலையில் வைத்துப் பார்க்கக் கூடாது. திராவிட இயக்கம் அப்படிச் செய்யவில்லை, ஆனால் சில தலித் இயக்கத் தலைவர்களும் பல தமிழ்த் தேசியத் தலைவர்களும் அந்தத் தவறை இப்போது செய்கிறார்கள். ஆனால் முன்பு கூறிய 'காத்திருக்கவியலாத' பொருளாதாரச் சூழலின் காரணமாகத் தமிழ்வழி அறிவுப் பெறுதலை வெகு வேகமாக முடுக்கிவிட வேண்டிய தேவை தலித்துகளுக்கும் பிற வளர்முகச் சமூகத்தினருக்கும் இருக்கிறது. திராவிட இயக்கத்தின் 'தமிழ்த் தேவை'யைவிட இவர்களின் 'தமிழ்த் தேவை' அதிகமாக இருக்கும் என்பது எனது அனுமானம்.

எனவே, சமூக நீதிப் போராட்டத்தின் நடப்புச் சூழலுக்கு ஏற்ப, சமூகத்தின் 75 சதவீத மக்களுக்கான தேவையின் அடிப்படையில், சந்தையின் தேவைக்கும் மனித வளர்ச்சிக்கும் பொதுவான மொழிக் கொள்கை ஒன்றை வகுக்கச் சொன்னால் என்ன முடிவை எடுப்பீர்கள்?

இதுவரை நடைமுறையில் இருந்துவந்த ஒற்றைப் பரிமாணம் கொண்ட, தட்டையான மொழிக் கொள்கை இன்றைக்கு ஒத்துவராது என்னும் முடிவை முதலில் எடுத்தாக வேண்டும். ஆட்சியில், அரசுத்துறையில் எங்கும் தமிழ், எதிலும் தமிழ். தேவைப்படும் இடங்களில் ஆங்கிலம் மற்றும் சிறுபான்மையினர் மொழிகள். கல்வியில் தமிழ், ஆங்கிலம் மற்றும் மூன்றாம் மொழியாக உலக முக்கியத்துவம் வாய்ந்த ஏதேனும் ஓர் ஐரோப்பிய அல்லது ஆசிய மொழி. இதுதான் தமிழகத்தின் இன்றைய சூழலுக்கான மொழிக் கொள்கையாக இருக்க முடியும்.

தமிழகத்திலுள்ள மத்திய அரசு நிறுவனங்களிலும் பிற தனியார் நிறுவனங்களிலும் தமிழ் பேசுவோருடன் தொடர்புகொள்ளும் தளங்களில் தமிழை நிர்வாக மொழியாகச் செயல்படுத்தியாக வேண்டும். தமிழை இந்தியாவின் தேசிய மொழிகளில் ஒன்றாக ஆக்க வேண்டும்.

பண்பாட்டுத் தளத்தில் மொழிக் கொள்கை என்ற ஒன்று இருக்க முடியாது. ஆனால் தமிழ் எதிர்ப்பு என்பது மிகவும் வலுவான பார்ப்பனீய ஆதிக்கத்தைத் தாங்கிப் பிடித்துச் செயல்படும் தமிழ்நாட்டில், தமிழ் மொழி உரிமை என்பதும் பண்பாட்டுத் தளத்தில் உரிமைப் போராட்டமாகத்தான் இடம்பெறுகிறது. வழிபாட்டு உரிமை, செவ்வியல் இசை போன்ற தளங்களில் தமிழ் மொழிக்கு உரிமை மறுக்கப்படும்போது, அது இழிவு செய்யப்படும்போது அதைத் தாய்மொழியாகக்

கொண்டவர்கள் மட்டுமல்ல, மனித உரிமை குறித்த அக்கறை உள்ள எல்லோரும்தான் எதிர்க்க வேண்டும்.

ஆழமான தமிழறிவும் ஆழமான ஆங்கில அறிவும் பெறுவது, தேவைப்படும்போது தேவைப்படும் மொழிகளைக் கற்பது என்பதான ஒரு உருப்படியான மொழிக் கொள்கையை நோக்கி நாம் செல்ல வேண்டும். அடிப்படையில் தாய்மொழியில் அனைத்தையும் அறிமுகப்படுத்திக் கொள்வதற்கான வாய்ப்பு அதில் கட்டாயமாக்கப்பட வேண்டும். இது ஒன்றும் வித்தை அல்ல. சுமார் ஐம்பதுக்கும் மேற்பட்ட நாடுகளில் கிட்டத்தட்ட இந்தப் பாணியைத்தான் வெற்றிகரமாகச் செயல்படுத்திவருகிறார்கள்.

இந்தப் புதிய கொள்கை ஒருமொழிக் கொள்கையை நிராகரிக்கிறது. தமிழ் மட்டுமே (அல்லது ஆங்கிலம் மட்டுமே) போதும் என்னும் கொள்கையை அது ஏற்கவில்லை. அண்மைக்காலமாகத் தமிழ்த் தேசிய இயக்கத்தின் ஒரு பிரிவினரால் வலியுறுத்தப்படும் 'தமிழ் மட்டுமே' என்னும் முழக்கம் தனித்தமிழ் இயக்கத்திலிருந்து முகிழ்த்திருப்பதாகத் தோன்றினாலும், எனக்கென்னவோ இது அப்படிப் படவில்லை. நடப்பு சமூகப் பொருளாதாரச் சூழலை முற்றிலும் மறுதலிக்கும் அளவுக்குத் தனித்தமிழ் இயக்கத்தினர் செயல்பட்டு முன்பு பார்த்தில்லை. பொருளாதாரச் சூழல் குறித்து முற்றிலும் கவலையற்ற சிலரின் வேலையாகவும் தமிழ்த் தேசியச் சொல்லாடலில் புதிதாக முளைத்திருக்கும் அடிப்படைவாதப் போக்கின் விளைவாகவுமே இதைப் பார்க்க முடியும். இது நிச்சயமாகத் தமிழுக்கு வேட்டுவைக்கும் முயற்சியாகவே முடியும். மொழி அடிப்படைவாதத்துக்கு இட்டுச்செல்லும். இதை வெளிப்படையாக விவாதித்து நிராகரிக்க வேண்டும்.

தமிழ்நாட்டுக்குள் தமிழ், இந்தியாவில் இந்தி, உலக அளவில் ஆங்கிலம் என்கிற முட்டாள்தனத்தையும் இந்தப் புதிய கொள்கை ஏற்கவில்லை. தமிழ்நாட்டுக்குள் ஜெர்மனும் தேவைப்படலாம், தமிழ்நாட்டுக்கு வெளியேயும் தமிழ் தேவைப்படலாம். எந்த நாட்டுடன் எந்த மொழியில் தொடர்புகொள்வது என்பதைச் சூழல் முடிவு செய்யும். மத்திய அரசு தமிழ்நாட்டில் தமிழில்தான் செயல்பட வேண்டும். தமிழக அரசோ தில்லியில் தமிழ்நாடு இல்லத்தில் எல்லாத் தகவலும் இந்தியில் கிடைக்க வழி செய்ய வேண்டும். நோகியாவோடு பிசினஸ் செய்ய நீங்கள் ஃபின்னிஷ் படிப்பது வேறு, ஆனால் நோகியாவின் தமிழ்நாட்டுத் தொழிற்சாலையில் தொழிலாளர்களுக்கான பாதுகாப்புக் கையேடுகள் தமிழில் தரப்பட வேண்டும்; அல்லது நோகியா செல்பேசித் திரையில் தமிழ் இருக்க வேண்டும் என்பது வேறு.

ஐரோப்பிய, கிழக்காசிய நாடுகளின் மொழிப் பயன்பாடுகள் குறித்துப் படித்தால் இது பற்றிய கூடுதல் விவரங்கள் கிடைக்கும். மொழிக் கொள்கை என்று ஒன்று எதுவுமில்லை. மொழிக் கொள்கைகள்தான் இருக்கின்றன.

தாய்மொழிவழிக் கல்விக்கான முக்கியத்துவம் குறித்துக் கல்வி, தேசிய இன அடையாளம் மற்றும் உளவியல் ரீதியிலான பல்வேறு நோக்குகளிலிருந்து பேச முடியும். அவை பற்றித் தமிழகத்தில் விரிவாக முன்பே பேசப்பட்டுள்ளதால், இதுவரை அதிகம் பேசப்படாத ஒரு கோணத்திலிருந்து பிரச்சினையை முன்வைத்திருக்கிறேன். இதனால் வாதம் ஒருபக்க வாதமாகச் சிதையும் ஆபத்து இருக்கிறது. இருந்தாலும் தமிழ்வழிக் கல்விக்கு ஆதரவான ஜனநாயக ரீதியான, அறிவியல் ரீதியான அணுகுமுறைகளுடன் இதுவும் ஒன்று என்னும் அளவிலேயே இந்தக் கட்டுரையைப் பார்க்குமாறு கேட்டுக்கொள்கிறேன்.

சில பின்குறிப்புகள்

1. தற்கால வேலைவாய்ப்புச் சூழலில் அறிவு (knowledge) என்பதும் தொழிலுக்கான திறன் (talent) என்பதும் ஒன்றல்ல. அறிவு என்பது எப்போதுமே ஒரு குறிப்பிட்ட மொழியைத் தெரிந்துகொண்டால் மட்டுமே பெறக்கூடிய ஒன்று அல்ல. உதாரணமாக, நீங்கள் முழுக்க முழுக்க ருஷ்யனில் ஒரு மருத்துவப் படிப்பைப் படித்து, ருஷ்ய மொழியிலேயே மருத்துவ ஆராய்ச்சி செய்து, ஆராய்ச்சிக் கட்டுரைகளை வெளியிட்டு, நோபல் பரிசுகூடப் பெற்றுவிடலாம், ஆங்கிலம் அறியாமலே. ஆனால் ஒரு பன்னாட்டு நிறுவனத்தில் அல்லது அதற்கு சப்ளையராக இருக்கும் ஒரு நிறுவனத்தில் அல்லது பன்னாட்டு வணிகச் சங்கிலியில் இணைக்கப்பட்டிருக்கும் ஒரு நிறுவனத்தில் சாதாரண ஊழியராக வேலை கிடைக்க ஆங்கிலம் தேவை.

ஆங்கிலத்தை நன்றாகப் பேசத் தெரிந்த ஒரே காரணத்துக்காக அதிகச் சம்பளம் வாங்குபவர்களையும் நிபுணத்துவம் இருந்தும் ஆங்கிலத்தில் சரளமாகப் பேச, எழுதத் தெரியாத ஒரே காரணத்துக்காக வேலையே பெற முடியாமல் இருப்பவர்களையும் நீங்கள் பார்த்திருக்கிறீர்கள். ஒரு பாமரத் தமிழன் இந்தச் சூழலைப் பார்க்கும்போது ஆங்கிலத்தின் மீது அவனுக்கு பயமோ பக்தியோ மோகமோ வெறுப்போ உருவாவதில் ஆச்சரியம் இல்லை. ஆங்கில மோகம், ஆங்கிலக் கல்வி வியாபாரம், ஆங்கிலத்துக்கு

அடிமையாவது போன்ற விமர்சனங்களையெல்லாம் அவன் எதற்குப் பொருட்படுத்த வேண்டும்? தமிழை மட்டும் படிக்கச் சொல்பவர்கள் இதற்கு மாற்றாகக் காட்டும் வழி என்ன?

2. பத்தாம் வகுப்புத் தேர்வில் ஆங்கிலத்தில் தேர்ச்சி அடைவது கட்டாயம் என்னும் நிலையை நீக்க வேண்டும் என்று நான் மிகவும் நம்பிக்கைவைத்துள்ள ஒரு தலித் அமைப்புத் தலைவரின் துண்டறிக்கையைப் பார்த்துச் சற்று மனம் தளர்ந்துவிட்டேன். கணிதத்தையும் அறிவியலையும் ஏன் அவர் விட்டுவிட்டார்? இது நிச்சயம் தலித்துகளுக்கு உதவும் வழியல்ல.

3. ஆனால் தலித்துகள் தமிழைப் பற்றிக் கவலைப்படுவானேன் என்று ஒரு புதிய அக்கறைக் குரல் தமிழகத்தில் கேட்கிறது. தீண்டாமைக்கு இப்படியும்கூட ஒரு முகம் இருக்குமா என்று ஆச்சரியமாக இருக்கிறது. பறையர்கள் தமிழர்கள் இல்லை என்று வரையறை செய்த சென்னைப் பல்கலைக்கழக அகராதித் தொகுப்பாளர்களுக்கும் அதை வெளியிட்ட சென்னைப் பல்கலைக்கழகக் கல்வியாளர்களுக்கும் (அவர்களின் நிறுவனமயமான தீண்டாமைக்கும்) இவர்களுக்கும் என்ன வித்தியாசம்?

காலச்சுவடு 67, ஜூலை 2005

19

*ஆட்சி மொழியும் மொழி ஆட்சியும்
இ. அண்ணாமலை

புதுவை மொழியியல், பண்பாட்டு ஆராய்ச்சி நிறுவனம் தமிழ் ஆட்சி மொழி – சிக்கல்களும் தீர்வுகளும் என்ற தலைப்பில் நடத்திய கருத்தரங்கில் படிக்கப்பட்ட 22 கட்டுரைகளின் தொகுப்பு இந்நூல். தமிழ்நாட்டிலும் (1956), பாண்டிச்சேரியிலும் (1965) தமிழை ஆட்சி மொழியாக ஆக்கிச் சட்டம் இயற்றியபின் ஆட்சியில் தமிழ் பயன்படுத்தப்படும் நிலைபற்றி இக்கட்டுரைகள் வருத்தமும் கோபமும் தெரிவிக்கின்றன. கல்வியைப் பொறுத்தவரை சுதந்திரத்திற்கு முன் பயிற்றுமொழியாகத் தமிழுக்கு மக்களிடையே இருந்த ஆதரவு சுதந்திரத்திற்குப் பின் இல்லை என்ற அங்கத நிலையைச் சில கட்டுரைகள் சுட்டிக் காட்டுகின்றன. அரசு நிர்வாகத்தைப் பொறுத்தவரை மேல்நிலை அலுவலர்கள் தமிழ் தெரிந்தவராக இருந்தாலும், தமிழை நிர்வாகத்தில் – முக்கியமாக எழுத்து நிலையில் – பயன்படுத்துவதை ஊக்குவிப்பதில்லை என்ற குற்றச்சாட்டைச் சில கட்டுரைகள் முன்வைக்கின்றன. ஆங்கிலம் அறிந்த அமைச்சர்களிடையே தமிழையே துறைக்குள் அடங்கிய நிர்வாகத்தில் பயன்படுத்த வேண்டும் என்று சொல்லும் அரசியல் மனத்திண்மை *(political will)* இல்லை என்றும் சில கட்டுரைகள் வருத்தம் தெரிவிக்கின்றன. மேல் தட்டைச் சார்ந்த மக்கள், அலுவலர், அமைச்சர் ஆகிய எல்லோரிடமும் தமிழை ஆட்சி மொழியாகப் பயன்படுத்துவதில் – அதற்காக முழக்கமிடும் நிலைக்கு மாறாக – முனைப்பு இல்லை என்பது இந்நூல் தரும் செய்தி.

ஆட்சிமொழி பற்றிய சட்டங்கள், அரசு ஆணைகள் நிறைய இருந்தும் அவை முழுவதும் செயல்படுத்தப்படாமல் உள்ள

---

* *தமிழ் ஆட்சிமொழி*, எல். இராமமூர்த்தி, மு. சுதர்சன், த. பரசுராமன் (பதிப்பாசிரியர்), புதுவை மொழியியல் பண்பாட்டு ஆராய்ச்சி நிறுவன வெளியீடு, புதுச்சேரி 1997.

நிலைக்குப் பல காரணங்களைக் கட்டுரைகள் கூறுகின்றன. இந்தக் காரணங்கள் பெரும்பாலும் ஆங்கிலத்தின் கவர்ச்சிக்குக் கூறும் காரணங்களாகவே அமைகின்றன. ஒருவருக்கு இரண்டு மொழிகளில் கவர்ச்சி இருப்பது இயல்பற்ற நிலை அல்ல. ஆகவே ஆங்கிலத்தின் இருப்பு மட்டுமே தமிழின் இருப்பின்மைக்குக் காரணம் ஆக முடியாது. ஆங்கிலத்தின் அரசியல், சமூக, பொருளாதாரப் பயன்பாடுகள் அவை தரும் சமூக அந்தஸ்து ஆகியவை அடிப்படைக் காரணங்களாகக் கருதப்பட வேண்டும். அதிகாரம், அந்தஸ்து, பொருள் வளம் ஆகியவை மக்களுக்கு இயல்பான கவர்ச்சியென்றால், ஆங்கிலத்தின் இடத்தைத் தமிழ் பிடிக்க, தமிழுக்கு இவற்றைத் தரும் வல்லமை வேண்டும் என்பது பெறப்படும். தமிழ் இந்த வல்லமையைப் பெறுவதற்குச் சட்டங்களும் ஆணைகளும் போதாது என்பது இந்நூலில் உறுதிப்படும் உண்மை. தமிழுக்கு அந்த வன்மை வர பொருளாதார, சமூக அமைப்பில் உள்ள அதிகார உறவில் மாற்றம் ஏற்பட வேண்டும். ஆட்சியில் தமிழைப் பயன்படுத்துவதன் மூலம் இந்த மாற்றத்தைக் கொண்டு வருவது அல்லது இந்த மாற்றத்தைக் கொண்டு வந்து தமிழுக்கு வன்மையான பயன்பாட்டையும் தகுதியையும் தருவது என்ற இரு வேறுபட்ட கருத்துநிலைகளில் முன்னது நடைமுறைச் சாத்தியமாகவில்லை என்பதை இந்நூலைப் படிப்பவர்கள் உணர்வார்கள். அரசியல் மாற்றத்தால் தமிழ் ஆட்சி மொழி ஆகிறது. ஆனால் பொருளாதார, சமூகக் கட்டுமானங்கள் ஆங்கிலம் அறிந்தவர்கள் கையில் இருக்கின்றன. இதனால் தமிழ் ஆட்சி மொழி ஒரு அரசியல் அடையாளமாகவே, ஒரு அரசியல் நிலைப்பாடாகவே நின்று போகிறது. நடைமுறை ஆட்சியில், முக்கியமாக ஆட்சியின் உயர்படிகளில் தமிழ் இடம் பெறாமல் போகிறது.

இந்தியின் ஆதிக்கத்தை எதிர்க்கும் ஆயுதமாக ஆங்கிலத்தைத் தமிழக அரசியல் சக்திகள் பயன்படுத்துவது ஆங்கிலத்தின் இன்றியமையாமைக்கு ஒரு காரணம்; இந்தக் காரணம் தமிழ் முழு அளவில் ஆட்சி மொழியாவதற்குத் தடையாக உள்ளது என்று சில கட்டுரைகள் கூறுகின்றன. ஆங்கிலத்தின் அரசியல் அவசியம் ஆங்கிலத்தின் ஆதிக்கத்திற்கு அடிகோலுகிறது என்ற காரணத்தைத் தமிழ் நாட்டில் ஆங்கிலத்தின் இடத்தைச் சமாதானப்படுத்தும் வாதமாகக் கொள்ளலாம்.

இந்தியக் கூட்டாட்சி அமைப்பும், இந்திய அரசியல் சட்டமும் தமிழ் ஆட்சிமொழி ஆவதற்கு உதவிகரமாக இல்லை என்று சில கட்டுரைகள் சொல்லுகின்றன. கூட்டாட்சி அமைப்பில் நிர்வாகம் நீதி, தணிக்கை முதலிய துறைகளில், தமிழ்நாட்டில் தமிழறியாதார் உயர் பதவிகளில் இருக்கிறார்கள்; இத்துறைகளின்

உயர்நிலைச் செயல்முறைகள் மாநிலங்களுக்கிடையே பரிமாற்றக் கூடியமுறையில் இருக்க வேண்டிய தேவையால் அவை பொதுவான மொழியில் இருக்க வேண்டும், இந்த நிலை தமிழ் உயர்நிலை ஆட்சிமொழியாகத் தடையாக இருக்கிறது என்ற கருத்து சில கட்டுரைகளில் முன்வைக்கப்படுகிறது. அரசியல் சட்டத்தில் தமிழும் இந்தியாவின் ஆட்சி மொழிகளில் ஒன்றாக இருந்தால் மேலே சொன்ன பரிமாற்றம் தமிழிலும் நடக்கலாம்; அதோடு தமிழின் தகுதி உயரும்; அதனால் தமிழை ஆட்சியில் ஏற்றுக்கொள்ளும் மனப்பாங்கு கூடும் என்ற கருத்தும் சொல்லப்படுகிறது. கூட்டாட்சியின் நன்மைகள், அரசியல் சட்டத்தின் நடைமுறை சாத்தியப்பாடு முதலிய வாதங்களை ஒதுக்கிவிட்டுப் பார்த்தாலும் தமிழுக்கு அதிகாரம் வந்தால், அந்தஸ்து வந்தால் அதன் பயன்பாடு கூடும் என்ற கொள்கையின் வெளிப்பாடாகவே இது அமையும்.

அதிகாரமும், அந்தஸ்தும் சட்டத்தின் மூலம் தரப்படலாம். ஆனால் தேவையான சட்டங்கள் இருந்தும் தமிழ் முழுநிலையில் ஆட்சிமொழியாக இல்லை என்று உணர்ந்தபிறகு புதிய சட்டங்கள் நிலைமையை மாற்றும் என்று நினைப்பது கானல் நீராகத்தான் முடியும். சில கட்டுரையாளர்கள் ஆட்சிமொழிப் பிரச்சனைக்குத் தீர்வாக மேலும் சட்டங்கள் போட வேண்டும்; சட்டங்கள் தீவிரமாக அமுல்படுத்தப்பட வேண்டும் என்று சொல்லும்போது பிரச்சனையின் அடிப்படையைக் காணத் தவறுகிறார்கள் என்று சொல்லவேண்டும்.

அடிப்படைப் பிரச்சனை தமிழ் ஆட்சிமொழி ஆவதன் நோக்கம். ஆட்சிமொழி என்றால் தமிழுக்கு அதிகாரம் தரும் செயல் என்ற நிலையில் மட்டும் நின்றால் அது பொதுமக்களின் வாழ்க்கையில் பெரிய பாதிப்பை ஏற்படுத்தாது. ஆங்கில அறிவு பெற்ற அதிகார வர்க்கத்தினருக்கும், தமிழ் அறிவு பெற்ற அதிகார வர்க்கத்தினருக்கும் இடையே நடக்கும் அதிகாரப் போட்டியாகவே அது அமையும். தமிழ் ஆட்சிமொழி என்னும்போது அது பொதுமக்கள் பங்குபெறும் ஆட்சி, பொதுமக்கள் புரிந்துகொள்ளும் நிர்வாகச் செயல்கள், முடிவுகள், பொதுமக்களின் பிரச்சனைகளைக் கரிசனத்தோடு கவனிக்கும் நிர்வாக இயந்திரம் என்ற மாற்றத்தைக் கொண்டுவரும் திட்டம் என்றால் அதைக் கட்டாயப்படுத்தத் தேவை இருக்காது. வீட்டுமொழிக்கும், ஆட்சிமொழிக்கும் உள்ள இடைவெளி குறைந்தால்தான் இந்த மாற்றம் சாத்தியமாகும். ஆங்கிலத்தைப் போலவே செந்தமிழும் இதைக் கைக்கொண்டோரின் நலனுக்காகப் பயன்படுத்தப்படும்போது இடைவெளி குறையாது. ஆட்சி மொழி மாற்றம் என்றால் ஆட்சியின் மொழி மாற்றம்

என்பது மட்டும் பொருளல்ல; மொழிமூலம் ஆட்சியின் தன்மையில் மாற்றம் என்பதும் பொருள். தமிழ் ஆட்சி மொழியாக எந்த அளவுக்கு வெற்றி பெற்றிருக்கிறது என்ற கேள்விக்கு, ஆட்சியின் பல துறைகளில், பல நிலைகளில் தமிழ் எவ்வளவு பயன்படுத்தப்படுகிறது என்று பார்த்தால் மட்டும் போதாது; எப்படிப் பயன்படுத்தப்படுகிறது என்றும் பார்க்க வேண்டும். ஆங்கிலமானாலும் தமிழானாலும் ஆட்சி பொதுமக்களிடம் காட்டும் உறவு, பரிவு, பொதுமக்களை அணுகும்முறை ஆகியவற்றில் ஒரே மாதிரியான தன்மைதான் இருக்கிறது என்றால் அதை ஆட்சி மாற்றம் என்று சொல்லமுடியாது; அதிகார மாற்றம் என்றுதான் சொல்லவேண்டும். மொழி ஆட்சியில் மாற்றமில்லாத ஆட்சிமொழி மாற்றத்தால் பொதுமக்களுக்குப் பயன் இல்லை.

இந்த நோக்கில் ஆட்சிமொழிப் பிரச்சனையை நோக்கும் போது, எந்தத் தமிழ், ஆட்சிமொழித் தமிழ் என்ற கேள்வி முக்கியமானதாகிறது. பொதுமக்களுடைய தமிழிலிருந்து விலகிய பொதுமக்களுக்கு எளிதில் விளங்காத தமிழ்ஆட்சியில் பயன்படுத்தப்பட்டால் (இதில் சொற்கள் மட்டுமல்ல, ஆங்கிலத்தை அடியொற்றிய சொற்றொடர் அமைப்புகளும் அடங்கும்), ஆங்கில ஆட்சி மொழியின்போது ஆளுவோருக்கும் ஆளப்படுவோருக்கும் இடையே இருந்த தூரம் தமிழ் ஆட்சிமொழியின் போது தமிழ் தாய்மொழி என்பதால் மட்டும் குறைந்துவிடும் என்று சொல்ல முடியாது.

பொதுமக்களுக்கு நெருக்கமான தமிழ் எப்படி இருக்கவேண்டும்; நிர்வாகத் தமிழ், சட்டத்தமிழ் ஆகியவற்றை ஆங்கில அறிவு இல்லாதவர்களும் புரிந்துகொள்ள அவை எப்படியிருக்க வேண்டும் என்று இந்நூலில் எந்தக் கட்டுரையும் பேசவில்லை. மாறாக ஆங்கில ஆட்சி மொழிக்கு இணையாக, ஆட்சி மொழித் தமிழ் எப்படி அமைய வேண்டும்; முன்னதில் இருப்பதைப் பின்னதற்கு அப்படியே மொழி பெயர்ப்பதற்குத் தமிழுக்கு என்ன வேண்டும் என்பது பற்றியே கட்டுரைகள் பேசுகின்றன. கலைச் சொல்லாக்கம் பற்றிப் பேசும் பல கட்டுரைகள் அவற்றின் தூய்மை பற்றியும் ஆங்கிலத்திலிருந்து பிறழாமை பற்றியும் பேசுகின்றனவே தவிர, சொற்கள் பொதுமக்களுக்குப் புரிகிற மாதிரி, பழக்கத்தில் உள்ள தமிழுக்கு ஒட்டிய மாதிரி எப்படி இருக்க வேண்டும் என்பது பற்றிப் பேசவில்லை. தமிழ் ஆட்சிமொழி மக்களை ஆட்சியிலிருந்து தூரப்படுத்துகிறதா என்ற கேள்வியே எழவில்லை. இப்படிப்பட்ட கேள்விகள் எழும்போதுதான் ஆட்சிமொழிப் பிரச்சனை மக்கள் வாழ்க்கையைப் பற்றிய, மக்களுடன் கருத்துப் பரிமாற்றம்

பற்றிய பிரச்சனை ஆகும். இல்லையென்றால் அது அதிகார வர்க்கத்தினரின் போட்டிப் பிரச்சனையாகவே இருக்கும்.

இந்த நோக்கத்தில்தான் தமிழ் ஆட்சிமொழி, தமிழ்நாட்டில் உள்ள மொழிச் சிறுபான்மையினருக்கு அவர்கள் ஆட்சியோடு உறவு கொள்வதில் பிரச்சனை தராமல் இருக்கிறதா என்ற கேள்வி நியாயமான கேள்வியாக எழுகிறது. இந்தக் கேள்வியை ஒன்றிரண்டு கட்டுரைகள் எழுப்புகின்றன. அவற்றின் மீதான விவாதத்தின்போது, சில தமிழறிஞர்கள் பிரச்சனை இருந்தால் அதற்குத் தமிழ் பொறுப்பல்ல என்று கோபமாகச் சொல்லும் போது ஆட்சிமொழி மாற்றம் அதிகார மாற்றம் மட்டும்தானோ என்ற எண்ணம் வலுக்கிறது.

ஆட்சிமொழி என்றால் சட்டமன்றத்தில், அரசு நிர்வாகத்தில், நீதிமன்றத்தில் பயன்படுத்தும் மொழி என்ற அளவிலேயே இந்நூல் அமைந்திருக்கிறது. சட்டம் இயற்றுவது ஒன்றே தமிழை ஆட்சி மொழி ஆக்கும் வழி என்று நினைப்பதால் வணிகச் சந்தையில், அங்கு பயன்படுத்தப்படும் சாதனங்களில் (இன்று கணினி ஒரு முக்கியமான சாதனமாக வளர்ந்து வருகிறது) தமிழ் பயன்படுத்தப்படுவது பற்றி ஒரு கட்டுரையும் இல்லை. அரசில் பயன்படுத்தப்படும் மொழிக்கு அதிகாரம் கிடைக்கிறது; வணிகச் சந்தையில் பயன்படுத்தப்படும் மொழிக்குப் பொருளாதார மதிப்புக் கிடைக்கிறது. பொருளாதார மதிப்பு இருந்தால் உணர்வின் அடிப்படையில் மட்டுமல்லாமல் அறிவின் அடிப்படையிலும் தமிழை ஏற்பது அதிகமாகும். இந்த ஏற்பு கட்டாயம் இல்லாமல் இயல்பாக வரும். வணிகச் சந்தையில் ஆங்கிலத்தின் ஆதிக்கம் இருப்பதற்கான காரணங்கள் ஆட்சியில் ஆங்கிலத்தின் ஆதிக்கம் இருப்பதற்கு இந்நூல் சொல்லும் காரணங்களிலிருந்து வேறானவை. இந்தக் காரணங்களுக்கு மாற்று என்ன என்று விவாதிப்பது தமிழ் ஆட்சிமொழி ஆவதற்கு தேவையான ஒன்று. தமிழ் ஆட்சிமொழி வெற்றிபெற வேண்டுமென்றால் அரசுக்கு அப்பால், பிற துறைகளில் அது ஆட்சி செய்யும் நிலைபற்றியும் பேசினால்தான் பிரச்சனையின் முழு உருவம் தெரியும்.

ஆட்சிமொழிப் பிரச்சயில் கல்வி மொழிப் பிரச்சனை அடிப்படையான ஒன்று. அரசுக்கு வேண்டிய அலுவலர்கள் மொழியில் பயிற்சி பெறுவதும் மொழி பற்றிய மனப்பாங்கு பெறுவதும் கல்விக் கூடங்களில். அங்குத் தமிழ் தகுதியற்றது என்றால் அங்குக் கற்றவர்கள் அரசு நிர்வாகத்தில் அமரும்போது தமிழுக்குத் தகுதி வந்துவிட்டது என்று நினைக்க மாட்டார்கள். அவர்கள் சிந்திக்கும் முறையும் எழுதும் முறையும் பழக்கத்தில் உள்ள இயல்பான தமிழை ஒட்டி இருக்காது. தங்கள் தமிழில்

அவர்களுக்கு நம்பிக்கை இல்லாதபோது ஆங்கிலத்தின் மூலமோ, பயிற்சியாகிப் போன உயர் தமிழ் மூலமோ தங்களை ஆளப்படுவோரிடமிருந்து தூரப்படுத்திக் கொள்வார்கள். கல்வியில் தமிழின் இன்றைய நிலை தமிழ் ஆட்சிமொழி ஆவதற்கு உகந்ததாக இல்லை. அரசு அலுவலில் தமிழைப் பயன்படுத்துவது வேகமாக நடைபெறவில்லையென்றால், கல்வியில் தமிழைப் பயன்படுத்துவது குறைந்து கொண்டுபோகிறது. இந்தப் போக்கு தொடரத் தொடர ஆட்சி மொழியில் அடையாளத்துக்குத் தமிழ், அலுவலுக்கு ஆங்கிலம் என்ற இரட்டை நிலை வலுப்பெறும். தமிழைக் கல்வி மொழி ஆக்கக் கட்டாயச் சட்டம் தேவையில்லை, தமிழ் மூலம் தரமான கல்வி தந்தால். தரமான கல்வி தருவதற்குக் கல்வி மொழியைப் பற்றிய இளக்கமான கொள்கைக்கும் முக்கியமான பங்கு உண்டு.

ஆட்சிமொழித் தமிழ், சிறுபான்மையினரான ஆளுவோர் விரும்பும் மொழி பற்றிய பிரச்சனை அல்ல, பெரும்பான்மையினரான ஆளப்படுவோர் புரிந்துகொள்ளும் மொழி பற்றிய பிரச்சனை என்ற எண்ணம் தமிழ் ஆட்சி மொழி பற்றிய விவாதங்களில் அடிநாதமாக இருந்தால் ஆட்சிமொழிப் பிரச்சனைகளும் அவற்றின் தீர்வுகளும் இந்த நூலில் காட்டப்படுவதிலிருந்து வேறுவிதமாகக் காட்சியளிக்கும்.

காலச்சுவடு 31, செப்டம்பர் - அக்டோபர் 2000

20

மலையாள ரகசியங்கள்

சக்கரியா

மலையாள மொழியின் இன்றைய நிலை, தமிழ்ச் சகோதரி சகோதரர்கள் புரிந்துகொள்ள வேண்டிய ஒன்றாக எனக்குத் தோன்றுகிறது. வரலாற்று நோக்கில், தமிழிலிருந்துதான் மலையாளம் உருவானது என்பதில் சந்தேகமில்லை. ஆனால், இடைக்காலக் கன்னடத்தைச் சேர்ந்த அக்கமகாதேவி போன்ற கவிஞர்களைப் படிக்கும்போது, மலையாளத்துக்கு இரண்டு அன்னையருண்டோ என்று தோன்றும். மலையாளத்துடன் அந்தக் காலத்துக் கன்னடம் அந்த அளவுக்கு நெருக்கம் கொண்டிருக்கிறது. எதுவானாலும், பழைய மொழியுடன் காலப்போக்கில் ஏராளமான சமஸ்கிருதம், கொஞ்சம் அரபி, போர்த்துக்கீஸ், டச்சு, ஆங்கிலம் எல்லாமும் கலந்து இன்று நாம் அறிந்திருக்கும் மலையாளம் உருவாகியிருக்கிறது.

மலையாள உரைநடை உருவாகிக் குறுகிய காலமே ஆகியுள்ளது. இருபதாம் நூற்றாண்டின் தொடக்கத்தில் தான் சி.வி. ராமன்பிள்ளை மலையாளத்தின் முதல் நாவலான ‘மார்த்தாண்ட வர்மா’வை எழுதுகிறார். அதற்கு முன்பு எல்லாம் கவிதை மயம். மேற்கத்திய போதகர்கள்தான் உரைநடையை உருவாக்கிப் பயன் படுத்தத் தொடங்கினர். மதப்பிரச்சாரம் செய்வதே அவர்களது தேவை. போதகர்கள்தான் முதன் முதலாக 18, 19ஆம் நூற்றாண்டுகளில் செய்திப் பத்திரிகைகளையும் ஆரம்பித்தார்கள். மதத்தைப் பற்றியவையே பிரதானமான செய்திகள். ஒருவேளை, இந்தியாவிலேயே முதலாவது வெளிநாட்டுப் பயணக் கட்டுரையும் மலையாளத்தின் இலட்சணம் பொருந்திய முதல் உரைநடை நூலுமான ‘வர்த்தமான புஸ்தகத்’தை மத்தியத் திருவிதாங்கூர்க்காரரான கிறித்தவப் பாதிரியார் பாறமேக்கல் தோமா கத்தனார் பதினெட்டாம் நூற்றாண்டில் எழுதினார். கேரளத்தில் அன்று வாழ்ந்த உள்ளூர்க் கிறித்தவர்களைப் போர்த்துக்கீசிய போதகர்கள் துன்புறுத்தியதையும் அடக்குமுறைக்கு ஆளாக்கியதையும் பற்றிப்

போப்பாண்டவரிடம் புகார் செய்வதற்காகத் தோமா கத்தனார் கப்பலேறிப் போன கதை அது. கழுதை மேலேறிக் கொல்லம், குளச்சல் தாண்டித் தமிழ்நாட்டின் கிழக்குக் கடற்கரை வழியே பாண்டிச்சேரியில் ஆங்கிலேயருக்கும் பிரெஞ்சுக்காரர்களுக்கும் நடக்கும் உக்கிரமான யுத்தத்துக்கு நடுவில் சென்னை சென்று ஆசாமி கப்பலேறினார். ஏறத்தாழ ஒன்றரை வருடத்தில் லிஸ்பன் துறைமுகத்தை அடைந்தார். அங்கிருந்து குதிரையேறியும் படகேறியும் ரோமை அடைந்தார். போப்பாண்டவரின் ராஜ ஆடம்பரத்தையும் அகங்காரத்தையும் பார்த்து, இன்றைய கத்தோலிக்க புரோகிதர் எவரும் வெளிப்படையாகச் சொல்லத் துணியாத ஓர் அபிப்பிராயத்தைக் கத்தனார் பதிவு செய்திருக்கிறார்: 'இத்தனை மட்டரகமான மனிதனா சபையின் தலைவனென்றும் யேசுவின் பிரதிநிதியென்றும் நாம் போற்றுகிற போப்பாண்டவர்?'

இன்று நடைமுறையிலுள்ள மலையாள எழுத்துகளின் முதல் வடிவம் ஐரோப்பாவில் கல் அச்சில் உருவாக்கப்பட்டது; மலையாள பைபிள் அச்சிடுவதற்காக அது அங்கிருந்து கொச்சி வந்துசேர்ந்தது. அப்போதெல்லாம் மொழியின் தந்தையான (பாஷா பிதா) எழுத்தச்சனின் மலையாள இராமாயணமும் மலையாள மகாபாரதமும் தறவாடுகளில் ஓலைச்சுவடிகளிலேயே முடங்கிக்கிடந்தன. மொழியின் தந்தை என்று எழுத்தச்சனைச் சொன்னாலும் அவர் மலையாளக் கவிதையின் தந்தை மட்டுமே. வாழும் மொழியாக மலையாளத்தை இன்றும் நிலைநிறுத்தும் உரைநடையின் பிறப்பில் அவருக்குப் பங்கில்லை. உரைநடைக்குத் தகப்பன்மார் ஏராளம் என்பதே உண்மை. கில்லாடியான கள்ளச் சந்ததியினர் வேண்டுமென்றால் அச்சு மை புரண்ட காகிதத்தில்தான் அதன் பிறப்பு என்றும் சொல்லிக்கொள்ளலாம். தகப்பன் ஸ்தானத்தில் அணி வகுத்து நிற்பவர்கள் சுதேசிகளும் அதைவிட அதிகம் விதேசிகளும். சுருக்கமாகச் சொன்னால் உரை நடை நவீனத்துவத்தின் குழந்தை. அதற்கு ஆரம்பம் முதலே ஒரு காஸ்மோபாலிடன் இயல்பு உருவாகியிருந்திருக்கிறது. ஆனால் ஒரு துர்ப்பாக்கியம் நிகழ்ந்தது.

இருபதாம் நூற்றாண்டின் முதல் பத்தாண்டுகளில்தான் அச்சாக்கம் மலையாளத்தில் பிரபலமானது. அப்படியாக மலையாளத்தில் 'இலக்கியம்' பிறந்தது. ஓலைச் சுவடிகளிலிருந்து வெளியேறிக் காகிதத்தின் வெகுமக்கள் தன்மைக்குள் புகுந்ததோடு 'இலக்கியம்' எல்லோருக்கும் கைக்கெட்டும் ஒன்றாயிற்று. ஆனால் சாதியமைப்பின் பலத்தில் சமஸ்கிருத நிபுணர்களான உயர்வகுப்பினர் தமது பிடியை இறுக்கினர். கவிதையே 'மகத்தான' இலக்கியமாயிற்று. 'உரை நடை' சூத்திரனாயிற்று. அப்போது

உரைநடை என்ன செய்தது? மகத்துவம் கைவரப்பெறுவதற்காகக் கவிதையின் ஒப்பனைகளை அணிந்துகொள்ளத் தொடங்கியது. இவ்வாறு இருபதாம் நூற்றாண்டு மலையாள உரைநடைக்குப் பைத்தியம் பிடிக்கத் தொடங்கியது. பெண்வேஷம் கட்டி ஆடுகிற ஆணைப்போல அது ஆனது. நல்ல உரை நடை என்றால் கவிதை 'போல' இருக்க வேண்டும் என்ற நிலை ஏற்பட்டது. தமிழ் வாசகர்கள் நம்புவார்களா என்று தெரியவில்லை! இந்த 2004ஆம் ஆண்டிலும் உரைநடை நூல்களுக்கு விமர்சகர்கள் எழுதும் மிக உயர்ந்த பாராட்டுகளில் ஒன்று, "மொழி கவித்துவமானது" என்பதே. இந்த இரண்டும்கெட்டான் உரைநடைக்குத்தான் மலையாளத்தில் இன்றும் கூடுதல் மரியாதை. கவிதையின் வழக்கமான உவமைகள், அடைமொழிகள், அலங்கார வார்த்தைகள், உயர்வு நவிற்சி, உணர்ச்சிக் கொந்தளிப்பு இவை எல்லாம் கலந்து திகட்டுகிற இனிப்புப் பாயாசத்தைத்தான் மலையாள உரைநடை என்ற பெயரில், பின்நவீனத்துவவாதிகள் என்று சொல்லப்படுபவர்கள்கூட எழுதிக்கொண்டிருக்கிறார்கள்.

கவிதையின் முந்தானையைப் பிடித்துத் தொங்கிக் கொண்டிருந்ததால் உரைநடை வளர முடியவில்லை. அது மரபுசார்ந்த கவிதையின் குறுகிய உணர்வுகளிலும் அனுபவப் பிரதேசங்களிலும் கிடந்து உழன்றது. அறிவும் சிந்தனையும் சார்ந்த, தேடல் சார்ந்த ஒரு துறையை உருவாக்க முடியாமல் போயிற்று. அறிவும் சிந்தனையும் தத்துவமும் தேவைப்படுபவர்களின் வாசிப்பு ஆங்கிலத்துக்குக் குடியேறியது. கேரளத்திலுள்ள பெரும் பதிப்பாளர்களின் புத்தக வெளியீட்டுப் பட்டியலை எடுத்துப் பாருங்கள். நூறு பக்கமிருந்தால் அதில் 95 பக்கமும் நாவல், கதை, கவிதை போன்ற இலக்கிய சமாச்சாரங்களே நிறைந்திருக்கும். மிச்சமிருக்கிற 5 பக்கங்களில்தான் சரித்திரம், தத்துவம், அறிவியல் சிந்தனை எல்லாமும். மலையாளிகளுக்கு எழுத்தறிவு உண்டு; கல்வியறிவு கிடையாது என்பது இதனால்தான். எந்தச் சமூகமாவது இலக்கியத்தால் மட்டும் கஞ்சி குடிப்பதாகக் கேட்டதுண்டா? மலையாளிக்குக் கஞ்சி இல்லாமல் போனதன் முக்கியக் காரணங்களில் ஒன்று மொழியை இலக்கியத்தின் கவர்ச்சியான வாக்குறுதிகளில் சிக்க வைத்ததுதான். அதன் மூலம் வேறு வேலைகள் எதையும் செய்யவிடவில்லை. மலையாளத்தில் 'அறிவு ஜீவி' என்றால் கவிதையும் நாவலும் கதையும் வாசிப்பவன், எழுதுபவன் என்றே பொருள். அறிவு, யுக்தி, சிந்தனை, ஆய்வு, தேடல், விசாரணை எல்லாவற்றையும் அவன் கதையிலும் கவிதையிலும் ஒதுக்கிவிடுவான். ஒரு கருணாகரனும் ஆண்டனியும் காலாவதியான ஸ்டாலினிசமும் அமிர்தானந்தமயியின் வெற்றுச் சர்க்கரை வார்த்தைகளும்

மலையாளிகளைப் பந்தாட முடிவதன் காரணமும் இவைதான். நர்சரியில் சேருகிற மூன்றரை வயது மலையாளிக் குழந்தை 'அ... ஆ... இ... ஈ' என்று கற்றுக்கொள்வதற்குப் பதில் 'ஏ... பி... சி... டி' என்று படிப்பதும் இதனால்தான்.

அப்படியானால் மலையாளத்தால் கஞ்சி குடிப்பவர்கள் யாருமில்லையா? இருக்கிறார்கள். சிலர் இருக்கிறார்கள். 1. மலையாள ஆசிரியர்கள், 2. எழுத்தாளர்கள், 3. ஊடக உரிமையாளர்களும் ஊடகப் பணியாளர்களும். 4. அரசியல்வாதிகள், 5. மதங்கள்.

ஆசிரியர்களுக்குச் சம்பளம் கிடைக்கிறது. அவர்களில் பெரும்பான்மையோர் இயந்திரத்தனமாக மொழியைக் கற்பித்துப் பொறுப்பைத் தீர்க்கிறார்கள். எழுதிப் பிழைப்பது எளிதல்ல. எனினும் மலையாள எழுத்தாளர்களின் வாழ்க்கை சுபிட்சம்தான். ஊடக முதலாளிகள் தான் இன்று கேரளத்தில் பெரும் தனியுடைமையாளர்கள். ஊடகப் பணியாளர்கள் சம்பளம் மட்டுமல்ல; ஏராளமான சலுகைகளும் பெறுகிறார்கள். ஹிந்து, கிறித்தவ, இசுலாமிய மதங்களும் அவற்றின் சூழலில் வேரோடும் வெவ்வேறு ஆன்மீக இயக்கங்களும் குருக்களும் மலையாளத்தால் பிழைப்பவர்கள். இசுலாமில் அரபு மொழியும், இந்து மதத்தில் சமஸ்கிருதமும் பயன்படுத்தப்படுகின்றன. ஆனாலும் விசுவாசிகளைப் பிடித்துக்கட்ட மலையாளக் கயிறு வேண்டும்.

மலையாளம் மூலம் சாம்ராஜியங்களையே வென்றெடுப்பது அரசியல்வாதிகள்தான். அவர்களைவிட வாழ்க்கை வெற்றிகளுக்காக மலையாள மொழியைப் பயன் படுத்துபவர்கள் வேறு எவருமில்லை. அவர்களுடைய நல்ல பகுதியையும் சொல்லவேண்டுமில்லையா! என்னுடைய அபிப்பிராயத்தில், கேரளத்தில் மிகக் காரியார்த்தமாகவும் எளிமையாகவும் பயன்பாட்டு நோக்கிலும் மலையாளத்தைப் பயன்படுத்துபவர்கள் அரசியல்வாதிகள் மட்டுமே. அவர்கள் சொல்வதெல்லாம் பச்சைப் புளுகுகளா இருக்கலாம். ஆனால் அதைச் சரியாகச் சொல்ல அவர்களுக்குத் தெரியும். கேரளத்தில் அதிகாரத்தின் உண்மையான மொழி மலையாளம் தான் என்று அவர்களுக்கு நன்றாகத் தெரியும். ஆங்கிலத்தில் பேசி கேரளத்தில் ஒரு தேர்தலில் வெற்றி பெற முடியுமா? (இரண்டு மூன்று பேர் அப்படியும் செய்ததுண்டு. வி.கே. கிருஷ்ணமேனோன், மலபாரில் முஸ்லிம் லீக் நாடாளு மன்ற வேட்பாளர்களாகப் போட்டியிட்டு தொடர்ந்து வெற்றி பெற்ற மகாராஷ்டிர மாநிலத்தைச் சேர்ந்த இப்ராஹிம் சுலைமான் சேட், ஜி.எம். பனாத்வாலா போன்றவர்கள். இதில் கடைசி இருவரும் வேட்பு மனு தாக்கல் செய்ய மட்டுமே

தொகுதிக்கு வந்திருந்தார்களாம். சொற்பொழிவிலோ வேறு நடவடிக்கைகளிலோ ஈடுபட்டு மெனக் கெட்டதில்லை.) மலையாளிகளிடம் மலையாளத்தில் பேசினால் மட்டுமே அவர்களை அதிகாரம் செய்ய முடியும். மலையாளமே கேரளத்தில் அதிகார சாம்ராஜ்யத்தின் திறவுகோல். அரசியல்வாதிகள் அதன் பாதுகாவலர்கள்.

அப்படியானால் ஆங்கில மீடியம் பள்ளிகள் எதற்கு என்று கேட்கலாம்! அவற்றின் நோக்கம் மலையாளிகள் கேரளத்திலிருந்து ஏற்றுமதியாவதற்கான பாஸ்போர்ட் தயார் செய்வதே. ஐம்பத்தைந்து வருடங்களாக அரசியல்வாதிகள் இங்கே உருவாக்கி வைத்திருக்கும் வேலையில்லா நரகத்திலிருந்து வெளியேற ஆங்கிலம்தான் அவர்களது பாஸ்போர்ட். தவிர இந்தியாவின் நகர்ப்புற மத்திய வர்க்கம், உயர் மத்திய வர்க்கங்களின் அதிகாரத் தட்டுகளில் பங்கேற்க ஆங்கிலம் அவசியம்.

இங்கிலீஷ் மீடியம் பிள்ளைகளிடமிருந்துதான் ஐ. ஏ. எஸ். காரர்கள் வருகிறார்கள். இந்திய மத்திய வர்க்கம் சொர்க்கத்துக்குச் சமமாகக் கருதுகிற ஒரு பதவி – ஐ. ஏ. எஸ். அவர்கள் கேரளத்துக்குத் திரும்ப வரும்போதுதான் விஷயங்கள் விநோதமாகின்றன. ஆங்கில மேலாதிக்கம் குப்புறக் கவிழ்கிறது. இரண்டு வார்த்தை பொட்டை இங்கிலீஷைவிட்டால் மீதி மலையாளம் மட்டுமே தெரிந்த, எட்டாம் வகுப்பும் குஸ்தியும் கற்று வைத்திருக்கிற அரசியல்வாதியின் தாசானுதாசனாக ஐ. ஏ. எஸ். சொர்க்கவாசி மாறிவிடுகிறான். நாட்டு மொழியின் மாயாஜாலம் இது. மலையாளம் செத்துப்போகுமா என்று கேட்பவர்களிடம் நான் சொல்லும் பதில் இதுதான்: கேரளத்தில் அரசியல் இருக்கும் காலம்வரை மலையாளம் சாகாது.

விநோதமான இன்னொரு பக்கமும் இருக்கிறது. மலையாளமே ஆட்சி மொழி என்பது நியதி. ஆனால், முக்காற்பங்கு அரசுப் பணிகள் நடைபெறுவது ஆங்கிலத்தில்தான். அதிகாரிகளிடமிருக்கிறது இதன் இரகசியம். ஒருபக்கம், இங்கிலீஷைக் காட்டித்தான் அவர்கள் மந்திரிகளை விரட்டுகிறார்கள். மறுபக்கம், சாதாரண மக்களை ஏமாற்றவும் சிரமப்படுத்தவும் அவர்கள் இங்கிலீஷையே பயன்படுத்துகிறார்கள். இவ்வாறு, அதிகாரிகள் ஆங்கிலத்தை உபயோகித்துத் தங்களது காட்டாட்சி, ஊழல், பொறுப்பின்மையின் சாம்ராஜ்யத்தைப் பாதுகாக்கிறார்கள். எல்லாம் வெளியே சொல்லக்கூடிய ரகசியங்களல்ல. எனினும், நாம் அண்டை வீட்டுக்காரர்களாயிற்றே, பரவாயில்லை.

தமிழில்: சுகுமாரன்

***காலச்சுவடு* 55, ஜூலை 2004**

21

மொழி கல்வி அரசியல்: ஒரு தாய்மொழி மடிகிறது

கைல் வின்ஸ்

'ராக்' இசைப் பாடகர் லாரி அன்டர்ஸன் கூறுவது போல் மொழியை ஒரு கிருமியாகப் பார்த்தால், அதில் ஒரு சில கிருமிகள் மிக எளிதாகத் தொற்றிக்கொள்கின்றன. ஐந்தே மொழிகள் – சீனம், ஆங்கிலம், ஸ்பானியம், ரஷியம், இந்தி – உலக மக்கள்தொகையில் பாதிக்கு மேற்பட்டவர்களைத் தொற்றியுள்ளன. அந்தப் பட்டியலில் நூற்றுக்கும் சற்றுக் குறைவான வேறு மொழிகளையும் சேர்த்துக்கொண்டால் தொற்றின் அளவு உலக மக்கள் தொகையில் 95 சதவிகிதத்திற்கும் அதிகமாகிவிடும்.

இருப்பினும், இந்தப் பூமி மேலும் 6000 மொழிகளுக்கு உறைவிடமாக உள்ளது; இவற்றுள் பெரும்பாலானவற்றை மிகக் குறைவானவர்களே பேசுகிறார்கள். இவற்றுள் பாதிக்கு மேற்பட்ட மொழிகள், அடுத்துவரும் சில நூறு ஆண்டுகளில் எஞ்சியிருக்கும் அம்மொழி பேசுவோர்களுடன் சேர்ந்து மடியப்போகின்றன.

தொலைதூர பசிபிக் வனதூ குடியரசின் ஒரு தீவில் வசிப்போரிடையே மட்டும் வழங்கும் அவோர் *(Aore)* மொழிக்கு இந்தக் கதி ஏற்படப்போவது நிச்சயம். ஓரிருவரால் மட்டுமே பேசப்படுகிற சில டஜன் மொழிகளில் இதுவும் ஒன்று என்கிறார் பிரிஸ்டல் பல்கலைக்கழகத்தின் மொழிக் கோட்பாடு மற்றும் கல்வி மையத்தை இயக்கும் ஆண்ட்ரு உட்ஃபீல்ட்.

குறைந்தது 90 மொழிகள் பேசப்படுகிற எத்தியோப்பியாவில், ஆங்காங்கே தஞ்சமடைந்திருக்கும் சிறுபான்மை மொழிகள் நிலையற்ற ஒரு எதிர்காலத்தை நோக்கியிருக்கின்றன என்கிறார் லண்டனில் உள்ள கிழக்கத்திய மற்றும் ஆப்பிரிக்கக் கல்விப்

பள்ளியைச் சேர்ந்த டிக் ஹேவர்டு. எத்தியோப்பியர்களில் சிலர் ஆறு அல்லது ஏழு மொழிகளைப் பேசினாலும்கூட, பல மொழிகள் மிகக் குறைவான பேர்களாலேயே பயன்படுத்தப்படுகின்றன. உதாரணமாக, கடைசியாக எடுக்கப்பட்ட கணக்கின்படி, ஓங்கோதாவை *(Ongota)* பேசுபவர்கள் 19 நபர்கள்; எல்மோலாவை *(Elmolo)* பேசுபவர்கள் 6 பேர். கஃவத்தை *(Gafat)* பேசிய கடைசி இரு நபர்களும் காட்டிலிருந்து சமவெளிக்கு மொழி ஆய்வாளர் ஒருவர் அழைந்துவந்திருந்தபோது சளி பிடித்து இறந்து போனார்கள்.

உலக மொழிகளில் மூன்றில் ஒரு பங்கு ஆயிரத்திற்கும் குறைவான மக்களாலேயே பேசப்படுகின்றன. எனவே அவை அபாய கட்டத்தில் உள்ளன. இலட்சக்கணக்கான பேர் பேசும் மொழிகள் கூட, ‘பெரிய’ மொழிகளின் தாக்கத்தால் வீழ்ந்துவிடக்கூடும் என்று மொழி ஆய்வாளர்கள் அஞ்சுகின்றனர். அதிகமாகப் போனால், உலக மொழிகளில் 600 மட்டுமே ‘பத்திரமாக’ இருப்பதாகக் கூற முடியும் என்கிறார் ஃபேர்பேங்ஸில் இருக்கும் அலாஸ்கா பல்கலைக்கழகத்து மொழியியலாளர் மைக்கல் கிரவுஸ்.

கிரவுஸ் கூறுகிறார்: “அழிவின் விளிம்பில் இருக்கும் ஒரு மொழியை எளிதாக அடையாளம் கண்டுகொள்ளலாம். பெற்றோர் தங்கள் குழந்தைகளுக்கு அதைக் கற்றுக் கொடுப்பதை நிறுத்திவிடுவார்கள். குழந்தைகளும் அதைக் கற்றுக்கொள்ளும் ஆர்வத்தை இழந்துவிடுவார்கள்.” கிரவுஸின் கூற்றுப்படி அலாஸ்காவின் இருபது மொழிகளில் இரண்டு மொழிகளை மட்டுமே குழந்தைகள் கற்றுக்கொள்கிறார்கள். ஆக, நூற்றாண்டுக்காலமாக நிலவிவந்த மொழிவழித் தகவல் பரிமாற்றம், ஓரிரு தலைமுறையுடன் அடியோடு மறைந்துவிடும். அமெரிக்கக் கண்டத்து நாடுகளில் நூற்றுக்கும் மேற்பட்ட மொழிகள் இந்த அபாயப் பட்டியலில் இருக்கின்றன. ஒவ்வொன்றையும் முன்னூறுக்கும் குறைவானவர்களே பேசுகிறார்கள். பப்புவா நியுகினியாவில் நூறுக்கும் மேற்பட்ட மொழிகள் இதே நிலையில் இருக்கின்றனவாம். உலகம் எங்கிலும் அழிவை நோக்கியுள்ள மொழிகளின் அவலமான பட்டியல் இது.

ஆயினும், மொழிகளின் மறைவு தவிர்க்க முடியாதது; எனவே, முழுக்க வருந்துவதற்குரிய ஒன்று அல்ல என்று கூறுபவர்களும் இருக்கிறார்கள். அவ்வாறு கூறுபவர்களில் ஒருவர் ‘மீடியா’ மன்னர் ரூபர்ட் மர் டாக். “பல மொழிகள் ஒரு மொழியாக ஒற்றுமைப்படுதல் என்பது உலக ஒத்திசைவிற்கும் பொருளாதார மேம்பாட்டுத் திறனுக்கும் ஒரு உந்து சக்தியாகும்.

இந்தியாவை எடுத்துக்கொள்ளுங்கள். மின்னணு மக்கள் தொடர்புச் சாதனத்தின் வருகையால் இந்தி பரவிவருகிறது; ஏனென்றால் சிறந்த இந்தி தொலைக்காட்சி நிகழ்ச்சிகளைப் பார்க்க எல்லாரும் விரும்புகிறார்கள்" என்று மர்டாக் கடந்த ஆண்டு கூறினார். இதே நாடகம் சீனாவிலும் அரங்கேறக்கூடும். 'சாடிலைட்' தொலைக்காட்சி நிலையங்கள் மாண்டரின் சீன மொழியை நாடு முழுவதும் பரப்புகின்றன. "இதனால், எங்கள் தொலைக்காட்சிக் கூட்டமைப்பின்வழி வளமான வாழ்வு மட்டுமல்ல ஒழுங்குக் கட்டுப்பாடும், முடிவாக, அமைதியும் கிடைக்கும்" என்கிறார் மர்டாக்.

மொழிகளின் மறைவு குறித்து மொழி ஆய்வாளர்கள் அயர்ச்சி அடைந்திருக்கிறார்கள் என்று சொல்லத் தேவை இல்லை. "ஆழ்ந்து பார்த்தால், ஒவ்வொரு மொழியும் தனித்துவம் உடையது" என்கிறார் பிபிசி மொழி ஆய்வாளரும், ரட்லெட்ஜ் உலக மொழிகளின் புதிய வரைபடத்தின் பதிப்பாசிரியருமான கிரிஸ்தோபர் மாஸ்லி. "மக்களின் மனங்களில் மண்டிக்கிடக்கும் எண்ணங்களும் அனுபவங்களும், அவர்களின் உருவகங்களும், தேர்ந்த அறிவும், தனித்துவம் வாய்ந்த பட்டறிவும் பல தலைமுறைகளாக வளர்ச்சி அடைந்துள்ளன. ஒவ்வொரு முறையும் ஒரு மொழி இறந்துபடுகிறபோது எதை இழக்கிறோம் என்பதைக்கூட நாம் புரிந்துகொள்வதில்லை. முதலில் மொழிகள் பாதுகாக்கப்பட வேண்டியவை; ஏனென்றால், மக்கள் தங்கள் பண்பாட்டைத் தக்கவைத்துக்கொள்ள அவை உதவுகின்றன" என்று தெளிவுபடுத்துகிற கிரவுஸ், "மொழிப் பன்மை இல்லாவிட்டால் உலகம் அழகிலும் சுவையிலும் குறைந்துவிடும்" என்றும் கூறுகிறார்.

ஆனால் 'உணர்ச்சிமயமான' வாதங்கள் பலரிடம் எடுபடாது என்கிறார் ஆக்ஸ்ஃபோர்டு பல்கலைக்கழகத்து விலங்கியல் துறையில் 'உயிரியல் கணிதவியலாளராக' இருக்கும் மார்க் பேஜல். நாம் ஒரு மொழியை இழக்கும்போது உலகைப் பார்க்கும் ஒரு தனிப் பார்வையையும் இழக்கிறோம் என்று பேஜல் நம்புகிறார். அழிவின் விளிம்பில் இருக்கும் ஒரு மொழியையும் அதனைப் பேசுவோரையும் பாதுகாப்பது, ஒரு மொழியைப் பேசும் முறையை மட்டுமல்ல கல்விக்கான ஒரு வாயிலையும் பாதுகாப்பதாகும் என்று விளக்குகிறார். மொழியும் பண்பாடும் ஒன்றோடு ஒன்று பிணைந்தவை, அதனால் ஏறக்குறைய அவை "இரண்டும் ஒன்றே". முந்தைய மொழிக் கொள்கையாளர்கள் இந்த மொழி–பண்பாடு பிணைப்பைப் பலமாக எடுத்துரைத்தார்கள். முப்பதுகளில் அமெரிக்க மொழியியலாளர்களாகிய எட்வர்ட் சப்பீரும் அவருடைய மாணவர் பெஞ்சமின் லி ஓர்பும்

தனிமனிதனின் சிந்தனையின் போக்கை மொழியே நிர்ணயிப்பதாக விளக்கினார்கள். எடுத்துக்காட்டாக, ஹோபி என்ற வட அமெரிக்க இந்தியப் பழங்குடி இனத்தில் காலம் பற்றிய கருத்து எதுவும் கிடையாது, ஏனெனில் அவர்களுடைய மொழியில் அது இடம்பெற்றிருக்கவில்லை என்று ஓர்ப் வாதிட்டார். ஆனால் பின்னர் வந்த மானிடவியலாளர்கள் ஹோபியர்களுக்குக் காலம் பற்றிய கருத்து இருப்பதைக் கண்டுகொண்டார்கள். மொழியை நேரடியாகச் சிந்தனையோடு தொடர்புபடுத்துகிற கருத்து இப்போதெல்லாம் பழைய பாணி ஆகிவிட்டது.

ஆனால் பேஜலின் கொள்கை சற்று நுட்பமானது. மொழி பேசும் குழுவினருக்கு "குறிப்பிட்ட மனப் பழக்கங்கள்" அல்லது "உணரக் கூடிய பழக்கங்களும் வகைப்படுத்தக்கூடிய கருத்துக்களும்" இருப்பதாகக் குறிப்பிடுகிறார். ஒரு மொழியைக் கற்றுக்கொள்வது மூளையின் அறிதிறனையும், அதைத் தொடர்ந்து, மனத்தையும் அடியோடு மாற்றுகிறது என்று பேஜல் வலியுறுத்திக் கூறுகிறார். "பிரெஞ்சு பேசுவோர்களின் மனங்கள் ஜெர்மன் பேசுவோர்களிடமிருந்து வேறுபட்டவை, ஜெர்மன் பேசுவோரின் மனங்கள் வட ஃபிரிசியர்களிடமிருந்து வேறுபட்டவை என்றால், இந்த மனங்களின் வழிகளை நாம் தக்கவைத்துக்கொள்ளவே விரும்புவோம். மனித மூளையின் அனுசரித்துப்போகும் தன்மையைக் காட்டுவதற்கு இவை உயிர்த்துடிப்புள்ள உதாரணங்கள்" என்கிறார்.

மொழியின் அடிப்படை ஒலிகளை எல்லாக் குழந்தைகளாலும் வேறுபடுத்தி அறிந்துகொள்ள முடியும். என்றாலும் வயதுவந்த ஜப்பானியர்களால் 'ல'கரத்தையும் 'ர'கத்தையும் வேறுபடுத்த முடியாததை பேஜல் சுட்டிக்காட்டுகிறார். இதிலிருந்து "ஜப்பானிய மொழி பேசும் வயதுவந்தவர்களின் மூளை பிற மொழி பேசும் வயதுவந்தவர்களின் மூளையிலிருந்து வேறானது, அது உடல் கூற்றியல் ரீதியானது என்னும் முடிவுக்கு வருகிறார்.

இத்தகைய மூளை வேறுபாடு இருப்பது உண்மையானால், இவற்றை இனிதான் நரம்பியல் ஆய்வாளர்கள் பகுத்துக்காட்ட வேண்டும். பிற வகை அறிவுகளின் விளைவால் மூளையில் ஏற்படும் மாற்றங்களிலிருந்து இவை எந்த வகையில் அடிப்படையாக வேறுபடுகின்றன என்பது தெளிவாகவில்லை.

சிந்தனையை மொழிதான் வடிவமைக்கிறது என்ற கருத்தைப் பல மொழியியலாளர்கள் சந்தேகத்துடன் தான் பார்க்கிறார்கள். "இது உண்மையாக இருக்குமானால், நாம் ஒரு குறிப்பிட்ட சிந்தனைத் தடத்திலேயே மாட்டிக்கொள்கிறோம்" என்கிறார் மசாசூட்ஸ் தொழில்நுட்பப் பள்ளியைச் சார்ந்த

கென்னத் ஹாலே. இதற்கு “கல்வி என்பது என்ன? பிற வகைச் சிந்தனைப் போக்குகளைப் பற்றித் தெரிந்துகொள்வதுதானே” என்று எதிர்வாதத்தை முன்வைக்கிறார் பேஜல். வெவ்வேறு மொழி சார்ந்த எண்ணப் போக்குகளைக் கொண்ட மக்கள் “வேறுபாடுகள் இருப்பதைப் புரிந்துகொண்டாலும் தம்மோடு பேசுபவரின் மனத்தைச் சரியாகப் புரிந்துகொள்வதில்லை” என்கிறார்.

புரிந்துகொள்ளும் முயற்சி

மொழிகள் ஏன் பாதுகாக்கப்பட வேண்டும் என்பதில்தான் கருத்து வேறுபடுகிறார்கள் என்றில்லை, உலகத்தில் மொழிப் பன்மையை உண்டாக்கும், வளர்க்கும் சக்திகளைப் பற்றியும் வெவ்வேறு கருத்து கொண்டிருக்கிறார்கள். மொழியின் தோற்றம் குறித்துத் தெளிவடைவதற்கும், மனித நாகரிகப் பரிணாம வளர்ச்சி வழியை அறிவதற்கும் மொழிப் பன்மையைப் பல தலைமுறை ஆய்வாளர்கள் ஆராய்ந்திருக்கிறார்கள். அண்மைக் காலத்தில், மக்கள் தொகைப் பெருக்க அறிவியலாளர்கள், குறிப்பாக ஸ்டான்ஃபோர்ட் பல்கலைக்கழகத்தின் லூயி கவலி – ஃபோர்ஜா போன்றவர்கள், ஒரு புதிய பரிமாணத்தைத் தந்திருக்கிறார்கள். மொழி வேறுபாடுகளைப் புரிந்துகொள்ளும் முயற்சியில் மனித இன வேறுபாட்டு விவரங்களை – அல்லது மனித இன வேறுபாட்டைப் புரிந்துகொள்ள மொழி வேறுபாடுகளை – பயன்படுத்துகிறார்கள்.

இதன் பயனாக மிகவும் பொதுவான தொடர்புகள் வெளிப்பட்டிருக்கின்றன. உலக மொழிகளில் இருபதுக்கு மேற்பட்ட, முக்கிய மொழிக் குழுக்களை, குறிப்பிட்ட உயிர் மரபணுக்களின் மிகுவரவு அடிப்படையில், கவலி – ஃபோர்ஜா தொடர்புபடுத்தியிருக்கிறார். மேலும் நுண்ணிய முறையில், மக்கள் புள்ளிவிவர ஆய்வாளர்கள் மொழி மற்றும் உயிர் மரபணுக்களின் அடிப்படையில், நடு அமெரிக்கக் கண்டத்தின் அமெரிந்தியர்களும், வட பகுதியிலுள்ள இனுயித்தும் *(Inuit)* தெளிவான வேறுபாடுடைய இரு குழுக்கள் என்று குறிப்பிடுகிறார்கள்.

மொழிகள் பிரிவதற்கும் பல் வகைப்படுத்துவதற்கும் எது காரணமாகிறது என்ற கேள்வியை எழுப்பிக் கொண்டு ஒரு படி மேலே செல்ல பேஜல் முனைகிறார். உயிர்வாழ்வனவற்றின் நிகழ்வுகள் உயிரினச் சூழல் விதிகளுக்கு உட்படுவதுபோல் மொழிப் பிரிவுகள் ஆராயப்படலாம் என்று அவர் காட்டுகிறார். லண்டன் பல்கலைக்கழகக் கல்லூரியின் மானிடவியல் துறையைச் சேர்ந்த ரூத் மேசுடன் இணைந்து ஆய்வு மேற்கொண்ட பேஜல்,

மனித மொழிகளின் (பங்கு பிரித்துக்கொண்டது போன்ற) பகிர்வு – உயிரினங்களின் பகிர்வைப்போல – உலகளாவிய போக்குகளைக் காட்டக்கூடும் என்று விவரிக்கிறார்.

1. துருவங்களில் தொடங்கி நிலநடுக்கோட்டிற்குச் செல்லும்போது பல்வேறு உயிரினங்கள் எண்ணிக்கையில் மிகுந்திருப்பதை உயிரினச் சூழல் ஆய்வாளர்கள் அறிந்தே இருக்கிறார்கள். ஆர்டிக் மற்றும் அன்டார்டிக்கின் பனி உறைந்த வெளிகளைவிட வெப்பமான மழைக்காடுகளில் உயிரினங்கள் அதிகமாக இருக்கின்றன. விலங்குகள் உலவும் நில அளவிலும் இதே நிலை இருக்கிறது.

2. வடதுருவத்தின் அருகில் வசிக்கும் விலங்குகள் நிலநடுக்கோட்டின் அருகே வசிப்பவற்றை விடப் பெரிய நிலப்பகுதியில் உலவுகின்றன. இவ்விரு உயிரினச்சூழல் 'விதிகள்' (அதாவது, நிலநடுக்கோட்டை ஒட்டி உயிரினங்கள் மிகுதி, துருவத்தின் பெரும் நிலப்பரப்பில் குறைவான விலங்குகள்) மொழிகளுக்கும் பொருந்தும் என்று மேசும் பேஜலும் எடுத்துக்காட்டுகிறார்கள்.

ஐரோப்பியர் குடியேற்றம் நடந்த காலத்தில் வட அமெரிக்காவில் மொழிக் குழுக்கள் செறிவாக இருந்ததை இந்த ஆய்வாளர்கள் காட்டுகிறார்கள். (நிலநடுக்கோட்டு) தென் அட்சரேகையின் ஒரு பகுதியில் பேசப்பட்ட மொழிகள், துருவங்களின் அருகே அதே அளவு நிலப்பகுதியில் நிலவிய மொழிகளைவிட ஆறு மடங்கு அதிகம். அட்சரேகைக்கும் வட அமெரிக்க மொழிகள் வழங்கும் நில அளவிற்கும் இடையே தொடர்பு இருப்பதை கண்டுகொண்டதாக பேஜலும் மேசும் நம்புகின்றனர். வடக்கில் இருக்கும் மொழிகள் தெற்கில் உள்ள மொழிகளைவிடப் பெரும் நிலப்பரப்பில் பேசப்படுவது தெரிகிறது. மொத்தத்தில், 16ஆம் நூற்றாண்டில் வட அமெரிக்காவில் எங்குப் பல்வகைப் பழக்கவழக்கங்கள் மிகுதியாக இருந்தனவோ அங்குப் பல்வகை மொழிப் பிரிவுகளும் இருந்தன – எந்த அட்சரேகைப் பகுதியாக இருந்தாலும் – என்பதை இந்த ஆய்வாளர்கள் கண்டுகொண்டார்கள்.

"மனிதர்தம் மொழி உயிரினச் சூழலால் பெரிதும் பாதிப்படைகிறது. பண்பாடும் மொழிப் பன்மையும் உயிரினப் பல்வகையை ஆதாரமாகக் கொள்கின்றன; அதாவது, எங்கு இயற்கைத் தேர்வு பல்வகை நிலப் பகுதிகளையும் விலங்குகளையும் தாவரங்களையும் படைத்துள்ளதோ அங்கு மொழிகள் பல்கிப் பெருகுகின்றன" என்று பேஜல் தன் ஆராய்ச்சியின் முடிவைக் கூறுகிறார். உலகம் மட்டும் இதுபோன்று பல்வகைப்பட்ட

இடமாக இல்லாதிருந்தால் நமக்கு இத்தனை மொழிகள் கிடைத்திருக்காது என்று பேஜல் கணிக்கிறார்.

இந்தக் கருத்து மொழியியலாளர்களுக்கு அவ்வளவு ஏற்புடையதாக இல்லை. சமூக விஞ்ஞானிகள் மொழியின் சிக்கலான பன்முகத் தன்மைகளை இயற்கை நிகழ்வுகளாகக் குறைத்து, அவற்றைக் கணித வாய்ப்பாடுகள் போலக் காட்டுவதை ஏற்க மறுக்கிறார்கள். மொழிப் பன்மைக்கு உலகளாவிய, மிகப் பொதுமையான விளக்கங்கள் தருவதையும் அவர்கள் நம்புவதில்லை. மொழிகள் இருப்பதும் இல்லாமல்போவதும் அந்தந்த இடங்களில் நிலவுகிற சந்தர்ப்ப நிகழ்ச்சிகளைப் பொறுத்ததே தவிர உயிரியலோடு எந்தத் தொடர்பும் உடையதல்ல என்று அவர்கள் வாதிடுகிறார்கள். ஒரு சமூக விஞ்ஞானி "மொழி மாற்றத்தை ஏதோ ஒரு பெரிய இயற்கை விளைவாகக் காட்டுவது தவறான பாதை ஆகும்" என்று கூறுகிறார்.

மொழிகளின் வளர்ச்சி மாற்றங்களை உயிர்ப் பரிணாமக் கொள்கையோடு ஒப்பிட்டு ஆராய்வதும் மொழியியலாளரிடையே வரவேற்புப் பெறுவதில்லை. சொற்களின் மாற்றங்கள் "உயிர் வகை மாற்றங்களாக"க் கருதப்படலாம் என்று பேஜல் நினைக்கிறார். உயிரியிலாளர், DNA ஒரே சீரான வகை மாற்ற விகிதத்திற்கு உள்ளாகிறது என்று கருதுவது போலவே சொற்களும் பரிணாம காலத்தில் ஒரே சீரான விகிதத்தில் வகை மாற்றம் அடைந்திருக்கலாம். மேலும் அவரே "மொழியியலாளர்கள் இந்த அணுகுமுறையை எதிர்க்கிறார்கள்" என்றும் "அவர்கள் மொழிகளை மிக வளமானவையாக, வேறுபட்டவையாகப் பார்க்கிறார்கள், அவற்றைச் சில கணித வாய்பாடுகளாகச் சுருக்கிவிட முடியாது" என்றும் கூறுகிறார்.

பேஜல்கூட மொழியை உயிரியல் முறையில் அணுகுவதில் உள்ள குறைபாடுகளை உணர்ந்திருக்கிறார். "உயிரினப் பல்வகை (வளர்ச்சி எதுவும் இல்லாமல்) தேக்கமடைந்திருக்கும்போதும் நாம் மொழிகளை இழக்கிறோம்" என்கிறார் அவர்; எங்கு ஆங்கிலம் வரவேற்கப்பட்டுப் பேசப்படுகிறதோ அங்கு மொழிகள் இழக்கப்படுவது, எண்பதிலிருந்து தொண்ணூறு சதவிகிதம் என அவர் சுட்டிக்காட்டுகிறார். "பொருளாதாரக் காரணங்களுக்காக படுகொலைச் செய்யப்படும் மக்களுக்கு, தங்கள் மொழிகளை இழப்பவர்களுக்கு, உயிரினப் பல்வகைப் பற்றிய விவரிப்பு வெறும் நாட்டாமைத்தனமாக ஒலிக்கக் கூடும்" என்கிறார்.

தொழில்நுட்பத்துறையில் ஏற்பட்ட மாற்றமும் இந்த நிலைக்கு பெரும் பங்கு அளிக்கிறது. இல்லையென்றால், வரலாறு தொடங்கியதிலிருந்து மொழிப்பன்மையில் ஏற்பட்டுவரும்

சரிவை நம்மால் எப்படி விளக்க முடியும்? 1500 ஆண்டுகளுக்கு முன்பு பல்வகை மனித மொழிகளின் உச்சகட்டம் இருந்தது; அப்போது 10,000 மொழிகள் இருந்தன. ஆனால் மக்கள்தொகை இப்போதிருப்பதைவிட 500 மடங்கு குறைவாக இருந்தது. பயிர் வேளாண்மை பரவப்பரவ இந்த மொழிகள் அடித்துச் செல்லப்பட்டன. இந்தப் பரந்த பூமியைக் குடியேற்றத்திற்கு மாற்றுவதில் பயிர்த்தொழில் செய்வோர் பெற்ற வெற்றிதான் குறிப்பிடத்தகுந்த அளவிற்குப் பல மொழிகளை ஒரு மொழி நோக்கி ஒன்றுபடுத்தியது" என்கிறார் பேஜல்.

திரள்திரளாக மறைதல்

மேற்கு ஐரோப்பியர்கள் உலகைக் குடியேற்ற நாடாக ஆக்கத் தொடங்கிய 15ஆம் நூற்றாண்டிலிருந்து மொழிகள் திரள்திரளாக மறையத் தொடங்கின. பல இடங்களில், பொருளாதார அல்லது அரசியல் காரணங்களுக்காக மக்கள் தங்கள் மொழிகளைக் கைவிட்டனர். மொழிப் பெருக்கம் நாட்டின் ஒருமைப்பாட்டிற்குக் குந்தகமானது என்றே பார்க்கப்படுகிறது; சிறுபான்மை மொழிகள் மிக எளிதாகத் தங்கள் சமுதாய மதிப்பை இழக்கின்றன.

இந்தப் போக்குகள் தவிர்க்க முடியாதவை அல்ல. சோவியத் யூனியன் சிதறுண்ட பிறகு லிவோனிய மொழி மறுமலர்ச்சி அடைந்திருக்கிறது; உண்மையில், இந்த மொழியைச் சரியாகப் பேசுபவர்கள் பத்து பேருக்கும் குறைவு; ஆனால் 300 ஆண்டுக்கு முன்பு லத்வியன் கடலோரப் பகுதியில் இலட்சக்கணக்கானோர் இந்த மொழியைச் பேசினார்கள். தற்போது லிவோனியக் கிராமங்களில் மொழி வகுப்புகள் பெருகியுள்ளன; லத்வியன் அரசு மாதம் ஒருமுறை வானொலி நிகழ்ச்சிக்கும், ஒரு பத்திரிகை நடத்தவும் மான்யம் வழங்கியுள்ளது; அந்த மொழிக்கு இதுவரை வரிவடிவம் இல்லை.

அதே வேளையில் வேறு சில புதிய சக்திகள் செயல்படத் தொடங்கியுள்ளன. பத்திரிகை மற்றும் தொடர்பு சாதனத் தொழில்நுட்பங்கள் பெருகப் பெருக, சிறுபான்மை மொழிகளைப் பேசுவோர் சொல் வளம், மதிப்பு, அரசியல் செல்வாக்கு ஆகியவற்றோடு உறவு கொண்டு மேலோங்கிய நிலையில் இருக்கும் மொழியை விரும்பித் தங்கள் மொழிப் பாரம்பர்யத்தைக் கைவிடுகிறார்கள். மொழித் தாவல் என்று இதைக் குறிப்பிடலாம். மொழியியலாளர் சிலர் இதை "மொழி ஏகாதிபத்தியம்", "மொழிப் படுகொலை" என்று குறிப்பிடுவர்.

சரி, இதற்குத் தீர்வுதான் என்ன? "மிகுந்த யோசனையோடு திட்டமிடுகிற திட்டமான இருமொழிக் கொள்கை கோட்பாடு"

என்கிறார் எய்னார் ஹாகன்; நார்வேயிலிருந்து வெளியேறிய பெற்றோர்களுக்கு (அமெரிக்க) அயோவா நகரப் பகுதியில் பிறந்தவர்; இவர் ஒரு மொழியியலாளர்; சிறு குழந்தையாக இருக்கும்போது அமெரிக்காவிற்கும் நார்வேக்கும் போவதும் வருவதுமாக இருந்தபடியால் சூழலுக்குத் தகுந்தவாறு மொழியின் 'மதிப்பு' ஏறி இறங்குவதை வேதனையோடு உணர்ந்தவர். "நாம் வாழ்வதற்கும் நேசிப்பதற்கும் பொருந்திப்போகிற, குடும்பத்தோடு ஒட்டுதலான, பழகிய, அன்றாடப் பயன்பாட்டிற்கான ஒரு சொந்த மொழியும், பரந்த அளவில் தொடர்பு கொள்வதற்கு, நம்மை உலகெங்கும் கொண்டுசொல்ல ஏற்ற ஒரு மொழியும் வேண்டும்" என்கிறார்.

"இருமொழி பேசுதல் என்பது தொல்லையானதல்ல, உண்மையில் அது மனதை விசாலமாக்கும்" என்கிறார் அவர். ஒரு மொழியைக் கற்றுக் கொள்வதால் சிந்தனைப் போக்கு மாறும் என்ற கருத்துடையவர்கள் அனைவரும் அவர் சொல்வதை ஏற்றுக்கொள்வார்கள்.

சிறு குறிப்பு

உலக மொழிகளின் பரவல், நிலைப்பு, சிலவற்றின் மறைவு குறித்து அறியப்பட வேண்டிய தகவல்களுடன் எழுதப்பட்ட ஓர் ஆங்கிலக் கட்டுரையின் மொழிபெயர்ப்பு இது. ஒருசில இடங்களைத் தவிர, பெரும்பாலும் மூலத்திலிருந்து விலகிவிடாமல் தமிழ்ப்படுத்தியிருப்பதாகவே நினைக்கிறேன். ஆங்கிலக் கட்டுரையைப் பற்றிய விவரங்கள் 'Death of a Mother Tongue' by Gail Vines. New Scientist, 6 January 1996. pp.24 – 27. இந்த ஆங்கிலக் கட்டுரையின் ஒரு படியை என்னிடமிருந்து பெற்றுக்கொண்ட பேரா.வ.அய். சுப்பிரமணியம் அதனை DLA News தகவல் இதழில் (Vol.22.12) வெளியிட்டார். ஆங்கிலக் கட்டுரையின் தலைப்பின்கீழ் அடைப்புக் குறிக்குள் Fate of Dravidian : Tamil, Malayalam, Kannada, Telugu என்று புதிய வரி ஒன்று அந்த மறு வெளியீட்டில் சேர்க்கப்பட்டிருக்கிறது.

மறு வெளியீட்டில் அந்தப் புதிய வரியைச் சேர்த்திருக்கக் கூடாது என்றாலும் சேர்க்கப்பட்டதற்குக் காரணம் இக்கட்டுரை இன்று தமிழ்நாட்டில் நிலவும் மொழி குறித்த, உணர்வு சார்ந்த விவாதங்களைக் கூர்மையாக்குவதாகவும் சூடேற்றுவதுமாக இருப்பதே. செல்வாக்கான பிற மொழிகளின் ஆதிக்கத்தால் தாய்மொழி மறைந்துவிடும் என்று வாதிடுபவர்கள் இந்தக் கட்டுரை தங்கள் கருத்துக்கு ஆதரவாக இருப்பதாக எடுத்துக்கொள்வார்கள்; செல்வாக்கான மொழியைக் கற்பது தாய்மொழியைப் புறக்கணிப்பது என்றாகாது என வாதிடுபவர்களும் இந்தக்

கட்டுரையின் முடிவுரையைத் தங்களுக்குச் சாதகமாகப் பயன்படுத்திக் கொள்ளக் கூடும்.

உண்மையான மொழி ஆய்வாளர்களும், மொழியியலாளர்களும் 'திட்டமிட்டு மொழியை வளர்த்தல்' மிகுந்த கவனத்துடன் மேற்கொள்ளப்பட வேண்டும் என்பதை இந்தக் கட்டுரையின் படிப்பினையாக எடுத்துக்கொள்வார்கள்; அல்லது அவ்வாறு எடுத்துக்கொண்டு பொறுப்புடன் செயல்பட வேண்டும். ஆங்கிலம் என்னும் 'மதிப்பு'டைய மொழியாலும் இந்தி என்னும் அரசு ஆதரவுடைய மொழியாலும் ஐந்தரைக் கோடி மக்கள் பேசும் – அதில் பாதிப் பேர்களாவது – எழுதும் தமிழ்மொழி வீழ்ந்துவிடக் கூடிய மொழி அல்ல. ஆயினும் தமிழ் மொழி, அமைப்பு ரீதியிலும் சொல்–இருப்பிலும் ஆதிக்க மொழிகளால் எத்தகைய பாதிப்புக்கு உள்ளாகும்? ஊகங்கள் செய்யலாம், ஆனால் உறுதியாகக் கூறிவிட முடியாது.

கட்டுரையில் சிந்தனையைத் தூண்டும் சில செய்திகள் மேலோட்டமாகவும் வேகமாகவும் அடுக்கிச் சொல்லப்பட்டுள்ளன; என்றாலும், அதன் தலைப்பு மொழிகளின் மறைவை முன்னிறுத்தித் திடுக்கிட வைக்கிறது. இந்த 'திடுக்கிடல்' உணர்வை ஒதுக்கிவிட்டுக் கட்டுரையைத் திறந்த மனத்துடன் படிக்க வேண்டும் என்னும் கோரிக்கையை முன்வைக்கிறேன்.

தமிழில்: பா.ரா. சுப்பிரமணியன்

காலச்சுவடு 31, செப்டம்பர் - அக்டோபர் 2000

22

மலையாளம், மலையாளி ஓர் எச்சரிக்கை

சக்கரியா

மலையாள மொழி இன்று அடைந்திருக்கும் நிலைமை விநோதமானது. மலையாளம் என்பது என்ன? மூன்றேகால் கோடி எண்ணிக்கையுள்ள கேரளியர்கள் அன்றாடம் பேசுகிற மொழி. எழுதுகிற மொழி. நிச்சயமாகக் கேரளத்திலுள்ள பெரும்பான்மை மக்களின் பேச்சு மொழியும் எழுத்து மொழியும் மலையாளம் மட்டுமே. உடனடியாக அப்படி இல்லாமல் போய்விடுமென்றும் தோன்றவில்லை.

ஆனால், பள்ளிக்கூடங்களிலும் கல்லூரிகளிலும் மலையாளம் இரண்டாம் மொழியாகவே இருக்கிறது. மழலையர் பள்ளியில் முதலில் கற்பிக்கும் அரிச்சுவடி மலையாளமல்ல; ஆங்கிலந்தான். சரஸ்வதி பூஜைக் காலத்தில் குழந்தைகளை எழுத்தறிவிக்க உட்கார வைத்து 'ஹரிஸ்ரீ' என்று எழுதவைப்பது பத்திரிகைகளும் பிற நிறுவனங்களும் நடத்தும் சூடான வியாபாரம். ஆனால், மறுநாள் அந்தக் குழந்தை ஏ.பி.சி.டிஐ நோக்கியே திரும்புகிறது.

சட்டபூர்வமான ஆட்சிமொழி மலையாளம். ஆனால், அரசாங்கப் பணிகளில் பெரும்பான்மையும் நடப்பது ஆங்கிலத்தில்தான். எழுத்தறிவு இல்லாத குடிமகனுக்கு நியாயம் கிடைக்க வேண்டிய நீதிமன்ற மொழியும் ஆங்கிலந்தான்.

அதே சமயம் நாளிதழ்கள், தொலைக்காட்சிகள் பயன்படுத்தும் மொழி மலையாளம் மட்டுமே. சட்டமன்ற விவாதங்களின் மொழி மலையாளம். மதப் புரோகிதர்களும் சாதியமைப்புகளும் மக்களுடன் பேசுவது மலையாளத்தில்தான். சமஸ்கிருதத்திலோ அரபியிலோ லத்தீனிலோ அல்ல. சினிமாவின் மொழியும் சினிமாப் பாட்டுகளின் மொழியும் மலையாளமே.

நாடகங்கள் மலையாளம். கதையும் கவிதையும் நாவலும் மலையாளம். அரசியல் சொற்பொழிவுகள் மலையாளம்.

ஆனால், பாலவாடி முதல் மலையாளியின் முதல் மொழியாகக் கருதப்படுவது ஆங்கிலமே. மலையாளம் வெறும் 'செகண்ட் லாங்வேஜ்'. இந்த விசித்திரமான இரட்டை முகம் எப்படி உருவானது?

'பயன்பாடு' என்ற ஒற்றை வார்த்தையே இதற்குப் பதில். மலையாள மொழி மூலம் பயனடைபவர்களுக்கும் பயனடையாதவர்களுக்குமான வேறுபாடு இங்கே தெளிவாகிறது. 'பயன்' என்பது என்ன பொருளைத் தருகிறது என்பது எல்லாருக்கும் தெரியும். நமது வாழ்க்கையை எந்த வகையிலாவது மேம்படுத்துகிற ஒன்று. வாழ்க்கையைப் பராமரிக்க உதவும் ஒன்று. வாழ்க்கையில் நம்பக்கூடிய ஒன்று. இவைதாம் அந்தப் பயன்கள்.

சராசரி மலையாளியைப் பொறுத்தவரை அன்றாட வாழ்க்கையில் கருத்துப்பரிமாற்றத்துக்கான கருவி மலையாளம் மட்டுமே. வீட்டில், வழியில், கடையில், அலுவலகத்தில் எங்கும். அல்லது செய்திகள் வாசிக்க, தொலைக்காட்சி பார்க்க, புரோகிதனின் சொற்களைக் கேட்க எல்லாவற்றுக்கும். பத்திரிகை வாசிக்கும்போதும் தொலைக்காட்சி பார்க்கும்போதும் அவன் அரசியல் கட்சிகள், எழுத்தாளர்கள் போன்ற கருத்துத் தொடர்பாளர்களின் சொற்களையும் மறைமுகமாகக் கேட்கிறான். தொலைக்காட்சிகளில் வரும் கலை நிகழ்ச்சிகளும் சினிமாவும் அவனை மலையாளம் வழியாகவே உல்லாசப்படுத்துகின்றன.

இந்த விஷயத்தில் மலையாளி திருப்தியடைந்தவனே. இவ்வளவு காரியங்களை நிறைவேற்றும் மலையாளத்தை அவன் இரண்டாம் மொழியாகவேனும் படிக்க முடிகிறதே. பேச்சு மொழி பிறப்பிலேயே வாய்த்துவிடுகிறது.

ஆனால், இதற்கு அடுத்த தளத்தில்தான் மலையாளி மலையாளத்தைப் பற்றிப் பரிதவிக்க நேரிடுகிறது. பத்திரிகைகள், தொலைக்காட்சி, இலக்கியம், அரசியல், மதச் சொற்பொழிவுகள், சினிமா இவற்றைவிட்டால் வேறு என்ன? அவன் இவற்றுக்கு ஒரு சந்தை மட்டுமே.

அவன் மூலம் இவர்களெல்லாம் வாழ்கிறார்கள். அவர்கள் அவனிடம் மலையாளத்தில் அரசியலை விற்கிறார்கள்; மதத்தை விற்கிறார்கள்; இலக்கியத்தை விற்கிறார்கள்; பத்திரிகையை விற்கிறார்கள்; தொலைக் காட்சி நிகழ்ச்சிகளை விற்கிறார்கள். அவன் கொடுக்கும் சந்தாக்கள், காணிக்கைகள்,

நன்கொடைகள், விலைகள் ஆகியவற்றால் அவர்கள் கேரளத்தில் வலிமையானவர்களாகவும் செல்வந்தர்களாகவும் செல்வாக்குள்ளவர்களாகவும் மாறுகிறார்கள். வேறு வார்த்தைகளில் சொல்வதானால் அவர்கள் அதிகார வர்க்கமாகிறார்கள். சராசரி மலையாளி அதிகாரம் செய்யப்படுபவனாகிறான்.

அரசியல் கட்சிகளும் மதங்களும் ஊடகங்களும் அறிவுஜீவிகளும் அடங்கிய இந்த ஆளும் வர்க்கம் சுதந்திரத்துக்குப் பின் வந்த அரை நூற்றாண்டு கால ஆட்சியில் சராசரி மலையாளியை இந்தியா முழுவதும் அல்லது உலகம் முழுவதும் அப்பத்துக்காக அலையும் ஒரு அகதியாக்கிவிட்டிருக்கிறது. காங்கிரஸ், கம்யூனிஸ்ட், பிற கட்சிகளின் பங்களிப்பு இதுதான். மதத் தலைவர்கள், சாதியமைப்புகள், அறிவுஜீவிகள், பத்திரிகைகள், தொலைக்காட்சி அலைவரிசைகள் எல்லாவற்றின் பங்களிப்பும் இதுதான். அவர்கள் உண்டு கொழுத்தார்கள்.

சராசரி மலையாளி நோஞ்சான் ஆனான். அவன் அவர்களுடைய இரையும் அடிமையும் ஆனான். அவனுடைய மலையாளம் வெற்றுப் பை ஆனது. மலையாளம் அவனுடைய இதயத்தின் மொழியாக இருந்தது. ஆனால், வாழ்க்கையை உருவாக்க அவனுக்கு உதவாத மொழியாக ஆனது.

காரணம், கேரளத்துக்குள்ளே மலையாளிகளுக்கு விருப்பமான ஒரு பொருளாதார நிலை இல்லாமல் போயிற்று. அரசியலால் உருவாக்கப்பட்ட தொழிலாளர் அமைப்புகள் தொழிற்சாலைகளையும் பொருளாதார முயற்சிகளையும் திட்டமிட்டுக் கவிழ்த்தன. விவசாயியைப் பூர்ஷ்வா என்று சித்திரித்து அவனை மண்ணைக் கவ்வச்செய்தன. உண்ணும் அரிசி முதல் பூஜைக்கான பூக்கள்வரை – அவ்வளவு எதற்கு?

தென்னைகளின் நாடான கேரளத்திலுள்ள கயிறுத் தொழிற்சாலைகளுக்குத் தேவைப்படும் நார்கூட – அண்டை மாநிலங்களிலிருந்து தருவிக்க வேண்டிய நிலையை உருவாக்கின. அரசு ஊழியர்களின் முறைகேடுகள் பொதுச் சேவைத் துறைகளை அலங்கோலமாக்கின.

அமைச்சர்கள், அதிகாரிகளின் கையாலாகாத்தனம் கேரளத்தை ஒரு ஆட்சியிலிருந்து இன்னொரு ஆட்சியை நோக்கிக் காற்றுப்போன பந்தைப் போல உதைத்து எறிந்திருக்கிறது.

மலையாளிக்குக் கேரளத்தில் தன்னுடைய பிள்ளைகளின் எதிர்காலம் இருண்டது, மலையாளத்தால் தன்னுடைய பிள்ளைகளுக்குப் பயனில்லை என்பது புரிந்துவிட்டது. அவர்களுக்கு ஒரு வேலையோ வருமான மார்க்கமோ கிடைக்க

வேண்டுமானால் அவர்கள் கேரளத்தை விட்டு வெளியேற வேண்டுமென்பதும் புரிந்துவிட்டது. அதற்கு மலையாளம் பிரயோஜனமில்லை என்பதும் புரிந்துவிட்டது. மலையாளம் மூலம் பயனடைந்தவர்கள் வரிசையில் தனக்கும் தன்னுடைய பிள்ளைகளுக்கும் இடமில்லை என்பதும் புரிந்துவிட்டது. அப்படியாகத்தான் மலையாளம் செகண்ட் லாங்வேஜாகவும் ஆங்கிலம் முதல் மொழியாகவும் மாறியது.

பெரும்பான்மை மக்களுக்குச் சோறுபோடும் மொழியாக இல்லாமற்போயிருக்கிறது என்பதுதான் இன்று மலையாள மொழியின் அவலம். அது சோறு போடுவது அரசியல் கட்சிகளுக்கும் பத்திரிகை, தொலைக்காட்சிகளுக்கும் மதத் தலைவர்களுக்கும் சினிமாக்காரர்களுக்கும் அறிவுஜீவிகளுக்கும் மட்டுமே. (இதில் அப்பாவி மலையாள ஆசிரியர்களும் உண்டு). மலையாளம் அவர்களுடைய மொத்தக் குத்தகையாகிவிட்டது. அதனால்தான் நான் பல சந்தர்ப்பங்களிலும் குறிப்பிட்டுக்கொண்டிருக்கிறேன்: 'மலையாளம் உண்மையைப் பேசத் தெரியாத ஒரு மொழியாக மாறியிருக்கிறது. அதைக் குத்தகையாகக் கொண்டிருப்பவர்கள் எவரும் பொதுவாக உண்மை பேசுபவர்களுமல்ல.'

தமிழின் நிலைமை பற்றி எனக்குத் தெரியாது. அண்டை வீட்டு நிலைமையைத் தமிழ் ஓர் எச்சரிக்கையாக எடுத்துக்கொள்ள வேண்டுமா என்றும் எனக்குத் தெரியாது.

தமிழில்: சுகுமாரன்

காலச்சுவடு 98, பிப்ரவரி 2008

23

தமிழும் நாகர எழுத்தும்

ஆ. இரா. வேங்கடாசலபதி

ஹிந்தி 'ஸாஹித்ய பாரிஷத்'தின் கொண்டாட்டம் மாம்பலத்தில் நடைபெற்றது. இதற்கு மாபெரும் வீரரான காந்தியடிகள் தலைமை வகித்தார்கள். அதுபோது பேசிய ஒருவர் சில அபிப்பிராயங்களைக் கூறினார். அவை சாமான்யமாக இல்லை; செய்யக் கூடியவனவாகவும் தோன்றவில்லை. கீழ்க் கையொப்பமிட்டிருக்கும் நாங்கள் இவற்றைக் கண்டிக்க வேண்டியவர்களாக இருக்கிறோம்.

ஹிந்தி இந்தியாவின் பொதுப் பாஷையாவதில் எங்களுக்கு ஒருவிதத் தடையுமில்லை. அல்லது பல மாகாணங்களில் பாஷைகள் ஒன்றுக்கொன்று சம்பந்தம் பெறச் செய்வதிலும் ஆட்சேபம் இல்லை. தேச பக்தரான எங்களுக்கு இவ்விரண்டு முயற்சிகளிலும் நம்பிக்கை உண்டு. ஆனால் அசாதாரணமான வேறு சில கொள்கைகளையே நாங்கள் எதிர்க்கிறோம். உதாரணமாக நாகர எழுத்துக்களையே தமிழில் உபயோகப்படுத்த வேண்டுமென்பது.

தேச முழுவதும் ஒரேவித எழுத்துக்கள் இருத்தல் வேண்டுமென்று இன்று புதிதாகக் கூறப்படவில்லை. பல தேசங்கள் இதற்காக முயன்றன. இறுதியில் தோல்வியே கிடைத்தது.

இதில் வெற்றி கண்டது துருக்கி ஒன்றே. அது வேறு தேசத்து மொழியின் எழுத்துக்களையே கைப்பற்றிற்று. இது தேச மக்கள் அனைவரையும் திருப்தி செய்யவில்லை. நாகர எழுத்துக்களைத் தமிழில் உபயோகிப்பது முடியாத செயலே. அதோடு வேண்டப்படாததுமாகும். தமிழின் வரிவடிவம் வெகுகாலத்தது. அதில் ஒருவித சக்தியும், அளவும், இசையும்

பொருத்தியிருக்கின்றன. இதைக் கலைக்க முயல்வோர் வீண் பழிக்கு ஆளாவர்.

உருது மொழியில் எழுத்துக்கள் நாகர எழுத்துக்களோடு போட்டியிடுகின்றன என்று கூறுவது நாகர எழுத்துக்கள் பொது எழுத்துக்களாவதற்கு லாயக்கல்லவென்பதைக் காட்டுகிறது. வங்காளி பாஷையில் ஹிந்தியைப் புகுத்த சிலர் முயன்றார்கள். வங்காளப் பெருமக்கள் எதிர்த்தார்கள். இறுதியில் புகுத்த முடியாமற் போய்விட்டது. தமிழைப் பொறுத்தவரையில் நமது வடநாட்டுச் சகோதரர் முயற்சிகள் நடைபெறாவென்றே நாங்கள் கூறுகிறோம். இதை எதிர்க்க வேண்டுவது நமது கடமையாகும்.

தமிழரில் சிலர் தம் தாய்மொழியின் சிறப்பு, ஆயுள் முதலியவற்றைச் சிறிதும் எண்ணிப் பாராது நமது வடநாட்டுச் சகோதரரோடு தாளம் போடுகின்றனர். தமிழுக்கும் ஹிந்திக்கும் இதனோடு சேர்ந்த மொழிகளுக்கும் பெரும் வித்தியாசம் உண்டு. தமிழில் ஒலியும், வரிவடிவமும் ஒன்றற்கொன்று இயற்கையாகவே பிணைக்கப்பட்டிருக்கின்றன. இதைப் பிரிப்பது தவறு. ஆயிரக்கணக்கான வருஷங்களாக இதே எழுத்துக்களில் நாம் வாழ்ந்தோம். இதை அறியாத சகோதரர் சிலர் தமிழ் மொழியில் கருத்துக்களை நன்றாகத் தெரிவிக்க எழுத்துக்கள் இல்லை என்று கூறுகின்றனர். இது முழுப் பொய். இதை நமது தலைவர் – ஸி. இராஜ கோபலாச்சாரியார் – சில மாதங்களுக்கு முன் பத்திரிகை வாயிலாக விளக்கினார். தமிழுக்கு வேறு மொழியின் எழுத்துக்கள் வேண்டாமென்று நாங்கள் முழு மனதோடு கூறுகிறோம்; நம்முடைய மொழியின் எழுத்துக்களை மாற்றிவிடலாமென்று கனவு காணும் ஹிந்தி சகோதரர்களுக்கும் அவர்களுடன் சேர்ந்து தப்பபிப்பிராயம் கொண்டுள்ள தமிழ் அன்பர்களுடைய அறியாமைக்கும் இரங்குகின்றோம்.

முற்கூறப்பட்ட ஹிந்தி பெரியார் ஒரு சொற்பொழிவில் தமிழில் உயிருள்ள இலக்கியங்கள் நிரம்ப இல்லையென்று கூறினார். அதுவும் நமது தமிழ்நாட்டிலேயே கூறப்பட்டது. பாரதியார், வ.வே.சு. அய்யர் முதலியவர்களுடைய வீரச்சுவை ததும்பும் பாக்களையும், கட்டுரைகளையும் பயில்வோருக்கு இவ்வெற்றுரையினை விரித்துக் கூறுவது மிகையாகும். இது வேண்டுமென்றே கூறிய பொய்யுரை.

நமது நாட்டுச் சகோதரர்களுக்கு அனுபவமும் ஆராய்ச்சியும் நிரம்ப வேண்டியிருக்கும் போது அவர்கள் எவ்வாறு பல மாகாணத்துப் பாஷைகளை ஒன்றுபடுத்த முடியும். இவ்வுண்மை அவரது “ஹான்ஸ்” பத்திரிகையாலேயே விளங்குகிறது. அவர்கள்

இந்தியாவில் பல்வேறுபட்ட மொழிகளின் அமைப்பை நன்கு உணராதவர்கள். அதற்கு வேண்டிய சாமர்த்தியமும் அவர்களிடத்து இல்லை. நமது தமிழ் மொழியில் தற்காலப் பெருமை என்னே! நம் மொழியின் சிறுகதைகளையும், ஒரே அங்கமுடைய நாடகங்களையும், வியாஸங்களையும், பாடல்களையும் தமிழ் மணத்தை நுகர அறியாத நமது ஹிந்தி சகோதரர் எவ்வாறு அறிவர். அவர்களுக்குத் தமிழ் மொழியும் தெரியாது. அல்லது தமிழ் இலக்கியங்களின் பெருமையையாவது அவர் கண்டவரா? அல்லது கூட்டப்பட்ட மகாநாடாவது தமிழ் அன்பர்களின் பிரதிநிதித்துவக் கூட்டமா? அதுவும் இல்லையே! தற்காலத் தமிழின் பெருமைக்கும், வளர்ச்சிக்கும் காரணமாக இருப்பவர்களில் இரண்டொருவர் கூட அங்கு இல்லையே. இந்த நிலையில் பெரிய தொண்டு செய்ய நினைத்தவர் காலத்தை வீணாக்கிவிட்டனர் என்று நாங்கள் கருதுகிறோம். தற்போது உயிரோடு இருக்கும் இந்திய மொழிகளின் தொடர்பு பழைய நிலையிலேயே இருக்கிறது; இருந்த இடத்தைவிட்டுச் சிறிதும் நகரவில்லை.

எம்.ஜே. இராமலிங்கம்
ஏ.கே. இராமச்சந்திரன், 'மணிக்கொடி' உதவி ஆசிரியர்
ஸி. விருத்தாச்சலம், பி.ஏ.,
வி. கிருஷ்ணசாமி, எம்.ஏ.,
ஆர். மகாதேவன், பி.ஏ.,
பி.எஸ். ராமய்யா, 'மணிக்கொடி' ஆசிரியர்
கு.ப. இராஜகோபாலன், பி.ஏ.,
வி. அனந்தகிருஷ்ணன், பி.ஏ., (ஹிந்து)

(புதுமைப்பித்தன், கு.ப.ரா., பி.எஸ். ராமையா முதலானோர் இணைந்து எழுதிய இக்கூட்டறிக்கை முதலில் 'ஹிந்து' நாளேட்டில் வெளிவந்தது. அதன் மொழி பெயர்ப்பு 'நவசக்தி'யில் வெளியானது.)

குறிப்பு: 1937 மார்ச் மாத இறுதியில் சென்னையில் நடந்த இந்தி சாகித்ய சம்மேளனத்தில் காந்தியடிகள், இந்திய மொழிகளுக்கெனப் பொது வரிவடிவம் வேண்டுமென்றும், தேவநாகரியே அப்போது வரிவடிவமாக இருக்கத் தகுந்தது என்றும் கூறினார். இதற்கு மாறான போக்குகளைக் குறுகிய மனப்பான்மையாகச் சித்தரித்தார். இந்திய மொழிகள் எல்லாம் சமஸ்கிருதத்தோடு தொடர்புடையது என்றும், உருது (அரபு) வரிவடிவம் பொருத்தமுடையதன்று எனவும் கூறினார். 'தேசிய மொழி'யான இந்தியை அறியாத ஜி.ஏ. நடேசனையும் கூட்டத்தில் கேலி செய்து பேசினார். இக்கூட்டத்தில் உ.வே. சாமிநாதய்யர் கலந்துகொண்டு சில சொற்கள் பேசினார். அவருடைய கட்டுரையை கி.வா. ஜகந்நாதன் மேடையில் வாசித்தார். கலேல்கார், ஜம்னாலால் பஜாஜ், புருஷோத்தம்தாஸ் தாண்டன் ஆகிய இந்தி ஆர்வலர்களும் உரையாற்றினர். ('நவசக்தி' 2 ஏப்ரல் 1937; 'ஜெயபாரதி' 11 ஏப்ரல் 1937 ஆகிய இதழ்கள் கூட்ட நடவடிக்கைகளை வெளியிட்டன.)

தமிழ் மொழியின் மீதான பண்பாட்டு வன்முறையை “ஹிந்தி இந்தியாவின் பொதுப் பாஷையாவதில் எங்களுக்கு ஒருவிதத் தடையுமில்லை” என்று ஏற்றுக்கொண்ட “தேசபக்தர்”களால் கூட ஒப்புக்கொள்ள இயலவில்லை என்பதை இவ்வறிக்கை காட்டுகிறது. 1937ஆம் ஆண்டின் பிற்பகுதியில் முதல் இந்தி எதிர்ப்புப் போராட்டம் தொடங்கியது என்பதை இங்கு நினைவுப்படுத்திக்கொள்ள வேண்டும்.

காந்தியடிகள் கலந்து கொண்ட தமிழ் எழுத்தாளர் கூட்டம் ஒன்றில் வழங்கப்பட்ட ஹிந்தி பாட்ஜைப் பார்த்து, “இது என்னப்பா பாஷை ? எழுத்துக்கள் எல்லாம் தலைகீழாக வௌவால் மாதிரி தொங்கிகிட்டு இருக்கு”, என்று அதனை புதுமைப்பித்தன் திருப்பிக் குத்திக்கொண்டார் என்று ரகுநாதன் குறிப்பிடுவதும் நினைவுக்கு வருகின்றது. (புதுமைப்பித்தன் வரலாறு, மதுரை, 1980, ப.162)

***காலச்சுவடு இதழ்* 10, ஜனவரி 1995**

24

தாழ்த்தப்பட்டோரும் மொழிப்போரும்:
ஒரு வரலாற்றுப் பார்வை
ரவிக்குமார்

தமிழ்ப் பாதுகாப்பு இயக்கத்தின் சார்பில் 'மூன்றாவது மொழிப் போர் அறிவிப்பு மாநாடு' திருச்சியில் (26.03.05) நடத்தப்பட்டது. தமிழ்நாட்டின் நான்கு திசைகளிலிருந்தும் ஊர்திப் பயணம் மேற்கொண்டு அந்த இயக்கத்தின் தலைவர்கள் பிரச்சாரம் செய்ததும் மாநாட்டுக்குச் சுமார் ஒரு லட்சம் பேர் திரட்டப்பட்டதும் அவர்களது போராட்ட அறிவிப்பு குறித்துப் பெரும் எதிர்பார்ப்பை ஏற்படுத்தியிருந்தன. மே 23ஆம் தேதிக்குள் வர்த்தக நிறுவனங்களின் பெயர்ப் பலகைகளைத் தமிழில் வைக்காவிட்டால் அவற்றின்மீது கரிநெய் (தார்) பூசும் போராட்டம் நடத்தப்படுமென மாநாட்டில் அறிவித்தனர்.

தமிழன் என்ற சொல்லுக்கு 'ஆரியனல்லாத தென்னாட்டான்' எனவும் 'பறையனொழிந்த' இதர சாதியினர் எனவும் தமிழ்ப் பேரகராதி தந்துள்ள விளக்கம் (பக்கம் 1757) சமூகத்தின் பொதுப் புத்தியில் திராவிட இயக்கத்தவர் பதித்துள்ள மதிப்பீட்டின் வெளிப்பாடேயாகும்¹. இதனடிப்படையில் பார்த்தால் வெகுகாலமாகவே தீண்டாத மக்களைத் தமிழர்கள் என்ற அடையாளத்திலிருந்து விலக்கிவைக்கிற அரசியல் தமிழ்நாட்டில் செயல்பட்டுவந்திருப்பதை நாம் புரிந்துகொள்ளலாம்.

சாதி முகத்தை மறைத்துக்கொள்வதற்கான முகமூடியாகத் 'தமிழன்' என்ற அடையாளம் ஒரு தரப்பினரால் முன்வைக்கப்பட்டு வந்துள்ளது. மறுபுறம் சாதியைக் கடப்பதற்கான வழிமுறையாகத் 'தமிழன்' என்ற அடையாளம் இன்னொரு தரப்பினரால் கைக்கொள்ளப்பட்டுள்ளது. சாதி ஒழிப்பை வலியுறுத்திய தாழ்த்தப்பட்டவர்களே அந்த இரண்டாவது தரப்பினர் ஆவர்.

இது மூன்றாவது மொழிப் போர் என இப்போது அறிவிப்புச் செய்யப்படுகிறது. ஆனால் 1937 தொடங்கி

1994 வரையிலான ஆண்டுகளுக்கிடையே ஏழு மொழிப் போர்கள் நடத்திருப்பதாக வரலாற்று ஆய்வாளர் ஒருவர் குறிப்பிடுகின்றார்[2]. இவற்றுள் மிகுந்த தாக்கத்தை ஏற்படுத்திய போராட்டங்களாக 1937 – 40 போராட்டத்தையும் 1963 – 65 போராட்டத்தையும் மதிப்பிட்டு அவை இரண்டை மட்டும் ஏற்று இப்போதைய போராட்டத்தை "மூன்றாவது மொழிப் போர்" எனத் தமிழ்ப் பாதுகாப்பு இயக்கம் அறிவித்துள்ளது[3]. 1948இல் இந்தி கட்டாய பாடமாக்கப்பட்டபோது திராவிடர் கழகத்தின் தலைமையில் நடைபெற்ற போராட்டத்தை அவ்வளவு எளிதாகப் புறக்கணித்துவிட முடியாது. மணக்கோலத்தில் இருந்த நிலையில் மறியல் போராட்டத்தில் (15.7.1948) கலைஞர் கருணாநிதி கலந்து கொண்டது அப்போதுதான். அண்ணாதுரை அப்போராட்டத்துக்குச் 'சர்வாதிகாரியாக' நியமிக்கப்பட்டிருந்தார். 1948 ஆகஸ்டு 10ஆம் தேதி ஆரம்பித்த மறியல் போராட்டம் கல்வி அமைச்சராக இருந்த அவினாசிலிங்கம் பதவி விலகுவதற்குக் காரணமானது. அவருக்குப் பின் பொறுப்பேற்ற மாதவ மேனன் இந்தியை விருப்பப் பாடமாக்கி உத்தரவிட்ட நாள்வரை (18.7.1950) அந்த இரண்டாவது மொழிப் போர் தொடர்ந்தது[4]. அக்காலகட்டத்தில் இந்தியாவில் கவர்னர் ஜெனரலாக ராஜாஜி இருந்தார். அவருக்குக் கறுப்புக் கொடி காட்டும் போராட்டம் நடந்ததும் அப்போது கண்ணீர்ப் புகைக் குண்டுகள் வீசப்பட்டதும் இந்த இரண்டாவது மொழிப் போரின் முக்கிய நிகழ்வுகள்.

இதுவரையில் நடந்த மொழிப் போராட்டங்களுக்கும் இப்போது அறிவிக்கப்படுகிற 'மூன்றாவது மொழிப் போருக்கும்' இடையே சில முக்கியமான வேறுபாடுகள் உள்ளன.

ஒன்று: இதற்கு முன்பு நடந்த மொழிப் போராட்டங்கள் யாவும் மத்திய, மாநில அரசுகளின் இந்தித் திணிப்பு முயற்சிக்கு எதிராக நடத்தப்பட்டவையாகும். 1994ஆம் ஆண்டில் தொலைக்காட்சியின் வாயிலாக இந்தி திணிக்கப்படுவதற்கு எதிர்ப்புத் தெரிவித்து ரயில் மறியல் போராட்டத்தைத் தி.மு.க. நடத்தியது வரை எல்லாமே இந்தித் திணிப்புக்கு எதிரான போராட்டங்களே. ஆனால் இப்போது அப்படியான இந்தித் திணிப்பு எதையும் மைய, மாநில அரசுகள் மேற்கொள்ளவில்லை.

"கல்வித் துறையில் ஆங்கிலம், வழிபாட்டுத்தலங்களில் சமஸ்கிருதம், இசை அரங்குகளில் தெலுங்கு மற்றும் மைய அரசுத் துறைகளில் இந்தி என்னும் பிற மொழி ஆதிக்க நிலை" இப்போதும் நீடிப்பதாகத் தமிழ்ப் பாதுகாப்பு இயக்கம் கூறியுள்ளபோதிலும்[5] இந்தப் "பிற மொழி ஆதிக்கம்" மைய, மாநில

அரசுகளால் திணிக்கப்படுவதாகக் கூறவில்லை. எனவே, இந்தப் போராட்டம் அரசாங்கங்களை எதிர்த்து நடத்தப்படவில்லை.

இரண்டு: இப்போதைய போராட்டத்தின் நோக்கங்கள் குடிமைச் சமூகத்தில் (civil society) கருத்துப் பரப்பல் செய்வதாகவே பெரும்பாலும் அமைந்துள்ளன. இதன் காரணமாக, இந்தி திணிக்கப்பட்டபோது நடந்தது போன்று தன்னெழுச்சியான போராட்டமாக இது இல்லை.

மூன்று: இந்தியின் இடத்தில் ஆங்கிலத்தை நிறுத்தி இப்போதைய போராட்டம் செய்யப்படவில்லையெனினும், இந்தி மேலாதிக்கத்தைக் காட்டிலும் ஆங்கில மேலாதிக்கத்துக்கே கூடுதல் அழுத்தம் தரப்பட்டுள்ளது. "அரைகுறை ஆங்கிலத்தில் பேசுவதும் ஆங்கிலத்தில் கையொப்பமிடுவதும் ஆங்கிலக் கல்வியே மேலான கல்வியென்று நினைப்பதும் அடிமைத்தனத்தின் அடித்தளங்கள்"[6] என்று தமிழ்ப் பாதுகாப்பு இயக்கம் கூறும்போது இந்த அழுத்தம் வெளிப்படுகிறது. ஆங்கிலத்தையும் அடிமைத்தனத்தையும் தொடர்புபடுத்திப் பார்க்கும் இந்தப் பார்வை காந்தியால் முன் மொழியப்பட்டு காங்கிரசால் ஏற்கப்பட்ட ஒன்றாகும். இதற்கு முன் நடத்தப்பட்ட மொழிப் போராட்டங்களிலிருந்து இன்றைய மொழிப் போராட்டத்தை வேறுபடுத்திக்காட்டும் முக்கியமான அம்சங்களில் இதுவும் ஒன்று.

நான்கு: இவை எல்லாவற்றையும்விட இந்த மூன்றாவது மொழிப் போரைத் தலைமையேற்று நடத்துகிற சக்திகள் தொடர்பான வேறுபாடே மிக மிக முக்கியமானதாகும். முதலாவது மொழிப் போரைத் தலைமையேற்று நடத்திய நாவலர் சோமசுந்தர பாரதியாரோ, கி.ஆ.பெ. விசுவநாதமோ அடிநிலை மக்களின் பிரதிநிதிகளல்லர். அது போன்றே 1965 போராட்டத்திலும் அடித்தள மக்களின் பிரதிநிதிகள் தலைமையேற்றதாகக் கூற முடியாது. ஆனால் இப்போதோ தாழ்த்தப்பட்ட மக்களின் அரசியல் இயக்கமாக அறியப்படும் விடுதலைச் சிறுத்தைகள் இந்தப் போராட்டத்துக்குத் தலைமையேற்றுள்ளனர். தமிழ்ப் பாதுகாப்பு இயக்கம் தொல். திருமாவளவனின் முயற்சியால் உருவாக்கப்பட்டதாகும்[7]. பழ. நெடுமாறன், டாக்டர் ராமதாஸ் முதலானவர்கள் பின்னரே அதில் இணைந்தனர்.

திருச்சி மாநாட்டில் திரண்டிருந்த கூட்டத்தினரில் பெரும்பாலோர் விடுதலைச் சிறுத்தைகள் அமைப்பினர் தாம். மாநாட்டின் மேடை அமைப்பு, மாநாடு நடத்தப்பட்ட முறை யாவும் விடுதலைச் சிறுத்தைகளின் மாநாட்டையே நினைவுபடுத்துவதாக இருந்தன.

பூர்வ பௌத்தர்களே இந்து மதத்தின் மேலாண்மையை ஏற்க மறுத்த காரணத்தால் தாழ்த்தப்பட்டவர்களாக ஆக்கப்பட்டனர் என அயோத்திதாசரும், அம்பேத்கரும் தமது ஆய்வுகளின் மூலம் நிரூபணம் செய்துள்ளனர். தமிழுக்கான வரிவடிவத்தை உருவாக்கியவர்கள் பௌத்த சமணர்களே என அயோத்திதாசர் வலியுறுத்திக் கூறியுள்ளார். அது இப்போது கல்வெட்டியல் ஆய்வுகளால் மெய்யாகியுள்ளது.

கி.மு. மூன்றாம் நூற்றாண்டு முதல் கி.பி. ஆறாம் நூற்றாண்டு வரையிலான காலத்தைச் சேர்ந்த கல் வெட்டுகளை ஆராய்ந்துள்ள ஐராவதம் மகாதேவன்[8] தமிழின் (பக்கம் 128 & 139) வரிவடிவத்தினுடைய தோற்றம் குறித்துச் சில முடிவுகளை முன்வைத்துள்ளார். கி.மு. இரண்டாம் நூற்றாண்டுக்கும் கி.பி. நான்காம் நூற்றாண்டுக்கும் இடையிலான அறுநூறு ஆண்டுகளைச் சேர்ந்த எண்பத்தொன்பது கல்வெட்டுகளை அவர் ஆய்வு செய்துள்ளார். அவை யாவும் தமிழ் பிராமி எழுத்துக்களால் ஆனவை. அவற்றுள் எண்பத்து நான்கு கல்வெட்டுகள் சமணத்தைச் சேர்ந்தவை. மீதமுள்ள ஐந்து கல்வெட்டுகள் மதத் தொடர்பில்லாதவை. தமிழ் மொழிக்கு வரிவடிவம் கொடுத்தவர்கள் சமணர்களே எனத் தமது ஆய்வு மெய்ப்பிக்கிறது என மகாதேவன் குறிப்பிடுகிறார். சங்க இலக்கியங்கள் உருவாகவும் மக்களிடம் கல்வி அறிவு பரவவும் அதுவே காரணமாயிற்று எனவும் அவர் குறிப்பிட்டுள்ளார்.

குகைகளில் காணப்படும் இந்தத் 'தமிழ் பிராமி' கல்வெட்டுகள் அசோகனின் பாறைச் சாசனங்களிலிருந்த 'அசோகன் பிராமி' கல்வெட்டுகளை ஒத்திருந்த காரணத்தால் இவற்றைப் பௌத்தத்தோடு ஒப்பிட்டுக் கல்வெட்டு அறிஞர்கள் கூறியதையும்; கீழவளவு, கொங்கார், புளியங்குளம் ஆகிய இடங்களில் காணப்படும் கல்வெட்டுகளில் இடம்பெற்றுள்ள 'உபாசனா' என்னும் சொல்லைப் பௌத்தத்தோடு இணைத்து கே.வி. சுப்ரமணிய அய்யர் கூறியதையும் மறுத்து ஐராவதம் மகாதேவன் இவை சமணத்தைச் சேர்ந்தவை என வாதிடுகிறார்[9] (பௌத்த சமணத்தைச் சேர்த்தே அயோத்திதாசர் குறிப்பிடுவதையும் சிரமணர் என்பதே சமணராயிற்று என்று அவர் வாதிடுவதையும் இங்குச் சுட்டுவது பொருத்தமாயிருக்கும்). ஆனால் ஐராவதம் மகாதேவன் குறிப்பிடும் காரணங்கள் திருப்தியளிப்பனவாக இல்லை. பௌத்தத்துக்கு எதிரான மனச் சாய்வு அவரிடம் தென்படுவதாகவே தோன்றுகிறது. ஐராவதமும் சண்பகலட்சுமி முதலானவர்களும் பௌத்தத்தை நிராகரித்துச் சமணத்தை உயர்த்திப் பிடிப்பதன் பின்னணியிலுள்ள அரசியல் தனியே விவாதிக்கப்பட வேண்டிய ஒன்றாகும். இங்கு நான் வலியுறுத்த

விரும்புவது தமிழின் வரிவடிவத்தை உருவாக்கியவர்களுக்கும் இன்று தாழ்த்தப்பட்டவர்களாய் ஆக்கப்பட்டவர்களுக்கும் இடையிலான உறவை மட்டுமே.

அயோத்திதாசப் பண்டிதர் (1845–1914) தமிழன் என்று தலைப்பிட்ட வார இதழை (1907–1914) ஏழு ஆண்டுகள் நடத்தியுள்ளது மட்டுமின்றித் தமிழ் இலக்கியத்துக்கும் மொழிக்கும் அளப்பரிய பங்களிப்பைச் செய்துள்ளார். தமிழ்ப் பேரகராதி தயாரிக்கப்பட்ட போது அதற்குச் சொற்களைத் தொகுத்து வழங்கியவர்களுள் அவரும் ஒருவராவார்[10].

சாதிப் பிரிவினைகளை ஒழிக்கத் தமிழ் அடையாளத்தை முன்மொழிந்தவர் அவர்.

"நமது தேசத்தாரைச் சீர்திருத்த வெளிவந்துள்ள பத்திரிகாபிமானிகள் ஒவ்வொருவரும் பூர்வ வழக்கம் போலத் தமிழ் பாஷைக்குரியவர்கள் யாவரையும் தமிழ் சாதி என்றும், கன்னட பாஷைக்குரியவர்கள் யாவரையும் கன்னட சாதி என்றும், மராஷ்டக பாஷைக்குரியோர் யாவரையும் மராஷ்டக சாதியென்றும், தெலுகு பாஷைக்குரியோர்கள் யாவரையும் தெலுகு சாதி என்றும் பத்திரிகைகளில் வரைந்துகொண்டு வருவதுடன் வார்த்தைகளிலும் பேசிக்கொண்டு வருவோமாயின் சாதிப் பிரிவினைகள் நாளுக்குநாள் மறந்து . . ."[11] (பக்கம் 42–43)

மேல்சாதி, கீழ்சாதியெனும் பொறாமைகள் அகன்று தமிழ் பாஷைக்காரர்கள் தேசத்தைச் சீர்திருத்தாவிட்டாலும்கூடத் தங்களையாவது சீர்திருத்திக் கொள்வார்கள் என்று குறிப்பிட்டார்.

ஒரு மொழி தாழ்த்தப்படும்போது அதைப் பேசுகிற மக்கள் உயர்ந்த நிலையில் இருக்க முடியாது. அது போலவே ஒரு மக்கள் கூட்டம் தாழ்த்தப்படும்போது அவர்கள் பேசும் மொழி உயர்ந்த நிலையில் விளங்க முடியாது. இதனால்தான் "பௌத்த அரசர்களும் பௌத்த சங்கங்களும் பௌத்த உபாசகர்களும் நிலைகுலைந்த காலமே தமிழ் பாஷையின் சிறப்புக் குன்றிய காலமாகும்"[12] என அவர் எடுத்துக்காட்டினார்.

சட்டமன்றத்தில் தமிழில் பேசுவதைக் கேலி செய்கிற காட்சிகளை இப்போது கண்டுகொண்டிருக்கிறோம். கடந்த நூற்றாண்டின் துவக்கத்திலேயே சட்டமன்றத்தில் தாய்மொழியில் பேசினால்தான் தமது குறைகளைச் சரிவர அரசாங்கத்தார் கவனத்துக்குக் கொண்டு செல்ல முடியும் என்பதை வலியுறுத்தியவர் அயோத்திதாசர்.

"சட்டசபையில் தமிழையும், தெலுங்கையும் மொழி பெயர்க்கும் ஒரு டிரான்ஸ்லேட்டரும், கன்னடத்தையும்,

மலையாளத்தையும் மொழிபெயர்க்கும் ஒரு டிரான்ஸ்லேட்டரும் துலுக்கையும், மராஷ்டகத்தையும் மொழிபெயர்க்கும் ஒரு டிரான்ஸ்லேட்டரும் இருப்பார்களாயின் சகல பாஷைக் குடிகளின் கஷ்டநஷ்டங்கள் யாவும் இராஜாங்கத்திற்கு விளங்கிப்போம்."[13]

என்று அவர் வலியுறுத்தியதில் உள்ள சனநாயகத் தன்மை கவனிக்கத்தக்கதாகும். இந்த நாட்டின் பூர்வகுடிகளிடத்தில் சாதி பேதம் கிடையாது என்பதை அவர் பல இடங்களிலும் வலியுறுத்தியுள்ளார். "தமிழ் பாஷைக்குரியவர்களுக்குள் சாதிபேதமெனும் நூதனக் கட்டுப்பாட்டில் அமைந்திருப்போர்களைப் பூர்வகுடிகளென்றாயினும் சுதேசிகளென்றாயினும் அழைப்பதற்கு ஏது கிடையாது"[14] என்ற அவரது வாதம் இன்றும் பொருத்தமுடையதாகும்.

பாடசாலைகளில் தமிழைப் பயிற்றுவித்தால் மட்டும் போதாது; அதில் எந்த மாதிரியான நூல்களைப் பயிற்றுவிப்பது என்பது குறித்தும் அவர் தெளிவாக இருந்தார். ராமாயணத்தை வாசிக்கச் செய்தால் "ஒருவன் மனையாளை அபகரிப்பானாயின் அவனையும் அவன் குடும்பத்தோரையும் கொல்ல[15] வேண்டும்" என்ற எண்ணமே படிப்பவர்கள் மனதில் எழும். பாரதக் கதையைச் சிறுவர்களுக்குப் படிப்பித்தால் "இரிஷிகளே கைம்பெண்களைச் சேர்த்திருக்க, நாம் சேருவதினால் என்ன கெடுதியென்ற" எண்ணமே அவர்களுக்குத் தோன்றும். எனவே,

> "தமிழ் பரிட்சைக்கு திரிக்குறள், திரிகடிகம், நாலடி முதலிய நீதி நூற்களை வைப்பதுடன், அந்தந்த வகுப்பிற்குத் தக்கவாறு பிரதம கலாசாலை முனிஷிகளே மக்கள் விசுவாசமும், இராஜவிசுவாசமும் அமைந்துள்ள செய்யுட்களையும் விவேக விருத்தி, வித்தியா விருத்தி, விவசாய விருத்திக்குத் தக்க செய்யுட்களையும் . . ."[16]

அமைக்க வேண்டும் எனக் கல்விக்கும் பகுத்தறிவுக்குமான தொடர்பையும் அவர் எடுத்துக்காட்டியுள்ளார்.

இந்த நாட்டின் எளிய குடிகளைச் சீர்திருத்த ஒரு கூட்டத்தார் இருக்க வேண்டும்; அவர்களுக்குச் சாதி, மதத்தைக் குறிக்காத, பொதுவாகச் சரித்திரத்தை அனுசரிக்கும் பெயரொன்றை வைக்க வேண்டும் என்று சிந்தித்து "ஓர் பாஷையின் பெயரால் சங்கத்தை நிலைநிறுத்துவோமானால் ஆதவரும் (யாதவரும்) ஆதி தமிழரென்பர், வன்னியரும் ஆதி தமிழரென்பர், நாடாரும் ஆதி தமிழரென்பர், வேளாளரும் ஆதி தமிழரென்பர்"[17] என்று வழிகாட்டியுள்ளார் அயோத்திதாசர். ஏறத்தாழ நூறு ஆண்டுகளுக்கு முன்பே (4.9.1907) இதனை அவர்

கூறியுள்ளார் என்பது அவரது தொலைநோக்குப் பார்வைக்கு ஓர் அடையாளமாகும்.

இது மட்டுமின்றி இந்தியை எதிர்த்து முதன்முதலில் குரலெழுப்பியவரும் அயோத்திதாசரே. தாம் நடத்தி வந்த *தமிழன்* பத்திரிகையில் 1911ஆம் ஆண்டிலேயே இது பற்றி அவர் எழுதியுள்ளார்.

> "இந்திய தேசத்திற்குப் பொதுப்பாஷையாயிருக்க வேண்டியவை ஆங்கில பாஷையாம். மற்றுமுள்ள பாஷைகள் யாவிலும் சாதிபேதப் போராட்டங்களை வரைந்துள்ளக் கட்டுக் கதைகளே மிகப் பெருகி நீதிநெறி வாக்கியங்களும் கெட்டு நிலை குலைந்திருக்கின்றபடியால் இந்தியாவில் வழங்கிவரும் தற்கால பாஷைகள் யாவையும் பொதுப் பாஷையாக ஏற்றுக்கொள்வது வீணேயாம் . . ."

என்று குறிப்பிட்ட அயோத்திதாசர், "இந்திய தேசத்தில் சிலர் இந்தி பாஷையைக் கற்றுக்கொள்ள வேண்டுமென்றும் சிலர் சமஸ்கிருத பாஷையைக் கற்றுக்கொள்ள வேண்டுமென்றும் காரணமின்றிப் பேசுவது கவனக்குறைவேயாம்" என்றார்.

> "இந்திய தேசத்தின் நூதனப் பெயராக வழங்கும் இந்தி பாஷையைக் கற்றவர்களேனும், அதனிற் பெரும் பழக்கமுள்ளவர்களேனும் இத்தேசத்தாருக்கு என்ன வித்தையை விருத்தி செய்திருக்கின்றார்கள்? என்ன சுகங்களை அளித்திருக்கின்றார்கள்?"

என்று கேட்டார். 'அவரவர்கள் தமது சொந்த மொழியை விடுத்து இந்தியைக் கற்றுக்கொள்வதால் அவரவர்களது சாதி ஆச்சாரங்கள் விட்டுப்போய் விடுமா? வஞ்சினம் அகலுமா? தம்மவர் – அன்னியர் என்கிற பாரபட்சம் ஒழியுமா?' என்று கேள்வி எழுப்பினார். "இந்தியெனும் பாஷையைக் கற்றுக் காசிக்குப் போக்குவரத்துக் காலத்தில் பேசிக்கொள்வதினும் உலகெங்கினுமுள்ள சகல மக்களிடத்தும் ஆங்கில பாஷையால் பேசி ஆனந்தசீர் பெறுவதே அழகு"[18] என்று எடுத்துரைத்தார்.

அயோத்திதாசர் இந்தியை எதிர்த்துப் பேசிய காலத்தில் இத்தனை தெளிவோடு இந்தி எதிர்ப்பை முன்வைத்தவர்கள் தமிழ்நாட்டில் எவருமில்லையென்று உறுதிபடக் கூறலாம். "இந்தி அல்லது இந்துஸ்தானி இந்தியாவின் பொது மொழியாக (தொடர்பு மொழியாக) இருப்பதற்கு மிகவும் பொருத்தமானதாகும் என்ற ஆலோசனை 1906இல் சென்னையில் நடந்த ஒரு பொதுக்கூட்டத்தில் வெளியிடப்பட்டது[19]. இந்த ஆலோசனைக்கு அப்போது எதிர்ப்பு எழுந்ததாகத் தெரியவில்லை. தமிழுக்கு

அயோத்திதாசர் செய்த பங்களிப்புகளை மறைத்ததுபோலவே இந்தியை எதிர்த்து அவர் பேசியவற்றையும்கூடச் சாதித் தமிழர்கள் மறைத்துவிட்டனர். இதைப்போலவே முதலாவது மொழிப் போரின் முதலில் களப்பலியான நடராசனின் வரலாற்றையும் இருட்டடிப்புச் செய்துவிட்டனர்.

சென்னை – சௌகார்பேட்டையிலிருந்த இந்து தியலாஜிகல் உயர்நிலைப் பள்ளி முன்பு 1938 டிசம்பர் 5ஆம் தேதி மறியலில் ஈடுபட்டுக் கைது செய்யப்பட்டார் நடராசன். அவருக்கு ஏழரை மாதம் கடுங்காவல் தண்டனை விதிக்கப்பட்டது. சிறையிலிருந்தபோது கடுமையான வயிற்று வலி ஏற்பட்ட காரணத்தால் 30ஆம் தேதி அவர் சென்னை பொது மருத்துவமனையில் சேர்க்கப்பட்டார். அவரது உடல்நிலை மிகவும் மோசமான நிலைக்குச் சென்றது. 1939 ஜனவரி 15ஆம் தேதி அவர் உயிர் நீத்தார். அவர் மொழிப் போரில் ஈடுபட்டு ஒரு கைதியாகவே மரணமடைந்தார். அவர் இயற்கையாக மரணமடைந்ததாகத் தமிழக சட்டசபையில் தெரிவிக்கப்பட்டது. 18.1.1939இல் நடராசனின் மரணம் குறித்து விளக்கமளித்துப் பேசிய அன்றைய முதலமைச்சர் ராஜாஜி "நடராசன் படிப்பறிவு இல்லாதவர். அதனால்தான் அவர் மறியலில் ஈடுபட்டார். அவரைப் போலப் படிப்பறிவில்லாத அப்பாவிகளை இந்தி எதிர்ப்பாளர்கள் பயன்படுத்திக்கொள்கிறார்கள்" எனக் கூறினார். ராஜாஜியின் பேச்சுக்குக் கடுமையான கண்டனம் எழுந்தது. நடராசனின் தந்தையார் ராஜாஜியின் கூற்றை மறுத்து அறிக்கை வெளியிட்டார்[20].

நடராசனை மருத்துவமனையில் சேர்ப்பதற்கு முன்பு "மறியலில் ஈடுபட்டதற்காக வருத்தம் தெரிவித்து மன்னிப்புக் கடிதம் எழுதிக் கொடுத்தால் விடுதலை செய்துவிடுகிறோம்" என அரசு அதிகாரிகள் அவரிடம் வற்புறுத்தியுள்ளனர். ஆனால் 'கோழையாக வாழ்வதை விட வீரனாகச் சாவதையே நான் விரும்புகிறேன்" என நடராசன் கூறியுள்ளார். அப்படியே வீர மரணமும் எய்திவிட்டார்.

நடராசன் இறந்ததற்குப் பின்னர் 13.2.1939இல் அதே பள்ளியில் மறியல் செய்ததற்காகக் கைது செய்யப்பட்டவர் தாளமுத்து. நாடார் சமூகத்தைச் சேர்ந்த தாளமுத்து, நடராசனைப் போன்றே வயிற்றுவலியால் அவதியுற்று 11.3.1939இல் மருத்துவமனையில் கைதியாகவே உயிர் நீத்தார். தாளமுத்துவின் உடல் நடராசனின் உடல் புதைக்கப்பட்ட இடத்துக்கு அருகிலேயே புதைக்கப்பட்டது.

மந்தமான கதியில் நடந்துகொண்டிருந்த மொழிப் போராட்டத்தை முடுக்கிவிட்டது நடராசனின் மரணமேயாகும்.

அவரை அடக்கம் செய்துவிட்டு அண்ணாதுரை ஆற்றிய உரை அவரது அரசியல் வாழ்வில் திருப்புமுனையாக அமைந்தது. தாளமுத்துவை அடக்கம் செய்தபோதும் அண்ணாதுரை உரையாற்றினார். "நாடார் திலகம்" எனத் தாளமுத்துவை அவர் வர்ணித்தார்.

"இவர்கள் மாண்டார்கள். நாம் கண்ணீர் விட்டோம். இனி இந்தி படிக்கும் மாணவர்கள் இவ்விருவர் உடலைத் தாண்டிக் கொண்டுதான் படிக்கச் செல்ல வேண்டும்."

"இரண்டு மணிகளை இழந்தோம். தமிழர் ஆட்சி ஏற்படும்போது இவ்விரு வீரர்களின் தியாகத்தை அடிப்படையாகக்கொண்டே அது எழுப்பப்படும். வருங்காலத்தில், விடுதலைபெற்ற தமிழகத்தில் தலைவர் பெரியாரை நடுவில் வைத்து இறந்த இரு மணிகளையும் பக்கத்தில் வைத்து உருவச்சிலை எழுப்ப வேண்டும். ஏன்? பெரியார் சற்றுத் தளர்ச்சியடைந்த காலத்திலெல்லாம் இந்த இரண்டு சமூகங்கள்தான் அதாவது நாடார் – ஆதிதிராவிடர் சமூகங்கள்தான் அவருக்கு உதவி செய்து வந்திருக்கின்றன."[21]

என்று முழங்கினார் அண்ணாதுரை. அவர் குறிப்பிட்ட 'தமிழர் ஆட்சி' அவர் தலைமையிலேயே ஏற்பட்டபோது (1967) நடராசனை, தாளமுத்துவை அது முன்னிலைப்படுத்தவில்லை. மாறாகக் கீழ்வெண்மணியில் 44 தலித்துகளை உயிரோடு எரித்துக் கொன்ற பயங்கரத்துக்கு மௌன சாட்சியாகவே அது விளங்கியது.

பின்னாளில் மொழிப் போர்த் தியாகிகளின் நினைவைப் போற்றும் விதமாகச் சென்னையில் அரசுக் கட்டிடம் ஒன்றுக்கு அவர்களது பெயரை அன்றைய தி.மு.க. அரசு சூட்டியது. அப்போது தாளமுத்துவின் பெயரை முதலாவதாகவும் நடராசனின் பெயரை இரண்டாவதாகவும் எழுதிவைத்தனர்[22].

எந்த ஒரு போராட்டத்திலும் முதலில் களப் பலியானவரின் நினைவைப் போற்றுவதே இயல்பு. ஆனால் மொழிப் போரில் மட்டும் இந்த இயல்புக்கு மாறாக சனவரி 25ஆம் நாளை மொழிப் போர் தியாகிகளுக்கான வீரவணக்க நாளாகத் திராவிடக் கட்சிகள் கடைப்பிடித்துவருகின்றன.

1965இல் நடந்த இந்தி எதிர்ப்புப் போராட்டத்தால் ஆட்சியைப் பிடிக்கும் அளவுக்குப் பயனடைந்தது தி.மு.க. அதன் காரணமாக அந்த மொழிப் போருக்குக் கூடுதல் சிறப்பு தரப்பட்டது.

1965 சனவரி 25 முதல் 15.3.1965 வரையில் ஐம்பது நாள்கள் தொடர்ந்த அந்தப் போராட்டத்தில் எழுபது பேர் இறந்ததாக

அரசுத் தரப்பில் அறிவிக்கப்பட்டது. இதில் ஆறு பேர் தீக்குளித்து இறந்தனர். இரண்டு பேர் விஷம் அருந்தி உயிர் நீத்தனர். ஒரு மாதத்துக்கும் மேலாகத் தமிழ்நாட்டின் பாதுகாப்பு, ராணுவத்திடம் ஒப்படைக்கப்பட்டிருந்தது[23]. முதல் மொழிப் போரில் இந்த அளவுக்கு இழப்புகள் ஏற்படவில்லையென்பது உண்மைதான் என்றபோதிலும் முதல் போராட்டம் என்ற விதத்திலும் முதன்முதலில் உயிர்த் தியாகம் செய்யப்பட்டது என்ற வகையிலும் அதன் முக்கியத்துவத்தைப் புறக்கணித்துவிட முடியாது.

தமிழ்நாட்டின் முதல் மொழிப் போராட்டம் ராஜாஜி தலைமையிலான காங்கிரஸ் ஆட்சி அமைந்த 1937ஆம் ஆண்டில்தான் ஆரம்பித்தது. இதனால் காங்கிரஸ்தான் இங்கே இந்தியை முதலில் புகுத்தியது என நாம் எண்ணிக்கொண்டிருக்கிறோம். அப்படித்தான் திராவிட கட்சிகளும் கூறிவருகின்றன. ஆனால் அது உண்மையல்ல.

காங்கிரஸின் தேர்தல் புறக்கணிப்பால் 1920இல் சென்னை மாகாணத்தின் ஆட்சி அதிகாரத்தை நீதிக் கட்சி கைப்பற்றியது. சென்னை மாகாணத்தில் இந்தியைப் பரப்ப முயற்சி மேற்கொண்டதில் நீதிக் கட்சி அரசாங்கத்துக்கு முக்கியப் பங்கிருக்கிறது. சென்னை மாகாணக் கல்விச் சட்டத்தைத் (*Madras Education Act*)திருத்தி ஓர் உத்தரவை அது வெளியிட்டது. அதன் மூலம் உயர்நிலைப்பள்ளிகளில் இந்தியை ஒரு விருப்பப் பாடமாக எடுத்துப் பயில்வதற்குச் சென்னை மாகாணத்தில் முதன்முதலாக வழிசெய்யப்பட்டது. பொப்பிலி தலைமையில் அமைந்த நீதிக் கட்சி அரசாங்கம் உயர்நிலைப்பள்ளிகளில் இரண்டாவது மொழியாகப் பயிலப்பட்டுவந்த இந்தியைக் கட்டாயப் பாடமாக மாற்றி உத்தரவிட்டது. பொப்பிலி பதவியிலிருந்து விலகுவதற்கு முன்னர் உயர்நிலைப்பள்ளியின் பாடத்திட்டம் மாற்றியமைக்கப்பட்டது. தென்னக மொழியொன்றைத் தாய்மொழியாகக் கொள்ளாத மாணவர்களின் நலன் கருதி இந்தி இரண்டாவது மொழியாகப் பயிலப்படலாம் என அப்போது உத்தரவிடப்பட்டது. நீதிக் கட்சியின் இந்த நடவடிக்கைகளின் காரணமாகச் சென்னை மாகாணத்தில் பல பள்ளிகளில் இந்தியும் இந்துஸ்தானியும் கற்பிக்கப்பட்டன.

1936இல் நீதிக் கட்சி அமைச்சரவை பதவி விலகியது. ராஜாஜி அமைச்சரவை தேர்ந்தெடுக்கப்படுவதற்கும் (1937) நீதிக் கட்சி அமைச்சரவை பதவி விலகிய காலத்துக்கும் இடைப்பட்ட காலத்தில் அதிகாரத்திலிருந்த 'இடைக்கால அமைச்சரவை'யில் பொதுப்பணித்துறை அமைச்சராக கலிபுல்லா என்பவர் இருந்தார். உருது பேசும் முஸ்லிமான கலிபுல்லா

தமிழிலும் நிரம்பத் தேர்ச்சி பெற்றவர். உயர்நிலைப் பள்ளிப் பாடத்திட்டத்தில் இந்தியைப் புகுத்திய நீதிக் கட்சியின் செயலை அவர் கடுமையாக விமர்சித்தார்.

இப்போது திராவிடக் கட்சியினர் பலர் கூறிக் கொண்டிருப்பதுபோலத் தமிழ்நாட்டுப் பள்ளிகளில் இந்திக்கான அடித்தளத்தைப் போட்டது ராஜாஜி அல்ல. அவர் ஆட்சிப் பொறுப்பேற்பதற்கு முன்பே நீதிக் கட்சி ஆட்சியின்போது மாவட்ட போர்டுகளின் (District Boards) கட்டுப்பாட்டின்கீழ் இருந்த 104 பள்ளிகளில் இந்தி பயிற்றுவிக்கப்பட்டுவந்தது. 1921க்கும் 1931க்கும் இடையிலான பத்து ஆண்டுகளில் சென்னை மாகாணத்தில் இந்தியைத் தாய்மொழியாகக் கொண்டவர்களின் எண்ணிக்கை அதிகரித்ததாக 1931 மக்கள்தொகைக் கணக்கெடுப்பில் தெரியவந்தது. 1931இல் சென்னை மாகாணத்து மக்கள் தொகையில் பன்னிரண்டு லட்சத்து முப்பதாயிரம் பேர் இந்துஸ்தானியும் 19740 பேர் இந்தியும் பேசுபவர்களாக இருந்தனர். அதில் 14963 பேர் சென்னை நகரத்திலும் அதன் அருகாமையிலுள்ள தமிழ்ப் பகுதிகளிலும் வசித்தனர். சென்னை மாகாணத்தில் தமிழ்நாடு தவிர, பிற பகுதிகளில் இந்தி மீதான 'மோகம்' அதிகமாக இருந்தது.[24] 1938இல் இந்தி பிரச்சார சபா நடத்திய தேர்வில் சென்னை மாகாணத்தைச் சேர்ந்த 17574 பேர் கலந்துகொண்டனர். அவர்களுள் 2437 பேர் மட்டுமே தமிழ் பேசும் பகுதிகளைச் சேர்ந்தவர்கள்.

இந்த உண்மைகளைக் கருத்தில் கொண்டு பார்த்தால் இந்தி எதிர்ப்புப் போராட்டத்தில் நீதிக் கட்சிக்காரர்கள் குதித்தது வெறுமனே அரசியல் லாபத்துக்காகத்தான் என்பது புரியவரும். உண்மையாகவே தமிழுணர்வு கொண்டிருந்தவர்கள் காங்கிரஸ் கட்சியிலிருந்தாலும் இந்தி திணிப்பை எதிர்த்து அவர்கள் குரல் கொடுக்கத் தயங்கவில்லை. இதற்கு என்.வி. நடராசன் ஓர் உதாரணம். காங்கிரஸ் கட்சியின் முன்னணி செயல் வீரர்களுள் ஒருவராகவும் அண்ணாதுரை உள்ளிட்ட திராவிட இயக்கத்தவரை விமர்சிப்பதில் ஈவிரக்கம் காட்டாதவராகவும் இருந்த என். வி. நடராசன் எப்படிக் காங்கிரஸை விட்டு விலகினார் என்பதை அண்ணாதுரை இவ்வாறு விவரிக்கிறார்:

"நடராசன் போன்ற பல காங்கிரஸ் நண்பர்கள் நாங்களும் தமிழர்களே, எங்களுக்கும் தமிழார்வம் உண்டு, நாங்களும் இந்திக்கு அடிமையாக மாட்டோம் என்று பேசினர். இந்தி எதிர்ப்புப் பேசும் காங்கிரஸ்காரர்களை அடக்கியாகவேண்டும் என்ற நிலை ஏற்பட்டு விட்டது சத்தியமூர்த்திகளுக்கு . . . சென்னை ஜில்லா காங்கிரஸ் கமிட்டியில் இந்தப் பிரச்சினை கிளம்பிவிட்டது. நல்ல வார்த்தை சொல்லி

நடராசனைக் கோட்டையில் பூட்டிவிடச் சத்தியமூர்த்தி திட்டமிட்டார். தாய்மொழிப்பற்றுக்கு இடமளித்துவிட்ட பிறகு நடராசன் காங்கிரசின் கட்டுத்திட்டத்தை உடைத்தெறிந்துவிட்டு வெளிவந்துவிடுவார் என்று எனக்கு நன்றாகத் தெரிந்துவிட்டது.

எனவே, சென்னை ஜில்லா காங்கிரஸ் கமிட்டிக் கூட்டம் நடைபெறும் நாளில் நான், நமது நண்பர்கள் சென்னை பெத்துநாயக்கன் பேட்டையில் நடத்தும் இந்தி எதிர்ப்புக் கூட்டத்தில் "காங்கிரசை விட்டு விலகிய என்.வி. நடராசன் பேசுவார்" என்று துண்டறிக்கை அச்சிட்டு, காங்கிரஸ் கமிட்டிக் கூட்டம் நடைபெறும் இடத்துக்கே நண்பர் கணேசன் மூலம் அனுப்பிவிட்டேன்.

உள்ளே கொஞ்சுதல், கெஞ்சுதல், மிரட்டல், சபித்தல் ஆகிய எல்லா ரசமான கட்டமும் நடந்தேறி நடராசன் ராஜினாமா செய்துவிட்டு வெளியே வந்தார். அவரிடம் இந்த நோட்டீஸ் தரப்பட்டது. "எப்படி இதற்குள் அச்சிட்டுவிட்டீர்கள்" என்று கேட்டார். இது காலையிலேயே அச்சாகிவிட்டது. இதுபோலத்தான் நடக்குமென்று தெரிந்து அச்சிடப்பட்டது என்று கணேசன் கூற, நடராசன் அப்படியா என்று கேட்டுவிட்டு நேரே இந்தி எதிர்ப்புக் கூட்டத்துக்கு வந்தார்"[25] (பக்கம் 32 – 33).

என்.வி. நடராசன் மட்டுமல்ல, அவரது மனைவியும் இந்தி எதிர்ப்புப் போரில் களம் கண்டவராவார். 1938 நவம்பர் 21ஆம் தேதி சென்னை சௌகார்பேட்டை இந்து தியலாஜிகல் பள்ளி முன்பு உண்ணாமுலை அம்மையார் தலைமையில் மறியல் செய்து கைதான ஆறு பெண்களில் என்.வி. நடராசனின் துணைவியார் புவனேசுவரி அம்மையாரும் ஒருவர். காலம்சென்ற என்.வி.என். சோமு அவர்கள் அப்போது இரண்டு வயதுக் குழந்தை. அவரையும் கையில் வைத்துக்கொண்டு மறியலில் ஈடுபட்டுச் சிறைக்குச் சென்றார் அந்த அம்மையார்[26].

காங்கிரசின் மொழிக் கொள்கை காந்தியால் தீர்மானிக்கப்பட்டது. 1908இல் தென்னாப்ரிக்காவில் போராடிச் சிறை சென்ற காந்தி சிறைக்குள்ளிருந்தபடியே தமிழைக் கற்றுக்கொண்டார். தென்னாப்ரிக்காவில் சத்தியாக்கிரகப் போராட்டத்திற்குத் தமிழர்கள் செய்த பங்களிப்புக்கு நன்றி பாராட்டும் விதமாகவே தமிழைக் கற்றுக்கொண்டதாகக் காந்தி தெரிவித்தார்.

"இந்தப் போராட்டத்தில் தமிழர்கள் செய்திருப்பதைப் போல வேறு எந்த இந்தியச் சமூகத்தினரும் அவ்வளவு

செய்திருக்கவில்லை. ஆகையால் வேறு காரணங்களுக்காக அல்ல என்றாலும், தமிழர்களுக்கு எனது மனப்பூர்வமான நன்றியறிதலைத் தெரிவித்துக் கொள்ளுவதை முன்னிட்டாவது, தமிழ்ப் புத்தகங்களை நான் சரியாகப் படித்தாக வேண்டும் என்று நினைத்தேன். எனவே சிறை வாசத்தின் கடைசி மாதத்தை அவர்களுடைய மொழியைக் கவனமாகக் கற்பதில் கழித்தேன். படிக்கப் படிக்க அந்த மொழியின் அழகை நன்றாக அறியலானேன். அது கவர்ச்சி தரும் இனிய மொழி. அதன் அமைப்பு நான் அதைப் படித்து அறிந்ததிலிருந்து பழங்காலத்தேயன்றி இன்றும்கூட அனேக அறிஞர்களும் திறமைமிக்கவரும் தமிழர்களிடையே இருந்தனர், இருக்கிறார்கள் என்பதைக் கண்டேன். மேலும் இந்தியா ஒரே தேசிய இனமாக இருக்க வேண்டுமானால் சென்னை மாகாணத்திற்கு வெளியில் இருப்போர் தமிழைக் கற்றுத் தெரிந்திருக்க வேண்டும்."[27]

என காந்தி எழுதியுள்ளார். ஆனால் அதே காந்தி அன்னிய நாட்டவரின் துணிகளை, பொருட்களைப் புறக்கணிப்பதோடு அவர்களது மொழியான ஆங்கிலத்தையும் புறக்கணிக்க வேண்டுமென 1909இல் அழைப்பு விடுத்தார். 1918இல் சென்னைக்கு வந்து இந்தி பிரச்சார சபாவைத் துவக்கி வைத்தார். 1931இல் கராச்சியில் நடந்த காங்கிரஸ் மாநாட்டில் கலந்து கொண்ட தமிழ்நாட்டவரை இந்தி கற்றுக்கொள்ளாததற்காக காந்தி கடிந்துகொண்டார். "சிறுபான்மையினரின் கொடுங்கோன்மை" என அவர்களின் செயலை வர்ணித்தார். பல்கலைக்கழகங்களில் இந்தியைக் கட்டாயமாக்குவதும் ஆங்கிலத்தை விரும்பினால் படிக்கலாம் என மாற்றுவதும் காந்தியின் திட்டமாக இருந்தது[28].

"இந்தியாவில் படித்தவர்களின் பொதுமொழியாக இந்தி மட்டுமே இருக்க முடியும்" என்று 1917இலேயே காந்தி எழுதியிருப்பதை இங்கு நினைவில் கொள்ளலாம்.[29]

இதனால்தான் காங்கிரஸ் ஆட்சி ஏற்பட்டதும் இந்தியைக் கட்டாயப் பாடமாக்கும் அறிவிப்பினை ராஜாஜி செய்தார். இருந்தபோதிலும் காங்கிரஸ்காரர்கள் அனைவரும் இந்தி திணிப்புக்குத் துணைபோய்விடவில்லை. முதல் மொழிப் போரின் தலைவராயிருந்த நாவலர் சோமசுந்தர பாரதியார் ஒரு காங்கிரஸ்காரரேயாவார். அவரோடு அந்தப் போராட்டத்தில் தோளோடு தோள்நின்ற காஞ்சி பரவஸ்து ராஜகோபாலாச்சாரியார் என்பவர் வைணவப் பிராமணர். நீதிக் கட்சியில் உறுப்பினராக இருந்த ஒரேயொரு பிராமணரான அவர் இந்தி எதிர்ப்புப் போராட்டத்தின் பின்னணியிலிருந்த முக்கியமான தலைவர்களில் ஒருவர். அவர் ராஜாஜியை மிகவும்

கடுமையாக விமர்சித்து வந்தவர்[30]. இவை எல்லாவற்றுக்கும் மேலாகத் 'தமிழ்நாடு' என்று பெயர் சூட்ட வேண்டுமென வலியுறுத்தி உயிர்த் தியாகம் செய்த சங்கரலிங்கனாரும் ஒரு காங்கிரஸ்காரரேயாவார். எனவே இந்தித் திணிப்புக்குக் காங்கிரஸார் அனைவரும் உடந்தையாக இருந்தனர் என நாம் கூறிவிட முடியாது. மொழிப் போருக்குத் திராவிடக் கட்சிகள் மட்டுமே உரிமை கொண்டாடவும் முடியாது. 1965இல் நடந்த மொழிப் போரில் ஆயிரக்கணக்கான மாணவர்கள் சிறை புகுந்தது தன்னெழுச்சியாக நடந்த ஒன்றாகும். அதை அரசியல் ரீதியாகப் பயன்படுத்திக்கொண்டது தி.மு.க.

தமிழ்ப் பாதுகாப்பு இயக்கம் மூன்றாவது மொழிப் போருக்காக முன்வைத்துள்ள கோரிக்கைகள் யாவும் திராவிடக் கட்சிகள் நினைத்திருந்தால் நிறைவேற்றியிருக்கக்கூடியவையே. தமிழ்ப் பாதுகாப்பு இயக்கத்தினர் சுட்டிக்காட்டியுள்ள "அரைகுறை ஆங்கிலத்தில் பேசுகிற, ஆங்கிலத்தில் கையொப்பமிடுகிற, ஆங்கிலக் கல்வியே மேலான கல்வி என்று எண்ணுகிற" தலைமுறை திராவிட அரசியலின் விளைபொருளாகும். இதற்கான விதையைப் போட்டவர் பெரியார்.

தமிழ் மொழியானது "மனிதன் காட்டுமிராண்டியாக இருந்த காலத்தில் ஏற்பட்ட மொழி. படிப்பறிவில்லாதவர்களால் ஏற்படுத்தப்பட்ட மொழி . . . வளர்ச்சிக்கு அதில் வழி இல்லை. விஞ்ஞான முன்னேற்றத்திற்கு அதனால் பயனில்லை"[31] என்ற அவரது வாதம் நிச்சயம் அறிவியல்பூர்வமானதல்ல. அதுபோலவே "தமிழ் மொழிக்கு ஆங்கில எழுத்துக்களைப் பயன்படுத்திக்கொள்ள முன்வருவோமேயானால் மொழி பற்றிய, எழுத்து பற்றிய, கற்பது பற்றிய கஷ்டங்களும் பிரச்சினைகளும் பறந்தோடி விடும்"[32] என்ற அவரது தீர்வும் ஏற்கத்தக்கதல்ல. இப்படியான வாதங்களும் தீர்வுகளும் தாம் இன்றைய நிலைக்கு ஆரம்பமாய் அமைந்தன.

அயோத்திதாசரும் ஆங்கிலத்தை ஆதரித்துப் பேசியுள்ளார் என்றபோதிலும் தமிழுக்கு மாற்றாக அவர் ஆங்கிலத்தை முன்மொழியவில்லை. தமிழ்மொழியின் தோற்றம் பற்றியும் அதன் இலக்கிய வளம் பற்றியும் நன்கு அறிந்திருந்ததால் அதைக் "காட்டுமிராண்டி பாஷை" என அவரால் பழித்துக் கூற முடியவில்லை. "நமது கருணை தங்கிய ராஜாங்கத்தார் கலாசாலைகளில் வாசிக்கும் சிறுவர்களுக்கு மதப் படிப்பைக் கற்பிக்காமல் நீதியின் படிப்பைக் கற்பிப்பதாயின் பூர்வ தமிழ் நூற்கள் யாவும் தானே வெளிவரும். அவ்வகை வெளிவந்து சிறுவர்கள் வாசிப்பார்களாயின் வித்தை, புத்தி, ஈகை,

சன்மார்க்கம் நிறைந்து தாங்களே சுகச்சீர் பெறுவார்கள்” என்று அயோத்திதாசர் கூறியுள்ளதைப் பார்க்கும்போது தமிழை எந்தக் கண்ணோட்டத்தில் அவர் பார்த்துள்ளார் என்பது தெளிவாகும்.

இந்தி எதிர்ப்புப் போராட்டத்தின் வரலாற்றை எழுதுபவர்கள் ஒரு விஷயத்தை இருட்டடிப்புச் செய்துவிடுகின்றனர். 1963 – 65 போராட்டத்தின்போது ராஜாஜி இந்தியை எதிர்த்துத் தி.மு.க.வுடன் இணைந்து போராடியதையும் அப்போது தி.மு.க.வைக் கடுமையாக எதிர்த்துக்கொண்டிருந்த பெரியார் மொழிப் போருக்கு எதிராக நின்றதையும் குறித்து அவர்கள் பேசுவதில்லை. இதை ஆராய்ந்தால்தான் பெரியாரின் தமிழ் பற்றிய அணுகுமுறை பின்நவீனத்துவமா அல்லது சந்தர்ப்பவாதமா என்பது வெளிப்படும்.

மூன்றாவது மொழிப் போர் என்னும்போது அதில் ஒரு தொடர்ச்சி உள்ளது. இதற்கு முன் நடந்த போராட்டங்களின் தொடர்ச்சியாகவே இப்போதைய போராட்டம் முன்னெடுக்கப்படுகிறது என்ற பொருள் அதில் தொனிக்கிறது. மொழியைக் காக்கும் உணர்ச்சி, அதற்காக உயிரைக் கொடுக்கவும் தயங்காத பண்பு முதலானவற்றில் அந்தத் தொடர்ச்சியைப் பேணுவது சரியே. ஆனால் மொழியை வைத்து அரசியல் நடத்திய நீதிக் கட்சி மற்றும் திராவிடக் கட்சிகளின் தொடர்ச்சியாக இந்த மூன்றாவது மொழிப் போர் அமைந்துவிடக் கூடாது என்பது முக்கியமாகும்.

ஒரு போராட்டத்தின் தலைமை என்பது வெறுமனே பதவி மற்றும் பொறுப்பு சார்ந்ததல்ல. இன்றைய மொழிப் போருக்குத் தாழ்த்தப்பட்டோர் தலைமையேற்பதென்பது திராவிடக் கட்சிகளின் அரசியலை மறுபடியும் நிகழ்த்திக் காட்டுவதற்காக அல்ல. வடிவத்திலும் உள்ளடக்கத்திலும் தான் வேறுபடுவது எப்படி என்பதைத் தமிழ்ப் பாதுகாப்பு இயக்கம் தெளிவுபடுத்திட வேண்டும்.

தமிழ் இணைக்கிறது
டம்ளர் பிரிக்கிறது”

என நான் ஒரு கவிதையில் குறிப்பிட்டிருந்தேன். அந்த நிலைமை தொடருமெனில் தமிழர் ஒற்றுமைக்குப் பொருளெதுவும் இருக்காது. தமிழர் ஒற்றுமை என்பது இதுநாள்வரை தாழ்த்தப்பட்டோர் உரிமைகளைப் பலியிட்டே எட்டப்பட்டு வந்துள்ளது. அதே நிலைமை தான் மீண்டும் உருவாக்கப்படுமா? “தமிழர்கள்” மனசாட்சியோடு பதில் சொல்ல வேண்டிய கேள்வி இது.

அடிக்குறிப்புகள்

1. *Tamil Lexicon, University of Madras,* 1982. இந்த விளக்கத்தைக் கண்டித்துத் தொண்ணூறுகளில் தலித் இயக்கங்கள் சென்னைப் பல்கலைக்கழகத்தின் எதிரில் கண்டன ஆர்ப்பாட்டங்களை நடத்தியதால் அதன்பிறகு வினியோகிக்கப்பட்ட தமிழ்ப் பேரகராதியின் பிரதிகளில் அந்த வரி மீது மை பூசப்பட்டது.

2. முதல் மொழிப் போர் 1937 – 40; இரண்டாவது போராட்டம் 1948 – 50; மூன்றாவது போராட்டம் 1952; நான்காவது போராட்டம் 1963 – 65; ஐந்தாவது போராட்டம் 1967 – 68; ஆறாவது போராட்டம் 1986 – 87; ஏழாவது போராட்டம் 1993 – 94. பார்க்க: *என்று முடியும் இந்த மொழிப் போர்?* – அ. இராமசாமி, செம்புலம் பதிப்பகம், மதுரை 1994.

3. 22 – 3 – 2005 அன்று புதுவையில் தொல். திருமாவளவன் அவர்கள் நேரில் கூறியது.

4. பார்க்க: *அ. இராமசாமி (பக்கம் 7 – 10).*

5. தமிழ்ப் பாதுகாப்பு இயக்கம் சார்பில் மூன்றாவது மொழிப் போர் அறிவிப்பு மாநாட்டுக்காக (26.3.2005) வெளியிடப்பட்டுள்ள துண்டறிக்கையில் கண்டுள்ள வாசகம்.

6. தமிழ்ப் பாதுகாப்பு இயக்கத்தின் மேற்குறித்த துண்டறிக்கை.

7. செய்தி ஊடகங்கள் இதை இருட்டடிப்பு செய்கின்றன.

8. *Early Tamil Epigraphy - From the Earliest Times to the Sixth Century A.D.* - Iravatham Mahadevan, Cre-A and Harvard University, 2003.

9. உபாசனா என்பதற்குக் கிருஷ்ண சாஸ்திரி கூறும் விளக்கத்தை மகாதேவன் ஏற்றுக்கொண்டுள்ளதும் விவாதத்திற்குரிய ஒன்றாகும்.

10. *Tamil Lexicon,* 1982, பக்கம் XVIII.

11. *அயோத்திதாசர் சிந்தனைகள்* – தொகுப்பாசிரியர் ஞான. அலாய்சியஸ், பாகம் – 1, நாட்டார் வழக்காற்றியல் ஆய்வு மையம், பாளையங்கோட்டை, 1999.

12. *அயோத்திதாசர் சிந்தனைகள்* – பாகம் – II, பக்கம் 548.

13. மேற்குறித்த நூல், பக்கம் 413.

14. மேற்குறித்த நூல், பக்கம் 432.

15. மேற்குறித்த நூல், பக்கம்.458.

16. மேற்குறித்த நூல், பக்கம்.459.

17. *அயோத்திதாசர் சிந்தனைகள், பாகம் – III, பக்கம் 2.*
18. *அயோத்திதாசர் சிந்தனைகள், பாகம் – I, பக்கம் 326*
19. *பெரியார் : சுயமரியாதை சமதர்மம் –* எஸ்.வி. ராஜதுரை, வ. கீதா, விடியல் பதிப்பகம், 1996. இந்தக் கூட்டம் யாரால் நடத்தப்பட்டது, யார் இந்த ஆலோசனையை முன்வைத்தது என்பவற்றை இந்நூலாசிரியர்கள் வெளியிடவில்லை. நீதிக் கட்சித் தலைவர்கள் இந்தியை எதிர்த்தனர் என்று ஆதாரம் எதுவும் காட்டாமல் பொத்தாம்பொதுவாக இவர்கள் எழுதியுள்ளனர்.
20. The Political Career of E. V. Ramasami Naiker - Dr. E.Sa. Vissvanathan, Ravi & Vasanth Publishers, 1983, *பக்கம் 243 – 249*
21. *தமிழன் தொடுத்த போர் –* மா. இளஞ்செழியன், பெரியார் சுயமரியாதைப் பிரச்சார நிறுவன வெளியீடு, இரண்டாம் பதிப்பு, 1986, *பக்கம் 175 – 176*
22. திருச்சியில் நடந்த மூன்றாவது மொழிப் போர் மாநாட்டு அரங்கம் நடராசன் – தாளமுத்து அரங்கம் என சரியான வரிசையில் குறிப்பிடப்பட்டிருந்தது.
23. *என்று முடியும் இந்த மொழிப் போர்? பக்கம் 157 –158.*
24. Tamil Revivalism in the 1930s - Eugene F. Irshick, Cre-A, *1986.*
25. *பேரறிஞர் அண்ணாவின் தன் வரலாறு –* டாக்டர் அண்ணா பரிமளம், பாரதி பதிப்பகம், 1997.
26. *என்று முடியும் இந்த மொழிப் போர் –* அ. இராமசாமி, *பக்கம்* 5.
27. *மகாத்மா காந்தி நூல்கள், முதல் தொகுப்பு,* காந்தி நூல் வெளியீட்டுக் கழகம், சென்னை, *1957, பக்கம் 558.*
28. Tamil Revivalism in the 1930s - Eugene F. Irshick, *பக்கம் 212.*
29. Dr. E.Sa. Vissvananthan, *பக்கம் 189.*
30. Dr. E.Sa. Vissvananthan, *பக்கம் 198.*
31. *பெரியார் கணினி –* பேராசிரியர் மா. நன்னன், தொகுதி – 2, பூம்புகார் பதிப்பகம், சென்னை, பக்கம் 951.
32. அதே நூல், பக்கம் 944.

பயன்பட்ட நூல்கள்

தமிழன் தொடுத்த போர் – மா. இளஞ்செழியன், பெரியார் சுயமரியதைப் பிரச்சார நிறுவனம், 1986.

என்று முடியும் இந்த மொழிப் போர்? – அ. இராமசாமி, செம்புலம் பதிப்பகம், மதுரை, 1994.

அயோத்திதாசர் சிந்தனைகள் – மூன்று பாகங்கள், தொகுப்பாசிரியர் – ஞான. அலாய்சியஸ், நாட்டார் வழக்காற்றியல் ஆய்வு மையம், பாளையங்கோட்டை, 1999.

பேரறிஞர் அண்ணாவின் தன் வரலாறு – டாக்டர் அண்ணா பரிமளம், பாரதி பதிப்பகம், 1997.

மகாத்மா காந்தி நூல்கள், முதல் தொகுப்பு, காந்தி நூல் வெளியீட்டுக் கழகம், சென்னை, 1957.

பெரியார்: சுயமரியாதை சமதர்மம் – எஸ்.வி. ராஜதுரை – வ. கீதா, விடியல் பதிப்பகம், 1996.

பெரியார் கணினி – பேராசிரியர் மா. நன்னன், தொகுதி – 2, பூம்புகார் பதிப்பகம், சென்னை.

Early Tamil Epigraphy - From the Earliest times to the Sixth Century A.D. - Iravatham Mahadevan, Cre-A and Harvard University, 2003.

Tamil Revivalism in the 1930s - Eugene F. Irshick, Cre - A *1986.*

The Political Career of E. V. Ramasami Naiker - Dr. E.Sa. Vissvanathan, Ravi & Vasanth Publishers, *1983.*

Tamil Lexicon, University of Madras, *1982.*

காலச்சுவடு 65, மே 2005

விவாதம்:

"ஆடுகளைத்தான் பலியிடுவார்கள், சிங்கத்தை அல்ல"

'தலித்துகளும் மொழிப் போரும்' கட்டுரையை முன்வைத்து

தமிழகத்தில் இந்தித் திணிப்பைச் செய்தது நீதிக்கட்சியின் அரசாங்கமே (1936க்கு முன்பே), இராஜாஜி அல்ல என்ற உண்மையை ரவிக்குமார் 'தலித்துகளும் மொழிப் போரும்' என்ற கட்டுரையில் சரியாகக் கட்டுடைத்துள்ளார். 1937இல் இராஜாஜி

முதல்வராக இருந்தபோதுதான் பள்ளிகளில் தாய்மொழி பயிற்று மொழியாக்கப்பட்டது என்ற வரலாற்றைப் பல நேரங்களில் இந்த உணர்ச்சித் தமிழர்கள் மறந்து, காங்கிரஸ்தான் இந்தியைத் தமிழகத்தில் திணித்தது என்று பேசி வருவதும் இக்கட்டுரை மூலம் கட்டுடைக்கப்பட்டிருக்கின்றது. பொதுவாகவே தமிழர்கள் வரலாற்றுணர்வற்றவர்கள்; உணர்ச்சிவசப்பட்டு ஒன்றில் தம்மை ஈடுபடுத்திக்கொண்டு அதற்குப் பலிகடா ஆகிறவர்கள். இதனை நமது சாதித் தமிழர்கள் நன்றாகவே பயன்படுத்திவருவதைக் கட்டுரை தோலுரித்துக் காட்டுகிறது. தமிழ் பேசும் இனம் ஒரே இனமாகத்தானே இருக்க முடியும்? சாதி பெரிதென்று விடாமல் தொங்கிக் கொண்டிருப்பவர்களைக் கட்டுரையாளர் சாதித் தமிழர்கள் என்று சாடியிருப்பது பொருத்தம்தான்.

இந்தியா முழுமையும் இந்தி ஆட்சி மொழி என்பது காங்கிரஸ் கட்சியின் கொள்கை. இது இராஜாஜியின் கொள்கை அல்ல. முதலமைச்சராய் இராஜாஜி இருந்ததால் அவர் தலைமையில் இது சுமத்திப் பார்க்கப்பட்டது. காங்கிரஸில் இருந்த எல்லோருமே இந்தித் திணிப்புக்கு ஆதரவானவர்கள் அல்லர். முதல் மொழிப் போரின் தலைவர் கி.ஆ.பெ., நாவலர் சோமசுந்தர பாரதியார், சங்கரலிங்கனார், என்.வி. நடராசன் போன்றோரெல்லாம் காங்கிரஸ்காரர்களே. 1965இல் மொழிப் போர் எழுச்சி தன்னெழுச்சியாக நடைபெற்றது. அதை அரசியல் ரீதியாகப் பயன்படுத்திக்கொண்டது திமுக என்கிறது கட்டுரை. ஆளும் அரசுக்கு எதிரான எந்த எழுச்சியையும் எதிரணியினர் பயன்படுத்திக்கொள்வது உலகம் முழுவதும் இருப்பதுதான். ஆனால் இந்த எழுச்சிக்குக் காரணமானவர்களை ஆளும் இடத்திற்கு வந்த பின்னர் மறந்துவிடுவதுதான் தமிழக அரசியல் வரலாறு.

1965இல் நடந்த இந்தி எதிர்ப்புப் போராட்டத்தால் ஆட்சியைப் பிடிக்கும் அளவுக்குப் பயனடைந்த தி.மு.கவின் எழுச்சிக்குப் பின்னால் எத்தனை அடித்தள மக்கள் இருந்திருக்கிறார்கள் என்பதைத் தமிழகக் கிராமங்களுக்குச் சென்று கணக்கெடுத்தால் தெரியும். எல்லாக் காலகட்டங்களிலும் ஓர் இயக்கம் முன்வைக்கும் கொள்கை, தத்துவம், போராட்டம் முழு வெற்றி பெறுவதற்கு உழைக்கும் மக்களே பெரிதும் காரணமாக இருந்து வந்திருக்கிறார்கள். இந்த மக்கள் எழுச்சி ஆள்வோர்களுக்கு ஆதரவாக இருந்தால் வரவேற்கப்படும், எதிராக இருந்தால் ஒடுக்கப்படும் அல்லது விமர்சிக்கப்படும். இதற்குச் சான்று 18.01.1939இல் நடைபெற்ற மொழிப் போரில் நடராசன் மரணம் குறித்து இராஜாஜி செய்த விமர்சனம்.

1939ஆம் ஆண்டு இந்தியாவில், குறிப்பாகத் தமிழகத்தில் எத்தனை கோடிப் பேருக்குப் படிப்பறிவு இருந்திருக்கும் என்று சொல்லத் தேவையில்லை. இது இராஜாஜிக்குத் தெரியாததல்ல. அதிலும் ஒரு மாநிலத்தின் முதலமைச்சருக்கு இது நன்றாகவே தெரிந்திருக்கும். எந்தப் போராட்டத்தில் எத்தனை படித்த அறிவாளிகள் தீக்குளித்தார்கள், போராடிச் செத்தார்கள் என்று கணக்கெடுத்தால் அதில் பெரும் பகுதி சாதாரண மக்களே இருப்பார்கள். வெள்ளையரை எதிர்த்துப் படித்தவர்கள் மட்டுமா போராடினார்கள்? இடிந்துபோன கட்டபொம்மனின் கோட்டையைப் படித்தவர்களா 17 நாட்களில் கட்டினார்கள்? மொழி, நாடு, இனம் என்னும் எழுச்சிகளில் "அறிவுத்தளம்" மட்டும் தனியாகச் செயல்பட முடியாது. அது வெற்றியும் பெறாது. அது மக்களுக்கானதாக இருக்கும்பொழுது, மக்களால் முன்னெடுக்கப்படும்போது மட்டுமே வெற்றி பெற முடியும்.

இக்கட்டுரையில் மொழிப் போர் வரலாற்றில் பங்கேற்ற அடித்தள மக்களின் தியாகம், குறிப்பாக அயோத்திதாசர் போன்றோரின் கருத்துகள் இருட்டடிப்புச் செய்யப்படுவதாகக் கட்டுரையாளர் ஆதங்கப்பட்டிருக்கிறார். மேலும் "தமிழர் ஒற்றுமை என்பது இதுநாள்வரை தாழ்த்தப்பட்டோர் உரிமைகளைப் பலியிட்டே எட்டப்பட்டு வந்துள்ளது. அதே நிலைமைதான் மீண்டும் உருவாக்கப்படுமா? 'தமிழர்கள்' மனசாட்சியோடு பதில் சொல்ல வேண்டும்" என்ற ஒரு கேள்வியோடு கட்டுரையை ரவிக்குமார் முடிக்கிறார். இந்தக் கேள்வியை முன்வைத்துத்தான் நானும் எனது வாதத்தை முன்வைக்க விரும்பினேன். சுதந்திரப் போரில் அடித்தள மக்களின் பங்கு இல்லாதிருந்ததா? கட்டபொம்மனோடு இணைந்து போராடிய தியாகி சுந்தரலிங்கனாரின் பெயரில் போக்குவரத்துக் கழகம் இருக்கக் கூடாது என்று போராடிய எதிர்ப்புப் புரட்சியாளர்கள் அல்லவா சாதித் தமிழர்கள். சுதந்திரத்திற்குப் பின்பும் பாப்பாபட்டியையும் கீரிப்பட்டியையும் சாதி ஆதிக்கத்தின் குறியீடாக உருவாக்கி வைத்திருப்பவர்கள்தானே தமிழர்கள்.

நான் திண்டுக்கல் மாவட்டம் வத்தலக்குண்டு அருகிலுள்ள பெருமாள்கோவில்பட்டியை (புதிய பெயர் சாந்திபுரம்) சேர்ந்தவன். எனது சின்னத் தாத்தா ஒரு சுதந்திரப் போராட்டத் தியாகி. காலாடி பரமன் என்பது அவர் பெயர். இவர் காலத்தில் இந்த ஊரில் இருந்த எல்லோருமே 1960–70களில் காங்கிரஸ்காரர்களாகவே இருந்து செத்தார்கள். இராட்டைச் சின்னம், அப்புறம் பசுவும் கன்றும், அப்புறம் கைச் சின்னம் தவிர இவர்கள் எதற்கும் வாக்களித்ததில்லை. இவர்கள் காங்கிரஸ் கட்சியின் மீதும் இந்த நாட்டின் மீதும் வைத்திருந்த பற்றை

நாம் பகடி செய்துவிட முடியுமா? ஆனால் இவர்களுக்கு இந்த ஆட்சியில் எந்தப் பயனும் கிடைக்கவில்லை. ஆனால் இவர்கள் இந்த நாட்டையும் காந்தி உருவாக்கிய காங்கிரஸையும் கண்மூடித்தனமாக நேசித்தார்கள். இவர்களின் ஆதரவில் தான் காங்கிரஸ் அண்ணாதுரை வரும் வரை தமிழகத்தை ஆண்டது. இவர்களைப் படிப்பறிவில்லாதவர்கள், உணர்ச்சிவசப்படுபவர்கள் என்று சொல்லிவிட முடியுமா? ஆனால் நமது சாதித் தமிழர்கள், இராஜாஜி உட்பட, சொல்வார்கள். ஆமாம், அவர்கள் மேலாண்மை செய்வதற்கு ஒரு வசதியான சொல் சாதி. அவனா, அவன் தாழ்த்தப்பட்டவன். இந்த வார்த்தை ஒன்று இந்த மக்களை வெற்றிகொள்ள எப்பொழுதும் சாதித் தமிழர்களுக்குப் போதுமானதாக இருக்கிறது. இதில் எப்படி அயோத்திதாசர் கனவுகண்ட "தமிழர்" என்ற ஒற்றை அடையாளம் போற்றப்படும்? தனது இரண்டு கண் போனாலும் எதிரியின் ஒரு கண் போனால் சரி என்பதில் கவனமாக இருப்பவர்கள் அல்லவா சாதித் தமிழர்கள்.

இன்னொன்று, 1965க்கு பின்பு திமுக தமிழகம் முழுவதும் பேரியக்கமாய் வளர்வதற்குப் பெரிதும் காரணமாக இருந்தவர்கள் அடித்தள மக்களே. திமுக அப்போது பள்ளர் கட்சி, பறையர் கட்சி என்றே அழைக்கப்பட்டது. ஆனால் இப்பொழுது இவர்கள் அரசியல் தளத்தில் எங்கே இருக்கிறார்கள்?

இத்தருணத்தில் ரவிக்குமாரின் இந்தக் கட்டுரை மிகக் கவனத்துக்குரியது. நாம் எப்பொழுதும் விழிப்பாக இருக்க வேண்டும். நாம் ஆடாக இருந்தால் நரி நாட்டாமை செய்யத்தான் செய்யும். "ஆடுகளைத்தான் பலியிடுவார்கள், சிங்கத்தை அல்ல" என்றார் அம்பேத்கர். நாம் சிங்கங்களாகவும் சிறுத்தைகளாகவும் இருந்தாக வேண்டிய தருணம் இது.

தமிழனின் ஒருமித்த அடையாளம் அவனது தாய்மொழிதான். இந்த அடையாளத்தைத் தக்கவைத்துக் கொள்ள வேண்டிய தருணத்தில் நாம் இருக்கிறோம். நாடு இல்லை என்றாலும் தேடிக்கொள்ளலாம்; மொழி இல்லை என்றால் அதற்குரிய இனமே அழிந்துபடும் என்று சொல்வார்கள். தமிழனின் அடையாளம் காக்கும் மூன்றாம் மொழிப் போர், நமது பழைய வரலாறுகளிலிருந்து பாடம் கற்று வெல்லட்டும், வெறும் அரசியலாக இருந்துவிடாமல்.

தே. ஞானசேகரன்

காலச்சுவடு 68, ஆகஸ்ட் 2005

25

இலக்கியம், மொழி, அதிகாரம்

நேர்காணல்:

கே. சச்சிதானந்தன் ஜெயமோகன்

கே. சச்சிதானந்தன் 1946இல் திருச்சூர் அருகே பிறந்தவர். ஆங்கிலப் (கல்லூரி) பேராசிரியராகப் பணிபுரிந்தார். தற்போது சாகித்ய அகாதமி வெளியிடும் 'இந்தியன் லிட்டரேச்சர்' இதழின் ஆசிரியர்.

அறுபதுகளின் இறுதியில் உருவான தீவிரவாத கம்யூனிச இயக்கங்களில் பங்குபெற்று, கவனத்துக்கு வந்தவர். மலையாளக் கவிதையின் கற்பனாவாதப் போக்கை மாற்றி நவீன கவிதையை உருவாக்கியதில் இவருக்குப் பெரும்பங்கு உண்டு. மார்க்சிய சிந்தனையாளராகவும் மதிக்கப்படுகிறார். 'மார்க்ஸிய அழகியல்', 'வாசிப்பின் அரசியல்', 'விவாதங்கள்' முதலியவை முக்கியமான நூல்கள். நவீன இலக்கிய விமர்சனப்போக்குகள் பற்றி விரிவாக ஆராய்ச்சி செய்திருக்கிறார்.

இவருடைய கவிதைகள் தமிழில் மொழிபெயர்க்கப்பட்டு 'ரத்த சாட்சிகள்' என்று நூலாக வெளிவந்துள்ளது. ('மனஓசை' வெளியீடு). இவருடைய 'மார்க்ஸிய அழகியல்' என்ற நூல் கவிஞர் சுகுமாரனால் மொழிபெயர்க்கப்பட்டு 'மீட்சி' பிரசுரமாக வெளியிடப்பட்டுள்ளது.

விரிந்த அளவில் மலையாள மொழிபெயர்ப்புகள் செய்தவர் சச்சிதானந்தன். பெரும்பாலும், ஆங்கிலம், இந்தி ஆகிய மொழிகளிலிருந்து கேரள இலக்கிய ரசனையை வடிவமைத்தலில் இவருடைய பங்கு கணிசமானது.

திராவிட மொழிகளில் ஒன்றில் எழுதும் கவிஞர் நீங்கள். தமிழ் திராவிட இயக்கங்கள் பற்றி என்ன எண்ணுகிறீர்கள்?

கேரள மக்கள் திராவிட பாரம்பரியத்தை உரிமை கோர முடியாது. ப்ரோட்டா – அஸ்ட்ராலாய்ட் வம்சத்தைச் சேர்ந்த பழங்குடிகள், ஆரியர், திராவிடப் பழங்குடிகள் மற்றும் மஞ்சள் இனப் பழங்குடியினர் ஆகியோர் கலந்து உருவான சமூகம் இது. தென்னிந்தியர்கள் முழுக்க ஒரே இனத்தவரோ வம்சத்தவரோ அல்ல. தமிழர்களும் அப்படித்தான். வட இந்தியாவின் ஆதிக்கத்திற்கான எதிர்ப்பியக்கம் என்ற அளவில் மட்டுமே

திராவிட இயக்கததிற்கு முக்கியத்துவம். இன்று ஆரியர் குடியேற்றம் என்ற கருதுகோள்கூட மறுவிசாரணை செய்யப்பட்டு வருகிறது. நம்மால் நிரூபிக்க முடியாத பழங்கால ஐதீக வரலாற்றின் அடிப்படையில் அரசியல் இயக்கங்களை உண்டு பண்ணுவது பரம அபத்தமேயன்றி வேறல்ல. திராவிடர்களும் இங்கு வருவதற்கு முன்பு இந்தியாவின் உண்மையான உரிமையாளர்களாக நாங்கள்தான் இருந்தோம் என்று கூறிப் பழங்குடிகள் பேரியக்கம் ஒன்று ஆரம்பிக்கும்வரைதான் திராவிடவாதம் ஓரளவு செல்லுபடியாகும். 'நாகரிகம்' ஓரங்கட்டிய அந்த மக்களின் தயவில்தான் இதெல்லாம் என்பதை மறக்காமலிருப்பது நல்லது.

மலையாளத்தில் உள்ள இரு கூறுகளில் (பழங்குடிக் கூறு, சமஸ்கிருதக் கூறு) சமஸ்கிருதமே ஓங்கியுள்ளதாகப் படுகிறதே?

சரித்திரப்படி கேரளத்தில் நடந்தது ஆரிய, திராவிட போராட்டமல்ல. ஒருவித சமரசம், கலவை (Synthesis) பிராமணர்களுக்கும் பிற ஜாதியினருக்கும் இடையே மண உறவு இருந்தது. பிற்படுத்தப்பட்ட ஜாதியினர்கூட சமஸ்கிருத பண்டிதர்களாக இருந்தனர். நாராயணகுருவின் மனித சமத்துவம்கூட வேதாந்தத்தை அடிப்படையாகக் கொண்டதாகும். சமஸ்கிருத வார்த்தைகள் என்று நீங்கள் கூறும் சொற்கள் புழக்கம் மூலம் மலையாளமாகவே மாறிவிட்டவை. அவை ஒரு பெரிய கலாச்சார உரையாடலின் விளைவுகள். கலாச்சாரத்தை பின்னோக்கி நகர்த்த முடியாது.

எம். கோவிந்தன் மலையாளத்தைத் தமிழுக்கு அருகில் கொண்டுவர முயற்சி செய்தது பற்றி என்ன நினைக்கிறீர்கள்?

அவருடைய 'திராவிட' எழுத்து சாமானிய மலையாளிக்கு சுத்தமாக புரியவில்லை. வெறும் பரபரப்பு, வேடிக்கை என்றே அவருடைய முயற்சிகள் முடிந்தன. மத அடிப்படைவாதம் போலவே ஆபத்தான ஒன்றுதான் மொழி அடிப்படைவாதம் (Linguistic Fundamentalism). அது மொழியை பின்னோக்கி இழுக்கக் கூடியது. இன மையவாதம், மத மையவாதம், மொழி மையவாதம் அனைத்தையும் நான் தீவிரமாக எதிர்க்கிறேன். இவற்றின் பேரில் பூமியில் நிறைய உதிரம் சிந்தப்பட்டாகிவிட்டது.

மொழி பற்றிய பழைய புலனறிவுவாத அடிப்படையிருந்தே இத்தகைய தூய்மைவாதங்கள் எழுகின்றன. இன்று – பின் அமைப்பியலுக்குப் பிறகு – அவற்றுக்குத் தருக்க அடிப்படை இல்லை. ஒரு மொழியிலிருந்து இன்னொரு மொழிக்கு மொழிபெயர்ப்பு சாத்தியம் என்ற நிலை உலக மொழிகள் அனைத்திற்கும் பொதுவானது. இது ஏன்? உலக மொழிகள்

அனைத்திற்கும் பொதுவானதாக ஒரு தளம் உள்ளது என்று வால்டர் பெஞ்சமின் ஸ்தாபிக்கிறார். புலனறிவுவாதிகள் மொழியை 'சொற்களின் தொகுப்பு' என்று காண்கிறார்கள். சொல் என்பது ஒலிக்குறிப்பான் மட்டுமே என்று கூறுகிறது நவீன மொழியியல். அதில் ஒன்றுமில்லை. மொழி என்பது அது அல்ல. அது இன்னும் விரிந்து பரந்த ஒரு பேரமைப்பு. பல்லாயிரம் வருடங்கள் பலகோடி மனிதர்களின் எண்ணங்கள் மூலம் உருவாகி வளர்ந்தது. எண்ணற்ற முயங்கல்கள் *(Synthesis)* மூலம் உருப்பெற்றது. அதைச் சிலர் செயற்கையாகக் கட்டுப்படுத்துவதும் இன அடையாளமாகத் தக்க வைத்துக்கொள்வதும் சாத்தியமே அல்ல. எல்லா ஞானங்களையும் இயல்பாகவே தழுவி விரிந்தபடியே இருப்பது அதன் இயல்பு. மொழி அடிப்படைவாதம் மொழி வழியாக நமது சிந்தனை மொத்தத்திலும் செலுத்த முயலும் அதிகாரத்தை நாம் தகர்க்க வேண்டும். இன்றைய வாசிப்பின் கடமைகளில் ஒன்று இது.

ஆரிய திராவிட மொழிக்கூறுகளின் ஒரு முயக்கத்தையே காண்கிறீர்கள் என்று கொள்ளலாமா?

இந்த ஆரிய – திராவிட பிரிவினைக்கு முன்பு என்ன இருந்தது எப்படி இருந்தது என்பதே எனது தேடல். நாம் இன்று இப்படி இரண்டாகப் பிரித்துப் பார்க்கும் இவ்விரு கூறுகளுக்கும் அப்பால் ஒரு பொது அடிப்படை உண்டு என்று கருதுகிறேன். இந்தப் பொது அம்சம் – இதை பிராகிருதம் எனலாமா தெரியவில்லை. எல்லா இந்திய மொழிக்கும் பொதுவானது என்று சில மொழிகள் அறிந்தவன் என்ற முறையில் திடமாகக் கூறமுடியும். வங்காள மொழியிலிருந்து நஸ்ரூல் இஸ்லாமின் கவிதைகளை மொழிபெயர்த்தபோது பாதிப் பங்கு சொற்களை அப்படியே மலையாளத்திலும் போட்டேன். அவை சமஸ்கிருதச் சொற்கள்கூட அல்ல. சகோதர உறவின் இந்த அம்சத்தை தவிர்க்க நான் தயாராக இல்லை. அடிப்படைவாதங்கள் ஒரு வகை மூட நம்பிக்கைகளன்றி வேறல்ல. கதேயும் மார்க்ஸும் உலக இலக்கியம் பற்றி கண்ட கனவு வீண் அல்ல. பின் – நவீனத்துவத்தின் இன்றைய காலகட்டம் உலகப் பொதுமையை நோக்கியே நகர்கிறது. மனிதனின் கீழ்த்தரமான அதிகார வெறி அதை மூழ்கடித்துவிட நாம் அனுமதிக்கக் கூடாது. திராவிடர்கள்கூட இந்தத் தேசத்துக்கு வெளியேயிருந்து வந்தவர்கள்தாம் என்று கூறப்படுகிறது. இந்த இனப்பிரிவினையே ஐரோப்பியர்களின் கொச்சையான மானுடவியலாய்வின் விளைவு என்றும் கூறப்படுகிறது. ஐரோப்பிய காலனியாதிக்க சக்திகளின் ஆய்வுமுறையை நாம் ஐயத்துடனேயே அணுக வேண்டும்.

கவிதை ஒரு மொழி அனுபவம் என்று கூறப்படுவதை ஏற்கிறீர்களா?

கவிதை மட்டுமல்ல எல்லா இலக்கிய வடிவங்களும் அடிப்படையில் மொழியனுபவங்கள் தாம். கருத்துகள் என்று கூறப்படுபவை கூட மொழியனுபவம் என்ற வரம்புக்குள்தான் வருகின்றன. காரணம் மனமும் மொழிக்குள் இயங்கக்கூடிய ஒன்று. கவிதையில் வார்த்தைதான் முக்கியமானது. இல்லையேல் ஒத்த கருத்துள்ள இரண்டு கவிதைகள் நம்மை ஒன்றுபோலக் கவர்ந்திருக்க வேண்டுமல்லவா?

பல கவிதைகளில் அனுபவம் முதிரும்முன் வெளிப்பாடு நிகழ்ந்துவிட்டிருப்பதாகத் தோன்றுகிறது. நிகழ்வுகளுக்கு உடனடியாக எதிர்வினைக் காட்டுவீர்களா? நீங்கள் எப்படி எழுதுகிறீர்கள்?

நான் மனத்தூண்டலை (Inspiration) நம்பக்கூடிய கவிஞன். அதன் பிறகுதான் தொழில்நுட்பம் (Craft). என் எல்லாக் கவிதைகளிலும் அனுபவத்துடன் நான் கொண்ட மோதலின் பின்புலம் உண்டு. கவிதையின் உத்வேகத்தின் ஒரு பகுதியாகவே அதைச் செம்மை செய்யும் தொழில்நுட்பத்தைப் பார்க்கிறேன். மரவேலை போலவோ கொத்தவேலை போலவோ திட்டவட்டமாக யோசித்து பிரக்ஞைபூர்வமாகச் செய்யப்படும் தொழில்நுட்பமேதும் கவிதைக்கு உண்டு என்று நான் நம்பவில்லை. கவிதை ஒரு தொழில் அல்ல. கவிதை எழுதுவது உழைப்பும் அல்ல. மிகப் பிரமாதமான செதுக்கல்காரர்களான உள்ளூர் பரமேஸ்வர அய்யரும் ஜி. சங்கரக்குறுப்பும் பெரிய கவிஞர்களாகக் கருதப்படுவதில்லை. இவற்றில் அக்கறையே காட்டாமல் உள்ளுணர்வை நம்பி இயங்கிய சங்கம்புழ கிருஷ்ண பிள்ளையும், பி. குஞ்ஞிராமன் நாயரும்தான் பெரிய கவிஞர்களாகக் கூறப்படுகிறார்கள்.

உங்களுடைய சிறந்த கவிதைகளில் அசலான கேரளிய அனுபவம் உண்டு. பல கவிதைகளில் அது இல்லை. ஏன்?

கேரளியத்தன்மை உடைய கவிதையே சிறந்த கவிதை என்பது தவறான வாதம். கவிதைக்கு இயல்பாக ஒரு கலாச்சார அடையாளம் உண்டுதான். ஆனால் நான் நெருதாவை படிப்பது ஒரு 'சிலி'யன் அனுபவத்திற்காக அல்ல. கவிதையனுபவத்தின் ஒருபுற அடையாளம் – ஒரு அம்சம் – மட்டுமே அது. நல்ல கவிதையை எந்த மொழியில் மொழிபெயர்த்தாலும் அது நல்ல கவிதைதான். இது ஷேக்ஸ்பியர் முதல் ஆக்டோவியா பாஸ் வரை அனைவருக்கும் பொருந்தும். மொழிபெயர்ப்பில் எல்லாவற்றையும் இழந்துவிடும் ஒன்று நல்ல கவிதை அல்ல. எதையும் இழக்காமலிருப்பதும் நிச்சயமாக நல்ல கவிதை அல்ல,

உங்களுடைய சிறந்த கவிதைகள் எப்படி உருவாகியுள்ளன? ஒரு சொல் எதேச்சையாக கிடைப்பதன் மூலமா? இல்லை, ஒரு கருத்து தோன்றுவதன் மூலமா?

கருத்திலிருந்து எந்தக் கவிதையையும் நான் தொடங்கியதில்லை. எப்போதுமே எனக்கு கவிதை மொழியுடன் இணைந்துதான் கிடைத்திருக்கிறது. ஒரு வரி அல்லது சில வரிகள் மனதில் வரும். இவற்றை ஒரு படிமம் அல்லது காட்சி ஆக மாற்றுவேன். அதுவே கவிதையின் பிற அம்சங்களைத் தீர்மானிக்கும். முதலில் வரும் வரிகள் கவிதையில் முதலில் வர வேண்டியதில்லை. பல சமயம் கடைசியில் கூட அவை இணையும்.

'வாசிப்பின் அரசியல்' என்ற பிரபல நூலை எழுதியுள்ளீர்கள். வாசிப்பை இன்றையச் சூழலில் எப்படி நிர்ணயிக்கிறீர்கள்? இலக்கியச் செயல்பாட்டை முழுக்க 'வாசிப்பு' என்பதற்குள் நிறுத்திவிடும் தெரிதாவை எப்படி எதிர்கொள்கிறீர்கள்?

என்றைக்கும் போலவே இன்றும் வாசிப்பு பல தளங்களில் நடக்கிறது. இந்தப் பேட்டியிலேயே நீங்கள் இலக்கியத்தைப் பலவிதமான அடிப்படைகள் மீது நின்று பார்க்க முயல்வதைக் காணலாம். ஜாதி, மதம், இனம், வர்க்கம் என்று பல அடிப்படைகள். அதாவது உங்கள் கேள்விகள் ஒவ்வொன்றும் ஒரு பிரச்சினைக்களத்தில் இருந்து எழுகின்றன (Problematique). அதற்கான பரிகாரத்தை ஒவ்வொரு காலகட்டத்திலும் அதற்குரிய அறிவுக்கூறுடன் (Episteme) தொடர்புபடுத்தி உருவாக்குகிறோம். இலக்கியம், பொருளியல், மானுடவியல் போன்ற பற்பல அடிப்படைகளிலிருந்து நாம் படைப்பை அணுகி வருகிறோம். நம்மையறியாமலே இத்தகைய அம்சங்கள் நமது வாசிப்பில் உட்பொதிந்துள்ளன. இதையே சொல்லாடல்களன் (Discourse) என்கிறோம். அதாவது வாசிப்பு என்பது முன்பு கூறப்பட்டு வந்ததைப் போலத் தூய்மையான, சார்பற்ற, ஒரு செயல்பாடு அல்ல. அதுவும் ஒரு அரசியல் செயல்பாடுதான். இதையே என் நூலில் விரிவாக ஆராய்ந்தேன். அத்துடன் சமஸ்கிருதத்தில் உள்ள த்வனி – அனுமான சித்தாந்தம் மற்றும் தொல்காப்பியம் முதல் தொடர்ந்து வரும் தமிழ் 'குறிப்பு பொருள்' சித்தாந்தம் ஆகியவற்றுடன் இக்கொள்கைகளைச் சம்பந்தப்படுத்தி அதில் யோசித்திருந்தேன். அந்நூல் வெளிவந்தே பன்னிரண்டு வருடங்கள் ஆகிவிட்டன. இன்று இவ்வாய்வு மிகவும் முன்னகர்ந்தும்விட்டது.

நமது மரபைப் பரிசீலித்தீர்களானால் இங்கும் படைப்பே முன்னிறுத்தப்பட்டது என்பதைக் காண்பீர்கள். அப்படைப்புகளும் ஒரு குருபரம்பரை, ஒரு பொது மரபு ஆகியவற்றின் விளைவுகளாகவே கருதப்பட்டன.

படைப்பைத் தனிப்பட்ட படைப்பாளியின் ஆத்ம வெளிப்பாடாகக் கொள்ளும் மரபு நமக்கு இல்லை. தனி மனித வாதம் மேலோங்கியபோதுதான் படைப்பாளி முன்னிறுத்தப்பட்டான். இது இருத்தலியல் சித்தாந்தங்களோடு பெரிதும் சம்பந்தப்பட்டது. நவீன விமர்சனம் படைப்பு, படைப்பாளி இரண்டுக்கும் மேலாக வாசிப்பு மற்றும் வாசிப்புச் சூழலை முன்னிறுத்தியது. உள்வாங்கல் சித்தாந்தத்தை முன்வைக்கும் ரொமான் இங்கார்டன், ரொபார்ட் ஜாஸ், ஒல்ப் காங் ஈசர் முதலியவர்கள் வாசிப்புக்குப் பின்புலமாக உள்ள கருத்துச் சூழலைப் பெரிதும் வற்புறுத்துகிறார்கள். இந்தச் சூழலுக்கு ஏற்ப ஒவ்வொரு காலகட்டத்திலும் படைப்பிலிருந்து எடுக்கப்படும் உள்ளுரைகள் மாறுபடுகின்றன என்கிறார்கள். கம்பராமாயணம் பக்தி இலக்கிய காலகட்டத்தில் அளித்த பாடம் ஒன்று, திராவிட இயக்க காலகட்டத்தில் அளித்த பாடம் இன்னொன்று இல்லையா?

தெரிதா இன்னும் விரிவாகப் பேசுகிறார். அவருடைய கவனம் எழுத்தில் வெளிப்படும் தருக்கத்தை வாசகன் தகர்த்துக்கொண்டு வாசிக்கும் செயல்பற்றியதாகும். தகர்ப்பு வாசிப்பு என்று இதைக் கூறலாம். எந்திரத்தனமான ஒரு பண்டிதத்தன்மையல்ல இது. மிகவும் படைப்பூக்கம் கொண்ட ஒரு அணுகுமுறையாகும். ஒரு படைப்பு நம்முடன் பேச முன் வரும்போதே சில அடிப்படைகளை வலியுறுத்தியப்படியே வருகிறது இல்லையா? பிற அடிப்படைகளை விடுங்கள். 'நான் ஒரு பிரத்தியேகமான அறிவு வடிவம்' அல்லது 'இலக்கியம்' என்று அது கூறுகிறது. குறைந்த பட்சம் 'வாசகன்', 'வாசிப்பு', 'புரிதல்' போன்ற சில அடிப்படைகளையாவது அது வலியுறுத்துகிறது இல்லையா? இக்கருதுகோள்களைக் கூட மறுத்தப்படி வாசிப்பதுதான் தகர்ப்பு வாசிப்பு, நூல்கள் அனைத்தும் சில சித்தாந்தங்களின் பின்புலம் உடையவை. அதிகாரம் சித்தாந்தங்களின் மீது கட்டப்படுகிறது. சித்தாந்தங்களைத் தகர்ப்பதன் மூலம் அதிகாரத்தை தகர்க்க முடியும் என்பது தகர்ப்பு வாசிப்பின் மூலம் முன் வைக்கப்படும் வாதம். நிறைய சாத்தியங்கள் உள்ள ஒரு வாசிப்பு ரீதிதான் இது. இதை ஓர் அரசியல் நடவடிக்கையாகவே தெரிதா காண்கிறார். புத்தகத்தைத் தொட்டுக் கும்பிடக் கூடிய நமது சமூகத்தில் இதன் பணிகள் அனேகம். துரதிருஷ்டவசமாக அமெரிக்க விமர்சகர்கள், கல்வித்துறை ஆட்கள் இதைப் பிய்த்துக் குதறித் தீங்கற்றதோர் கல்வித்துறைச் சித்தாந்தமாக மாற்றிவிட்டிருக்கிறார்கள். அதன் ஆதார நோக்கமே திசைமாறிவிட்டது. விழிப்போடு அணுகாவிடில் நாமும் முடிவற்ற சித்தாந்த விவாதத்தில் தேவையின்றி அகப்பட நேரும்.

நான் தெரிதாவை ஏற்கவில்லை. ஸ்தாபனங்களையும் அதிகாரங்களையும் வாசிப்பு வழியாக மட்டும் அசைத்துவிட முடியுமென்று நான் நம்பவில்லை. அனைத்து விஷயங்களையும் சொல்லாடலாகக் குறுக்கிவிடுவதிலும் எனக்கு உடன்பாடு இல்லை. இன்று நமது வாசிப்பு மாறிவருகிறது. தகவல் தொடர்பு முறைகளின் பெருக்கம் மொழிவழித் தொடர்பை இரண்டாமிடத்துக்குத் தள்ளுகிறது. எனவே வாசிப்பு என்ற சொல்லை அனைத்துவகை தொடர்புகளுக்கும் பொருந்தக்கூடியதாக விரிவுபடுத்த வேண்டும். இவ்வகையில் பார்த்தால் ஒவ்வொரு கணத்திலும் கருத்துகளை உள்வாங்கும்போதும் அல்லாத போதும் விழிப்போடு இருக்க வேண்டியுள்ளது. ஃபூக்கோ குறிப்பிடும் நுண்புரட்சி *(Micro Revolution)* இங்கு முக்கியத்துவம் பெறுகிறது.

அமைப்பியலும் பின் அமைப்பியலும் ஒரு மோஸ்தர் மயக்கத்துடன் தமிழில் பேசப்படுகின்றன. இந்திய சிந்தனையில் அவற்றின் பங்கு என்ன?

அமைப்பியல், பின் – அமைப்பியலை இன்று மோஸ்தராக் கருதுகிறார்களா அங்கு? ஆச்சரியம்தான். அவை மிகவும் பழையனவாக ஆகிவிட்டன. மேலும் ஒரு பெரிய விவாதத்தின் பகுதிகள் அவை. தனியாகப் பிரித்துப் பேசுவதும் சரியல்ல.

அமைப்பியலின் சாதனை என்றால் இலக்கியத்திற்கு முன்பு தரப்பட்டுவந்த கற்பனையான ஒரு மர்மம் இருக்கிறதே அதை உடைத்ததுதான். மொழியின் இடம் நாம் எண்ணுவதைவிட விரிவானது என்று அது நிறுவியது. படைப்பாளி மொழியையும் பொருளையும் உருவாக்குவதில்லை, மாறாக அவற்றின் மொத்தத்துக்கு உள்ளேதான் அவனும் செயல்படுகிறான் என்று அது காட்டியது. ஒரு வகையில் உலகின் எல்லா தத்துவ மரபுகளிலும் முன்பே பேசப்பட்டு வந்த விஷயங்கள்தாம் இவை. புதிய தருக்க முறையில் இவை தொகுக்கப்பட்டதே அமைப்பியல் எனலாம்.

அமைப்பியலின் குறைகள் என்னவென்றால் அது வரலாற்றை – அதன் வளர்ச்சியையும் நீட்சியையும் – புறக்கணித்தது. ஒரு அமைப்பு *(System)* தொடர்ந்து தனக்குள் மாறியபடியே இருப்பதுதான் வரலாறு என்று அது உருவகித்தது. இரண்டாவதாக, எல்லாச் செயல்பாடுகளையும் அது மொழியின் வழியாகவே பார்த்தது. மொழியின் நிகழ்வுகளே உலக நிகழ்வுகள் என்றுகூட எண்ணியது. மூன்றாவதாகத்தான் அதன் தருக்க அமைப்பியல் உள்ள மிகப் பெரிய குறை வருகிறது. அது ஆசிரியனை *(Author)* இல்லாமல் செய்து அந்த இடத்தில் அமைப்பை *(system)* வைத்தது. ஆனால் ஆசிரியனுக்கு வழக்கமாகத் தரப்படும் எல்லாப் பண்புகளையும்

அமைப்புக்குத் தந்தது. ஒருமை *(unity)*, சுயமான இயங்குதன்மை *(autonomy)*, தன்னை திருத்தியமைக்கும் தன்மை *(self correction)* முதலிய இயல்புகளை.

மனிதன் இல்லை, பிரம்மம்தான் உண்டு என்று கூறிவிட்டுப் பிரம்மத்திற்கு மனித குணங்களைக் கற்பிப்பது போலவா?

அதேதான். மேலும் அமைப்பியல் பனுவலை *(text)* காலத்தில் முன்னோக்கி நகரும் ஒரு சலனமாகப் பார்க்கவில்லை. ஒரு இடத்தில் உள்ள ஒரு பொருளாகப் பார்த்தது. *(An object in space not a movement in time)* மேலும் வாசகனை மத, மொழி, இன, பால் வேறுபாடுகள் ஏதும் இல்லாத ஒரு மொத்தையான வடிவமாகப் பார்த்தது. இதெல்லாம் பிரச்சினைகள். மேற்கிலிருந்து வந்ததனாலேயே ஒன்றை வெறுப்பதும் சரி, பரபரப்படைந்து அணைத்துக்கொள்வதும் சரி, தவறானவையாகும். எல்லாச் சிந்தனைப் பாய்ச்சல்களும் வெளிமோதல்கள், இணைவுகள் வழியாகவே நடந்துள்ளன. நம்முடைய பாரம்பரிய இலக்கிய அணுகுமுறையுடன் இவற்றை நாம் எதிர்கொள்வதன் மூலமே நமது பார்வைகள் உருவாக முடியும்.

அமைப்பியல் படைப்பாளியைப் புறக்கணிக்கிறது என்றும், படைப்பாளியின் தார்மீகத் தன்மை பொருட்படுத்தப்பட வேண்டிய ஒன்றல்ல என்றும் கூறப்படுகிறது. இவை மார்க்ஸியர்களின் நிலைப்பாடுகளை நிராகரிக்கிறதல்லவா?

மார்க்ஸிய அழகியலுக்கும் பின் – அமைப்பியலுக்கும் இடையே நேற்று விரிவான விவாதங்கள் நடந்து ஓய்ந்துவிட்டன. நீங்கள் கூறுமளவுக்குப் பரஸ்பர எதிர்ப்பு உண்மையில் இவற்றுக்கு இடையே இல்லை. அல்தூஸர், பியரி மாஷெரி, டெர்ரி ஈகிள்டன் முதலியவர்கள் இவற்றை இணைக்க முயன்றதுண்டு. எனது டாக்டர் பட்ட ஆய்வும் இதற்கான முயற்சிதான். தார்மீக அடிப்படைகளைப் பின் அமைப்பியல் நிராகரிக்கிறது என்பது சில பின் அமைப்பியல்காரர்களின் தவறான புரிதல்தான். தார்மீக நிலைப்பாடு, அறச்சார்பு முதலியவற்றை எழுத்தாளனின் ஆளுமையின் பகுதியாக மட்டும் பார்க்கும் பழைய அணுகுமுறையைப் பின் அமைப்பியல் ஏற்கவில்லை, அவ்வளவுதான். அறச் சார்பின் பிரச்சினைகளை எழுத்தின் மண்டலத்திலிருந்து நகர்த்தி வாசிப்பின் மண்டலத்திற்குக் கொண்டு வருகிறது இது. காரணம் பின் – அமைப்பியலின் படி எழுத்து – வாசிப்பு என்பது ஒரு தனி நபர் பிரச்சினை அல்ல. இதனால் எழுத்தாளனிடம் இப்படி எழுது என்று கூறவோ, ஏன் எழுதினாய் என்று கோபப்படவோ எந்தவித முகாந்திரமும் இல்லாமலாகிறது. அதாவது பனுவலின் *(text)*

சுதந்திரம் அங்கீகரிக்கப்படுகிறது. இது மேலும் ஜனநாயக ரீதியான அணுகுமுறை என்றும், மார்க்ஸிய அடிப்படைகளுக்கு விரோதமானதல்ல என்றும்தான் எனக்குப் படுகிறது.

டால்ஸ்டாயின் சொந்த வாழ்க்கை அவருடைய படைப்புகளை அணுகத் தடையாக அமையலாகாது என்று லெனின் கூறியது இந்த அடிப்படையில்தான். பிரபல மொழியியலாளரான மிகாயெல் பக்தின் 'கருத்து நிலைமொழியில் உள்ளுறைந்துள்ளது' (ideology is inscribed in language) என்று கூறியதும் இதனுடன் ஒத்துப்போகிறது.

எதிர்க் கலாச்சாரம், மிஷெல் ஃபூக்கோ பற்றி உங்கள் கருத்து என்ன? நமது சூழலில் இந்தச் சிந்தனைகளின் பங்கு என்ன?

அதிகார பிரயோகம், ஸ்தாபனங்கள் ஆகியவற்றுக்கு இடையேயான நுண்ணிய உறவுகளை ஆய்ந்தறிய ஃபூக்கோ மிகவும் உதவியானவர். பள்ளி, சிறைச்சாலை, மருத்துவமனை, பைத்தியக்கார விடுதி முதலிய நிறுவனங்களின் பிறப்பு, வளர்ச்சி பற்றிய ஃபூக்கோவின் ஆய்வுகள் மிக முக்கியமானவை. குறிப்பாக நமது சமூகத்தில் மிகப் பெரிய நிறுவனமாகிய குடும்பம் பற்றி அறிந்துகொள்ள, அரசாங்கத்தைத் தூக்கி வீசி விடக்கூடிய ஒட்டுமொத்த புரட்சியை ஃபூக்கோ ஏற்கவில்லை. காரணம் அந்த அதிகாரம் பற்பல ஸ்தாபனங்களின் மீது கட்டப்பட்டுள்ளது. மிக நுண்மையாகச் செயல்படுகிறது.

கிராம்ஷியும் இதைத்தான் கூறுகிறாரா?

ஸ்தாபனங்களுக்கும் அதிகாரத்திற்குமான உறவு பற்றிய க்ராம்ஷியின் சிந்தனைகளின் விரிவாக்கம்தான் ஃபூக்கோவில் உள்ளது. நான் முன்பே கூறியபடி இது ஒரு பெரிய கூட்டு விவாதத்தின் ஒரு பகுதியாகும். ஃபூக்கோ அதிகாரம் செயல்படும் விதத்தை நுண்ணிய அலகுகளாகப் பிரித்து ஆராய்கிறார். கிராம்ஷி போலப் பொதுப்படையாக அல்ல. இதை அதிகாரத்தின் நுண்ணிய பௌதிக இயக்கம் (The micro physics of power) என்று கூறுகிறார். பற்பல தளங்களில் நுண்மையாகவும் இடைவிடாமலும் நடக்கும் எதிர்ப்பு மூலமே அதிகாரத்தை எதிர்கொள்ள முடியும் என்று அவர் கருதினார். (Transversal struggles). பின் – மார்க்ஸிய சிந்தனைக்கு ஃபூக்கோவின் பங்கு மிக முக்கியமானது.

ஃபூக்கோவுடன் எவற்றில் வேறுபடுகிறீர்கள்?

அரசு, சித்தாந்தம் போன்ற உருவங்களை முற்றிலும் தவிர்த்துவிட்டும், எதிர்ப்பியக்கங்கள் எதிர்ப்பு நிறுவனங்கள்

போன்றவற்றை நிராகரித்துவிட்டும் இன்றைய உலகில் உள்ள ஏகாதிபத்திய ஆதிக்கப்போக்கை எதிர்கொள்ளுவது சாத்தியம் என்று நான் கருதவில்லை. சமூக தளத்தில் மாற்றங்களைத் திட்டமிடுவதற்கு ஃபூக்கோவின் அணுகுமுறைகள் பெரிதும் உதவிகரமானவை. ஆனால் அவையே போதுமானவை அல்ல. இந்தியாவைப் பொறுத்தவரை நமக்கு ஒரு எதிர்க் கலாச்சார மரபு உண்டு. சார்வாக மரபு, ஆரம்பக் கால பௌத்த மரபு, பக்தி இயக்க காலத்துச் சூத்திர எழுச்சி போன்ற பல இயக்கங்களில் எதிர்க்கலாச்சார அம்சங்கள் உள்ளன ... இவற்றுக்கிடையே நுண்ணிய முரண்பாடுகள் உள்ளன. உள்ளுறைந்த அதிகாரமும் உண்டு. இன்றைய நவ – காலனி ஆதிக்கத்துக்கு எதிரான கூறுகளை அவற்றில் நாம் கண்டறிய முடியும். செயல்படுத்தப்படும்போது அவை கொள்ளும் பரிணாமம் மூலமே அவற்றின் முக்கியத்துவத்தை நாம் உணரமுடியும். எதிர்க்கலாச்சார செயல்பாடு என்பது அடிப்படையான அறச்சார்பில் ஊன்றிய ஒரு அரசியல் இயக்கமாகும். வெறும் மோஸ்தராக அதை மாற்றக்கூடாது. நமது வரலாற்றிலிருந்தே அதற்கான வேர்களை நாம் எடுக்க வேண்டும். மக்களைச் சம்பந்தப்படுத்துவதன் மூலமே வளர்க்கவும் வேண்டும்.

கிராம்ஷியின் சித்தாந்தத்தின்படி, ஒரு குறிப்பிட்ட கருதுகோள் குறிப்பிட்ட ஜன சமூகத்தின் படைப்பாகத் தொடங்கி, பற்பல ஜன சமூகங்களின் பல கருதுகோள்களுடன் சமரசம் செய்துகொண்டு வளர்ந்து, ஆதிக்கக் கருதுகோளாக மாறுகிறது. மேலாதிக்கத்தை *(Hegemony)* **நிறுவுகிறது. அதிகார வர்க்கத்தையும் உருவாக்குகிறது. இந்தியச் சூழலில் இதன் சித்திரம் என்ன?**

இந்தியாவில் இன்று உள்ளது வர்க்கம், வர்ணம், பால் ஆகியவற்றை அடிப்படையாகக் கொண்ட முப்பட்டை அதிகார மேலாதிக்கமாகும் *(Triple hegemony)*. சாம்ராஜ்யத்துடன் வெளிப்படையாகவே சமரசம் செய்துகொண்டுள்ளது நமது அதிகார வர்க்கம். இதற்குப் பின்புலமாக உள்ள நவ முதலாளி வர்க்கத்திற்கும் சுதந்திரப் போராட்ட கால இந்தியாவில் வளர்ச்சி நிலையிலிருந்த முதலாளி வர்க்கத்துக்கும் அடிப்படையில் பெரிய வேறுபாடு உண்டு. இது பேராசையும், ஆக்கிரமிப்பு குணமும் கொண்டது. மதிப்பீடுகளை இழந்தது. இரண்டாவதாக, இத்துடன் கைகோர்த்துக் கொண்டுள்ள பிராமண ஆதிக்கம். அடுத்தபடியாக ஜனத்தொகையில் பாதியை அடிமையாக வைக்கும் ஆண் மேலாதிக்கம். இவற்றுக்கு எதிரான எதிர்வியக்கங்களயே உண்டுபண்ண வேண்டியுள்ளது. அதாவது பிராமண ஜாதிக்கு எதிராகவும் ஆண் வர்க்கத்தக்கு எதிராகவும் உள்ள தனித்தனியான

போராட்டங்கள் அல்ல. பின்னது இரண்டும் சமூக தளத்தில் – முன்பே குறிப்பிடப்பட்டது போல நுண்ணிய தளங்களில் *(micro level)* எதிர்கொள்ளப்பட வேண்டியவை. இத்தகைய கூட்டான போராட்டம் வழியாகவே இங்கு ஏதாவது சமூக மாற்றங்கள் நிகழ முடியும். இந்தியச் சித்திரம் நவ முதலாளி வர்க்கமானது பிராமணியம், ஆணாதிக்கம் ஆகிய கருதுகோள்களையும் தொகுத்துக் கொண்டு மேலாதிக்கத்தை அடைந்து இருப்பதாகும். நாம் எதிர்கொள்வது மொத்தமாக இதைத்தான்.

மொழி அதிகாரத்தின் ஊடகம் என்கிறார்கள். சில அற மதிப்பீடுகளும் ஒழுக்கங்களும் அதிகாரத்தின் பொறிகள் என்கிறார்கள். படைப்பாளியின் சுதந்திரம் எதுவரையில்? எழுத்தாளனில் அதிகாரம் எப்படி உள்ளுறைந்து செயல்படுகிறது?

அதிகாரம் பூமியில் ஒருபோதும் இல்லாமலாவதில்லை. அதிகாரம் எல்லா நிலையிலும் எதிர்மறையானதுமல்ல. அது சர்வாதிகாரம் ஆகும்போதுதான் எதிர்க்கப்பட வேண்டும். அதிகாரம் சமூகம் முழுவதிலும் பரவி அதன் மூலமாக வெளிப்பட வேண்டும். காந்தியின் 'சத்யாகிரகம்' ஒரு வகை அதிகாரச் செயல்பாடுதான். அதை 'அடக்குமுறை' என்பவர்கள் கூட உண்டு. நான் அவர்களை நிராகரிக்கிறேன். தார்மீகமான ஆயுதங்களும் இழக்கப்பெற்றால் பின்பு மக்களுக்கு என்னதான் மிஞ்சியிருக்கிறது? இலக்கியவாதியின் அதிகாரம் ஒரு வகையில் சத்தியாகிரகியின் அதிகாரம் போன்றதாகும். பிறர் மனதை மாற்றியமைப்பதற்கான முழுமூச்சான, வதைக்கும் தன்மை இல்லாத, ஒரு முயற்சிதானே அது? ஒழுக்க மதிப்பீடுகளும் அறமதிப்பீடுகளும் அதிகாரப் பிரயோகங்கள்தாம். ஆனால் அவை சாதகமானவை. சமூகத்தின் சாரத்திலிருந்து வருபவை. இலக்கியப் படைப்பு பிரச்சாரம் வழியாக வாசகனிடம் அதிகாரத்தைச் செலுத்துமானால் அது சரியான படைப்பல்ல. சித்திரிப்பே அதன் வழிமுறை. துயரைச் சித்திரிக்கும் ஒரு படைப்பு அத்துயரை நீக்கும் வழிமுறைகளைப் பரிசீலிக்கும்படி வாசகனைத் தூண்டத்தானே செய்கிறது? கோஷமிடாமலேயே ஒரு நல்ல படைப்பு உங்களை உள்ளும் புறமும் பார்க்க வைக்க முடியும். அதற்கு அது உங்களில் செலுத்தும் அதிகாரமே காரணம். அதேசமயம் பலகுரல் தன்மை, பற்பல உள்ளுறைகள் ஆகியவற்றைக் கொண்டிருப்பதன் வழியாக அது பலவிதமான வாசிப்புக்குரிய சுதந்திரத்தை வாசகனுக்கு அளிக்கிறது. படைப்பின் ஜனநாயக அம்சம் இதுவே. நல்ல படைப்பு ஒற்றைப் படைத்தன்மை கொண்டதல்ல. ஒற்றைப்படைத் தன்மையே சர்வாதிகாரம் என்பது. வாசிப்பை முதன்மைப்படுத்துவது

மூலம் நவவிமரிசனம் சொல்வதும் இதையே. ராமாயணத்தையும் மகாபாரதத்தையும் நாம் ராவணன், சம்புகன், துரியோதனன் ஆகியோரின் வழியாகவும் வாசிக்கலாம். அப்படி காலங்காலமாக வாசிக்கப்பட்டதன் பிரதிகளும் நம்மிடையே உள்ளன. படைப்பின் ஜனநாயகத் தன்மையை வைத்தே அதன் அதிகாரம் சாதகமானதா பாதகமானதா என்று அளக்க வேண்டும். எல்லா அதிகாரங்களையும் அவற்றின் ஜனநாயகத் தன்மையை வைத்தே மதிப்பிட வேண்டும்.

காலச்சுவடு 11, ஏப்ரல் 1995

26

மொழியும் இலக்கியமும்:
பெரியாரின் சிந்தனைகள்
எம்.ஏ. நுஃமான்

அறிமுகம்

சிதம்பரம் சிவன்கோயில் தமிழ்நாட்டின் காசி எனக் கருதப்படும் அளவு சைவர்கள் மத்தியில் புகழும் பெருமையும் பெற்றது. இக்கோயிலின் சுற்றுவீதி நாற்சந்தி ஒன்றிலே பெரியாரின் கடவுள் எதிர்ப்பு வாசகம் பொறிக்கப்பட்ட ஓர் விளம்பரப் பலகை நடப்பட்டுள்ளது. என் நினைவில் உள்ளபடிக்கு அந்த வாசகம் பின்வருமாறு, "கடவுள் இல்லை, கடவுள் இல்லை, கடவுள் இல்லவே இல்லை. கடவுளை நம்புபவன் முட்டாள். கடவுளைக் கும்பிடுபவன் பைத்தியக்காரன்..." ஒவ்வோர் ஆண்டும் திருவிழாக் காலத்தில் 'கடவுள்' இச்சுற்று வீதியில் ஊர்வலமாகக் கொண்டு செல்லப்படுவார்; பல்லாயிரக்கணக்கான பக்தர்கள் அதில் கலந்துகொள்வார்கள். சிதம்பரத்தில் நான் இருந்த மூன்று ஆண்டுகளும் (1985 – 1987) இதனை அவதானித்திருக்கிறேன். தமிழ்நாட்டில் பெரியாரின் செல்வாக்குக்கு ஓர் அடையாளம் போல் இது எனக்குத் தோன்றியது. பெரியார் ஒருவரால் தான் இந்த இடத்தில் இந்த வாசகங்களைக் கூறிக்கொண்டு நிற்கமுடியும். அதுதான் பெரியாரின் பலம் என்று எனக்குத் தோன்றும். ஆனால், அதேவேளை, தமிழ்ச் சமூகம் பெரியாரின் சிந்தனைகளை எவ்வாறு பாராமுகமாக, அனாதரவாக தனித்து விட்டுள்ளது என்பதையும் அது எனக்கு உணர்த்தியது. பெரியார் தமிழ்நாட்டின் சக்தி வாய்ந்த தலைவர்களுள் ஒருவர்; தீவிரமான கடவுள் மறுப்புவாதி. ஆயினும், தமிழ்நாட்டுப் பண்பாட்டின்மீது மதத்தின் பிடியை அவரால் தளர்த்த முடியவில்லை. அவருடைய சீடர்கள் எல்லாரும் அதிகாரத்துக்கு வந்த பின்னர் கடவுளுக்குக் காவடி எடுக்கத் தொடங்கியதை அவர் வருத்தத்துடன்

பார்த்துக்கொண்டிருந்தார். இவ்வகையில் பெரியாரின் கடவுள் மறுப்பு வாசகம் பொறித்த அப்பலகை அவரது பலத்துக்கும் பலவீனத்துக்கும் அடையாளமாக இருப்பதாகவே நான் கருதினேன். மொழியும் இலக்கியமும் பற்றிய பெரியாரின் சிந்தனைகளை மதிப்பிட முனைகையில் இது நினைவுக்கு வருவதைத் தவிர்க்க முடியவில்லை.

பெரியாரும் பிராமணிய எதிர்ப்புக் கருத்துநிலையும்

பெரியார் ஈ.வே. ராமசாமி நாயக்கர் (1879 – 1973) தமிழ்நாட்டில் நீண்டகாலம் வாழ்ந்து சாதனைகள் பல புரிந்த சில முக்கியமான சமூக, அரசியல் தலைவர்களுள் ஒருவர். இன்று தமிழர் தலைவராக மதிக்கப்பட்டாலும் அவர் கன்னட நாயுடு குடும்பத்தில் பிறந்தவர்; கன்னடத்தைத் தாய்மொழியாகக் கொண்டவர் என்பதும் குறிப்பிடத்தக்க ஒரு அம்சமாகும்.

பெரியாரின் பொதுவாழ்வு அவரது முப்பதாவது வயதில் தொடங்குகின்றது. 1910இல் ஈரோடு முனிசிப்பல் கவுன்சிலுக்கு அவர் தெரிவுசெய்யப்பட்டார். 1925 வரை இந்திய தேசிய காங்கிரஸ் செயற்பாடுகளில் ஈடுபட்டார். 1925இல் சுயமரியாதை இயக்கத்தைத் தோற்றுவித்தார். 1930 முதல் நீதிக் கட்சியுடன் இணைந்து செயற்பட்டார். 1938இல் நீதிக்கட்சியின் தலைவராக (சிறையில் இருக்கும்போதே) தெரிவு செய்யப்பட்டார். சில காலம் (1931 – 1937) பொதுவுடைமைக் கொள்கையில் ஈடுபாடு கொண்டு பொதுவுடமை பிரச்சாரம் செய்துவந்தார். இந்தியாவில் கம்யூனிஸ்ட் கட்சி தடை செய்யப்பட்டதுடன் பொதுவுடைமையை விட்டு நீங்கினார். 1944இல் திராவிடர் கழகத்தை (தி.க.) நிறுவினார். தி.க.வில் இருந்துகொண்டே மறையும் வரை காங்கிரஸ் அரசுக்கும் தி.மு.க. அரசுக்கும் மாறிமாறி ஆதரவும் எதிர்ப்பும் தெரிவித்துவந்தார்.

சுயமரியாதை இயக்கத்தை ஆரம்பித்ததில் இருந்து, தான் இறக்கும்வரை சுமார் அரை நூற்றாண்டுக் காலம் தமிழ்நாட்டுச் சமூக அரசியல் துறையில் ஒரு தீவிர கிளர்ச்சிக்காரராகப் பெரியார் செயற்பட்டு வந்திருக்கிறார். காலத்துக்குக் காலம் அவரது சிந்தனைகளிலும் செயற்பாடுகளிலும் பல முரண்பாடுகளை ஒருவர் அவதானிக்க முடியும். எனினும் அவரது அரசியல் வாழ்வுக் காலத்தில் அவரிடம் மாறாத, நிலையான அம்சமாகக் காணப்படுவது அவரது பிராமணிய எதிர்ப்புக் கருத்துநிலையாகும். அவரது சகல நடவடிக்கைகளிலும் இதுவே மையப் புள்ளியாகக் காணப்படுகின்றது. அவர் தோற்றுவித்த சுயமரியாதை இயக்கம் ஒரு பிராமணிய எதிர்ப்பு இயக்கமாகும். அனிதா டீல் (1978 : 65) சொல்வதுபோல சுயமரியாதை இயக்கத்தின் வேலைத்

திட்டத்தைப் பெரியாரின் சிந்தனையின் சாராம்சமாகக் கொள்ளலாம். சுயமரியாதை இயக்கம் சமூக, அரசியல் துறைகளில் பிராமணர்களின் ஆதிக்கத்தை எதிர்த்த அதேவேளை 'சமயம், பண்பாடு, சமூகம், அரசியல்' ஆகிய எல்லாத் துறைகளிலும் பிராமணிய ஆதிக்கத்தை எதிர்த்துப் போராடுவதன் மூலம் பிராமணர் அல்லாதாரின் தனித்துவத்தையும் சுயமரியாதையையும் வலியுறுத்தியது என அனிதா டீல் குறிப்பிடுகிறார்.

தமிழ்நாட்டுச் சாதி அமைப்பில் நெடுங்காலமாகப் பிராமணர்களே உயர் நிலையில் இருந்தனர். பிரித்தானிய காலனித்துவத்தின் கீழும் பிராமண உயர் குழாத்தினர் சமூக அடுக்கில் தங்கள் மேல்நிலையை உறுதிப்படுத்திக் கொண்டனர். அரச உயர் பதவிகளிலும் கல்வி நிறுவனங்களிலும் தங்கள் மேலாண்மையை நிலைநிறுத்திக்கொள்ள ஆங்கிலக் கல்வி அவர்களுக்கு உதவியது. சுதந்திரத்திற்கு முந்திய இரண்டு மூன்று தசாப்த காலப்பகுதியில் சென்னை மாகாணத்தின் மொத்தச் சனத்தொகையில் மூன்று வீதத்துக்குச் சற்று அதிகமான பிராமண சமூகத்தினர் அரச பதவிகளில் பெரும் பகுதியைத் தங்கள் வசப்படுத்தி இருந்தனர். அதே வேளை, பிராமணர் அல்லாத ஏனைய சாதிகளுள் மேல்நிலையில் அல்லது இடைநிலையில் இருந்த வேளாளர், முதலியார், பிள்ளை, தேவர், செட்டி முதலிய சாதிகளுக்குள் இருந்து உருவாகிய படித்த மத்தியதர வர்க்கத்தினர், தொழில் முயற்சியாளர் ஆகியோர் தங்கள் அதிகாரத்துக்குப் பிராமண உயர் குழாத்தினரின் சவாலை எதிர்நோக்கினர். இந்நிலையிலேயே பிராமணர் அல்லாதார் தமது அரசியல் அதிகாரத்துக்காக பிராமண எதிர்ப்பு இயக்கத்தை உருவாக்கினர் (Irschick 1969). கருத்துநிலை ரீதியாகவும், அரசியல் ரீதியாகவும் பெரியார் இவ்வியக்கத்துக்குத் தலைமை தாங்கினார். பிராமணர் அல்லாதார் இயக்கத்துள் பல போக்குகள் இருந்தபோதிலும் பெரியார் அதில் பிரதான இடம் வகித்தார். தன் வாழ்வுக் காலம் முழுவதும் பிராமண ஆதிக்கத்துக்கு எதிராகச் செயற்பட்டார்.

இப்பின்னணியிலேயே பிராமணியம் என்ற கருத்தாக்கம் நோக்கப்பட வேண்டும். பிராமணியம் (அல்லது பார்ப்பனியம்) என்பது பிராமண உயர் குழாத்தினரின் சமூக மேலாதிக்கத்துக்கு எதிரான பிராமணர் அல்லாத உயர் குழாத்தினரின் ஒரு கருத்து நிலைக் கட்டமைப்பாகும். இது பிராமணர்களின் அரசியல், பண்பாட்டு மேலாண்மையைக் குறிக்கின்றது. திராவிட அல்லது தமிழ்ப் பண்பாட்டுக்கு எதிரானதாக, தமிழர்களை அரசியல், பண்பாட்டுரீதியாகக் கீழ்நிலைப்படுத்திய ஆரிய பண்பாட்டுக்கூறுகளாக இது முன்வைக்கப்படுகின்றது. தமிழ்நாட்டின் தமிழ்ப்பேசும் பிராமணர்களைத் திராவிட

இயக்கம் தமிழர்களாக அங்கீகரிக்கவில்லை. அவர்களை அன்னியர்களாக, ஆரியர்களாகவே நோக்கியது. அவ்வகையில் பிராமணியப் பண்பாடு என்பது ஒரு அன்னியப் பண்பாடாக, தங்களை அடிமைப்படுத்தும் பண்பாடாகவே நோக்கப்பட்டது. பிராமணியப் பண்பாட்டுக் கூறுகளைக் களைந்தெறிவதன் மூலமே தமிழர்கள் விடுதலையும் சுயமரியாதையும் பெற முடியும் எனப் பெரியார் கருதினார்.

இதுதொடர்பாக 1950இல் பெரியார் கூறியவை இங்கு நமது கவனத்துக்குரியது. "ஆரியர்கள் முதலில் தம் கலாச்சாரத்தைப் புகுத்தித்தான் நம்மை வெற்றி கண்டார்கள். நம் கலாச்சாரத்தைத் தடுத்துத்தான் நம்மீது ஆதிக்கம் செலுத்த ஆரம்பித்தார்கள். நாமும் நம் கலாச்சாரத்தை மறந்து ஆரிய கலாச்சாரத்தை ஏற்றுக்கொண்டதால்தான் அவர்களுக்குக் கீழான மக்களாக, அவர்களுடைய வைப்பாட்டி மக்களாக, சூத்திரர்களாக, பசிசமர்களாக ஆக்கப்பட்டோம். எனவே அக்கலாச்சாரத்திலிருந்து விடுபட வேண்டுமென்றால், மொழிப்போராட்டம் ஒன்றினால் மட்டும் வெற்றிபெற்றுவிட முடியாது. கலாச்சாரத்தின் பேரால், இனத்தின் பேரால் போராட்டம் நடத்த வேண்டும். அதில் வெற்றி பெறவேண்டும். அப்போது தான் நாம் விடுதலை பெற்றவர்களாவோம்" (விடுதலை 27.1.1950 – மேற்கோள், அ. மார்க்ஸ் – 1955 : 22 – 23).

பெரியாரின் மதம், கடவுள், சாதி எதிர்ப்புப் போராட்டங்கள் எல்லாம் இப்பின்னணியிலேயே பார்க்கப்படவேண்டும். மொழி, இலக்கியம் பற்றிய கருத்துக்கள் மட்டுமன்றி அவரது பெண்ணிலைவாதக் கருத்துக்களும் இந்தப் பின்னணியிலேயே பார்க்கப்படவேண்டும். பெரியாரின் பிராமண எதிர்ப்புக் கருத்து நிலையில் இருந்து நாம் இவற்றை வேறுபடுத்திப் பார்க்க முடியாது. அடுத்துவரும் பகுதிகளில் மொழி, இலக்கியம் தொடர்பான பெரியாரின் சிந்தனைகள் பற்றி சற்று விரிவாக ஆராயப்படும்.

மொழி பற்றிய சிந்தனைகள்

அடிப்படையில் மொழி ஒரு தொடர்பாடல் ஊடகம் *(Medium of Communication)* என்றே வரையறுக்கப்படுகின்றது. நாம் நமது எண்ணங்களை, உணர்வுகளை, தேவைகளைப் பிறருடன் பகிர்ந்துகொள்வதற்கு மொழியைப் பயன்படுத்துகின்றோம். ஆயினும் ஒரு குறிப்பிட்ட சமூக அரசியல் சூழலில் மொழி இதற்குமேல் பல பரிமாணங்களைப் பெற்றுக்கொள்கின்றது. அது ஒரு பண்பாட்டு, அரசியல் ஆயுதமாக மாறிவிடுகின்றது. ஒரு சமூகத்தின் அடையாளச் சின்னமாக, உணர்வாக, உயிராக மாறிவிடுகின்றது, பிற சமூகத்தினரின் எதிர்ப்புக்குரிய

பண்டமாகிவிடுகிறது; அதிகாரத்தின் சின்னமாகவும், அடிமைத்தனத்தின் வெளிப்பாடாகவும் ஆகிவிடுகின்றது. அதற்காக உயிரைக் கொடுக்கவும், உயிரைப் பலிவாங்கவும் செய்துவிடுகின்றது; அதைத் தெய்வமாக்கிப் போற்றி வணங்கச் செய்துவிடுகின்றது. அவ்வகையில் மொழி வெறும் தொடர்பாடல் ஊடகம் மட்டுமல்ல; நம் வாழ்வின் அனைத்துமாக மாறும் தன்மையையும் கொண்டுள்ளது எனக் கூறலாம். அதனாலேயே தற்கால சமூக அரசியல் இயக்கங்களில் மொழி முக்கிய இடம் பெறுகின்றது.

இவ்வகையில் மொழிச் சிந்தனைகள் முக்கியமானவை. மொழிச் சிந்தனைகளை நாம் இரு பிரிவுகளாகப் பாகுபடுத்தி நோக்கலாம். ஒன்று, மொழி ஒரு தொடர்பாடல் ஊடகம் என்ற வகையில் அது எவ்வாறு செயற்படுகின்றது, அதாவது அதன் உட்கட்டமைப்பு அல்லது அதன் உட்பொறிமுறை (Inner - Mechanism) எத்தகையது என்பது பற்றிய சிந்தனை. இது தற்கால மொழியியல் சிந்தனையின் மையப் பகுதியாக உள்ளது. மொழியியலில் சிறப்புத் தேர்ச்சி உள்ளவர்களே இதுபற்றிப் பேசமுடியும். இது தொடர்பாக மொழியியல் விஞ்ஞானத்தில் பல கோட்பாடுகளும், சிந்தனைப் பள்ளிகளும் உள்ளன. மற்றது, மொழியின் சமூகச் செயற்பாடு பற்றியது. அதாவது மொழி ஒரு தொடர்பாடல் ஊடகம் என்பதற்கு மேலாக, அது சமூகத்தில் வகிக்கும் பண்பாட்டு, அரசியல் பாத்திரம் பற்றியது. இதனை நாம் மொழியின் பண்பாட்டு அரசியல் என்று கூறலாம். இதுவும் மொழியியலின் எல்லைக்கு உட்பட்டது தான். இத்துறை சார்ந்த மொழியியலை சமூக மொழியியல் (Socio-linguistics) என்பர். எனினும் இத்துறை சார்ந்த சிந்தனைகள் மொழியியலின் எல்லைக்குள் மட்டும் வரையறுக்கப்பட்டதல்ல. சமூக அக்கறை கொண்ட யாரும் இதுபற்றிச் சிந்திக்கவும், பேசவும், செயற்படவும் வல்லவர்களாக உள்ளனர். அவர்களின் சமூக அரசியல் சார்புநிலையும், அவைசார்ந்த அவர்களது கருத்து நிலையும் அவர்களது சிந்தனையின் அடிப்படையாக உள்ளன. அவ்வகையில் இவர்களது மொழிச் சிந்தனைகள் இவர்களது அரசியல் கருத்து நிலையோடு பின்னிப் பிணைந்துள்ளன. சமூக, அரசியல் இயக்கங்களில் ஈடுபட்டுள்ளோரின் மொழிச் சிந்தனைகள் பற்றிப் பேசும்போது இந்த விளக்கம் அவசியமாகின்றது. இந்த விளக்கத்தோடு இனி நாம் பெரியாரின் மொழிச் சிந்தனைகள் பற்றி நோக்கலாம்.

பெரியாரின் மொழிச் சிந்தனைகள் மொழியின் பண்பாட்டு அரசியல் சார்ந்தவை. மொழியின் சமூகச் செயற்பாடு பற்றிப் பொதுவாகவும், சமஸ்கிருதம், ஹிந்தி, ஆங்கிலம், தமிழ் ஆகிய

மொழிகள் பற்றிக் குறிப்பாகவும் பெரியார் நிறையப் பேசி இருக்கிறார். மொழி பற்றிய பெரியாரின் பெரும்பாலான எழுத்துக்கள் வே. ஆனைமுத்து (1974) தொகுத்த பெரியார் ஈ.வே.ரா. சிந்தனைகள் தொகுதி 2இல் இடம்பெற்றுள்ளன. அவை தவிர பெரியாரின் புரட்டு இமாலயப் புரட்டு, அறிவு விருந்து ஆகிய நூல்களிலும் இடம்பெற்றுள்ளன. பெரியாரின் மொழிச் சிந்தனைகள் பற்றிய இந்த ஆய்வுக்கு இவற்றையே நான் மூலத் தரவுகளாகக் கொண்டேன். இவை தவிர மொழி பற்றிய பெரியாரின் வேறு எழுத்துக்கள் என் பார்வைக்குக் கிடைக்கவில்லை. இவற்றை அடிப்படையாகக் கொண்டு இங்குக் கூறப்படும் கருத்துக்கள் விவாதத்துக்கான ஒரு முன்னுரையே தவிர முடிந்த முடிவானவை அல்ல.

மொழிபற்றிய ஒரு உரையிலேயே தன்னுடைய மொழிச் சிந்தனைகளுக்கு ஒரு முன்னுரையாக, பெரியார் பின்வருமாறு கூறுகின்றார்.

"மொழி என்பது பற்றிப் பேச, சிறிதும் அதற்கான அறிவோ, ஆராய்ச்சியோ, ஆற்றலோ அற்ற நான் 'மொழி' என்பது குறித்துப் பேசத் துணிந்தது, மொழித் தத்துவத்திலுள்ள என்னுடைய ஆசை மிகுதியின் பொருட்டேயாகும். நான் கூறப்போகும் தத்துவங்களை இலக்கண, இலக்கிய ஆதாரங்களுடன் விளக்குவது என்பது எனது தகுதிக்கு மேற்பட்ட காரியம். அதற்கு வேண்டிய இலக்கிய, இலக்கணங்களில் பாண்டித்தியமோ, ஆராய்ச்சியோ எனக்கில்லை. ஆராய்ச்சியாளர் மேற்கோள்களையும் என்னால் காட்ட இயலாது. எனக்குத் தோன்றிய, என் அனுபவத்துக்கு எட்டிய விஷயங்களைத் தான் நான் உங்களுக்கு எடுத்துச் சொல்லப் போகிறேன். அவற்றில் பெரும்பாலும் உங்களுக்குக் குற்றமாகப்படலாம். ஆகவே, நான் கூறுவதை நீங்களும், உங்கள் அறிவையும் அனுபவத்தையும், மற்றும் இது விஷயத்தில் அனுபவமும் ஆராய்ச்சியும் உள்ள பெரியோர்கள் கருத்தையும் கொண்டு சிந்தித்துப் பார்த்து ஏற்கக் கூடியதை ஏற்றும், ஏற்கக் கூடாததைத் தள்ளியும் தெளிவு பெற வேண்டுகிறேன்" *(ஆனைமுத்து : 1974 : 964).*

பெரியாருடைய இக்கூற்று அவையடக்கம் சார்ந்ததல்ல. பெரியார் ஒரு கோட்பாட்டாளரும் அல்ல. அவர் பெரும்பாலும் ஒரு நடைமுறைவாதிதான். அவ்வகையில் அவருடைய மொழிச் சிந்தனைகள் அவரின் அனுபவ ஞானத்துக்கும் அவரின் அரசியல் நடவடிக்கைகளுக்கும் உட்பட்டவை. அவற்றில் எதைக் கொள்வது எதைத் தள்ளுவது என்பது அவரவர் கருத்துநிலை சார்ந்தது. 'பெரியாரின் பார்வையில் மொழி' என்ற தலைப்பில் முதல் முயற்சியாக ஒரு சிறு கட்டுரை எழுதியுள்ள பொ. வேல்சாமி,

அ. மார்க்ஸ் ஆகியோர் "மொழி குறித்த பெரியாரின் பார்வையில் இருந்து இன்றைய அரசியலுக்கான வழிகாட்டல்களாக" ஐந்து அம்சங்களைக் குறிப்பிடுகின்றனர் (மார்க்ஸ், அ. 1995 : 63). அதில் அவர்கள் குறிப்பிடும் முதலாவது அம்சம், "மொழி உணர்வு என்பது இயற்கையானதல்ல. அரசியல் ரீதியாகக் கட்டமைக்கப்படுவதே என்பதை விளங்கிக்கொள்வதும் பிரச்சாரம் செய்வதும்" என்பதாகும். பெரியார் தமிழ்நாட்டில் பொங்கிப் பிரவாகித்த தமிழ் உணர்வுக்குள் நின்று செயற்பட்டவர் அல்ல என்பதும், அவரது பகுத்தறிவுவாதச் சிந்தனை அதற்கு இடம் கொடுக்கவில்லை என்பதும், தமிழ் உணர்வை அவர் காரமாகச் சாடியவர் என்பதும் நாம் அறிந்ததே. ஆயினும், பெரியாரின் தீவிரமான வடமொழி எதிர்ப்பும் ஹிந்தி எதிர்ப்பும் ஆங்கில ஆதரவும் அரசியல் ரீதியில் கட்டமைக்கப்பட்டவையே என்பதையும் நாம் புரிந்துகொள்ள வேண்டும்.

பெரியாரின் மொழிபற்றிய சிந்தனைகளில் சமஸ்கிருதம், ஹிந்தி, தமிழ், ஆங்கிலம் ஆகிய மொழிகள் மையமாக உள்ளன. இவை பற்றிய பெரியாரின் கருத்துக்களில் முன்னுக்குப்பின் முரணானவை சில காணப்படினும் பிராமணிய அல்லது பார்ப்பன எதிர்ப்பு அவற்றின் உட்சரடாக இழைந்தோடுவதைக் காணலாம். இனி அவைபற்றி ஒவ்வொன்றாக நோக்கலாம்.

வடமொழி எதிர்ப்பு

சமஸ்கிருதம் பற்றிய பெரியாரின் நிலைப்பாடும் கருத்துக்களும் அவரது பிராமணிய எதிர்ப்பின் அடிப்படையில் அமைந்தவை. ஏனைய இந்திய மொழிகளைப் போலவே தமிழும் வடமொழிச் செல்வாக்குக்கு உட்பட்டே வளர்ச்சியடைந்தது. தொல்காப்பியர் காலத்தில் இருந்து இது படிப்படியாக அதிகரித்து வந்துள்ளது. தொல்காப்பியரும் நன்னூலாரும் வடமொழிச் சொற்களைத் தமிழ் மயப்படுத்தி வழங்குவதற்குரிய விதிகளை வகுத்துக் கூறியுள்ளனர். வடமொழித் தொடர்பால் தமிழும் தமிழர் பண்பாடும் சில அம்சங்களில் வளம் பெற்றன எனினும், அதே வேளை சமூக நிலையில் பிராமண ஆதிக்கமும் வலுப்பெற்றது. உண்மையில் இதனை மறுவளமாக, அதாவது, தமிழ்நாட்டில் பிராமணரின் சமூக மேலாதிக்கம் வலுப்பெற்ற முறைமையிலேயே தமிழில் வடமொழிச் செல்வாக்கும் வேரூன்றியது என்றே சொல்ல வேண்டும். சமஸ்கிருதம் இந்து சமயத்துடன் நெருங்கிய தொடர்பு கொண்டிருந்ததனால் அதற்கு ஒரு தெய்வீகத் தன்மையும் கற்பிக்கப்பட்டது. ஆயினும், இந்த நூற்றாண்டின் தொடக்கத்தில் தமிழ்நாட்டில் பிராமண ஆதிக்கத்துக்கு எதிராகப் பிராமணர் அல்லாதாரின் அரசியல் எழுச்சியுடன் வடமொழி எதிர்ப்பும்

தோன்றியது. வடமொழி எதிர்ப்பின் தீவிரத்தன்மை தனித்தமிழ் இயக்கமாக வளர்ச்சியடைந்தது.

பெரியார் தீவிரமான தனித்தமிழ் ஆர்வலர் அல்லர் எனினும், வடமொழிச் சொற்களைத் தாராளமாகத் தன் எழுத்துக்களில் கையாண்டவர் எனினும் (சுயமரியாதை என்பதே வடமொழிதான்), கோட்பாட்டளவில் சமஸ்கிருதத்தைத் தீவிரமாக எதிர்த்தார். சமஸ்கிருதத்தைச் சுற்றிக் கட்டமைக்கப்பட்டிருந்த தெய்வீக ஐதீகத்தைக் களைந்தெறிய முற்பட்டார். இது தொடர்பாக 'சமஸ்கிருதம்' என்ற தலைப்பில் தான் எழுதிய ஒரு நீண்ட கட்டுரையின் முடிவில் அவர் பின்வருமாறு கூறுகிறார்:

மேற்கண்ட ஆராய்ச்சிக் குறிப்புக்களில் இருந்து இன்றைய ஆரியர்கள் என்பவர்கள் பல இடங்களில் பராரியாகத் திரிந்த பல கூட்டங்களில் இருந்து இந்தியாவுக்கு வந்து தங்கிப்போன ஒரு கலப்பு இனக்கூட்டம் என்பதும், இவர்கள் இப்போது தங்கள் தாய்மொழியாகவும் மதமொழியாகவும் பாவித்துக் கொண்டு மற்றவர்களுக்கு வேதமொழி என்று கூறி ஏமாற்றுப் பிரச்சாரம் செய்யும் சமஸ்கிருத மொழி என்பதானது பல பிரிவு மக்கள் பல இடங்களில் பல காலங்களில் பேசி வந்த பல்வேறு மொழிகளின் சேர்ப்பு மொழியே தவிர, ஒரு குறிப்பிட்ட கால குறிப்பான மொழி அல்ல என்பதும், பார்ப்பனர் அதைப்பற்றி உயர்வாக பேசுவதும் பிரச்சாரம் செய்வதும் தங்கள் சமய மத கோட்பாடுகளை உயர்த்திக்கொள்ளவும் நமது மொழிகளை இழிவுபடுத்தவுமே ஆகும் என்பதும் நன்றாய் அறியப்படுகின்றன (பெரியார் 1992 : 31 – 32).

பெரியாரின் சமஸ்கிருத எதிர்ப்பு அவரது பார்ப்பனிய எதிர்ப்புடன் தொடர்புடையது என்பதை இக்கூற்று தெளிவுபடுத்துகின்றது.

'சமஸ்கிருதம் ஏன்' என்ற கட்டுரையில் பெரியார் இதைப்பற்றி இன்னும் வெளிப்படையாகச் சொல்லுகிறார்.

"அரசியல் சட்டத்தில் உள்ள மற்ற 13 மொழிகளுக்குக் காட்டாத சலுகை சமஸ்கிருதத்திற்கு மட்டும் என்ன தேவை? . . . மத்திய சர்க்கார் மாத்திரம் இதற்கு ஏன் இவ்வளவு சலுகை காட்ட வேண்டும்? . . . இதற்கெல்லாம் அடிப்படையான காரணம் என்ன? இவ்வளவு ஆர்வம் செலுத்துவதன் உள் நோக்கம் என்ன என்று ஆராய்ந்து பார்த்தால்தான் பார்ப்பான் தனது ஆதிக்கத்தையும் ஏகபோக உரிமையையும் பாதுகாப்பதில் எவ்வளவு கண்ணுங் கருத்துமாக இருக்கிறான் என்பது விளங்கும்.

சமஸ்கிருதம் பரவினால்தான் பார்ப்பான் வாழ முடியும்; சுரண்டமுடியும்; நம்மைக் கீழ்சாதி மக்களாக ஆக்கமுடியும்;

அவன் பிராமணனாக இருக்க முடியும். அதன் நலிவு, பார்ப்பன ஆதிக்கத்தின் சரிவு என்பதை உணர்ந்துதான் ஒவ்வொரு பார்ப்பனரும் சர்வ ஜாக்கிரதையாக விழிப்போடு காரியம் செய்து வருகிறார்கள்" (ஆனைமுத்து 1974 : 998).

இந்த நூற்றாண்டின் ஆரம்ப தசாப்தங்களில் தமிழில் கலைச்சொல்லாக்கம் பற்றி நிகழ்ந்த கருத்து மோதல்களின்போது பெரியார் வடமொழி எதிர்ப்பாளர்களின் கட்சியிலேயே இருந்தார். (திருமாறன் 1992 : 175, வேங்கடாசலபதி 1995).

இக்காலகட்டத்தில் தமிழில் கலைச்சொல்லாக்கம் பற்றிய மூன்று நிலைப்பாடுகளை இனங்காணலாம். முதலாவது, கலைச்சொல்லாக்கத்துக்குத் தனித்தமிழ்ச் சொற்களை மட்டுமே கையாளவேண்டும் என்பது. இரண்டாவது, நல்ல தமிழ்ச் சொற்கள் கிடைக்காவிட்டால் வட சொற்களைக் கையாளலாம் என்பது. மூன்றாவது, வட சொற்களும் கிடைக்காவிட்டால் ஆங்கிலச் சொற்களைப் பயன்படுத்தலாம் என்பது. பெரியார் தனித்தமிழ்க் கட்சியைச் சேர்ந்தவர் அல்ல. எனினும் கலைச்சொல்லாக்கத்தில் தமிழுக்கு முதன்மை கொடுத்த அதேவேளை வடமொழி தவிர்ந்த வேறு எந்த மொழியில் இருந்தும் கடன் வாங்கலாம் என்ற நிலைப்பாட்டை எடுத்தார். இது தொடர்பாக பெரியாரின் கூற்று பின்வருமாறு:

"நமது மேன்மைக்கும் அந்தஸ்துக்கும் ஏற்றதும் நம் சுதந்திர உணர்ச்சியைத் தூண்டக் கூடியதுமான எம் மொழியில் இருந்தும் நம் மொழிக்கு ஆக்கம் தரக் கூடியதும் அவசியமானதும் ஆகிய சொற்களை எடுத்துக்கொள்ளலாம். எம்மொழித் தொடர்பிருந்தாலும் பரவாயில்லை. நமக்கு வட மொழித் தொடர்பு மட்டும் கூடவே கூடாது. தமிழ் ஒன்றுதான் இன்று வரைக்கும் வடமொழிக் கலப்பை ஓரளவுக்காவது எதிர்த்து வந்திருக்கிறது. வேற்றுமொழிக் கலப்பின்றித் தனித்துச் சிறப்புடன் வாழக்கூடிய தன்மையைத் தமிழ் மொழி பெற்றிருக்கிறதென்று மேனாட்டு வல்லுனர்களே எடுத்துக் காட்டியுள்ளனர்." (ஆனைமுத்து 1974 : 972 – 973, அழுத்தம் கட்டுரை ஆசிரியருடையது).

கலைச்சொல்லாக்கத்தில் எம்மொழித் தொடர்பிருந்தாலும் வடமொழித் தொடர்பு மட்டும் வேண்டாம் என்பதற்குப் பிராமணிய எதிர்ப்புத் தவிர வேறு அறிவியல் காரணிகள் எவையும் இல்லை. பெரியார் கொள்கையளவில் தீவிர, வடமொழி எதிர்ப்பாளராக இருக்கிறாரே தவிர, நடைமுறையில் அவரது எழுத்தில், ஏராளமான வடமொழிச் சொற்கள் கையாளப்பட்டுள்ளமை பற்றி ஏற்கனவே குறிப்பிடப்பட்டுள்ளது.

மொழி, பண்பாட்டின் ஒரு அம்சமாக இருக்கும் அதேவேளை பண்பாட்டின் ஊடகமாகவும் உள்ளது.

வேறு வகையில் சொன்னால் ஒரு மொழிச் சமூகத்தினரின் பண்பாடு அவர்களின் மொழியில் பிரதிபலிக்கின்றது, அல்லது வெளிப்படுகின்றது எனலாம். அவ்வகையில் மொழியையும் பண்பாட்டையும் பிரிக்க முடியாது. பெரியாரின் வடமொழி எதிர்ப்புக்கு ஆரிய, பிராமணப் பண்பாடு சமஸ்கிருதத்தில் வெளிப்படுவது ஒரு முக்கியக் காரணமாகும். "ஒரு மொழியின் தொடர்பு நமக்கு நல்லதா கெட்டதா என்று சிந்திக்கும்போது நமது இடத்திற்கும், சீதோஷ்ணத்திற்கும் பொருந்தி இருக்கிறதா என்று பார்க்க வேண்டும். பிறகு, அம்மொழியில் உள்ள கருத்துக்கள் நம் தன்மானத்தையும், மேன்மையையும், நலத்தையும், தகுதியையும் காக்கக்கூடியதா? அதிகப்படுத்தக் கூடியதா? அவற்றைக் கெடுக்கக்கூடியதா? என்றும் சிந்தித்துப் பார்க்க வேண்டும்" (ஆனைமுத்து 1977 : 965) என்று கூறும் பெரியார் "வடமொழியில் நம்மை மேலும் மேலும் அடிமையாக்கும் தன்மை அமைந்திருப்பதால்தான் அதையும் கூடாதென்கிறேன்" என்று காரணம் சொல்கிறார்.

பெரியாரின் இக்கருத்துக்கள் பரிசீலிக்கப் படவேண்டியவை. மொழிக்கும் சீதோஷ்ணத்துக்கும் இடையே உள்ள தொடர்பு பற்றிப் பெரியார் அடிக்கடி பேசுகிறார். வடமொழி, ஹிந்தி என்பன நமது சீதோஷ்ணத்துக்கு ஒத்துவராது என்பதால் அவை வேண்டாம் என்கிறார். அதே வேளை குளிர்ப்பிரதேசத்து ஆங்கிலம் தமிழைவிட நமக்கு முக்கியமானது என்கிறார். ஒருவர் மொழி கற்பதும் மொழித் தொடர்பும் சீதோஷ்ணத்துக்குக் கட்டுப்பட்டதல்ல. அவை வெவ்வேறு மொழி பேசும் சமூகத்தினருடன் நமக்கு ஏற்படும் தொடர்பு, நமது தேவை என்பவற்றைப் பொறுத்தது. மேலும் எல்லா மொழிகளிலும் நல்ல கருத்துக்களும் கெட்ட கருத்துக்களும் கூறப்படுகின்றன. வடமொழியில் மட்டும்தான் நம்மை அடிமைப்படுத்தும் கருத்துக்கள் உள்ளன; ஏனைய மொழிகளில் அவ்வாறு இல்லை என்ற கருத்தும் வடமொழி எதிர்ப்பின் அடிப்படையில் அமைந்த ஒரு பொய்யான கட்டமைப்புத்தான்.

நான் ஏற்கனவே சொன்னது போன்று பெரியாரின் வடமொழி எதிர்ப்பை உண்மையில் பிராமணிய எதிர்ப்பின் ஒரு வடிவமாகவே பார்க்கவேண்டும். வடமொழி பிராமணிய பண்பாட்டைச் சுமந்துகொண்டுள்ள மொழி என்பதே பெரியாரின் எதிர்ப்புக்கான மூலகாரணியாகும் "வடமொழித் தொடர்பால் நமக்கேற்பட்டுள்ள, ஏற்படப்போகும் கெடுதிகள்" பற்றிப் பேசுகையில், சாதி, திவசம், திதி, கலியாணம், வைகுந்தம், சொர்க்கம், மோட்சம், நரகம், சாலோக, சாரூப, சாமீப, சாயுச்சிய, தாராமுகூர்த்தம், கன்னிகாதானம், பதிவிரதம் போன்ற

சமஸ்கிருதச் சொற்களை எடுத்துக்காட்டி ஆரியப்பண்பாட்டுக்குத் தமிழர் அடிமைப்பட்டுப் போனதற்கு இவற்றை அடையாளமாகக் காட்டுகின்றார். இவற்றுக்கு நிகரான தமிழ் வார்த்தைகள் இல்லை என்று கூறும் பெரியார் "இவ்வார்த்தைகளின் தொடர்பால் நம் புத்தி தெளிந்ததா? இருந்த புத்தியும் போனதா சிந்தித்துப் பாருங்கள்" என்று வேண்டுகோள் விடுக்கின்றார் (ஆனைமுத்து 1977 : 969 – 70). இவை தமிழ்ப் பண்பாட்டுக்கு உரியதல்ல என்பதும், பிராமண, வடமொழித் தொடர்பால் தமிழில் ஏற்பட்டவை என்பதும், தமிழர் இவற்றைக் களைந்து தமது பண்பாட்டுக்கு மீள வேண்டும் என்பதுமே பெரியாரின் வாதம். இவ்வாறு வாதிப்பதின் மூலம் பெரியார் தன்னை அறியாமலே ஒரு தூய தமிழ்ப் பண்பாட்டைக் கட்டமைக்கின்றார். இப்பண்பாடு பிராமணியத் தொடர்புக்கு முந்தியதாகவே இருக்க வேண்டும். அதாவது சங்க காலம் அல்லது அதற்கு முந்திய பண்பாடாகவே இருக்கவேண்டும். உண்மையில் அப்படி ஒன்றைப் பெரியார் வேண்டி நின்றதாகக் கூறமுடியாது. வடமொழி, ஆரிய பண்பாட்டைத் தவிர்ந்த வேறு பண்பாட்டுக் கலப்புக்குப் பெரியார் எதிரானவரல்ல என்பதும் நாம் மனங்கொள்ளத் தக்கது.

இந்தி எதிர்ப்பு

தமிழ்நாட்டில் இந்தி எதிர்ப்புப் போராட்டங்களை முன்னின்று நடத்தியவர்களில் பெரியார் முக்கியமானவர். இந்தி எதிர்ப்புப் போராட்டத்தில் ஈடுபட்டு மூன்று வருடம் சிறை சென்று மீண்டவர். பெரியாரின் இந்தி எதிர்ப்பிலும் சமஸ்கிருத எதிர்ப்பின் பின்னணியையே நாம் காண்கின்றோம்.

பலமொழி பேசும் இந்தியாவுக்குப் பொருத்தமற்ற ஒரு மொழிக் கொள்கையைக் காங்கிரஸ் கட்சி ஏற்றுக்கொண்டு அதனை நடைமுறைப்படுத்த நேர்ந்தபோதெல்லாம் தமிழ்நாட்டில் இந்தி எதிர்ப்புப் போராட்டங்கள் தீவிரமடைந்தன. 1930களில் இருந்து தமிழ்நாட்டில் கிளர்ச்சிகள் நடைபெற்றன. சுயமரியாதை இயக்கம், நீதிக்கட்சி, திராவிடர் கழகம், தி.மு.க., அ.தி.மு.க. ஆகிய கட்சிகளின் தலைமையில் இப்போராட்டங்கள் நடைபெற்றன. 1965இல் நடைபெற்ற இந்தி எதிர்ப்புப் போராட்டத்தில் நூற்றுக்கு மேற்பட்டோர் கொல்லப்பட்டனர் (கேசவன் : 1991 : 129).

1920களில் பெரியார் காங்கிரஸ் கட்சியில் இணைந்திருந்த காலத்தில் தமிழ் நாட்டில் இந்தி வகுப்புக்கள் நடத்துவதற்கு நிதி உதவி வழங்கியதாகவும் அது தொடர்பாகப் பின்னர் வருத்தப்பட்டதாகவும் கேசவன் (1991 : 52) குறிப்பிடுகிறார். ஆயினும், 1930களில் இருந்து பெரியார் தீவிர இந்தி

எதிர்ப்பாளராகவே செயற்பட்டு வந்திருக்கிறார். தமிழ்நாட்டில் இந்தி திணிக்கப்படுவதை ஆரியர் சதி, வடவர் சூழ்ச்சி என்றே அவர் கருதினார். இந்தித் திணிப்புப் பற்றிய பெரியாரின் சில கருத்துக்கள் பின் வருமாறு:

"நாடு நம்முடைய சொந்த நாடு ஆனாலும் ஆட்சி தமிழர்களல்லாத அன்னியர்களுடைய ஆட்சியாக இருப்பதால், அந்த அன்னியர்கள் பல நாடுகளை ஒன்று சேர்த்து அடக்கி ஆள்பவர்களாக இருப்பதனால், அவர்களுடைய ஆட்சி நிலைப்பிற்கும், வசதிக்கும் ஏற்றபடி ஏதேதோ காரணங்களைச் சொல்லிக்கொண்டு, அன்னிய மொழியாகிய இந்தி மொழி என்பதுதான் ஆட்சி மொழியாகவும், கல்லூரி போதனா மொழியாகவும் பள்ளிகளில் கட்டாய மொழியாகவும் கூட இருக்கவேண்டும் என்று ஆட்சியாளர்களால் வலியுறுத்தும்படியான நிலைமை நம் நாட்டுக்கு ஏற்பட்டுவிட்டது. இது நமக்கு ஒரு மாபெரும் கெட்ட வாய்ப்பும் வெட்கப்படத்தக்கதான சம்பவமுமாகும்."

இது பெரியார் இந்திய சுதந்திரத்துக்குப் பின் 1957இல் எழுதிய குறிப்பு. இங்கு 'அன்னிய ஆட்சி', என்று அவர் குறிப்பது ஆங்கில ஆட்சியை அன்று; 'வடவரின்' ஆட்சியை என்பதை நாம் மனங்கொள்ள வேண்டும். 'பல நாடுகள்' என்று அவர் குறிப்பிடுவது வெவ்வேறு தேசிய இனங்களை என்பதும் கவனிக்கப்பட வேண்டும். பெரியார் இந்திய தேசியக் கருத்துநிலையை வரித்துக்கொண்டவர் அல்ல. அதற்கு எதிராகச் செயற்பட்டவர். அவரை ஒரு தமிழ்த் தேசியவாதி என்றும் அடையாளப்படுத்த முடியாது. தனக்கே உரிய திராவிட தேசியவாதம் ஒன்றையே அவர் பிரச்சாரப்படுத்தி வந்தார். அவ்வகையில், பெரியாரைப் பொறுத்தவரை இந்தி, இந்திய தேசிய மொழிகளுள் ஒன்றல்ல; அது அன்னியரின் – ஆரியரின் மொழி; பார்ப்பனிய ஆதிக்கத்தின் கருவியாகும். அதனாலேயே பெரியார் எழுதுகிறார்:

"இந்தி எந்தவகையிலும் நமக்குத் தேவையில்லை என்பதோடு கண்டிப்பாக நம் நாட்டுக்குள் இந்தியைப் புகவிடவே கூடாது என்பது எனது கருத்தாகும். எந்தத் துறையில் நமது நாட்டிற்குள் இந்தி புகுந்தாலும், சமஸ்கிருதத்தினால் தமிழர்களும் தமிழ்நாடும் இன்று என்ன நிலைக்கு வந்து தொல்லையும், மடமையும், இழிவும் அனுபவிக்கிறார்களோ சற்றேறக்குறைய அந்த நிலைக்குத்தான் நம்மைக் கொண்டுபோய்விடும் என்பது எனது துணிவு. இந்தி தமிழ்நாட்டையும் தமிழனையும் வடநாட்டானுக்கு – பார்ப்பனருக்கு அடிமைப்படுத்துவதல்லாமல் வேறு எந்தக் காரியத்துக்கும் பயன்படாது.

இந்தி ஆட்சி மொழியாக இருக்கிறதே என்றால், நாம் உலகம் உள்ள அளவும் வட நாட்டானுக்கு அடிமையாக இருப்பது என்று முடிவு செய்துகொண்டோமா? தமிழ்நாடு ஒரு நாளைக்கும் அன்னியன் ஆதிக்கம் இல்லாத சுதந்திர நாடாக இருக்கக் கூடாது என்பது தான் தமிழ்நாட்டின் நிலையா?" (ஆனைமுத்து 1974 : 986 – 7).

பெரியார் 1926ஆம் ஆண்டிலேயே தனது இந்தி எதிர்ப்பை 'இந்தியின் இரகசியம்' என்ற தலைப்பில் குடியரசு பத்திரிகையில் தான் எழுதிய ஒரு தலையங்கத்தில் தெரிவித்ததாகவும் "அந்தத் தலையங்கம்தான் தமிழ்நாட்டில் மாத்திரமல்ல இந்தியாவிற்கே இந்தி எதிர்ப்புக்காக எழுதப்பட்ட, தெரிவிக்கப்பட்ட முதலாவது எதிர்ப்புக் கருத்தாகும்" என்றும் கூறுகிறார் (ஆனைமுத்து 1974 : 989). 1930களில் இருந்தே, பள்ளிகளில் இந்தி கற்பிக்க எடுத்த முயற்சிகளை எதிர்த்து இயக்கம் நடத்தினர். 1938இல் இந்தி எதிர்ப்புப் போராட்டம் நடத்தியமைக்காக மூன்று ஆண்டு கடுங்காவல் சிறைத்தண்டனை விதிக்கப்பட்டார். தன்னோடு 2000 பேர்வரை சிறைக்கு அனுப்பியதாகவும் கூறுகிறார். இந்தியைக் கட்டாயமாகக் கற்பிக்கும் முடிவை சென்னை மாகாணக் கவர்னர் 1940இல் வாபஸ் பெற வேண்டி ஏற்பட்டது. 1952 முதல் மூன்று ஆண்டுகளாகத் தமிழ்நாட்டில் புகையிரத நிலையங்களில் இந்தி எழுத்துக்களைத் தார்பூசி அழிக்கும் இயக்கத்தையும் பெரியார் நடத்தினார்.

அடிப்படையில் தமிழ் உணர்ச்சிக்குப் புறம்பானவரான பெரியார் இந்தி எதிர்ப்புப் போராட்டத்தில் தமிழ் உணர்ச்சியைத் தூண்டும் வகையிலேயே செயற்பட்டார். இந்தி எதிர்ப்புப் போராட்ட காலங்களில் அவரது குடியரசு, விடுதலை ஆகிய பத்திரிகைகள் தமிழ் உணர்ச்சியைத் தூண்டும் அழைப்புக்களை விடுத்தன. இது தொடர்பாக கேசவனின் (1991 : 43, 147) நூலில் இருந்து இங்குச் சில மேற்கோள்களைத் தருகிறேன்.

1. ஓலம்! ஓலம்!! ஓலம்!!! ஓ! தமிழனே:
   தமிழன்னை உன் கடமையைச் செய்ய
   அழைக்கிறாள் (குடியரசு 29.8.37).

2. தமிழன்னை மானபங்கம்! தமிழ்த்தாயின்
   துகிலை ஆச்சாரியார் உரிகிறார் (குடியரசு 19.12.37).

3. தமிழர் போர் மூண்டுவிட்டது எதற்காக!
   தமிழுக்காக தமிழர் தன்மானத்துக்காக!! தமிழர்
   அறிவு, கலை, வீரம் ஆகியவற்றுக்காக
   (குடியரசு 29.5.38).

4. உன்நாட்டிற்கு உன்மொழிக்குத் துரோகம் செய்து வடவனுக்கு காட்டிக்கொடுத்து வயிறு வளர்ப்பது திராவிடப் பண்பா? ஆகஸ்டு 8ஆம் திகதி ஆம் அல்லது இல்லை என்று பதில் சொல்லு. ஆம் என்றால் 'ஜே இந்தி' என்று சொல்லு. இல்லாவிட்டால் இந்தி ஒழிக என்று தாரில் புருசை நனைத்து இந்திப் பெயரை அழி, அழி, அழி (விடுதலை 5.8.54).

இந்தியா போன்ற பல மொழிகள் பேசும் பல தேசிய இனங்களை உள்ளடக்கிய வளர்ச்சி குன்றிய ஒரு நாட்டில் ஆட்சிமொழிக் கொள்கை எப்போதும் சிக்கலானது. ஒரு குறிப்பிட்ட தேசிய இனத்தின் மொழியை ஆட்சி மொழியாக்குவது இனங்களுக்கிடையே மோதலையும் முரண்பாட்டையும் தோற்றுவிக்கும். அதனாலேயே (கம்யூனிஸ) சோவியத் யூனியனில் பிரகடனப்படுத்தப்பட்ட ஆட்சி மொழி என்று ஒன்று இருக்கவில்லை. அதனால் ஆட்சி மொழிச் சிக்கலும் அங்கு எழவில்லை. ஆயினும் ரஷ்ஷிய மொழி பொதுத் தொடர்பு மொழியாக சோவியத் யூனியன் எங்கும் பயிலப்பட்டது. ரஷ்ஷிய மொழியின் மேலாண்மையே அதற்குக் காரணமாகும். ஒரு குறிப்பிட்ட பிராந்தியத்தில் அரசியல், பொருளாதார, பண்பாட்டு ரீதியில் மேலாண்மை பெற்ற ஒரு சமூகத்தின் மொழி அப்பிராந்தியத்தின் பொதுத் தொடர்பு மொழியாக மாறுவதை வரலாற்றில் நாம் காண்கிறோம். ஐரோப்பாவில் தேசியவாதம் தோன்றும்வரை பிரஞ்சு மொழி ஐரோப்பிய சமூகத்தின் பொதுத்தொடர்பு மொழி என்ற உயர்வுடன் பயிலப்பட்டது. காலனித்துவ லத்தீன் அமெரிக்க நாடுகளில் ஸ்பானிய மொழி அந்த இடத்தைப் பெற்றது. ஆசிய நாடுகளில் ஆங்கிலம் அவ்வாறு உயர்நிலை பெற்றது. பெரும்பாலான வட இந்திய மாநிலங்களில் இந்திக்கு அத்தகைய ஒரு இடம் உண்டு. ஆனால் தென் இந்தியாவில் இந்தி ஒரு தூரத்து அன்னிய மொழிதான். தென் இந்தியாவில், குறிப்பாகத் தமிழ்ப் பிரதேசங்களில் இந்திக்குத் தீவிர எதிர்ப்பு இருந்தது. இந்தி ஒரு அன்னிய மொழி என்பது மட்டும் அதற்குக் காரணமல்ல. அது பார்ப்பனிய மேலாண்மையின் சின்னமாகக் கருதப்பட்டதே பிரதான காரணமாகும். 1930களுக்குப் பின்னர் தமிழ்ப் பிரதேசத்தில் பார்ப்பனர் அல்லாதார் இயக்கம் தீவிர எழுச்சி பெறுவதற்கும் அது உதவியது. பெரியாரின் இந்தி எதிர்ப்பு இப்பின்னணியில் விளங்கிக்கொள்ளத்தக்கது.

தமிழும் ஆங்கிலமும் : பெரியாரின் நோக்கு

வடமொழிக்குப் பதிலாக, இந்திக்குப் பதிலாகப் பெரியார் எந்த மொழியை விரும்பினார் என்பதில் அவரிடம்

ஒரு இரட்டைத் தன்மை காணப்படுகின்றது. ஆரம்பத்தில் அவர் இந்திக்குப் பதிலாகத் தமிழையே விரும்பினார் என்று தெரிகிறது. இந்திக்குப் பதிலாகத் தான் தமிழை ஆதரிப்பதற்கான காரணத்தைப் பெரியார் பின்வருமாறு கூறுகிறார்:

> "அது என் தாய்மொழிப் பற்றுதலுக்காக என்று அல்ல; அது என் நாட்டு மொழி என்பதற்காக அல்ல; சிவபெருமானால் பேசப்பட்டது என்பதற்காக அல்ல . . . பின் எதற்காக? தமிழ் இந்நாட்டுச் சீதோஷ்ண நிலைக்கேற்ப அமைந்துள்ளது. இந்திய நாட்டுப் பிற எம் மொழியையும் விடத் தமிழ் நாகரீகம் பெற்று விளங்குகின்றது. தூய தமிழ் பேசுதல் மற்ற வேற்றுமொழிச் சொற்களை நீக்கிப் பேசுவதால் நம்மிடையே உள்ள இழிவுகள் நீங்குவதோடு, மேலும் மேலும் நன்மையடைவோம் என்பதோடு, நம் பழக்க வழக்கங்களுக்கு ஏற்ப நம் மொழி அமைந்திருக்கிறது. வேற்று மொழியைப் புகுத்திக்கொள்வதன் மூலம் நம் அமைப்புக் கெடுவதோடு, அம்மொழியமைப்பிலுள்ள நம் நலனுக்குப் புறம்பான கருத்துக்கள், கேடுபயக்கும் கருத்துக்கள் நம்மிடைப் புகுந்து நம்மை இழிவடையச் செய்கின்றன என்பதால்தான்" (ஆனைமுத்து 1974 : 968 – 9, அனிதா டீல் 1978 : 60).

> "நம்நாட்டுச் சீதோஷ்ண நிலையைப் பொறுத்தும் கருத்துக்களின் செழுமையைப் பொறுத்தும் நமக்குத் தமிழ்தான் உயர்ந்த மொழியாகும்" (ஆனைமுத்து 1974 – 970). என்பது தமிழ் பற்றிய பெரியாரின் உடன்பாடான கூற்றாகும்.

இங்கு இந்தியை விட, பிற இந்திய மொழிகளை விடத் தமிழே மேன்மையானது, பொருத்தமானது என்று பெரியார் கூறுகிறார். இது அவரது நிலையான கருத்து அல்ல. பிற்காலத்தில் பெரியாரின் கருத்துக்கள் இதற்கு முற்றிலும் வேறாக அமைந்தன. தி.மு.கவின் எழுச்சியோடு இணைந்து தமிழ்நாட்டில் பெருக்கெடுத்தோடிய தமிழ் உணர்ச்சிக்கு எதிராக அவர் செயற்பட்டார். தமிழ் மொழியைச் சுற்றிக் கட்டமைக்கப்பட்ட ஐதீகத்தை உடைக்க முயன்றார். அதன் விளைவே தமிழ் பற்றிய அவரது பிற்கால எழுத்துக்கள் என்று தோன்றுகின்றது. 1971இல் அனிதா டீலுக்கு அளித்த பேட்டியில் தமிழை ஒரு காட்டுமிராண்டி மொழி *(Barbarian language)* என்று வருணித்தார். அதற்கு அவர் கூறிய காரணங்கள் பின்வருமாறு: 'தமிழில் மரியாதை உணர்த்தும் பெண்பால் வினைவடிவங்கள் இல்லை. பகுத்தறிவும் தொழில்நுட்பமும் வளர்ச்சியடையுமுன்னர் அது கட்டமைக்கப்பட்டது. அதனால் நவீன கண்டுபிடிப்புக்களுக்குரிய சொற்கள் அதில் குறைவாகும். மக்கள் நாகரிகமும் முன்னேற்றமும்

அடையுமுன்னர் பயன்படுத்தப்பட்ட மொழி அது. மேலும் மனிதனின் பகுத்தறிவுத் திறன்களுக்கு எவ்வித மரியாதையுமற்ற ஒரு காலப்பகுதியில் அது வளர்ச்சியடைந்தது' (அனிதா டீல் *1978 : 61*). பெரியாரின் இக்கருத்துக்கள் தமிழ் மொழி வளர்ச்சி பற்றிய வரலாற்றுரீதியான, அறிவுபூர்வமான தளத்தில் இருந்து பிறந்ததல்ல என்பது வெளிப்படை.

இன்றைய வளர்ச்சியடைந்த மொழிகள் என்று கருதப்படுவன எல்லாம் பெரியார் தமிழுக்குக் கூறுவது போன்ற ஒரு பிற்பட்ட புராதன நிலையில் இருந்து வளர்ந்தவை தான் என்பது நாம் அறிந்ததே. இது எவ்வாறாயினும் தமிழ், வளர்ச்சியடையாத பயனற்ற ஒரு மொழி என்ற அவரது நிலைப்பாட்டை இது தெளிவுபடுத்துகின்றது. இந்த நிலைப்பாட்டை அவர் வெவ்வேறு இடங்களில் வெவ்வேறு விதமாகச் சொல்லியிருக்கிறார். அது தொடர்பாக அவரது கூற்றுக்கள் சிலவற்றை இங்குத் தருவது பொருத்தமாகும்.

> "தமிழ் வேண்டுமானால் ஆரியத்திற்கு முந்தியது என்று ஒப்புக்கொள்ளலாம். அதுவும் தமிழனுக்கு இன்றளவும் என்ன பலனைக் கொடுத்திருக்கிறது? விஞ்ஞானத்திற்குச் சிறிதும் பயன்படத்தக்கதாய் இல்லை; அறிவுக்கும் தக்கபடி பயனளிக்க முடியவில்லை. தமிழ் மொழி ஏற்பட்டுப் பல ஆயிரக்கணக்கான ஆண்டுகள் ஆகியும் அதைத் தாய் மொழியாகக் கொண்ட தமிழன் இன்னும் – இந்த விஞ்ஞானப்பரவல் காலத்திலும் உலகில் எங்கும் இல்லாத அளவுக்கு மூடநம்பிக்கை உடையவனாகவும், மான உணர்ச்சி என்பது 100க்கு 75 பாகம் இல்லாதவனாகவும் இருந்து வருகிறான். மனித வாழ்விற்கு மொழி முக்கியம் என்றால் உலகில் மற்ற மொழி நாடுகளைக் காணும்போது தமிழ் நாட்டுக்குத் தமிழ் என்ன பயன் அளித்திருக்கிறது?
>
> "ஆயிரக்கணக்கான ஆண்டுகளாகத் தமிழ் மொழியானது மொழியிலாகட்டும், பொருளிலாகட்டும், எழுத்திலாகட்டும், வேறு முறையிலாகட்டும் எவ்வித முன்னேற்றமும் மாறுதலும் அடையவில்லை. உலகத்திலே நீதி சிறந்த இலக்கியம் – குறள் தமிழில் உள்ளது. அது துருப்பிடித்துவிட்டது. என் அனுபவத்துக்கு எட்டிய வரையில் உலகத்திலே சிறந்த துறை அறிவு, தமிழிலுள்ள கணக்கு முறை, அதாவது இளஞ்சுவடி என்றும் எண் கணக்கு என்றும் சொல்லக்கூடிய இலக்க முறை. அது குப்பைக்கே போய்விட்டது. இவை இரண்டையும் கழித்துவிட்டால் தமிழில் இருந்து தமிழன் தெரிந்துகொள்ளத்தக்கதோ தமிழனுக்குப் பயன்படக் கூடியதோ எதுவும் தென்படவில்லை. தமிழும் தமிழனும்

பெரும்பாலும் பழங்காலச் சின்னமாகக் காணப்படுகின்றன" (ஆனைமுத்து 1974 : 987.8).

பெரியாரின் இக்கருத்துக்கள் தமிழ்மொழிபற்றிய பொதுவான கருத்தோட்டத்துக்கு முற்றிலும் எதிரான நிலைப்பாடாகும். தமிழரின் முன்னேற்றத்துக்குத் தமிழ் உதவாது என்ற கருத்தை பெரியார் ஒற்றைக் குரலில் தொடர்ந்தும் அழுத்திக் கூறிவந்திருக்கிறார். தமிழுக்கு மாற்றாக ஆங்கில மொழியையே அவர் தமிழர்களுக்குச் சிபாரிசு செய்தார். இது பற்றிப் பெரியார் பின்வருமாறு எழுதுகிறார்.

"தமிழனின் பேச்சுமொழி, தாய்மொழி – தமிழ் என்பதைத்தவிர, தமிழருக்கு வேறு உலக முக்கியத்துவம் எதுவும் எனக்குத் தென்படவில்லை. மற்றப்படி தமிழ்நாட்டிற்கு தமிழருக்கு வேறு எந்த மொழி தேவையானது, நல்லது; அரசியல், விஞ்ஞானம், கலை, முதலியவைகளுக்கு ஏற்றது, பயன்படக்கூடியது என்று என்னைக் கேட்டால் எனக்கு ஆங்கில மொழிதான் சிறந்தது என்று தோன்றுகின்றது. இது எனக்கு சுமார் 35 ஆண்டுகளுக்கு முன்னமே தோன்றிய எண்ணமாகும்" இது 1962இல் வெளிவந்த அவரது 'மொழியும் அறிவும்' என்ற நூலில் இடம் பெற்ற கருத்தாகும் (ஆனைமுத்து 1974 : 989).

பிறிதொரு கட்டுரையிலே ஆங்கிலத்தின் பெருமை பற்றிப் பெரியார் பின்வருமாறு கூறுகின்றார்.

"ஆங்கில மொழித் தொடர்பால் நமக்கேற்பட்டுள்ள நன்மைகளையும் அம்மொழியிலுள்ள கருத்துச் செறிவுகளையும் பாருங்கள். ஆங்கில மொழி நூல்களில் முன்னேற்றக் கருத்துக்கள் மலிந்து கிடக்கின்றன. விஞ்ஞான ஆராய்ச்சி அறிவு நூல்கள் ஏராளமாக ஆங்கிலத்தில் இருக்கின்றன. நமது வாழ்க்கை நிலையை உயர்த்திக் கொள்வதற்கான பல அரிய மார்க்கங்களை ஆங்கில நூல்களிலிருந்தே நாம் பெரும்பாலும் அறிந்துவருகிறோம். சுருங்கக் கூறின் அடிமை வாழ்வே ஆனந்தம் என்று நினைத்திருந்த இவ் இந்திய நாட்டு மக்களுக்கு விடுதலை வேட்கையை ஊட்டியதே ஆங்கில மொழி அறிவுதான் என்று கூறினால் மிகையாகாது. இராஜா வேண்டாம் குடியரசுதான் வேண்டும் என்கிற அறிவு; சமதர்மம் வேண்டும், சனாதனம் ஒழியவேண்டும் என்கிற அறிவு; ஆணும் பெண்ணும் சமம் என்கிற அறிவு ஆகிய சகல அரசியல் பொருளாதார முன்னேற்ற அறிவுக் கருத்துக்களையும் ஆங்கில மொழிதான் நமக்குத் தந்தது.

தந்தியையும் மின்சாரத்தையும் படக்காட்சியையும் ஆகாய விமானத்தையும், ரேடியோவையும், எக்ஸ்ரேயையும் அதுதான் அறிமுகப்படுத்தியதே ஒழிய நமது தமிழ் மொழியோ அதை அழிக்க வந்த வடமொழியோ அல்ல" (ஆனைமுத்து 1974 : 970.71).

நவீன அறிவுத் துறைகள், தொழில்நுட்பம் ஆகியவற்றில் ஏற்பட்ட வளர்ச்சிகளைப் பெரியார் இங்கு ஆங்கிலத்துடன் சமப்படுத்தி நோக்குகிறார் என்பது தெளிவு. இதன் அடிப்படையிலேயே தமிழை நிராகரித்து ஆங்கிலத்தை அவர் சிபாரிசு செய்கின்றார். பெரியாரின் கருத்துக்களைப் பார்க்கும்போது அவருடைய ஆங்கிலப் பற்று வெறுமே தி.மு.க ஊக்கப்படுத்திய தமிழ் உணர்ச்சிக்கு எதிர்வினை மட்டுமல்ல என்பதைப் புரிந்துகொள்ளலாம். 1939இலேயே கோவை கல்லூரியில் 'மொழி' என்ற தலைப்பில் தான் பேசிய பேச்சில் ஆங்கில எழுத்துக்களையே தமிழ் நெடுங்கணக்குக்குப் பதிலாக எடுத்துக்கொள்ளலாம் என்றும் ஆங்கிலமே தமிழனின் பேச்சு மொழியாக ஆகும்படியான காலம் ஏற்பட்டால்தான் மிகமிக மகிழ்ச்சியும் திருப்தியும் அடைவேன் என்று பேசியதாகவும் பெரியார் குறிப்பிடுகின்றார். 1957இல் நுங்கம்பாக்கத்தில் எல்லாக் கட்சிக்காரர்களும் கலந்துகொண்ட ஒரு இந்தி எதிர்ப்புக் கூட்டத்தில் பேசிய போது, ஆங்கிலமே ஆட்சிமொழியாக, போதனா மொழியாக இருக்க வேண்டும் என்று பேசிய இராஜகோபாலாச்சாரியாரின் கருத்தைத் தான் ஆதரித்துப் பேசியதோடு ஆங்கிலம் பேச்சு மொழியாக இருந்தாலும் மிகவும் பயன்படும் என்று பேசியதாகவும், அப்போது கூட்டத்தில் கலந்துகொண்ட சில மொழி வெறியர்கள் 'நீ யாருக்குப் பிறந்தாய்?' என்று தன்னை விளித்துக் கேட்டதாகவும், அதற்குப் பதில் கூறும் முகமாக 'அந்த மொழியைப் பேச வேண்டும் என்று சொல்வதனால் நாம் ஆங்கிலேயனுக்குப் பிறப்பதானால், மற்றப்படி காப்பி குடிப்பது, முதற்கொண்டு இரயில், ரேடியோ, ஆகாயவிமானம், டெலிபோன், மருந்து முதலியவை ஆங்கிலேயனுடையவை என்று தெரிந்து அனுபவிக்கிற நாம் எத்தனை தடவை ஆங்கிலேயர்களுக்குப் பிறந்தவர்களாவோம் என்பதைச் சிந்தித்துப்பார்த்தால், மொழி பேசுவதனால் ஆங்கிலேயனுக்குப் பிறந்தவனாக மாட்டோம்' என்று பதில் கூறியதாகவும் பெரியார் குறிப்பிடுகிறார் (ஆனைமுத்து 1974 : 988, 89).

தமிழர் இன்றைய நிலையைவிட வேகமாக முன்னேற வேண்டுமானால் ஆங்கிலம்தான் சிறந்த சாதனம் என்பதைப் பெரியார் மீண்டும் மீண்டும் வலியுறுத்தி இருக்கிறார். அது ஆட்சி மொழியாகவும் போதனா மொழியாகவும் மட்டுமன்றித் தமிழரின் பேச்சு மொழியாகவும் மாற வேண்டும் என்பதும்

பெரியாரின் விருப்பம் எனப் பெரியாரின் மேற்காட்டிய கூற்றுக்கள் தெளிவுபடுத்துகின்றன. இது பற்றிப் பெரியார் மேலும் பின்வருமாறு வலியுறுத்திக் கூறுகிறார்:

> "எனது இந்தி எதிர்ப்பு என்பது இந்தி கூடாது என்பதற்கோ, தமிழ் வேண்டும் என்பதற்கோ அல்ல என்பதைத் தோழர்கள் உணரவேண்டும். மற்றெதற்கு என்றால், ஆங்கிலமே பொதுமொழியாக, அரசாங்க மொழியாக, தமிழ்நாட்டு மொழியாக, தமிழன் வீட்டு மொழியாக ஆகவேண்டும் என்பதற்காகவேயாகும். தமிழன் பழைய தமிழனாக இருக்கவேண்டும் என்று கருதுவது – தமிழன் காட்டுமிராண்டியாகவே இருக்கவேண்டும் என்று கருதுவதற்கு ஒப்பாகும். நாம் இவ்வாறு கூறுவது, தமிழன் உலக மனிதனாக விஞ்ஞான உருவாக ரஷ்யா, இங்கிலாந்து, அமெரிக்கா, ஜப்பான் மக்களை விஞ்ஞானத்தில் தோற்கடிக்கத் தக்கவனாக ஆகவேண்டும் என்பதற்கேயாகும். நாம் இன்று கிணற்றுத் தவளைகளாக இருக்கிறோம். நமக்குக் கம்பனுக்கு மேல் புலவன் இல்லை, வள்ளுவனுக்கு மேல் தீர்க்கதரிசி இல்லை. இக்கருத்தில் நாம் உலக மனிதனாக முடியாது என்பது எனது பலமான கருத்து. ஆகையால் தமிழர் தோழர்களே, உங்கள் வீட்டில் மனைவியுடன், குழந்தைகளுடன், வேலைக்காரிகளுடன் ஆங்கிலத்திலேயே பேசுங்கள்; பேசப் பழகுங்கள்; பேச முயலுங்கள். தமிழ்ப் பைத்தியத்தை விட்டொழியுங்கள். என்னை வையாதீர்கள்; மனிதனாக வாழ முயலுங்கள்" (ஆனைமுத்து 1974 : 989).

பெரியாரின் மேற்காட்டிய கருத்துக்கள் அவரது ஆங்கிலச் சார்பை, பற்றை ஒளிவு மறைவின்றி வெளிக்காட்டுகின்றன. பெரியாரின் இக்கருத்துக்கள் நடைமுறை சாத்தியமற்றவை என்று கூறவேண்டிய அவசியம் இல்லை. மொழி உணர்ச்சி மிகுந்த தமிழர் சமூகத்தை ஆங்கிலம் பேசும் சமூகமாக மாற்றவேண்டும் என்ற அவரது எண்ணம் அவரது அரசியல் கருத்துநிலையில் உள்ள அடிப்படைக் கோளாறையே காட்டுகின்றது. "குளிர்நாட்டு மொழி சமஸ்கிருதம், ஆகவே, அது நமக்குப் பேச்சு வழக்குக்கு உதவாததாகும்" என்று கூறும் பெரியார், அதே மூச்சில் ஒருவன் ஆங்கிலத்தைச் சுலபமாகக் கற்றுக்கொள்ள முடியும் என்று பேசுவது வினோதமாக உள்ளது. (ஆனைமுத்து 1974 : 996). ஆங்கிலம் குளிர்நாட்டு மொழி அல்ல என்று அவர் கருதினார் போலும்.

அவர் குறிப்பிடும் ரஷ்ஷிய, ஜப்பான் மக்கள் தங்கள் மொழிகளைக் கைவிட்டுப் பிறிதொரு மொழியை

ஏற்றுக்கொண்டதன் மூலம் அறிவியல் தொழில்நுட்பத்துறைகளில் முன்னேறவில்லை என்பதையும் நாம் மனங்கொள்ள வேண்டும்.

பெரியாரைப் பொறுத்தவரை ஆங்கிலேயரின் காலனித்துவ ஆட்சியைவிட, ஆங்கிலத்தின் மூலம் அவர்கள் செலுத்திய அதிகாரத்தைவிடப் பிராமணரின் ஆதிக்கமே உடனடியானதாகவும் பூதாகரமானதாகவும் இருந்தது. அதனாலேயே பிராமணியத்தை – அதன் மொழிகளான சமஸ்கிருதம், இந்தி ஆகியவற்றை, அவற்றோடு பிராமணிய 'நச்சு'க் கலந்த தமிழை நிராகரித்துவிட்டு ஆங்கிலத்தை அவரால் அரவணைத்துக்கொள்ள முடிந்தது.

'பெரியார் பார்வையில் மொழி' பற்றி எழுதிய அ. மார்க்ஸ், பொ. வேல்சாமி *(1995 : 62)* ஆகியோர், பெரியார் தமிழ் மக்களுக்கு ஆங்கிலத்தைப் பரிந்துரைப்பதை அரைவாசி மறுத்தும் அரைவாசி ஏற்றுக்கொண்டும் உள்ளனர்.

பெரியாரின் இக்கருத்தை ஓரளவு பரிவு உணர்ச்சியோடு பார்க்கும் அவர்கள் "தமிழைத் தள்ளி ஆங்கிலத்தை ஏற்றல் என்பது ஒரு வகையில் பார்ப்பன ஆதிக்கத்தில் இருந்து விடுபட்டு சுயமரியாதை உணர்வுபெற உதவும் என்பதில் அய்யமில்லை" என்று கூறுகின்றனர். பார்ப்பானின் கை பட்டுவிட்டதென்பதற்காக என்னுடைய மூக்கை அறுத்துவிடுவேன் என்பது போன்ற கூற்றுத்தான் இது. "தமிழ் மொழிப் பற்று சமயப்பற்றுப்போல் ஆகிவிட்டது என்ற சூழலில் தான் அவர் ஆங்கிலத்தை முன்மொழிந்தார்" என்றும் இவர்கள் கூறுகின்றனர். ஆங்கிலம் பற்றிய பெரியாரின் தீவிரமான, 1930களிலிருந்து தொடர்ச்சியாக முன் வைக்கப்பட்டு வந்த கருத்துக்களைப் பார்க்கும்போது பெரியாரின் நிலைப்பாடு பற்றிய ஒரு மிகை எளிமைப்படுத்தப்பட்ட விளக்கம் என்றே இதனைக் கூறவேண்டும்.

பெரியார் மதம், சாதி ஆகியவற்றுடன் மொழியையும் சமப்படுத்திக் குழம்பிக்கொண்டுள்ளார். தமிழ் சாதி காப்பாற்றும் மொழி என்றும், மதச் சார்புடைய மொழி என்றும் அவர் கருத்துக் கூறியுள்ளார். "தமிழ் முன்னேற்றமடைந்து உலக பாஷை வரிசையில் அதுவும் ஒரு பாஷையாக இருக்க வேண்டுமானால் தமிழையும் மதத்தையும் பிரித்து விட வேண்டும்" என்றும் கூறுகிறார் *(ஆனைமுத்து 1974 : 976)*. பெரியாரின் இக்கருத்தை ஆதரிக்கும் மார்க்ஸ், வேல்சாமி ஆகியோர் மொழி குறித்த பெரியாரின் பார்வையிலிருந்து இன்றைய அரசியலுக்கான வழிகாட்டல்களுள் ஒன்றாக இதனையும் கொள்கின்றனர். "இன்று தமிழ் மொழி தமிழ்க் கலாச்சாரம் என்றெல்லாம் முன்வைக்கப்படுபவை இந்து மதத்தாலும் சைவத்தாலும் கறைபட்டவைகளே" என்றும் "ஒடுக்கப்பட்ட மக்களின்

விடுதலைக்கு அவை பயன்பட வேண்டுமானால் இந்துமதமும் சைவமும் நீக்கப்பட்ட மதம் சாராத, பால்சாராத தமிழ் மொழியையும் தமிழ்ப் பண்பாட்டையும் முன்வைக்க வேண்டும். நடைமுறைப்படுத்த வேண்டும்" என்றும் கூறுகின்றனர். இது சற்றுப் பரிசீலிக்கப்பட வேண்டிய நிலைப்பாடாகும். என் அறிவுக்கு எட்டிய வரை உலகில் மதத்தோடு தொடர்பில்லாத மொழிகள் என்று எவையும் இல்லை. உலகில் மதமும் கடவுளும் நிலை பெற்றிருக்கும் வரை மொழியிலும் அவை வெளிப்படும். ஐம்பதாண்டுகளுக்கு மேலான பெரியாரின் நாத்திகவாதமும், மத எதிர்ப்பும் தமிழ்நாட்டில் இருந்து மதத்தை ஒழித்துவிடவில்லை. எழுபத்தைந்து ஆண்டுகால கம்யூனிஸ ஆட்சி சோவியத் யூனியனில் இருந்து மதத்தை ஒழித்துவிடவில்லை. பதிலாக முன் எப்போதையும் விட இன்று உலகில் மதத்தின் கை ஓங்கி வருகின்றது. ஒவ்வொரு நாட்டிலும் உள்ள சமூகப் பொருளாதார அரசியல் நெருக்கடிகள் அதற்குக் காரணமாக உள்ளன என்பது வேறு விசயம். இது எவ்வாறாயினும் 'மதச்சார்பற்ற மொழி' என்ற கருத்தைப் புரிந்துகொள்ள முடியாது. ஒரே நேரத்தில் ஒரு மொழி மதப் பிரச்சாரத்துக்கும் மத எதிர்ப்புக்கும் பயன்பட முடியும். சைவம், வைஷ்ணவம், இஸ்லாம், கிறிஸ்தவம் ஆகிய மதக்கருத்துக்களைப் பேசும் அதே தமிழ் மொழியில் தான் பெரியார் ஐம்பது ஆண்டுகளாகக் கடவுள் மறுப்பு, மத எதிர்ப்புப் பிரச்சாரங்களையும் செய்து வந்தார். சாதி அமைப்பைப் பேணுவதற்கு மட்டுமன்றிச் சாதி எதிர்ப்புப் போராட்டத்துக்கும் தமிழ் மொழியைத்தான் நாம் பயன்படுத்தி வந்திருக்கிறோம். இந்து மதமும், சைவமும் பற்றிப் பேசுவதற்கு மட்டுமன்றி மார்க்சியம் பற்றியும், பொருள் முதல்வாதம் பற்றியும் பேசுவதற்கும் நாம் தமிழைத்தான் பயன்படுத்தி வந்திருக்கின்றோம். கடவுளும், மதமும், புராணங்களும், ஐதிகங்களும் நிறைந்த லத்தீன், கிரேக்க மொழிகள்தான் இன்றைய ஐரோப்பிய மொழிகளுக்கு, அறிவியல் கலைச்சொற்களை அள்ளி வழங்கி இருக்கின்றன. ஆக, மொழி என்பது ஒரு கருவிதான். நாம் அதை எதற்குப் பயன்படுத்துகின்றோம் என்பதுதான் கேள்வி. ஆங்கிலம் போன்ற ஐரோப்பிய மொழிகளில் அறிவியல் நேற்று வந்ததுதான். அதற்கு முன் அந்த மொழிகளும் கடவுளும், மதமும், புராணங்களும் நிறைந்தவைதான் என்பதையும் நாம் மனங்கொள்ள வேண்டும். அந்த மொழிகள் அறிவியல் மொழிகளாக வளர, நமது மொழிகள் ஏன் வளரவில்லை; என்று சிந்திக்க வேண்டும். அவ்வாறு சிந்தித்தால் ஏகாதிபத்தியம் நம்மைச் சுயமாக வளரவிடவில்லை. அதனால் நமது மொழிகளும் வளர முடியவில்லை என்ற முடிவுக்கு வந்துசேரலாம். பெரியார் அவ்வளவு தூரம் போகவில்லை. அவர் பார்ப்பன எதிர்ப்பு, நாத்திகம் என்பவற்றோடு நின்று

கொண்டார். மொழியை அந்த நோக்கிலேயே பார்த்தார். அதனாலே சமஸ்கிருதம், இந்தி மட்டுமன்றித் தமிழும் அவருக்கு உதவாததாகத் தோன்றியது. ஆங்கிலத்தைத் தழுவி நிற்பதே அவருக்கு உகந்த மாற்று வழியாயிற்று. அந்த வழியில் நாம் பெரியாரோடு அதிக தூரம் செல்ல முடியாது என்றே எனக்குத் தோன்றுகின்றது.

"தமிழே ஆட்சிமொழி, கல்வி மொழி, தொடர்பு மொழி என்கிற ஒரு மொழிக் கொள்கையை முன் வைத்துப் போராடுதலும்" இன்றைய அரசியலுக்கான பெரியாரின் வழிகாட்டுதல் என்று வேல்சாமியும் மார்க்சும் (1995 : 63) கருதுகின்றனர். இது நமக்கு வியப்பூட்டுவது. மொழி குறித்த பெரியாரின் கருத்துக்களை இதுவரை நோக்கியதில் இருந்து பெரியார் இந்தச் சிந்தனைப் போக்குக்கு முற்றிலும் எதிரானவர் என்பது தெளிவாகியிருக்கும், 'எங்கும் தமிழ், எதிலும் தமிழ்' என்ற பார்வைக்குத் திட்டவட்டமாகப் பெரியார் எதிரானவராகவே இருந்து வந்திருக்கின்றார். ஆட்சி மொழி, தொடர்பு மொழி என்பன மட்டுமன்றிக் கல்வி மொழியும் ஆங்கிலமாகவே இருக்கவேண்டும் என்று அவர் கருதினார். எதிலும் தமிழ் வேண்டும் என்பதைத் 'தாய்ப்பால் பைத்தியம்' என்று பெரியார் கிண்டல் செய்தார். தமிழ் கல்வி மொழியாக வேண்டும் என்று கோருவதே கூட ஒரு பார்ப்பனியச் சூழ்ச்சியின் விளைவு தான் என்றும் அவர் எழுதினார்.

"நம் நாட்டுப் பார்ப்பனர்கள் முன்னேற்றத்தின் பயன்களை எல்லாம் அனுபவிக்கவும், தாங்கள் முன்னேறவும் இங்கிலீஷ் மொழியை நல்ல வண்ணம் பயன்படுத்திக்கொண்டு, மற்றவர்கள் எங்கு தங்களைப் போலவே முன்னேறிவிடுவார்களோ என்ற பொறாமையினால், கெடுதல் புத்தித் தன்மையால் நமக்கு இந்தியைக் கொண்டுவந்து புகுத்தி, அதை வேண்டாம் என்று சொல்லுவதற்காக நமக்குத் தாய்மொழி, தாய்மொழி என்று பைத்தியம் பிடித்து அதிலேயே அழிந்துவிடுவோமே ஒழிய, இங்கிலீஷ் என்ற உணர்ச்சி ஏற்படாது என்ற ஞான திருஷ்டியினால், நமக்கு இந்தத் தாய்மொழியில் பைத்தியம் ஏற்படும்படி செய்துவிட்டார்கள். உதாரணமாக, இந்தி கட்டாயம் என்றதனால்தான் தமிழ் மொழிப் பைத்தியம் நமக்கு ஏற்பட்டது. இது பார்ப்பனர்களின் திறமையேயாகும்" (ஆனைமுத்து 1974 : 993). பெரியாரின் இக்கூற்றுக்கு மேலும் விளக்கங்கள் தேவையில்லை. 'மொழி' என்ற கட்டுரையிலே பெரியார் இதுபற்றி இன்னும் தெளிவாகக் கூறுகின்றார். "தமிழ் மொழியே அரசியல் மொழியாகவும், கல்லூரி போதனா

மொழியாகவும், பள்ளிகளில் கட்டாய மொழியாகவும் இன்னும் இலக்கிய மொழியாகவும் இருக்கவேண்டுமென்று தமிழர்களிடையே அரசியல்வாதிகள் என்போர்களும், மற்றும் புலவர்களும் இலக்கிய வாழ்வுக்காரர்களும், மற்றும் மொழிப்பற்று என்பதைச் சமயப்பற்றுப்போல் முக்கிய பற்று என்று கருதுபவர்களும் வலியுறுத்துகிறார்கள். கிளர்ச்சிவயப்பட்டவர்கள் இதற்காகக் கிளர்ச்சிகளும் செய்கிறார்கள். தமிழ் வடமொழியை விட, இந்தி மொழியை விடச் சிறந்தது என்பதிலும், பயன்படத்தக்கது என்பதிலும் எனக்கு அய்யமில்லை என்றாலும், நாம் இன்றைய நிலைமையைவிட வேகமாக முன்னேற வேண்டுமானால் ஆங்கிலந்தான் சிறந்த சாதனம் என்றும் ஆங்கிலமே அரசியல் மொழியாகவும், போதனா மொழியாகவும் இருக்க வேண்டுமென்றும், ஆங்கில எழுத்துக்களே தமிழ் நெடுங்கணக்கு எழுத்துக்களாவது அவசியம் என்றும், ஆங்கிலமே நம் பேச்சு மொழியாவது நலம் பயக்கும் என்றும் தெரிவித்துக்கொள்கிறேன்." (ஆனைமுத்து 1974 : 987 – 89)

1967இல் 'மொழித்தொல்லை' என்ற தலைப்பில் விடுதலையில் எழுதிய தலையங்கம் ஒன்றில் "உயர்தரப் படிப்புக்களையெல்லாம், கல்லூரியிலும்கூடத் தமிழிலேயே ஆக்குகிறோம் என்றால் 'மக்களை முட்டாள்களாக்குகிறோம்' என்றுதானே பொருள் . . . நம்மைத் தமிழும் இந்தியும் படிக்கச் செய்துவிட்டு, பார்ப்பானும் பணக்காரனும் ஆங்கிலமும் ஆங்கிலக் கான்வென்டிலும் படித்துப் பதவிக்குப் போய்விடுவார்கள். பிறகு நம் கதி என்ன? . . . ஆதலால் நான் வேண்டிக்கொள்கிறேன். இன்றையதினம் ஆங்கிலத்திற்குள்ள எந்த நிலையிலும் எந்த அமைப்பிலும் கை வைக்காதீர்கள் என்று" என எழுதியுள்ளார் (ஆனைமுத்து 1974 : 1001, 2).

பெரியாரின் இந்த மொழிக்கொள்கை பரந்துபட்ட தமிழ் மக்களின், பிற்படுத்தப்பட்டவர்களின், தலித்துக்களின், பிராமணர் அல்லாதார் சாதிகளைச் சேர்ந்த கீழ்த் தட்டு வர்க்கங்களின் நலன்களுக்குச் சார்பானதல்ல என்பதை விளக்க வேண்டிய அவசியம் இல்லை. சாதிய அடிப்படையில் அன்றி, வர்க்க அடிப்படையில் நோக்கினால் உண்மையில் பிராமணர் – பிராமணர் அல்லாதார் மோதலும் முரண்பாடும் இச்சாதிகளைச் சேர்ந்த மேல்தட்டு வர்க்கத்தினரின், உயர் குழாத்தினரின் மத்தியிலான, பொருளாதார – அதிகாரப் போட்டிக்கான மோதலும் முரண்பாடுமே என்பதைப் புரிந்துகொள்ள முடியும். அவ்வகையில் பெரியாரின் மொழிக்கொள்கை பிராமணர்

அல்லாத உயர் குழாத்தினரின் நலன்களையே பிரதிபலிக்கின்றது எனக் கூறுவது தவறல்ல.

பெரியாரின் தீவிரமான பிராமணிய எதிர்ப்பும், அதன் விளைவான மத அசூசையும், கொச்சையான நாத்திகவாதமும் மொழி, பண்பாடு பற்றிய அவரது சிந்தனைகள் மீது பெரிதும் செல்வாக்குச் செலுத்தியுள்ளன. அதனால் தமிழ் மொழி வளர்ச்சி பற்றிய முழுமையான, ஆரோக்கியமான கொள்கை ஒன்றை அவரால் முன்வைக்க முடியாது போயிற்று.

ஆயினும் பெரியாரின் மொழிச் சிந்தனைகளில் இரண்டு சாதகமான அம்சங்களை நாம் இனங்காண முடியும். ஒன்று, தமிழ் உணர்ச்சிக்கு அவர் எதிராகச் செயற்பட்டமை. மற்றது, எழுத்துச் சீர்திருத்தம் பற்றிய அவரது கொள்கை.

தமிழ்நாட்டிலே அரசியல் நோக்கங்களுக்காகத் தமிழ் உணர்வைக் கொழுந்துவிட்டெரியச் செய்ததில் பெரியாருக்கும் அவர் வழிவந்த திராவிட இயக்கங்களுக்கும் பெரும்பங்கு உண்டு என்பதில் ஐயம் இல்லை. பெரியாரின் இந்தி எதிர்ப்பு இயக்கம் நேர்முகமாகவும் மறைமுகமாகவும் தமிழ் உணர்ச்சி பெருக்கெடுத்து ஓடுவதற்கே துணை நின்றது என்பதை மறுக்க முடியாது. எனினும் பகுத்தறிவுவாதியான பெரியாரது கருத்து நிலை தமிழ் உணர்ச்சிக்கு எதிரானதாகவே இருந்தது. பெரியாரை உதறிவிட்டு, அரசியல் அதிகாரத்துக்கு வந்த பெரியாரின் திராவிட இயக்க வாரிசுகளும், தமிழ் அறிஞர்களும், புலவர்களும் தமிழைத் தெய்வமாக்கிய சூழ்நிலையில் பெரியார் ஒற்றைக் குரலில் தமிழ் உணர்ச்சிக்கு எதிராகப் பேசினார். பகுத்தறிவுக்குப் புறம்பான தமிழ் உணர்ச்சியைத் தமிழ்ப் பைத்தியம் எனக் குறிப்பிட்டார்.

இது தொடர்பாக 'மொழிபக்தி' என்ற பெரியாரின் கட்டுரை நம் கவனத்துக்குரியது. தமிழ் உணர்ச்சியின் பொய்மையை உடைத்துக் காட்டுவதே இக்கட்டுரையில் அவரது நோக்கமாகத் தெரிகிறது. ராஜாஜியின் சுதந்திரா கட்சி, தி.மு.க., ம.பொ. சியின் தமிழரசுக்கட்சி ஆகியவற்றின் மொழிக் கொள்கைகளை நிராகரிக்கும் பெரியார், "தமிழ்நாட்டை ப் பொறுத்தவரை மொழி பற்றிய 'விவாதங்களையும்', 'கிளர்ச்சிகளையும்' பார்த்தால் தமிழர்களுக்கு மொழி விஷயத்தில் ஒரு பொறுப்பான குறிக்கோள் இல்லை என்று தான் தெரிகிறது" என்று தொடங்கி; வழக்கம்போல் தமிழில் நல்லது என்று கூறிப் பெருமைப்பட எதுவும் இல்லை என்று அடித்துச் சொல்லுகிறார். "தமிழ் மொழியின் தன்மையை எடுத்துச் சொல்ல மிக வெட்கப்பட வேண்டி இருக்கிறது. பார்ப்பான் சிரிப்பானே என்று பயப்பட வேண்டி இருக்கிறது" என்று அங்கலாய்க்கிறார். தாய் மொழி

என்ற தத்துவமே பொய் என வாதிக்கிறார். எல்லாவற்றுக்கும் தாய்மொழியைப் பயன்படுத்த வேண்டும் என்பதை மறுக்கும் பெரியார் (தாய்ப்பால் பைத்தியம்), 'விஞ்ஞான வளர்ச்சிக்குத் தமிழர் முத்தமிழ், சங்கத் தமிழை நம்பி எதுவும் ஆகாது' என்றும் 'இங்கிலீஷைப் பக்ஷகரித்துவிட்டு எதுவும் சாதிக்க முடியாது' என்றும் கூறுகிறார். மொழி உணர்ச்சி காரணமாக வழக்கில் நிலைத்துவிட்ட பிற மொழிச் சொற்களை நீக்கிவிட்டுத் தமிழ்ச் சொற்களைக் கண்டுபிடித்துப் புகுத்துவதைக் கண்டிக்கிறார். "சாதாரணமாக பிரயாணத்துக்குப் பயன்படும் ரயில், கார், லாரி, பஸ், சைக்கிள் என்ற பெயர்களை எதற்காக மாற்ற வேண்டும்? எஞ்சின், டிராக்டர், புல்டோசர், இவைகளுக்குப் பெயர் மாற்ற ஏன் பாடுபடவேண்டும்?" என்று கேட்கும் பெரியார் "இந்தியாவில் உள்ள பல நூற்றுக்கணக்கான மொழி பேசும் மக்களும் இந்தப் பெயர்களை அப்படியே தான் பயன்படுத்திக் கொள்கிறார்கள்" என்றும் கூறுகிறார். சாதி உணர்ச்சி மொழி உணர்ச்சி, மத உணர்ச்சி என்பன மனிதனுக்கு இயற்கையானவை அல்ல; செயற்கையானவையே எனக் கூறும் பெரியார் கடைசியாக "மொழி பக்தர்களுக்கு (வெறியர்களுக்கு) ஒரு விண்ணப்பம் : பக்தியின் பெயரால் அறிவு வளர்ச்சியை – நாட்டு வளர்ச்சியை – புதுமை வளர்ச்சியைப் பாழடித்து விடாதீர்! உடை விஷயத்தில் நாம் காட்டுமிராண்டியானதே போதுமானது" என்று கூறுகின்றார் (பெரியார் 1974 : 27 – 35).

இங்குப் பகுத்தறிவுக்குப் புறம்பான தமிழ் உணர்ச்சியை, தமிழ் வெறியை, பக்தியை, பெரியார் நிராகரிப்பது தெளிவாக உள்ளது. இந்த அடிப்படையிலேயே தொடக்கத்தில் இருந்து பெரியார் தனித் தமிழ் இயக்கத்தின் தீவிர ஆதரவாளராக இருக்கவில்லை என்பதை ஊகிக்க முடிகின்றது. நான் முன்பு கூறியது போன்று, தனது பிராமணிய எதிர்ப்புக் கருத்து நிலையின் அடிப்படையில் அவர் வடமொழியை எதிர்த்தாரே தவிர தனது எழுத்துக்களில் வடமொழிச் சொற்களையோ, கிரந்த எழுத்துக்களையோ, அவர் தவிர்க்க முயன்றதில்லை. எனினும் தனித் தமிழ் இயக்கம் பற்றி ஆய்வு செய்த திருமாறன் (1992 : 175) "பெரியார் தான் நடத்திய இதழ்களுக்கு குடியரசு, பகுத்தறிவு, புரட்சி, விடுதலை எனத் தமிழ்ப் பெயர்களைச் சூட்டியமை அவரது தமிழ் உணர்வைக் காட்டுகின்றது" என்பார். பெரியாரைத் தன் கட்சியின் சார்பாளராகக் காட்டுவதில் உள்ள அவரது பேர் ஆர்வமே இங்கு வெளிப்படுகின்றது. பெரியார் உருவாக்கிய 'சுயமரியாதை இயக்கம்' என்பதே வடமொழிப் பெயர்தான் என்பதை திருமாறன் வசதியாக மறந்துவிட்டார். அவரே அதைத் 'தன் மதிப்பியக்கம்' எனத் தனித்

தமிழில் மொழிபெயர்த்துப் பயன்படுத்தியுள்ளார். பெரியாரின் எழுத்துக்களை மேலோட்டமாகப் பார்ப்பவர்கள்கூடப் பெரியாரின் தமிழில் வடமொழிச் செல்வாக்கைக் காணமுடியும். பெரியாரின் பத்திரிகைப் பெயர்கள் சிலவற்றை மட்டும் அடிப்படையாகக் கொண்டு அவரது தமிழ் உணர்ச்சியை அளவிடுவது ஆராய்ச்சியின் பாற்பட்டதல்ல.

மொழியை அடிப்படையில் ஒரு தொடர்பாடல் ஊடகமாகக் கருதிய பெரியார் தனது தொடர்பாடல் தேவைகளுக்கு அவசியமான வடமொழிச் சொற்களை வடமொழி எதிர்ப்பு, மொழித்தூய்மை என்ற அடிப்படைகளில் களைந்தெறிய முற்படவில்லை. ஆனால் மறுபுறத்தில் தமிழை நவீனத் தேவைகளுக்கு ஏற்ற நவீன அறிவியல் மொழியாக ஆக்கபூர்வமாக வளர்த்தெடுப்பது பற்றிச் சிந்திப்பதற்குப் பதிலாக அதனை முற்றாக நிராகரித்து, முற்றிலும் அந்நிய மொழியான ஆங்கிலத்தை அனைத்துத் தமிழர்களுக்கும் சிபாரிசு செய்யும் பெரியாரின் சிந்தனை குளிப்பாட்டிய தண்ணீருடன் குழந்தையையும் வீசி விடுவது போன்றதே ஆகும்.

தமிழைப் பொதுப் பயன்பாட்டுக்குரிய, ஆற்றல் உள்ள ஒரு மொழியாக, கொள்கை அளவில் பெரியார் ஏற்றுக்கொள்ளாது போயினும் நடைமுறையில் தனது அரசியல் நடவடிக்கைகளுக்கும், சமூக சீர்திருத்தப் பிரச்சாரங்களுக்கும் அவர் தமிழ் மொழியையே பயன்படுத்தி வந்தார் என்பது நாம் அறிந்ததே. அவர் பயன்படுத்திய தமிழ் அவரது திராவிட இயக்க வாரிசுகள் பலரும் பயன்படுத்தியது போன்ற செயற்கையான அலங்காரத் தமிழ் அல்ல; சாதாரண பொதுமக்களுக்குரிய எளிய தமிழ் ஆகும். தனது பத்திரிகை எழுத்துக்களிலும் மேடைப் பிரசங்கங்களிலும் அவர் இதனையே பயன்படுத்தினார். அவ்வகையில் எளிமையாக்கம் அவரது மொழி நோக்காக இருந்தது என்று கூறலாம். எழுத்துச் சீர்திருத்தம் பற்றிய அவரது கருத்துக்கள் எளிமையாக்கத்தின் பாற்பட்டவையேயாகும்.

பெரியாரின் எழுத்துச் சீர்திருத்தம்

தமிழில் எழுத்துச் சீர்திருத்தத்தின் அவசியம் பற்றியும் அதற்கு எதிராகவும் இந்த நூற்றாண்டின் ஆரம்பத்திலேயே விவாதங்கள் நிகழ்ந்துள்ளன. 1915இல் பாரதியாருக்கும் வ.உ. சிதம்பரம்பிள்ளைக்கும் இடையே நடந்த கருத்துப் பரிமாற்றம் இவ்வகையில் முக்கியமானது (நுஃமான் 1984 : 45-54). 1930களின் தொடக்கத்தில் இருந்தே பெரியார் தமிழில் எழுத்துச் சீர்திருத்தத்தின் அவசியம் குறித்து எழுதி வந்திருக்கிறார். தனது 'விடுதலை' பத்திரிகையில் அதனை நடைமுறைப்படுத்தியும்

காட்டினார். பெரியார் பின்பற்றிய எழுத்துச் சீர்திருத்தக் கோட்பாடு முதலில் திரு.பா.வே. மாணிக்க நாயக்கர் (1871 – 1931) என்ற பொறியியல் அறிஞராலேயே முன் மொழியப்பட்டதாக அண்ணாமலை (1980) கூறுகிறார். 1915இல் ஞானபானுவில் 'தமிழ் எழுத்துக்கள்' என்ற தலைப்பில் எழுதிய கட்டுரை ஒன்றில் "இக்காலத்திலே றா, றோ, னா, னோ ஆகியவற்றை றா, றோ, னா, னோ என்று எழுத வேண்டும் என்று சிலர் கருதுவதாக" வ.உ. சிதம்பரம் பிள்ளை குறிப்பிட்டுள்ளார் (அரசு, மா. ரா 1989). அந்தச் சிலர் யாரென்று தெரியவில்லை. எனினும் 1934இல் பெரியார் இத்தகைய சீர்த்திருத்தத்தையே முன்மொழிந்தார் என்பது மனங்கொள்ளத்தக்கது.

உண்மையில் தனது எழுத்துச் சீர்திருத்தக் கொள்கையில் ஒரு சிறு பகுதியையே பெரியார் தனது பத்திரிகையில் நடைமுறைப்படுத்தினார். அதாவது ஐ, ஔ ஆகிய இரண்டு உயிர் எழுத்துக்களையும் நீக்குதல், ஆகார, ஐகார வரிசையில் உள்ள எல்லா எழுத்துக்களுக்கும் ா, ை ஆகிய துணைக் குறிகளைப் பயன்படுத்துதல். இதன் மூலம் பெரியார் பதினைந்து எழுத்துக்களின் வரிவடிவத்தை மாற்றினார். அய், அவ், ணா, றா, னா, ணை, லை, ளை, னை, ணொ, றொ, னொ, ணோ, றோ, னோ என்பன அவை. சுமார் அரை நூற்றாண்டுக்கால வாதப் பிரதிவாதங்களுக்குப் பின்னர் 1978இல் தமிழ் நாடு அரசு இவற்றுள் அய், அவ் என்பன தவிர்ந்த ஏனைய 13 வரி வடிவமாற்றங்களையும் அங்கீகரித்து நாடு முழுவதிலும் நடைமுறைப்படுத்தப் பணித்தது.

எழுத்துச் சீர்த்திருத்தத்தைப் பொறுத்தவரை பெரியார் படிப்படியான மாற்றத்தையே விரும்பினார் என்று தெரிகிறது. 1934இல் மேற்குறிப்பிட்ட வரிவடிவ மாற்றங்கள் பற்றி எழுதிய பெரியார் "இன்னமும், தமிழ்ப்பாஷை எழுத்துக்களில் அனேக மாறுதல்கள் செய்ய வேண்டி இருந்தாலும், இப்போதைக்கு இந்தச் சிறு மாறுதலை அனுபவித்துக்குக் கொண்டு வரலாம் என்று கருதி, அந்தப் படியாகவே எழுத்துக்களை உபயோகித்து, அடுத்தாற் போல் பிரசுரிக்கப்போகும் 'குடியரசு' பத்திரிகையைப் பிரசுரிக்கலாம் என்று இருக்கிறோம்" என்று குறிப்பிட்டுள்ளார் (ஆனைமுத்து 1974 : 960).

தமிழில் செய்யவேண்டிய எழுத்துச் சீர்திருத்தம் பற்றிப் பெரியார் பின்னர் விரிவாக எழுதியுள்ளார். (ஆனைமுத்து 1974 : 959 – 976). அதில் அவர் முன்வைக்கும் சீர்திருத்தங்களைப் பின்வருமாறு சுருக்கிக் கூறலாம்.

1. இகர, ஈகார, உகர, ஊகார வரிசை எழுத்துக்களை எளிமைப்படுத்துதல்.

2. ஐ, ஔ ஆகியவற்றுடன் ஐகார, ஔகார வரிசை எழுத்துக்களை நீக்குதல்.

3. ந், ங், ஞ் ஆகிய மெய் எழுத்துக்களை நீக்கிவிட்டு அவற்றை முறையே ன்த், ன்க், ன்ச், என எழுதுதல் (உதாரணம் : வந்தான் = வன்தான், மாங்காய் = மான்காய், பஞ்சம் = பன்சம்).

4. மெய் எழுத்துக்கு மேலே புள்ளிவைக்காமல் பக்கத்தில் ஒரு கோடு மூலம் அதனைக் காட்டுதல் (அதாவது க1 = க், ச1 = ச்)

5. ஐ, ஔ தவிர்ந்த ஏனைய உயிர் எழுத்துக்களின் வடிவத்தில் மாற்றங்களைச் செய்தல் (உதாரணம் : ஆ = அா)

இத்தகைய மாற்றங்களைச் செய்வதன் மூலம் தற்போது 135 ஆக உள்ள தனித்தனி எழுத்து உருவகங்களின் எண்ணிக்கையை 38 அல்லது 29 அல்லது 27 ஆகக் குறைத்தல். இவ்வாறு செய்வதன் மூலம் பிறர் தமிழ் மொழியைக் கற்றுக்கொள்வதும், அச்சுக் கோப்பதும், டைப் அடிப்பதும் சுலபமாகும் என்று அவர் கருதினார் (ஆனைமுத்து 1974 : 973).

பெரியார் முன்வைத்த சீர்திருத்த யோசனைகளுள் பல வேறு பலராலும் முன்வைக்கப்பட்டுள்ளன (சண்முகம், செ.வை. 1978). ஆயினும், பெரியாரே இதில் தீவிரமான முன்னோடி எனல் வேண்டும். எனினும், பெரியார் முன்வைத்த சீர்திருத்த யோசனைகள் எல்லாமே இன்றையச் சூழலில் அத்தியாவசியமானவை என்று கூற முடியாது. இகர, ஈகார, உகர, ஊகார வரிசையை எளிமைப்படுத்தினாலே தமிழ் எழுத்துமுறை மிகவும் சிக்கனமும் ஆற்றலும் உடையதாகிவிடும். தட்டச்சு வேகம் அதிகரிக்க வாய்ப்புண்டு. ஐ, ஔ ஆகிய உயிர் எழுத்துக்களை நீக்கிவிட்டுச் சொல் முதலில் மட்டும் அய், அவ் என எழுதுவதால் சிக்கல்கள் எவையும் இல்லை. ஆனால் உயிர் எழுத்தை நீக்கிவிட்டு உயிர் மெய்யை வைத்துக் கொள்வது குழப்பத்தையே தரும். அதாவது ஐ என்ற உயிர் இல்லாமல் தலை, மலை, மனை முதலிய உயிர் மெய்கள் எவ்வாறு வரும் என்ற குழப்பம் உண்டாகும். (சண்முகம் 1978 : 34) பெரியார் சொல்வது போல ஐகார, ஔகார உயிர்மெய் வரிசையை அப்படியே நீக்கிவிடலாம். அவ்வாறு செய்தால் தமிழ் எழுத்துக் கூட்டல் முறையில் பெரிய மாற்றம் ஏற்பட்டு அதிக குழப்பத்தைத் தரும். உதாரணமாக கை – கய், தையல் – தய்யல், பிழை – பிழய், மழை – மழய், பனை – பனய், பானையில் – பானயில். இத்தகைய மாற்றங்கள் விரும்பத்தகாதவை அல்ல எனினும் ஒரு சிறு

மாற்றம் வேறுபல மாற்றங்களுக்கு இட்டுச் செல்வதே இங்குள்ள சிக்கலாகும் (நுஃமான் 1989). பெரியாரின் ஏனைய யோசனைகளும் இத்தகைய புதிய சிக்கல்களைத் தோற்றுவிக்கலாம். எழுத்தின் எண்ணிக்கையைக் குறைத்து எளிமைப்படுத்தும் அதேவேளை மொழிப்பயன்பாடு சிக்கலுறலாம். இவற்றைவிடச் சில வேளை பெரியார் விரும்புவதுபோல் ரோமன் எழுத்துக்கு மாறுதல் எளிதாக இருக்கக்கூடும். ஆயினும் எளிமை, கடினம் என்பன பழக்கத்தின் பாற்பட்டவை என்பதையும் நாம் மனங்கொள்ள வேண்டும். நமக்கு நன்கு பழகிய ஒரு முறை எளிதாக இருக்கின்றது. புதிய முறை கடினமாக இருக்கிறது. புதியது பழகும்போது எளிமையாகிவிடுகிறது. இது எவ்வாறாய் இருந்தபோதிலும் எழுத்துச் சீர்த்திருத்தம் பற்றிப் பேசும் போது, மொழியைச் சுற்றியுள்ள பண்பாட்டு அரசியலையும் நாம் கணக்கில் எடுத்துக்கொள்ள வேண்டி உள்ளது. அவ்வாறு பார்க்கும்போது, இன்று நமக்கு அவசியமானது எது அவசியமற்றது எது என்று பகுத்து அறியாமல் "பெரியார் முன்வைத்த எழுத்துச் சீர்திருத்தங்கள்" அனைத்துக்குமாகப் போராடுதல் (மார்க்ஸ் 1995 : 63) அவசியம்தானா என்ற கேள்வி எழுவது தவிர்க்க முடியாதது.

பெரியாரும் தமிழ் இலக்கியமும்

திராவிட இயக்கத்தின் மூலவரான பெரியாரிடம் இலக்கியம் பற்றிய ஒரு வளமான பார்வை இருந்ததாகக் கூற முடியவில்லை. அவரது இலக்கியப் பார்வை, மொழியைப் போலவே எதிர்ப்பிராமணியக் கருத்துநிலையின் பாதிப்புக்கு உட்பட்டது. பிராமணிய உள்ளடக்கத்தைக் கொண்டது என்ற அடிப்படையில், தமிழ் மொழியை நிராகரித்தது போலவே தமிழ் இலக்கியப் பாரம்பரியத்தையும் அவர் முழுமையாக நிராகரித்தார்.

திருச்சி வானொலிக்கு அளித்த பேட்டி ஒன்றில் தமிழ் இலக்கியம் பற்றிப் பெரியார் பின்வருமாறு கூறுகிறார்:

> "தமிழ் நாட்டிலே தமிழனைக் கெடுத்துட்டதே இந்தத் தமிழ் இலக்கியம்தான். மற்ற நாட்டானைப் போல முன்னேற வேண்டிய அளவுக்கு முன்னேற விடாம தமிழ் இலக்கியங்கள் நம்மைப் பாழாக்கிட்டுது . . . இலக்கியமே இல்லியே நமக்கு . . . இன்றைக்குப் பயன்படும்படியா என்ன இருக்கு? நீங்க தெரிஞ்சு கொள்ளாதது என்ன இருக்குது? நாளைக்கு நம்ம நடந்துக்க வேண்டியதுக்கு என்ன இருக்கு? அப்படி ஆகிப்போச்சுதுங்க அது . . . வெள்ளைக்காரனுக்கும் நமக்கும் உள்ள வித்தியாசம் என்னன்னா . . . அவன் பழசை நினைக்காம புதுக்கருத்தோட புதுசு புதுசா எங்கெங்கேன்னு போவான் . . . இங்கே எவ்வளவு பெரிய புலவனாயிருந்தாலும்

பழைய குப்பையைத் தேடி அதிலேருந்து பெரியவனா ஆயிடலாம்னு பார்க்கிறானே தவிர, தன் கருத்துன்னு சொல்வது ஒண்ணுமே கிடையாதே" (பெரியார் 1992 : 14).

இதே பாஷையிலேயே சில காலத்துக்கு முன் நவீன இலக்கிய விமர்சகரான வெங்கட்சாமிநாதனும் பேசினார் என்பது ஒரு சுவாரஸ்யமான விசயம். அவருக்கும் தமிழ் இலக்கியம் ஒரு பாலையாகவே தோன்றியது. பெரியார் நவீன இலக்கியத்தில் பரிச்சயம் பெற்றிருந்தாரா என்று தெரியவில்லை. பழைய இலக்கியம் பற்றிய அவரது பார்வை முற்றிலும் எதிர்மறையானது. பெரியாரைப் பொறுத்தவரை தமிழ் இலக்கியப் பாரம்பரியத்தில் திருவள்ளுவரின் திருக்குறள் மட்டுமே ஓரளவுக்கு ஏற்றுக்கொள்ளத்தக்கது. "வள்ளுவரை மன்னிக்கலாம். மற்ற எந்தப் புலவரையும், எந்த இலக்கியத்தையும் மன்னிக்க முடியாது. படிப்படியாக ஆயுள்தண்டனை தூக்குத்தண்டனை வரையில் தண்டிக்கப்பட வேண்டியவர்கள் ஆவார்கள்" என பெரியார் 'தமிழ்' என்ற கட்டுரையில் எழுதுகிறார் (ஆனைமுத்து 1974 : 983).

உயர்ந்த தமிழ் இலக்கியம் என்று போற்றப்படும் எவற்றையும் பெரியார் விட்டுவைக்கவில்லை. சிலப்பதிகாரத்தைப் பற்றிக் கூறுகையில் "இது விபச்சாரத்தில் ஆரம்பித்து பத்தினித்தனத்தில் வளர்ந்து, முட்டாள்தனத்தில் மூட நம்பிக்கையில் முடிந்த பொக்கிஷமாகும்" என்று கூறுகிறார் (பெரியார் 1974 : 30). "சிலப்பதிகாரத்தைத் தலை சிறந்த நூலென்று இன்றும் போற்றி வருகிறார்கள். அதில் கண்ணகி என்ற மாது மதுரை மாநகர்மீது தனது முலையைத் திருகி எறிகிறாள், கோபாவேசத்தோடு! உடனே மதுரை பற்றிக்கொள்கிறது. இதுதான் அவளுடைய கற்புக்கு எடுத்துக்காட்டு. இன்று எந்த ஒரு பெண்ணாவது அவள் எவ்வளவுதான் கற்புடைய கன்னியாயிருந்த போதிலும் இந்தக் காரியத்தைச் செய்ய முடியுமா? எங்காவது இம்மாதிரிக் காரியம் நடக்குமா? அந்தச் சமயத்தில் அவள் நெருப்புக்கு ஆணையிடுகிறாள் 'பார்ப்பனரை அழிக்காதே' என்று. பார்ப்பனரை அழிக்காதே என்று ஆணையிடுபவள் ஆரியப்பெண்ணாக இருப்பாளா? தமிழ்ப் பெண்ணாக இருப்பாளா? நீங்களே சிந்தித்துப் பாருங்கள்" என்று பெரியார் மேலும் எழுதுகிறார் (ஆனைமுத்து 1974 : 972). பெரியாருடைய பகுத்தறிவுவாதமும் பார்ப்பன எதிர்ப்பும் இலக்கிய உணர்திறன், இலக்கியக் கற்பனை (*Literary sensitivity and literary imagination*) ஆகியவற்றுக்கு வெகுதொலைவில் அவரைக் கொண்டு சென்றுள்ளன என்பதை அவரது இக்கூற்றுக்கள் தெளிவுபடுத்துகின்றன. பெரியார் இலக்கியத்தை முற்றிலும் அதன் உட்புதைந்திருக்கும் கருத்து நிலையாக மட்டுமே நோக்குகின்றார் என்பதையும் இது தெளிவுபடுத்துகின்றது. கம்பராமாயணம்

பற்றியும் பெரியாரின் பார்வை இத்தகையதே. "கம்பராமாயணக் கதையை எடுத்துக்கொண்டால் வெறும் பொய்க் களஞ்சியம் அது. அதன் கற்பனையை எடுத்துக்கொண்டால், சிற்றின்ப சாகரம்; அதாவது இது ஒரு மாதிரி காமத்துப்பால் என்றுதான் சொல்லலாம். நடப்பை எடுத்துக்கொண்டால் காட்டுமிராண்டித்தனத்தின் உருவம். இவற்றில் இன்றைய அனுபவத்திற்கு, அறிவு உலகப் போருக்கு, வளர்ச்சிக்குப் பயன்படக் கூடியதாக என்ன காணமுடிகிறது?" என்று பெரியார் கேட்கிறார் (பெரியார் 1974 : 30).

"கம்பராமாயணம் அரிய இலக்கியமாய் இருக்கிறதாகச் சொல்லுகிறார்கள். இருந்து என்ன பயன்? ஒருவன் எவ்வளவுதான் பட்டினி கிடந்தாலும், மலத்திலிருந்து அரிசிப் பொறுக்குவானா? அதுபோல்தானே கம்பராமாயண இலக்கியம் இருக்கிறது? அதில் தமிழ் மக்களை எவ்வளவு இழிவாகக் குறிப்பிட்டிருக்கிறது? தமிழரின் சரித்திரகால எதிரிகள் எவ்வளவு மேன்மையாகக் குறிப்பிடப்பட்டிருக்கிறார்கள்? சுயமரியாதையை விரும்புகிறவன் எப்படி கம்பராமாயண இலக்கியத்தைப் படிப்பான்? இன்று கம்பராமாயணத்தால் தமிழ் மக்களுக்கு இலக்கியம் பரவிற்றா? இழிவு பரவிற்றா என்று நடுநிலையில் இருந்து யோசித்துப் பாருங்கள்" என்று மேலும் கூறுகிறார் பெரியார் (ஆனைமுத்து 1974 : 977).

"கம்பராமாயணத்துக்கும், சிலம்புக்கும் இந்த நாட்டில் மதிப்பு இருக்கிறது என்றால் இந்த நாட்டு மக்களுக்கு அறிவும் இல்லை, மானமும் இல்லை. இன உணர்ச்சியும் இல்லை என்று தானே பொருள் ... இவைகளின் தன்மையே இப்படி இருந்தால், இவைகளைத் தாங்கி நிற்கும் தேவாரம், திருவாசகம், திருமுறை, பிரபந்தம், பெரியபுராணம் முதலிய குப்பை கூளங்களின் யோக்கியதை எப்படி இருக்கும்? இவைகளைக் கொண்டாடும் மக்கள் இன்னமும் பத்தாம் பசலி மக்களாக இருக்கிறார்கள் என்றுதானே பொருள் கொள்ள வேண்டும். நம் நாட்டுக்கு மீள முடியாத பெரும்கேடு என்னவென்றால், இந்தக் குப்பைக் கூளங்கள் எல்லாம் சமய நூல்களாக, பக்திக்குச் சாதனங்களாக, இலக்கியங்களாக ஆகிவிட்டதுதான். இதன் பயன் என்ன? இந்தக் கடவுள்களும், சமயங்களும் உள்ளவரை இந்நாட்டு மனிதர்கள் உருப்படப்போவதில்லை என்பதுதானே முடிந்த முடிவு" என்று பெரியார் மேலும் அழுத்திக் கூறுகிறார் (ஆனைமுத்து 1974 : 984).

இதே கருத்தை வேறு ஒரு இடத்தில் பெரியார் பின்வருமாறு கூறுகிறார்:

". . . தமிழ்த்தாய் உண்ட உணவெல்லாம் சிந்தாமணி, சிலப்பதிகாரம் முதலிய பஞ்சகாவியம், எட்டுத்தொகை,

பத்துப்பாட்டு, பாரதம், இராமாயணம், பாகவதம், கந்தபுராணம், திருவிளையாடல் புராணம், பெரிய புராணம் முதலிய இவைகள்தானே? இவைகளில் சுவை இருக்கலாம். அழகு இருக்கலாம். முன்னேற்றத்துக்கான 'அறிவு' இருக்கிறதா?

இப்படிப்பட்ட இந்தத் தாய்ப்பாலைக் குடித்து வளர்ந்த பிள்ளைகள் இந்நாட்டிலேயே நடைப்பிணமாய் இருப்பதைத் தவிர, அதுவும் மற்றவன் கை, காலில் நடப்பதைத்தவிர உழைப்புக்கு – காரியத்துக்குப் பயன்படும்படியான, தன் காலால் தாராளமாய் நடக்கும்படியான பிள்ளை – ஒரு ஒற்றைப் பிள்ளை – தமிழ்நாட்டில் இருக்கிறதா என்பதை அன்பர்கள் காட்டட்டுமே என்றுதான் பரிவோடு கேட்கிறேன்" (ஆனைமுத்து 1974 : 991).

ஆக, தமிழ் இலக்கியம் பற்றிய பெரியாரின் ஒட்டு மொத்தமான கருத்து எதிர்மறையானது என்பது வெளிப்படை. பாரதியைக்கூட பெரியார் அங்கீகரிக்கவில்லை. "கிறுக்கன் பாரதி" என்றே பாரதியைப் பற்றி ஓர் இடத்தில் குறிப்பிடுகிறார் (ஆனைமுத்து 1974 : 1002). தமிழ் இலக்கியத்தில் சுவை, அழகு இருக்கலாம் என்பதை ஒரு பேச்சுக்கு ஒப்புக்கொண்டாலும் இதன் உள்ளடக்கத்தை அவர் முற்றாக நிராகரித்தார். பிராமணிய எதிர்ப்பு, மத எதிர்ப்பு ஆகியவற்றின் அடிப்படையில் அமைந்த அவரது பகுத்தறிவுவாதம் இதற்கு வேறு எந்த வகையிலும் சலுகை காட்டவில்லை. பிராமணிய மேலாதிக்கத்தைச் சமூக வாழ்வில் மீள வலியுறுத்துவதாக அவர் கருதிய இலக்கியங்களுக்கு எதிராகப் பெரியார் தொடர்ச்சியான எதிர்ப்பு இயக்கங்களை நடத்தினார்.

"மாதமொரு பண்டிகை, திருவிழா என்றிருப்பது போல் மாதந்தோறும் ஏதேனும் ஒரு புராணத்தை எரித்தல், விக்கிரகத்தை உடைத்தல் முதலிய நடவடிக்கைகளில் இறங்கியே ஆக வேண்டும். நம்மீது புகுத்தப்பட்ட புராண நூல்களை எரிப்பதாலும், விக்கிரகங்களை உடைப்பதாலும் புராணங்கள் அனைத்தும் அழிந்துவிடும்; விக்கிரகங்கள் கூண்டோடு மறைந்துவிடும் என்று நான் கூறவரவில்லை. இதைப் பார்த்த மக்களுக்கு ஏன் எரிக்கிறார்கள் – ஏன் உடைக்கிறார்கள் என்ற கேள்விகள் பிறக்கும். அது சமயம் புராணக் கடவுள்களின் ஆபாசங்களை எடுத்துரைத்து இவைதானா எங்களுக்கு வழிகாட்டும் நூல்களும் கடவுள்களும் என்போம். விமோசனம் பிறக்காது போகுமா பார்ப்போம்" என்று பெரியார் (1992 : 152) எழுதினார்.

இந்த வகையில் மனுதர்ம சாஸ்திரம் போன்ற வடமொழி நூல்கள் எரிக்கப்பட்டன. தமிழ்ப் புராணங்கள், கம்பராமாயணம் போன்றவற்றையும் எரிக்கும் இயக்கமாக இது வளர்ச்சியுற்றது. தீ பரவட்டும், கம்பரசம் ஆகிய நூல்களை திராவிட இயக்கத் தலைவர்களுள் ஒருவரான அண்ணாத்துரை எழுதினார். இராவணனை சிறந்த திராவிட வீரனாகவும் சீதை, ராமன் ஆகியோரைத் தரக்குறைவானவர்களாகவும் சித்திரிக்கும் வகையில் ராமாயணக் கதை மாற்றி எழுதப்பட்டது *(Anita Deal 1978 : 34 Pandian 1996)*. சிலப்பதிகாரம், மணிமேகலை ஆகிய தமிழ் இலக்கியங்களும் பகுத்தறிவுவாத அடிப்படையில் திராவிட இயக்கத்தினரால் திருப்பி எழுதப்பட்டன. பாரதிதாசனின் கண்ணகி புரட்சிக் காப்பியம், மணிமேகலை வெண்பா என்பன இவ்வகையில் குறிப்பிடத்தக்கன.

தமிழ் இலக்கியத்தைப் பொறுத்தவரையில் பெரியாரினதும் அவர் பண்ணையில் வளர்ந்த திராவிட இயக்கத்தினரதும் பார்வை, பிராமணிய எதிர்ப்பு, மத எதிர்ப்பு, பகுத்தறிவுவாதம் ஆகியவற்றினாலேயே தீர்மானிக்கப்பட்டது. அதனால் இவற்றைத் தாண்டி இலக்கியத்தை ஒரு மானுட அனுபவமாகக் காண அவர்களால் முடியாது போயிற்று. கொச்சையான மார்க்சியப் பார்வை இலக்கியத்தை வர்க்க அரசியலாக மட்டும் நோக்கியதை ஒத்த ஒரு பார்வையே இதுவும் என்பதை நாம் புரிந்துகொள்ள முடியும். மார்க்சிய இயக்கத்தில் வர்க்க அரசியலின் இடத்தை திராவிட இயக்கத்தில் சாதீய அரசியல் பெற்றுக்கொண்டது. பிற்காலத்திய வரட்டு மார்க்சியர் போலன்றி வர்க்கப் போராட்டத்தில் தீவிரமாக ஈடுபட்ட மார்க்ஸ், ஏங்கல்ஸ், லெனின் போன்றவர்கள் இலக்கியத்தை வர்க்கக் கண்ணோட்டத்தில் நோக்கிய அதே வேளை அதன் வரலாற்று மற்றும் சமூக அரசியல் பாத்திரத்தையும் புரிந்துகொள்ள முயன்றனர். நிலப் பிரபுத்துவ அல்லது பூர்ஷ்வா இலக்கியம் என்ற ஒற்றைப் பார்வையில் தங்களுக்கு முன்னைய, தங்கள் காலத்து இலக்கியங்களை அவர்கள் முற்றிலும் நிராகரிக்கவில்லை. பதிலாக அவற்றைச் சமூக வரலாற்றுப் பின்னணியில் புரிந்துகொள்ள முயன்றனர். அவற்றின் ஊடே வெளிப்படும் மானுட அனுபவத்தை, அதன் அழகியலை நுகர்ந்தனர். துரதிர்ஷ்டவசமாக இவர்களின் வளமான மரபு பின்னர் மார்க்சிய இயக்கத்தில் வளர்ச்சியடையாது போயிற்று. பதிலாக வர்க்க அரசியல் பார்வை மட்டும் மேலோங்கிற்று. இலக்கியத்தின் பன்முகத்தன்மை வரையறுக்கப்பட்டது. திராவிட இயக்கத்திலும் இதை ஒத்த ஒரு போக்கினையே நாம் காண்கிறோம். ஆயினும் மார்க்சிய இயக்க முன்னோடிகள்போல் திராவிட இயக்க முன்னோடிகள் இலக்கியத்தை ஒரு பரந்த தளத்தில்

நோக்கவில்லை. சாதிய அரசியல் அவர்களது இலக்கியப் பார்வையை வரையறுத்துவிட்டது. பெரியாரிடம் இதன் தீவிரத் தன்மையை நாம் காண்கிறோம். திராவிட இயக்கம் தமிழ்நாட்டில் அரசியல் அதிகாரத்தைக் கைப்பற்றிய பின்னரே இப்போக்கில் ஒரு தளர்ச்சி காணப்பட்டது. ஆயினும் பெரியாரின் குரல் ஒரு தனிக்குரலாக தொடர்ந்தும் தீவிரமாக ஒலித்துக்கொண்டே இருந்தது என்பதும் இங்குக் குறிப்பிடத்தக்கது. எனினும் அது கேட்போர் அற்ற குரலாகவே ஒலித்தது. மொழி, இலக்கியத்தைப் பொறுத்தவரை அது தொடர்ந்தும் அவ்வாறே ஒலிக்கும் என்றே தோன்றுகிறது.

உசாத்துணை

1. அண்ணாமலை, இ. (1980) "எளிமையாக்கம். புதுமையாக்கத்தின் ஒரு முறை" மொழியியல். தொ. பா.மீ. நினைவு மலர் தொகுதி 4 எண் 4. 1 & 2 1980.
2. ஆனைமுத்து, வே. (1974), பெரியார் ஈ.வே.ரா. சிந்தனைகள் தொகுதி II, திருச்சி.
3. கேசவன், கோ. (1991), திராவிட இயக்கமும் மொழிக் கொள்கையும், செல்மா – சிவகங்கை.
4. சண்முகம், செ.வை. (1978), எழுத்துச் சீர்திருத்தம், அனைத்திந்தியத் தமிழ் மொழியியல் கழகம், அண்ணாமலை நகர்.
5. திருமாறன், கு. (1992), தனித்தமிழ் இயக்கம், மருதம், திருச்சி.
6. நுஃமான், எம்.ஏ. (1984), பாரதியின் மொழிச் சிந்தனைகள்: ஒரு மொழியியல் நோக்கு, யாழ்ப்பாணப் பல்கலைக்கழகம், யாழ்ப்பாணம்.
7. நுஃமான், எம்.ஏ. (1989) "தமிழில் எழுத்துச் சீர்திருத்தம் : அதன் தேவையும், பிரச்சினைகளும்." யாழ்ப்பாணப் பல்கலைக்கழக கருத்தரங்கில் சமர்ப்பிக்கப்பட்ட கட்டுரை. உருளச்சு.
8. பெரியார், தந்தை (1974), அறிவு விருந்து, பெரியார் சுயமரியாதைப் பிரச்சார நிறுவன வெளியீடு, சென்னை.
9. பெரியார், தந்தை (1992), வானொலியில் தந்தை பெரியார், பெரியார் சுயமரியாதைப் பிரச்சார நிறுவன வெளியீடு, சென்னை.
10. பெரியார், தந்தை (1992 அ) புரட்டு இமாலயப் புரட்டு, பெரியார் தந்தை சுயமரியாதைப் பிரச்சார நிறுவன வெளியீடு, சென்னை.

11. மார்க்ஸ், அ. ரவிக்குமார், வேல்சாமி, பொ (ப.ஆ,) (1995). பெரியாரியம் : நிறப்பிரிகைக் கட்டுரைகள், விடியல் பதிப்பகம், கோவை.

12. Diehl.Anita (1978), **Periyar E.V. Ramaswami : A Study of the Influence of a personality in contemporary South India** B.I. Publication, Bombay.

13. Irschiek. E.F. (1969). **Politics and Social Conflict in South India : The Non-Brahman Movement and Tamil Seperatism 1916-1929**, Los Angeles.

14. Pandian, M.S.S. (1996) "Towards National - Popular. Notes on Self - Respecter's Tamil" in *Economic and Political weekly*, December 21, 1996.

15. Venkatachalapathy. A.R. (1995). "Coining words : Language and Politics in Late Colonial Tamil Nadu" in **South Asian Bulletin**, Vol.XV, No.2 (1995).

நன்றி : வர்க்கம் சாதி பெண்நிலை பண்பாடு — *பெரியாரின் சிந்தனைகள் பற்றிய ஒரு சமூக நோக்கு.* பதிப்பாசிரியர்: செல்வி திருச்சந்திரன், வெளியீடு: பெண்கள் கல்வி ஆய்வு நிறுவனம், கொழும்பு — 06.

காலச்சுவடு 25, ஏப்ரல் — ஜூன் 1999

சமய ஆதிக்கமும் மொழி ஆதிக்கமும்

நுஃமான் நிதானமாக எடுத்துக்காட்டியுள்ள பெரியாரின் தமிழ் பற்றிய கருத்து நிலைப்பாடு இன்று மத்தியதர வர்க்கத்தினரிடமும் அவர்களிடமிருந்து பரவித் தொழிலாளர்களிடமும் விவசாயிகளிடமும் உள்ள கருத்தை ஒட்டியது. அறிவியல், தொழில்நுட்பத்துக்குத் தேர்ந்த, தேவையான மொழி ஆங்கிலம்; இது பொருளாதார முன்னேற்றம், சமூக அதிகார நிலை பெறுவதற்குத் துணை செய்யும் கருவி; ஒரு நிலையில் மேற்கத்தியரோடு சமநிலை அடையவும் இன்னொரு நிலையில் மேல்வர்க்கத்தினரோடு சமநிலை அடையவும் பின்தங்கியவர்களுக்குத் தேவைப்படும் ஆயுதம் அது. இந்த வகையில் சமூகத்தில் பின்தங்கியவர்களின் முன்னேற்ற ஆதர்சத்தைப் பெரியார் காலனிய ஆட்சி காலத்தில் பிரதிபலித்தார்; சுதந்திரத்திற்குப் பிறகு ஆங்கிலம் பற்றிய இந்த நிலைப்பாடு பரவ, வலுவடைய வழி செய்தார் எனலாம். ஆகவே, பெரியாரின் குரல் தனிக்குரல் என்றும் கேட்போர் அற்ற குரல் என்றும் சொல்ல முடியாது.

காலனிய ஆட்சியிலும் சுதந்திரத்திற்குப் பிறகும், வேரூன்றியிருந்த சமூக, அரசியல் கட்டமைப்புகளால், தமிழ் பொருளாதார முன்னேற்றத்திலிருந்து துண்டிக்கப்பட்டிருந்தது. தமிழ் மட்டுமே பேசிய பின்தங்கியவர்களின் முன்னேற்றத்துக்கு மொழியைப் பொறுத்தவரை இரண்டு வழிகள் இருந்தன. ஒன்று, தமிழைப் புறக்கணித்துவிட்டு ஆங்கிலத்தை அணைத்துக்கொள்வது. மற்றொன்று, தமிழுக்குப் பொருளாதார முன்னேற்றத்தைத் தரும் வன்மையைக் கொடுப்பது. இரண்டாவதை நடைமுறைப்படுத்த, இருக்கும் சமூக, அரசியல் கட்டமைப்பை மாற்றி அமைக்கவேண்டும்; தமிழ் மொழியைத் தன்மையிலும் உள்ளடக்கத்திலும் தயார் செய்ய வேண்டும். இந்த இரண்டு வழிகளில் பெரியார் முதல் வழியைத் தேர்ந்தெடுத்தார். தமிழில் அவர் கண்ட குறைபாடுகளை ஏற்றுக்கொண்டாலும், அவற்றை நீக்கித் தமிழை வன்மைப்படுத்த வேண்டும் என்ற கருத்து நிலைப்பாட்டை அவர் ஏன் எடுக்கவில்லை என்பது முக்கியமான கேள்வி. பதில் தெளிவாகத் தெரியாத கேள்வி.

தமிழ்ச் சமூகத்தின் சமத்துவமற்ற நிலைக்கு இந்து சமயமும் அது போற்றிய சாதி அமைப்பும் காரணம் என்று காட்டி அந்த அடிப்படையை உடைக்க வேண்டும் என்று போராடிய பெரியார், ஆங்கிலம் தந்த சமத்துவமற்ற நிலையை உணர்ந்தாலும், ஆங்கிலத்தின் ஆதிக்கத்தை உடைக்க வேண்டும்; அதன் இடத்தைப் பெறத் தமிழைத் தயார்ப்படுத்த வேண்டும் என்று சொல்லவில்லை. மாறாக, ஆங்கிலத்தின்மூலம் பிராமணர்கள் பெற்ற அதிகாரத்தைச் சூத்திரர்கள் பெறவேண்டும் என்று வாதாடினார். இந்து சமயத்தைச் சூத்திரர்கள் கைப்பற்ற வேண்டும் என்று சொல்லாத அவர், ஆங்கிலத்தை அவர்கள் கையகப்படுத்த வேண்டும் என்றார். சமய ஆதிக்கமும் மொழி ஆதிக்கமும் அவை கொண்டுவரும் சமூக ஏற்றத்தாழ்வுகளும் பல வகைகளில் ஒத்தவை. பெரியார் இவற்றின் ஒற்றுமையை ஏன் காணவில்லை; இவற்றின் ஆதிக்கத்தை ஒழிக்க ஏன் வேறான வழிகளை நாடினார் என்பது முக்கியமான கேள்வி. இந்தக் கேள்விக்கு நுஃமான் பதிலளிக்க முற்படவில்லை. இது யாரும் பதிலளிக்க முடியாத பெரியாரின் முரண்பாடோ?

எண்ணிக்கையில் அதிகமான, வறுமையைப் பின்புலமாகக் கொண்ட சூத்திரர்கள் அனைவரும் ஆங்கிலத்தைக் கையகப்படுத்துவதும் அதன்மூலம் சமூக, பொருளாதார ஆதிக்கம் பெறுவதும் நடைமுறை சாத்தியமானதல்ல என்பதைப் பெரியார் உணரவில்லை. சூத்திரர்களில் மேல்நிலையில் உள்ள சிலர் வெற்றி பெறலாம்; பெரும்பான்மையோர் ஆங்கிலமும் கைக்கு வராமல் தமிழும் கைவிட்டுப் போய்ப் போகவழி இல்லாத

சந்தில் சிக்கிக்கொண்ட நிலைக்கு ஆளாவார்கள் என்பதையும் அவர் உணரவில்லை.

பெரியாரிடமிருந்து மொழிபற்றிய நிலைப்பாட்டில் மாறுபட்ட தி.மு.க.வினர், தமிழை ஒரு அரசியல் அடையாளமாகப் பயன்படுத்தி, தமிழ் பேசுபவர்களை ஒரு அரசியல் சக்தியாக மொழியின் அடிப்படையில் உருவாக்க முனைந்தனர். அதற்காகத் தமிழ் பற்றிப் பல கட்டுமானங்கள் செய்தனர். பெரியாருக்கு இதில் உடன்பாடு இல்லை. சூத்திரர் என்ற சமூக நிலைப்பாடே அரசியல் மாற்றம் செய்யப் பெரியாருக்குப் போதுமானதாக இருந்தது. அரசியலில் ஆரியரின், இந்தியின் ஆதிக்கத்தைத் தடுக்க மட்டுமே தமிழ் அவருக்குத் தேவைப்பட்டது. சூத்திரர்கள் தங்கள் ஆதிக்கத்தை நிலைநாட்ட, நிலைப்படுத்த ஆங்கிலம் தேவை என்று நினைத்தார். தமிழ் அவருக்குத் தடுக்கும் கேடயமாகப் பயன்பட்டதே ஒழிய முன்னேற்றும் கருவியாகப் புலப்படவில்லை.

மொழியை அரசியல் குறியீடாகப் பயன்படுத்திய தி.மு.க.வினர் தமிழுக்குச் சட்டத் தகுதி தந்தனர்; தமிழ்ப் பற்றாளர் அரசியல் செல்வாக்குப் பெற ஆதரவு தந்தனர். ஆனால் தமிழ் குறியீடு என்ற அளவிலேயே நின்றது. தமிழ் பொருளாதார வன்மையும் அறிவியல் – தொழில்நுட்ப வளமும் பெற்றுப் பலம் பெறவில்லை. இதற்குப் பல காரணங்களைச் சொன்னாலும், பெரியாரின் ஆங்கிலம் பற்றிய கருத்தாக்கம் ஒரு உள்ளோட்டமான காரணமா என்பது கேட்கப்பட வேண்டிய கேள்வி.

இ. அண்ணாமலை

காலச்சுவடு 27, அக்டோபர் – டிசம்பர் 1999

27

இந்தி எதிர்ப்புப் போராட்டம்: தலித் தலைமையும் தமிழ் அடையாளமும்

ஸ்டாலின் ராஜாங்கம்

மத்திய மனிதவள மேம்பாட்டுத்துறையின் என்சிஇஆர்டி வெளியிட்ட சிபிஎஸ்இ பாடநூலில் இடம்பெற்றிருந்த அம்பேத்கர் தொடர்பான கார்ட் டூனையடுத்து இந்தி எதிர்ப்பு போராட்டம் பற்றிய கார்ட்டூனும் எதிர்ப்புக்கு இலக்காகியுள்ளது. தமி ழகத்தில் பெரும் அரசியல் மாற்றங்களை ஏற்படுத்திய இந்தி எதிர்ப்புப் போராட்டம் பற்றி ஆங்கில நூல்களிலோ பாடநூல்களிலோ தவறாகச் சித்தரிக்கப்படுவதாகக்கூறும் நம்மிடையே அதைப் பற்றிச் சரியான தகவல்களைக் கொண்ட நூல்கள் கூடக் கிடையாது. போராட்டம் பற்றிக் கிடைப்பவையெல்லாம் அரைகுறையாக – மிகையாக எழுதப்பட்ட மிகச் சில நூல்களே.

1938–39ஆம் ஆண்டுகளில் தமிழ்ப் பகுதியில் நடந்த இந்தி எதிர்ப்புப் போராட்டம் பலவகைகளில் அரசியல்ரீதியான திருப்பங்களை உருவாக்கியது. பெரும்தேக்கத்தை எட்டியிருந்த நீதிக்கட்சி, சைவத்தை உள்ளீடாகக் கொண்டு உருவாகியிருந்த தமிழ் மறுமலர்ச்சிச் சீர்திருத்தக் கருத்தியலைப் பரப்பிவந்த சுயமரியாதை இயக்கம் ஆகியவை ஆரம்பத்தில் சந்திப்பதற்கான வாய்ப்பு இதனால் ஏற்பட்டது. பெரியார் நீதிக்கட்சியின் தலைவராகிக் கட்சி என்ற நிறுவன வடிவத்தை வந்தடைந்ததோடு அவர் பேசிவந்த பிராமண எதிர்ப்புக்குப் பலரும் ஏற்கத்தக்க நியாயத்தை இந்தி எதிர்ப்புப் போராட்டம் ஏற்படுத்தித் தந்தது. பிராமண எதிர்ப்பு அரசியலில் முதல் தலைமுறையினர் விலகி அண்ணா உள்ளிட்ட புதிய சக்திகள் அறிமுகம் பெற அப்போராட்டம் வழியமைத்தது. தமிழை உணர்ச்சிகரமாக அணுகும் புதிய வகை அரசியல் எழுச்சிபெற்றது. இவ்வாறு பல்முனையான

அப்போராட்டத்தில் எடுத்துரைக்கப்படாத மற்றுமொரு பக்கமும் உண்டு. அதில் பங்களித்த அடிநிலைமக்களின் திரட்சி பற்றியதுதான் அது. மேற்கண்ட அரசியல் திருப்பங்களுக்கு அடிநிலை மக்களாகிய தலித்துகளின் – தலித் பிரதிநிதிகளின் பங்களிப்பு முக்கியக் காரணமாய் அமைந்திருந்தது. அப்பங்களிப்பு தமிழ் வரலாற்று நூல்களிலோ இந்தி எதிர்ப்புப் போராட்ட நூல்களிலோ உரிய அளவில் கண்டுகொள்ளப்பட்டதே இல்லை.

1938 – 39 இந்தி எதிர்ப்புப் போராட்டக் காலத்தில் சென்னை உள்ளிட்ட வட தமிழகத்தை மையமாகக் கொண்டு இயங்கிய தலித் செயல்பாட்டாளர்களில் வெவ்வேறு கருத்துநிலை கொண்டவர்கள் இருந்தனர். இதில் இரண்டு குழுவினர் இந்தி எதிர்ப்புப் போராட்டத்தில் பங்குகொண்டனர். சுயமரியாதை இயக்கத்தின் தொடக்க காலத்திலிருந்து பெரியாரோடு கருத்துரீதியான தொடர்பைக் கொண்டிருந்த பௌத்த மறுமலர்ச்சி இயக்கத்தார் ஒரு குழுவினர். அயோத்திதாசர் காலத்திலிருந்தே அறிவுக்குழாமாகச் செயல்பட்ட இவர்களில் பலர் இந்தி எதிர்ப்புப் போராட்டக்களத்தில் சுயமரியாதை இயக்கத்தாரோடு இணைந்து ஈடுபட்டனர். ஜி. அப்பாதுரை, ஏ. பி. பெரியசாமிப் புலவர், அன்னபூரணி, அனுமந்த உபாசகர், வி. பி. எஸ். மணி ஆகியோரை இவ்வாறு காணலாம். இதற்குப் பின்னர் ஏ. பி. பெரியசாமிப் புலவரும் அனுமந்த உபாசகரும் திராவிடர் கழகத்திலேயே இணைந்தனர். போராட்டத்தில் ஈடுபட்டுக் காவல் துறைத் தாக்குதலில் ஒரு காதின் கேட்கும் திறனையே அனுமந்த உபாசகர் இழந்திருந்தார். மீனாம்மாள், என். சிவராஜ் ஆகிய தலித் செயல்பாட்டாளர்கள் மற்றொரு குழுவினர். அறிவுத் துறைச் செயல்பாடுகளைக் காட்டிலும் அரசியல் செயல்பாடுகளில் அதிகம் ஈடுபட்டுவந்த இருவரும் தம்பதியர்.

1937 ஆகஸ்ட் 10இல் இந்தி மொழி கட்டாயமாக்கப்படும் என்று ராஜாஜி பேசியது முதல் தமிழகமெங்கும் சைவத் தமிழறிஞர்களால் பிரச்சாரமாக முன்னெடுக்கபட்ட இந்தி எதிர்ப்பு சென்னை நகரை மையமாகக் கொண்டபோதுதான் போராட்டம் மறியல், கைது என்று அடுத்த கட்டத்திற்குச் சென்றது – அதாவது மக்கள் திரள் போராட்டமாக மாறியது.

சென்னை நகரத்தின் இந்தி எதிர்ப்புப் பிரச்சாரப் பொறுப்பை மீனாம்மாள் சிவராஜ் ஏற்றிருந்தார். எம்.சி. ராஜாவும் முனுசாமி பிள்ளையும் சகஜானந்தரும் காங்கிரசுக்கு ஆதரவாக இருந்த இக்காலத்தில் மீனாம்மாளும் சிவராஜூம் மட்டுமே சுயமரியாதை இயக்கத்தோடும் நீதிக்கட்சியோடும் நெருக்கமாக இருந்தனர். சுயமரியாதை இயக்க மேடைகளில் இடம்பெற்றுவந்த இவர்கள்

அங்குத் தலித் பிரச்சினைகளைப் பேசுபவர்களாக இருந்தனர். சுயமரியாதை இயக்கத்தோடு தொடர்புகொண்டிருந்த அதே வேளையில் ஆதிதிராவிடர் வகுப்பினர்சார்ந்த தனித்துவமான செயல்பாடுகளையும் மேற்கொண்டிருந்தனர். பொதுவாக இது போன்ற செயல்பாடுகளின்போது இவர்களுக்கு சுயமரியாதை இயக்கத்தோடு உறவும் முரணும் இருந்துவந்தன. கற்றறிந்தவர்களின் கருத்தியல் பிரச்சாரமாக இருந்த எதிர்ப்பு வெகுமக்கள் போராட்டமாக மாறியதற்கு மீனாம்மாளின் பங்கு முக்கியமானதாய் அமைந்தது. அவரது தலைமையில் ஏராளமான ஆதிதிராவிடர்கள் இந்தி எதிர்ப்புத் தொண்டர்களாகப் போராட்டங்களில் கலந்துகொண்டனர். மீனாம்மாள் தரும் தகவலின் படி பார்த்தால் சென்னையில் நடந்த முதல் எதிர்ப்புக் கூட்டத்திலிருந்தே அவர் கலந்துகொண்டதாகத் தெரிகிறது. 'அதாவது ஒரு நாள் சி. டி. நாயகம் எங்கள் வீட்டுக்கு வந்தார். "பார்ப்பனர்கள் சூழ்ச்சியால் இந்தி திணிக்கப்படுகிறது. நாம் பெரியாரோடு சேர்ந்துகொண்டு ஏதாவது செய்ய வேண்டும்" என்றார். என் கணவர் யோசிக்கலாம் என்றார். புதியதாய்த் திருமணமாகி வந்திருந்த நான் "இதில் யோசிக்க என்ன இருக்கிறது? இந்தியை எதிர்க்க வேண்டும்" என்றேன். முதலில் சென்னைத் தி. நகர் கூட்டம். அந்தக் கூட்டத்தைச் சுமங்கலி ஒருவர்தான் தொடங்கிவைக்க வேண்டும் என்றார். நான் முதலில் கலந்துகொண்ட கூட்டம் அது. அடுத்து ராயப்பேட்டைப் பெரிய பாளையத்தம்மன் கோவில் தெருவிலுள்ள பெரிய மைதானத்தில் எனது தலைமையில் இந்தி எதிர்ப்புக் கூட்டம். அதைத் தொடர்ந்து பல இடங்களிலும் நடந்தது' என்கிறார்.[1] ஆனால் மீனாம்மாள் பிரச்சாரப் பொறுப்பு ஏற்றிருந்தபோது எழுந்த சிறு முரண் பாட்டின் காரணமாக அவர் ஆதி திராவிடர்களைப் பங்கேற்க அனுமதிக்காததால் போராட்டம் பிசு பிசுத்தது என்பதை கு. நம்பியாரூரன் குறிப்பிடுகிறார்.[2] இதில் இராஜ மகேந்திரபுரம் ஸ்டாலின் ஜெகதீசன் என்பவர் 1938 மே 1 முதல் சாகும் வரை உண்ணாநோன்புப் போராட்டத்தைத் தொடங்கினார். இந்தி எதிர்ப்புப் போராட்டத்தை இந்த உண்ணாநோன்பு துரிதப்படுத்தியது. 1938 ஜூன் 10இல் சென்னையில் நடைபெற்ற கூட்டமொன்றில் 'இந்த ஜெகதீசன் இறந்தால், அவர் பிணத்தை எங்கு வைத்துக்கொளுத்துவது என்பதைத்தான் இப்போது யோசிக்க வேண்டும்? இறந்த ஜெகதீசனை முதன் மந்திரி வீட்டில் வைத்துக்கொளுத்துவதா? அல்லது யார் இறந்தாலும் இறக்கட்டும் எனக்குக் கவலையில்லை என்று கூறும் கவர்னர் மாளிகைக்கு முன்வைத்துக் கொளுத்துவதா என்பதே கேள்வி' என்று அண்ணாதுரை ஆற்றிய உரையைக் கவனிக்கும்போது அரசாங்கத்திற்கு எதிரான போராட்ட நியாயத்தை

உணர்ச்சிபூர்வமாய் ஒருங்கிணைக்கும் வகையில் அந்த உண்ணாநிலைப் போராட்டம் அமைந்திருந்ததைப் பார்க்கலாம். மறைமலையடிகள்கூடத் தம் நாட்குறிப்பில் 'கடந்த 34 நாட்களாக உண்ணாநோன்பிருக்கும் திரு. ஜெகதீசனைக் கண்டோம் (03.06.1938) என்றும் 57 நாட்களாக உண்ணா நோன்பிருந்து தமிழுக்காக உயிர் துறக்கப்போகிறார் திரு. ஜெகதீசன் (21.06.1938)' என்றும் உணர்வுபூர்வமாகக் குறிப்பிடுகிறார்.

முதலில் இந்த உண்ணாநோன்பு தி. நகர் செ. தெ. நாயகம் இருப்பிடத்தில் தொடங்கப்பட்டதாகவும் பின்னர் மீனாம்மாள் வீட்டிற்கு மாற்றப்பட்டதாகவும் தெரிகிறது. ஸ்டாலின் ஜெகதீசன் மீனாம்மாள் வீட்டில் உண்ணாவிரதம் இருந்தபோது அவரது வீடே போராட்ட மையமாக மாறியது. ஏராளமானோர் வீட்டிற்கு வந்து சென்றனர். இந்தி எதிர்ப்புப் போராட்டத்தில் ஈடுபட்ட பலரையும்போல ஜெகதீசனும் எந்தக் கட்சியிலும் உறுப்பினராக இல்லை. எனினும் அவரது போராட்டம் இந்தி எதிர்ப்புப் போராட்டக் குழுவினருக்கு அப்போது தேவைப்பட்டது என்றே சொல்ல வேண்டும். 26.05.1938இல் பெரியாரும் ஜெகதீசனைச் சந்தித்தார். பட்டினியை நிறுத்தும்படியான முயற்சியாகவே ஜெகதீசன் மீனாம்மாள் வீட்டிற்கு அழைத்துச் செல்லப்பட்டார். ஆனால் ஜெகதீசனை முன்வைத்துக் கட்டப்பட்ட போராட்ட நியாயம் மீனாம்மாளால் சிதைக்கப்பட்டது. அதாவது ஜெகதீசன் பகலில் உண்ணாமல் இருந்துவிட்டு இரவில் யாருக்கும் தெரியாமல் உணவு உட்கொள்பவராக இருந்ததைத் தன் வீட்டில் வைத்துக் கண்டறிந்த மீனாம்மாள் அதை அம்பலப்படுத்தினார். ஆனால் இதைப் பற்றி மீனாம்மாளும் பெரியார் உள்ளிட்டோரும் பேசிக்கொள்ளவும் முடியாத தர்மசங்கடமான நிலை ஏற்பட்டது. மீனாம்மாள்மீது பலருக்கும் சொல்லப்படாத கோபம் இருந்ததாகத் தெரிகிறது. எனினும் பெரியார் உள்ளிட்ட பலரும் ஜெகதீசனைப் புறக்கணிக்க வேண்டியதாயிற்று. அவரை காங்கிரஸின் ஒற்றர் என்று பெரியார் குறிப்பிட்டதாக எஸ்.வி.ஆர்., வ.கீதா ஆகியோர் குறிப்பிடுகின்றனர் (*பெரியார் சுயமரியாதை சமதர்மம்*, 2009 விடியல் பதிப்பகம்). இதனால் ஏற்பட்ட நெருக்கடி காரணமாக 70 நாட்களாகத் தொடர்ந்த பட்டினியைக் கைவிட்டு ஜெகதீசன் சென்னையைவிட்டே வெளியேறினார். இதையொட்டி ஏற்பட்ட முரண்பாடு காரணமாக மீனாம்மாள் போராட்டத்திலிருந்து விலகினார். அதனால் போராட்டத்தில் பின்னடைவு ஏற்பட்டதை அரசாங்க அறிக்கை ஒன்றை ஆதாரமாகக் கொண்டு நம்பியாரூரன் கூறுகிறார்.

இவ்விடத்தில் மீனாம்மாளுக்கும் சுயமரியாதை இயக்கத்திற்கும் முரண்பாடு எழுந்தது பற்றிய மற்றொரு தகவலும்

உண்டு. ஆதிதிராவிடரும் – திராவிடரும் பல நூற்றாண்டுகளாக வேற்றுமையுற்று வாழ்பவர்கள். இவர்களைக் குறுகிய காலத்தில் இணைத்துவிட முடியாது. திராவிடர்கள் ஆரியர்களுக்கு அடிமைகளாக இருக்க இசைவார்கள். ஆதிதிராவிடர்களோடு இணைய விரும்பமாட்டார்கள். அதற்குரிய அடிப்படை வழிகளோ வாய்ப்புகளோ இல்லை என்பது சிவராஜ் அவர்களுடைய தொலைநோக்காகும் என்கிறார் அன்பு பொன்னோவியம்.[3] மேலும் மீனாம்மாள் ஒரு கூட்டத்திற்குச் செல்லும்போது தலித்துகளைச் சுயமரியாதை இயக்கத்தவர் இழிவாகப் பேசினார்கள் என்னும் தகவல் தெரிவிக்கப்படுகிறது. அதனால் அக்கூட்டத்திலேயே அப்படிப் பேசியவர்களை விளக்குமாற்றால் அடிப்பேன் என்று அவர் பேசியிருக்கிறார். சிம்லாவிற்குச் சென்றிருந்த சிவ ராஜுக்கு இது குறித்து விளக்கம் கேட்டுப் பெரியார் கடிதம் எழுதினார் என்னும் தகவலையும் அன்பு பொன்னோவியம் தருகிறார். மொத்தத்தில் தங்களுடைய நிலைப்பாடுகளிலிருந்தே எந்த அரசியல் இயக்கத்திற்கும் ஆதரவை வழங்குபவர்களாக மீனாம்மாளும் சிவராஜும் இருந்தனர் என்பதை அறிய முடிகிறது. இவ்வாறு தேக்கம் கண்ட போராட்டம் 1938 நவம்பருக்குப் பிறகு மீனாம்மாள் போன்றோர் போராட்டத்திற்குத் திரும்பிய பிறகே திருப்பத்தை எட்டியதாகத் தெரிகிறது. அந்த அளவிற்குத் தலித் தலைமையும் தலித் திரட்சியும் அப்போது வலிமையாக இருந்தன என்பது குறிப்பிடத்தக்கது.

03.06.1938 முதல் 21.02.1940 வரையிலும் போராட்டத்தில் ஈடுபட்டுச் சிறை சென்றோரின் எண்ணிக்கை பெண்கள், குழந்தைகள் உள்பட 1,271. அவர்களில் தலைவர்கள் தவிரத் தொண்டர்களாகக் கலந்துகொண்டவர்களில் அநேகர் சென்னையைச் சார்ந்தவர்களாகவே இருந்தனர். அவர்களின் சாதி பற்றிய குறிப்புகள் இல்லை. பொத்தாம் பொதுவாகவே குறிப்பிடப்படுகின்றனர். அதேபோல அப்போராட்டத்தில் தலித் தரப்பு விவரங்களை அறிய மீனாம்மாளின் சிறுபேட்டியைத் தவிர வேறெந்த நேரடி ஆதாரமும் இல்லை. எல்லாவற்றையுமே பிறர் குறிப்புகளிலிருந்தே சேகரிக்க வேண்டியுள்ளது. நம்பியாரூரன் ‘சிறை சென்ற தாளமுத்து, நடராசன் ஆகிய இருவரும் 1939 சனவரி, மார்ச் மாதங்களில் முறையே மரணம் அடைந்தனர்’ (பக்:348) என்கிறார். இதில் இருவரின் சாதி பற்றிய குறிப்பும் இல்லாதது மட்டுமல்ல அவர் தரும் வரிசைப்படி பெயர்களைப் பொருத்தினால் இரண்டாவதாக இறந்த தாளமுத்து பெயர் முதலாவதாகவும் முதலில் இறந்த நடராசன் பெயர் இரண்டாவதாகவும் வருகிறது. இன்றுவரையிலும் திராவிட இயக்க வரலாற்றில் தாளமுத்து, நடராசன் என்ற

தவறான வரிசையே கையாளப்படுகிறது.[4] இந்தி எதிர்ப்புக் கிளர்ச்சி சென்னையில் கால்கொண்டது முதலே அதைச் சுற்றிப் பல்வேறு முரண்களும் சமரசங்களும் கைப்பற்றல்களும் நடந்தன. போராட்டம் அறிவுலகத் தளத்திலிருந்து அரசியல் தளத்தை எட்டிவிட்டது.

இந்நிலையில் 01.08.1938இல் இந்தி எதிர்ப்புக்காகத் தமிழர் படையொன்று நூற்றியொருபேரோடு திருச்சியிலிருந்து 'ஜதா' என்னும் பெயரோடு புறப்பட்டு 11.11.1938இல் சென்னையை வந்தடைந்தது. கே. வி. அழகிரிசாமி அதன் தலைவர். ஆனால் இப்பயணம் சென்னையைச் சேர்ந்தபோது 80 பேர் மட்டுமே இருந்தனர் என்கிறார் நம்பியாரூரன். ஜதாவின் பயணம் சென்னை வரும்வரையிலும் சென்னையில் இந்தி எதிர்ப்புக் கிளர்ச்சி பெயரளவிலேயே நடந்துவந்தது. அதாவது 1938 ஆகஸ்ட் மாதத்தில் முதலமைச்சர் ராஜாஜி வீட்டு முன் மறியல் செய்வதென முடிவுசெய்யப்பட்டது. முழக்கங்கள் எழுப்பிவிட்டு அரை மணிநேரத்தில் கலைதல் என்பதே போராட்டமாக இருந்தது. இது போன்ற முடிவுகளில் பலருக்கும் ஏற்பும் / ஏற்பின்மையும் இருந்தது. வீட்டின் முன் மறியல் வேண்டாம் என்று பெரியாரே அறிக்கை விடுத்தார்.

இதற்கிடையில் இந்தி எதிர்ப்புப் போராட்டத்தில் முதல் சர்வாதிகாரி என்றழைக்கப்படும் செ. தெ. நாயகம், சண்முகானந்த அடிகள் ஆகியோர் அந்த வழக்கு முடியும்வரை இந்தி எதிர்ப்புப் பிரச்சாரத்தில் ஈடுபடுவதில்லை என்று உறுதியளித்த பின்னர் ஜாமீனில் விடுவிக்கப்பட்டனர். ஆனால் தன்னைக் காங்கிரஸ்காரராக குறிப்பிட்டுக் கொண்ட பொன்னுசாமி இத்தகைய உறுதி மொழியை அளிக்க முன்வராததால் சிறையிலடைக்கப்பட்டார் (பக்.66) என்கிறார் கோ. கேசவன் *(திராவிட இயக்கமும் மொழிக் கொள்கையும்)*. அதேவேளையில் போராட்டத்தில் ஈடுபட்ட காங்கிரஸ் மற்றும் காங்கிரஸ் அல்லாதவர்களுக்கும் தண்டணை தருவதில் பாரபட்சம் காட்டப்பட்டதாகக் *குடியரசு* (15.08.1939) குற்றம் சாட்டியது.

இவ்வாறு பல்வேறு முரண்களுக்கு இடையே நடந்துவந்த போராட்டம் திருச்சிப் பெரும்படையின் பயணம் சென்னையில் நிறைவுற்ற பின்னால் உத்வேகம் பெற ஆரம்பித்தது. மீனாம்மாளும் மீண்டும் போராட்டத்திற்குத் திரும்பியிருந்தார். முரண்பாட்டிற்கும் மீனாம்மாள் திரும்பிவந்ததற்கும் இடையில் என்ன நடந்தது என்ற குறிப்பு கிடைக்கவில்லை. 1938 நவம்பரில் இந்து தியோலஜிகல் உயர்நிலைப்பள்ளி முன் நடந்த மறியலில் முதன்முதலாக மகளிரும் பங்கேற்றனர். இதற்குப் பின்னர்

நடந்த மாநாடு ஒன்றின் மூலம் போராட்டம் முழுமையாகப் பெரியார் தலைமைக்குச் சென்றது. இந்தி எதிர்ப்பையொட்டிச் சென்னையில் 13.11.1938இல் தமிழ்ப் பெண்கள் மாநாடு நடந்தது. இதில் 'திருவரங்கம் நீலாம்பிகையம்மையார், தருமாம்பாள், ராமாமிர்தம் அம்மையார், பண்டிதை நாராயணி அம்மையார் இன்ன பிறர்' கலந்துகொண்டனர். பொதுவாக அம்மாநாடு பற்றி எழுதப்படும் வரலாற்று நூல்களில் பொத்தாம்பொதுவாகத் தமிழ்ப் பெண்கள் மாநாடு என்றும் தருமாம்பாள் தலைமை என்றும் கூறுவதோடு கலந்துகொண்ட பல்வேறு பெண்களில் மீனாம்மாளும் ஒருவர் என்பதைப் போல் குறிப்பிடப்படுவதுண்டு. ஆனால் இம்மாநாட்டு ஒருங்கிணைப்பில் பெரும்பங்களித்தவர் மீனாம்மாள்தான். சென்னை நகரில் பெண்களைத் திரட்டியதில் அவர் பங்கு முதன்மையாயிருந்தது. மாநாட்டுக் கொடியை அவர்தான் ஏற்றினார். இம்மாநாட்டில்தான் ஈவெராவுக்குப் 'பெரியார்' என்னும் பட்டம் வழங்கப்பட்டது. அதனால் தான் ஈவெராவுக்குப் பெரியார் என்னும் பட்டம் வழங்கியது மீனாம்மாள் என்னும் தலித் பெண்தான் என்ற உரிமையைத் தலித் வரலாற்று எழுதியல் கோரி வருகிறது. தருமாம்பாளுக்கு முக்கியத்துமளித்து மீனாம்மாளுக்குப் பலரில் ஒருவராக இடமளிக்கும் மா. இளஞ்செழியன் எழுதிய நூலில் இடம்பெற்றுள்ள பெண்கள் மாநாட்டுப் புகைப்படம் வேறொரு வரலாற்றைச் சொல்வதைப் பார்க்க முடியும்.[5]

அப்படத்தில் கையில் புத்தகத்தோடு நடுநாயகமாக நிற்பவர்தான் மீனாம்மாள். அதுவே அம்மாநாட்டில் அவரின் முக்கியத்துவத்தைச் சொல்லிவிடுகிறது. மீனாம்மாளை மையமாக வைத்தே பிறபெண்கள் சுற்றி நிற்பதைப் பார்க்கலாம். மாநாட்டின் ஒருங்கிணைப்பாளருக்குத்தான் மையமான இடமளிக்கப்படும் என்பது சொல்லித் தெரிய வேண்டியதில்லை.

இந்தி எதிர்ப்பு போராட்டத்தில் மிக முக்கியத் திருப்பத்தை அம்மாநாடு ஏற்படுத்தியது. மாநாட்டு உரையில் 'பெண்களும் போராட்டத்தில் பங்கேற்க வேண்டும்' என்று பெரியார் பேசினார். மாநாட்டிலும் மறுநாள் கூட்டத்திலும் பெரியாரின் பேச்சை வைத்துப் பெரியார்மீது கிளர்ச்சிக்கு உதவும் வகையிலும் தூண்டிவிடும் முறையிலும் பேசினார் என்று 05.12.1938இல் வழக்கு பதிவுசெய்யப்பட்டு ஓராண்டுக் காவலும் 1000 ரூபாய் அபராதமும் விதிக்கப்பட்டன. அப்போராட்டத்தில் பெரியார் முக்கியத்துவம் பெற்றபோது ராஜாஜி பதற்றப்பட்டிருக்க வேண்டும். ஆனால் அதுவே பெரியாரை அடுத்த கட்டத்திற்குக் கொண்டுசென்றது. அதைப் பற்றிக் கூறும் மீனாம்மாள் 'சென்னைக் கடற்கரையில் பெரியார் தலைமையில் கூட்டம் நடைபெற இருந்தபோது

கைதுசெய்யப்பட்டார். அந்த நேரத்தில் நான் அந்தக் கூட்டத்தில் கலந்துகொண்டு பேசினேன். ராஜாஜி என்னைக் கைதுசெய்ய வில்லை. அதற்கொரு காரணம் உண்டு. அந்தக் காலகட்டத்தில் வெள்ளைக்காரர்கள் வீட்டில் எல்லாம் சமையல்காரர்களாகப் (பட்லர்களாக) பெரும்பாலும் தாழ்த்தப்பட்டவர்கள் இருந்தனர். அவர்கள் ராஜாஜியிடம் சென்று மீனாம்மாளை எக்காரணம் கொண்டும் கைதுசெய்யக் கூடாது. கைதுசெய்தால் நாங்கள் வேலைக்குப் போகமாட்டோம் என்று கூறிவிட்டார்கள். ராஜாஜி எப்படியோ என்னைக் கைதுசெய்யவில்லை' என்று அந்நிலைமையை விவரிக்கிறார். பெரியாரின் கைதாகும் போராட்டம் உச்சம்பெறவும் போராட்டத்தில் அவருடைய இருப்பு முக்கியம் பெறவும் வழியேற்படுத்தித் தந்தது. தமிழ்ப் பெண்கள் மாநாட்டிற்குப் பிறகு ஏராளமான பெண்களும் சிறைசென்றனர். இதில் தலித் பெண்களும் அடங்குவர். இதைப் பிரித்தறிவதற்கான சான்றுகள் நம்மிடமில்லை. கைதானவர்களில் தலித் பெண்கள் மூவருக்குக் கடுங்காவல் தண்டனை தரப்பட்டது என்றும் தலித் வகுப்பைச் சேர்ந்த ஆர். சாமிநாதன் என்பவருக்கு 18 மாதக் கடுங்காவல் தண்டனை தரப்பட்டது என்றும் சாமிநாதனின் தாயார் ஜெயலட்சுமி அம்மாவும் சிறைசென்றார் என்றும் ராஜதுரையும் கீதாவும் காட்டுவது மட்டுமே இதைப் பற்றி நமக்குக் கிடைக்கும் சிறுகுறிப்பாகும்.

தமிழ்ப் பெண்கள் மாநாட்டைப் பற்றித் தலித் தலைவர்களில் ஒருவரான சக்திதாசன் கட்டுரையாளரிடம் நேர்காணல் ஒன்றின்போது (பிரசுரிக்கப்படாதது) கூறிய தகவல் இங்கு நினைவுகூரத்தக்கது. 'நான் சிறுவனாக இருந்தபோது என் தந்தையாரால் மீனாம்மாள் தலைமையிலான இந்தி எதிர்ப்பு மாநாட்டுக்கு (தமிழ்ப் பெண்கள் மாநாடு) அழைத்துச் செல்லப்பெற்றேன். அவர்தான் அங்கிருந்த மீனாம்மாளைக் காட்டி அவங்கதான் நம்ம அம்மா என்று காட்டினார். மாநாட்டுப் பணிகளை அவரே நடத்தினார். ஆனால் சிறைசென்று திரும்பிய பெரியார் ஒரு கூட்டத்தில் தருமாம்பாளையே பாராட்டிப் பேசினார்' என்றார். இவ்வாறான நினைவுகள் தலித் பெரியவர்களிடம் பரவலாக இருப்பதைப் பார்க்க முடியும்.

பெரியாரின் கைது போராட்டத்தை மேலும் உக்கிரப்படுத்தியது. கைதுசெய்யப்பட்ட பெரியாருக்குச் சிறையில் வைத்து வயிற்றுவலி ஏற்பட்டது. 1939 பிப்ரவரி 4இல் சென்னைப் பொதுமருத்துவமனைக்குக் கொணரப்பட்டபோது அவரைச் சென்று சந்தித்தவர்களில் என். சிவராஜ், எம்.சி. ராஜா ஆகியோரும் அடங்குவர். பிறகு வேலூர், திருச்சி, கோவை போன்ற சிறைகளுக்கு மாற்றப்பட்டு 167 நாள் சிறைவாசத்திற்குப்

பின் எவ்வித நிபந்தனையுமின்றி 25.05.1939இல் அவர் விடுதலை செய்யப்பட்டார். பெரியார் சிறையிலிருந்தபோது வெளியில் பல்வேறு விசயங்கள் நடந்தன. இந்து தியாலஜிகல் பள்ளிமுன் நடந்த போராட்டத்தில் ஈடுபட்ட இருவர் சிறைக் கைதிகளாக இருந்தபோதே இறந்தனர். இதில் முதலில் இறந்த தலித் வகுப்பினரான நடராசன் (15.01.1939) மீனாம்மாள் மீண்டும் போராட்டத்திற்குத் திரும்பிய பிறகு தொண்டராக வந்து கைதாகி இறந்தவர். நடராசனின் உடல் அடக்கம் செய்யப்பட்ட இடுகாட்டில் அண்ணாதுரை நிகழ்த்திய சொற்பொழிவு மிக உணர்ச்சிபூர்வமாய் அமைந்திருந்தது. அவருக்கு அரசியல் ரீதியான பரவலான அறிமுகத்தை இவ்வுரை பெற்றுத்தந்தது. இக்காலகட்டப் போராட்டத்தில் சைவ அறிஞர்கள் பின்னுக்குப் போய் சுயமரியாதை இயக்க ஆதரவாளர்கள் முன்னுக்கு வந்தனர். தமிழ் அடையாளம் உணர்ச்சிகரமான அம்சத்திற்கு ஆளானது. ஏறக்குறைய தமிழரிடையேயான முரண்பாடுகள் பின் தள்ளப்பட்டுத் தமிழர் எனும் ஓர்மை உணர்ச்சியின் அடிப்படையில் கட்டப்பட்டது. இந்த அம்சம்தான் பிந்தைய திராவிட இயக்க அரசியலின் மையமாயிற்று.

பெரியாரின் கைதுக்குப் பிறகு நடராசனின் மரணமே போராட்டத்தில் உணர்ச்சிகரச் சூழலை உருவாக்கிப் போராட்டத்தின் மந்த கதியைத் தீவிரப்படுத்தியது. அடுத்து மார்ச் 11இல் இந்தி எதிர்ப்புக் கைதியாக இருந்த தாளமுத்து என்பவரும் மரணமடைந்தார். அவர் நாடார் வகுப்பைச் சேர்ந்தவர் ஆவார். மொத்தத்தில் முதலில் களப்பலியான போராளிகள் இருவரும் அடிநிலை வகுப்பினரே. நடராசனின் மரணத்திற்கு இரங்கல் தெரிவிக்கும் வகையில் தமிழகமெங்கும் 150 கூட்டங்கள் நடத்தப்பட்டன. அவற்றுள் பெரும்பாலானவை சென்னையிலேயே நடந்தன. அக்கூட்டங்களெல்லாம் இந்தி எதிர்ப்புக் கூட்டங்களாகவும் அமைந்திருந்தன. தாளமுத்துவுக்கு ஏ. பி. பெரியசாமிப் புலவர் எழுதிய இரங்கற்பா *குடியரசு* ஏட்டில் (23.04.1939) வெளியானது. பெரியார் சிறையிலிருந்து விடுதலையாகிச் சென்னை வந்ததும் 'சிந்தாதரிப் பேட்டை, பெத்தநாயக்கன் பேட்டை, மூலக்கொத்தளம், பெரம்பூர், புரசைவாக்கம், முத்தியாலுபேட்டை, ஒற்றைவாடை முதலிய பகுதிகளிலிருந்து எண்ணற்றோர் ஊர்வலமாய்த் திரண்டு வரவேற்றனர்' (பக்: 187 மா. இளஞ்செழியன்). அவ்வாறு திரண்டவர்களில் பெரும்பான்மையினர் தலித்துகள். மேலும் அக்கூட்டங்களில் சிவராஜும் கலந்து கொண்டார். அக்காலகட்டத்தில் எந்த அரசியல் நல நோக்கமும் இல்லாமல் போராட்டத்தில் பலரும் தொண்டர்களாக இணைந்திருந்தனர்.

நடராசன், தாளமுத்து ஆகிய இருவரின் சாதிப் பின்னணியையும் போராட்டக் குழுவினர் கணக்கிலெடுத்துக் கொண்டனர் என்பது இங்குக் குறிப்பிடத்தக்கது. அப்படிப்பட்ட போராட்டம் அரசியல்ரீதியான அணித் திரட்சியை நோக்கிப் பயணப்பட்டது உறுதிப்படுகிறது. தாளமுத்துவின் சவ ஊர்வலத்தில் பேசிய அண்ணாதுரையின் உரை:

'நாடார் திலகம் தோழர் தாளமுத்து இறந்ததைக் காண மனம் கலங்குகிறது. என்னைப் பொறுத்தவரை நடராசன், தாளமுத்து மரணத்தை எனது அண்ணன் தம்பி இறந்தனர் என்றே கருதுகிறேன். முன்பு சாக்கோட்டை மாநாட்டில் பேசும்போது நாடார் சகோதரர்களை அறப்போருக்கு வருமாறு வருந்தி அழைத்தேன். அக்காலத்திலும் நீங்கள் அனுப்ப வேண்டும். ஆனால் அவர்களைத் திருப்பிக்கொடுப்பதாக உறுதிகூற முடியாதெனத் தெரிவித்தேன். அதேபோல அங்கிருந்து தோழர்கள் வந்தனர். தாளமுத்து இறந்தார். நாளை ஆச்சாரியார் யாரோ நாடார், யார் பேச்சைக் கேட்டுக்கொண்டோ வந்தார்; மறியல் செய்தார்; இறந்தார் என்றுதான் சொல்லப்போகிறார். காங்கிரஸின் மூன்று ஆண்டு சத்தியாகிரகக் காலத்தில் எந்தத் தொண்டனாவது இறந்தானா? எந்த ராட்சத சர்க்காராவது இக்கொடுமையைச் செய்ததா? அன்று சத்தியமூர்த்திக்குச் சிறையில் உடல் நலமில்லை எனக் கரடியாகக் கத்தினர். பாஷியம் அய்யங்காரைப் பற்றி பார்லிமெண்ட்வரை கேள்வி கேட்டனர். தோழர் தாளமுத்து இறந்தது நீண்ட நேரம்வரை யாருக்கும் தெரியாது, வருங்காலத்தில் பெரியாரை மத்தியில் வைத்து இறந்த 2 மணிகளையும் பக்கத்தில் வைத்து உருவம் எழுப்ப வேண்டும். ஏன்? பெரியார் தளரும் காலத்து இந்த இரண்டு சமூகங்களும், அதாவது நாடார் ஆதிதிராவிடர் சமூகங்கள் தான் உதவிசெய்து வந்திருக்கின்றன.'

இவ்வாறு இந்தி எதிர்ப்புப் போராட்டத்தில் அடிநிலைச் சக்திகளின் பங்களிப்பு இன்றியமையாததாக இருந்தது. அடிநிலைமக்கள் திரட்சி இருந்ததாலேயே அப்போராட்டத்தைக் கொச்சைப்படுத்த கருதிய அரசு அம்மக்களைக் காட்டியே இழிவுபடுத்தியது. அற்பக் கூலிக்கு அமர்த்தப்பட்டவர்களென்றும் சிறையில் ஒழுங்காகச் சோறு கிடைக்குமென்பதாலும் பல அரிஜனங்கள் கைதாகியிருந்ததாக ராஜாஜி மட்டுமல்லாமல் பிராமணரல்லாத தமிழரான டாக்டர் சுப்பராயனும் சட்டமன்றத்திலே கூறினார். அரசுத் தரப்பில் நீதிபதி, ஆளுநர் என்று யாவரும் இவ்வாறே கருதினர். கைதானவர்கள் என்றும் பணம் கிடைக்கும்பட்சத்தில் காங்கிரசுக்கு ஆதரவாகவோ எதிராகவோ எந்தப் போராட்டத்திலும் ஈடுபடுவார்கள் என்று ஆளுநர்

கூறினார். இவ்வாறு போராட்டத்தில் ஈடுபட்ட திரட்சியைச் சுயசெயலூக்கமற்றுத் தூண்டப்பட்டவர்களாகவே அரசு கருதியது. ஆனால் அப்போராட்டத் தில் ஈடுபட்ட அடிநிலை வகுப்பினர் அவர்களின் தலைவர்களின் அழைப்பில் கலந்துகொண்டவர்கள் என்பதே உண்மை. தாழ்த்தப்பட்ட மக்கள் ஏற்கனவே திராவிட அரசியல் உணர்வுபெற்று சுயமரியாதை இயக்கம் போன்ற அமைப்புகளோடு தொடர்புகொண்டிருந்தனர். அதோடு போராட்டம் உணர்ச்சி மயமாகிப்போன காலத்திலும்கூட அதை உண்மையாக நம்பி ஈடுபட்டவர்களாகவே இருந்தனர்.

பெரியார் சிறையிலிருந்தபோதே நீதிக்கட்சியின் தலைவராகத் தேர்ந்தெடுக்கப்பட்டார். பிளவுண்டு பெரும்சரிவை எட்டியிருந்த கட்சியைப் பெரியாரைத் தலைவராக்குவதன் மூலம் ஈடுகட்ட முடியும் என்று கருதினர். ஏற்கனவே இருந்துவந்த பல்வேறு அம்சங்களோடு இந்தி எதிர்ப்புப் போராட்ட காலத்தில் அவர் கைதுசெய்யப்பட்டு முக்கியத்துவம் பெற்றதும் உடனடி காரணமாக அமைந்தது. பெரியார் சிறையிலிருந்தபோது அவருடைய சுயமரியாதை இயக்க சகாக்களால் இந்தி எதிர்ப்புப் போராட்டம் பெரியார் தலைமையிலானதாக மாற்றப்பட்டது. பெரியாரைக் காட்டிலும் நாவன்மை படைத்த அச்சகாக்களால் தமிழ் உணர்ச்சி பூர்வமான கருவியாக்கப்பட்டது. இந்தி எதிர்ப்புப் போராட்டத்தில் பிராமணரல்லாத பல்வேறு சக்திகளும் கட்சி, சாதி, கருத்தியல் போன்றவற்றைத் தாண்டி ஒன்று சேரும் வாய்ப்பு வந்தது. பெரியாரின் தீவிர நாத்திகத்தால் விலகியிருந்த சைவர்களும் பல்வேறு அமைப்புகளில் செயற்பட்டுவந்த தமிழ் அபிமானிகளும் தமிழைக் காப்பதற்காக ஒன்றுகூடியபோது அதற்கு எதிராக ராஜாஜி என்னும் பிராமண வடிவத்தை முன்வைத்து அதுவரையிலும் தாம் பேசிவந்த பிராமணரல்லாதோர் கருத்திற்கு ஒப்புதலைப் பெற்றுக்கொண்டார் பெரியார். ஆனால் பெரியார் அப்போராட்டத்தில் தாமதமாக வந்துசேர்ந்ததோடு குறைவாகவே பங்களித்துவந்தார். எனினும் பிராமண எதிர்ப்பு நியாயப்பாட்டிற்குத் தமிழ் அடையாளமே வாய்ப்பை ஏற்படுத்தித் தந்தது. ஆனால் இத்தமிழ் அடையாளம் அறிவார்ந்த புலமாக இல்லாமல் பெரும் உணர்ச்சிகரமாக மாற்றப்பட்டுப் பெரும்மக்கள் திரட்சி கேள்விகளற்று ஒன்றுசேர்ந்தபோது புதியவகைத் தமிழ் அடையாளம் பரிணமித்தது. இவ்வாறு சைவத் தமிழறிஞர்களிடமிருந்து வெகுமக்கள் திரட்சியும் அவர்கள்மூலம் வெளிப்பட்ட உணர்ச்சியும்தான் போராட்ட பலனைப் பெரியாருக்கு கைமாற்றித் தந்தன. இம்மக்கள் திரட்சி பெரும்பான்மையும் அடிநிலை வகுப்பு சார்ந்ததாகவே இருந்தது.

●

அடிக்குறிப்புகள்:

1) இந்தி எதிர்ப்புப் போராட்டத்தில் மீனாம்மாள் பங்களிப்பு பற்றிக் கிடைக்கும் ஒரே தலித் தரப்பு ஆதாரம் அவருடைய ஒரு நேர்காணல் மட்டுமே. அந்நேர்காணல்கூட நீதிக்கட்சிப் பவளவிழா மலருக்காகத் திராவிடர் கழகம் சார்பாக எடுக்கப்பட்டதென்பது குறிப்பிடத் தக்கதாகும். முழுநேர்காணல் – சொ. பாக்கியராஜ் தொகுத்த *விடுதலைப்பதிவுகள்* என்னும் நூல் (மார்ச் 2012, கழகம் வெளியீடு, சென்னை–2)

2) மீனாம்மாள் பங்கு பற்றிய கூடுதல் தகவல் அனைத்தையும் தமிழில் தரும் நூல்: நம்பியாரூரன் எழுதிய ஆங்கில நூலின் தமிழாக்கமான *தமிழ் மறுமலர்ச்சியும் திராவிடத் தேசீயமும்* என்னும் நூல். மொழி பெயர்ப்பு: க. திருநாவுக்கரசு, முத்துக் கிருஷ்ணன், 2009, ஆரூரன் பதிப்பகம், சென்னை–4.

3) மேலதிக விவரம் இல்லாத இதை அன்பு பொன்னோவியம் தன் கட்டுரை ஒன்றில் கூறுகிறார் (*அறவுரை*, 1993).

4) இத்தவறான வரிசை குறித்தும் மொழிப்போரில் முதலில் இறந்தது நடராசன் என்ற தாழ்த்தப்பட்டவரே என்பதைக் குறித்தும் ரவிக்குமார் தாழ்த்தப்பட்டோரும் மொழிப் போரும் என்ற கட்டுரையில் விவரித்துள்ளார்.

5) மா. இளஞ்செழியன் எழுதிய *தமிழன் தொடுத்த போர் – முதல் இந்தி எதிப்புப் போராட்ட வரலாறு* (இரண்டாம் பதிப்பு – 1986, பெரியார் சுயமரியாதைப் பிரச்சார நிறுவன வெளியீடு) என்னும் நூலில் மட்டும் இப்படம் இடம்பெற்றுள்ளது. ஆனால் இப்படம் பற்றி எந்த விளக்கத்தையும் இந்நூல் தரவில்லை.

_காலச்சுவடு_ 151, ஜூலை 2012

28

இந்தி: திணிப்பும் எதிர்ப்பும்
த. சுந்தரராஜ்

இந்தி: தமிழகத்தின் அரசியல் மொழி

மத்திய உள்துறை அமைச்சகமும், அலுவல் மொழித்துறையும் (10-03-2014, 27-05-2014)ஆகிய நாட்களில் மாநில அரசுகளுக்கு அனுப்பிய சுற்றறிக்கைகள் எப்போதும் போலத் தமிழக அரசியலில் சலசலப்பை உண்டாக்கியிருக்கிறது. "அரசு அலுவலர்கள் அதிகாரப்பூர்வமாகக் கையாளும் சமூக வலைத்தளங்களில் (டுவிட்டர், ஃபேஸ்புக், பிளாக் முதலியன) கட்டாயம் இந்தியைப் பயன்படுத்த வேண்டும் அல்லது ஆங்கிலம், இந்தி ஆகிய இரண்டையும் பயன்படுத்தலாம். ஆங்கிலம், இந்தி ஆகிய இரண்டையும் பயன்படுத்தும்போது இந்திக்கே முன்னுரிமை கொடுக்க வேண்டும்" என்பதே சுற்றறிக்கைகளின் உள்ளடக்கம்.

மத்திய அரசு இது போன்ற உத்தரவுகளைப் பலமுறை பிறப்பித்திருக்கிறது. மத்திய அரசின் இந்திக்கு ஆதரவான பல்வேறு அரசாணைகளையும், சுற்றறிக்கைகளையும் தமிழ் ஊடகங்களும், தமிழ் மக்களும் அரசியல் கண்ணோட்டத்தில் மட்டுமே அணுகுகின்றனர். பல்வேறு மாநிலங்களில் ஒன்றாகத் தமிழகம் இருப்பதால் பெருவாரியான ஒரு சமூகம் சிறுபான்மையான ஒரு சமூகத்தின் மீது செலுத்தும் ஆதிக்கமாகவே இந்தித் திணிப்பை எதிர்கொள்கின்றது. அதனால் எதிர்ப்புகளும், போராட்டங்களும் பெருகின. இந்திக்கு எதிரான போராட்டத்தில் 1937களிலிருந்து தமிழகம் இழந்தவை கொஞ்சநஞ்சமல்ல. 1939 சனவரி 15இல் இந்தி எதிர்ப்புப் போராட்டத்தில் முதல் உயிர் நீத்த நடராசன் முதல் எத்தனையோ உயிர்த் தியாகங்கள்; பெரியார் போன்ற

தலைவர்களும் பெருந்திரளான மாணவர்களும் அனுபவித்த சிறைவாசம் எனத் துயரங்கள் நிறைந்தது தமிழகத்தின் இந்தி எதிர்ப்பு. இந்தி எதிர்ப்பு என்னும் ஒற்றை முழக்கத்தைப் பிரதானப்படுத்தித் தமிழ்நாட்டில் 1967இல் திமுக ஆட்சியைப் பிடிக்கும் அளவிற்குத் தமிழர்களிடத்தில் தமிழுணர்வைத் தட்டி எழுப்பியது இந்தி. சாதி, மதம் போன்ற பாகுபாடுகளைக் களைந்து தமிழர்களை ஒன்றிணைக்கும் ஒரே சக்தி தாய்மொழி என்பதைத் தமிழக அரசியல் தலைவர்களுக்கு உணர்த்தியது இந்திதான். சுதந்திரப் போராட்டத்தில் இந்தியர்களை ஒருங்கிணைக்க காங்கிரஸுக்குப் பெரும் சவாலாக இருந்தவை இந்தியர்களின் பலதரப்பட்ட தாய்மொழிகளே. இவை திமுக போன்ற மாநிலக் கட்சிகளின் வளர்ச்சிக்கு நீர்பாய்ச்சின. அந்த விசுவாசமே இன்றளவும் தமிழக அரசியல் தலைவர்கள் இந்தியை எதிர்த்தும் தாய்மொழியை ஆதரித்தும் எழுதுகின்ற கடிதங்களுக்கும், விடுக்கின்ற அறிக்கைகளுக்கும் அடிப்படை. 1930களிலிருந்தே இந்த எதிர்ப்பை இந்தியா கண்டுகொண்டிருக்கிறது. இந்தியாவின் வடக்கு, மேற்கு, கிழக்குப் மாநிலங்களில் இருந்து வரும் எதிர்ப்பை விடத் தெற்கிலிருந்து வருவது வலிமையானதாகவும் உணர்வுபூர்வமானதாகவும் இருக்கும் என்பதை மத்திய அரசே அறியும்.

இந்திக்கு ஆதரவான மத்திய அரசின் நடவடிக்கைகளில் அரசியலைத் தவிர்த்து மொழி சார்ந்த கண்ணோட்டத்தில் அணுகினால் நமக்குக் கிடைக்கும் பிம்பம் முற்றிலும் புதிதானது.

மேற்சொன்ன சுற்றறிக்கைகளை நடைமுறைப்படுத்துவது எவ்வளவு சவால் நிறைந்தது என்பதற்கு இந்தியாவில் ஏராளமான சான்றுகள் இருக்கின்றன. தமிழக அரசும் தமிழ் வளர்ச்சித்துறையும் தமிழர்களிடம் தமிழை வளர்க்கப் பட்டபாடுகள் இதற்குச் சிறந்த எடுத்துக்காட்டு. தமிழில் கையெழுத்திடுங்கள், முன்னெழுத்தைத் தமிழில் எழுதுங்கள், பெயரைத் தமிழில் எழுதுங்கள், அரசாணைகள், அறிவிப்புகள், சுற்றறிக்கைகள், கடிதங்கள் முதலியவற்றைத் தமிழில் அனுப்புங்கள் என்று 1956இல் தமிழ் ஆட்சிமொழிச் சட்டம் இயற்றப்பட்டு, (23–1–1957)இல் ஆளுநரின் ஒப்புதலுடன் நடைமுறைக்கு வந்தது. எத்தனையோ உத்தரவுகள் போடப்பட்டன. அவற்றையெல்லாம் நடைமுறைப்படுத்த முடிந்ததா? அவ்வுத்தரவுகளை இன்றைய நடைமுறையோடு பொருத்திப் பார்த்தால் ஏமாற்றமே மிஞ்சும். அரசு அலுவலர்கள் அனைவரும் தமிழைத்தான் பயன்படுத்த வேண்டும் என்று இந்திக்காரர்களிடம் கேட்கவில்லை, தமிழைத் தாய்மொழியாகக் கொண்ட தமிழர்களிடம்தான் தமிழக அரசு வேண்டியது. அதுவே சாத்தியப்படாதபோது,

இந்தியைத் தாய்மொழியாகக் கொள்ளாதவர்களிடம் மத்திய அரசு போடும் இந்த உத்தரவுகள் சாரமற்றவை. தமிழ்நாடு, கேரளா, ஆந்திரா, கர்நாடகா, ஒடிசா, குஜராத், மேற்குவங்கம், அஸ்ஸாம், மேகாலயா, நாகலாந்து, திரிபுரா, பஞ்சாப், காஷ்மீர் முதலிய மாநிலங்களில் பணியாற்றும் இந்தி அறியா மத்திய அரசு அதிகாரிகள் தங்கள் அதிகாரப்பூர்வ சமூக வலைத்தளங்களில் இந்தியைப் பயன்படுத்துவது நடைமுறையில் இயலாதது. சாத்தியப்படாத ஒன்றால் தன் அரசுக்கு ஏற்படும் அவப்பெயரை யாரும் விரும்புவதில்லை. எனவே, இந்தச் சுற்றறிக்கை வந்த சில நாட்களிலேயே, இந்தி பேசும் மாநிலத்தவர்களுக்கு (இந்தியைத் தாய்மொழியாகக் கொண்டவர்களுக்கு) மட்டுமே பொருந்தும் என மோடி அரசு பின்வாங்கியது.

இன்று தமிழுக்கு எதிரி இந்தியோ, சமஸ்கிருதமோ அல்ல. அதே போன்று இந்திக்கு எதிரி தமிழோ, பிற மாநில மொழிகளோ அல்ல. இந்திய மொழிகள் அனைத்திற்குமான பொது எதிரி ஆங்கிலம். ஆங்கிலேயரின் காலனி ஆதிக்கத்திலிருந்து விடுபட்ட பெரும்பாலான நாடுகள் தம் தாய்மொழியைத் தம் மக்களிடம் தக்கவைப்பதற்கே இன்று தடுமாறிக்கொண்டிருப்பதை மத்திய அரசு நன்கு உணர்ந்திருக்கிறது. அந்த அளவிற்கு ஆங்கிலத்தின் வீச்சு வேகமாகவும் ஆழமாகவும் இருப்பதால் மத்திய அரசு இந்திக்கு ஆதரவான திட்டங்களை விரிவுபடுத்த வேண்டிய நிலைக்குத் தள்ளப்பட்டுள்ளது.

தமிழ்நாடு பல்வேறு ஆட்சியாளர்களின் கீழ் இருந்தபோதெல்லாம் பல்வேறு மொழிகள் தமிழகத்தின் ஆட்சி மொழியாகவும் செல்வாக்குப் பெற்ற மொழியாகவும் இருந்திருக்கின்றன. சோழர் ஆட்சியில் சமஸ்கிருதம்; மொகலாயர் ஆட்சியில் பாரசீகம், அரபி, உருது; நாயக்கர் ஆட்சியில் தெலுங்கு; ஆங்கிலேயர் ஆட்சியில் ஆங்கிலம்; பிரெஞ்சுக்காரர் ஆட்சியில் (புதுச்சேரி) பிரெஞ்சு எனத் தமிழகத்தில் செல்வாக்குப் பெற்ற பிறமொழிகளின் வரலாறு நீளமானது. அந்தந்தக் காலகட்டத்தில் தமிழகத்தில் செல்வாக்குப் பெற்றிருந்த மொழிகள் தமிழின் மீதும் ஆதிக்கம் செலுத்தின. இன்று பயன்பாட்டில் உள்ள பொதுத்தமிழில் சமஸ்கிருதம், பாரசீகம், அரபு, உருது, தெலுங்கு, ஆங்கிலம், பிரெஞ்சு (புதுச்சேரித் தமிழ்) எனப் பிறமொழிச் சொற்கள் ஏராளம் கலந்திருக்கின்றன. இந்த நிலை இலங்கைத் தமிழிலோ, சிங்கப்பூர்த் தமிழிலோ, மலேசியத் தமிழிலோ, ஆப்பிரிக்கத் தமிழிலோ காணமுடியாதது. பிற மொழியாளர்களின் ஆட்சியிலிருந்து நாம் விடுதலை பெற்றாலும், தமிழில் கலந்த பிற மொழிச்சொற்களைக் களைய முடியவில்லை. இந்த நிலை தமிழுக்கு மட்டும் நேர்ந்ததல்ல. இந்திய மொழிகள்

அனைத்திற்கும் உண்டு. தமிழில் "மணிப்பிரவாளம்" என்று ஒரு புதிய நடையே உருவாகும் அளவிற்குச் சமஸ்கிருதத்தின் தாக்கம் இருந்திருந்தாலும் அதைவிடப் பலமடங்காக இன்று ஆங்கிலத்தின் தாக்கம் இருக்கின்றது. "தங்கிலிஸ்" என்று பரவலாக அழைக்கப்படும் ஆங்கிலமும் தமிழும் கலந்த நடை இன்று தமிழில் ஆழமாகக் வேரூன்றியிருக்கிறது. ஆங்கிலேயர் ஆட்சியில்கூட இந்த அளவிற்கு ஆங்கிலம் பரவவில்லை. தூய தமிழிலோ, தூய ஆங்கிலத்திலோ ஒரு தொடர்கூட அமைக்கத்தெரியாது இரண்டையும் கலக்கின்றனர். தமிழரிடையே மிகுந்த வரவேற்பைப் பெற்ற "தங்கிலிஸ்" சோழர்காலத்தில் மணிப்பிரவாளம் பெற்ற செல்வாக்கை விட, சுதந்திரத் தமிழகத்தில் மிகுந்த செல்வாக்கோடு திகழ்கின்றது.

ஆங்கிலம் தம் தாய்மொழியைச் சிதைத்துவிடும் என்பதை இந்திக்காரர்கள் உணர்ந்த அளவிற்குத் தமிழர்கள் உணர்ந்திருக்கிறார்களா என்று தெரியவில்லை. மத்திய அரசு எடுக்கும் இந்திச்சார்பு நடவடிக்கைகள் அனைத்தும் இந்தியா முழுமையும் இந்தியைப் பரப்ப வேண்டும் என்னும் நோக்கமுடையவை என்றாலும் அது நடைமுறைச்சிக்கல் நிறைந்தது. இந்திய மாநிலங்கள் முழுமையும் ஆங்கிலமொழிக்கு அடிமை. உண்மையைச் சொன்னால் ஆங்கிலம் இந்தியின் கழுத்தை நெரித்துக் கொண்டிருக்கிறது. இன்று இந்தி தன் கழுத்தை விடுவிப்பதற்குத்தான் போராட வேண்டியிருக்கிறதேயொழிய பாய்ச்சலுக்குத் தயாரில்லை. கழுத்தை விடுவிக்கும் முயற்சியாகவே மத்திய அரசின் இந்திச்சார்பு நடவடிக்கைகள் இருக்கின்றன. ஆனால், செத்த பாம்பைக் கண்டு பயப்படுவதைப்போல, இந்தியைக் கண்டு தமிழக அரசியல்வாதிகள் இந்திப்புலி பாயப்போகிறது பாயப்போகிறது எனக் கூச்சலிட்டுக் கொண்டிருக்கிறார்கள். அதே நேரத்தில் ஆங்கிலப்புலி தமிழர்களின்மீது பாய்ந்து துவம்சம் செய்து கொண்டிருக்கிறது.

ஆங்கிலத்தின் ஆதிக்கத்தை ஏற்றுக்கொண்ட தமிழர்கள் இந்தியை எதிர்த்தனர். இந்தி தமிழகத்தில் மொழியிலும், கல்வியிலும், மக்களிடத்திலும் எத்தகையை விளைவுகளை ஏற்படுத்தும் என அசரீரி கேட்டு அஞ்சியவர்கள் அத்தகைய விளைவுகளை ஆங்கிலம் இழைத்தபோது கரவோசையோடு வரவேற்றார்கள், ஊக்கப்படுத்தினார்கள். தமிழின் அழிவு அண்ணனால் வரக்கூடாது, அடுத்தவனால் வரலாம் எனக் குடும்பப் புண்ணியம் காத்த தம்பிகள் தமிழர்கள். அரசியல், பொருளாதாரம், கல்வி முதலியவற்றின் அடிப்படையில் இந்தியால் தமிழகத்திற்குப் பின்னடைவு ஏற்படும் என்பதில் நியாயம் உண்டு. ஆனால், மொழி அடிப்படையில் இன்று

ஆங்கிலத்தால் தமிழ் அடைந்திருக்கும் சிதைவும் அழிவும் இந்தியால் நிகழ்த்த முடியாதது. ஆங்கிலத்தின் வீச்சைப் புரிந்து கொண்டு மத்தியில் முரணான கொள்கையுடைய கட்சிகள் ஆட்சிக்கு வந்தாலும் இந்திக்காப்பில் ஒன்றிணைகின்றன.

ஆனால் தமிழகத்தின் நிலை? அய்யா தொடங்கிவைத்த தமிழ் நிறுவனம் அம்மா ஆட்சியில் உறங்கும், அம்மா கொண்டுவந்த தமிழ் அமைப்புகள், அய்யா ஆட்சியில் உறங்கும். திராவிடக் கட்சிகளின் ஆட்சி திராவிட மொழியான தமிழுக்கு ஆக்கப்பூர்வமாக என்ன செய்திருக்கின்றன?. அதிமுக ஆட்சியின் மூன்றாண்டு (2011–2014) சாதனைக்குறிப்பில் தமிழ் வளர்ச்சித்துறை ஆற்றியுள்ள பணிகளைப் பார்த்தால் ஓர் உண்மை புரியும். திராவிடக் கட்சிகளின் தமிழ் வளர்ச்சி, தமிழ் மேம்பாடு என்பது தமிழறிஞர்களுக்கு விருது கொடுப்பது, ஓய்வூதியம் அளிப்பது, தமிழ்த்தாய்க்குச் சிலை திறப்பது, தமிழ்ப் புத்தாண்டை மாற்றுவது, கொண்டாடுவது, தமிழாய்வு என்னும் பெயரில் சில நிறுவனங்களுக்கு நிதி அளிப்பது முதலியவற்றோடு நின்றுவிடுகின்றது. தமிழை வளப்படுத்தி அடுத்த தலைமுறைக்குக் கொண்டு செல்லும் எந்தத் திட்டமும் தமிழக அரசிடம் இல்லை. இருபதாம் நூற்றாண்டில் தனிநாயகம் அடிகள் போன்ற தமிழறிஞர்கள் தொலைநோக்குப் பார்வையில் தொடங்கிய உலகத் தமிழாராய்ச்சி நிறுவனம் போன்றவை ஆய்வுத் தடத்திலிருந்து ஆட்சியாளர்களின் துதிபாடிகளாக மாறிவிட்டன. தமிழறிஞர்கள் அலங்கரித்த இருக்கைகள் கறைபடிந்த கரைவேட்டிக்காரர்களின் கைக்களுக்குள் சிக்கியுள்ளன. மத்திய அரசு இந்தியைக் காப்பாற்ற எடுக்கும் முயற்சியில் சிறிதளவு கூட (மத்திய அரசுக்குப் போட்டியாகக்கூட) தமிழைக் காக்கத் தமிழகத்தை ஆண்ட/ ஆளுகின்ற திராவிடக் கட்சிகள் எடுக்கவில்லை என்பதற்குத் தமிழ்நாட்டில் இருக்கும் கல்வி நிறுவனங்களே சாட்சி.

இந்தி: இந்தியாவின் ஆட்சிமொழி?

ஒரு மொழியுடைய நாடுகளைவிட இந்தியா போன்ற பன்மொழி கொண்ட நாடுகள் தனியொரு மொழியைத் தேசியமொழி, அலுவல்மொழி எனப் பிரகடனப்படுத்துவதில் நிறையச் சிக்கல்கள் இருக்கின்றன. மொழிகளின் தொட்டில் என மொழியியலாளர்களால் அழைக்கப்படும் இந்தியாவில் 1600க்கும் மேற்பட்ட மொழிகள் வழக்கில் இருக்கின்றன. அவற்றில் 22 மொழிகள் அரசு அலுவல் மொழியாக அங்கீகரிக்கப்பட்டுள்ளன. அந்தந்த மாநிலங்களில் அவை அலுவல் மொழியாக இருந்தாலும் ஒட்டுமொத்த இந்தியாவிற்கும் பொதுவான ஓர் அலுவல் மொழி இருந்தால் இந்தியாவின் வளர்ச்சி விரைவுபடும் என

மத்திய அரசு நம்புகிறது. அதற்கு சீனா, ஜப்பான் போன்ற ஆசிய நாடுகளையும், பிரான்ஸ், ஜெர்மனி போன்ற ஐரோப்பிய நாடுகளையும் முன்னுதாரணமாகக் காட்டுகிறது.

பொது அலுவல் மொழியாக இந்தியை நிலைநிறுத்த மத்திய அரசு தொடர்ந்து முயல்கின்றது. இந்தி பொது அலுவல் மொழியாவதில், வடமாநிலத்தில் உள்ள உருது பேசும் பெருவாரி மக்களுக்கே உடன்பாடில்லை. அதனால் சுதந்திரப் போராட்டத்தை வலுப்படுத்த, 1920களில் இந்தியும் உருதும் கலந்த இந்துஸ்தானியைக் காந்தியும் நேருவும் ஊக்குவிக்க வேண்டிய நிலை வந்தது. ஆனால், அதுவும் சரியான தீர்வல்ல. இந்திக்கு இருக்கும் ஆதரவைப் போன்று அதற்கான எதிர்ப்பும் அதிகம். மத்திய அரசு தொடர்ந்து இந்தியை வலியுறுத்துவதற்கான காரணம் வாக்குப் பெரும்பான்மை. அதிக வாக்காளர்களைக் கொண்ட மொழி இந்தி என்ற எண்ணத்தை மத்திய அரசு மொழிக் கொள்கையிலும் கடைப்பிடிக்கின்றது. சுதந்திரத்திற்குப் பின் 1949இல் தேசத்தில் இந்தியை எப்படியாவது பிரதானப்படுத்த வேண்டும் என்று முயல்கையில் தேசியமொழி என்ற பாதை மூடப்பட்டதால், அலுவல்மொழி என்ற புதியபாதையில் பிற மாநிலங்களுக்குள்ளும் இந்தியைக் கொண்டு செல்ல மத்திய அரசு முடிவெடுத்தது.

இந்தி பேசாத மாநிலங்கள் அனைத்தும் ஆங்கிலத்தை உலகத் தொடர்பு மொழியாகப் பயன்படுத்துவதோடு, ஒட்டுமொத்த இந்தியாவின் அலுவல் மொழியாகவும் பயன்படுத்துவதையே விரும்புகின்றன. மத்திய அரசுக்கு அதில் உடன்பாடு இல்லாததால் இந்திக்கு எதிராக எழுந்த அத்தனை எதிர்ப்புகளையும் மீறி, பெரும்பான்மையான மக்கள் பேசும் இந்தியை இந்தியாவின் அலுவல் மொழியாக்கி 1963இல் அலுவல்மொழிகள் சட்டம் இயற்றியது. இந்த அலுவல் மொழிச்சட்டத்தை அடிப்படையாகக் கொண்டு மத்திய அரசு இந்திக்கு ஆதரவாகவும், பிராந்திய மொழிகளுக்கு எதிராகவும் தொடர்ந்து பல்வேறு திட்டங்களையும் அரசாணைகளையும் பிறப்பித்துக் கொண்டிருக்கிறது. அதை இந்தி பேசாத மாநிலங்கள் தங்கள் தாய்மொழியின் கழுத்தை நெரிக்கும் செயல் என்றும் இந்தித்திணிப்பு என்றும் அவ்வப்போது எதிர்க்கின்றன.

அண்ணா முதல்வராக இருந்தபோது (23–01–1968) இல் மிக முக்கியமான ஒரு தீர்மானத்தைத் தமிழக சட்டமன்றத்தில் நிறைவேற்றினார். "தமிழகத்தில் தமிழ் பயிற்சி மொழியாகவும், பாடமொழியாகவும் எல்லாக் கல்லூரிகளிலும், நிர்வாக மொழியாகப் பல்வேறு துறைகளிலும் ஐந்தாண்டு காலத்துக்குள்

நடைமுறைக்கு வருவதற்கான துரிதமான நடவடிக்கையை மேற்கொள்வது என்று இம்மன்றம் தீர்மானிக்கிறது"

அண்ணாவின் தமிழுக்கு ஆதரவான இந்தத் தீர்மானமும் (23–01–1968), இதற்கு முன்மாதிரியாக 1949ஆம் ஆண்டு, மத்தியில் நிலவிய தேசியமொழிப் பிரச்சினைக்கு கே.எம். முன்ஷி, கோபாலசாமி ஐயங்கார் ஆகியோரைக் கொண்டு உருவாக்கி மத்திய அரசு இந்திக்கு ஆதரவாகக் கொண்டுவந்த தீர்மானமும் – "தேசிய மொழி என்பதே வரையறுக்கப்படவில்லை. அதற்குப் பதிலாக ஒன்றியத்தின் அலுவலக மொழிகள் மட்டுமே வரையறுக்கப்பட்டன. தேவநாகரி எழுத்துருவில் அமைந்த இந்தி இந்திய ஒன்றியத்தின் அலுவலக மொழியாகத் தேர்வு செய்யப்பட்டது. பதினைந்து ஆண்டுகளுக்கு ஆங்கிலம் அனைத்து அலுவலக நடவடிக்கைகளிலும் பயன்படுத்தப்படும் (உட்பிரிவு 343). ஐந்து ஆண்டுகள் கழித்து இந்தியை வளர்க்கவும் ஆங்கிலத்தைப் படிப்படியாக விலக்கவும் வழிவகை காண ஒரு மொழி ஆணையம் ஏற்படுத்தப்படும்" (உட்பிரிவு 344) – அடிப்படையில், அடிமை மனநிலையில் ஆதிக்க மொழியை எதிர்ப்பது மட்டுமல்ல, மொழிப் பரவலாக்கத்தையும் முக்கியமாகக் கருதின. மத்திய அரசின் சமூக வலைத்தளத்தில் பயன்பாட்டு மொழி சார்ந்த தற்போதைய சுற்றறிக்கையும் அவ்வகையதே.

பிற மொழியால் தம் தாய் மொழி அழிந்துவிடக்கூடாது என்னும் பேரச்சத்தாலும், மொழிப்பரவலாக்க முயற்சியாகவும் பாராளுமன்றத்திலும், மாநில சட்டசபைகளிலும் பல்வேறு தீர்மானங்களும், சட்டங்களும் கொண்டுவரப்பட்டன. அவற்றை மத்திய மாநில அரசுகள் செயல்படுத்திய முறையைப் பார்த்தோமானால் மத்திய அரசு இந்தி மொழிச் செயலாக்கத்தில் உறுதியுடன் செயல்பட்டு வெற்றி பெற்றிருப்பதற்கும், மாநிலங்களின் மீது ஆதிக்கம் செலுத்திக் கொண்டிருப்பதற்கும் பின்வரும் களங்கள் தக்கச் சான்றுகளாக அமைகின்றன.

களம் - 1

மத்திய அரசு இந்தியாவின் அனைத்து மாநிலங்களிலும் தொடங்கியிருக்கும் மத்தியப் பல்கலைக்கழகங்கள் அனைத்திலும் இந்தித்துறை கட்டாயமாக்கப்பட்டிருக்கிறது. ஆங்கிலம், ஜெர்மன், பிரெஞ்சு போன்ற வெளிநாட்டு மொழிகளுக்குக் கிடைத்த இடம்கூடப் பிற இந்திய மொழிகளுக்கு இல்லை. அந்தந்தப் பிராந்தியங்களில் உள்ள மத்தியப் பல்கலைக்கழகங்களில் மட்டுமே அந்தந்த மாநில மொழிகளுக்கு இடம் அளித்துள்ளது. மத்தியப் பல்கலைக்கழகங்களில் இந்தித்துறையை வைப்பதன் அடிப்படை

நோக்கம் இந்திமொழி கற்றோருக்கு வேலைவாய்ப்பைப் பெருக்குதல்.

மத்தியப் பல்கலைக்கழகங்களின் இணைய தளம் ஆங்கிலத்தில் மட்டுமன்றி இந்தியிலும் உண்டு. மாநில மொழிகளில் கிடையாது. தமிழ்நாட்டைச் சார்ந்த மாணவர் திருவாரூரில் உள்ள மத்தியப் பல்கலைக்கழக இணையத்தளத்தில் ஆங்கிலம் அல்லது இந்தி மூலம் தான் தகவல்களைத் தேட முடியும். தமிழுக்கு அங்கே இடமில்லை. இந்தியைத் தாய்மொழியாகக் கொள்ளாத, இந்தி பேசும் மாநிலத்தைச் சாராத இந்தியர் அனைவரது நிலையும் இதுதான். ஆனால், இந்தியைத் தாய்மொழியாகக் கொண்ட ஒருவர் இந்தியாவில் உள்ள அனைத்து மத்தியப் பல்கலைக்கழகங்களின் இணையத்தளங்களிலும் தனக்குத் தேவையான தகவல்களைத் தன் தாய்மொழியான இந்தியிலேயே பெறமுடியும். இந்த நிலை மத்தியப்பல்கலைக் கழகங்களில் மட்டுமல்லை, UGC, NCERT, NBT, சாகித்ய அகாடமி போன்ற கல்வி, மருத்துவம், சுகாதாரம் முதலிய துறை சார்ந்த மத்திய அரசு நிறுவனங்கள் அனைத்திலும் தொடர்கிறது. அதுமட்டுமின்றி மத்திய அரசு நிறுவனங்கள் அனைத்தின் பெயரும் இந்தியில்தான் முதலில் இருக்கின்றன. ஆங்கிலம் அடுத்தபடிதான். இந்நிறுவனங்கள் வெளியிடும் அறிவிப்புகள், அறிக்கைகள், விண்ணப்பங்கள் முதலிய அனைத்தும் ஆங்கிலத்தோடு இந்தியிலும் உண்டு. வேறொரு இந்திய மொழியில் கிடையாது.

தமிழ்நாட்டில் உள்ள மாநிலப் பல்கலைக்கழகங்கள், கல்லூரிகள், அரசு, தனியார் நிறுவனங்களின் இணையத்தளங்கள் தமிழிலும் இருக்கின்றனவா? தமிழ் பல்கலைக்கழகத்தைத் தவிர, தமிழ் நாட்டின் தாய்ப்பல்கலைக்கழகமான சென்னைப்பல்கலைக்கழகம் உள்பட எந்தப் பல்கலை இணையத்தளத்திலும் தமிழ் இல்லை. விண்ணப்பங்களும், அறிவிப்புகளும் தமிழில் இல்லை. ஆனால், பனராஸ் இந்து பல்கலைக்கழகம் போன்ற வட இந்திய மாநிலப் பல்கலைக்கழகங்கள் தன் இணையத்தளத்தை இந்தியிலும் வைத்திருக்கின்றன.

களம் - 2

தமிழ்நாட்டில் உள்ள பல தனியார் கலைக் கல்லூரிகளில் தமிழ்த்துறையே கிடையாது. மருத்துவம், பொறியியல் போன்ற பாடங்களை யாரும் தமிழில் பயிற்றுவிக்கவில்லை. தனியார் கல்லூரிகள் பிறதுறை ஆசிரியருக்குக் கொடுக்கும் ஊதியத்தைவிடத் தமிழாசிரியருக்குத் சொற்பச் சம்பளமே கொடுக்கின்றன. தமிழராய்ப் பிறந்த எவரும் தமிழைச் சொல்லிக் கொடுக்கலாம்

என்ற நிலை நம் கல்வி நிறுவனங்களில் சாதாரணம். தமிழ் எளிதானது, தமிழில் ஒன்றுமில்லை என்பது தமிழ் கற்பித்தல் பற்றிய தமிழர்களின் பொதுப்புத்தி. தாய்மொழியில் பேசினால் அபராதம் விதிக்கும் பள்ளிக்கூடங்கள் தமிழ்நாட்டில் தான் அதிகம்.

களம் - 3

மத்தியப் பொதுத்துறை நிறுவனங்களான இரயில்வே, தபால், வங்கி முதலிய பல்வேறு நிறுவனங்களில் அலுவல் மொழியாக இந்தி இந்தியா முழுமையும் பரவியிருக்கிறது. வட இந்தியாவிலிருந்து தமிழகத்திற்கு வரும் ஓர் இந்திக்காரருக்கு வாரங்கல், சென்னை, நாகர்கோவில் என எந்த இரயில்வே சந்திப்பாக இருந்தாலும் அங்கே வந்து செல்லும் இரயில்கள் பற்றிய அனைத்துத் தகவல்களும் அவரது தாய்மொழியான இந்தியிலேயே எழுத்து வடிவிலும், ஒலி வடிவிலும் கிடைக்கிறது. ஆனால் தலைநகர் தில்லிக்குச் செல்லும் ஒரு தமிழருக்குத் தில்லி இரயில்வே சந்திப்பிற்கு வந்து செல்லும் இரயில்கள் பற்றிய தகவல்கள் அங்கே தமிழில் கிடைக்கிறதா? இருவரும் இந்தியர்கள்தான்.

களம் - 4

மத்திய அரசின் வேலைவாய்ப்புச் செய்திகள் *Employment News* (வார இதழ்) இந்தி, உருது, ஆங்கிலம் மூன்றில் மட்டுமே வருகின்றது. பிற பிராந்திய மொழிகளில் இல்லை.

களம் - 5

தமிழ் நாட்டில் இருக்கும் நெய்வேலி பழுப்பு நிலக்கரி நிறுவனம், வங்கிகள், தொழில் நிறுவனங்கள் போன்ற பல்வேறு மத்திய அரசு நிறுவனங்களில் மொழிபெயர்ப்பாளர் பணி இருக்கிறது. அவை இந்தியும் ஆங்கிலமும் தெரிந்தவர்களுக்கு மட்டுமே கிடைக்கும். மத்திய அரசின் பல்வேறு போட்டித்தேர்வுகள் அனைத்தும் இந்தியிலும் ஆங்கிலத்திலும் மட்டுமே இருப்பது நாடறிந்தது.

மத்திய அரசின் நடவடிக்கைகள் அனைத்தும் இந்தியை அலுவல் மொழி என்ற பெயரில் ஆட்சி மொழியாக்குவதேயாகும். மேற்கண்ட களங்களில் இந்தி பெற்றுள்ள இடம் ஐரோப்பிய நாடுகளில் ஆட்சிமொழிகள் பெற்றுள்ள இடத்திற்குச் சமமானது. மத்திய அரசு இந்தியைத் தவிர பிற இந்திய மொழிகளை மாற்றாந்தாய் மனப்பான்மையுடன் அணுகுவது ஊரறிந்த

ரகசியம். சமஸ்கிருதத்திற்கும் இந்திக்கும் ஒதுக்கும் நிதியில் 10 சதவீதம்கூட பிற இந்திய மொழிகளின் வளர்ச்சிக்கு மத்திய அரசு ஒதுக்கியதில்லை.

ஆங்கிலேயர் ஆட்சியில் ஆங்கிலம் ஆட்சி மொழியாக இருந்தாலும் ஒட்டுமொத்த இந்திய மொழிகளைப் பற்றிய புரிதலும், அக்கறையும் கொண்டவர்களாக ஆங்கிலேயர்கள் இருந்தார்கள். மாக்ஸ் முல்லர், எல்லீஸ், ராபர்ட் கால்டுவெல் போன்ற மிஷனரிகள் 18-19ஆம் நூற்றாண்டுகளிலேயே இந்திய மொழிகளின் மீதிருந்த தனிப்பட்ட ஆர்வத்தால் அவற்றை ஆராய்ந்து இந்தியாவில் உள்ள மொழிக்குடும்பங்களையும் அவற்றின் இயல்புகளையும் வேறுபாடுகளையும் உலகிற்கு உணர்த்தினர். இந்திய மொழிகள் பற்றிய அவர்களுக்கு இருந்த அறிவிலும் அக்கறையிலும் ஒரு சதவீதம்கூட இன்றைய ஆட்சியாளர்களுக்கு இல்லை என்பதற்கு மிகச்சிறந்த உதாரணம், தமிழகத்தில் 2014 ஜூனில் எழுந்த இந்தி எதிர்ப்பிற்கு, மத்தியில் ஆளும் பாரதிய ஜனதாவின் மூத்த தலைவர் முக்தர் அப்பாஸ் நக்வி ஆற்றிய எதிர்வினை. இந்தி என்பது தமிழ், தெலுங்கு, மலையாளம், குஜராத்தி, வங்காளம், அஸ்ஸாமி, உருது முதலிய பிராந்திய மொழிகளின் கலவைதான் என்கிறார் அவர். என்னவொரு அறியாமை.

ஆனாலும் மத்திய அரசு இந்தியர் அனைவருக்குமான பொது மொழியைக் கட்டமைப்பதில் தொடர்ந்து தோல்வியைத்தான் தழுவியிருக்கின்றது. அதற்குக் காரணம் பொதுமொழிக் கொள்கையில் அது கடைப்பிடிக்கும் ஒரு தலைபட்சமும் இந்திய மொழிகள் பற்றிய அறியாமையும். மொழிகளின் தோட்டமாக விளங்கும் இந்தியாவில் தனியொருமொழியை தேசியமொழி எனப் பிரகடனப்படுத்த முடியாது என்னும் யதார்த்த உண்மையை இந்திய அரசு 1949இல் தான் உணர்ந்தது. அதே போன்று 22 மாநில மொழிகள் வழங்கும் நாட்டிற்கு அலுவல் மொழியென்று தனியொரு மொழியைத் தீர்மானித்திருப்பது பிற பிராந்தியங்களின் உணர்வுகளையும் உரிமைகளையும் மறுப்பதன் அடையாளம். ஐரோப்பாவிலும் ஆசியாவிலும் உள்ள பல வளர்ந்த நாடுகள் ரயில் பயணச்சீட்டில்கூட ஐந்து முதல் ஆறு மொழிகளில் தகவல் அளிக்கின்றன. அங்கு அரசு நிறுவனங்களின் இணையத்தளங்களைத் தன் நாட்டு மக்களிடம் புழங்கும் பல்வேறு மொழிகளில் கட்டமைக்கின்றன. இந்திய மாநிலங்களில் தாய்மொழி கோஷத்தால் வளர்ந்த அரசியல் தலைவர்கள் தம் மொழியை வளர்ப்பதில் ஆக்கப்பூர்வமான செயல்பாடுகளை முன்னெடுக்க வேண்டும். மாநில மொழிகள் அனைத்தையும் அங்கீகரிக்கும் வகையில் மத்திய அரசை

நெறிப்படுத்த வேண்டிய பொறுப்பு மாநிலக் கட்சிகளுக்கு உண்டு. இந்தியாவின் பலதரப்பட்ட தாய்மொழிகளின் உரிமைகளை நிலைநாட்ட இன்றைய நவீனத் தொழில் நுட்பம் தயாராகவே இருக்கிறது.

***காலச்சுவடு* 176, ஆகஸ்ட் 2014**

எதிர்வினை

அது ஒரு மொழியே அல்ல: அம்பை

எனக்கு இந்தி தெரியும். அம்மொழியில் முதுகலைப் பட்டம் பெற்றிருக்கிறேன். உண்மையைச் சொன்னால் உங்களுக்குத் தலை சுற்றும். அது ஒரு மொழியே அல்ல. பல மொழிகளின் கலவை. 12ஆம் நூற்றாண்டின் அபப்ரம்ஷ தொடங்கி, பீகாரின் பிஹாரி, மைதிலி, போஜ்புரி, உத்தர பிரதேசத்தின் வ்ரஜ, அவதி, கடி போலி, கிழக்கின் மொழி, மேற்கின் மொழி, ராஜஸ்தானின் ராஜஸ்தானி, ஜயபுரி, மார்வாடி, இமாச்சல பிரதேசத்தின் பஹாடி, கட்வாலி, குமாஊங், மத்திய பிரதேசத்தின் புந்தேல்கண்டி, சத்தீஸ்கடி, ஹரியானாவின் ஹரியாணவி மற்றும் பஞ்சாபி, உருது, ஆங்கிலம், சம்ஸ்கிருதம் ஆகிய மொழிகளிலிருந்து கடன் வாங்கிய ஆயிரக்கணக்கான சொற்கள் இவற்றின் கலவைதான் இந்தி. காந்திக்கு முன்னால் பாரதேந்து ஹரிஷ்சந்த்ர என்பவர் மேற்கண்ட எல்லா மொழிகளையும் கடிபோலி என்ற மொழிக்குள் கொண்டு வந்தார். காந்தி அதை ஹிந்துஸ்தானி என்று கொண்டாடினார். இதனால் இந்தி பேசாத மக்கள் மட்டுமல்ல; இந்தி பேசுவதாகச் சொல்லப்படும் மாநில மக்களும் கடும் சிக்கலுக்கு உள்ளானார்கள்.

பல மொழிகளுக்கும் தனித்தனி எழுத்துரு இருந்தும் சம்ஸ்கிருதம் எழுதப்படும் தேவநாகரி என்ற எழுத்துருவை பயன்படுத்த நிர்ப்பந்திக்கப் பட்டார்கள். வித்யாபதி தனது படைப்புகளை மைதிலி மொழியில் எழுதினார். பீகார் தவிர பிற இந்தி பேசும் பகுதி மக்களால் விளக்கவுரை இல்லாமல் புரிந்துகொள்ள முடியாது. துளசிதாஸ் தனது இராமாயணம் நூலை ராமசரிதமானஸ் என்ற தலைப்பில் அவதி மொழியில் எழுதினார். சூரதாஸின் சூர்சாகர் எனும் இலக்கியப் படைப்பு வ்ரஜ என்ற மொழியில் எழுதப்பட்டது. இன்று அவர்கள் சொல்லும் இந்தி பேசும் மக்களால் இவற்றைப் படித்துப் புரிந்து கொள்ளவே முடியாது. நெடிய இலக்கியப் பாரம்பரியம் என்று எதுவுமில்லை.

ஏற்கச் செய்வது நியாயமல்ல: எம். கோபாலகிருஷ்ணன்

ஒரு மொழியைத் திணிப்பதன் மூலம் அதை மாநில மொழியாகவோ அல்லது தேசிய மொழியாகவோ உருவாக்கிவிட முடியாது. மொழிவாரி மாநிலங்கள் அமைக்கப்பட்டு அவற்றை இணைப்பதற்கான மொழியாக இந்தியைப் பிரகடனப்படுத்திய காலத்திலிருந்தே, இந்தியைத் தேசிய மொழியாகக் கொண்டு வருவதற்கு, மத்திய அரசு தொடர்ந்து நிதானமான நுட்பமான செயல் திட்டங்களை அமல்படுத்தி வருகிறது. மத்திய அரசு அலுவலகங்கள், வங்கிகள், பல்கலைக்கழகங்கள் என்று பல்வேறு தளங்களில் அதன் முயற்சிகள் கணிசமான மாற்றங்களைக் கொண்டு வந்துள்ளன. மத்திய அரசின் அனைத்துத் துறைகளிலும் ஆங்கிலத்துக்கு இணையாக இந்தி நிலைபெற்றுள்ளது. ஆனால், இப்போது இந்த விவாதத்தை ஏற்படுத்தியுள்ளதைப் போன்று ஏதேனும் ஒரு அறிவிப்போ, அமைச்சரின் பேட்டியோ வெளிவரும்போது மட்டுமே அது பொதுத் தளத்தில் கவனம் பெறுகிறது.

மத்திய அரசுசார்ந்த துறைகளைத் தாண்டி, இந்தியைத் தாய்மொழியாகக் கொள்ளாத பிற மாநிலங்களில், இந்தியை ஏற்றுக் கொள்ளவைப்பது என்பது எப்படி என்பதுதான் மத்திய அரசுக்கு இருக்கும் விடையில்லாத கேள்வி. அந்தக் கேள்விக்கான பதிலை கண்டடைவதற்காக இப்படியான அறிவிப்புகள் வழிசெய்யும் என்று நம்புகிறார்கள். பல்வேறு மொழிகளைக் கொண்ட ஒரு நாட்டில், குறிப்பிட்ட ஒரு மொழியை மட்டும் தேசிய மொழியாக ஏற்றுக் கொள்ளச் செய்வது என்பது சாத்தியமல்ல. நியாயமுமல்ல.

இந்தி என்பதை ஒரு மொழியாகப் பார்க்காமல் ஒரு திணிப்பாக அணுகும் தமிழகத்தின் போக்குக்கு இந்தி எதிர்ப்புப் போராட்டம் ஒரு முக்கியக் காரணி. இந்தியைப் புறக்கணித்ததின் வழியாக நாம் கணிசமான வாய்ப்புகளை, அரசியல் நோக்கிலும் வரலாற்றுப் போக்கிலும், இழந்தே இருக்கிறோம். இந்தியை எதிர்ப்பதில் இருந்த கவனமும் போராட்ட மனப்பான்மையும் இன்று தமிழை வளர்ப்பதிலும் காப்பாற்றுவதிலும் தேவையாக உள்ளது. பள்ளி மாணவர்களிடையே உள்ள தமிழ் அறிவும் ஆர்வமும்(?) அச்சத்தையும் வேதனையையும் ஏற்படுத்துகின்றன. தமிழகத்தில் தமிழைக் கட்டாயப்பாடம் ஆக்கவேண்டிய துர்பாக்கியமான நிலை. தாய்மொழி(?)யான தமிழும் ஒழுங்காகத் தெரியாது. பாடங்களைக் கற்றுக்கொள்ளும் ஆங்கிலத்திலும் தடுமாற்றம், இந்தி உட்பட பிற தொடர்பு மொழி எதிலும் அக்கறையில்லை. ஆனால் பள்ளி இறுதித் தேர்வில் சமஸ்கிருதம்,

பிரெஞ்சு, ஜெர்மன் என்று மொழிப்பாடங்களில் முதலிடம் பெற முந்துகிறார்கள். இப்படி மொழியைக் குறித்த தெளிவின்றி அக்கறையின்றி ஓடிக்கொண்டிருக்கும் இத் தலைமுறையினரின் சிந்தனை மொழி, மனமொழி எது? இல்லை, சிந்தனை மொழியென்று ஒன்று தேவை இல்லையா? அனைத்துமே கணிணி மொழிக்குள் அடங்கிவிடுமா?

மொழி சார்ந்த அரசியல் கருத்துவேற்றுமைகளையும், பிடிவாதங்களையும், அரசியல் கணக்குகளையும் தவிர்த்துவிட்டு வரும் தலைமுறையினரின் சிந்தனைப் போக்கை வளப்படுத்தும் நோக்கிலும், நடைமுறைச் செயல்பாடுகளை எளிமைப்படுத்தவுமான ஒரு மொழிக் கொள்கையை உருவாக்குவதில் மத்திய அரசு முனைப்புக் காட்டவேண்டும். மாநில அரசுகள் ஒத்துழைக்க வேண்டும். தொலைநோக்கும், அரசியல் லாபங்களைக் கணக்கிலெடுத்துக் கொள்ளாத பொதுநோக்கும் கொண்ட ஒரு தலைமைக்கு மட்டுமே இவை சாத்தியம்.

இந்தி கற்பது அவசியம்தான்: எம்.எஸ்

1960களின் இறுதிப் பகுதியில் நிரந்தர அரசு வேலை கிடைத்து மாலையில் நேரமும் கிடைத்தபோது ஏதாவது புதிதாகக் கற்கலாம் என்று தோன்றியது. 'இந்தி படியேன்' என்ற நண்பரின் யோசனைப்படி இந்தி வகுப்பில் சேர்ந்தேன். நிறைய சிறுவர் சிறுமியர் படித்த அந்த வகுப்பில் நான் மட்டும்தான் முப்பது வயதை எட்டியவன். நல்லவேளை, டீச்சர் ஐம்பதைத் தாண்டியவர். ஏற்கனவே எனக்கு இந்தி எழுத்துகள் பரிச்சயம் என்பதால் பிராத்மிக் படிக்கும் மற்றச் சிறுவர்களுடன் சேர்த்துக்கொண்டார். பிராத்மிக் முடிந்து, மத்யமா தேறி, ராஷ்ட்ரபாஷா பாஸானதும் போதும் என்று நினைத்தேன். டீச்சர் வற்புறுத்தலின்பேரில் பிரவேசிகாவும் தொடர்ந்து ராஷ்ட்ரபாஷாவில் உத்தரார்த்தும் முடித்துவிட்டேன். எப்படியான இந்தி நாவலையும் படிக்க முடிந்தது. ஆனால் பேசுவதற்குத்தான் துணை யாருமில்லை. என் துர திருஷ்டம், அதன் பிறகு இந்தியோடு எந்தவிதப் பரிச்சயமும் இல்லாமல் போய்விட்டது. ஏதாவது ஒரு இந்தி பத்திரிகைக்குச் சந்தா கட்டியிருந்தால் என் இந்தி மறக்காமலிருந்திருக்கும். ஆயினும் நாற்பது ஐம்பது வருடங்களுக்குப் பிறகும் ஓரளவு நினைவிருக்கிறது. மொழிபெயர்க்க முடிகிறது.

தமிழையும் ஆங்கிலத்தையும் தவிர இன்னொரு மொழியைக் கற்றுக் கொள்வது, அதுவும் இலக்கியத் துறையில் இருப்பவனுக்கு எவ்வளவோ உதவியாக இருக்கிறது. அது இந்திதான் என்றில்லை,

மலையாளமோ, தெலுங்கோ, கன்னடமோ எதுவாகவும் இருக்கலாம். எப்படியும் மூன்றாவதாக ஒரு மொழி கட்டாயம் தேவை.

மூன்றாவது மொழியாகப் பிள்ளைப் பருவத்திலேயே கற்றுக் கொள்வது மிக அவசியம். ஒரு விதத்தில் நான்கு மொழிகளைக்கூடச் சிரமமின்றிக் கற்க முடியும். இது பிள்ளைகளைக் கட்டாயப்படுத்துவதல்ல. பின்னால் நாற்பது வயதில் கற்பதைவிட எளிதானது.

இப்போது ஏற்பட்டுள்ள 'திணிப்பு' பிரச்சனை அரசியல் சார்ந்தது. அதற்குத் தீர்வு காண்பது எளிதல்ல. பள்ளியில்தான் இந்தி கற்கவேண்டும் என்ற நிலை மாறி பிள்ளைகள் தனியாகத் தம் விருப்பப்படி இந்தி கற்கலாம். படிக்கவும் பேசவும் புரிந்துகொள்ளவும் முடிந்தால் அதுவே ஒரு புதிய சாதனை. அரசுக்கு இதில் அக்கறை இருக்கப் போவதில்லை. மக்கள்தான் தீர்மானிக்க வேண்டும். தம் பிள்ளைகளுக்குக் கூடுதலாக ஒன்றோ இரண்டோ மொழிகளைக் கற்பிக்கும் பொறுப்பு அவர்களுக்கே என்று புரிந்துகொள்ள வேண்டும். தற்போது கற்பிக்கப்படும் பாடங்கள் எத்தனை குழந்தைகளின் பிற்கால வாழ்க்கைக்குப் பயனளிக்கப் போகிறது. அதே நேரத்தில் அவர்கள் வேறொரு மொழியைப் படிப்பதால் எவ்வளவு பயனுள்ளதாக இருக்கும் என்பதை நினைத்து அதற்கு ஆவன செய்வது குழந்தைகளின் எதிர்காலத்துக்கு நன்மை பயக்கும்.

இலக்கியம் இருக்கிறதோ என்னமோ, ஆங்கிலத்தைத் தவிர இன்னொரு மொழியையும் (அது இந்தியாகவும் இருக்கலாம்) கற்றுக் கொள்வது எவ்வளவோ பயனுள்ளதாக இருக்கும்.

காலச்சுவடு 177, செப்டம்பர் 2014

29

தமிழுக்குச் செம்மொழித் தகுதி: அக்கரையிலிருந்து ஒரு மதிப்பீடு

ஜார்ஜ் எல். ஹார்ட்

தமிழ் ஒரு செம்மொழி என்பதை வலியுறுத்திக் கூறும் ஒரு கட்டுரையை எழுத வேண்டியுள்ள நிலை எனக்கு வினோதமாகத் தோன்றுகிறது . . .

தமிழின் செம்மொழித் தகுதி பற்றி எழுதும்படி பேராசிரியர் சி. இ. மறைமலை என்னைக் கேட்டுக்கொண்டார். அவரது வேண்டுகோளை நிறைவேற்றுவதில் மிகவும் மகிழ்ச்சியடைகிறேன்.

பெர்க்லியிலுள்ள கலிஃபோர்னியா பல்கலைக் கழகத்தில் 1975 முதல் பேராசிரியராக இருக்கிறேன். 1970இல் ஹார்வர்ட் பல்கலைக்கழகத்தில் நான் பட்டம் பெற்றது சமஸ்கிருதத்தில். என் முதல் பணி மாடிசனிலுள்ள விஸ்கான்சின் பல்கலைக்கழகத்தில் சமஸ்கிருதப் பேராசிரியர் பதவி. தமிழ், சமஸ்கிருதம் மட்டுமல்லாமல் லத்தீன், கிரேக்கம் போன்ற செம்மொழிகளும் எனக்குத் தெரியும். அம்மொழி இலக்கியங்களை மூலத்திலேயே விரிவாகப் படித்திருக்கிறேன். நவீன ஐரோப்பிய இலக்கியங்களிலும் ஒப்பீட்டு மொழியியலிலும் எனக்கு நல்ல பரிச்சயம் உண்டு. தமிழ், மலையாளம் தவிர்த்த பிற நவீன இந்திய மொழி இலக்கியங்களை மொழிபெயர்ப்புகளின் மூலம் படித்திருக்கிறேன்.

தெலுங்கு இலக்கியம் மற்றும் அதன் பாரம்பரியம் குறித்து இப்போது வாழும் மிகப் பெரும் தெலுங்குப் புலமையாளர்களில் ஒருவரான வி.நாராயண ராவ் அவர்களுடன் மிக விரிவாகக் கலந்துரையாடியிருக்கிறேன். ஆகையால் தெலுங்கின் பாரம்பரியத்தையும் நன்கு அறிவேன். தெற்காசிய ஆராய்ச்சித்துறையில் நீண்ட காலமாகப் பணியாற்றிவருவதால் இந்தி மொழி இலக்கியத்தின் வளமும் நான் அறிந்ததுதான். மகாதேவி வர்மா, துளசி, கபீர் ஆகியோரின் எழுத்துகளை விளக்கமாகப் படித்திருக்கிறேன்.

என் வாழ்வின் பெரும் பகுதியை – அதாவது 1963 முதல் – பல வருடங்களைச் சமஸ்கிருதம் பயில்வதில் செலவழித்திருக்கிறேன். காளிதாசர், மகா ஆகியோரின் அனைத்துப் படைப்புகளையும் பாரவி, ஸ்ரீ ஹர்சா ஆகியோர் எழுதியவற்றில் சில பகுதிகளையும் மூல வடிவத்திலேயே வாசித்திருக்கிறேன். ரிக் வேதத்தின் ஐந்தாம் பகுதி, பல உபநிஷத்துகள், மகாபாரதத்தின் பெரும் பகுதி, கதாசரிதசாகரம், ஆதிசங்கரரின் படைப்புகள் முதலானவற்றையும் மூலத்திலேயே படித்திருக்கிறேன்.

என் புலமையைக் காட்டிக்கொள்வதற்காக நான் இதையெல்லாம் சொல்லவில்லை. மாறாக, ஓர் இலக்கியம் செவ்வியல் தகுதியுடையதா இல்லையா என்பதை மதிப்பீடு செய்வதற்கான என் தகுதியைத் தெரிவிப்பதற்காகவே சொல்கிறேன். எந்த அளவுகோலின்படி பார்த்தாலும் தமிழ், உலகிலுள்ள மகத்தான செம்மொழி இலக்கியங்களிலும் மரபுகளிலும் ஒன்று என்பதை அறுதியிட்டு இதன் மூலம் கூறுகிறேன். அதற்கான காரணங்களை ஒவ்வொன்றாகப் பார்ப்போம்.

முதலாவதாக, தமிழ் குறிப்பிடத்தக்க தொன்மை வாய்ந்தது. தற்கால இந்திய மொழி இலக்கியங்களுக்கெல்லாம் ஓராயிரம் வருடம் முந்தையது. அதன் மிகப் பழமையான நூலாகிய தொல்காப்பியம், தொடக்க காலத் தமிழ்க் கல்வெட்டுகளை வைத்து நிர்ணயிக்கும்போது, கி. மு. 200க்கு முந்தி எழுதப்பட்ட பகுதிகளைக் கொண்டது. பழந்தமிழின் மிகப் பெரும் படைப்புகளான சங்க இலக்கிய நூல்களும் பத்துப்பாட்டும் நம் சகாப்தத்தின் முதல் இரண்டு நூற்றாண்டுகளைச் சேர்ந்தவை. காளிதாசனின் நூல்களுக்கு இருநூறு வருடங்கள் முற்பட்ட அவை இந்தியாவில் முதன்முதலாக எழுதப்பட்ட சமயம்சாரா இலக்கியமாகும்.

இரண்டாவதாக, இந்தியாவுக்கே உரிய அதே சமயத்தில் சமஸ்கிருதத்தினடியாக வராத இலக்கியப் பாரம்பரியத்தைத் தமிழ் மட்டுமே கொண்டிருக்கிறது. உண்மையில் தென்னகத்தில் சமஸ்கிருதம் செல்வாக்குப் பெறுவதற்கு முன்னரே, தமிழ் இலக்கியம் எழுச்சியடைந்துவிட்டது. எனவேதான் சமஸ்கிருதம் மற்றும் பிற இந்திய மொழிகளின் இலக்கியங்களிலிருந்து தமிழ் இலக்கியம் பண்புரீதியாக வேறுபட்டிருக்கிறது. தனக்கே உரிய கவிதைக் கோட்பாடுகளையும் இலக்கண மரபையும் அழகியலையும், எல்லாவற்றுக்கும் மேலாக முற்றிலும் தனித்துவம் உடைய பெரும் இலக்கியக் கருவூலத்தையும் தமிழ் பெற்றிருக்கிறது; தனித்துவமிக்க, வளமான, விரிவான அறிவு மரபையும் கொண்டுள்ளது.

மூன்றாவதாக, சமஸ்கிருதம், கிரேக்கம், லத்தீன், சீனம், பாரசீகம், அரபு ஆகிய மொழிகளின் பெரும் இலக்கியங்களுக்கு ஒப்ப நிற்கும் தகுதி தமிழின் செவ்விலக்கியங்களுக்கு இருக்கிறது. இம்மொழியிலுள்ள படைப்புகளின் நுட்பமும் ஆழமும் (இந்தியாவின் நவீன இலக்கியத்துக்கு முந்தைய காலகட்டத்தில் அடித்தள மக்களைப் பற்றிப் பேசியவை தமிழ் இலக்கியங்கள் மட்டுமே) உலகளாவிய தன்மையும் உலகச் செவ்விலக்கியங்கள் மற்றும் பாரம்பரியங்களில் ஒன்றாகும் தகுதியைத் தமிழுக்குத் தருகின்றன. உலக அளவில் அறவியலைப் பற்றிய பெரும்நூல்களில் ஒன்றாகத் திருக்குறளை அனைவரும் அறிவார்கள். இது, தமிழ்ச் செவ்வியல் மரபின் பலவகைப்பட்ட பல பெரும் நூல்களில் ஒன்று மட்டுமே. இப்பெரும் இலக்கியம் ஆராயாத, தெளிவு ஏற்படுத்தாத மனித வாழ்வின் எந்த ஒரு பகுதியும் இல்லை.

இறுதியாக, நவீன இந்தியாவின் கலை மற்றும் மரபு பற்றி அறியத் தற்சார்புடைய முதன்மை ஆதாரங்களுள் தமிழ் ஒன்று. சமஸ்கிருதக் கவிதை மரபின்மீது தென்னக மரபின் செல்வாக்குப் பற்றி நான் விரிவாக எழுதியிருக்கிறேன். இதற்குச் சமமான முக்கியத்துவத்துடன் கவனிக்கப்பட வேண்டியது சங்க காலத்திலிருந்து தொடங்குகிற தமிழிலுள்ள இந்துமத நூல்களாகும். வேதங்களுக்கு நிகராகப் புனிதமாகக் கருதப்படுகிற, தனக்கே உரிய பல படைப்புகளைத் தமிழ் பெற்றுள்ளது. இவற்றின் கருத்துகளைச் சமஸ்கிருதம் தவிர தெலுங்கு, கன்னடம் ஆகிய மொழிகளும் பாகவத புராணம் முதலான நூல்களும் பெற்றுக்கொண்டுள்ளன. அவை திருப்பதி போன்ற பெரிய வைணவக் கோயில்களில் வேத மந்திரங்களோடு பாராயணம் செய்யப்படுகின்றன. நவீன இந்தோ – ஆரிய மொழிகளுக்கான ஆதாரமாக சமஸ்கிருதம் இருப்பதைப் போலவே, தற்காலத் தமிழ் மற்றும் மலையாள மொழிகளுக்கான ஆதாரமாகச் செந்தமிழ் இருக்கிறது. இந்தோ – ஆரிய மொழிகளில் மிகவும் மரபு சார்ந்த, மிகவும் குறைவான மாற்றத்துக்கு உள்ளான மொழியாகச் சமஸ்கிருதம் இருப்பதைப் போலவே, திராவிட மரபு சார்ந்ததாகத் தமிழ் இருக்கிறது. திராவிடத்தின் இயல்பையும் வளர்ச்சியையும் புரிந்துகொள்வதற்கு மொழியியலாளர்கள் பயன்படுத்தவேண்டிய உரைகல்லாகவே தமிழ் இருக்கிறது.

தமிழ் ஏன் ஒரு செம்மொழியாக அங்கீகரிக்கப்படவில்லை என்பதைப் புரிந்துகொள்ள முயலும்போது, அரசியல் காரணத்தை மட்டுமே என்னால் உணர முடிகிறது. செம்மொழியாகத் தமிழ் அறிவிக்கப்பட்டால் பிற இந்திய மொழிகளும் அதே அந்தஸ்துக்கு உரிமை எழுப்பும் என்னும் அச்சம். இது தேவையற்ற கவலை. தற்கால இந்திய மொழிகளின் செழுமை குறித்த புரிதல் எனக்கு

உண்டு. இன்று பேசப்படுகிற மிகவும் வளமான, தொன்மை வாய்ந்த, படைப்பாற்றல் மிக்க மொழிகளில் அவையும் அடங்கும். உலகிலுள்ள முக்கியமான இலக்கியங்களுடன் பேசப்படுமளவுக்குத் தற்கால, இடைக்காலச் செழுமையான இலக்கியங்களை அவை கொண்டிருக்கின்றன. எனினும், அம்மொழிகளில் எதுவும் செம்மொழியல்ல. ஆங்கிலம் மற்றும் பிற தற்கால ஐரோப்பிய மொழிகளைப் போல (கிரேக்க மொழியைத் தவிர) முன்பே இருந்த மரபுகளிலிருந்து தாமதமாகவும் இரண்டாம் ஆயிரமாண்டில் வளர்ச்சியடைந்தவை. கிரேக்கம் உலகம் முழுவதும் ஒத்துக்கொள்ளும் விதத்தில் செம்மொழியாக அங்கீகரிக்கப்பட்டபோது, பிரெஞ்சோ ஆங்கிலமோ செம்மொழி அந்தஸ்தைக் கோரவில்லை.

செம்மொழியாகக் கருதப்படுவதற்கு ஒரு மொழி பல தகுதிகளைப் பெற்றிருக்க வேண்டும். அம்மொழி பழமைவாய்ந்ததாக, இன்னொரு பாரம்பரியத்திலிருந்து கிளைத்ததாக அல்லாமல், பெருமளவு தன்னியலாக எழுந்ததாகத் தற்சார்புடையதாக இருக்க வேண்டும். மிகப் பெரிய அளவிலான, வளமான, தொன்மையான இலக்கியத்தைப் பெற்றிருக்க வேண்டும். இந்தியாவிலுள்ள பிற தற்கால மொழிகளைப் போல அல்லாமல் தமிழ் இவை ஒவ்வொன்றையும் நிறைவேற்றுகிறது. தமிழ் – லத்தீனைப் போல, அரபு மொழியைவிட – பழமையானது. சமஸ்கிருதத்தாலோ பிற மொழிகளாலோ எந்தத் தாக்கத்திற்கும் உள்ளாகாமல் முற்றிலும் சுதந்திரமான மரபாக எழுந்தது. மேலும், தமிழின் பழங்கால இலக்கியம் விவரிக்க முடியாத அளவுக்கு விரிவும் வளமும் கொண்டது.

தமிழ் ஒரு செம்மொழி என்பதை வலியுறுத்திக் கூறும் ஒரு கட்டுரையை எழுத வேண்டியுள்ள நிலை எனக்கு வினோதமாகத் தோன்றுகிறது. இந்தியா ஒரு பெரிய நாடு, இந்துமதம் உலகின் பெரும் மதங்களில் ஒன்று என்பன போன்றவற்றை நிறுவ முயல்வதை ஒத்ததுதான் இதுவும். உலகின் செம்மொழிகளில் ஒன்று தமிழ் என்பது அம்மொழியைப் பற்றி அறிந்த எவருக்கும் ஆதாரபூர்வமாகத் தெளிவான ஒரு விஷயம். தமிழுக்குச் செம்மொழி என்ற சிறப்பை மறுப்பது, இந்தியப் பண்பாட்டின் உயிராதாரமான பெருமையையும் வளத்தையும் மறுப்பதாகும்.

(2000, ஏப்ரல் 11இல் எழுதியது)

தமிழில்: ஆனந்த் செல்லையா

காலச்சுவடு 55, ஜூலை 2004

30

தமிழ் செம்மொழி ஆகும் தருணத்தில் நாம் செய்யவேண்டியது என்ன?

சு. துரை

1918ஆம் ஆண்டு முதல் முன்வைக்கப்பட்ட தமிழ் செம்மொழி அங்கீகாரம் பெற வேண்டும் என்ற கோரிக்கை 2004இல் நிறைவேறும் தருணத்தில் இது தொடர்பாகச் சிலவற்றைப் பொறுப்புடன் விவாதிப்பது தமிழர்கள் அனைவரது கடமை.

1946இல் நாகபுரியில் நடைபெற்ற அகில இந்தியக் கீழைத்தேய மொழியியல் மாநாட்டில் திராவிட மொழிப் பகுதிக்குத் தலைமை தாங்கிப் பேருரை ஆற்றிய பேராசிரியர் எஸ். வையாபுரிப் பிள்ளை திராவிட மொழிகளுக்கு முதன்முறையாக இப்பொழுதுதான் தனியான ஒரு துறை உருவாக்கப்பட்டுள்ளது என்று மகிழ்ச்சி தெரிவித்து, திராவிட மொழிகளிலேயே மூலத்தன்மையைத் தன்னுள் பெருமளவு பெற்றுள்ள தமிழ் மொழியில் நாம் செய்ய வேண்டிய பல வேலைகளை 36 பக்கங்களில் சுட்டிக்காட்டி எழுதினார். அவர் சுட்டிக்காட்டிய பல பணிகளில் சுமார் 75% இன்னும் செய்யப்படாமலேயே உள்ள நேரத்தில் தமிழ் செம்மொழி என்னும் அறிவிப்பை எதிர் நோக்குகின்றோம்.

திராவிட மொழிகளில் முதன்மையானதாக உள்ள தமிழின் தகவமைப்பிற்குத் தேவையான பணிகளை நாம் நிறைவேற்றாமல் விட்டது இன்று திராவிட மொழி பேசும் மற்றவர்கள் தமிழை முழுமையாக அங்கீகரிக்க இயலாமல் செய்துவிட்டது. இத்தகையதொரு நிலை செம்மொழியாகும் தமிழுக்கு நிகழக் கூடாது. அதற்கு நாம் உடனடியாகச் செய்ய வேண்டிய பணிகள் பலவற்றுள் அடிப்படையானவை என்று எங்களுக்குத் தோன்றிய சிலவற்றைச் சுட்டிக்காட்டிச் செயல்பாட்டுக்குத் தூண்டுவது பொருத்தமானது எனக் கருதுகிறோம்.

செம்மொழித் தகுதி பெற்ற மொழிகளான கிரேக்கம், இலத்தீன், சீனம், அராபி முதலிய மொழிகளின் தகுதிக்கு ஆதாரமான நூல்கள் பிறமொழிகளில் வந்துள்ளதாக அறிகிறோம். குறிப்பாக, சமஸ்கிருதத்தில் 19ஆம் நூற்றாண்டிலேயே வேதங்கள், காவியங்கள், இலக்கண நூல்கள் முதலியவற்றின் செம்பதிப்புகளும் வடமொழி இலக்கண இலக்கிய வரலாறுகள், தர்ம சாத்திரத்தின் வரலாறுகள் போன்ற ஏராளமான கருவி நூல்கள் மேனாட்டார்களாலேயே எழுதப்பட்டதன் விளைவாக மாக்ஸ் முல்லர் போன்ற ஜெர்மன் நாட்டு அறிஞர்கள் இந்தியா வராமலேயே வேத விற்பன்னர்களாக – வடமொழிப் பேரறிஞர்களாக – ஆகும் வாய்ப்பு ஏற்பட்டது. இத்தகைய நிலை தமிழுக்கு அமைய மேற்குறித்தது போன்ற அடிப்படைக் கருவி நூல்கள் உருவாக வேண்டும்.

செம்மொழித் தகுதி தமிழுக்கு உண்டு என்பதை மெய்ப்பிக்கக்கூடிய, அனைவராலும் ஒப்புக்கொள்ளக்கூடிய பழந்தமிழ் நூல்களின் செம்பதிப்புகள் உடனடியாகத் தகுதிவாய்ந்த அறிஞர் குழுக்களைக் கொண்டு வெளியிடப்பட வேண்டும். உ. வே. சா. பதிப்புகள் வந்த பின்பும் பேராசிரியர் வையாபுரிப் பிள்ளை, ‘ஆராய்ச்சிக் குறிப்புகளுடன் முன்னுரை, உரை, செய்யுள் முதற்குறிப்பகராதி, சொல்லகராதி, பொருளகராதி முதலியவற்றுடன் கூடிய சிலப்பதிகாரப் பதிப்பு வெளிவர வேண்டும்’ என்கிறார். உ. வே. சா. பதிப்பிற்குப் பின்னும் சிலம்பிற்கு ஒரு பதிப்பு வேண்டும் என்று பேராசிரியர் சுட்டும்போது செம்மொழித் தகுதிக்கு ஆதாரமான தொல்காப்பியம் நம்முடைய நினைவுக்கு வருகிறது. இன்றுவரை தொல்காப்பியத்திற்கு ஆராய்ச்சி முன்னுரை, பாட வேறுபாட்டுக் குறிப்புகள், உரையாசிரியர்களின் முரண்கள், சொல்லகராதி, பொருளகராதி, மேற்கோள் விளக்க அகராதி, விளங்கா மேற்கோள் அகராதி என்று பன்முகத் தன்மை உள்ள ஒரு பதிப்பேனும் வெளிவரவில்லை. இத்தருணத்தில் இந்தப் பணி உடனே மேற்கொள்ளப்பட வேண்டும். இத்தகைய ஆராய்ச்சிப் பதிப்பின் மொழிபெயர்ப்பும் உடனடியாக வெளியிடப்பட வேண்டும்.

இத்தகைய பதிப்பின் கூடுதல் அம்சமாகத் தொல்காப்பிய இலக்கணத்திற்கும் வடமொழி இலக்கணத்திற்குமான ஒப்பீட்டு ஆய்வுகள் பிற திராவிட மொழிகளின் இலக்கணத்திற்கும் தொல்காப்பியத்திற்குமான ஒப்பீடுகள், நவீனமொழியியலின் பார்வையில் தொல்காப்பிய ஆய்வுகள் உடனடியாக மேற்கொள்ளப்பட வேண்டும்.

சங்க இலக்கிய நூல்களான எட்டுத்தொகை, பத்துப் பாட்டு, பதினெண்கீழ்க்கணக்கு போன்றவற்றின் பழைய உரையுடன் கூடிய ஆய்வுப் பதிப்புகள், எல்லோராலும் ஒப்பக்கூடிய அவற்றுக்கான மொழிபெயர்ப்புகள் போன்றவை உடனடியாகச் செய்யப்பட வேண்டும்.

நவீன காலத்திற்கு ஏற்ப நுண்மையும் விரிவும் பொருந்திய, அறிவியல் அடிப்படையிலான, உலகம் முழுமையும் உள்ளவர்களின் ஏற்பையும் நம்பகத்தன்மையையும் பெறுகின்ற தமிழ் இலக்கண வரலாறு, இலக்கிய வரலாறு, கலை வரலாறு போன்றவை எழுதப்பட வேண்டும்.

உலகின் பிற மொழியினர் தமிழை எளிமையாக நுட்பத்துடன் கற்பதற்கு வாய்ப்பாக அமையும் பல்வேறு வகையிலான அகராதிகள், சொற்களஞ்சியங்கள் உருவாக்கும் பணி தொடங்கப்பட வேண்டும்.

ஜி.யு. போப் போன்ற பன்மொழி அறிஞர்களால் வியந்து பார்க்கப்பட்ட சமயம் சார்ந்த (சைனம், பௌத்தம், சைவம், வைணவம்) இலக்கியத் தொகுப்புகளைத் தன்னிடம் கொண்ட மொழி தமிழ். அச்சமய இலக்கியங்கள் மதவியல் கண்ணோட்டம் இன்றி ஒப்பிலக்கியக் கண்ணோட்டத்தில் நவீன கால ஆய்வுகளுடன் கூடிய பதிப்புகள் வெளிவர வேண்டும். சான்றாக, மணிமேகலை போன்ற காவியம் இன்றைய பௌத்த அறிவின் வெளிச்சத்தில் ஒப்பிடப்பட்டு ஆய்வுக்குறிப்புகளுடன் வெளிவர வேண்டும்.

தமிழ்நாட்டில் ஏற்கனவே தொகுக்கப்பட்டுள்ள ஆயிரக்கணக்கான கல்வெட்டுகள், செப்பேடுகள் முதலியவை துறைபோகிய அறிஞர்களின் முறையான ஆய்வுக் குறிப்புகளுடன் அறிவியல் அடிப்படையிலான பதிப்பு முறையில் வாசகர்கள் அனைவருக்கும் எளிதில் கிடைக்கும்படி வெளியிடப்பட வேண்டும். இதேபோல இன்னும் அச்சு வடிவம் பெறாமல் பாதுகாக்கப்பட்டு வரும் ஓலைச்சுவடிகள் அனைத்தும் உடனடியாக நூல்வடிவில் வெளியிடப்பட வேண்டும்.

இந்தியத் துணைக்கண்டத்தில் பழங்காலத்தில் வழக்கில் இருந்த பாலி, பிராகிருதம், சமஸ்கிருதம் போன்றவற்றுடன் தமிழும் ஒன்று. எனவே இம்மொழிகளுடன் தமிழ்மொழி கொண்டிருந்த உறவினை விளக்கும் ஆய்வுகளும் அகராதிகளும் வெளியிடப்பட வேண்டும். பிற்காலத்தில் தோன்றிய கன்னடம்,

தெலுங்கு, மலையாளம் முதலிய மொழிகளுக்கும் தமிழுக்கும் உள்ள உறவை விளக்கும் ஆய்வுகளும் அகராதிகளும் வெளிவர வேண்டும். சான்றாக 'குணகாங்கியம் என்னும் கருநாடகச் சந்தம்' என்னும் நூல் யாப்பருங்கலக்காரிகையில் குறிப்பிடப்படுகிறது. இன்று கன்னடத்தில் அந்நூல் இல்லை. இத்தகையதொரு நூல் இருந்ததாக இன்றைய கன்னட மொழியில் குறிப்புகள் இல்லை. மலையாள மொழியில் முதன்முதலாக 16ஆம் நூற்றாண்டு வாக்கில் மொழிபெயர்க்கப்பட்டுள்ள பகவத் கீதை, தமிழில் பட்டர் என்பவரால் மொழிபெயர்க்கப்பட்ட பகவத் கீதையின் நேரடி மொழிபெயர்ப்பு என்பது தெ. பொ. மீயின் முடிவு. இத்தன்மைத்தான திராவிட மொழிகளின் இலக்கண இலக்கிய விடுபடல்கள் தமிழின் வழியான ஆய்வுகளால் நிறைவுபெற வாய்ப்பு உள்ளது.

இந்தியக் கலைகளின் வரலாற்றில் தமிழின் பங்களிப்பு என்பது உரிய இடத்தைப் பெறவில்லை என்ற மனக்குறை தமிழர்களிடையே உள்ளது. ஆனால் அதை நிறைவு செய்வதற்கான செயல்பாடுகள் போதுமான அளவுக்குத் தமிழில் நிகழவில்லை. மகாராஷ்டிர அரசர் 13ஆம் நூற்றாண்டில் எழுதிய இசை, நாட்டியம் தொடர்பான தன் நூலைத் திருவரங்கத்தில் உள்ள தமிழ் நாட்டியப் பெண்களுக்காக எழுதுவதாகக் கூறியுள்ளார். சாரங்கதாரர் குறிப்பிடும் பல இசை நுட்பங்கள் தமிழில் உள்ளதை யாவரும் அறிவர். ஆனால் இத்தகையவற்றைத் தொகுத்து முறையாக விளக்கும் கலை ஆய்வு நூல்கள் தமிழில் இல்லை.

தமிழ் இலக்கியத்திலும் தமிழ்நாட்டு வரலாற்றிலும் ஆய்வுகள் நிகழ்த்திய கமில் சுவலபில், ஜார்ஜ் எல். ஹார்ட், பர்டன் ஸ்டெயின் போன்றவர்களின் அரிய ஆய்வு நூல்கள் இன்றுவரை தமிழில் மொழிபெயர்க்கப்படவில்லை. அனைத்துலகப் பார்வையிலான தமிழாய்வைத் தமிழறிஞர்கள் கற்று வளப்படுத்திக்கொள்ளும் வாய்ப்பை இழந்துள்ளனர். சான்றாகப் பன்மொழிப் புலவரான கிரிகரி ஜேம்ஸ் எழுதிய 'சொல்பொருள்' என்ற தமிழகராதிகள் பற்றிய ஆங்கில நூலில், 'தமிழ் மொழியில் உள்ளதுபோன்ற சொல்வளம் நானறிந்த வேறு உலக மொழிகளில் இல்லை' என்கிறார். தமிழின் சிறப்பை அறிவியல் அடிப்படையில் எடுத்துக்காட்டும் இத்தகைய நூல்கள் தமிழாக்கம் செய்யப்பட வேண்டும் என்ற அக்கறை, தமிழ்மொழி செம்மொழி ஆவதில் பெருமைகொள்வோருக்கு இருக்க வேண்டும்.

தமிழில் 18ஆம் நூற்றாண்டிலிருந்து வெளிவந்து தமிழ்நாட்டில் அறியப்படாத பல அரிய நூல்கள் பிரிட்டிஷ் அருங்காட்சியகத்தில்

இன்றும் பாதுகாக்கப்பட்டு வருகின்றன. அபி துபே என்ற பிரெஞ்சுக்காரர் பாண்டிச்சேரியில் பதிப்பித்த 1000 பக்கங்கள் உள்ள தேம்பாவணி போன்ற பல நூல்கள் அங்கு உள்ளன. இதுபோன்ற நூல்களைத் தாய்நாட்டிற்குக் கொண்டு வந்து வெளியிடும் முயற்சியை மேற்கொள்ள வேண்டும்.

தமிழ்ச் சமூகத்திற்குத் தொன்மையான வரலாறு இருந்தும் அதற்கான ஆதாரங்களைப் போற்றிப் பாதுகாக்கும் பண்பு தமிழர்களிடம் மிகவும் குறைவு. இனியும் இதுபோன்ற உணர்வு தொடருமானால் மற்ற சமூகங்களிலிருந்து நமக்குக் கிடைக்க வேண்டிய மரியாதையை இழக்க நேரிடும். ஆவணங்கள் என்பன சொத்துப் பத்திரங்கள் போன்றவை. பத்திரம் இல்லாத சொத்திற்கு உரிமைகொண்டாடுவது பாமரத்தனமானது. எனவே எல்லாத் துறைத் தரவுகளையும் ஆவணப்படுத்தி எளிதில் ஆய்வாளர்களுக்குக் கிடைக்கும் வகைசெய்ய வேண்டும்.

புலம்பெயர்ந்த தமிழர்களால் இணையத்தில் உலகம் முழுமையும் குறிப்பிடத்தக்க அளவில் தமிழ் பயன்படுத்தப்பட்டு வருகிறது. பழம் இலக்கியத்தில் ஆர்வம் உள்ள பலரும் தங்கள் விருப்பத்திற்கு உட்பட்டுத் தேர்ந்தெடுத்த இலக்கியங்களை இணையத்தில் ஏற்றி வருகின்றனர். அதற்கு அவர்கள் தங்கள் கண்ணில்படும், கைக்குக் கிடைக்கும் பிரதிகளைப் பயன்படுத்துகின்றனர். பைபிள் போன்ற நூல்களுக்கு வந்துள்ள தரப்படுத்தப்பட்ட பொதுப் பதிப்புகளைப் போலப் பழந்தமிழ் நூல்களுக்கும் அனைத்துத் தரப்பினராலும் ஏற்கப்படும் பொதுப் பதிப்புகள் இருந்தால்தான் எதிர்வரும் காலத்தின் தலைமுறையினர் குழப்பமற்ற அறிவியல் அடிப்படையிலான ஆய்வுகளை மேற்கொள்ள இயலும்.

இந்நாள்வரை வெளிவந்துள்ள தமிழ் நூல் பதிப்புகளை ஒரு மறுபரிசீலனைக்கு உட்படுத்தவேண்டிய நிலையிலும் உள்ளோம். மதுரைப் பல்கலைக்கழகத்தால் வெளியிடப்பட்டுள்ள 'திருக்குறள் பரிமேலழகர் உரையும் விளக்கமும்' என்ற நூல் தெ. பொ. மீயின் ஆசிரியரான கோ. வடிவேலுச் செட்டியார் அவர்களின் விளக்க உரையோடு ஓர் ஆங்கில மொழிபெயர்ப்பையும் கொண்டுள்ளது. அதில் உள்ள மொழிபெயர்ப்பு, செட்டியார் அவர்களின் நண்பரால் எழுதப்பட்டதாகச் செட்டியாரால் குறிப்பிடப்பட்டுள்ளது. உண்மையில் அந்த மொழிபெயர்ப்பு ட்ரு (Rev. W. H. Drew) அவர்களின் மொழிபெயர்ப்பு ஆகும். ஒரு பல்கலைக்கழகமே இதுபோன்ற பிழையைச் செய்தது மட்டுமன்றி 30 ஆண்டுகளாயும் இப்பிழையைக் கண்டுகொள்ளவில்லை என்பது நம்முடைய பதிப்பு வரலாற்றின் பெருமை!

தெய்வப்புலவரால் இயற்றப்பட்டுத் தமிழனின் அடையாளமாகக் கொண்டாடப்படும் திருக்குறளுக்கே இந்தக் கதி என்றால் பிற நூல் பதிப்பு பற்றிப் பேசவும் வேண்டுமோ?

அரச பாரம்பரியத்தில் வந்த ஒருவன் காலத்தின் கோலத்தால் ஆண்டியாகப் போய்விட்டான். இன்று அவன் அரசன்தான் என்று கண்டுபிடிக்கப்பட்டு ஏற்பும் வழங்கப்படுகிறது. ஆண்டிக்கோலத்துடன் அவன் அரியாசனத்தில் அமரலாமா?

(இக்கட்டுரை ஆக்கத்திற்குத் துணைபுரிந்த நண்பர்கள் பொ. வேல்சாமி, பெருமாள்முருகன் ஆகியோருக்கு நன்றி.)

காலச்சுவடு 55, ஜூலை 2004

31

செம்மொழியும் செல்லாத மொழியும்
இ. அண்ணாமலை

செம்மொழிக்குக் கல்வியாளர்கள் தரும் தகுதிகள் தமிழுக்கு உண்டு என்பது தமிழியல் ஆய்வில் ஈடுபட்ட அனைவரும் ஒப்புக்கொண்ட கருத்து. சங்க இலக்கியம் செவ்விலக்கியம் என்றால் அது எழுதப்பட்ட மொழி செம்மொழி. தமிழின் இந்தத் தகுதிக்கு அரசாங்க அங்கீகாரம் வேண்டுவதும், அது கிடைத்தபோது பெரிதாகக் கொண்டாடுவதும் தன் பிள்ளைக்குப் பெயர்வைக்க அரசியல்வாதியின் அங்கீகாரம் நாடும் தமிழர்களின் பண்பாட்டின் வெளிப்பாடு. ஒரு மொழியின் அங்கீகாரம் அதைப் பேசும் மக்களிடமிருந்து வர வேண்டும்; அது அவர்களுடைய கலாச்சாரத்தின் ஓர் அங்கமாக அமைய வேண்டும்.

செம்மொழி என்ற அங்கீகாரம் இன்று தமிழரைப் பொறுத்தவரை தமிழுக்குப் பெருமை என்பதோடு நிற்கிறது. இந்தப் பெருமையை அவர்கள் எப்படி விளங்கிக் கொள்கிறார்கள், இந்தப் பெருமை எப்படி அவர்கள் வாழ்க்கையில் ஒரு தாக்கத்தை ஏற்படுத்துகிறது என்று பார்க்கும்போது ஏமாற்றமே மிஞ்சுகிறது. செம்மொழி என்ற பெருமையால் தமிழ் ஆய்வுத் திட்டங்களுக்கும் பல்கலைக்கழகங்களில் அதிகப்படியாகச் செம்மொழி இருக்கைகள் அமைப்பதற்கும் மத்திய அரசிலிருந்தும் யுனெஸ்கோவிலிருந்தும் பணம் கிடைக்கும் என்பது ஓர் எதிர்பார்ப்பு. தமிழன் பெருமையை ஒரு வேலைவாய்ப்புத் திட்டமாகப் பார்ப்பது அதைச் சிறுமைப்படுத்துவதாகும்.

உலகளவில் நலிந்துவரும் தமிழியல் ஆய்வுக்குச் செம்மொழி என்ற தகுதி உரமூட்டும் என்பது இன்னொரு எதிர்பார்ப்பு. இது ஆதாரம் இல்லாத ஆசையால் விளைவது. தமிழியல் ஆய்வின் நலிவுக்குப் பல காரணங்கள் – வேங்கடாசலபதி சொல்கின்றவையும் சேர்த்து. அறிவுத்துறைகளில் ஏற்பட்டுவரும்

மாற்றங்களை, பரப்பைத் தமிழ்நாட்டுத் தமிழ்த்துறையினர் உள்வாங்கிக்கொள்ளாததும், தமிழாய்வை மற்ற இந்திய மொழி ஆய்வுகளிலிருந்தும் பிற அறிவுத்துறைகளிலிருந்தும் பிரித்து நடத்துவதும், தமிழாய்வை அரசியல்தளத்தில் நிகழ்த்துவதும் தமிழ் நாட்டில் நடக்கும் தமிழியல் ஆய்வும் பிறநாடுகளில் நடக்கும் தமிழியல் ஆய்வும் பாதை பிரிந்ததற்குத் துணைபோன காரணங்கள். உலகளாவிய தமிழியல் என்பது தமிழ்நாட்டைத் தவிர்த்த, உலகத்தை அளாவிய தமிழியல் என்றே பொருள். தமிழுலகமே உலகம் என்று கருதும் தமிழாய்வாளரின் எண்ணப்போக்கின் விளைவு இது. தமிழியல் பிற நாடுகளில் நலிந்துவருவதற்கு அந்த நாடுகளின் அரசியல், பொருளாதார மாற்றங்களும் காரணமே. குரோ தமிழியலுக்குச் செய்துள்ள கொடையைப் பாராட்டும் விதத்தில் அண்மையில் பாரிசிலிருந்து வெளிவந்துள்ள நூல், சுடர் அணையும் முன்வரும் ஒளித்தெறிப்பா, அல்லது திரியைத் தூண்டிப் பெருகும் சுடரா என்பதைப் பொறுத்திருந்ததுதான் பார்க்க வேண்டும். தமிழாய்வுக்குப் புதுத் திரி போட, அயல்நாட்டு ஆய்வாளருக்குத் தமிழ் செம்மொழி என்ற திரி தேவையில்லை. இது அவர்கள் பாராட்டிய திரிதான். தமிழ் நாட்டாய்வாளர்களிடம் புதிய, பரந்த ஆய்வுப் பார்வை வளரச் செம்மொழி என்ற தகுதி உதவுமானால், மற்றவர்களின் தமிழாய்வில் காணும் புதிய சிந்தனைகளையும் பார்வைகளையும் கண்டுகொள்ளாமல் இருப்பதற்கு மாறாக, அவற்றை மேலெடுத்துச் செல்லவோ மறுத்துப் புது வழியில் எடுத்துச் செல்லவோ இந்தத் தகுதி உதவுமானால், தமிழியல் ஆய்வுக்கு உயிர்ப்புக் கிடைக்கும் என்று சொல்லலாம். ஆனால் அதற்கான அறிகுறிகள் கண்ணில் படவில்லை.

செம்மொழி அதிலிருந்து பிறந்த, நவீன மொழிக்கு ஆதர்சமாக விளங்கும் ஒன்று. லத்தீனும் கிரேக்கமும் இன்று ஆங்கிலம் உள்ளிட்ட ஐரோப்பிய மொழிகளில் வளரும் புதிய அறிவுத் துறைகளுக்கு ஆதர்சமாக விளங்குகின்றன. அரிஸ்டாடல் முதலானோர் சொன்ன கருத்துக்களின் தொடர்ச்சியாகவே, ஐரோப்பிய மொழிகளின் அறிவுத்துறைகள் வளர்கின்றன. மனிதன் குறைந்த புலனனுபவம் இருந்தும் நிறைந்த அறிவு பெறுவது எப்படி என்ற பிளோட்டோவின் கேள்விக்கு விடை காணும் முறையில் சாம்ஸ்கியின் மொழியியல் கொள்கை அமைகிறது. தமிழ் செம்மொழியாக உள்ள நிலை அதன் அறிவுத் துறை வளர்ச்சிக்கு எப்படிப் பயன்படும் என்று யாரும் நினைத்துப்பார்ப்பதில்லை. அறிவியலாளர்கள் மட்டுமல்ல, எழுத்தாளர்களும் சிந்தனையாளர்களும்கூடத் தமிழ் செம்மொழியில் தங்களுக்கு அடிக்கால், உந்து சக்தி

இருப்பதாக நினைப்பதில்லை. அவர்களுக்கு ஆதர்சமாக இருப்பது ஆங்கிலமே. தமிழர்களுக்குச் செம்மொழி என்ற பெருமை வரவேற்பறையில் அலங்கார அலமாரியில் உள்ள அழகுப்பொருள்போல, கவர்ச்சி தருவதற்கே பயன்படுகிறது. கருத்துத் தருவதற்கு அல்ல. வாழ்க்கையின் உயிரோட்டத்தில் ஒட்டாமல் மேலோட்டமாக நிற்கிறது.

டாக்டர் துரை சொல்வதுபோல, செம்மொழி என்ற குறியைத் தக்கவைத்துக்கொள்ள என்னென்னமோ செய்யலாம். எங்கள் தாத்தாவிடம் யானை இருந்தது என்று சொல்லிக்கொள்ள ஆதாரங்களைச் சேர்க்கலாம்; அந்த யானையின் சிறப்புகளைப் பீற்றிக்கொள்ள வழி வகுக்கலாம். இதோடு நின்றால், நாளைய தலைமுறையினர் பூனையையாவது வைத்துக்கொள்ள இது போதாது. தமிழைத் தொடர்ந்து புதிய வழிகளில் வளர்க்கச் செம்மொழிப் பெருமை எப்படிப் பயன்படும் என்று பார்ப்பது மிகவும் முக்கியம்.

தமிழ் கல்விமொழியாவது தமிழர்களைப் பின்னோக்கி இழுத்துச்செல்லும் என்று நினைப்பவர்களில் ஒரு சதவிகித்தினராவது எண்ணம் மாறி, தமிழ் ஒரு வீட்டுமொழியே என்ற நிலையை மாற்றினால், இதற்குச் செம்மொழிப் பெருமை துணை செய்தால் செம்மொழி அங்கீகாரம் தமிழுக்கு எதிர்காலப் பயன்தருவதாக அமையும். ஆனால் இந்த மாற்றம் இந்த அங்கீகாரத்தினால் ஏற்படலாம் என்பதற்கு ஒரு அறிகுறியும் இல்லை. தன் தாயைத் தினமும் பட்டினி போடும் மகன் அவள் பிறப்பைக் கொண்டாட ஊரைக் கூட்டி அவருக்கு முத்தாரம் அணிவித்தால் அவளுக்கு என்ன பயன்? தங்கள் அறிவு வாழ்க்கையில், பொருளியல் வாழ்க்கையில் தமிழை ஒதுக்கி வைப்பவர்களது குற்ற உணர்வைச் சரிக்கட்டவே செம்மொழி என்ற அங்கீகாரம் பயன்படுவதுபோலத் தோன்றுகிறது.

தமிழ் இன்றைய தலைமுறையிலும் வரும் தலைமுறைகளிலும் செலாவணியாக வேண்டும். அதற்கு மதிப்புத் தரும் தகுதியே பயனுள்ள அங்கீகாரம். இந்த அங்கீகாரம், தமிழ் செல்லாக்காசு என்று நினைக்கிற மனோபாவத்தை மாற்ற வேண்டும். இந்த மாற்றம், மொழிக்குக் கிடைத்துள்ள பெருமையில் மக்களிடம் ஓரளவேனும் தோன்றாவிட்டால் அரசாங்கம் தரும் தகுதிக்கு அர்த்தம் இல்லை. செம்மொழி செத்த மொழியாக இருக்கத் தேவை இல்லை என்பது இப்போது ஏற்றுக்கொண்டுள்ள நிலை. செம்மொழி செல்லாத மொழியாக ஆகக்கூடாது என்பது தமிழர்கள் வளர்ந்து கடைப்பிடிக்க வேண்டிய நிலை.

***காலச்சுவடு* 57, செப்டம்பர் 2004**

கடிதம்

செம்மொழித் தமிழின் அயலக நிலை

தமிழவன்

சமீபத்தில் *காலச்சுவடு* இதழ் ஒன்று என் கைக்கு வந்து சேர்ந்தது. அதில் "செம்மொழியும் செல்லாத மொழியும்" என்ற இ. அண்ணாமலை அவர்களின் கட்டுரையைப் பார்த்தேன். அந்தக் கட்டுரையைப் படித்த உந்துதலில் எழுதுகிறேன்.

போலந்து நாட்டில் கடந்த சுமார் முப்பது ஆண்டுகளாகத் தமிழ் கற்பிக்கப்படுகிறது. தமிழ்ப் பேராசிரியர்கள் இந்திய அரசாங்கத்தின் உதவியால் இங்கு வந்து போலிஷ் மொழி பேசும் மாணவர்களுக்குத் தமிழ் கற்றுக் கொடுக்கிறார்கள். இம் மாணவர்கள் தொடர்ந்து ஐந்து ஆண்டுகள் தமிழ் மொழியைச் சிறப்புப் பாடமாகக் கற்கிறார்கள்.

இந்தத் துறையின் பெயர் இந்தியவியல்; இது ஓரியண்டல் துறையின் ஓர் அங்கம். ஓரியண்டல் துறையில் மொத்தம் முப்பத்திரண்டு மொழிகள் கற்பிக்கப்படுகின்றன. இங்கு உலகமெங்கும் இருப்பதுபோல் இந்தி மொழிக்குத்தான் மவுசு. ஏனெனில் இந்திய அரசாங்கம் கோடிக்கணக்கில் பணத்தைச் செலவு செய்கிறது. இந்திப் பேராசிரியர் கருத்தரங்குக்குப் போக வேண்டும் என்று பணம் கேட்டால் உடனடியாகக் கிடைக்கும். தமிழ் போதிப்பவர்கள் இந்திய அரசாங்கத்திடம் அவ்வளவு துணிச்சலாகப் பணம் கேட்பதில்லை. அப்படிக் கேட்டாலும் இந்தி ஆட்சி மொழி, அதனைப் பரப்புவது இந்திய அரசாங்கத்தின் ஏற்றுக்கொள்ளப்பட்ட கொள்கை. தமிழ் பற்றி அப்படி ஏதும் கொள்கை இல்லை என்னும் பதிலே கிடைத்து வந்தது. தமிழ் செம்மொழி ஆகிவிட்டது. இனி அப்படிச் சொல்ல மாட்டார்கள் என்று இத்துறையில் சிலரிடம் பேசிப் பார்த்தேன்.

இந்த இந்தியவியல் துறையின் தற்போதைய தலைவர் ஒரு இந்தி மொழிப் பேராசிரியர்; போலிஷ் மொழிக்காரர். அடிக்கடி இந்திய அரசாங்கத்தின் உதவியுடன் இந்தி கருத்தரங்குகளுக்குச் செல்பவர். தமிழ் செம்மொழி ஆனது இந்தியவியல் துறையில் யாருக்கும் தெரியவில்லை. தெரியாவிட்டால் போகட்டும்;

நாமாவது சொல்வோம் என்று உற்சாகமாக அவர்களுக்குக் கூறினேன். அதனால் என்ன, தமிழ் பழைய மொழி என்று எல்லாருக்கும் தெரியும். ஆனால் பக்கத்து நாட்டு ஜெர்மனியில் ஹைடெல்பர்க் பல்கலைக்கழகத்தில் பல ஆண்டுகளாக இருந்த தமிழ்க் கல்வித் திட்டம் நிறுத்தப்பட்டுள்ளது. அங்கே பான் பல்கலைக் கழகத்தில் இந்த ஆண்டிலிருந்து இந்தி மொழிப் பாடம் தொடங்கப்போகிறார்கள் தெரியுமா என்று சிரித்தார். இந்தியா என்றால் இந்திதான் என்றார்.

பெங்காலி, தமிழ், இந்தி தவிர வேறு மொழிகளின் பெயர்களைக்கூட இந்தத் துறையில் இருக்கும் பெருவாரியான மாணவர்கள் அறிய ஓரிரு ஆண்டுகள் ஆகின்றன. மிகத் துல்லியமாகச் சொல்ல வேண்டுமென்றால், மலையாளமும் கன்னடமும் இரண்டாம் மொழியாகவோ மூன்றாம் மொழியாகவோ எப்போதாவது கற்பிக்கப்படும். எதிர்காலத்தில் இந்தி வெளிநாடுகளில் கொடிகட்டி ஆளப்போகிற மொழி என்பதற்கு அறிகுறியாக இந்த ஆண்டு, இந்தி மொழிக்குச் சுமார் 30 மாணவர்களும் தமிழுக்கு ஏழு மாணவர்களும் சேர்ந்துள்ளதைக் குறிப்பிடலாம். இந்தி மொழி படிக்க வருகிறவர்களுக்கு ஓராண்டு இந்தியாவில் தங்கிப் படிக்க ஒவ்வொரு ஆண்டும் இந்திய அரசாங்கம் பண உதவிசெய்கிறது. ஆக்ராவைச் சேர்ந்த கேந்திர ஹிந்தி ஸம்ஸ்தான் என்ற நிறுவனமும் உதவிசெய்கிறது. கடந்த சுமார் 10 ஆண்டுகளில் எத்தனை தமிழ் மாணவர்கள் இந்திய அரசிடம் உதவி கோரினர், எத்தனை மாணவர்களுக்கு உதவித்தொகை கிடைத்தது என்னும் தகவல்களைக் கேட்க இக்கட்டுரையைப் படிக்கும் யாருக்காவது தோன்றினால் தமிழக எம். பிக்களிடம் கூறி இக்கேள்வியைப் பாராளுமன்றத்தில் கேட்கவையுங்கள்.

மொத்தத்தில் தமிழ் செம்மொழி என்பது தமிழகத்தில் முக்கியமான செய்தியாகியுள்ள அளவு வெளிநாட்டில் இந்தியவியல் துறைகளில் ஆகவில்லை என்றுதான் கூற வேண்டும். வார்ஸா பல்கலைக்கழகத்தின் இந்தியவியல் துறையை ஒரு அளவுகோலாகக் கருதுவதென்றால் தமிழ் செம்மொழி என்னும் செய்தி ஒரு தகவல் அளவில்கூட வந்து சேரவில்லை.

இப்போதுதான் தமிழ் செம்மொழியாக்கப்படும் செயல்பாடு நடைபெறுவதால் சில முக்கியமான நடைமுறைகளை இந்த அரசாணையுடன் நிறைவேற்ற வாய்ப்புகள் உண்டு எனக் கருதுகிறேன். அது பற்றித் தமிழ்நாட்டில் கருத்துகள் உருவாக்கச் சிலராவது முன் வரலாம். தமிழ் செம்மொழியாக்கப்பட்டுள்ளதால்,

இது சார்ந்த வெளிநாட்டுக் கோரிக்கைகள் வந்தால் ஐ. சி. சி. ஆர் (நியு டெல்லி) என்று அழைக்கப்படும் இந்தியக் கலாச்சார உறவுகளைக் கவனிக்கும் மத்திய வெளியுறவுத்துறை சார்ந்த நிறுவனத்திற்கு, ஆண்டுதோறும் இவ்வளவு தொகை என்று ஒதுக்கத் தமிழகத் தலைவர்களும் மத்திய அமைச்சர்களும் ஏற்பாடு செய்யலாம். இலண்டனில் இருக்கும் தூதரகத்தில் இந்தி அதிகாரி இருப்பதுபோல், ஐ. சி. சி. ஆரில் ஒரு தமிழ்மொழி அதிகாரி பதவி உருவாக்கப்படல் வேண்டும். இவர் வெளிநாட்டுப் பல்கலைக்கழகங்களில் தமிழ்த்துறை தொடங்க வேண்டிய காரியங்களைச் செய்ய வேண்டும். இந்தத் தமிழ் அதிகாரி, ஐ. எஃப். எஸ் தகுதியுள்ள தமிழராக இருப்பது தேவை. அதுபோல் செம்மொழி அந்தஸ்து இல்லாத, சுமார் முந்நூறு ஆண்டு வரலாறு கொண்ட இந்தி மொழிக்குக் கொடுக்கும் அதே அளவு தொகையாவது தமிழுக்கு ஒதுக்க வேண்டும்.

இந்த மாதிரி திட்டமிட்ட காரியங்களைத் தமிழ்ப்பற்றுள்ள ஒருவர் மத்திய நிதியமைச்சராக இருக்கும்போது ஏற்படுத்துவது எளிது. தமிழ் ஆர்வலர்கள் செயலில் இறங்குவதற்கு எல்லா வாய்ப்பும் உள்ளது.

தமிழ் அடையாள உணர்வு தமிழகப் பல்கலைக்கழகங்களில் ஆய்வுத்தேக்கத்தை உருவாக்கியுள்ளது இது இ. அண்ணாமலையைப் போலவே தமிழ்ப்பற்றுள்ள எல்லோரையும் கவலைக்குள்ளாக்கக்கூடியதுதான். இதற்கான காரணங்கள் தனியாக ஆயப்பட வேண்டும். தமிழைச் செம்மொழியாக்கும் குரல்கள் ஆராய்ச்சிக்குப் பொறுப்பான குரல்கள் அல்ல. ஆராய்ச்சி வேறுவித மன இயல்பிலிருந்து உருவாவது. அதனால் ஆங்கிலம் பேசும் சில நாடுகளின் ஆராய்ச்சிதான் ஒரே முன் மாதிரி என்றும் நாம் எடுத்துக்கொள்ளத் தேவையில்லை. கிரேக்கமும் இலத்தீனும் அவற்றின் சிந்தனை வளத்தால் அறிவை வளர்த்தன. தமிழ்மொழியில் அந்தக் காலத்தில் பிளாட்டோவோ அரிஸ்டாட்டிலோ கேட்ட அதே கேள்விகள் இல்லை என்றாலும் வேறு கேள்விகள் இருந்திருக்கின்றன. இரண்டும் வேறுபட்ட கலாச்சாரங்கள். மேற்கு மற்றும் கிழக்கு. கிழக்கின் கேள்விகள் வேறு. எனவே இன்றைய மேற்கத்திய தமிழாராய்ச்சியைத் தேங்கிப்போன தமிழக ஆராய்ச்சிக்கு முன்மாதிரியாக நாம் நிறுத்தத் தேவையில்லை. வ.சுப. மாணிக்கத்தின் இலக்கண ஆராய்ச்சியை மேற்கத்திய இரவல் மொழியியலால் இடமாற்றம் செய்ததின் விளைவு இன்றைய தமிழ்மொழியியலின் சிக்கலாகப் பார்க்கப்பட முடியாதா?

எனவே இன்றைய தமிழின் பெருவாரியான மனோபாவத்தின் சாதனையாக உருவான செம்மொழி அங்கீகாரத்தை முற்றிலும் நிராகரிக்காமல் அதனைப் பாராட்டுவோம். அத்துடன் நடைமுறைத் திட்டங்களை மறக்காமல் செம்மொழியாகத் தமிழ் உலகமெங்கும் அங்கீகாரம் பெற எந்தெந்த அமைச்சகத்தில் எந்தெந்த விதமான ஆணைகள் பிறப்பிக்கப்பட வேண்டும் என்று சம்பந்தப்பட்டவர்களைச் சிந்திக்கத் தூண்ட வேண்டும்.

காலச்சுவடு 60, டிசம்பர் 2004

32

அதிகாரத்தை நோக்கி வாளும் மயிலிறகுகளும்

சூரியதீபன்

1970களின் பிற்பகுதியில் பேராசிரியர் கைலாசபதி, கா. சிவதம்பி போன்றோர் முதன்மைப்படுத்திய முற்போக்குத் தடங்களைப் பதிவுசெய்த 'அலை'என்னும் இதழில் எழுதத் தொடங்கி, இன்றுவரை பல்வேறு இதழ்களில் பங்களிப்பைச் செய்துகொண்டிருப்பவர் அ. யேசுராசா. எழுத்தாளர், இதழாளர், ஆய்வாளர் என அறியப்பட்ட அ. யேசுராசாவுக்கு இலங்கை அரசு, தேசத்தின் உயர்ந்த விருதுகளில் ஒன்றான கலா கீர்த்தி என்னும் விருதை 2005இல் வழங்கியது. (இங்கே குடியரசுத் தலைவர் வழங்குகிற பத்மஸ்ரீ, பத்மபூஷண் போன்ற விருதுகளின் மட்டத்துக்கு எண்ணப்படுவது) கலாகீர்த்தி விருதை ஏற்க மறுத்த யேசுராசா, அதற்கான காரணத்தை விளக்கி அரசுக்கு ஒரு கடிதம் அனுப்பினார். கலா கீர்த்தி விருதை மறுத்த யேசுராசாவின் பதில்;

"கலை இலக்கியத் துறையில் செயற்பட்டுவருபவனான எனக்கு, மேதகு குடியரசுத் தலைவர் அவர்களின் கலாகீர்த்தி விருது வழங்கப்படவுள்ளதைத் தெரிவிக்கும் கடிதம் கிடைக்கப் பெற்றது. முதலில் எனது நன்றியைத் தெரிவித்துக்கொள்கிறேன்.

ஆயினும் இரண்டாந்தரப் பிரஜை என்னும் உணர்வுடனேயே வாழத் தொடர்ந்து நிர்ப்பந்தித்து வரப்படும் தமிழ் மக்களில் ஒருவன் என்ற வகையில், கசப்பான இந்த எதார்த்த நிலைமீது கவனத்தைக் குவியச் செய்யும் பொருட்டு, கலாகீர்த்தி விருதைப் பெற்றுக்கொள்ள விரும்பவில்லை என்பதைத் தெரிவித்துக்கொள்கிறேன்.

இனங்களில் சமத்துவமற்ற நிலைமை பல தளங்களிலும் நிலவி வருவதுதான், இன்று இலங்கையில் நாமெல்லோரும்

எதிர்கொள்ளும் அவலங்களுக்கான நெருக்கடிகளின் அடிப்படை என்பது எல்லோராலும் உணரப்பட வேண்டியது; அந்த நிலைமையை மாற்றுவதற்குரிய நேர்மையான வெளிப்படையான செயற்பாடுகளே இக்காலகட்டத்தில் இன்றியமையாதனவாய் உள்ளன. இனப்பாரபட்சமான நடவடிக்கைகள், நிலைகள் பற்றிய விரிவான விளக்கத்தைத் தவிர்க்கிறேன். எனினும் தங்களின் விருது பற்றிய அறிவிப்புக் கடிதம்கூட எனது தாய்மொழியான தமிழில் அமைந்திருக்கவில்லை என்பதைக் கவலையுடன் அறியத் தருகிறேன்.

தங்கள் மேலான நோக்கங்களின் பொருட்டு அரசின் உயர்விருதுகளை முன்பு ஏற்றுக்கொள்ள மறுத்த சகோதர சிங்களக் கலைஞர்களான பிரசன்ன விதாகே, அசோக விஹர்த்த ஆகியோரின் முன்னுதாரணத்தை இவ்வேளையில் மதிப்புக்குரிய செயலாக நினைவுகூர்கிறேன்."

இலங்கையில் தமிழ்ச் செயற்பாட்டாளர்கள் பலருக்குக் கலாகீர்த்தி, சாகித்ய ரத்னா போன்ற விருதுகள் இதன் முன்னர் வழங்கப்பட்டுள்ளன. இவற்றை இனப் பாரபட்சம், சுயமரியாதை போன்ற புள்ளிகளிலிருந்து பெற்றுக்கொள்ள மறுத்த முன்னுதாரணங்களை எந்தத் தமிழறிஞரும் விட்டுச் செல்லவில்லை. சித்தன் போக்கு சிவன் போக்கு என்று தன்னிச்சையான தீர்மானங்களிலிருந்து விருதுகளைப் பெற்றுக்கொண்டார்கள். அதன் காரணமாகவே விருதைப் பெறாது புறந்தள்ளிய சிங்கள அறிவுலகச் செயற்பாட்டாளர்களின் உதாரணங்களை அ. யேசுராசா தந்தார்.

இவ்வாறான முக்கிய வரலாற்றுப் புள்ளிகள்தாம் மேதைகள் செயற்படுவதற்குரிய தருணங்கள். கடமைகளை மக்களுக்கு ஆற்றுவதற்கான வாய்ப்பை எழுத்தாளர், கலைஞன், சிந்தனையாளன் போன்ற தனி மனிதப் பாத்திரங்களுக்கு வரலாறு ஏற்படுத்தித் தருகிறது. தன் மக்களுக்கு நேர்வதுதானே தனக்கும் நேர்கிறது என்னும் சமூகப் பொறுப்போடு, பொதுக்காரணியோடு இத்தகைய பாராட்டுகளைத் தவிர்த்தல் என்பது இங்கும் தமிழிலக்கிய உலகில் நடைபெற்றதில்லை.

யேசுராசா ஆற்றிய வரலாற்றுக் கடமையை ஒப்பிடுகையில், சிவத்தம்பி, சின்னத் தம்பியாகிவிட்டார். சின்னத் தம்பி மேலே போய்விட்டார்.

பிரான்சின் காலனிய ஆதிக்கத்தை எதிர்த்து அல்ஜீரியா போராடிக் கொண்டிருந்தது. அல்ஜீரிய விடுதலைப் போராட்டத்தை ஒடுக்க பிரெஞ்சு ராணுவத்தில் சேர்ந்து பலப்படுத்துமாறு இளைஞர்களை அரசு அழைத்தது.

விடுதலைக்குப் போராடும் அல்ஜீரிய மக்களுக்கு எதிராக ஆயுதம் ஏந்தமாட்டோம் என்னும் இளைஞர்களின் மறுப்பை நியாயமானது என வரவேற்றார் சாத்தரே. பிரான்சில் வாழ்ந்த வதை படும் அல்ஜீரியர்களுக்கு ஆதரவாக அரசின் கொடுமைகளைக் கண்டித்து வெளிப்படையாகப் பேட்டி தந்தார் ஜீன் பாழ் சாத்தரே. அவர் கைதுசெய்யப்படுவாரா எனப் பிரெஞ்சு அதிபர் துகேலிடம் கேட்ட வேளையில்,

"கைதுசெய்யமாட்டோம். சாத்தரேயைக் கைதுசெய்வது பிரான்சு தேசத்தைக் கைதுசெய்வதாகும்" எனப் பதிலளித்தார். அறிவுக் கம்பீரத்தின் குறியீட்டை அடக்கிவைத்தால், அது தேசத்தின் கரும்புள்ளியாகிவிடும் என்று உணர்ந்துகொண்டதால் ஒதுங்கிக்கொண்டது பிரெஞ்சு அதிகாரம். ராணுவத் தளபதியாயிருந்து அதிபரான சார்லஸ் துகேல் எழுத்து மேதமைக்கு அளித்தது போன்ற ஒரு மதிப்பை – இங்குள்ளோரிடம் எதிர்பார்க்க முடியாது. எழுத்துலகில் கருத்துகள் எந்த அடிப்படையிலிருந்து பிறப்பெடுத்து வருகின்றன, எந்தக் கோணத்தில் வைக்கப்படுகின்றன, அவர்களின் அல்லது அக்கருத்துகளின் சமூக மதிப்பு யாது என மதிக்கத் தெரிந்த ஒருவராகத் தமிழக முதல்வர் கருணாநிதி இல்லை. இருந்திருந்தால் செம்மொழித் தமிழ் மாநாட்டு அறிவிப்புச் செய்ததுமே சிவத்தம்பியின் வேண்டுகோளுக்குச் செவி கொடுத்திருப்பார்.

பேராசிரியர் சிவத்தம்பியின் நிலைப்பாடு தொடக்கத்தில் வேறொன்றாக இருந்தது. "மாநாட்டில் நான் கலந்துகொள்வேனா என்ற கேள்வி இப்போது எழவில்லை. இப்போதைய கேள்வி என்னவென்றால் இலங்கைத் தமிழர் பேரவலத்தைத் தீர்க்கக் கலைஞர் என்ன செய்யப் போகிறார் என்பதுதான். இந்த வினாவுக்குக் கலைஞர் சரியான முறையில் பதிலளிப்பார் என்று நம்புகிறேன்" (அக்டோபர் 19, 2009 தமிழ் ஓசை).

அவருடைய நம்பிக்கைக்கு, நேர்கேள்விக்கு எந்த விடையும் இதுவரை அளிக்கப்படவில்லை. இனப்படுகொலையைத் தடுத்து நிறுத்தும் ஆற்றல் பெற்றிருந்தும், பதவி நலன்களுக்காக அதைப் பயன்படுத்தாத ஒருவரைப் பேரா. சிவத்தம்பி போலவே நாமும் அடையாளம் கண்டோம்; இனத்தை அழித்துவிட்டு அந்த இனம் பேசும் மொழியை வளர்ப்பது எவ்வாறு என்று மனச்சாட்சியுடன் பெரும்பாலோர் கேள்வி எழுப்பினோம். ஆனால் சிவத்தம்பியின் இரண்டாவது கட்ட நிலைப்பாடு 'கலைஞர் கருணாநிதி போன்ற ஒரு நல்ல தமிழறிஞர் தலைமையில் நடைபெறுகிற மாநாட்டை' வரவேற்பதாக அமைந்தது. மாநாட்டில் கலந்துகொள்வதில் அவர் உறுதியாய் இருப்பதாகச் சமீபத்தில் கொழும்பு சென்ற என்னிடம் நண்பர்கள் தெரிவித்தார்கள்.

சிவத்தம்பி தம்முடைய முதல் நிலைப்பாட்டில் உறுதியாகத் தொடர்ந்திருந்தால், அவரைப் போன்ற பிற தமிழறிஞர்கள், இலக்கியவாதிகள் தம் உள்ளக்கிடக்கைகளைத் தொடர்ந்து வெளிப்படுத்தியிருப்பார்கள். அப்படி வெளிப்படுத்தியிருந்தால் தமிழ் மேதைமைகளை முறித்துக்கொண்டு மாநாட்டை நடத்திட வேண்டுமா என்ற மீள்பரிசீலனைக்குக் கருணாநிதி வந்திருக்கக்கூடும். சாத்தரேயிடம் பிரெஞ்சு அதிபர் ஜெனரல் சார்லஸ் துகேலுக்கு ஏற்பட்டது போன்றதொரு மதிப்பு – இந்தத் தமிழறிஞர்கள் பற்றி மாநாட்டு ஏற்பாட்டாளருக்கு நிகழ்ந்திருக்கும். ஆனால் இதுவரை ஏற்படவில்லை. ஆனால் உலகத் தமிழ் ஆராய்ச்சிக் குழுவின் தலைவரான நொபாரு கொராஷிமா உலகத் தமிழ் மாநாட்டுக்கு ஒப்புதல் அளிக்காமல், தம் நிறுவனத்தின் தற்சார்பு நிலையை உறுதிப்படுத்தியதோடு, தம் புலமைத் தகுதியையும் காத்துக்கொண்டார். இங்குள்ள தமிழ்ப் புலமைகளோ செம்மொழித் தமிழ் மாநாட்டுக்குப் பின்னுள்ள உண்மையான காரணிகளைக் கண்டறிந்து தம்முடைய தகுதியை நிலைப்படுத்திக்கொள்ளவில்லை.

"இவ்விடத்தில் என்னுடைய நிலைப்பாடு அரசியல் அல்ல. தமிழ்மொழி வளர்ச்சிக்கான ஆதரவு என்பதைச் சொல்லிக்கொள்ள ஆசைப்படுகிறேன்" என்று மாநாட்டில் கலந்துகொள்ள உறுதி பூண்டார். *(குமுதம் 18.11.2009)* செம்மொழித் தமிழ் மாநாட்டுக்குப் பின்னாலுள்ள அவரது சொந்த மண்ணின் பாதகமான இனப்படுகொலை அரசியலை ஒதுக்கி அதிலிருந்து தன்னை விலக்கிக்கொண்டார் சிவத்தம்பி.

தமிழ் வளர்ச்சிக்கென்று இங்கு என்ன நடக்கிறது? அடிப்படை மக்களுக்கு அன்றாட வாழ்வில் பயன்படாதவாறு – வாழ்வுப் போட்டிகளில் அவர்கள் முன்னேற முடியாதவாறு அவர்களைத் தடுத்து நிறுத்தி – ஆங்கிலத்தால் பிரமாண்ட வசதிகள் பெறும் ஒரு மேட்டுக்குடியினர், உயர்நடுத்தர வர்க்கத்தினர் உருவாக்கப்பட்டனர். அவர்களுக்கான ஊட்டச்சத்தாகக் கல்வி ஆக்கப்பட்டுள்ளது; சமச்சீர் கல்வியில் தமிழ் பயிற்று மொழி அல்ல. தாய்மொழி பயிற்று மொழியாக இல்லாத கல்வியில் சமச்சீர் எப்படி நிலவும்? அரசு அலுவலகங்களில் இன்னும் தமிழ் உள்ளே நுழையவில்லை. அது ஆங்கிலத்தால் ஆக்கிரமிப்பு செய்யப்பட்டுள்ளதால் சாதாரணனும் உள்ளே நுழைய முடியவில்லை. நீதிமன்றங்களில் தமிழில்லாததால், அங்கும் தமிழன் இரண்டாந்தரக் குடிமகனானான். தமிழன் இல்லாமல் தமிழனைத் தாண்டி ஒரு தமிழ் வளர்ச்சி எங்கிருக்கும்?

தான் பெற்ற கல்வி மூலம், அதிலிருந்து பெற்ற சிந்தனை வழியில் தனக்கென ஒரு இலக்கியக் கொள்கையை

ஒவ்வொருவரும் உருவாக்கிக் கொள்வார்கள். கொள்கைப் பகுப்பு என்பது, தான் வகுத்துக்கொண்ட சமூக, அரசியல் கொள்கைகளிலிருந்து பிறப்பெடுக்கிறது. கலை இலக்கிய ஆக்கங்கள், ஆய்வுகள் அனைத்துக்கும் இதுதான் அடிப்படை. மட்டுமல்லாமல் சமுதாய மனிதனாக இயங்குவதற்கு அரசியல், சமூகக் கொள்கை பற்றிய தெளிவு அவசியமாகிறது; ஆனால் செம்மொழித் தமிழ் மாநாட்டில் எந்த அரசியலும் இல்லை என்பதுபோல், "இவ்விடத்தில் என்னுடைய நிலைப்பாடு அரசியல் அல்ல" என்று கூறி அதிகாரத்தைச் சார்ந்து செல்லும் ஒருசார்புத்தன்மை வெளிப்படுத்தப்பட்டுள்ளது.

"ஆனால் பி.பி.சிக்கு அளித்த பேட்டியில் மாநாட்டில் பங்கேற்கப் போவதில்லை என்று கூறியுள்ளீர்களே?" என்று கேட்கிறபோது (குமுதம் 18.11.2009) "ஈழத் தமிழர் பிரச்சினையில் கலைஞர் கருணாநிதி அவர்கள் இன்னும் கூடுதலாகச் செயல்பட்டிருக்கலாம் என்ற ஆதங்கம் எனக்கு உண்டு. ஆனால் இலங்கையில் தற்போதுள்ள சூழலிலும் எனது உடல் நலமின்மையாலும் நான் நேரடியாகப் பங்கேற்பது சற்று சிரமமாக இருக்கும் என்றுதான் கூறினேன்" என்று விளக்கமளிக்கையில் அவர் பற்றிய தற்காலச் சித்திரம் தெளிவாய் வரையப்பட்டுவிடுகிறது.

பேராசிரியர் சிவத்தம்பி, 1995இல், தஞ்சையில் நடைபெற்ற உலகத் தமிழ் மாநாட்டில் பங்கேற்க முடியாமல் திருப்பியனுப்பப்பட்டார். தமிழ் மண்ணில் கால்பதிக்கவிடாமல் திருப்பியனுப்பப்பட்டமை புலி ஆதரவாளர் என்னும் அரசியல் நிலைப்பாட்டிலிருந்துதான். இப்போது சிவத்தம்பி அழைக்கப்பட்டிருப்பதும் அரசியல் நிலைப்பாட்டிலிருந்துதான். இரண்டும் ஈழ விடுதலைப் போராட்டத்தைக் கொச்சைப்படுத்த நடத்தப்பட்ட – நடத்தப்படுகிற காரியங்கள். அவமானகரமான 1995இன் மறுப்புக்கும், தலைமேல் தூக்கிவைத்து ஆடும் 2010இன் வரவேற்புக்கும் ஊடாக ஓடுவது அரசியல் மட்டுமே.

வருத்தப்படுவதற்கும் ஆச்சரியப்படுவதற்கும் ஒன்றுமில்லை என்கிறார்கள் சமீபத்தில் நான் கொழும்பு சென்றிருந்த வேளையில் சந்தித்த நண்பர்கள். 2002 அக்டோபரில் யாழ்ப்பாணத்தில் நடைபெற்ற தமிழ்க்கூடல் மாநாட்டைத் தொடங்கிவைத்து, தலைமை உரையில் அவர் பேசினார். அந்த மாநாடு விடுதலைப்புலிகளின் நிதர்சனம் வெளியீட்டகமும் கலைப் பண்பாட்டுக்கழகமும் இணைந்து ஏற்பாடு செய்த மாநாடாகும்.

"இந்த நாட்டில் தமிழ் மக்கள் வாழுகிறார்கள் என்ற பதிவே இல்லாமல் செய்யும் முயற்சி 1948இலிருந்து தீவிரப்பட்டது. தமிழினம் என்ற ஒன்றே இல்லாமல் செய்வதற்கான முயற்சிகளின்

எதிர்வினையாகவே ஈழத்தமிழ் மக்களுடைய குரல் எழுந்து வரத் தொடங்கிற்று. அப்போது இளைஞர்களுடைய வருகையும் இடர் களைய அவர்கள் மேற்கொண்ட உக்கிரமும் இந்தப் போராட்டத்தை ஒரு ஆயுதப் போராட்டமாக்கிவிட்டன ... மானுட விடுதலை நோக்கிய திசையில் உதித்தது ஈழத் தமிழர்களின் விடுதலைப் போர்."

அந்த மானுட விடுதலை அழிக்கப்படத் துணை நின்ற ஒரு பெரும் அரசியல் சக்தி, சிவத்தம்பி என்ற ஒரு பெரும் தமிழ் மலையை முன்னிறுத்திச் செம்மொழித் தமிழ் மாநாட்டை ஒப்பேற்றிவிடலாம் என்று நினைப்பதைப் புரிந்துகொள்ள முடிகிறது. ஆனால் 2002 அக்டோபர் மாநாட்டுக்குப்பின் நடந்த ஒரு நிகழ்ச்சியை வைத்துப் பார்க்கையில் சிவத்தம்பியைப் புரிந்துகொள்வதில் நாங்கள் தவறிழைத்துவிட்டோம் எனத் தெரிந்தது.

2002 அக்டோபரின் போதும் அதன் பின்பும் சந்திரிகா இலங்கை அதிபராக இருந்தார். இனவெறி (கம்யூனிஸ்டு) அமைப்பான ஜே.வி.பியைச் சேர்ந்த விஜிததேரா கலாச்சார அமைச்சர். அப்போது பேரா. சிவத்தம்பிக்கு சாகித்ய ரத்னா விருது வழங்க முடிவுசெய்துள்ளார்கள். "அவர் புலி ஆதரவாளர். அவருக்கு விருது வழங்கலாமா?" எனக் கேள்வி எழுப்பியபோது "அத்தகைய ஒரு தமிழ்ப் பேரறிஞரையும் நாங்கள் மதிக்கிறோம் என்பதைத் தமிழ் மக்களுக்குத் தெரியப்படுத்தவே வழங்குகிறோம்."

என இனக் கொடுமைக்கு ஆளாக்கப்பட்ட தமிழ் மக்களின் உளவியலைச் சரிசெய்வதற்காக வழங்கப்பட்டது. அதற்காகவே வழங்குகிறோம் என ஜே.வி.பியைச் சார்ந்த கலாச்சார அமைச்சர் பதில் சொன்னார். விருதுடன் ரூ. 50 ஆயிரம் வழங்கப்பட்டது. உடல்நிலை சரியில்லாததால், சிவத்தம்பி நேரில் விருது பெற இயலவில்லை. தன் சார்பில் மருமகனை அனுப்பிவைத்தார். அதிபர் விருது வழங்கும் விழா என்பதால் பாதுகாப்பு நெருக்கடிகள் காரணமாக விருதுக்குரியவர் அல்லாது இன்னொருவர் விருதைப் பெற இயலாமல் ஆனது. சில நாட்கள் கழித்து ஜே.வி.பியைச் சேர்ந்த கலாச்சாரத் துறை அமைச்சர் விஜிததேரா சிவத்தம்பியின் வீட்டுக்கு நேரில் வந்து விருதை வழங்கினார். புகைப்படமும் எடுத்துக்கொண்டு மறுநாள் பத்திரிகைகளிலும் தொலைக்காட்சியிலும் இலங்கை அரசினர் விளம்பரம் செய்தார்கள்.

சிவத்தம்பி பற்றி ஈழத் தமிழர் மத்தியில் பிரபலமாகியிருக்கிற ஒரு வாசகம் உண்டு. "கொழும்பில் இருக்கிறபோது அவர் சிங்களர்; ஆனையிறவு தாண்டினால் தமிழர்."

தமிழறிஞர்களைப் புலமை சார்ந்து மதிப்பிட்டு, அவர்களின் வாழ்வுப் பாங்கு குறித்து மதிப்பிடாத ஒரு தவறைச் செய்திருக்கிறோம். சமகால எழுத்துலகச் சிகரங்கள் குறித்தும் இதே தவறைத் தொடர்கிறோம் என்று படுகிறது. அதனால் ம.இல. தங்கப்பா போன்றவர்கள் நம் கவனத்திலிருந்து மறைந்துள்ளார்கள்.

நூற்றாண்டுகளுக்கு முற்பட்ட இலக்கியப் படைப்பாளிகள் பலரும் காலச்சூழல் குறித்த விமரிசனப் பார்வையுடனே இயங்கினார்கள். இலக்கியம் என்பது அது தோற்றமெடுக்கும் சமூக, அரசியல், பொருளியல், வரலாற்றுச் சூழல்களிலிருந்து தப்பித்துப் பிறக்க முடியாது. ஏதேனும் ஒரு வகையில் இந்தத் தொடர்புகளின் சிந்திப்பிலிருந்தே பிறக்கிறது. தமிழில் நுண்மாண் நுழைபுலம் கொண்டோர் – சமூக அறம், அதிகாரம், அடித்தட்டினர், பெண்கள், தலித்துகள், சுற்றுச்சூழல், மனித உரிமைகள், உலகமயம் போன்ற தம்மைச் சுற்றி நிகழும் பிரச்சினைகளில் அக்கறைகொண்டோரா என்பது கேள்வி. தமிழும் தமிழர் வாழ்வும் மேற்காட்டிய நிலைமைகளிலிருந்து பிரிக்க முடியாதவை என்பதை வேறு எவரினும் மேலாய்த் தமிழறிஞர்கள், இலக்கியவாதிகள் உணர்ந்து – தமிழர் வாழ்வைப் பாதிக்கும் விசயங்களைப் பற்றிச் சிந்திக்க வேண்டிய வேளை இது.

அதிகாரத்துக்கு எதிரான தம் அறிவுத் தகுதியை நிறுவ வேண்டிய தருணம் இப்போது வாய்த்திருக்கிறது. ஆனால் அதிகாரத்துக்கு அடிபணிவதான, அடியொற்றிப் போகும் தம் தகுதியை –

"கும்பிடுகிற என் கைகள் ஒரே கைகள்தான். கால்கள்தான் மாறிக்கொண்டே இருக்கின்றன"

எனத் தமிழ்ப் பெரியோர் ஒருவர் வெளிப்படுத்தினார். இது போன்றதான நகர்வுகளையே கொண்டியங்குகிற பலர் அதிகார வளைப்புக்குப் புதிது புதிதாய்த் தம்மைத் தீனியாய்க் கொடுத்துக்கொண்டிருக்கிறார்கள். இத்தகைய ஒரு கவிஞர் பற்றி,

"மற்றவர்களை விமரிசிக்கையில் அவருடைய நாக்கில் வாளிருந்தது:

கலைஞர் கருணாநிதிக்கு அவருடைய நாக்கில் மயில்தோகை இருந்தது"

என எழுதிய என் முந்தைய கருத்தை மீள்பதிவுசெய்வது இங்கு அவசியமாகிறது.

செம்மொழித் தமிழ் மாநாட்டின் வெளிப்பாடுகள் எத்திசையில், எவ்வாறு அமையும்? அதற்கான முன்நகர்வுகள் தோன்றத் தொடங்கியுள்ளன. சென்னைச் சங்கமத்தின் ஒரு பிரதான கூறான 'தமிழ்ச் சங்கமத்தின்' பொங்கல் நாள் நிகழ்வில், ந. முருகேச பாண்டியன் எழுதிய *திராவிட இயக்க வளர்ச்சியில் கலைஞரின் நாடகங்கள்* என்னும் நூல் வெளியீட்டில், வழக்கம்போல் அமைச்சர்கள், கவிஞர் வாலி பங்கேற்பினூடாக, கூத்துப் பட்டறை ந. முத்துச்சாமி, பேரா.அ. ராமசாமி போன்ற சமகால கலை இலக்கியத் திறமைகளும் பங்கேற்று வாழ்த்தினார்கள்.

ஆனால் தமிழைத் தாய்மொழியாகக் கொண்டிராத சப்பானிய அறிஞரும் உலகத் தமிழாராய்ச்சிக் குழுவின் தலைவருமான நொபாரு கொராஷிமா இந்த அரசியல் சதுராட்டங்களுக்கு ஆட்படாது தமது புலமைத் தகுதியை நிறுவியுள்ளார்.

'*பழிஎனின் உலகுடன் பெறினும் கொள்ளலர்*' என்ற புறநானூற்று வரிகளை, மாணவர்களுக்குப் பயிற்றுவித்த சான்றோர்களிடம், அவ்வரிகளை மெய்ப்பிக்குமாறு இன்றைய வரலாறு கோருகிறது. உலகெங்கும் வாழும் தமிழ் மக்கள் இன்று கொண்டாட்ட உணர்வில் இல்லை. முள்வேலியில் முடங்கிய தமிழர்கள் வாய் பேச முடியா நிலையில் வைக்கப்பட்டுள்ளனர். வெளியே இருப்போரின் நிலையும் அதுவே. திசையெட்டும் சிதறிய உறவுகள் வாய் புதைத்து அழுகின்றனர். தமிழினம் இருந்தால்தான் தமிழும் இருக்கும் என்ற எளிய உண்மையை உரக்கச் சொல்ல வேண்டிய நேரமல்லவா?

யாழ்ப்பாணத்தில் வாழுகிற எழுத்தாளர் அ. யேசுராசா ஒரு நண்பரிடம் சொன்னாராம்;

> *"யாழ்ப்பாணத்தில் இப்போது நான் ஒருவன் மட்டுமே இருக்கிறேன்"*

அங்கு இன்றைய நாளில் தமிழறிஞர்கள், இலக்கியவாதிகள் பலரும் காற்றடிக்கிற பக்கம் சாய்ந்துவிட்டார்கள் என்பதை அவ்வாறு சுட்டிக்காட்டினார். இங்குத் தமிழகத்திலும் சில யேசுராசாக்கள் மிஞ்சுவார்களா? கோவை ஞானி, ம.இல. தங்கப்பா, பேராசிரியர் தொ. பரமசிவன், கவிஞர் இன்குலாப், கவிஞர் புவியரசு, இராசேந்திர சோழன் எனச் சிலர் மிஞ்சுகிறார்கள்.

***காலச்சுவடு* 122, பிப்ரவரி 2010**

விமர்சனம்

ஒதுக்கிவைத்தல் – பங்கேற்றல் – கொண்டாடுதல்
அவரவர் வாழ்வும் அவரவர் நியாயங்களும்

நாடாளுமன்ற ஜனநாயகத்தில் பங்கேற்பதா? விலகி நிற்பதா? என்று கேள்வியை முன்வைத்து வாக்குச் சாவடி அரசியல் குறித்து நீண்ட விவாதங்களில் ஈடுபட்ட அனுபவங்கள் கொண்டவர் பா. செயப்பிரகாசம் (அதிகாரத்தை நோக்கி வாளும் மயிலிறகுகளும்). அதே தர்க்கங்களோடு, செம்மொழி மாநாட்டைப் புறக்கணிக்க வேண்டும் என்பதற்கான காரணங்களை அடுக்கிக் காட்டியிருக்கிறார். இந்தக் கட்டுரையில் மட்டும் அல்லாமல் அவர் எழுதும் கடிதங்கள், பரிந்துரைக்கும் எழுத்துக்கள் எனப் பலவற்றிலும் இந்தப் பிரச்சாரம் இருக்கவே செய்கிறது. அப்படிச் செய்வதற்கு முழுமையான சுதந்திரம் அவருக்கு உண்டு. அவர் செய்யும் பிரச்சாரத்தை ஏற்பதற்கான காரணங்கள் பலருக்கும் இருப்பது போலவே நிராகரிப்பதற்கும் காரணங்கள் இருக்கின்றன.

இந்த மாநாட்டில் பங்கேற்பதை நான் இன்னும் உறுதி செய்யவில்லை என்றாலும் நிராகரிக்க வேண்டுமெனச் சொல்லப் போவதில்லை. அதிலும் ஈழத்தில் நடந்த யுத்தத்தைக் காரணம் காட்டி இந்த மாநாட்டை நிராகரிக்க வேண்டுமென வாதிடுவதை ஒரு போதும் ஏற்க முடியாது என்றே தோன்றுகிறது. இப்படிச் சொல்வதால் ஈழத்தில் முள்வேலிக்குள் இருக்கும் மனிதர்களின் வேதனையை உணரும் பக்குவம் இல்லை என்று எடுத்துக் கொண்டால் ஒன்றும் சொல்வதற்கில்லை. "சிறுபான்மை இன மக்களின் விடுதலைப் போராட்டமே இலங்கையில் கடந்த 30 ஆண்டுகளாக நடந்தது" என்ற நிலைப்பாட்டில் தமிழ்நாட்டில் இருக்கும் எல்லோருக்கும் எல்லா நேரத்திலும் உடன்பாடான மனநிலையே இருந்தது என்பதைப் பா. செயப்பிரகாசம் உறுதி செய்வாரா? தொடர்ந்து தமிழ்நாட்டு அதிகாரத்தைக் கைப்பற்றுதலின் பகுதியாகவே அப்போராட்டம் வடிவமைக்கப்படவில்லையா? இப்போது ஆளுங்கட்சியும் அதை எதிர்க்க நினைக்கும் கட்சிகளும் செம்மொழி மாநாட்டையும் இலங்கைத் தமிழர் பிரச்சினையையும் எதிரிணையாக வைப்பதிலும் அந்த நோக்கம் இருக்கத்தானே செய்கிறது?

கோவையில் நடக்கவிருக்கும் உலகத் தமிழ்ச் செம்மொழி மாநாட்டால் தமிழ்மொழி, இலக்கிய வளர்ச்சிக்கான

அடித்தளங்கள் உருவாக்கப்படும் அறிகுறிகள் எதாவது தெரிகின்றதா என்றால் அவையும் இல்லை என்றே தோன்றுகிறது. இப்படியான மாநாடுகளில் மொழி வளர்ச்சி, இலக்கிய வளர்ச்சி என்பதான மையக் காரணங்கள் மட்டுமே இருக்க வேண்டுமென நினைப்பதுகூடச் சரியல்ல என்றே தோன்றுகிறது. இதற்கு முன்பு நடந்த உலகத் தமிழ் மாநாடுகளின் விளைவுகள் என்னவாக இங்கே இருக்கின்றன?

கடந்த நான்கைந்து ஆண்டுகளாக நடக்கும் சென்னை சங்கமம் என்னும் பெருநிகழ்வு நாட்டார் கலைகளை வாழவைக்குமா என்று கேட்டால் நிச்சயமாக இல்லை என்றுதான் சொல்வேன். ஆனால் அந்நிகழ்வு திராவிட இயக்கம் சார்ந்த அரசியல்வாதிகளிடமும் படித்த வர்க்கத்திடமும் கிராமிய வாழ்வு சார்ந்த நடவடிக்கைகள் குறித்து இருந்த எதிர்மறை மனோபாவத்தை மாற்றியிருக்கிறது என்பதை மறுக்க முடியாது. அதேபோல நவீன இலக்கியப் படைப்பாளிகளின் இருப்பும் படைப்பு வெளியும் வெகுமக்கள் தளத்திற்குள் உருட்டிவிடப்பட்டுள்ளதன் பின்னணியில் சென்னை சங்கமத்தின் துணை நிகழ்வான தமிழ்ச் சங்கமம் இருக்கிறது என்பதையும் மறுக்க முடியாது.

கடந்த நான்காண்டுகளில் மூன்று முறை தமிழ்ச் சங்கமம் நிகழ்வுகளில் நான் கலந்துகொண்டிருக்கிறேன். கலந்துகொண்ட ஒவ்வொரு முறையும் நாடகம் என்ற எனது விருப்பத் துறை சார்ந்தே அழைக்கப்பட்டேன் என்பது முக்கியம். ஒரு நபர் எந்தத் துறை சார்ந்து இயங்குகிறார் என்பதைக் கண்டுபிடிக்கும் கருவி நமது அரசதிகாரத்தின் கைகளுக்கு வயப்பட்டிருக்கிறது என்ற வகையில் இதை நான் புரிந்துகொள்கிறேன். நான் இயங்கும் துறை சார்ந்து என்னை அழைக்கும்போது அந்த மேடையை நான் பயன்படுத்திக்கொள்வதையும் எனது கருத்துகளைச் சொல்வதையும் விரும்பவே செய்கிறேன்; மறுப்பதில்லை. ஒரு பேராசிரியனாக அது எனது கடமை என்றுகூட நான் நினைக்கிறேன்.

அற்றைத் திங்களில் சிறப்பு விருந்தினராகக் காலச்சுவடு என்னை அழைத்தபோது, இந்துத்துவச் சதியுடன் இயங்கும் மேடை என எச்சரிக்கப்பட்டேன். நான் கண்டு கொள்ளவில்லை. அதைப் போலவே தான் செம்மொழி மாநாடு ஈழத் தமிழர்களுக்குச் செய்த துரோகத்தின் பரிகாரத்திற்குச் செய்யப்படும் சடங்கு என்ற எச்சரிக்கையையும் பார்க்கிறேன். இரண்டிலும் உண்மைகள் இருக்கலாம். இரண்டிலும் கலந்துகொண்டு எனக்கு விருப்பமான நாடகங்கள் – ஊடகங்கள் – கவிதைகள் என்பதாகத்தானே பேசுவேன். நான் என்னை அழித்துக் கொள்ளக் கூடாது என்று

தன்னுணர்வோடு இருக்கும்வரை பெரும் நிகழ்வோ சிறு நிகழ்வோ கலந்துகொள்வதே சரியாக இருக்கும்; இல்லையென்றால் நான் காணாமல் போவேன். நான் இருக்கிறேன் என வருகையைப் பட்டியலில் பதிவுசெய்ய மறுத்தால் நிராகரித்தவன் என்ற அச்சமூட்டும் பட்டியலில் இடம்பெற நேரிடும் வாய்ப்புகளும் உண்டுதானே. நமது அரசுகள் இரண்டு பட்டியலையும் ஒரே நேரத்திலேயே தயாரிக்கும் என்பதும் உண்மை.

நவீன அரசுகள் சார்த்தர் போன்ற அறிவுஜீவிகளின் புறக்கணிப்பிற்குச் செவிசாய்க்கும். கண்கொடுக்கும். ஆனால் நமது காலத்துப் பின்நவீன அரசுகள் ஒரு பா. செயப்பிரகாசத் திற்குப் பதிலாக – ஒரு அ. ராமசாமிக்குப் பதிலாக – ஒரு இன்குலாப்பிற்குப் பதிலாக அவர்களின் சாயல் கொண்ட ஆளுமைகளால் நிரப்பிக்கொள்ளும். உலகத் தமிழ் மாநாடு என்பதற்குப் பதிலாக உலகச் செம்மொழித் தமிழ் மாநாடு என நிரப்பிக்கொள்ளவில்லையா? அதை எல்லாத் தமிழ் மனங்களும் ஏற்றுக்கொள்ளவில்லையா?

அ. ராமசாமி

காலச்சுவடு 123, மார்ச் 2010

கடிதம்

'காலச்சுவடு' பிப்ரவரி 2010 இதழில் வெளியான சூரியதீபனின் கட்டுரை தொடர்பாக – தெளிவு கருதி – இச்சிறு குறிப்பை வரைகிறேன்.

1. சிங்களக் கலைஞர்களின் சரியான பெயர்கள்: பிரசன்ன விதானகே, அசோகா ஹந்தகம.

2. "எல்லாரும் அங்கால போயிற்றாங்க ... நான் போகயில்ல ..." என எழுத்தாளர் குறித்துச் சிலரிடம் கதைத்திருக்கிறேன்.

ஆனால் அவரது கட்டுரையில், "யாழ்ப்பாணத்தில் இப்போது நான் ஒருவன் மட்டுமே இருக்கிறேன்" என நான் தெரிவித்ததாகவுள்ள வரிகள், வேறுவிதமான கருத்தையும் அகங்காரத் தொனியையும் கொண்டுள்ளன.

அ. யேசுராசா, யாழ்ப்பாணம்

காலச்சுவடு 123, மார்ச் 2010

'அதிகாரத்தை நோக்கிய வாளும் மயிலிறகுகளும்'

காலச்சுவடு மாசி இதழில் வெளியான, சூரியதீபனின் 'அதிகாரத்தை நோக்கிய வாளும் மயிலிறகுகளும்' கட்டுரையில் "1970களின் பிற்பகுதியில் பேராசிரியர் கைலாசபதி, கா. சிவத்தம்பி போன்றோர் முதன்மைப்படுத்திய முற்போக்குத் தடங்களைப் பதிவுசெய்த அலை ..." என்று 'அலை' இதழ்பற்றிக் குறிப்பிட்டுள்ளார். இக்குறிப்பீடு, 'அலை' தோன்றிய நோக்கங்களுக்கு முற்றிலும் மாறான பிம்பத்தினை ஏற்படுத்துவதால், 'அலை'யின் இதழாசிரியர்களில் ஒருவன் என்ற வகையில் சில தெளிவுகளை ஏற்படுத்துதல் அவசியம்.

பேராசிரியர் க. கைலாசபதி, பேராசிரியர் கா. சிவத்தம்பி போன்றோர் விமர்சன முறையில் முதன்மைப்படுத்திய, கட்சிசார்ந்த *Left Hand Compliment*க்கு எதிரான தடங்களைப் பதிவுசெய்ததே 'அலை'யாகும். கட்சிசார்ந்த மதிப்பீடுகளுக்கு எதிரான அலை முன்வைத்த கருத்துகளின் விளைவாக பெங்களூரில் இருந்து வெளிவந்த 'படிகள்' என்னும் காலாண்டிதழ் இல : 6 – 7 ஜூன் 1980இல் 'அலை'யில் மிதக்கும் கைலாசபதி என்னும் தலைப்பில் ஒரு கட்டுரையை வெளியிட்டிருந்தது இங்கே குறிப்பிடக்கூடியது. கலை, இலக்கியம் சார்ந்த மதிப்பீடுகளில், பிரகடனங்களுக்கு அப்பால் கலைத்துவக் கூறுகளை முதன்மைப்படுத்த முனைந்த நான்கு இளைஞர்களின் கன்னிக்கூவல் அது.

'அலை'யின் முதலாவது இதழில், ஆசிரியர் குழுவின் கருத்தாக வெளிவந்த, 'இலங்கை சாகித்திய மண்டலப் பரிசு', 'சாகித்திய விழாவும் தமிழும்' ஆகிய குறிப்புகளே 'அலை' பதிக்க முயன்ற தடங்களைச் சுட்டப் போதுமானவை.

ஈழத்தில் தரமான படைப்புகள் வெளிவந்திருந்தும் தரம் குறைந்த படைப்புகளுக்குப் பரிசு கொடுக்கப்படுவதைக் குறிப்பிட்டு, தமிழகத்தின் ஆற்றல்மிகு படைப்பாளிகளாகத் தி. ஜானகிராமன், மௌனி, ஆர். சண்முகசுந்தரம், சுந்தர ராமசாமி, அசோகமித்திரன் ஆகியோர் இனங்காணப்பட்டதில் 'அலை' ஏற்படுத்த முனைந்த தடங்கள் தெளிவாகியுள்ளது. (Galle) காலியில் நடைபெற்ற சாகித்திய விழாவில் இடம்பெற்ற கருத்தரங்குகள், புத்தகக் கண்காட்சி, பரிசு பெற்றவர்களுக்கான சான்றிதழ்கள் ஆகியவற்றில் தமிழ் புறக்கணிக்கப்பட்டதையும்

சாகித்திய மண்டலத் தமிழ்க் குழுவின் பொறுப்பின்மையையும் சுட்டிக்காட்டியுள்ளது. இது 'அலை' அழுத்த முனைந்த சுயத்தின் வெளிப்பாடுமாகும்.

'அலை', காலத்தின் தவிர்க்க முடியாத வெளிப்பாடு. 70களில், அதுவரை நிலவிவந்த அரசியல் அதிருப்தி, இளைஞர் எழுச்சியாக வெளிவந்ததுபோல், இலக்கியப் போக்கின் அதிருப்தி 'அலை'யாக வெளிவந்தது எனக் கொள்ளுதல் தவறான முடிவாகாது.

மு. புஷ்பராஜன்

காலச்சுவடு 125, மே 2010

33

உலகத் தமிழர்களைக் காப்பது யார்?

சூரியதீபன்

இலங்கையின் முள்வேலி முகாம்களுக்குள் அடைக்கப் பட்டிருக்கும் ஈழத்தமிழரின் நிலையை நேரில் கண்டறிவதற்காகத் தமிழகத்திலிருந்து திமுக கூட்டணிக் கட்சியினரின் 10 நாடாளுமன்ற உறுப்பினர்களைக் கொண்ட குழு கடந்த வருடம் இலங்கைக்குச் சென்றது. முள்வேலிகளைச் சுற்றிப் பார்த்துவிட்டு வந்த அவர்களிடம் 'பேசுவதற்காக' இலங்கை ராணுவத்தால் யாழ்நூலக மண்டபத்துக்கு அழைத்துவரப்பட்ட மாணவர்களிடம் பேசிவிட்டுத் திரும்பியபோது குழுவின் தலைவரும் திமுக நாடாளுமன்ற உறுப்பினருமான டி.ஆர். பாலு, "உலகில் உள்ள எட்டுக் கோடித் தமிழருக்கும் கலைஞர்தான் தலைவர். நீங்கள் வேறு ஏதேனும் நினைத்திருந்தால் அதை மாற்றிக்கொள்ளுங்கள்" எனச் சொல்லிவிட்டுப் புறப்பட்டாராம்.

'திராவிட நாடு திராவிடருக்கே!' என வீறாப்பாகத் தொடங்கி, மத்தியில் கூட்டாட்சி; மாநிலத்தில் சுயாட்சி என முதுகு வளைந்து, மத்தியிலும் ஆட்சி, மாநிலத்திலும் ஆட்சி என மண்டியிட்டு, அரசு அதிகாரமே எமது உயிர் என வீழ்ந்து கிடக்கிற ஒரு கட்சியின் தலைவரை, ஈழப் போரின் இறுதிக்கட்டத்தில் சிங்கள ராணுவத்தின் கொடூரமான தாக்குதலால் நிலைகுலைந்து போன தமிழர்கள் தம்மைக் காப்பாற்றுமாறு கதறியபோது, காங்கிரஸ் கட்சியோடு கூட்டுச் சேர்ந்துகொண்டு தன் கபட நாடகங்களால் தமிழ் மக்களை வஞ்சித்த, உலகெங்குமுள்ள தமிழர்களால் துரோகி என வசைபாடப்படுகிற ஒரு கட்சியின் தலைவரை எட்டுக்கோடித் தமிழர்களுக்குமான ஒரே தலைவராக முன்னிறுத்துவதற்குக் கட்சியும் அரசும் நாள்தோறும் 'விழா' நடத்திக்கொண்டிருக்கிறது.

கோட்டைக் கொத்தளங்கள் புதுப்பிக்கப்படுகின்றன. விமர்சகர்கள், எதிர்ப்பாளர்கள் அனைவரும் பல வகைகளில்

சரிக்கட்டப்படுகிறார்கள். மன்னரும் மந்திரிப் பிரதானிகளும் கோலோச்ச நகரின் மையத்தில் தயாராகிக்கொண்டிருக்கிறது புதிய தலைமைச் செயலகம். மன்னர் கோலோச்சும் இடத்தையும் பவனி வரும் இடத்தையும் தூய்மைப்படுத்த, இருக்க இடமற்றுச் சாலையோரங்களிலும் கூவம் நதியின் கொசுக்கள் பிடுங்கும் கரைகளிலும் சாக்கடையோரங்களிலும் அடைக்கலம் தேடியிருந்த லட்சக்கணக்கான விளிம்பு நிலை மக்கள் தம் வாழிடங்களிலிருந்து கண்காணாத இடங்களுக்கு விரட்டப்பட்டுக்கொண்டிருக்கிறார்கள்.

மாசுபடுத்தப்பட்ட நீராதாரங்கள், நதிநீர்ப் பிரச்சினைகள், பன்னாட்டு நிறுவனங்களின் நில அபகரிப்பு முதலான காரணங்களால் நலிந்து போயுள்ள விவசாயச் சமூகம் பிழைப்புக்காக நகரங்களை நோக்கிப் படையெடுத்துக்கொண்டிருக்கின்றது. நெசவு முதலான பாரம்பரியக் கைத்தொழில்கள் கிட்டத்தட்ட அழிவின் விளிம்பில். மன்னர் பாராட்டு விழாக்களில் திளைத்துக்கொண்டிருக்க இளவரசர்களும் இளவரசிகளும் திருவீதி உலாக்களில் ஏழைகளுக்கு ஒரு ரூபாய் அரிசியையும் இலவச வண்ணத் தொலைக்காட்சிப் பெட்டியையும் வழங்கிப் பெருமை தேடிக்கொண்டிருக்கிறார்கள்.

ஏழைபாழைகளுக்கு இலவச வண்ணத்தொலைக்காட்சிப் பெட்டி. பேராசிரியர்களுக்கும் அறிவுத் துறையினருக்கும்? வாழ்த்துப் பாக்கள் பாடவும் ஆரத்தி எடுக்கவும் அறிஞர்களுக்கும் ஒரு வாய்ப்பு வேண்டாமா? அதற்குத்தான் தமிழ்ச் செம்மொழி மாநாடு.

கோவை தமிழ்ச் செம்மொழித் தமிழ் மாநாடு பற்றி இடையறாது வெளியாகிக்கொண்டிருக்கும் அறிவிப்புகளை வரிசைப்படுத்திப் புரிந்துகொள்வதற்கே தமிழர்கள் திணறிக்கொண்டிருக்கிறார்கள். மாநில அரசின் அதிகாரிகள், அமைச்சர்களில் பாதிப் பேருக்கு மாநாட்டை நடத்தி முடிக்கும்வரை ஊண் உறக்கம் இல்லை. (மீதிப் பேருக்குப் புதிய தலைமைச் செயலகக் கட்டடத்தை மார்ச் 13ஆம் தேதிக்கு முன்பாகக் கட்டி முடித்து முதல்வர் கையில் ஒப்படைத்தாக வேண்டிய கட்டாயம்) மாநாடு முடிவுபெற்ற பின்னர் மன்னர் இருக்கையைக் காலிசெய்தால் "அன்னைக்கு மகுடம் சூட்டிட, காத்திருந்தார் தமிழ்மகன்; சூட்டியதும் மகுடம் துறந்தார்" எனத் தமிழ்ப் பேரறிஞர்களும் கவிஞர்களும் நாக்கில் வார்த்தைகளை வைத்துக்கொண்டு காத்திருக்கிறார்கள். யாழ் மண்டபத்தில் பாலு சொன்ன வாசகங்களை 'உண்மையாக்கும் முன்னெடுப்புக் காரியங்கள்தாம் இவை. ஒரு லட்சம் தமிழ் உயிர்களுக்குப் பதிலாய், ஒரு லட்சம் புகழ் மொழிகளா?

முதல்வருக்குப் புகழாரம் சூட்டத் தமிழ்ப் பேரறிஞர்கள் முண்டியடித்துக்கொண்டிருக்கும் அதே கோவை மாநகரில் பிப்ரவரி, 6, 7 நாட்களில் ப. கிருஷ்ணசாமியின் தலைமையிலான புதிய தமிழகம் கட்சியின் சார்பாக 'உலகத் தமிழர் பாதுகாப்பு மாநாடு' நடைபெற்றதை ஆளும் திமுக அரசோ முதல்வர் கருணாநிதியோ வரவேற்பார்கள் என எதிர்பார்ப்பது பேதமை. கருணாநிதியின் உலகத் தமிழ் நாயகன் பட்டத்தைக் கேள்விக்குள்ளாக்கும் ஒரு நிகழ்வு அது.

- தமிழ்நாட்டில் ஆட்சி மொழி, பயிற்று மொழி, நீதிமன்ற மொழி ஆகிய அனைத்து நிலைகளிலும் தமிழ் புறக்கணிக்கப்படுகிறது.

- மொழிவாரி மாநிலங்கள் உருவாகி 50 ஆண்டுகளுக்குப் பின்னரும், தமிழகத்தின் அடிப்படை நீராதாரப் பிரச்சினைகளான காவிரி, முல்லைப் பெரியாறு, பாலாறு தொடர்பான சிக்கல்களுக்குத் தீர்வு காணப்படவில்லை.

- தமிழகத்தின் அங்கமாக விளங்கிய கச்சத்தீவு தமிழக மக்களின் விருப்பமின்றி இலங்கைக்குத் தாரை வார்க்கப்பட்டதன் விளைவு, தமிழக மீனவர்களின் உயிரும் வாழ்வாதாரங்களும் கடுமையாகப் பாதிக்கப்பட்டுள்ளன.

- தமிழ்நாட்டில் வாழும் லட்சக்கணக்கான மக்களுக்கு வீட்டுமனை இல்லை. எனினும் பன்னாட்டு நிறுவனங்களுக்காக ஆயிரக்கணக்கான ஏக்கர் விவசாய விளைநிலங்கள் கையகப்படுத்தப்படும் செயல் வேகவேகமாக நடந்து வருகிறது.

- வேலை தேடி இலங்கை, பர்மா, இந்தோனேசியா, மலேசியா, சிங்கப்பூர், ஆஸ்திரேலியா, பிஜி, தென் ஆப்பிரிக்கா போன்ற நாடுகளுக்கு இடம்பெயர்ந்துள்ள தமிழர்களும், மும்பை, பெங்களூர், தில்லி போன்ற பெரு நகரங்களிலும் வசிக்கும் தமிழர்களும் சுய அடையாளங்களோடு சுதந்திரமாக வாழ முடியாத பாதுகாப்பற்ற நிலை.

- இருபத்தியோராம் நூற்றாண்டின் மிகப் பெரிய மனித உரிமை மீறல் என வர்ணிக்கப்படும் ஈழப்போரின் இறுதிக்கட்டத்தில் லட்சக்கணக்கான தமிழ் மக்கள் கொன்றொழிக்கப்பட்ட பின்னர் முள்வேலி முகாம்களுக்குள் வதைபடும் மூன்று லட்சம் தமிழர்களின் நிராதரவான நிலை. பதினைந்து லட்சம் ஈழத் தமிழர்கள் உலகெங்கும் அகதிகளாகத் தவிக்கும் அவலம்

என்பன போன்ற பிரச்சினைகளைக் கவனப்படுத்தும் துண்டறிக்கை ஒன்றின் மூலம், தமிழர்களை மீட்டெடுக்கவும் ஈழத் தமிழர்களின் பிரச்சினைகளுக்கு நிரந்தரமான அரசியல் தீர்வு காணவும் வலியுறுத்திக் கோவையில் 2010 சனவரியில் உலகத் தமிழர் பாதுகாப்பு மாநாடு நடத்தப்பெறும் என அறிவித்தது புதிய தமிழகம். எட்டுக்கோடித் தமிழர்களுக்கும் ஒரே தலைவராகக் கருணாநிதி முடிசூடிக்கொண்டுவிட்ட பிறகு இப்படியொரு மாநாட்டை நடத்த யாராவது முனைந்தால் அதைத் தமிழினத் தலைவரின் தலைமையிலான தமிழக அரசு எப்படி எதிர்கொள்ளும் என்பது யூகிக்க முடியாததல்ல.

உலகத் தமிழர் பாதுகாப்பு மாநாட்டுக்கான இலச்சினை அக்டோபர் 29இல் வெளியிடப்பட்டது. 2009, அக்டோபர் 17இல் அறிவிப்பை வெளியிட்ட அமைப்பாளர் கிருஷ்ணசாமி செய்தியாளர் கூட்டத்தில் போர்க்குற்றங்களுக்காக "இராசபக்சேயைக் குற்றவாளிக்கூண்டில் நிறுத்துவோம்" என அறிவித்தார்.

ஒன்பதாவது உலகத் தமிழர் மாநாட்டை சனவரி 21இல் நடத்துவதென செப்டம்பர் மத்தியில் கருணாநிதி அறிவித்தார். உலகத் தமிழ் மாநாடு பற்றிய அறிவிப்பு வந்ததும் எதிர்வினையாற்ற சமூக அக்கறையுடைய படைப்பாளிகள் 23.09.2009இல் அறிவிப்புச் செய்து, 29.09.2009 அன்று கூடித் தமிழ்ப் படைப்பாளிகள், உணர்வாளர்கள் கூட்டமைப்பை உருவாக்கிக்கொண்டார்கள். அதிகாரத்தின் முன் பணிந்தும் அங்கீகாரத்துக்கு வளைந்தும் போய்விட்ட தமிழ் மேதமைகள், கலை, இலக்கியவாதிகள், அரசியலாளர்களைப் போல் அல்லாமல் அந்த அமைப்பு தன் எதிர்ப்பைத் தெரிவிக்க உறுதி பூண்டது.

உலகத் தமிழ் ஆராய்ச்சிக் கழகத்தின் தலைவர் நொபுரு கராஷிமா ஆராய்ச்சி மாநாட்டுக்குரிய கால அவகாசம் இல்லையெனக் கூறி ஒப்புதல் அளிக்கவில்லையாதலால், ஒன்பதாவது உலகத் தமிழ் மாநாட்டுக்குப் பதிலாக, முதலாவது செம்மொழித் தமிழ் மாநாடு நடைபெறும் என முதல்வர் கருணாநிதி மறுபடியும் தன்னிச்சையாக அறிவித்தார். செம்மொழி மாநாட்டுக்குப் போட்டியாக, தன் துரோகங்களை அம்பலப்படுத்தும் விதமாக இப்படியொரு மாநாட்டை நடத்தத் துணிந்தவர்களைப் பார்த்துக்கொண்டு சும்மா இருப்பாரா தமிழினத் தலைவர்?

மாநாட்டை நடத்தவிடாமல் செய்வதற்கு மாவட்ட நிர்வாகமும் திமுகவும் இணைந்து இரட்டைக் குழல் துப்பாக்கிகள் போல் செயல்பட்டன.

மாநாடு நடத்துவதற்கான அனுமதி கோரும் விண்ணப்பம் இரண்டு மாதங்களுக்கு முன்னரே கோவை மாநகர ஆணையரிடம் கொடுக்கப்பட்டது. சனவரி 15இல் காவல் துறை ஆணையர் அந்த மாநாட்டுக்கு அனுமதியளிக்க மறுத்தார். கருத்துரிமைக்கெதிரான அரசின் இந்த நடவடிக்கையை எதிர்த்து மாநாட்டு அமைப்பினர் நீதிமன்றம் சென்றனர். மாநாட்டுத் தேதிக்கு 6 நாட்களே இருந்தநிலையில் ஆணையரின் தடையை ரத்து செய்த உயர்நீதிமன்றம் மறுபடியும் விண்ணப்பிக்குமாறு மாநாட்டு அமைப்பாளர்களுக்கு வழிகாட்டியது. நீதிமன்ற வழிகாட்டுதலின்படி பிப்ரவரி முதல் நாள் அதே மாநகர காவல் துறை ஆணையரிடம் மீண்டும் விண்ணப்பித்தது அமைப்பு. பிப்ரவரி நான்காம் தேதி மாநாடு நடைபெறுவதற்கு இரண்டே இரண்டு நாட்கள் எஞ்சியிருக்கையில் அனுமதி அளிக்கப்பட்டது.

இரண்டொரு நாட்களில் மாநாட்டு ஏற்பாடுகளைச் செய்து முடிக்க வேண்டிய நெருக்கடிக்குட்படுத்தப்பட்டனர். அழைப்பிதழ் அச்சிடக்கூட அவகாசமில்லை. நிகழ்ச்சி நிரலைத் தட்டச்சு செய்துதான் செய்தியாளருக்கு வழங்கினார்கள். திட்டமிட்டிருந்தபடி அரங்கமேடையின் பின்புலத்தில் இலச்சினையைப் பொருத்த முடியவில்லை. உரிய அவகாசமின்மை காரணமாகக் காகிதத்தில் வரைந்த கொடியைத் துணியில் ஒட்டி ஏற்றினார்கள்.

தமிழ்த் தேசிய உணர்வாளர்கள் நடத்தும் கூட்டங்கள், கருத்தரங்கங்கள், பேரணிகள், மாநாடுகளுக்கு அனுமதி மறுக்கப்படுவதும் நீதி மன்றத்துக்குச் சென்று தடைநீக்கி ஆணை பெறுவதும் தமிழகத்தில் வழமுறையாகிவிட்டது. மலிவான தந்திரங்கள் மூலம் விமர்சகர்களின் குரல்வளையை நசுக்கும், இரும்புக் கரங்கள் கொண்டு எதிர்ப்புகளை ஒடுக்கும் இத்தகைய தந்திரமான அரசியல் கலாச்சாரத்தின் சூத்திர தாரிகளாக இன்று அதிகாரத்திலிருக்கும் திமுக முன்பு இதே வகையான ஒடுக்குமுறைகளுக்குள்ளானது இப்போது பழைய வரலாறாகிவிட்டது.

“தடைசெய்யப்பட்ட இயக்கங்களைப் பற்றிப் பேசுவது, எழுதுவது, விவாதிப்பது குற்றமல்ல; அவ்வாறான இயக்கங்களுக்கு ஆயுதங்கள் வழங்குவதே குற்றம்” என்னும் உச்சநீதிமன்றத் தீர்ப்புக்குப் பின்னும், மாநாட்டு அரங்கில் வைக்கப்பட்டிருந்த பிரபாகரன் படம் பொறித்த பனியன்கள், நாட்காட்டிகள், ஈழம் பற்றிய குறும்படங்கள் ஆகியனவற்றைப் பறிமுதல் செய்து மூவரைக் கைதுசெய்து சிறையிலடைத்தது காவல் துறை. மதுரையிலுள்ள கருத்துப் பட்டறை வெளியிட்ட *காவிரி*

நடுவர் மன்றத்தீர்ப்பு, முல்லைப் பெரியாறு உச்சநீதிமன்றத் தீர்ப்பு, மார்க்சின் பொருள் முதல் வாதம், ஏங்கெல்ஸின் குடும்பம் அரசு தனிச்சொத்து, அரசு ஆகியவற்றின் தோற்றம், அ. மார்க்ஸ், ஷோபாசக்தி குழுவினரின் ஈழப் போராட்டத்துக்கு எதிரான பரப்புரைகளுக்கு எதிர்வினையாக வெளியிடப்பட்ட அவதூறுகளை முறியடிப்போம் என்ற தொகை நூல் போன்றவற்றையுங்கூடப் பறிமுதல் செய்தது காவல் துறை. நக்கீரன், ஜூனியர் விகடன், குமுதம் ரிப்போர்ட்டர், ஆனந்த விகடன் போன்ற இதழ்களில் தவறாமல் பிரபாகரனின் படங்கள் இடம்பெற்றுக்கொண்டிருக்கின்றனவே அவற்றைப் பறிமுதல் செய்வீர்களா எனக் கேள்வி எழுப்பிய இளம் வழக்குரைஞர் கலையரசன் மீதும் பேரா. தமிழ்வாணன் மீதும் வழக்குப் பதிவுசெய்யப்பட்டது.

ஒன்பதாவது உலகத் தமிழ் மாநாடு என்று அறிவித்ததிலிருந்து, முதலாவது செம்மொழித் தமிழ் மாநாடுவரை தம் எதிர்ப்பைத் தொடர்ந்து பதிவுசெய்து வரும் தமிழ்ப் படைப்பாளிகள், உணர்வாளர்கள் கூட்டமைப்பினர், “எலும்புக் கூடுகள்மீதும், நடை பிணங்கள்மீதும் நடக்க இருக்கிறது முதலாவது செம்மொழித் தமிழ் மாநாடு” என்ற வாசகங்கள் அச்சிடப்பட்ட துண்டுப் பிரசாரத்தை விநியோகித்தனர். அவற்றைப் பறிமுதல் செய்ததோடு ‘அரசுக்கு எதிராக அனுமதி பெறாமல் துண்டுப் பிரசுரம் விநியோகித்ததாய் வழக்குத் தொடுத்துள்ளனர்.

இந்தத் தடைகளையெல்லாம் மீறி வாழ்வுரிமை, மண்ணுரிமை, மனித உரிமை, அரசியல் உரிமை ஆகியவற்றை நிலைநாட்டித் தமிழ் மக்களைப் பாதுகாத்திட உலகத் தமிழர் பாதுகாப்புச் செயலகம் ஒன்றை அமைத்திட வேண்டும் என்ற புதிய புரிதலுக்கு வந்திருந்தார்கள் மாநாட்டுக் குழுவினர். வயிற்றுப் பிள்ளையைக் காக்க, கர்ப்பிணித் தாயை ஊட்டம் கொடுத்துப் பேண வேண்டும். தாயைப் பேணாதபோது, எலும்பும் தோலுமான நோஞ்சான் பிள்ளைதான் பிறக்கும். தமிழர்களைச் சிதைத்துவிட்டுத் தமிழை வளர்ப்பது எப்படி என்ற ஆதாரமான கேள்விக்கு விடை தராமல் செம்மொழித் தமிழ் மாநாடு நடத்தும் பெருமிதத்தில் இருக்கிறார் கருணாநிதி.

“தமிழ்மக்களின் பாதுகாப்பை உறுதிசெய்ய எவருடைய தயவுமின்றி, நமக்குள் இருக்கிற அனைத்து வேறுபாடுகளையும் துறந்து இணைந்து செயல்படுவோம்” என்னும் முழக்கத்துடன் மாநாட்டுத் தலைவர் கிருஷ்ணசாமி தொடக்க உரையாற்றினார். அவரது நிறைவுரையும் இக்கருத்தையே வலியுறுத்தியது. தமிழர்கள் பாதுகாக்கப்பட ‘சாதி மறுப்போம், மதம் மறுப்போம்; கட்சி

மறுப்போம்' என்று சொல்கிற சுயபரிசோதனை முயற்சியாக இந்தப் பிரகடனம் அமைந்தது.

உலகத் தமிழர் அனைவரின் பாதுகாப்பும் அதற்கான முழுப்பொறுப்பும் தன்மேல்தான் ஏற்றப்பட்டிருப்பதாக எண்ணுகிற கருணாநிதியின் புனைவுகள் இந்த மாநாட்டால் உடைபட்டிருக்கின்றன. அவ்வாறு கருதித் தம் தலைவரைப் புகழ் உச்சியில் உப்பவைத்துக்கொண்டிருக்கும் அறிஞர் குழாத்தின் பெருமைகளும் சிதைந்திருக்கின்றன. இதன் காரணமாகவே இந்த மாநாட்டை இருட்டடிப்புச் செய்ய அனைத்து யுக்திகளையும் அரசோடு இணைந்து மேற்கொண்டது திமுக. அந்த யுக்திகளில் சில,

- மாநாட்டுத் தேதிக்கு முந்தைய நாளான பிப்ரவரி 5ஆம் தேதி கோவையில் பள்ளி மாணவிகளை அணிவகுக்கச் செய்து செம்மொழி மாநாட்டு விழிப்புணர்வுப் பேரணி ஒன்றை நடத்தியது அரசுத் தரப்பு.
- மாநாடு நடைபெற்ற அன்று கோவையிலிருந்து ஊட்டி வழியாக ஆயிரம் கி.மீ. தூரத்திற்கு 'மோட்டார் வாகன' பிரச்சார அணிவகுப்பைத் தொடங்கிவைத்தது.
- மாநாடு நடைபெற்ற அதே நாட்களில் கோவையை அடுத்துள்ள திருப்பூரில் கனிமொழி, ஜெகத் கஸபார் இணைந்து வழங்கிய "நம்ம சங்கமம்".
- இரண்டாவது நாள் மாநாட்டின் போது கோவையில் ஏற்பாடு செய்யப்பட்ட சிறுத்தை தொல். திருமாவளவனின் நிகழ்ச்சிக்கு முக்கியத்துவம் கொடுத்து வெளியிட்டதன் மூலம் ஊடகங்கள் தம் பங்கைச் சிறப்பாக ஆற்றின. (அரசு விளம்பரங்கள் இல்லாமல் எப்படிப் பத்திரிகை நடத்துவதாம்?)

இவை ஒரு பக்கம் இருக்க மாநாட்டு ஏற்பாட்டாளர்கள், அதன் ஆலோசனைக் கூட்டத்திற்கு ஒத்த கருத்துடைய தமிழ்த் தேசிய சக்திகளை அழைக்கவில்லை. கிருஷ்ணசாமியிடம் தம்மை முன்னிறுத்தும் போக்கு வெளிப்பட்டதாகக் குற்றம்சாட்டி மற்றவர்கள் விலகி நின்றனர். எல்லாச் சக்திகளையும் இணைக்கும் ஐக்கிய முன்னணிச் செயல்திட்டம் பெயரளவுக்குக் கூடக் கைகூடவில்லை.

பழ. நெடுமாறன், கொளத்தூர் மணியரசன், காசி ஆனந்தன், சீமான் போன்றோர் அழைக்கப்படக் கூடாது என்னும் காவல் துறை ஆணையர் வாய்மொழியாக வழங்கிய நிபந்தனையை அப்படியே ஏற்றுக்கொண்டார்கள் மாநாட்டு ஏற்பாட்டாளர்கள்.

மலேசியப் பேராளர்கள் மட்டுமே (80பேர்) வருகை தந்திருந்தார்கள்; அறிவிக்கப்பட்டவாறு பிற நாடுகளிலிருந்து பேராளர்கள் எவரும் பங்கேற்கவில்லை. குறிப்பாக, ஈழத்திலிருந்து எவரும் வரவில்லை.

மூன்று நாட்கள் முன்புதான் அனுமதி கிடைத்ததென்றாலும், அழைப்பிதழ், பதாகைகள், விளம்பரம் போன்று முன்கூட்டிய பணிகள் செய்யப்பட்டிருக்க வேண்டும். திட்டமிடலும் பொறுப்பும் பகிர்ந்தளிக்கப்பட்டிருக்க வேண்டும். திட்டமிடல், பணிமேற்கொள்ளல், முடிவுகளைச் செயல்படுத்தல் என்பனவற்றைத் துணை சக்திகளை இணைத்துக்கொண்டு மேற்கொள்வதே தலைமைப் பண்பு. எழுத்துலக அறிவுஜீவிகளை மட்டுமே நம்பியிருக்க வேண்டுமா? அவர்கள் எந்த எல்லைவரை வருவார்கள் என்ற விசயம் எல்லோரும் அறிந்ததுதான்.

சாதி, மதம், கட்சி போன்ற தன்னிலைகளைக் கடந்து தமிழராய் இணைவோம் எனத் தீர்மானித்திருந்தாலும், இந்தத் தன்னிலைகளை நோக்கி இழுத்துச்செல்கிற தேர்தல் தன்னிலையைக் கடக்காமல் உலகத் தமிழர் பாதுகாப்பு சாத்தியமில்லை. கடந்த நாடாளுமன்றத் தேர்தலில் பங்கேற்ற ஈழ விடுதலை ஆதரவுக் கட்சிகள் எல்லாமும் எங்கெங்கு எப்படிப் போய் யார் யாருடன் அடைக்கலம் தேடினார்கள் என்பது முகத்திலடிப்பது போன்ற ஒரு வரலாற்றுச் சாட்சியம்.

***காலச்சுவடு* 123, மார்ச் 2010**

34

செங்குருதி காயுமுன் செம்மொழி மாநாடா?

மூத்த தமிழறிஞர் ம.இலெ. தங்கப்பா அறிக்கை

ஈழத் தமிழ் மக்கள் இழந்துபோன விடுதலையை மீண்டும் பெறுவதற்காக நடத்திய போர், கொடிய இனவெறியும் அரசியல் தன்னலச் சூழ்ச்சியரும் இந்தியத் தமிழ்ப் பகைக் கும்பல்களும் கூட்டுச் சேர்ந்து மேற்கொண்ட சூழ்ச்சிகளால் ஒழிக்கப்பட்டுவிட்டது. உலக நாடுகள் பேசும் மாந்த நேயமும் மக்கள் உரிமையும் எங்கோ போய் ஓடி ஒளிந்துகொண்டன.

உலகின் மிகப் பெரிய மாந்தப் பேரவலம் என்றுதான் இதனைக் கூற வேண்டும். 80,000க்கும் மேற்பட்ட ஈழத் தமிழர் கொல்லப்பட்டு, இன்றும் 30,000 தமிழர்கள் முள்வேலிச் சிறைக்குள் முடக்கப்பட்டுச் சொல்லொணா அவலத்தில் ஆழ்ந்து கிடக்கின்றனர். உலகிலேயே இதுவரை எங்கும் எப்பொழுதும் நடந்திராத கொடுமைகளும் இழிவுகளும் அவர்கட்கு இழைக்கப்படுகின்றன. இட்லர் காலத்தில் யூதர்களும்கூட இவ்வளவு துன்பம் அடைந்ததில்லை. அவர்கள் கொல்லப்பட்டார்களே தவிர, உடலாலும் உள்ளத்தாலும் இவ்வளவு கொடுமைகட்கும் இழிவுகட்கும் ஆளானதில்லை. மாந்த இனமே கொதித்தெழ வேண்டிய பேரவலம். ஆயினும் மிகக் கொடிய, இரக்கமற்ற, மாந்தநேயமற்ற கல் நெஞ்சங்களும் அரசியல் சூழ்ச்சிகளும், தன்னல வெறிகளும் இனப்பகைமையும் இதன் பின்னிருந்து வேலை செய்வதால் உலகமே வாய்மூடிக்கிடக்கின்றது. இந்த அவலத்தை நீக்குவதற்கு எந்த முயற்சியும் மேற்கொள்ளப்படவில்லை. இந்த நிலையில்தான் இன்று உலகத் தமிழ்ச் செம்மொழி மாநாடு ஒன்றை நடத்தப்போவதாகத் தமிழக முதல்வர் அறிவித்துள்ளார்.

உரோம் நகரம் தீப்பற்றி எரிகையில் நீரோ மன்னன் யாழ் மீட்டிக்கொண்டிருந்தான் என்று வரலாறு கூறும். ஈழநெருப்பு

இன்னும் அவியவில்லை. இங்கோர் ஆரவார மாநாடு கூட்டப்படவிருக்கின்றது. உலக முதல் தமிழ்ச் செம்மொழி மாநாடு என்று பெயர் சூட்டப்பட்டிருக்கும் இது தமிழ்நலம் கருதி மேற்கொள்ளப்படவில்லை. உள்நோக்கம் கொண்டு அறிவிக்கப்பட்டுள்ளது.

ஈழத் தமிழர் விடுதலைப் போரில் தோல்வி அடைந்ததற்குக் காரணமே இந்திய அரசு தன் தமிழின வெறுப்பாலும் அரசியல் சூழ்ச்சிகளாலும், சிங்களன் தொடங்கிய போரைத் தானே முன்னின்று நடத்தியதுதான். இவ்வாறு இந்திய அரசு ஈழத் தமிழரை ஒழிக்க முன்வந்ததற்கு ஏற்பட்ட துணிச்சல் தமிழக முதல்வர், இந்திய அரசுக்கு நூற்றுக்கு நூறு துணை நின்றதால் வந்ததுதான். தமிழக முதல்வர் நினைத்திருந்தால் இந்திய அரசு ஈழப்போரில் சிங்களனுக்கு உதவாமல் தடுத்து நிறுத்தியிருக்க முடியும். தமிழக முதல்வர் நடுவணரசில் தாம் பெறும் சொந்த நலன்களுக்காக ஈழத் தமிழினத்தை இந்திய அரசுக்குக் காட்டிக் கொடுத்துவிட்டார் என்று உலகமே பேசுகின்றது. தமிழக முதல்வரின் இனவுணர்வற்ற, இரக்கமற்ற காட்டிக்கொடுப்பும் இரண்டகத் தன்மையும் இன்று பலராலும் பழித்துரைக்கப்படுகின்றன. போருக்குப் பின்பும் முள்வேலிக்குள் முடக்கப்பட்டுக் கிடக்கும் முப்பதாயிரம் தமிழரைக் காப்பாற்றுவதில்கூடத் தமிழக முதல்வர் அக்கறை காட்டவில்லை. இந்திய அரசோடு சேர்ந்து கொண்டு போலிக் குழுக்களை இலங்கைக்கு விடுத்துச் சிங்கள அரசின் கொடுஞ் செயல்களை மூடி மறைப்பதிலும் பூசிமெழுகுவதிலுமே முன்னின்றார். சிங்களனின் கையாளாகவே செயல்பட்டார். வரலாற்றிலிருந்து இந்த உண்மையை மறைக்க முடியாது.

இந்த நிலையில்தான் செம்மொழி மாநாடு அவரால் அறிவிக்கப்பட்டுள்ளது. ஈழ மக்கள் விடுதலையை அழித்ததில் தம் பெயர் கெட்டுப்போன நிலையில் மக்களைத் திசைதிருப்பும் நோக்கத்துடன்தான் இது அறிவிக்கப்பட்டுள்ளது. தம் பெயரைக் காப்பாற்றிக்கொள்ள முதலில் இவர் நடத்த விரும்பியது முன்பு மூன்றுமுறை தமிழகத்தில் நடந்தது போன்ற மற்றோர் உலகத் தமிழ் ஆராய்ச்சி (ஆரவார) மாநாட்டைத்தான். ஆராய்ச்சி நிறுவனத் தலைவர் அதற்கு ஒத்துழைப்பு நல்காமையால், அதை நடத்திப் படம் காட்ட முடியாத நிலையில், தம் அதிகாரத்துக்குட்பட்ட செம்மொழி மாநாட்டை இப்போது அறிவித்துள்ளார்.

‘உள்ளத்தின் அருள் உணர்வால், மக்கள் நேயத்தால் மேற்கொள்ளப்படும் செயல்களே உண்மைச் செயல்கள். பிறவெல்லாம் போலி’ என்கின்றார் திருவள்ளுவர். எண்ணத்தில் தெளிவில்லாதவன் எப்படி மெய்ப்பொருளைக் காண முடியாதோ

அப்படியே உள்ளத்தில் அருள் உணர்வு இல்லாதவன் அறம் செய்ய முடியாது என்கின்றார்.

தெருளாதான் மெய்ப்பொருள் கண்டற்றால், தேரின்
அருளாதான் செய்யும் அறம் (கு.249)

என்பது திருக்குறள்.

தமிழக முதல்வரின் அருள் உள்ளம் எப்படிப்பட்டதென்பதை ஈழ மக்கள் விடுதலைப் போரில் அவர் ஆற்றிய அரும்பணி காட்டிக்கொடுத்துவிட்டதே. அந்த 'அருள் உள்ளம்' தான் செம்மொழி மாநாட்டையும் அறிவித்துள்ளது. இதிலிருந்தே மாநாடு எப்படி எப்படி நடக்கும். என்ன என்ன பேசப்படும் என்பதை நன்கு தெரிந்துகொள்ளலாம். பூச்சும் புனைவுகளும் வெளிப்பகட்டும் விளம்பரமும் அங்குக் களிநடம் புரியும் என்பதை மறுக்க முடியுமா? தமிழுக்குச் செய்ய வேண்டிய அடிப்படை ஆக்க வேலைகள் இன்னும் செய்யப்படவில்லை. தமிழகத்திலேயே தமிழ் கட்டாயப் பாடமாக இல்லை. தமிழ் பயிற்று மொழியாக இல்லை. ஆட்சி மொழியாகவும் இல்லை. தேவையற்ற ஆங்கில வெறியும் ஆங்கில வாணிகமும் தலைவிரித்தாடிக் கொண்டிருக்கின்றன. வேற்று மொழியாளரின் வேட்டைக் காடாகத் தமிழகம் கிடந்து கொடிய சுரண்டல்கட்கு உட்பட்டு உழல்கின்றது. உயிர் நிலையான அடிப்படை வேலைகள் எல்லாவற்றையும் செய்யாமல் வெறும் பகட்டான மேற்பூச்சு வேலைகளிலேயே ஈடுபட்டுவருவது தமிழக முதல்வரைப் பல்லாண்டுக் காலமாய்ப் பிணித்துள்ள ஒரு பெருநோய் எனலாம். இப்பெருநோயின் மற்றோர் அறிகுறிதான் நடக்கவிருக்கும் செம்மொழி மாநாடு என்பதில் கடுகளவும் ஐயமில்லை!

நன்றி: www.thenseide.com

காலச்சுவடு 123, மார்ச் 2010

35

உலகத் தமிழ்ச் செம்மொழி மாநாடு: தீதும் நன்றும்
தேவிபாரதி

கோவையில் கடந்த ஜூன் 23 தொடங்கி 27 வரை நடந்து முடிந்த முதலாவது உலகத் தமிழ்ச் செம்மொழி மாநாடு முதல்வரும் திமுக தலைவருமான கருணாநிதியைப் பொறுத்தவரை வரலாற்று முக்கியத்துவம் வாய்ந்த நிகழ்வு என்பதில் சந்தேகமில்லை. ஏறத்தாழ 370 கோடி ரூபாய் செலவில் மிக ஆடம்பரமாக நடத்தப்பட்ட இம்மாநாடு தமிழக மக்களுக்கும் திமுகவினருக்கும் ஒரு முக்கியமான செய்தியைச் சொல்லியிருக்கிறது. ஆட்சியிலும் கட்சியிலும் உச்ச அதிகாரம் பெற்றவர்களாகக் கருணாநிதியும் அவரது குடும்ப உறுப்பினர்களுமே நீடித்திருக்க முடியும் என்பதுதான் அது. திமுகவினர் இந்த உண்மையைச் சில பத்தாண்டுகளுக்கு முன்னரே ஏற்றுக்கொண்டுவிட்டனர். கருணாநிதி குடும்பத்தினரின் இந்த மேலாண்மையைத் தமிழக மக்களை, குறிப்பாக வாக்காளர்களை, ஏற்றுக்கொள்ளச் செய்வதுதான் இந்த மாநாட்டின் முக்கிய நோக்கம்.

கொங்கு மண்டலத்தில் பலவீனமாக உள்ள கட்சியின் செல்வாக்கை உயர்த்துவதற்காகவே இந்த மாநாடு கோவையில் நடத்தப்படுகிறது என்னும் விமர்சனங்கள் பல்வேறு தரப்பினரால் முன்வைக்கப்பட்டன. தேர்தல்களை எதிர்கொள்வதற்குக் கொங்கு மண்டலத்தில் அழகிரியைப் போன்ற 'உறுதி'யான தலைமை எதுவும் இல்லாத நிலையில் மக்களின் 'மனங்களை' வென்றெடுப்பது தவிர திமுகவுக்கு வேறு வழியில்லை. மாநாட்டை முன்னிட்டுக் கோவை மாவட்டத்தில் பல்வேறு வளர்ச்சிப் பணிகள் மேற்கொள்ளப்பட்டன. அதிமுகவின் கோட்டையாகக் கருதப்படும் கோவை மாநகராட்சிப் பகுதியின் உள்கட்டமைப்பை

மேம்படுத்தவும் சாலைகள் அமைக்கவும் புதைமின்வடம் அமைக்கவும் செம்மொழிப் பூங்கா நிறுவவும் பல கோடி ரூபாய் அரசு நிதி செலவிடப்பட்டுள்ளது. முதல்வர், துணை முதல்வர், மாநிலங்களவை உறுப்பினர் கனிமொழி ஆகியோரது நேரடி மேற்பார்வையில் அமைச்சர்கள், சட்டமன்ற நாடாளுமன்ற உறுப்பினர்களால் கண்காணிப்புக்குட்படுத்தப்பட்ட அதிகார வர்க்கத்தால் அவசர அவசரமாக மேற்கொள்ளப்பட்ட இப்பணிகள் கடந்த சில வருடங்களில் இடைத்தேர்தல்கள் நடைபெற்ற தொகுதிகளில் மேற்கொள்ளப்பட்ட 'வளர்ச்சிப் பணிகளை' நினைவூட்டக்கூடியவை. (இந்த அவசரத்தில் குடிசைமாற்றுவாரியத்தால் கோவையின் ஏரிப்பகுதியொன்றில் கட்டப்பட்ட அடுக்குமாடிக் குடியிருப்புகளில் சில மண்ணில் புதையுண்டதையடுத்து இடித்துத் தள்ளப்பட்டன.) உலக அளவிலான ஒரு மாநாடு கூட்டப்படும்போது கட்டமைப்பு வசதிகளை மேம்படுத்துவது இயல்பான ஒன்றுதான். ஆனால் இது போன்ற பணிகளை மேற்கொள்வதற்கு அரசு ஒரு இடைத்தேர்தலுக்காகவோ மாநாடு போன்ற கொண்டாட்டங்களுக்காகவோ காத்திருக்க வேண்டியதில்லை.

தமிழ்த் தேசிய அமைப்புகளாலும் ஈழ ஆதரவாளர்களாலும் தமிழினத் துரோகி என வர்ணிக்கப்படும் முதல்வர் கருணாநிதிக்கு அவரைப் பற்றிக் கட்டமைக்கப்பட்டிருக்கும் தமிழினத் தலைவர் என்னும் பிம்பத்தைக் காப்பாற்றிக்கொள்வதற்கு இந்த மாநாடு தேவைப்பட்டிருக்கலாம். மாநாடு குறித்த அறிவிப்பு வெளியிடப்பட்டவுடன் அதற்கு எதிர்ப்புத் தெரிவித்தவர்களை அவர் பொருட்படுத்தவேயில்லை. ஒன்பதாம் உலகத் தமிழ் மாநாட்டை நடத்துவதற்குத் தேவைப்படும் நியாயமான கால அவகாசத்தைக்கூட உலகத் தமிழாராய்ச்சிக் கழகத்துக்கு வழங்க முடியாத அளவுக்குக் கருணாநிதி அவசரப்பட்டதற்கான காரணம் எளிமையானது. வரவிருக்கும் சட்டமன்றத் தேர்தலுக்கு முன்னதாக மாநாட்டை நடத்தி முடித்துவிட வேண்டும் என முடிவுசெய்தவர், அதற்கான திட்டமிடல்களில் அசுர வேகத்தைக் காட்டினார். மாநாடு முடிந்தவுடன் தமிழக சட்டமன்றத்துக்கான தேர்தலைச் சந்திக்கவும் திட்டமிட்டிருப்பதாகத் தகவல்கள் கசிந்தன. இது போன்ற ஒரு மாநாட்டை நடத்துவதன் மூலம் ஈழப் பிரச்சினை சார்ந்து தனக்கேற்பட்ட அவப்பெயரைத் துடைத்துக்கொள்ள முடியும் என அவர் நம்பினார். மாநாட்டில் பங்கேற்கச் செய்வதற்கு ஈழத்தின் மூத்த தமிழறிஞரான கா. சிவத்தம்பிக்குப் பல நெருக்கடிகள் கொடுக்கப்பட்டதாகச் சொல்லப்படுவதை இந்தப் பின்னணியில்தான் விளங்கிக்கொள்ள முடிகிறது.

மாநாடு பற்றிய அறிவிப்பு வெளியானதுமே அரசின் எல்லா மட்டங்களிலும் சொல்ல முடியாத பதற்றம் நிலவத் தொடங்கியது. தான் விரும்பியதுபோல் உலகத் தமிழ் மாநாட்டை நடத்த முடியாத நிலையில் உலகத் தமிழ்ச் செம்மொழி மாநாட்டை நடத்தத் தீர்மானித்த முதல்வருக்குத் தமிழ்க் கல்விப்புலம் முழு 'ஒத்துழைப்பு' கொடுத்தது. சொடக்குப் போடும் நேரத்திற்குள் ஆயிரக்கணக்கான ஆய்வுக் கட்டுரைகள் எழுதி முடிக்கப்பட்டன. கருணாநிதிக்கு என்ன தேவை என்பதைத் தமிழ் அறிஞர்கள் தெளிவாக அறிந்திருந்தார்கள். செம்மொழித் தொடர்பான முறையான ஆய்வுப் பணிகள் இன்னும் தொடக்க நிலையைத் தாண்டாத நிலையில் சங்க இலக்கியம் தொடர்பாக ஏற்கனவே நிலவிவந்த பொதுப்புரிதல்கள் சார்ந்து எழுதுவது கடந்த பல பத்தாண்டுகளாகவே தமிழாய்வுகளைச் சடங்காக மேற்கொண்டுவரும் தமிழறிஞர்களுக்குச் சிரமமான காரியமாக இருந்திருக்க வாய்ப்பில்லை. கருணாநிதியை மனுநீதிச் சோழனோடும் நெடுஞ்சேரலாதனோடும் பாண்டியன் நெடுஞ்செழியனோடும் ஒப்பிடுவது போதுமானது என்பதைப் புரிந்துவைத்திருக்கும் ஆய்வாளர்கள் புகழுரைகள்மீது அவருக்குள்ள மயக்கத்தை நன்றாகவே பயன்படுத்திக்கொண்டுள்ளனர். கருணாநிதி தலைமையில் நடைபெற்ற சிறப்புக் கருத்தரங்கில் தன்மீதான புகழுரைகளைக் கேட்டுக் கருணாநிதியே கூச்சப்படும் அளவுக்குப் புகழ்மாரி பொழியப்பட்டது. கவிமாரி பொழிந்தவர்களோ தமிழை மிக மோசமாக அவமதித்தார்கள்.

பொது நிகழ்வுகள் குறித்துப் பக்கம் பக்கமாக எழுதிய ஊடகங்களில் ஆய்வரங்குகள் குறித்து மிகச் சொற்பமான பதிவுகளே இடம்பெற்றிருந்தன. இனியவை நாற்பது என்னும் தலைப்பில் நடத்தப்பட்ட பேரணி லட்சக்கணக்கில் திரட்டப்பட்ட பார்வையாளர்களுக்கு மட்டுமல்லாமல் ஊடகத்துறையினருக்கும் அறிஞர்களுக்கும் பிரமிப்பூட்டும் ஒரு காட்சியாகவே இருந்திருக்க வேண்டும். ஊடகங்களில் பிரசுரம் பெற்றுள்ள நிழற்படங்களைப் பார்த்தால் பேரணியைப் பார்வையிடுவதற்காக அமைக்கப்பட்டிருந்த சிறப்பு மேடைகளில் கருணாநிதியையும் அவர் குடும்பத்தினரையும் தவிர வேறு யாருக்கும் உட்காரக்கூட இடமில்லாததுபோல் தோன்றியது. அரங்க நிகழ்வுகளின்போதுகூடப் பார்வையாளர்களின் முதல் வரிசையில் தென்பட்டவர்கள் முதல்வரின் குடும்பத்தினர்தாம். ஆய்வரங்கங்களில் பெரும்பாலானவற்றுக்கு விரல்விட்டு எண்ணத்தக்க பார்வையாளர்களே வந்திருந்ததாகச் சொல்லப்படுகிறது. தமிழக வரலாறு, தமிழின் தொன்மைச் சிறப்புகள் குறித்துப் புதிய புரிதல்களை உருவாக்கும் விவாதங்களைத் தூண்டுவதற்கு இந்த மாநாட்டில் வாசிக்கப்பட்ட

ஆய்வுக் கட்டுரைகள் ஏதாவது பங்களிப்புச் செய்திருக்கும் என நம்புவதற்கான தடயங்கள் அவை குறித்த பதிவுகளில் தென்படவில்லை.

மொத்தம் 219 அமர்வுகளில் 913 கட்டுரைகள் வாசிக்கப்பட்டதாகக் கருணாநிதி செய்தி வெளியிட்டுள்ளார். இதில் அதிகபட்சக் கட்டுரைகள் அவரைப் பற்றியவை என்பதைச் சொல்லத் தேவை இல்லை. வணிகம், தொழில், வேளாண்மை, நிதி மேலாண்மை ஆகியன பற்றிய கட்டுரைகள் இல்லை. கோவையில் நடந்த மாநாட்டில் ஆடை உற்பத்தி பற்றிய கட்டுரைகள் இடம்பெறாமை அபத்தம்.

ஆனால் இந்த மாநாடு பெரும் வெற்றியடைந்துள்ளது என்பதில் சந்தேகம் இல்லை. தமிழ்க் குடியை உலகின் மூத்த குடி எனவும் தமிழை உலகின் முதல் மொழி எனவும் தமிழறிஞர்களை ஏற்றுக்கொள்ளச் செய்வதில் கருணாநிதி வெற்றிபெற்றுவிட்டார் என்றுதான் சொல்ல வேண்டும். கடந்த இருபது இருபத்தைந்து ஆண்டுகளில் சங்க இலக்கியங்கள் சார்ந்தும் தமிழக வரலாறு குறித்த புனைவுகள் சார்ந்தும் பல்வேறு கேள்விகளை எழுப்பிவந்த தமிழ் தலித், பெண்ணிய, பின்நவீனத்துவ அறிவுத் துறையினரது குரல்கள் இந்தக் கொண்டாட்டத்தால் பலவீனப்படுத்தப்பட்டுள்ளன. தமிழ் குறித்தும் தமிழக வரலாறு குறித்தும் திராவிட இயக்கங்களால் கட்டமைக்கப்பட்ட கற்பனைகளின் மீது குறுக்கீடுகளை நிகழ்த்துவதற்கான உரிமைகள் முற்றாகப் பறிக்கப்பட்டுள்ளன. தமிழுக்குச் செம்மொழி அந்தஸ்து அளிப்பது பற்றிய அறிவிப்பு வந்ததுமே கருணாநிதியைச் 'செம்மொழி கொண்டான்' என்னும் பட்டப்பெயரிட்டு அவருடைய அன்பர்கள் அழைக்கத் தொடங்கியிருந்தனர். 'கங்கை கொண்டான்', 'கடாரம் வென்றான்' போன்ற பழந்தமிழ் மன்னர்களுடைய பட்டப்பெயர்களுக்கு இணையான ஓசைநயம் கொண்ட இந்தப் பெயர்கள் கருணாநிதியைப் பெருமிதமடையவைத்திருக்கும். 1967க்கு முன்பு தம்மைச் சூத்திரர்களாகவும் பாட்டாளிகளாகவும் அடையாளப்படுத்திக்கொண்ட ஒரு இயக்கத்தினரின் தலைவர் தற்போது மன்னர்களோடும் பேரரசர்களோடும் இணைத்து அடையாளப்படுத்திக்கொள்வதற்குப் பின்னணியில் உள்ள 'பின்நவீனத்துவ அரசியல்' நம் பின்நவீனத்துவவாதிகளின் புரிதலுக்கு அப்பாற்பட்டதல்ல.

கருணாநிதி பின்நவீனத்துவவாதி என்பதில் சந்தேகமில்லை. வள்ளுவர் கோட்டத்தையும் அய்யன் திருவள்ளுவரின் சிலையையும் நிறுவியவர், தான் கோலோச்சுவதற்காக 450

கோடி ரூபாய் செலவில் நவீன வசதிகளுடன்கூடிய 'பசுமைக் கட்டட'த்தைக் கட்டிக்கொள்ளவும் செய்தார். சென்னை மாநகரை அழகுபடுத்துவதற்காகப் பல்லாயிரம் விளிம்புநிலை மக்களை மாநகர எல்லைகளுக்குள்ளிருந்து அப்புறப்படுத்தவும் விவசாயிகள், உழைப்பாளர்களின் வாழ்வாதாரங்களை, உரிமைகளைப் பாதிக்கும் பல பன்னாட்டு நிறுவனங்களுடன் நூற்றுக்கணக்கான புரிந்துணர்வு ஒப்பந்தங்களைச் செய்துகொண்டுள்ள அவரது அரசால் கலைஞர் வீட்டுவசதித் திட்டத்தின் கீழ் ஏழைகளுக்காக 21 லட்சம் வீடுகளைக் கட்டிக்கொடுக்கப்போவதாக வாக்களிக்கவும் முடிகிறது. சங்க காலப் பெருமிதங்களைப் பேசும் அவரது குடும்பத்தினர் தமிழ் நவீன ஊடகத்துறைகளில் நேரடியாகவும் மறைமுகமாகவும் பல கோடி ரூபாய் முதலீடுகளைச் செய்து அவற்றைத் தம் கட்டுப்பாட்டுக்குள் கொண்டுவர முடிகிறது. சாதிய, மதவாத அரசியல் சக்திகளுடன் சந்தர்ப்பவாதக் கூட்டணிகளை அமைத்துக்கொள்வதற்கு இந்தப் பெரியாரியவாதிக்கு எந்தத் தயக்கமும் இருந்ததில்லை. மின்னணுமயப்படுத்தப்பட்டுவிட்ட தேர்தல்களை வென்றெடுப்பதற்கும் எதிர்ப்பாளர்களை ஒடுக்குவதற்கும் தம் மகனை 'அஞ்சா நெஞ்சனா'க உருவாக்கியுள்ள அவர்தான் நாட்டார் கலை மரபை மீட்டெடுப்பதற்கு மகள் கனிமொழியைப் பொறுப்பாக்கியுள்ளார். இவற்றைக்கொண்டு அவரைப் பிளவுபட்ட, முரண்பட்ட ஆளுமைக்கு உதாரணமாகக் கட்டமைக்க முயல்வது பிழை. அவர் மாமன்னர். மூவேந்தர் மரபின் தொடர்ச்சி. அவர் மனுநீதிச் சோழன்தான். ஆனால் தன் கட்சியைச் சேர்ந்த அமைச்சர்களான ஆ. ராசா போன்றவர்கள்மீது வைக்கப்படும் ஊழல் குற்றச்சாட்டுகளுக்காக அவர்கள்மீது நடவடிக்கை எடுக்குமளவுக்குப் பழமைவாதி அல்ல.

அவர் சாணக்கியரோடு ஒப்பிடப்படும் ராஜதந்திரி என்பதைப் பல தருணங்களில் நிரூபித்துவந்திருக்கிறார். 1965இல் நடைபெற்ற இந்தி எதிர்ப்புப் போர். 1967இல் நடைபெற்ற சட்டப்பேரவைத் தேர்தலில் திமுகவுக்கு வெற்றியை ஈட்டிக்கொடுத்ததுபோலச் செம்மொழிமீது கொண்ட வெற்றி 2010 சட்டமன்றத் தேர்தல்களில் தன் கட்சியின் வெற்றிக்குத் துணைபுரியும் என அவர் கணக்குப்போடுவதுகூட ஒருவகையில் ராஜதந்திரம்தான்.

தவிரத் தமிழ்மீதும் தமிழ்ச் சமூகத்தின் மீது அதிகாரம் பெற்றவர்கள் கருணாநிதியும் அவரது குடும்பமும்தாம் என்பதைச் 'சங்கத் தமிழி'ல் பறைசாற்றியிருக்கிறது இச்செம்மொழி மாநாடு. 'செம்மொழியான தமிழ் மொழி'யைக் காப்பதற்குக் கருணாநிதிக்குப் பிறகு ஸ்டாலினும் அழகிரியும் கனிமொழியும்

மாறன்களும் கயல்விழி அழகிரியும் தயாநிதி அழகிரியும் உதயநிதி ஸ்டாலினும் பேத்தி எழிலரசி ஜோதிமணியும் இன்னபிற வாரிசுகளும் காத்திருக்கிறார்கள் என்பதையும் உணர்த்தியிருக்கிறது. ஈழப் பிரச்சினை, திணறவைக்கும் விலைவாசி உயர்வு, அரசின் பொருளாதாரக் கொள்கைகள் காரணமாகச் சரிவடைந்திருக்கும் மக்களின் வாழ்க்கைத் தரம், பாதிப்புக்குள்ளாகியுள்ள வாழ்வாதாரப் பிரச்சினைகளுக்குத் தீர்வுகாண முடியாமல் திணறிக்கொண்டிருக்கும் அரசின் தலைவருக்கு இது போன்ற கொண்டாட்டங்கள் அவசியம் என்பதையும் மறுப்பதிற்கில்லை.

❍

இந்த மாநாடு தமிழ்ச் சமூகத்துக்குச் சொல்லியிருக்கும் மற்றொரு முக்கியமான செய்தி அதிகாரத்தின் முன் அடிபணியாத, அதனிடம் வாலைக் குழைக்காத தமிழ் அறிவுலக ஆளுமைகள் சொற்பம் என்பதுதான். ஜனநாயகத்தை மீட்பதற்கான போராட்டம் என 2006இன் தமிழகச் சட்டமன்றத் தேர்தலைப் பற்றிக் குறிப்பிட்ட கருணாநிதி ஆட்சிப்பொறுப்பேற்றபிறகு முதல்வராகத் தமிழக மக்களின் ஆதாரமான வாழ்வியல் நெருக்கடிகளுக்குத் தீர்வு காண்பதற்கு அளித்த முக்கியத்துவத்தைக் காட்டிலும் தன்னைத் தமிழகத்தின் தன்னிகரற்ற நிரந்தரமான தலைவனாக முன்னிறுத்திக் கொள்வதற்கே கூடுதல் முக்கியத்துவமளித்தார். அதற்கு அவர் தேர்ந்தெடுத்த மிகச் சுருக்கமான வழி துதிபாடிகளை ஊக்குவித்துத் தன்னைப் பற்றிய மிகைப்படுத்தப்பட்ட கற்பனையான பிம்பங்களைக் கட்டமைப்பது. அரசு அறிவிக்கும் ஒவ்வொரு திட்டத்தையும் தொடர்ந்து அதற்கான பாராட்டுவிழாக்களை நடத்துவதற்கு இந்தத் துதிபாடிகள் கூட்டம் அணிவகுத்து நின்றது. கடந்த நான்காண்டு காலத்தில் கருணாநிதிக்கு நடத்தப்பட்ட பாராட்டு விழாக்களின் எண்ணிக்கை பட்டியலிடப்பட முடியாத அளவுக்கு நீண்டது. ஆட்சிப் பொறுப்பேற்றதும் பல்வேறு பிரிவினருக்குமான நலவாரியங்களை அமைத்தது அரசு. ஒவ்வொரு பிரிவினரும் ஒரு பாராட்டு விழாவை நடத்தி ஒவ்வொரு பட்டத்தை வழங்கித் தம்மைக் கௌரவித்துக்கொண்டனர். இச்செம்மொழி மாநாடு தமிழறிஞர்களால் அவருக்கு நடத்தப்பட்ட பாராட்டு விழா என்றுகூடச் சொல்லலாம். மாநாட்டில் கலந்துகொண்ட அறிஞர்களுக்குச் செய்துதரப்பட்டிருந்த வசதிகளைப் பார்த்தால் அவற்றைச் செய்துகொடுத்தவரை எவ்வளவு பாராட்டினாலும் தகும் என்றுதான் தோன்றும்.

தமிழ் அறிவுத்துறைச் செயல்பாட்டாளர்களில் ம.இலெ. தங்கப்பா, கோவை ஞானி, பா. செயப்பிரகாசம், ராஜேந்திர சோழன், தொ. பரமசிவம், வெளி. ரங்கராஜன் க. பூர்ணச்சந்திரன் உள்ளிட்ட சிலர் இம்மாநாட்டைப் புறக்கணிக்கப் போவதாக வெளிப்படையாக அறிவித்தனர். சுந்தர் காளி, இராம சுந்தரம், தி.சு. நடராஜன், பா. ஆனந்தகுமார், ந. முத்துமோகன், ஆ. சிவசுப்பிரமணியன், நா. இராமச்சந்திரன் உள்ளிட்ட சிலர் இம்மாநாட்டைப் புறக்கணித்தனர். இவர்களில் சிலர் மாநாட்டைப் புறக்கணிப்பதற்கான காரணங்களை ஊடகங்களின் வாயிலாகப் பதிவுசெய்திருந்தனர். சில மாதங்களுக்கு முன்பு மாநாட்டுக்கு எதிர்ப்புத் தெரிவித்துப் புதிய தமிழகம் கோவையில் ஒரு பேரணியை நடத்தியது. ஜுன் 13ஆம் தேதி தமிழ்நேயம் சார்பில் கோவை ஞானி 'தமிழ் மலர்' என்னும் இலக்கிய ஆய்வுக் கட்டுரைகளடங்கிய ஒரு தொகுதியை வெளியிட்டு அதைச் செம்மொழி மாநாட்டுக்கான எதிர்ப்பு நடவடிக்கையாக முன்வைத்தார். இத்தகைய எதிர்ப்புக் குரல்கள் எந்தத் தாக்கத்தையும் ஏற்படுத்தவில்லை. தமிழ் அறிவுத் துறையினரில் விரல்விட்டு எண்ணத்தக்க சிலரைத் தவிர மற்றவர்கள் மாநாட்டில் பங்கேற்றனர். ஆய்வரங்குகளில் பங்கேற்பதற்காகப் பெரிய இடங்களின் சிபாரிசுகளை நாடி அலைந்தவர்களும் உண்டு என்கிறார்கள். 1981இல் எம்.ஜி. ராமச்சந்திரன் தலைமையிலான அதிமுக அரசால் நடத்தப்பட்ட உலகத் தமிழ் மாநாட்டைக் கும்பல் கலாச்சாரம் என விமர்சித்து அதற்கெதிராக 'இலக்கு' என்னும் அமைப்பின் தலைமையில் போராடிய அறிவுத் துறை ஆளுமைகளில் பலர் இந்த மாநாட்டில் கலந்து கொண்டிருக்கிறார்கள். கும்பல் கலாச்சாரத்துக்கும் மாற்றுக் கலாச்சாரத்துக்குமிடையேயான கோடு மிக ரகசியமாக அழிக்கப்பட்டிருக்கிறது. கருணாநிதியின் பின்நவீனத்துவ அணுகுமுறைக்கு இதைவிடச் சிறந்த எடுத்துக்காட்டை பேராசிரியர் முனைவர் அ. ராமசாமிதான் கண்டுபிடிக்க வேண்டும்.

மாநாட்டையொட்டி வெளியிடப்பட்டுள்ள சிறப்பு மலரைப் பார்த்தால் புல்லரிக்கிறது. அதில் பிரசுரம் பெற்றுள்ள கவிதைகள் ஏற்படுத்தும் புல்லரிப்புத் தாள முடியாதது. 2000இல் *காலச்சுவடு* அறக்கட்டளையால் சென்னையில் நடத்தப்பட்ட தமிழ் இனி 2000 மாநாட்டு மலரைப் பொருட்படுத்தத் தயங்கிய, அதன்மீது அவதூறுகளைப் பரப்பிவருகிற தமிழ் அறிவுலகவாதிகள் இந்த மலரைக் குறித்துக் குறைந்தபட்சம் தம் வலைப் பூக்களிலாவது பதிவுசெய்வார்களா என்பதைப் பொருத்திருந்துதான்

பார்க்க வேண்டும். தவிர, சென்னை எழும்பூரில் இருந்த அட்லாண்ட்டிக் ஹோட்டலில் மிகச் சுதந்திரமான முறையில் நடைபெற்ற அந்த மாநாட்டில் கலந்துகொண்ட பேராளர்கள் தங்குவதற்கு அறைகளும் சாப்பிடத் தகுந்த உணவும் அளிக்க ஏற்பாடு செய்ததைக் காரணம் காட்டி ஆடம்பரமானது எனக் கண்டித்தவர்கள், மாநாட்டுக்கு எதிராக வசைகளால் நிரப்பப்பட்ட துண்டறிக்கைகளை மாநாட்டு அரங்கிலேயே விநியோகித்தவர்கள், ஊமையாக இருப்பதற்கு இப்போது தமிழ்ச் செம்மொழியாகிவிட்டதுதான் காரணமோ?

***காலச்சுவடு* 128, ஆகஸ்ட் 2010**

36

அகவிழி திறந்து: செம்மொழி

கண்ணன்

ஜூனியர் விகடன் (04.07.10) இதழில் ரவிக்குமாரின் (எம்.எல்.ஏ) 'சிகரங்களைத் தொடப்போகும் தமிழ் ஆய்வுகள்!' என்ற கட்டுரை வெளிவந்துள்ளது. தமிழ் இலக்கியம், பண்பாடு ஆகியவற்றின் மீது மேலை அறிஞர்களின் ஆர்வம் பெருகிவரும் காலம் இது. எனவே தமிழ் ஆய்வு வளரும் என்று நம்புவதில் பிழையில்லை. ஆனால் அந்த ஆய்வில் தமிழர்களின் பங்களிப்பு இருக்குமா? அவை தமிழை வளர்க்கத் தமிழகத்தில் உருவாக்கப்பட்ட நிறுவனங்களிலிருந்து தழைக்குமா என்பது நமக்கு முக்கியமானது.

இக்கட்டுரையில் வடமொழி அறிஞர்களின் சில கருத்துகளை எடுத்துக்காட்டி அவற்றிற்குச் செம்மொழி மாநாட்டில் தமிழறிஞர்கள் அளித்த மறுப்புகளையும் ரவிக்குமார் குறிப்பிட்டுள்ளார். இதில் கவனிக்க வேண்டிய செய்தி இவர்கள் அனைவருமே மேற்கைச் சேர்ந்தவர்கள். விவாதங்களை ஏற்படுத்தும் வடமொழி அறிஞர்கள் இந்தியாவிலும் இல்லை. பதிலளிக்கும் இருமொழி அல்லது பன்மொழிப் புலமை கொண்ட தமிழறிஞர்கள் தமிழகத்திலும் இல்லை. வடமொழியில் கணிசமான பிரதிகளை இயற்றியுள்ள திராவிட நாட்டில், குறிப்பாகத் தமிழகத்தில், இருமொழிப் புலமை கொண்டவர்களின் இன்மையை உருவாக்கியிருக்கும் அரசியல் யாருடையது? இன்று இத்தகு புலமைக்கு மேலை அறிஞர்களை எதிர்பார்த்துக் காத்துக்கிடப்பது எவ்வளவு இழிவானது! தமிழாய்வில் எல்லோரும் பங்களிப்பது நமக்குப் பெருமைதான். ஆனால் இன்று நமக்காகக் குரல் கொடுத்து, நமது நம்பிக்கைகளுக்கு உரமூட்ட எப்போதும் ஒரு 'துரை' வர வேண்டியிருப்பது பெரும் இழுக்கு. தமிழாய்வு செய்ய மேற்கத்திய அறிஞர்களுக்குச் செம்மொழி மாநாடுகள் தேவை இல்லை. நமக்கும் 'தமிழ் பழமையான மொழி, சங்க

இலக்கியம் நல்ல இலக்கியம்' போன்ற 'அரிய' கருத்துகளைக் கூற மேலை அறிஞர்களின் வருகை அவசியமில்லை. மேலும் இம்மாநாட்டிற்காக வந்த பலரும் தம் முந்தைய ஆய்வுகளுக்கு மேலாகப் புதிதாக ஒரு சொல்லைக் கூட இம்மாநாட்டு உரைகளில் சேர்த்ததாகத் தெரியவில்லை.

சுப்பராயலு, ஐராவதம் மகாதேவன் போன்ற ஓரிருவரைத் தவிர இன்று உலகளாவிய தமிழாய்வில் பொருட்படுத்தப்படுபவர்கள் தமிழகத்திலிருந்து யாரும் இல்லை என்பது நினைத்து நினைத்து வெதும்பவைக்கும் நிலை.

பிறிதொரு கட்டுரையில் ரவிக்குமார் குறிப்பிடுகிறார்:

> *பல துறைகளில் இளைய தலைமுறையைச் சேர்ந்த ஆய்வாளர்கள் எவருமே இல்லை. இது தமிழின் எதிர்காலம் குறித்த அச்சத்தை என்னுள் ஏற்படுத்திவிட்டது. பல்கலைக்கழகங்களில் உள்ள தமிழ்த் துறைகள் தீவிரமாக உழைக்காவிட்டால் கல்விப்புலம் சார்ந்து மட்டுமல்ல அனைத்து அறிவுத் துறைகளிலுமே மிகப் பெரிய வீழ்ச்சி ஏற்படுவதைத் தடுக்க முடியாமல் போய்விடும்.*
>
> *ஒவ்வொரு பல்கலைக்கழகத்திலிருந்தும் ஆண்டுதோறும் பல பேர் முனைவர் பட்டம் பெறுகிறார்கள். ஆனால் அவர்களின் ஆய்வேடுகள் பெரும்பாலும் நூல்களாக வெளிவருவதில்லை. அந்த அளவுக்குத்தான் அவற்றின் தரம் அமைந்திருக்கிறது. லட்சத்தில் ஒருவர்தான் பிஎச்.டி. வரை வருகிறார்கள். அவர்களின் தரமே இதுவென்றால் எங்குப் போய் முட்டிக்கொள்வது?*

(உயிர்மை, மார்ச் 2010)

தமிழகக் கல்வி நிறுவனங்களை ஊழலால் சீரழித்து, தமிழாய்வுக்காக உருவாக்கப்பட்ட தஞ்சைத் தமிழ்ப் பல்கலை போன்றவற்றைத் தமது அரசியல் சிறுமைகளால் மடுக்களாக்கி, தமிழை வெற்றுப்பேச்சுக்கான கச்சாப் பொருளாக மாற்றியிருப்பவர்கள் அடையாளம் காணப்பட வேண்டும். இவர்களுடைய அடையாள அரசியலை மறுபரிசீலனைக்கு உட்படுத்தும் ஒரு தீவிரப் பரிசோதனையின் படிப்பினைகளிலிருந்தே தமிழகக் கல்வியையும் ஆய்வையும் மீட்க முடியும்.

கட்டுரையிலிருந்து:

> *"சம்ஸ்கிருதம், லத்தீன், ஆங்கிலம், தமிழ் ஆகிய மொழிகளில் புலமைகொண்ட ஜார்ஜ் ஹார்ட், சம்ஸ்கிருதத்தையும்*

தமிழையும் ஒப்பிட்டு விரிவாகப் பேசினார். சம்ஸ்கிருத ஸ்லோகங்கள் பலவற்றை அவர் படித்தபோது கூட்டத்தினர் வியப்பில் ஆர்ப்பரித்தனர். அந்த அளவுக்குத் துல்லியமான உச்சரிப்பு! அதைப் போலவே, சங்க இலக்கியப் பாடல்களையும் அற்புதமாகப் படித்துக்காட்டினார்."

வடமொழி உச்சரிப்பை வடமொழி அறியாதவர்கள் ஆர்ப்பரித்து மகிழ்வது, தமிழை வெள்ளையர்கள் உச்சரிக்கக் கண்டு புளகாங்கிதம் அடைவது எல்லாம் தாழ்வு மனப்பான்மையின் வெளிப்பாடுகள். தமிழர்கள் இலக்கண சுத்தமாகப் பல மொழிகள் பேசுவது கண்டு அகமகிழும் பிறமொழியினரைக் காணலாம். ஆனால் புளகாங்கிதம் அடைபவர்களைக் காண முடியாது. இத்தகைய தாழ்வு மனப்பான்மையிலிருந்துதான் செம்மொழி மாநாடு போன்ற திட்டங்கள் உருப்பெறுகின்றன. இந்தியாவில் வளர்ந்த, தன்னம்பிக்கையோடு செயல்படும் மொழியினர் எவரும் மொழியின் பெயரால் இத்தகைய அரசியல் அபத்தங்களை நிகழ்த்துவதில்லை. கருணாநிதியின் குறளோவியம் சம்ஸ்கிருதத்தில் மொழிபெயர்க்கப்படுவதாக அறிந்தேன். இக்கட்டுரையில் புதிய தமிழியல் ஆய்வுகள் சம்ஸ்கிருதத்தில் மொழிபெயர்க்கப்பட வேண்டும் என ரவிக்குமாரும் பரிந்துரைக்கிறார். சம்ஸ்கிருதத்தில் இவற்றைக் கற்கப்போகும் பிறமொழி எதுவும் அறியாத அந்த மானிடர் எங்கிருக்கிறாரோ தெரியவில்லை. 'பாபா'விடம்தான் கேட்க வேண்டும்.

இன்றைய தமிழ் தாழ்வுமனப்பான்மையையும் வடமொழித் தொடர்பான பதற்றங்களையும் கடந்து பல தொலைவுகளுக்குப் பயணித்துவிட்டது. தமிழால் பிழைபவர்களுக்கு வடமொழியோடு கற்பனையான சமர்கள் புரிவது தொழில். தமிழுக்காகப் பணியாற்றுபவர்கள் வடமொழியைப் பற்றி இன்று தாழ்வுணர்ச்சியுடன் சிந்திப்பதே இல்லை. தமிழின் உயிர் இன்று ஏழுமலை தாண்டி ஏழுகடல் தாண்டித் தொல்காப்பியத்திலோ சங்க இலக்கியத்திலோ மறைத்துவைக்கப்படவில்லை. அது வாழும் காலத்தில் உயிர்ப்புடன் இருக்கிறது.

இந்த நிலப்பரப்பில் வாழ்ந்த எல்லா மனிதர்களுடனும் மொழிகளுடனும் பண்பாட்டுடனும் தமிழுக்கும் தமிழனுக்கும் கொடுக்கல் வாங்கல், உறவு, பாதித்தல், பாதிக்கப்படுதல் எல்லாம் இருந்திருக்கும். இந்த உறவைப் பற்றிய வரலாற்றுச் சான்றுகளுடன்கூடிய புரிதல் அவசியம். பதற்றம் அவசியமில்லை. இத்தகைய பதற்றம் வாழும் மொழியான தமிழை சம்ஸ்கிருதம் எனும் அருங்காட்சியகத்தின் எதிர்நிலையில் நிறுத்தி, நம்மை அவமதிக்கிறது. தமிழ் தழைக்கும் மரச்செறிவு. வடமொழி

அலங்கார சமாதி. ஏன் இந்த அச்சம்? தஞ்சைப் பல்கலை சில ஆண்டுகளுக்கு முன்னர் பாரம்பரிய மிக்க இந்திய மொழிகளின் முதல் இலக்கண நூல்களைத் தமிழாக்கம் செய்து பிரசுரிக்க மேற்கொள்ளப்பட்ட முயற்சிக்கு முட்டுக்கட்டை போடப்பட்டமை – வடமொழியின் முதல் இலக்கண நூலாகக் கருதப்படும் *அஷ்டாத்யாயி*, பாலியின் முதலாவது இலக்கணமான *கச்சாயனம்* ஆகியவற்றுடன் பிராகிருதம் மற்றும் தெலுங்கின் முதல் இலக்கண நூல்களையும் தமிழில் மொழிபெயர்த்துப் பிரசுரிக்கும் திட்டம் இது – இத்தகைய அவமதிக்கும் பதற்றத்திற்கு உதாரணம். இத்தகைய மூடிமறைப்பு அரசியலால் தமிழ் அடையப் போவது எதுவுமில்லை. தமிழின் தொன்மை பற்றிய சான்றுகள் வெளிவர வெளிவர, தன்னம்பிக்கை கொள்ளாமல், பதற்றங்களைக் கூட்டிக்கொண்டேபோவது இவர்களால் உருவாக்கப்பட்டிருக்கும் தமிழ் அடையாளத்தின் போதாமையை அம்பலப்படுத்துகிறது. புதிய தமிழ் அடையாளம் தமிழால் பிழைப்பவர்களையும் அவர்களது பதற்றங்களையும் புறமொதுக்கி, தமிழுக்குப் பங்களிப்பவர்களை முன்னிலைப்படுத்துவதாகவும் தன்னம்பிக்கையுடன் நவீன காலத்தின் சவால்களை ஏற்றுச் சாதிப்பதாகவும் சம்ஸ்கிருதத்தையும் பிற மொழிகளையும் மூடநம்பிக்கை தவிர்த்த அக்கறையுடன் சரிநிகர் சமானமாக எதிர்கொள்வதாகவும் அமையட்டும்.

பி.கு.: தமிழ்ச் செம்மொழி மாநாட்டிற்கான செலவை, தமிழை உலகிற்கு எடுத்துச்செல்ல நல்கைகளாக நிதி ஒதுக்கீடு செய்திருந்தால் தமிழின் தேர்ந்தெடுத்த 100 படைப்புகளை உலகின் சுமார் 60 மொழிகளுக்குக் கொண்டுசென்றிருக்க முடியும். அத்தகைய ஒரு வீச்சு தமிழுக்குச் செய்திருக்கக்கூடிய சிறப்பு அசலானதாக இருக்கும்.

காலச்சுவடு 128, ஆகஸ்ட் 2010

37

பேரழகியை மணந்த கையாலாகாதவன் என்ன செய்வான்?

ரோஜா

ஒரு பேரழகியை மணந்தவன் – ஆனால் கையாலாகாதவன் – என்ன செய்வான்? தமிழகத்தில் தமிழ் நாளிதழ்களின் நிலை உலகத் தமிழ்ச் செம்மொழி மாநாட்டின்போது அப்படித்தான் இருந்தது.

தமிழக வார இதழ்கள் மாநாட்டுச் செய்திகள் தொடர்பான ஓரிரு கட்டுரைகளோடும் புலனாய்வு இதழ்கள் மாநாட்டு அரசியல் கிசுகிசு தொடர்பான ஓரிரு கட்டுரைகளோடும் தங்கள் மாநாட்டுப் பணியை முடித்துக்கொண்டன. ஆனால் நாளிதழ்களால் அப்படி முடியவில்லை. (வாங்கும் விளம்பரக் கூலிக்காவது மாரடிக்க வேண்டும் அல்லவா?) ஆகையால், 'சிறப்பு மலர்'களுடன் 'சிறப்புச் செய்தி'களை வெளியிட்டன. எத்தனையோ கூத்துகளுக்கு மத்தியிலும் இந்த மாநாட்டில் பத்திரிகைகள் எழுத நிறைய விஷயங்கள் இருந்தன. ஆனால் தமிழ்ப் பத்திரிகையாளர்களுக்குத் திராணியில்லை. திரும்பத் திரும்ப மாநாட்டு அரங்கக் கட்டமைப்புகள், மாநாட்டுக்கு வந்த கூட்டம், பேரணி, மலிவு விலை சாப்பாடு, கருணாநிதியின் அடிப்பொடிகள் பங்கேற்ற கவியரங்கம், கருத்தரங்கம், அவற்றில் பங்கேற்ற கருணாநிதியின் வாரிசுகள்... இப்படி வழக்கமாக ஓர் அரசியல் மாநாட்டை எப்படி அணுகுவார்களோ அப்படியே இந்த மாநாட்டையும் அணுகினார்கள். மாநாட்டின் முக்கிய அம்சமான ஆய்வரங்குகளில், அறிஞர்கள் ஆற்றிய உரைகள்கூடப் பத்திரிகைகளில் மிகச் சிறிய அளவிலேயே இடம்பிடித்தன. செய்திகளில் இடம்பெறும் பாக்கியம் எல்லா அறிஞர்களுக்கும் கிடைக்கவில்லை. அப்படியே இடம்பிடித்த அறிஞர்களின் உரைகள் தொடர்பான செய்திகளும் அறிஞர்கள் முக்கியமாக

முன்வைத்த பிரச்சினைகளை, விவாதங்களை, தீர்வுகளை உள்ளடக்கியதாக இல்லை; உறுப்புகள் சிதைந்த பிண்டங்களாக இருந்தன.

தமிழ்ப் பத்திரிகையாளர்களின் கையாலாகாத்தனத்துக்கு ஒரு சிறந்த உதாரணம் கிரிகோரி ஜேம்ஸின் உரையை வெளியிட்ட விதம். மாநாட்டுக்கு வந்திருந்த வெளிநாட்டு அறிஞர்களில் அஸ்கோ பர்ப்போலா, ஜார்ஜ் ஹார்ட், உல்ரிக் நிக்லஸ் மற்றும் கிரிகோரி ஜேம்ஸ் ஆகிய நால்வருக்குத்தான் ஊடகங்கள் கொஞ்சம்போல் இடம் கொடுத்தன. இவர்களில் ஹாங்காங்கிலிருந்து வந்திருந்த கிரிகோரி ஜேம்ஸின் உரையைத் தாளில் ஒரு பக்கத்தில் அடக்கிவிடலாம். அதையும் அவர் ஆங்கிலத்திலும் தமிழிலும் அச்சிட்டு நோக்கர்கள், ஊடகத்தினர் அனைவருக்கும் கையில் கொடுத்துவிட்டார். அழகான, கவித்துவமிக்க அந்த உரையை மறுநாள் நம் பத்திரிகைகள் வெளியிட்ட விதம் சமகாலத் தமிழ்ப் பத்திரிகைத் துறை குறித்த முக்கியமான ஒரு பதிவு என்பதால், 'தமிழ் இன்று' அதை வாசகர்கள் பார்வைக்குக் கொண்டு வருகிறது:

கிரிகோரி ஜேம்ஸின் உரை

தமிழின் தொன்மை

பிரிட்டிஷ் நாட்டைச் சேர்ந்தவரும் தற்போது ஹாங்காங்கில் வசிப்பவருமான கிரிகோரி ஜேம்ஸ் பேசியதாவது:

தமிழ்ச் சுவடிகளைப் பார்ப்பதற்காக 800 ஆண்டுகள் பழமைவாய்ந்த ஆக்ஸ்போர்டு பல்கலைக்கழகத்திற்குச் சென்றேன். அப்போது அங்கிருந்த நூலகர், இதற்கு முன்பு இந்த நூலகத்திற்கு எப்போது வந்தீர்கள் என்று கேட்டார். 40 ஆண்டுகளுக்கு முன்பு முதுகலைப் பட்டப்படிப்பு படித்தபோது வந்தேன் என்று சொன்னேன். உடனே அவர் பழைய அலமாரி ஒன்றைத் திறந்து எனது 23ஆவது வயதில் நான் கொடுத்த விண்ணப்பப் படிவம் ஒன்றை எடுத்துவந்தார். 40 ஆண்டுகளுக்கு முன்பு நான் கொடுத்த விண்ணப்பப் படிவத்தை இன்னமும் வைத்திருக்கிறீர்களே என்று ஆச்சர்யமாகக் கேட்டேன். அதற்கு அந்த நூலகர் கூறும்போது, "பல்லாயிரக்கணக்கான ஆண்டுகள் பழமைவாய்ந்த தொன்மையான தமிழ் தொடர்பானவற்றைப் பத்திரமாக வைத்திருக்கும்போது உங்கள் விண்ணப்பத்தைப் பாதுகாப்பாக வைத்திருப்பது பெரிய வேலை அல்ல" என்று தமிழின் பெருமையைக் கூறினார்.

இவ்வாறு கிரிகோரி ஜேம்ஸ் பேசினார்.

ஆன்மா பயணிக்கும் பாதைதான் மொழி

- இங்கிலாந்து அறிஞர் கிரிகோரி ஜேம்ஸ்

ஆன்மா பயணிக்கும் பாதைதான் மொழி என்றார் இங்கிலாந்து தமிழறிஞர் கிரிகோரி ஜேம்ஸ்.

உலகத் தமிழ்ச் செம்மொழி மாநாடு ஆய்வரங்குத் தொடக்க விழாவில் அவர் பேசியது:

800 ஆண்டுகள் பழமையான ஓலைச்சுவடியைத் தேடிச் சில ஆண்டுகளுக்கு முன்பு இங்கிலாந்தின் ஆக்ஸ்போர்டு பல்கலைக்கழகத்தில் உள்ள நூலகத்துக்குச் சென்றிருந்தேன். அங்கிருந்த நூலகரிடம் நான் ஏற்கெனவே இங்கு வந்திருக்கிறேன் என்று கூறினேன். 40 ஆண்டுகளுக்கு முன்பு முதுகலைப் பட்ட மாணவராக இருந்தபோது வந்ததாகக் கூறினேன்.

இதைக் கேட்ட நூலகர் உள்ளே சென்று உடனடியாக ஒரு விண்ணப்பப் படிவத்தை எடுத்துக்கொண்டு வந்தார். 40 ஆண்டுகளுக்கு முன்பு நான் கொடுத்திருந்த விண்ணப்பம் அது என்பதை அறிந்ததும் மிகவும் மகிழ்ச்சி ஏற்பட்டது. இவ்வளவு பழமையான கடிதங்கள்கூட அங்குப் பாதுகாப்பாக இருப்பதைக் கண்டு ஆச்சரியமடைந்தேன்.

கோவையில் நடைபெறுவது சாதாரண விழா அல்ல. உலகளாவிய அங்கீகாரத்தைக் கொண்டாடும் மகத்தான விழா. மொழி என்பது ஆன்மா பயணிக்கும் பாதை. இதன் மூலம் தலைமுறை, தலைமுறையாகப் பண்பாட்டைக் கடத்தும் சாலையும் கூட. உலகம் முழுவதும் உள்ளவர்கள் தமிழில் இருக்கும் அருமை பெருமைகளைப் படிக்கும் வகையில் நடவடிக்கை எடுக்க வேண்டும். இதற்குத் துணிச்சலான, சவாலான முயற்சி தேவை.

பண்டைய கிரேக்கத்தில் காலத்தைக் குறிப்பிட குரோனோஸ், கைரோஸ் என்னும் இரு குறியீடுகள் பயன்படுத்தப்பட்டன. ஆண்டு, மாதம், நிமிடம் ஆகியவற்றைக் குறிப்பிட குரோனஸ் குறியீடும், சிக்கலான நேரங்களைக் குறிப்பிட கைரோஸ் குறியீடும் பயன்படுத்தப்பட்டன. தமிழில் ஆழமாகவும் விரிவாகவும் ஆய்வுகளை மேற்கொள்ள வேண்டும்.

கிரிகோரி ஜேம்ஸ்: இங்கிலாந்து நாட்டைச் சேர்ந்தவர்; தற்போது ஹாங்காங்கில் பணியாற்றி வருகிறார். அகராதி ஆய்வில் தலைசிறந்தவர். அவரது பேச்சு:

சில காலத்துக்குமுன், பல்கலைக் கழகத்திற்குச் சென்று தமிழ் நூல்களைத் தேடிச் சென்றேன். அங்கிருந்த பணியாளர், அதற்கு முன்பு அங்கு வந்தது உண்டா என்று கேட்டார். நான் மாணவனாக இருந்தபோது, வந்ததாகக் கூறினேன். அப்போது அவர், அந்நூலகத்தில் எனது 20 வயதில் கொடுத்த விண்ணப்பத்தைத் தேடிக் கொடுத்தார். நான் வியந்து போய், "நாற்பது ஆண்டுகளுக்கு முன் கொடுத்ததை எப்படிப் பத்திரமாக வைத்திருக்கிறீர்கள்" என்று கேட்டேன். அதற்கு அவர், பழமையான தமிழ் மொழிக்கு 40 ஆண்டுகள் என்பது ஒரு காலமா என்று கேட்டார். அந்த அளவுக்குத் தொன்மை வாய்ந்த மொழி, தமிழ் மொழி. மொழி என்பது ஆன்மா பயணத்தின் பாதை. தமிழைக் காக்கவும், தமிழை வளர்க்கவும் புதிய துணிச்சலான முயற்சிகள் மேற்கொள்ளப்பட வேண்டும். ஓராயிரம், ஈராயிரம் ஆண்டுகள் பழமை கொண்ட மொழியை, மேலும் பாதுகாக்க, இந்த ஆய்வரங்கத்தின் கருத்துக்கள் உறுதுணையாக இருக்க வேண்டும்.

அடுத்த தலைமுறைக்குத் தமிழ் மொழியை எடுத்துச் செல்வது அவசியம்

- பிரிட்டன் தமிழறிஞர் வலியுறுத்தல்

கோவை, ஜூன் 25: மாநாட்டின் 2ஆம் நாள் நிகழ்வான ஆய்வரங்க துவக்க விழாவுக்கு முன்னிலை வகித்து, பிரிட்டன் அறிஞர் கிரிகோரி ஜேம்ஸ் பேசியதாவது:

நான் இங்குத் தமிழில் பேச விரும்புகிறேன். சில ஆண்டுகளுக்கு முன்பு ஆக்ஸ்போர்ட் பல்கலைக் கழகத்துக்கு சென்றேன். அனுமதிச் சீட்டு பெறும் போது, 'நீங்கள் இதற்கு முன் வந்துள்ளீர்களா' என அங்கிருந்தவர் கேட்டார். '40 ஆண்டுக்கு முன் வந்திருந்தேன்' என்றேன். 'நீங்கள் இப்போது தொன்மையைக் கொண்டாடுகிறீர்கள். தமிழ் மொழி என்பது ஆன்மா பயணிக்கும் பாதை. ஒரு தலைமுறையில் இருந்து இன்னொரு தலைமுறைக்கு எடுத்துச் செல்லும் பணியைத் தமிழ் மொழி செய்து வருகிறது. இதை முன்னெடுத்துச் செல்ல நிறைய முயற்சிகள் மேற்கொள்ளப்பட வேண்டும். இவ்வாறு அவர் பேசினார்.

நன்றி: http://tamilindru.blogspot.com/2010/06/blog-post_6959.html

***காலச்சுவடு* 128, ஆகஸ்ட் 2010**

38

நாளை தமிழ் சாகாமலிருக்க வேண்டும்

க. பூர்ணச்சந்திரன்

கோவையில் ஐந்து நாள் திருவிழாவாகச் செம்மொழி மாநாடு நடந்தேறியிருக்கிறது. இந்த மாநாடு எப்படி நடைபெறும் என்பது பற்றி முன்னமே நிச்சயமாகத் தெரிந்துவிட்டது. எட்டு உலகத் தமிழ் மாநாடுகளில், தமிழகத்தில் நிகழ்ந்த மூன்று மாநாடுகள் எப்படி நிகழ்ந்தன என்பதைத்தான் நாம் பார்த்திருக்கிறோமே! உலகத் தமிழ் மாநாடுகள் போகட்டும், பல்வேறு பல்கலைக்கழகங்களிலும் கல்லூரிகளிலும் பல பத்தாண்டுகளாக நிகழ்ந்துவரும் ஆய்வரங்கங்களும் கருத்தரங்கங்களும் தமிழ் வளர என்ன செய்திருக்கின்றன? பெரும்பாலான தமிழ் ஆசிரியர்களுக்கே சரிவரத் தமிழ் தெரியாது என்பதுதான் இன்றைய நிலை. அப்படியிருக்க இந்தத் திருவிழா மட்டும் என்ன செய்துவிடப்போகிறது? இதனால்தான் எனக்கு இந்தச் செம்மொழி மாநாட்டில் பங்கேற்க மனமில்லை.

இதைவிட முக்கியக் காரணம், ஈழத் தமிழ் மக்கள் படுகொலை செய்யப்பட்ட சென்ற ஆண்டு நிகழ்வுகள் மனத்தில் ஆறாத வடுவாகப் பதிந்துபோயிருக்கின்றன. அந்தப் படுகொலையில் மத்திய அரசுடன் கைகோத்துத் தமிழக அரசும் செயல்பட்டது என்பது அறிவுஜீவிகள் அனைவருக்கும் தெரிந்த விஷயம்தான். நமது தமிழக அரசு நாடாளுமன்ற உறுப்பினர் குழுவை அனுப்பியது, ராஜபக்சேயிடம் திரும்பத் திரும்பத் தமிழ் மக்களைக் காப்பாற்றுமாறு வேண்டுகோள் விடுத்து நாடகமாடியது, ஈழ அரசுக்குப் பலநூறு கோடிப் பணத்தை மத்திய அரசு அளித்தமைக்கு மறுப்புக் கூறாதது, பிரபாகரனின் தாயார் வரவை மறுத்தது, உலக நாடுகளெல்லாம் காலம் கடந்தேனும் ராஜபக்சேயின் இனப்படுகொலைக் குற்றம் பற்றி விசாரிக்க வேண்டும் என்று கூறும்போது எவ்வித உணர்ச்சியும் இன்றி

இருப்பது – இப்படி எத்தனையோ விஷயங்கள் அந்த வடுவின் மேலேயே மீண்டும் மீண்டும் அம்பெய்வதுபோல அமைந்தன. இதனால் சிதைந்து போயிருக்கும் தமிழர் மனத்தில் இப்போது இப்படி ஒரு மாநாடு அவசியமா என்ற கேள்வியே எழுகிறது. அதிலும் அண்மையில் தேர்தல் காத்துக்கொண்டிருக்கும்போது இம்மாநாட்டின் நோக்கம் குறித்து எவருக்கும் ஐயமில்லை.

அடுத்த காரணம், உண்மையில் இவ்வளவு பணத்தைச் செலவழித்து ஒரு திருவிழா நடத்த வேண்டிய தேவையில்லை. முறையாகச் செலவிட்டுச் செய்யக்கூடிய அநேக காரியங்கள் தமிழகத்தில் காத்துக்கொண்டிருக்கின்றன.

தமிழுக்குப் பலநாட்டு அறிவுத் தொடர்பும் ஒப்பீடும் ஏற்படுத்த உதவும் ஆராய்ச்சியை மேம்படுத்த அமைக்கப்பட்ட உலகத் தமிழாராய்ச்சி நிறுவனம், தமிழ்ப் பல்கலைக்கழகம் போன்றவை இப்போது வெறும் எம். ஏ, எம். ஃபில், பிஎச். டி உருவாக்கும் சாதாரணக் கல்லூரிகளின் நிலைக்குத் தள்ளப்பட்டுவிட்டன. காரணம் கேட்டால் இவற்றை நடத்தப் பணமில்லை என்கிறார்கள்!

தமிழைப் பாடமாக எடுத்து இளங்கலை, முதுகலையிலும் அதற்கு மேலும் படிப்பவர் எண்ணிக்கை அதிகரித்துள்ளது. வேலைவாய்ப்புக்கெனவே இதில் ஈடுபடுகிறார்கள், அவர்கள். ஆனால் இந்தியில் இருப்பதுபோல எல்லா நிலைகளிலும் தமிழைப் பயிற்று மொழியாக்குவது எப்போது? தமிழ் வாயிலாகக் கல்வி கற்றவர்களுக்கு (எந்தக் கல்வியாயினும் – மருத்துவக் கல்வி, கணினிக் கல்வி உட்பட) வேலைவாய்ப்பில் முன்னுரிமை அளிக்கப்பட வேண்டும் என்பது இன்றைய கட்டாயம். இல்லாவிட்டால் தமிழ் நாளை அழிந்துபோகும்.

தமிழுக்கு வாய்ப்பளிக்காமல் ஆங்கிலத்தை வளர்ப்பவர்கள் அனைவரும் கட்சிப் பெருமக்களே. அவர்கள் நடத்தும் தனியார் நிறுவனங்களால் அரசுப் பள்ளிகள், கல்லூரிகள் அனைத்தும் தமிழைப் புறக்கணிக்க வேண்டிய நிலைக்குத் தள்ளப்பட்டுள்ளன. மேலும் கலைஞரும் அவருடைய குடும்பத்தினரும் நடத்தும் தொலைக்காட்சிகளிலும் பிற ஊடகங்களிலும் தமிழ் எப்படிக் கொல்லப்படுகிறது என்பதை அனைவரும் அறிவார்கள். இவற்றையெல்லாம் திருத்துவதற்குச் சற்றும் மனமில்லாத அரசும் அதன் தலைவரும் செம்மொழியை வளர்ப்பதாகச் சொல்லிக்கொள்வது வெட்கக்கேடாகத்தான் இருக்கிறது.

கடைசியாக, உலகமயமாக்கலின் விளைவாக இந்த நூற்றாண்டின் இறுதியில் அழிந்துபோக வாய்ப்புள்ள

மொழிகளில் ஒன்றாகத் தமிழ் அடையாளம் காணப்பட்டுள்ளது. ஆக்கபூர்வமான செய்கைகள் இன்றி, வெறும் ஆரவார, விளம்பரச் செய்கைகளில் ஈடுபட்டுத் தமிழைக் காப்பாற்றிவிட முடியாது. இந்தி எதிர்ப்பால் நமக்கு விளைந்த மாபெரும் பயன் ஆங்கில ஆதிக்கமே. இன்று கிராமத்தில் சரியான வருமானமின்றிக் கஷ்டப்படும் விவசாயிகூடப் பத்தாயிரம் ரூபாய் முதல் நன்கொடை அளித்துத் தன் பிள்ளையை ஆங்கில வழியிலேயே படிக்கவைக்க வேண்டும் என்று நினைக்கிறான். அப்படி அவன் மனநிலை மாறியிருக்கிறதே! அப்படி மாற்றியவர் யார்? இந்த மனநிலை நாங்கள் படித்தபோது (1960களில்) இல்லையே? தமிழுக்கும் தமிழர்களுக்கும் தன்னையே காவலனாகக் காட்டிக்கொள்ளும் இந்தத் தலைவர் உண்மையில் தமிழுக்குச் செய்தது என்ன? இவையெல்லாம் நாளை தமிழ் சாகாமலிருக்க வேண்டும், நல்ல முறையில் வளர வேண்டும் என்று நினைக்கும் எந்தத் தமிழனும் நினைத்துப்பார்க்க வேண்டியவை.

காலச்சுவடு 128, ஆகஸ்ட் 2010

39

உலகத் தமிழ்ச் செம்மொழி மாநாடு: கருணாநிதியை இனித் திட்டாதீர்கள்!

சந்தர் டி ராஜ்

நீங்கள் உண்மையிலேயே தமிழ் மொழியின் மீதும் தமிழ் இனத்தின் மீதும் அக்கறை உள்ளவராயின், இந்தக் கட்டுரையை வாசிக்கும்முன் என்னுடைய இரு கோரிக்கைகளை ஏற்க வேண்டும்:

1. உலகத் தமிழ்ச் செம்மொழி மாநாட்டைத் தொடர்புபடுத்தித் தமிழக முதல்வர் மு. கருணாநிதியை இனித் திட்டாதீர்கள்.

2. உலகத் தமிழ்ச் செம்மொழி மாநாட்டை ஒரு குறுகிய கண்ணோட்டத்துடனும் முன் முடிவுடனும் அணுகாதீர்கள்.

யார் மறுத்தாலும், இந்த மாநாடு தமிழ் மக்கள் வரலாற்றில் மிக முக்கியமான ஒரு நிகழ்வு. ஏனென்றால், சமகாலத் தமிழ்ச் சமூகத்தின் உளவியலையும் உலகின் மிக விசித்திரமான – அதேசமயம் மிகச் சாதுர்யமான கூறுகளையும் கொண்ட ஒரு சமூகமாகத் தமிழ்ச் சமூகம் மாறிக்கொண்டிருப்பதையும் இந்த மாநாடு தெள்ளத்தெளிவாக உணர்த்துகிறது.

யோசித்துப் பாருங்கள். தனது தாய்மொழியில் ஒரு கடிதத்தைக் கூடப் பிழையின்றி எழுதத் தெரியாத ஒரு சமூகம், பிறமொழிக் கலப்பின்றி ஒரு ஐந்து நிமிடம் பேசத் தெரியாத ஒரு சமூகம், தன் மொழியில் பேசுவது நாகரிகம் அல்ல எனக் கருதும் ஒரு சமூகம் தன் தாய்மொழியின் பெயரால் ஒரு மாநாடு எடுக்கிறது. அந்த மாநாடு நடைபெறும் இடத்தை நோக்கி ஒவ்வொரு நாளும் இரண்டாயிரம் வாகனங்கள் வருகின்றன. நூறல்ல, ஆயிரமல்ல, பத்து லட்சம்பேர் கூடுகிறார்கள். ஏனைய ஆறு கோடி சொச்சம் பேரும்கூட சும்மா இல்லை. அவர்களும்

தொலைக்காட்சிகள், பத்திரிகைகள் வாயிலாக அந்த மாநாட்டில் பங்கேற்கிறார்கள். என்ன நடக்கிறது என்பதை ஆர்வத்தோடு தெரிந்து கொள்கிறார்கள். ஐந்து நாட்கள் ஒவ்வொருவர் மத்தியிலும் ஏதோ ஒருவகையில் தாய்மொழி உணர்வு பெருக்கெடுத்து ஓடுவதாக ஒவ்வொரு வரும் நினைத்துக்கொள்கிறார்கள். மாநாடு முடிந்ததும் எல்லோருக்கும் நாளை மற்றுமொரு நாளாக விடிகிறது.

தயவுசெய்து யோசித்துச் சொல்லுங்கள். இதை அபத்தம் என்பதா, விநோதம் என்பதா, விசித்திரம் என்பதா?

உலக வரலாற்றில் மாநாடுகள் என்பது எப்போதுமே வெற்றியோடு தொடர்புடையவை. வெற்றியைக் கொண்டாடவோ வெற்றிக்கான இலக்கை நிர்ணயிக்கவோ கூட்டப்படுபவை. தோல்விமேல் தோல்வியைச் சந்திப்பவர்களும் மாநாடுகளைக் கூட்டுவதுண்டு. இனிவரும் காலங்களிலேனும் தோல்வியைத் தவிர்க்க அல்லது விரக்தியிலிருந்து விடுபட. ஆனால் மொழிரீதியாகவும் கலாச்சாரரீதியாகவும் இனரீதியாகவும் அழிவைச் சந்தித்துக்கொண்டிருப்பவர்கள், அதே மொழி – கலாச்சார – இனரீதியாக ஒரு மாநாடு எடுப்பதை, அதையும் ஒரு வெற்றி விழாக் கொண்டாட்டம் போலக் களிப்புடன் எடுப்பதை வரலாறு இப்போதுதான் முதல் முறையாகத் தமிழகத்தில் பார்க்கிறது.

இந்த மாநாட்டின் அரசியல் பின்னணி யாவருக்கும் தெரிந்த விஷயம். ஆகையால் அதை நான் எழுதப்போவதில்லை. மாநாட்டு ஆய்வரங்குகளில் சமர்ப்பிக்கப்பட்ட 908 கட்டுரைகளில் முதல்வர் மு. கருணாநிதியின் படைப்புகள் தொடர்பாக 21 கட்டுரைகளும் கனிமொழி கருணாநிதியின் படைப்புகள் தொடர்பாக 3 கட்டுரைகளும் சமர்ப்பிக்கப்பட்டன. ஓர் அரச குடும்பத்துக்குரிய மரபுப்படி, எல்லா இடங்களிலும் கருணாநிதியின் குடும்பத்தினர் முதல் இடத்தைப் பிடித்திருந்தார்கள். மாநாட்டில் நடைபெற்ற கருத்தரங்குகள், கவியரங்குகள், பட்டிமன்றங்கள் யாவும் கருணாநிதியின் புகழ் பாடுபவையாகவே அமைந்திருந்தன. இவையெல்லாம் கருணாநிதியையும் இந்த மாநாட்டையும் விமர்சிப்பவர்களால் சுட்டிக்காட்டப்படுகின்றன.

ஆனால் கூர்ந்து கவனித்தால், கருணாநிதி எல்லாவற்றையும் மிகச் சரியாகவே செய்திருக்கிறார் என்பது புலனாகும். இந்த மாநாட்டின் பெரிய குறையாக, கருணாநிதியின் தோல்வியாக, மாநாட்டின் தோல்வியாகச் சித்திரிக்கப்படுவது என்ன? ஆய்வரங்குகள் – அறிஞர்கள் உரைகள். ஆனால் இது கருணாநிதி

தோற்ற இடம் மட்டும் அல்ல. தமிழ் மக்களும் தோற்ற இடம். அதாவது, தமிழ் மக்களால் பொருட்படுத்தப்படாத இடம்.

ஒவ்வொருவருக்கும் ஆயிரக்கணக்கில் செலவழித்து மாநாட்டுக்கு அழைக்கப்பட்ட அறிஞர்களில் ஆகப் பெரும்பான்மையினர் அபத்தக் களஞ்சியங்கள் (அறிவியல் தமிழ் தொடர்பாகப் பேசியவர்கள் எதைப் பற்றிப் பேசினார்கள் தெரியுமா? சுண்ணாம்புச்சத்துக் குறைவையும் தமிழகத்தின் மின்தடைப் பிரச்சினையையும் பற்றி). நோக்கர்களோ உணவுக்கூடங்களே கதி என்று கிடந்தார்கள். பெரும்பான்மையான அமர்வுகள் மேடையில் நால்வர், இருக்கைகளில் இருவர் என்றே கழிந்தன.

உடனே நீங்கள் என்ன சொல்வீர்கள்? தகுதியானவர்களை அழைக்கவில்லை என்று சொல்வீர்கள். ஏதோ தகுதியான தமிழ் அறிஞர்கள் ஆயிரக்கணக்கில் இருப்பதைப் போலவும் அவர்கள் அனைவரும் புறக்கணிக்கப்பட்டதைப் போலவும். இந்த மாநாட்டில் பங்கேற்காத, உண்மையான தகுதியுள்ள அறிஞர்கள் எண்ணிக்கை இன்றைக்கெல்லாம் ஐம்பதைத் தாண்டினால் அதிகம். உண்மை என்னவென்றால், தமிழ் ஆய்வுலகத்தின் இன்றைய நிலை இதுதான். அரைகுறைகளும் அபத்தக் களஞ்சியங்களும்தாம் தமிழ்ச் சமூகத்தில் இன்றைய ஆய்வாளர்கள்.

ஆனால் மாநாட்டின் வெற்றி பெற்ற விஷயங்களையெல்லாம் பாருங்கள். எல்லாமே கருணாநிதியின் விருப்பங்கள் மட்டுமல்ல; மக்களின் விருப்பங்களுமாகும். அது பிரம்மாண்டமான பேரணியாகட்டும்; மலிவு விலைச் சாப்பாடாகட்டும்; கண்காட்சி அரங்குகளாகட்டும்; கவியரங்குகளாகட்டும்; பட்டிமன்றங்களாகட்டும்; கருத்தரங்குகளாகட்டும். எல்லாமே மக்களின் விருப்பம் தாம். மக்கள் இதைப் பார்க்கத்தானே வந்தார்கள்; சுற்றுலாப்பயணிகளைப்போல?!

மாநாட்டின் முக்கியமான எதிர்பார்ப்பும் அறிவிப்பும் என்ன? தமிழை வளர்க்கத் தமிழ்வழியில் படித்தவர்களுக்கு அரசுப் பணி. அதாவது, அரசுப் பணி கொடுத்தால்தான் தாய்மொழிவழியில் பிள்ளைகளைப் படிக்கச் செய்வோம் என்று அரசைக் கேட்டார்கள். எவ்வளவு பெரிய வெட்கக்கேடு இது?! ஆனால் கருணாநிதி அதையும்கூட ஏற்றுக் கொண்டிருக்கிறாரே?

ஆக, தமிழ் மக்கள் எதை எதிர்பார்த்தார்களோ, அதை இந்தத் தமிழ் மாநாடு நிறைவேற்றியது; தமிழ் மக்கள் எதை எதிர்பார்த்தார்களோ, அதைக் கருணாநிதி நிறைவேற்றினார் என்பதே உண்மை.

நண்பர்களே, நான் வஞ்சப் புகழ்ச்சி நடையில் எழுதவில்லை. உண்மையாகவே எழுதுகிறேன். ஒட்டு மொத்த சமூகத்தின் குற்றத்தையும் நாம் ஒரு கருணாநிதியின் மீது சுமத்திவிட்டு ஓடிவிட முடியாது. மாநாட்டுக்கு வந்திருந்த பல தரப்பினருடனும் நான் பேசினேன். அவர்களிடத்திலிருந்த டமில் உணர்வை நேரடியாக நான் உணர்ந்தேன். எனக்கு டமிலினம் அழிந்துவிடும் எனத் தோன்றவில்லை. டமிலர்கள் கரப்பான் பூச்சிகளைப்போல் மாறிக்கொண்டிருக்கிறார்கள்; சூழலைத் தமதாக்கிக்கொள்ள என்ன வேண்டுமானாலும் செய்யத் தயாராகிக்கொண்டிருக்கிறார்கள். இனி, கரப்பான்பூச்சி இனத்தைப் போலவே டமிலினத்துக்கும் அழிவு இருக்கப்போவதில்லை. ஓடுங்கள் . . . ஜோதியில் ஐக்கியமாக்கிக்கொள்ளுங்கள். அழிந்துகொண்டிருக்கும் ஒரு மொழியைக் கட்டிக்கொண்டு நீங்களும் அழிந்துபோகாதீர்கள். தமிழ், தமிழ் என இனியும் பிதற்றாதீர்கள். உலகம் கரப்பான்பூச்சி இனத்தின் இருத்தலைத்தான் வரலாறாக எழுதியிருக்கிறது. அதன் தாய்மொழியை அல்ல என்பதை உணர்ந்துகொள்ளுங்கள்!

நன்றி : http://tamilindru.blogspot.com/2010/06/blog-post_1553.html

***காலச்சுவடு* 128, ஆகஸ்ட் 2010**

கடிதம்

காலச்சுவடு ஆகஸ்டு இதழில் உலகத் தமிழ்ச் செம்மொழி மாநாடு தொடர்பாகத் *தமிழ் இன்று* வெளியிட்ட 'கருணாநிதியை இனித் திட்டாதீர்கள்!', 'பேரழகியை மணந்த கையாலாகாதவன் என்ன செய்வான்?' ஆகிய இரு கட்டுரைகளையும் நன்றிக் குறிப்போடு மறுபிரசுரம் செய்திருந்தீர்கள். இது வரவேற்கத்தக்கது. பொது நோக்கில் ஒரு விஷயத்தை அம்பலப்படுத்தும் செயற்பாடுகளில் ஊடகங்கள் இணைந்து செயலாற்றுவதும் ஒருசேரக் குரல் கொடுப்பதும் நாம் வெளிப்படுத்தும் விஷயத்தைப் பரவலாகவும் வலுவாகவும் முன்னெடுத்துச் செல்ல உதவும். அந்த வகையில், *காலச்சுவடு* ஆசிரியர் குழுவுக்கு எங்கள் நன்றி.

அதேசமயம், எந்த நோக்கத்தில் *காலச்சுவடு* இந்தக் கட்டுரைகளை வெளியிட்டதோ அந்த நோக்கமே சிதைவுறும் வகையில் – தமிழ் வெகுசன ஊடகங்கள் சிக்கிக்கொண்டிருக்கும் அதே புதைகுழியில் – தீவிர இலக்கிய இதழான *காலச்சுவடும்* சிக்கியிருக்கிறது என்பதை நேர்மையாகச் சுட்டிக்காட்ட விரும்புகிறோம்.

அறிஞர் கிரிகோரி ஜேம்ஸின் உரையைத் தமிழின் முன்னணிப் பத்திரிகைகளான *தினத்தந்தி, தினமணி, தினமலர், தினகரன்* ஆகியவை எவ்வளவு அலட்சியமாகவும் மோசமாகவும் வெளியிட்டிருந்தன என்பதை அம்பலப்படுத்தும் வகையிலேயே 'பேரழகியை மணந்த கையாலாகாதவன் என்ன செய்வான்?' கட்டுரையைத் *தமிழ் இன்று* வெளியிட்டிருந்தது. காலச்சுவடும் அதே நோக்கிலேயே இந்தக் கட்டுரையை மறுபிரசுரம் செய்திருக்கிறது என்று நம்புகிறோம்.

ஆனால் கட்டுரையில் கிரிகோரி ஜேம்ஸ் உரையை ஒவ்வொரு பத்திரிகையும் வெளியிட்ட விதத்தை அப்படியே பிரசுரித்திருந்த *காலச்சுவடு*, ஏனோ பத்திரிகைகளின் பெயர்களை வெட்டிவிட்டது. இதனால், வெறும் பெட்டிச் செய்திகளாக வந்திருக்கும் அந்தக் கட்டுரையை முதன்முதலாகப் படிக்கும் வாசகன் குழம்பிப்போகும் சூழலைக் காலச்சுவடே ஏற்படுத்திவிட்டது. எதனால், பெயர்கள் வெட்டப்பட்டன? பத்திரிகைகளின் பெயர்களை வெளியிட்டு அவற்றைப் பகைத்துக்கொள்ள வேண்டாமெனக் கருதி வெட்டியிருக்கலாம் அல்லது தவறுதலாக விடுபட்டிருக்கலாம். இந்த விஷயத்தில் முதலாவது காரணமாக இருக்காது என்று நாம் நம்புகிறோம். ஆனால், இரண்டாவது காரணமும் நியாயமானதன்று. தீவிர இலக்கிய இதழ் ஒன்று இவ்வளவு அசட்டையாகச் செயல்படக் கூடாது, அதுவும் பலரைப் பழிக்கும்போது!

தமிழ் இன்று
http://tamilindru.blogspot.com/

காலச்சுவடு 129, அக்டோபர் 2010

40

தமிழ்மொழியை வளர்ப்பவர்களை வாழ்த்தி வரவேற்பதே தமிழன் மரபு

நேர்காணல்:
சை. பீர்முகம்மது - கே.ஜி. மகாதேவா

சிறந்த தமிழ் ஆய்வாளரும் விமர்சகரும் நாவல் ஆசிரியருமான சை. பீர்முகம்மது மலேசியாவின் தற்காலக் கவிதை வளர்ச்சியை ஊக்குவித்தவர் மட்டுமன்றி அந்நாட்டின் அனைத்துச் சிறுகதைகளையும் சர்வதேச வாசிப்புக்குக் கொண்டுசென்ற இலக்கியக் கொடையாளியும் ஆவார். தமிழகத்தில் சில நாட்கள் தங்கியிருந்து கடந்த மாத இறுதியில் மலேசியா திரும்பவிருந்த சை. பீர்முகம்மதுவை நேர்காணலுக்காக நான் சந்தித்தபோது . . .

உங்கள் பூர்வீகம், ஆரம்ப கால வாழ்க்கை, கல்வி, இலக்கியத் தேடல் பற்றிக் கூறுங்கள்?

என் தாய் திருவண்ணாமலை, தந்தை தேவகோட்டை. இந்து மதத்தைச் சேர்ந்த என் தாய் இஸ்லாமியரான தந்தையைக் காதலித்துக் கரம்பற்றியவர். தொழில் நிமித்தம் என் பெற்றோர் மலேசியா சென்ற காலகட்டத்தில், 1942 ஜனவரி 12இல் ஜப்பானிய விமானங்கள் மலேசியாமீது குண்டுமாரி பொழிந்த நேரத்தில்தான் நான் பிறந்தேன். என்னுடன் பிறந்தவர்கள் மூவர். என் தாயாரின் மறைவுக்குப் பின்னர் தந்தை மறுமணம் செய்து இரண்டாம் மனைவி மூலமாகப் பதின்மூன்று குழந்தைகள் பிறந்தன. ஆனால் அன்றைய நிலையில் பிள்ளைகளின் கல்வி, பள்ளிக்கூடப் படிப்பு பற்றி யாரும் அதிக அக்கறைகொண்டதில்லை. பத்துவயதிற்குப் பின்னர் தான் நானே பள்ளியில் சேர்க்கப்பட்டேன். எங்கள் குடும்பம் பெரியது என்பதால், கல்வியில் எனக்கு அதிக ஆர்வம் இருந்தாலும் தந்தை நான் படிப்பதை விரும்பவில்லை. மனம்

உடைந்து நான் வீட்டைவிட்டே ஓடிவிட்டேன். வேலைதேடிப் பஞ்சாபி ஒருவரின் வீட்டில் அடைக்கலமானேன். அதிகாலை நான்கு மணிக்கு எழுந்து மாட்டுச்சாணி அள்ளி, மாட்டுக்கொட்டிலைச் சுத்தம் செய்த பின்னர் பள்ளிக்கூடம் செல்வேன். மதியம் மாடுகளை மேய்ப்பேன். பாடங்களைப் படிப்பது இரவில் தான். எனது எழுத்து இலக்கியத்திற்குக் களம் அமைத்துக் கொடுத்தவர் தமிழ்முரசு பத்திரிகை ஆசிரியர் ‘தமிழவேள்’ கோ. சாரங்கபாணி என்று பெருமையுடன் கூறலாம். அன்று மலேசியாவில் நூலகங்கள் எதுவும் இல்லாவிட்டாலும் ரயில்வேயில் வேலை பார்த்த தமிழர்கள் ஆரம்பித்த, குடிசையில் இயங்கிய ‘முத்தமிழ் படிப்பகத்தில்’தான் பல புத்தகங்களையும் தேடிப் படிக்க முடிந்தது. எனது பள்ளிக்கூடப் படிப்பு தடைபட்டதும் பத்திரிகை விற்பனையாளர் ஒருவரிடம் வேலைக்குச் சேர்ந்தேன். இங்கே தமிழ்நாட்டில் இருந்து பல பத்திரிகைகள், சஞ்சிகைகள் வந்ததால் எனது வாசிப்பிற்கு நிறையவே தீனி கிடைத்தது. வாசகர்கள் கடிதத்தில் இருந்து கதை, கட்டுரை, கவிதை என்று எழுத்துப் பிரவேசம் ஆரம்பமானது.

மலேசியப் பல்கலைக் கழகப் பேராசிரியர் தனிநாயகம் அடிகளாருடன் உங்களுக்கு நிறைந்த தொடர்பு இருந்ததாக அறிகிறேன். அவர் முயற்சியில் நடைபெற்ற முதலாவது உலகத் தமிழாராய்ச்சி மாநாட்டில் உங்கள் பங்களிப்பு எப்படி இருந்தது?

மறைந்த தனிநாயகம் அடிகளார் சாதனையாளர். மலேசியத் தமிழ் எழுத்தாளர் சங்கத்துடன் சேர்ந்து அவர் அடிக்கடி கருத்தரங்கங்கள் நடத்துவார். புதிய விஷயங்கள் பேசப்படும். அவற்றில் நானும் கலந்துகொள்வேன். அடிகளாரைப் பொறுத்தவரை அவருடன் யாரும் அவசியம் இல்லாமல் பேச முடியாது. மிகவும் கண்டிப்பானவர். நேரத்தை வீணடிக்க விரும்பாதவர். அவரது கட்டுப்பாட்டைப் பார்த்து மாணவர்கள் பயப்படுவார்கள். ஒழுக்கத்துக்கும் நேர்மைக்கும் அதிகம் முக்கியத்துவம் கொடுத்த அடிகளார் தமிழாய்வில் மிகப்பெரிய சாதனைகளைச் செய்தவர். மலேசியப் பல்கலைக்கழகத்தில் தமிழுக்குத் தனித்துவம் பெற்றுக்கொடுத்தவர். எனது தமிழ் ஆர்வம், சிந்தனை, தேடல் பற்றி அடிகளாருக்கு நன்கு தெரிந்திருக்க வேண்டும். ஏனென்றால், 1964இல் மலேசியாவில் நடந்த உலகத் தமிழ் ஆராய்ச்சி மாநாடு தொடர்பான வேலைகளின்போது அடிகளார் ஒரு நாள் என்னை அழைத்து “பேச்சாளர்களின் சுற்றுலாப் பொறுப்பை உங்களிடம் அளிக்கப்போகின்றேன், அவர்களை அழைத்துச் செல்ல முடியுமா?” என்று கேட்டார். நான் அடைந்த மகிழ்ச்சிக்கு அந்த நேரம் வானமே எல்லையாக

இருந்திருக்கும். சுற்றுலாக் குழுவில் நான் உறுப்பினராக முதலில் சேர்க்கப்பட்டு, நடைமுறைகள் தெரிவிக்கப்பட்டு, அப்பணியைச் சிறப்பாகச் செய்தேன். அதை ஒரு பாக்கியமாகக் கருதுகிறேன்.

அந்தத் தமிழாராய்ச்சி மாநாடும் அதன் பின்னர் நடைபெற்ற மாநாடுகளும் சாதித்தவை பற்றி?

அதிகமான வேறுபாடுகள் காணப்படுகின்றன. முதல் மாநாட்டைப் பற்றி நிறைய கூறலாம். இதில் பார்க்க வேண்டியது மாநாட்டின் நோக்கம் நிறைவேற்றப்பட்டதா? இலக்கு எட்டப்பட்டதா என்பதுதான். மலேசிய மாநாடு தனது நோக்கத்தை முழுமையாக நிறைவேற்றியிருக்கிறது. தமிழுக்குச் சிறப்புச் செய்யும் வகையில் அற்புதமான ஆராய்ச்சிக் கட்டுரைகள் படிக்கப்பட்டன. அவை மக்களுக்குச் சென்றடையும் வகையில் பிரசுரிக்கப்பட்டன. நூலுருவிலும் வெளிவந்தன. தொடர்ச்சியான மாநாடுகள் எந்த அடிப்படையில் எவ்விதமாகச் செயற்பட வேண்டும் என்று வரையறுக்கப்பட்டன. அண்ணா காலத்தில் பிரமாண்டமான முறையில் தமிழாராய்ச்சி மாநாடு நடந்ததை மறக்க முடியாது. யாழ்ப்பாணத்தில் மாநாடு நடைபெற்றுக்கொண்டிருந்தபோது பொலிஸாரின் துப்பாக்கிச் சூட்டில் பல உயிர்கள் பலிபோன துயரச் சம்பவத்தை மறக்க முடியாது. ஆனாலும் பின்னர் நடைபெற்ற குறிப்பாகத் தஞ்சாவூர் தமிழாராய்ச்சி மாநாட்டின் பயன்கள் மக்களைச் சென்றடையவில்லை எனலாம்.

அந்த மாநாட்டுக்கு மிகச் சிறந்த ஆராய்ச்சிக் கட்டுரைகள் வந்தும் அவை நூல்வடிவம் பெறவில்லை. உலகத் தமிழர்களிடம் போய்ச் சேரவில்லை. மாநாட்டின் பெறுபேறுகளும் பயனற்றதாய்ப் போய்விட்டன. நான் கேட்கிறேன், தமிழ்மொழியை யாரும் வளர்க்கட்டும். அதன் தொன்மையை யாரும் கண்டறியட்டும். உரம் சேருங்கள். அழகு பாருங்கள். இதில் ஏன் சுயவிருப்பு வெறுப்பு? ஏன் அரசியல்? தமிழ்மொழியை மட்டும் தங்களது அந்தரங்க அறைக்குள் வைத்திருக்கும் நிலைக்கு வர வேண்டாம். தமிழ் உங்கள் அந்தரங்க அறை அல்ல. அறிவுச் சுதந்திரத்திற்கு எதிராகச் செயல்படாதீர்கள். ஜனநாயக மரபுகளுக்கு மாறாக இயங்காதீர்கள்.

உலகத் தமிழ்ச் செம்மொழி மாநாட்டில் கலந்து கொள்கின்றீர்களா?

நான் தமிழை நேசிப்பவன். 52 ஆண்டுகள் இலக்கிய எழுத்துப் பணியில் உலகம் பூராவும் சுற்றி 28 மாநாடுகளில் கலந்துகொண்டவன். எந்த நோக்கத்துக்காக மாநாடு கூட்டப்படுகிறதோ, மாநாட்டின் வெளிப்பாடுகள் அந்த

இலக்கைச் சென்றடைய வேண்டும் என்பதில் நான் முனைப்போடு இருப்பவன். செம்மொழி மாநாடு நடத்தும் அரசு, திராவிடப் பாரம்பரியமுள்ள இந்த அரசு ஏன் திராவிட ஆதாரப் புத்தகங்களுக்கு ஆதரவளிப்பதில்லை. திராவிட மொழிக் குடும்பத்தை விரிவாக, ஆதாரபூர்வமாக விளக்கும் நூல்களை, அந்த நூல்களை வெளியிடும் பதிப்பகங்களை வரவேற்காமல் முடக்குவது ஏன்? நான் வெளிப்படையாகவே சில விவரங்களைத் தேடுகிறேன். நியாயமான எதிர்வினைகளைச் சுட்டிக்காட்டும் போது, அது தவறு என்றால், அரசும் சரியான விளக்கம் அல்லது மறுப்புக் கூற வேண்டும். அதுதான் ஆரோக்கியமானது. 'காலச்சுவடு' ஒரு கலை இலக்கிய மாத இதழ். இப்பதிப்பகம் பல தரமான நூல்களை வெளியிட்டு வருகின்றது. நூலகங்களுக்கு வாங்கப்பட்ட 'காலச்சுவடும்' 'காலச்சுவடு பதிப்பகம்' வெளியிடும் நூல்களும் கடந்த சில வருடங்களாக அரசால் நிறுத்தப்பட்டுள்ளன. அவர்கள் செய்த தவறு என்ன? ஆளும் கட்சி அது திமுகவோ அதிமுகவோ தவறுகள் நியாயமான முறையில் விமர்சிக்கப்படுகின்றன.

ஈழப் பிரச்சினை, சேதுக்கால்வாய்த் திட்டம், செம்மொழி பற்றித் தலையங்கம் தீட்டப்படுகின்றது. கருத்துகள் பரிமாறப்படுகின்றன. இது தவறா? கருத்துச் சுதந்திரம் இருக்கக் கூடாதா? திராவிட வளர்ச்சி ஆதார நூல்களைக்கூட அரசு நூலகங்களுக்கு வரவிடாமல் தடுக்கிறது. காரணம் 'காலச்சுவடு' பதிப்பகம் அந்த நூல்களை வெளியிட்டதே. பேராசிரியர் தாமஸ் டிரவுட்மன் எழுதி கலிபோர்னியா பல்கலைக் கழகம் வெளியிட்ட 'திராவிடச் சான்று – எல்லிஸூம் திராவிட மொழிகளும்' எனும் ஆங்கில நூலைப் பேராசிரியர் இராம. சுந்தரம் தமிழாக்கியிருக்கிறார். 1856இல் கால்டுவெல் திராவிட மொழிகளின் ஒப்பிலக்கணத்தை எழுதி வெளியிடுவதற்கு நாற்பதாண்டுகளுக்கு முன்பாகவே 'திராவிட மொழிக் குடும்பம்' எனும் கருத்தாக்கத்தை முன்மொழிந்தவர் எல்லிஸ் என்பதை விரிவாக இந்நூல் எடுத்துரைக்கிறது. அத்துடன் எல்லிஸின் பரந்த மொழியியல் ஆய்வுச் சாதனைகளையும் இந்த நூல் ஆழமாக ஆராய்கிறது. இப்படிப்பட்ட முதல் தரமான திராவிட மொழி ஆய்வு நூலைக்கூட நூலகங்கள் வாங்கிக்கொள்ள அரசு மறுக்கிறது. காரணம் இந்த நூல் 'காலச்சுவடு' பதிப்பகம் வெளியிட்டதாகும். இவ்விதமாக ஒரு குறுகிய மட்டத்துக்குள்ளிருந்து பார்வை செலுத்துவது மொழி ஆராய்ச்சிக்கு எந்தவிதத்திலும் நன்மைப் பயக்காது. தமிழக அரசு இது போன்ற முக்கிய விஷயங்களில் தனது நிலைப்பாட்டை மறுபரிசீலனை செய்ய வேண்டும்.

மலேசியாவில் தமிழர்களின் நிலை இன்று எப்படி இருக்கிறது?

1957இல் சுதந்திரம் கிடைத்த போது இருந்த நிலையுடன் ஒப்பிடும் போது எவ்வளவோ சாதகமான மாற்றம் இருக்கிறது. இரண்டு ஆண்டுகளுக்கு முன்னர் நடைபெற்ற நாடாளுமன்றத் தேர்தலில் ஐந்து மாநிலங்களில் எதிர்க்கட்சி வெற்றி பெற்றிருப்பது அரசை விழிப்படையச் செய்திருக்கிறது. ஆனாலும் உரிமைகளைப் பெற, தொடர்ந்து போராட வேண்டும்.

மலேசிய அரசியல் சாசனத்தில் மத உரிமை உறுதிப்படுத்தப்பட்டிருந்தாலும் கடந்த ஐந்து ஆண்டுகளில் இருநூறு இந்துக் கோவில்களும் கிறிஸ்தவ ஆலயங்களும் இடிக்கப்பட்டிருக்கின்றனவே?

இதில் உண்மை இல்லாமல் இல்லை. ஆனால் கோவில் என்றதும் பெரிய கோபுரங்களைக் கொண்ட கோவில் என்று நினைக்கக் கூடாது. தோட்டங்களில் தொழில் பேட்டைகள், வீடமைப்புத் திட்டங்கள் உருவாகும்போது கோயில் கட்டடங்கள் அழிக்கப்படுகின்றன. அனுமதி பெறாமல் புறம்போக்கு நிலங்களில் கட்டப்பட்ட கோயில்களுக்கும் இந்த நிலைதான். சில இடங்களில் சம்மதம் பெற்றே கோயில் கட்டடங்கள் இடிக்கப்படுகின்றன. இடிக்கப்பட்ட கோயில்களை மீண்டும் அமைக்க வேறு இடமும் வழங்கப்படுகிறது.

நன்றி: *தினக்குரல்*, 16 மே 2010

காலச்சுவடு 129, செப்டம்பர் 2010

41

பன்னாட்டுத் தமிழாய்வுக் கழகமும் உலகத் தமிழ்ச் செம்மொழி மாநாடும்

(டாக்டர் நொபுரு கராஷிமாவின் கட்டுரையும்
டாக்டர் ம. ராசேந்திரன், டாக்டர் வா.செ. குழந்தைசாமி,
டாக்டர் ஐராவதம் மகாதேவன் ஆகியோரது எதிர்வினைகளும்)

2010, ஜூன் 23 முதல் 27வரை நடைபெற்ற உலகத் தமிழ்ச் செம்மொழி மாநாட்டை ஏற்று நடத்தாததற்கும் அதில் பங்கேற்காமல் விலகி நின்றதற்குமான காரணங்கள் குறித்து, பன்னாட்டுத் தமிழாய்வுக் கழகத்தின் தலைவரும் டோக்கியோ பல்கலைக்கழகத்தின் சிறப்புநிலை ஆய்வுப் பேராசிரியருமான நொபுரு கராஷிமா ஜூலை 23, 2010 *ஹிந்து* நாளிதழில் 'IATR and the World Classical Tamil Conference' என்னும் தலைப்பில் ஒரு கட்டுரை எழுதியிருந்தார்.

கராஷிமாவின் கட்டுரைக்கு ஜூலை 25, 2010 *ஹிந்து* நாளிதழில் தஞ்சைத் தமிழ்ப் பல்கலைக்கழகத் துணைவேந்தர் டாக்டர் ம. ராசேந்திரனும் ஆகஸ்ட் 7, 2010 *ஹிந்து* நாளிதழில் உலகத் தமிழ்ச் செம்மொழி மாநாட்டின் துணைத் தலைவர்களாக இருந்த டாக்டர் வா. செ. குழந்தைசாமியும் டாக்டர் ஐராவதம் மகாதேவனும் எதிர்வினையாற்றியிருந்தனர். இவற்றைத் தொடர்ந்து நொபுரு கராஷிமா பன்னாட்டுத் தமிழாய்வுக் கழகத்தின் தலைவர் பொறுப்பிலிருந்து விலகினார். இது தொடர்பான குறிப்பு ஆகஸ்ட் 12, 2010 ஹிந்து நாளிதழில் வெளியிடப்பட்டுள்ளது.

கட்டுரை, அதற்கான எதிர்வினைகள், கராஷிமாவின் விலகல் குறிப்பு ஆகியவற்றின் மொழிபெயர்ப்பு.

நொபுரு கராஷிமா (2010, ஜூலை 23)

சென்ற மாதம் கோயம்புத்தூரில் நடைபெற்ற உலகத் தமிழ்ச் செம்மொழி மாநாடு பல இலட்சக்கணக்கான மக்களை ஈர்த்தது எனப் பத்திரிகைச் செய்திகள் கூறுகின்றன. பன்னாட்டு அறிஞர்களும் உறுப்பினர்களாக இருக்கின்ற, நான் தலைவனாக இருக்கின்ற, பன்னாட்டுத் தமிழாய்வுக் கழகமும் இம்மாநாட்டில்

பங்கேற்காமல் விலகிநின்றது. அக்கழகத்தின் சார்பாகவும் பொதுநிலையிலும் பங்கேற்காமைக்கான காரணங்களை இங்கு விளக்குவதோடு, தமிழாய்வின் எதிர்காலத்தைப் பற்றியும் சிந்திக்க நினைக்கிறேன்.

உலகத் தமிழ்ச் செம்மொழி மாநாட்டை நிகழ்த்துவதற்கு இட்டுச்சென்ற சூழ்நிலைகள்

2009 செப்டம்பரில், பன்னாட்டுத் தமிழாய்வுக் கழகத்தின் சார்பில் ஒன்பதாம் உலகத் தமிழ் மாநாட்டைக் கோயம்புத்தூரில் 2010 ஜனவரியில் வைத்துக் கொள்ளத் தமிழக அரசு முடிவெடுத்துள்ளதாக எனக்குத் தெரிவிக்கப்பட்டது. இதைப் பற்றி என்னிடம் எவரும் கலந்து ஆலோசிக்காமை எனக்கு வியப்பளித்தது. ஒன்பதாம் உலகத் தமிழ் மாநாட்டைக் கனிவுடன் நடத்த அரசு முன்வருவதனை ஏற்றுக்கொள்ளப் பின்வரும் மூன்று கருத்துகளை நான் முன்வைத்தேன்.

1) நான்கு மாதங்களுக்குள்ளாக எந்த ஒரு பெரிய அளவிலான சர்வதேச ஆராய்ச்சி மாநாட்டையும் ஒருங்கமைப்பது இயலாது என எனக்குத் தோன்றியது. எனவே இதை நடத்தக் குறைந்தது ஓராண்டேனும் வேண்டும்.

2) பன்னாட்டுத் தமிழாய்வுக் கழகம் நடத்தும் ஆய்வு சார்ந்த அரங்குகளுக்கும் மாநாட்டுடன் நிகழும் பிற அரசியல் சார்ந்த நிகழ்ச்சிகளுக்கும் தெளிவான வேறுபாட்டெல்லை இருக்க வேண்டும்.

3) 1995இல் அப்போதிருந்த அரசால் நிகழ்த்தப்பட்ட எட்டாம் உலகத் தமிழ் மாநாட்டு நிகழ்வுகள் கொண்ட ஐந்து நூல்களையும் வெளியிட வேண்டும். இவை 2005இல் வெளியிடத் தயாராகிவிட்டன. இவற்றை வெளியிடுமாறு திரும்பத் திரும்ப வேண்டுதல்களை இன்றைய அரசுக்கு அளித்தும் இவை வெளியிடப்படாமல் தமிழ்ப் பல்கலைக் கழகத்திலேயே வைக்கப் பட்டிருந்தன.

மேற்கூறியவற்றிற்கு விடையாக, அரசு, ஜனவரி 2010இல் நிகழ்த்துவதாகக் கூறிய மாநாட்டை ஜூன் 2010க்கு ஒத்திப்போட்டது. எனது இரண்டாவது, மூன்றாவது வேண்டுகோள்களையும் ஏற்றுக்கொண்டது. தொடர்ந்து மாநிலச் சட்டசபைத் தேர்தல்கள் வரவிருக்கும் நிலையில் இதற்குமேல் தள்ளிப்போட இயலாது என்று என்னை வற்புறுத்தவும் செய்தது. ஆனால் 2010 டிசம்பருக்கு முன் ஒன்பதாம் உலகத் தமிழ் மாநாட்டை நடத்த இயலாது என்பதில் நான் விடாப்பிடியாக இருந்தேன். ஜப்பானில் 2009 செப்டம்பரில் 14ஆம் உலக சமஸ்கிருத மாநாடு வெற்றிகரமாக நிகழ்ந்தது. இதற்கான முதல் சுற்றறிக்கை

இரண்டு ஆண்டுகளுக்கு முன்பே வெளியிடப்பட்டுவிட்டது என்பதையும் இங்கு நினைவிற்கொள்ள வேண்டும்.

இது பற்றிச் சர்வதேச அளவில் புகழ்பெற்ற அறிஞர்கள் பலரையும் கலந்தாலோசித்து அவர்களுடைய ஆதரவோடு அரசுக்கு என் இயலாமையை இறுதியாகத் தெரிவித்தேன். இருப்பினும் பன்னாட்டுத் தமிழாய்வுக் கழகத்தைத் தொடர்புபடுத்தாமல் அரசு தன்னளவில் எவ்விதமான தமிழ் மாநாட்டையும் நடத்திக்கொள்ளலாம் என்றும் தெரிவித்தேன். அதன்படி அரசு தன் சொந்த மாநாட்டை – உலகத் தமிழ்ச் செம்மொழி மாநாட்டைக் – கோயம்புத்தூரில் 2010 ஜூன் மாதத்தில் நிகழ்த்த முடிவுசெய்தது.

பன்னாட்டுத் தமிழாய்வுக் கழகமும் முன்னர் நடந்த உலகத் தமிழ் மாநாடுகளும்

1964இல் புதுதில்லியில் சர்வதேசக் கீழையியல் ஆய்வாளர்களின் மாநாடு நிகழ்ந்தபோது, தமிழாய்வு பற்றி ஆழ்ந்த அக்கறைகொண்ட புகழ்பெற்ற அறிஞர்கள் சிலரால் பன்னாட்டுத் தமிழாய்வுக் கழகம் நிறுவப்பட்டது. இதன்படி முதல் உலகத் தமிழ் மாநாடு கோலாலம்பூரில் 1966இல் நிகழ்ந்தது. இரண்டாம் மாநாடு சென்னையில் 1968இல் நிகழ்ந்தது. 1960கள் திராவிட இயக்கத்தின் உச்சநிலையையும் வெற்றியையும் கண்ட காலம். 1967இல், இரண்டாம் உலகத் தமிழ் மாநாட்டிற்குச் சற்றுமுன், மக்கள் தீர்ப்பின்படி சி. என். அண்ணாதுரை தலைமையில் திமுக ஆட்சி அமைந்திருந்தது.

சென்னை உலகத் தமிழ் மாநாடு கல்விசார் ஆய்வுகளில் தன் வலிமையை நிரூபித்தாலும் திராவிட இயக்கத்தின் வெற்றியைக் கொண்டாடும் அரசியல் விழாவாகவும் அமைந்துவிட்டது இயல்பானதே. எனவே இந்த மாநாட்டில் வெளிப்பட்ட அரசியல் ஆவேசமும் புரிந்து கொள்ளக்கூடியதும் ஓரளவு அனுமதிக்கக்கூடியதும் ஆகும். என்றாலும் தமிழ்நாட்டில் பின்னர் நிகழ்ந்த மாநாடுகளின் மீது அரசியல்சாயை படிய இது காரணமாகிவிட்டது. 1981இல் மதுரையில் ஐந்தாம் உலகத் தமிழ் மாநாடு அஇஅதிமுக அரசாங்க ஆதரவின் கீழ் நிகழ்ந்தது. அதுவும் பின்வந்த தேர்தல்களுக்கான மேடையாகிப்போனதால் ஓர் அரசியல் நிகழ்வாகவே முடிந்தது. இது போலவே 1987இல் கோலாலம்பூரில் நிகழ்ந்த ஆறாம் மாநாடும் தமிழ்நாட்டின் அரசியல்வாதிகள் பலர் பெருங்குழுவாகக் கலந்துகொண்டதால் மாநில அரசியலின் பாதிப்புக்குள்ளாகிவிட்டது.

1989இல் மொரீசியஸ் நாட்டின் மோகாவில் நடந்த ஏழாம் மாநாட்டிற்கு நான் செல்லவில்லை என்றாலும்

அச்சமயத்தில்தான் நான் பன்னாட்டுத் தமிழாய்வுக் கழகத்தின் தலைவராகத் தேர்ந்தெடுக்கப்பட்டேன். எனவே தமிழக அரசு ஆதரவு நல்கிய எட்டாம் உலகத் தமிழ் மாநாட்டைத் தஞ்சாவூரில் நான் ஒருங்கமைக்கும் பொறுப்பு வாய்த்தது. ஆய்வரங்குகளை அரசியல் நிகழ்வுகளிலிருந்து தனிப்படுத்த நான் பலபடியாக முயன்றேன். விளையாட்டரங்கில் நிகழ்ந்த அதன் நிறைவு விழாவில் இரண்டுலட்சம் பேர் கலந்துகொண்டதாலும், இலங்கையைச் சேர்ந்த அறிஞர்கள் சிலரை வெளியேற்றிவிட்டதாலும் மாநாடு சீர்குலைந்துபோயிற்று. இதற்கான விளக்கம் கேட்டு அப்போதிருந்த முதலமைச்சருக்கு நான் ஒரு கண்டனக் கடிதம் எழுதியும் எனக்குப் பதில் வரவில்லை.

பன்னாட்டுத் தமிழாய்வுக் கழகத்தின் வரலாற்றுப் பங்கு

பார்ப்பன எதிர்ப்பியக்கமாகத் தோன்றிய திராவிட இயக்கம் 1910களில் நீதிக் கட்சியின் தலைமையில் எழுச்சிபெற்றது. 1930களின் பிற்பகுதியில் மொழி இதன் மையமாயிற்று. வடக்கின் (ஆரிய) ஆதிக்கத்திற்கு எதிராகத் தெற்கின் (திராவிட) சக்திகள் பொருளாதார, அரசியல் போராட்டக் களத்தில் பெரும் அழுத்தத்தை அளித்தன. தென்னாட்டவர்/ திராவிடர்மீது வடவர்கள்/ஆரியர்கள் செலுத்தும் 'ஒடுக்குதலைப்' புரட்டிப்போடக் கோரியது இந்த இயக்கம்.

ஆனால் 1970களிலிருந்து சாதிச் சமூக அமைப்பிலும் தெற்கின் படிப்படியான பொருளாதார வளர்ச்சியிலும் ஏற்பட்ட மாற்றங்களால் நிலைமை மாறியது. திராவிட இயக்கம் தனது வரலாற்றுப் பணியைப் போதிய அளவு நிறைவேற்றிவிட்டது எனலாம். 1980களிலிருந்து இந்த இயக்கத்தின் நோக்கங்களில் நாம் ஒரு மாற்றத்தைக் காண்கிறோம். இதன்பின் தமிழ் மக்களின் பிரதேச உணர்ச்சியைப் பயன்படுத்தி விடப்பட்ட முறையீடுகளும் திமுக, அதிமுக கட்சி அரசியல் ஆட்சேர்ப்பும் தங்களுடைய அரசியல் தளத்தை – வாக்குச் சேகரிப்புத் தளத்தை விரிவுபடுத்திக்கொள்வதற்காகவே செய்யப்பட்டன.

1995இல் தஞ்சாவூரில் நிகழ்ந்த எட்டாம் உலகத் தமிழ் மாநாட்டுக் கட்டுரைத் தொகுப்புகள் இதுவரை விநியோகிக்கப்படாமல் இன்னும் தமிழ்ப் பல்கலைக்கழகத்திலேயே இருக்கின்றன. இவற்றைப் பகிர்ந்தளிக்க உலகச் செம்மொழி மாநாடு சிறந்த வாய்ப்பை நல்கியது. இக்கட்டுரைத் தொகுப்புகளின் முன்னுரையில், அரசியலிலிருந்து உலகத் தமிழ் மாநாடுகள் விடுபட வேண்டும் என்றும் புதிய ஆய்வுப் போக்குகளுக்கு இடமளிக்க வேண்டும் என்றும் பன்னாட்டுத் தமிழாய்வுக்கழகத்தின் அமைப்பை மாற்ற வேண்டும் என்றும் நான் பரிந்துரைத்திருக்கிறேன்.

1995முதலாக ஒன்பதாம் உலகத் தமிழ் மாநாட்டை நடத்த பன்னாட்டுத் தமிழாய்வுக் கழகத்தால் இயலவில்லை என்பது உண்மை. ஆயினும், எட்டாம் உலகத் தமிழ் மாநாட்டை லண்டனில் நடத்த அது திட்டமிட்டது என்பதை மனத்திற்கொள்வது முக்கியம். அது நடக்காததால், ஒன்பதாம் மாநாட்டை இங்கிலாந்து, அமெரிக்க ஐக்கிய நாடு அல்லது தென்னாப்பிரிக்காவில் நிகழ்த்த வேண்டுமென 1995இல் தஞ் சாவூரில் பரிந்துரைக்கப்பட்டது. ஆனால் இந்த நாடுகளிலுள்ள பன்னாட்டுத் தமிழாய்வுக் கழகக் கிளைகள் எவையும் உலகத் தமிழ் மாநாட்டை நிகழ்த்த முன்வரவில்லை. ஒருவேளை இம்மாநாடுகளில் நிகழும் தவிர்க்கவியலாத அரசியல்சார் குறுக்கீடுகளால் அவை அச்சுறுத்தலுக்கு ஆளாகியிருக்கலாம்.

ஆய்வில் காணப்படும் புதிய போக்குகள் என்று நோக்கும் போது, சிறிய அளவில் நிகழ்ந்தாலும், 2010 மே மாதம் டோரண்டோ பல்கலைக்கழகத்தால் ஒருங்கிணைக்கப்பட்ட ஐந்தாம் தமிழாய்வு மாநாட்டைக் குறிப்பிட வேண்டும். கடந்த பத்தாண்டுகளில் குறித்த சில ஆய்வுப் பகுதிகளில் ஆய்வுப் பணிமனைகளும் கருத்தரங்குகளும் பல்வேறிடங்களில் நிகழ்ந்துள்ளன. பெரிய மாநாடுகளின் பயனை நான் மறுக்கவில்லை. ஆனால் அவை அரசியலிலிருந்து விடுபட்டிருக்க வேண்டும். ஆனால் இன்று தமிழாய்வின் எல்லாக் கூறுகளையும் உட்படுத்தும் பெரிய மாநாடுகளை நடத்துவதற்குப் பதிலாகப் பிற துறைகளுடன் ஒப்பியல் நோக்கில் சிறிய அளவிலான பயிலரங்குகளையும் கருத்தரங்குகளையும் நடத்துவதற்கான காலம் வாய்த்திருக்கிறது.

தமிழாய்வில் மறுமலர்ச்சி?

பன்னாட்டுத் தமிழாய்வுக் கழகம் ஒரு புதிய அவதாரத்தை எடுப்பதற்கான காலம் நெருங்கியிருக்கிறது. திராவிட இயக்கம் தனது அசலான நோக்கங்களை நிறைவேற்றுவதில் வெற்றியடைந்ததுபோலவே, இந்த அமைப்பும் தமிழாய்வின் முக்கியத்துவத்தை மக்களுக்கு உணர்த்தும் வரலாற்றுப் பணியை நிறைவேற்றியிருக்கிறது. இனி உண்மையான கல்விசார் ஆய்வு அமைப்பாகச் செயல்பட ஒரு புதிய பன்னாட்டுத் தமிழாய்வுக் கழகம் உருவாக்கப்பட வேண்டும்.

பன்னாட்டுத் தமிழாய்வுக் கழகத்தின் தலைவன் என்னும் முறையிலும் தமிழ் மக்களையும் அவர்கள் பண்பாட்டையும் நேசித்துத் தனது வாழ்க்கையைத் தமிழாய்வுக்குச் செலவிட்டவன் என்னும் முறையிலும் எனது ஒரே மனநிறைவு என்னவென்றால், கோயம்புத்தூரில் சென்ற மாதம் நிகழ்ந்த, அரசு ஒருங்கிணைத்த, அரசியல் சார்பான மாநாட்டில் பங்கேற்காமல் இக்கழகம் தனது ஆய்வுச் சுதந்திரத்தைக் காப்பாற்றிக்கொண்டது என்பதுதான்.

ஆயினும் பன்னாட்டுத் தமிழாய்வுக் கழகம் புதிய வகையில் உருவமைக்கப்பட வேண்டும். தமிழாய்வுத் துறையைச் சேர்ந்த நேர்மையான இளம் அறிஞர்களின் தோள்வலிமையால் இந்த மறுமலர்ச்சி நிகழ வேண்டும்.

ம. இராசேந்திரன் (2010, ஜூலை 25)

கராஷிமாவின் குறிப்புரைக்குத் தமிழ்ப் பல்கலைக்கழகத் துணைவேந்தரின் எதிர்வினை

1995இல் நிகழ்ந்த எட்டாம் உலகத் தமிழ் மாநாட்டு மலர் வெளியீடு மற்றும் அளிப்புத் தொடர்பான குறிப்புகளுக்கெனப் பின்வரும் தெளிவுரை அளிக்கலாகிறது.

தமிழ்நாட்டின் மாண்புமிகு முதலமைச்சர் அவர்களுக்கு, 06-08-2006 அன்று பேராசிரியர் கராஷிமா, எட்டாம் உலகத் தமிழ் மாநாட்டு மலர்கள் எப்படி, யாரால் விற்கப்பட வேண்டும், அதன் வருவாயை யாருக்குச் செலுத்த வேண்டும் என்பது பற்றி ஒரு குறிப்பீடு அனுப்பியிருந்தார்.

அக்கடிதத்தில் பிறவற்றோடு, பின்வருவனவற்றையும் குறிப்பிட்டிருந்தார்:

"அறிஞர்களுக்கும் பொதுமக்களுக்கும் இந்நூல்களைப் பகிர்ந்தளிப்பதற்குப் பன்னாட்டுத் தமிழாய்வுக் கழகத்திற்கென எவ்விதப் பருண்மையான உள்கட்டமைப்பும் இல்லாமையால், மாநாட்டை நடத்தவும் உலகத் தமிழ் மாநாட்டு நிகழ்வுகளை வெளியிடவும் முயற்சி எடுத்துக்கொண்ட தஞ்சைத் தமிழ்ப் பல்கலைக்கழகத்திற்கும் பன்னாட்டுத் தமிழாய்வுக் கழகத்தின் ஆய்வுப் பகுதியென உருவாக்கப்பட்ட சென்னை உலகத் தமிழாராய்ச்சி நிறுவனத்திற்கும் பன்னாட்டுத் தமிழாய்வுக் கழகமும் இந்த இரு நிறுவனங்களும் பரஸ்பர ஒப்புதலினால் ஏற்றுக்கொண்ட கருத்துகளுக்கும் நிபந்தனைகளுக்கும் ஏற்ப அவை மாநாட்டு மலர்களைச் சேமித்துவைக்கவும் விற்கவும் அனுமதியளிக்குமாறு தமிழக அரசை நான் கேட்டுக்கொள்கிறேன்.

பன்னாட்டுத் தமிழாய்வுக் கழகத்திற்கு வந்த சார்பாளர்களின் கட்டணத்தால் இந்த வெளியீட்டிற்கான செலவுகள் செய்யப்பட்டன என்பதால், விற்பனைக்கெனச் செலவாகும் தொகை தவிர மீதிப் பணத்தைப் பன்னாட்டுத் தமிழாய்வுக் கழகத்திற்கே அதன் திட்டங்கள், செயற்பாடுகள் ஆகியவற்றிற்கெனத் திருப்பித்தருமாறு தமிழக அரசு அன்புகூர்ந்து ஓர் ஆணை பிறப்பிக்க வேண்டும் என்றும் கேட்டுக்கொள்கிறேன். இத்திட்டங்களை இன்னும் நன்கு வெளிப்படையாக்கி, செவ்வியல் தன்மை உள்ளிட்ட தமிழின் எல்லாத் துறைகளிலும்

மேலும் ஆராய்ச்சியைத் தீவிரமாக மேம்படுத்தப் பன்னாட்டுத் தமிழாய்வுக் கழகம் நினைத்துள்ளது.

(2006இல் வெளியானாலும் வெளியீட்டு ஆண்டு 2005 என்று தரப்பட்டுள்ள) இந்த மாநாட்டு மலர்களை, அறிஞர்கள் ஆய்வின் பயன் பொதுமக்களுக்குக் கிடைக்க வேண்டும் என்பதற்காக, அடக்க விலைக்கே மாநிலத்திலுள்ள பொதுநூலகங்களுக்கெனத் தமிழக அரசு வாங்கிக்கொள்ள வேண்டும் என்று வேண்டிக்கொள்ள இந்த வாய்ப்பை நான் பயன்படுத்திக்கொள்ள நினைக்கிறேன்.”

மேற்கண்ட நிறுவனங்களில் நிகழ்ந்த உள் ஆலோசனைகளுக்குப் பிறகு, 23–09–2009 அன்று தமிழக அரசு பேராசிரியர் கராஷிமா கூறிய முன்மொழிவுகள் அனைத்தையும் ஏற்று ஓர் அரசாணை வெளியிட்டது.

மேற்கண்ட அரசாணை வெளியாவதற்கு முன்பே, 28–07–2008 அன்றே, தமிழ்ப் பல்கலைக்கழகம், மேற்கண்ட மாநாட்டு மலர்களை உலகத் தமிழாராய்ச்சி நிறுவனத்திற்கு அனுப்பிவிட்டது.

மேற்கண்டவற்றை நிறைவேற்றும் ஆணைகளைப் பள்ளிக் கல்வித் துறையும் 22–02–2010 தன் அரசாணையின் மூலமாக வெளியிட்டது. இலவசமாக அளிக்கப்படவென ஒதுக்கிவைத்த 130 பிரதிகளைத் தவிர, 870 பிரதிகளைப் பொதுநூலக இயக்ககம் 12.18 லட்சத்திற்கு வாங்குவதெனவும் பணத்தை (பின்னர் பன்னாட்டுத் தமிழாய்வுக் கழகத்திற்குத் தருவதற்கென) உலகத் தமிழாராய்ச்சி நிறுவனத்திற்குச் செலுத்துவதெனவும் முடிவுசெய்யப்பட்டது. இச்செய்தி பேராசிரியர் கராஷிமாவுக்கும் தெரிவிக்கப்பட்டது.

22–02–2010 நாளிட்ட அரசாணையின்படி, 870 மலர்கள் பொதுநூலகத் துறைக்கு அளிக்கப்பட்டுப் பல்வேறு நூலகங்களுக்கும் பகிர்ந்தளிக்கப்பட்டன.

மேற்கண்டவற்றின் அடிப்படையில், ‘எட்டாம் மாநாட்டு மலர்கள் இன்னும் பகிர்ந்தளிக்கப்படாமல் தமிழ்ப் பல்கலைக்கழகத்திலேயே உள்ளன’ எனப் பேராசிரியர் கராஷிமா கூற முனைனந்திருப்பது சற்று உள்ளர்த்தம் கொண்டதாகவும் வருத்தத்திற்குரியதாகவும் தோன்றுகிறது.

❍

வா.செ. குழந்தைசாமி ஐராவதம் மகாதேவன் (2010, ஆகஸ்டு 7)

மிகப் பெரிய வாய்ப்பு ஒன்றை நழுவவிட்டது

பன்னாட்டுத் தமிழாய்வுக் கழகம்

கோயம்புத்தூரில் அண்மையில் நடைபெற்ற உலகத் தமிழ்ச் செம்மொழி மாநாடு இதுவரை நடந்த மாநாடுகளிலேயே

பிரமாண்டமானது மட்டுமன்றி, மிக உயர்ந்த ஆய்வு அறிஞர்கள் சிலர் கலந்துகொண்டதுமாகும். பன்னாட்டுத் தமிழாய்வுக் கழகம் தனது தலைவரின் வளைந்து கொடுக்காத் தன்மையால் இந்த மாநாட்டை நடத்தும் வாய்ப்பை இழந்துவிட்டது.

2010, ஜூலை 23இல் பன்னாட்டுத் தமிழாய்வுக் கழகத்தைப் பற்றிய இரங்கல் கீதத்தைப் பேராசிரியர் நொபுரு கராஷிமா ஹிந்துவில் வெளியிட்டதை நாங்கள் கலக்கத்துடன் படித்தோம். 2010 ஜூன் மாதம் கோயம்புத்தூரில் நடைபெற்ற உலகத் தமிழ்ச் செம்மொழி மாநாட்டிற்கு நாங்கள் இருவருமே துணைத்தலைவர்களாக இருந்தோம். எனவே தமிழக அரசு தானாகவே அம்மாநாட்டை நடத்த வேண்டிய சூழ்நிலை ஏற்பட்டதைப் பற்றி எங்களால் சொல்ல இயலும்.

பன்னாட்டுத் தமிழாய்வுக் கழகம் 1964இல் நிறுவப்பட்டுப் பாரீஸில் பதிவுசெய்யப்பட்ட ஓர் அமைப்பு. அதற்கு ஒரு பொதுக்குழு, நடுவண் மன்றம், நிர்வாக மன்றம் ஆகியவை உள்ளன. அதற்கெனத் தனியாக நிதியோ அலுவலகமோ கிடையாது. உலகத் தமிழ் மாநாடுகளுக்கு ஊடாக உயிர்வாழும் அந்நிறுவனம், எட்டு மாநாடுகளை இதுவரை நடத்திவிட்டது. கடைசி மாநாடு தஞ்சாவூரில் 1995இல் நிகழ்ந்தது. பாரீஸில் நடந்த மாநாட்டைத் தவிர, பிற மாநாடுகள் யாவும் அந்தந்த நாட்டு அரசாங்கத்தின் ஊக்கமுள்ள ஈடுபாட்டினாலும் நிதியுதவியினாலுமே நடத்தப்பட்டுவந்திருக்கின்றன.

பேராசிரியர் கராஷிமா தன் கட்டுரையில் கூறியிருப்பதுபோல, 1968இல் சென்னையில் இரண்டாம் உலகத் தமிழ் மாநாடு திமுக வெற்றிக் கொண்டாட்டத்திற்கென நடந்த ஒன்று என்று கூறுவது உண்மையாகாது. ஒரு ஜனநாயக நாட்டில் ஆளும் கட்சி அரசாங்கத்தை அமைக்கிறது. மாநாட்டுக்கு அது தரும் ஆதரவை அரசியல்மயமாக்கல் என்றும் வருணிக்க முடியாது.

இரண்டாம் உலகத் தமிழ் மாநாட்டின்போதே பன்னாட்டுத் தமிழாய்வுக் கழக மாநாடுகளுக்கான பாணி நன்கு நிறுவப்பட்டுவிட்டது. மாநாட்டுச் சார்பாளர்கள் மட்டுமே திட்டவட்டமாகப் பங்கேற்கக்கூடிய ஆய்வுப் பகுதிகள் தனி. பொதுமக்களின் நன்மைக்காக, ஆய்வுப் பகுதியிலிருந்து வேறாகப், பொதுவாக நடத்தப்படும் நிகழ்ச்சிகள் தனி. தமிழ்நாட்டில் நிகழ்ந்த பன்னாட்டுத் தமிழாய்வுக் கழக மாநாடுகள் எல்லாவற்றிலும் இணையாக இந்த இரு பகுதிகளும் ஒன்று கலவாமல் நடைபெற்றே வந்தன. அறிஞர்கள், பொதுமக்கள் ஆகிய இருபிரிவினரும் ஒருசேர மகிழ்ச்சியடைந்த ஏற்பாடு இது.

தன் கட்டுரையில், பேராசிரியர் கராஷிமா தமிழ் நாட்டில் நடந்த உலகத் தமிழ் மாநாடுகள் அரசியல்மயமாக்கப்பட்டுவிட்டதாகப்

புலம்பியிருந்தார். இச்சமயத்தில் லண்டன் பல்கலைக்கழகத் தெற்காசியக் கலாச்சாரத் துறையின் பேராசிரியர் ஸ்டூவர்ட் பிளாக்பர்ன் 1999, ஏப்ரல் 6 அன்று பேராசிரியர் கராஷிமாவுக்கு எழுதிய ஒரு கடிதத்தை மேற்கோள் காட்ட விரும்புகிறோம். அக்கடிதம் இவ்வாறு செல்கிறது: "தமிழ்நாட்டில் இன்னொரு மாநாட்டை நடத்துவதில் தங்கள் விருப்பமின்மையை நான் புரிந்துகொள்கிறேன். என்றாலும் தஞ்சாவூர் அனுபவம் மிக மோசம் என்று நான் நினைக்கவில்லை. ஆய்வரங்குகளிலிருந்து அரசியல் நிகழ்வுகள் பிரிக்கப்பட்டன. தமிழ்நாட்டிலேயே நடந்ததால், நமது தமிழ்நாட்டுத் தோழர்கள் பலரும் அதில் பங்கேற்க முடிந்தது என்பதை நாம் மறக்கக் கூடாது. அது ஒரு மிகப் பெரிய நன்மை."

கோயம்புத்தூரில் நடந்த சமீபத்திய செம்மொழி மாநாட்டில் ஆய்வுச் செயல்பாடுகளையும் பொது நிகழ்ச்சிகளையும் ஒன்றுகலவாமல் பிரிப்பது இன்னும் கடுமையாகவும் திட்டவட்டமாகவும் இருந்தது.

1999, பிப்ரவரி 18 அன்றே டாக்டர் வா. செ. குழந்தைசாமி பேராசிரியர் கராஷிமாவுக்கு எழுதிய கடிதத்தில் தமிழக அரசு ஒன்பதாம் மாநாட்டை நடத்துவதற்கான அழைப்பை விடுத்திருந்தார். ஆனால் பேராசிரியர் கராஷிமா, 1999, மார்ச் 10 அன்று எழுதிய கடிதத்தில் தொடர்ச்சியாக இரண்டு மாநாடு களைத் தமிழ்நாட்டிலேயே நடத்துவதில் தமக்கு விருப்பமில்லை என அந்த அழைப்பை மறுத்து விட்டார். மேலும் தமிழ்நாட்டில் மாநாட்டை நடத்துவதால் அது அரசியல்மயமாகும் என்னும் அவர்தம் கருத்து உறுதியும் அதில் இருந்தது.

பேராசிரியர் கராஷிமா வேறெந்த அலுவலரையும் கேட்காமல் தாமாகவே எடுத்த கண்டிப்பான முடிவினால் 1999–2000இல் ஒரு மாநாட்டை நடத்தும் வாய்ப்பு இல்லாமற்போனது. தஞ்சாவூரில் மாநாடு நடந்து 15 ஆண்டுகளுக்குப் பின் பன்னாட்டுத் தமிழாய்வுக் கழகம் இயங்குகின்றதா என்பதே ஐயமாக இருந்தது. அதன் பணியலுவலர்கள் அதன் எதிர்காலத்தைப் பற்றிக் கவலைப்பட்டனர். இச்சமயத்தில்தான் ஒன்பதாம் மாநாட்டை நடத்த வேண்டித் தமிழக அரசு அழைப்பு விடுத்தது. தமிழக அரசின் முதலமைச்சர் தாமே பேராசிரியர் கராஷிமாவுக்கு மாநாட்டை நடத்த அவரது ஆதரவை நாடிக் கடிதம் எழுதினார்.

பேராசிரியர் கராஷிமா எழுப்பிய நான்கு மறுப்புகளில் மூன்று சரிசெய்யப்பட்டுவிட்டன. மாநாட்டின் காலம் ஒன்றுதான் ஒத்துவரவில்லை. 2010 டிசம்பரிலோ 2011 ஜனவரியிலோ மாநாட்டை வைத்துக்கொள்ளலாம் என்றார் கராஷிமா. ஆனால் 2011 தொடக்கத்திலேயே மாநில சட்டசபைத் தேர்தல் நிகழ

இருப்பதால் 2010 ஜூன் மாத இறுதியிலேயே மாநாட்டை வைத்துக்கொள்ள விரும்பியது தமிழக அரசு. எவ்வாறாயினும் தமிழக அரசு பன்னாட்டுத் தமிழாய்வுக் கழகத்திற்கு மாநாட்டை நடத்த அளித்த வாய்ப்பை மறுக்கக் காரணமாக ஆறு மாதக் கால வேறுபாடு அமைந்தது. இது மிகச் சிறிய பிரச்சினைதான்.

துணைத்தலைவர் என்னும் முறையிலும் நிர்வாக மன்றத்தின் தலைவர் என்னும் முறையிலும் டாக்டர் குழந்தைசாமி பன்னாட்டுத் தமிழாய்வுக் கழகத்திற்கெனச் சென்னையில் சொந்தக் கட்டடம் கட்டித்தருமாறும் அதற்கெனத் தனி அலுவலகத்தை நடத்தவும் அதன் ஆய்வுச் செயல்பாடுகளை நடத்தவும் தேவையான நிதி வழங்குமாறும் தமிழக அரசை இசைவிக்க முடியும் எனப் பேராசிரியர் கராஷிமாவுக்கு உறுதிகூறும் அளவுக்குச் சென்றார். ஆனால் டாக்டர் வா. செ. குழந்தைசாமி, டாக்டர் ஐராவதம் மகாதேவன் ஆகியோர் எழுதிய கடிதங்களுக்குப் பதிலாகத் தமிழக அரசு முன்வைத்த தேதியை ஏற்க விருப்பமின்மையைப் பேராசிரியர் கராஷிமா இறுதியாகத் தெரிவித்துவிட்டார்.

இந்நிலையில் சாதாரணமாக ஒருவர் கேட்கக்கூடிய கேள்வி இதுதான்: தமிழக அரசின் முன்மொழிவுக்குப் பேராசிரியர் கராஷிமா செய்த மாதிரியிலான ஒரு தடையுரையை வழங்க யார் அவருக்கு அதிகாரமளித்தது? நிர்வாக மன்றக் கூட்டத்தை அவர் கூட்டவில்லை. நடுவண் மன்ற உறுப்பினர்களின் அல்லது நிர்வாக மன்ற உறுப்பினர்களின் ஆலோசனையையும் அவர் கேட்கவில்லை. உண்மையில், நிர்வாக மன்ற உறுப்பினர்கள் நால்வரில் மூவரும் நடுவண் மன்ற உறுப்பினர்களில் இப்போதிருக்கும் ஒன்பது உறுப்பினர்களில் ஆறு பேரும் தமிழக அரசின் வேண்டுகோளின்படி மாநாட்டை நடத்த ஒப்புக்கொள்ளுமாறு அவரை எழுத்துமூலம் வேண்டிக்கொண்டார்கள். பெரும்பான்மை உறுப்பினர்கள் கருத்துக்கு அவர் கட்டுப்பட்டு நடந்திருக்க வேண்டும். ஆனால் தன்னிச்சையாக அவர் நடந்துகொண்டார்.

மேற்கண்ட சூழ்நிலையில் துணைத்தலைவர் என்னும் முறையிலும் நிர்வாக மன்றத்தின் தலைவர் என்னும் முறையிலும் டாக்டர் குழந்தைசாமி பன்னாட்டுத் தமிழாய்வுக் கழகத்தின் கூட்டம் ஒன்றைக் கூட்டினார். நேராகச் சிலரிடமும் எழுத்துமூலமாகச் சிலரிடமும் நடுவண் மன்றத்தின் ஒன்பது உறுப்பினர்களில் ஆறுபேரின் ஒப்புதலை வாங்கி, மாநாட்டை நடத்தப் பன்னாட்டுத் தமிழாய்வுக் கழகத்தின் இசைவு உண்டு என்று தமிழக முதலமைச்சருக்குத் தெரிவித்தார். ஆயினும் தமிழக முதல்வர் நன்கு சிந்தித்து, ஒருமனதான இசைவு

கிடைக்காத நிலையில் தாம் நடத்தவிருக்கும் மாநாட்டுடன் பன்னாட்டுத் தமிழாய்வுக் கழகத்தைத் தொடர்புபடுத்துவதில் தமது விருப்பமின்மையை வெளியிட்டார்.

இதன்படி, தமிழக அரசு மேற்சென்று 'உலகத் தமிழ்ச் செம்மொழி மாநாடு' என்னும் தலைப்பில் இந்த மாநாட்டை நடத்தியது. இதுவரை நடந்த மாநாடுகளில் மிகச் சிறப்பானது என்பதோடு, ஜார்ஜ் ஹார்ட், அஸ்கோ பர்போலா, யாரஸ்லாவ் வாசெக், அலெக்ஸாண்டர் எம். டூபியான்ஸ்கி போன்ற மிகச் சிறந்த ஆய்வறிஞர்கள் பலரும் கூடுவதாகவும் இது அமைந்தது. பன்னாட்டுத் தமிழாய்வுக் கழகம் தன் தலைவரின் வளைந்து கொடுக்காத தன்மையால் மாநாட்டை நடத்தும் வாய்ப்பை இழந்துவிட்டது.

தமக்கே உரிய முறையில், பன்னாட்டுத் தமிழாய்வுக் கழகம் தனது பணியை நிறைவேற்றிவிட்டதாகக் கூறுகிறார் பேராசிரியர் கராஷிமா. தான் தலைமையேற்று நடத்தும் ஒரு பன்னாட்டு நிறுவனத்திற்குப் பேச்சளவிலும்கூட இறுதிநாள் குறிக்க எந்த ஒரு தலைவருக்கும் உரிமையில்லை. 15 ஆண்டுகள் செயல்படாமலிருந்துவிட்டு, எதிர்காலத்தில் இனியும் தான் தலைமையேற்று நடத்த இயலாமையை வெளிப்படுத்தும் ஒப்புதல் கூற்றுதான் அது.

இறுதியாக, பன்னாட்டுத் தமிழாய்வுக் கழகத்திற்கு அடித்தளம் நாட்டிய பேராசிரியர்கள் வ. ஐ. சுப்பிரமணியம், ழான் ஃபிலியோஸா, அருட்தந்தை தனிநாயகம் போன்ற அறிஞர்கள் அளித்த பெருங்கொடைகளை நாங்கள் நினைவுகூர்கிறோம். அவர்களும் தனித்த ஆய்வுத்திற நேர்மையும் நேரிய முடிவைச் சாதிப்பதில் தைரியமும் கொண்டவர்களே. அவர்கள் அரசியல்வாதிகளோடு கலந்துறவாடி வந்தவர்கள்தான். ஆனால் பன்னாட்டுத் தமிழாய்வுக் கழகத்தின் ஆய்வுச் சுதந்திரத்தைக் காப்பாற்றினார்கள். தமிழாய்வுக்கெனப் பணிபுரியும் மூலவளங்களை உருவாக்கினார்கள். ஒரு புதிய பன்னாட்டுத் தமிழாய்வுக் கழகம் இன்று நமக்குத் தேவையில்லை, அதற்கு ஒரு புதிய தலைவர்தான் தேவை. தமிழாய்வுக்கென முனைப்பும் தமிழ் உணர்ச்சிகளுக்கும் ஆவல்களுக்கும் செவிகொடுக்கும் கூருணர்வும் விவேகமுள்ள தலைமையும் கொண்ட ஒருவர் தேவை. அப்படிப்பட்ட தலைவர் கிடைப்பின், பன்னாட்டுத் தமிழாய்வுக் கழகம் தானாகவே மறுமலர்ச்சி பெற்று எழுந்து தமிழாய்வை வளரச் செய்கின்ற வரலாற்றுப் பணியை ஆற்றும்.

❍

நொபுரு கராஷிமா (2010, ஆகஸ்டு 12)

பன்னாட்டுத் தமிழாய்வுக் கழகத்திற்கு இரங்கல் கீதமும் அதன் தலைவர் பதவியிலிருந்து என் விலகலும்

2010, ஜூலை 23 அன்று *ஹிந்து* நாளிதழில் வெளியான "பன்னாட்டுத் தமிழாய்வுக் கழகமும் உலகத் தமிழ்ச் செம்மொழி மாநாடும்" என்னும் என்னுடைய கட்டுரையைப் பேராசிரியர் வா.செ. குழந்தைசாமியும் டாக்டர் ஐராவதம் மகாதேவனும் மிகச் சரியாகவே "பன்னாட்டுத் தமிழாய்வுக் கழகத்திற்கான இரங்கல் கீதம்" என்று 2010, ஆகஸ்ட் 7 நாளிட்ட *ஹிந்து*வில் வருணித்திருந்தார்கள். இவ்வாண்டு ஜூன் மாதம் கோயம்புத்தூரில் உலகத் தமிழ்ச் செம்மொழி மாநாட்டை ஒருங்கமைப்பதில் இவ்வறிஞர்கள் இருவரும் மிக ஊக்கத்தோடு செயல்பட்டவர்கள்.

பன்னாட்டுத் தமிழாய்வுக் கழகம் தனது வரலாற்றுப் பணியைச் செய்துமுடித்துவிட்டது என்று வாதிட்டிருந்தேன் நான். ஏனெனில், அதன் தொடக்க ஆண்டுகளில், திராவிட இயக்கத்தின் முற்போக்கான இலட்சியங்களோடு அது சம்பந்தப்பட்டிருப்பதில் சற்றே நியாயம் இருந்தது. இப்போது மாநில அரசியல் நிகழ்வுகளிலிருந்து தன்னை அது விலக்கிக்கொள்வதற்கான நேரம் வந்துவிட்டது.

இக்காரணங்களால், நான் நடுவண் மன்றத்திடம் என் பதவிவிலகல் கடிதத்தைக் கொடுத்துவிட்டேன். என் வழிகாட்டலில், பன்னாட்டுத் தமிழாய்வுக் கழகம், அரசியல் சார்பற்ற, இலாபமீட்டும் நோக்கமற்ற அமைப்பாகப் பணியாற்றியதிலும் (ஆய்வுக் கழக விதி எண்: 4) என் தலைமையின்கீழ் அது இருந்தபோது நடந்த எட்டாம் உலகத் தமிழ் மாநாட்டில் தமிழாய்வில் குறிப்பிடத்தக்க கொடையை நல்கியது என்பதிலும் கோயம்புத்தூரில் அண்மையில் நடந்த உலகத் தமிழ்ச் செம்மொழி மாநாட்டுடன் தொடர்பின்றி விலகியிருந்ததன் வாயிலாக ஆய்வுச் சுதந்திரம் என்ற கொள்கையைக் காப்பாற்றிக்கொண்டதிலும் நான் மனநிறைவடைகிறேன்.

என் கட்டுரையில் நான் குறிப்பிட்டதுபோல, பன்னாட்டுத் தமிழாய்வுக் கழகத்தின் மறுமலர்ச்சி, ஒருவேளை வேறொரு வடிவத்தில் இருக்கலாம் – அப்பணி எதிர்காலத்தை நோக்கும் இளம் தமிழாய்வு அறிஞர்களின் தோள்களில் உள்ளது.

குறிப்பு : International Association of Tamil Research என்பதைப் பன்னாட்டுத் தமிழாய்வுக் கழகம் என மொழிபெயர்த்துள்ளேன். சிலர் உலகத் தமிழாய்வுக்

கழகம் என்றும் மொழிபெயர்த்துள்ளனர்.

தமிழில்: க. பூரணச்சந்திரன்

நன்றி: THE HINDU

காலச்சுவடு **129, செப்டம்பர் 2010**

கடிதம்

பன்னாட்டுத் தமிழாய்வுக் கழகம்

பன்னாட்டுத் தமிழாய்வுக் கழகத்தின் தலைவராகிய, பேரா. நொபுரு கராஷிமா எழுதிய கட்டுரைக்குத் தமிழக அரசியல்வாதிகளைப் போல் வா.செ. குழந்தைசாமியும் ஐராவதம் மகாதேவனும் எதிர்வினையாற்றியிருக்கிறார்கள். தமிழ்நாட்டில் நடந்த உலகத் தமிழ் மாநாடுகள் மூன்றும் அரசியல் நிகழ்வாக்கப்பட்டன என்பது உண்மை. இந்த உண்மையை வெளிப்படுத்திய கராஷிமாவைப் 'புலம்பியிருந்தார்' என்று இவர்கள் குறிப்பிட்டுள்ளார்கள். நடைபெறும் மாநாடு குறித்த அறிவிப்புக்குப் பின் போதிய கால இடைவெளி தேவையென அவர் கூறியதை மிகச் சிறிய பிரச்சினை என்று இவர்கள் கூறிப் பன்னாட்டுத் தமிழாய்வுக் கழகத்தைச் சிறுமைப்படுத்தத் துணிந்திருக்கிறார்கள். தம் விருப்பத்துக்கு இணங்கி வராத கராஷிமாவை அதன் தலைமைப் பதவியிலிருந்து அகற்றுவதே இவ்விருவரின் விருப்பம். இது நிறைவேறிவிட்டது.

க.சி. அகமுடை நம்பி, மதுரை

'வளைந்து கொடுக்காத தன்மை' ' புலம்பியிருந்தார்' என்ற இரண்டு சொற்களும் நொபுரு கராஷிமா கூறியிருந்த கருத்துக்கு வா.செ. குழந்தைசாமி, ஐராவதம் மகாதேவன் இருவரும் எதிர்வினையாற்றியதிலிருந்து எடுத்துக் கவனப்படுத்தப்படுகிறது. 'ஹிந்து'வில் வெளியான ஆங்கிலப் பதங்கள் புரியவில்லையெனினும் க. பூரணச்சந்திரனின் மொழிபெயர்ப்பு தரும் நம்பிக்கையில் அந்தச் சொற்கள் தரும் 'அரசியல் கவனிப்பு' கவனத்துக்குரியது.

பெரியவர்களுக்குப் புரிபடாத 'வளைந்து கொடுக்காத தன்மையின் அர்த்தத்தை மா.இரா, வா.செ.கு, ஐராவதம் ஆகியோர் புரிந்துகொள்ள காலம் அவர்களுக்கு ஆசீர்வதிக்கட்டும்.

முத்துச்செல்வன்,
மணமேடு

காலச்சுவடு **130, செப்டம்பர் 2010**

42

பண்பாட்டுத் துயரம்:
உலகத் தமிழ்ச் செம்மொழி மாநாடும் உலகத் தமிழாய்வுக் கழகமும்

கண்ணன்

தமிழாய்வுக் கழகத்தின் தலைவர் கராஷிமா ஒன்பதாம் உலகத் தமிழ் மாநாட்டைக் கழகம் நடத்த முன்வராததன் காரணங்களை விளக்கி *தி இந்துவில்* எழுதிய கட்டுரையும் எதிர்வினைகளும் முந்தைய *காலச்சுவடு* இதழில் தமிழாக்கம் செய்யப்பட்டிருந்தன. கதைச்சுருக்கம்: 2010 ஜனவரியில் உலகத் தமிழ் மாநாடு நடக்கப்போவதாக அதை நடத்த வேண்டிய கழகத்தின் தலைவர் கராஷிமாவுக்கு 2009 செப்டம்பரில் 'தெரிவிக்கப்படுகிறது'. அதாவது தமிழாய்வுக் கழகம், ஒன்பதாம் உலகத் தமிழ் மாநாட்டை 2009 ஜனவரியில் நடத்தப்போவதாகத் தமிழக முதல்வர், தமிழாய்வுக் கழகத்தின் தலைவர் கராஷிமாவைக் கலந்தாலோசிக்காமல் தன்னிச்சையாக அறிவிக்கிறார். இந்தப் பின்னணியில் கராஷிமா மூன்று கருத்துகளை முன்வைக்கிறார்.

1. உலகளாவிய மாநாடொன்றை நான்கு மாதங்களில் நடத்த முடியாது.

2. மாநாட்டில் அரசியல் நிகழ்வுகளும் ஆய்வு நிகழ்வுகளும் பிரித்தாளப்பட வேண்டும்.

3. அச்சிட்டுத் தயாராகவுள்ள எட்டாம் உலகத் தமிழ் மாநாட்டு ஆய்வுக் கட்டுரைத் தொகுதிகளை விநியோகிக்க வேண்டும்.

ஜனவரியிலிருந்து ஜூன் மாதத்திற்கு மாநாட்டைத் தள்ளிப்போட்டும் பிற இரண்டு கோரிக்கைகளையும் ஏற்றுக்கொள்வதாகவும் அரசு தெரிவிக்கிறது. இருந்தும் டிசம்பர்

2010க்கு முன்னர் மாநாட்டை நடத்துவது சாத்தியமல்ல என கராஷிமா மறுத்துவிடுகிறார். இக்கட்டுரை வெளிவந்த சில நாட்களில் தஞ்சைப் பல்கலைக்கழகத் துணைவேந்தர் ம. ராசேந்திரனின் எதிர்வினை தி இந்து*வில் வெளிவந்தது. அவருடைய விளக்கம்: 2006 ஆகஸ்ட் மாதம் கராஷிமா மாநாட்டு ஆய்வுக் கட்டுரைத் தொகுதி விநியோகம் பற்றி அரசுக்குக் கடிதம் எழுதுகிறார். செப்டம்பர் 2009இல் அரசு அவர் பரிந்துரையை ஏற்றுக்கொள்கிறது. (மொத்தம் ஆயிரம் படிகள் அச்சிடப்பட்டிருப்பதாகத் தெரிகிறது.) 130 படிகள் இலவச விநியோகத்திற்கு ஒதுக்கிவைக்கப்பட்டு, எஞ்சியுள்ள 870 படிகள் தமிழக அரசின் பொது நூலகங்களுக்கு அனுப்பப்படுகின்றன. இந்தப் பின்னணியில் எட்டாம் உலகத் தமிழ் மாநாட்டு ஆய்வுக் கட்டுரைத் தொகுதிகள் இன்னும் பகிர்ந்தளிக்கப்படவில்லை என கராஷிமா கூறுவது பிழை என்பது துணைவேந்தர் வாதம்.*

சில கேள்விகள்:

> *2006இல் தயாராகிவிட்ட மாநாட்டுத் தொகுதிகளை, அடுத்த மாநாடு நடத்தப்போவதாக அறிவிப்பு வெளியிடும்வரை ஏன் விநியோகிக்கவில்லை? 2006இல் கராஷிமா கடிதம் எழுதி, 'திரும்பத் திரும்ப வேண்டுதல்கள்' வெளியிட்ட பின்னரும் அரசு ஏன் அவர் கோரிக்கையை 2009 இறுதிவரை ஏற்கவில்லை? அடுத்த மாநாடு நடத்துவதாக அறிவித்த அரசு மாநாட்டு ஆய்வுக் கட்டுரைத் தொகுதிகளை விநியோகிக்க வேண்டியதை ஒரு முன் நிபந்தனையாக வைக்கும்வரை ஏன் செயல்படவில்லை? ம. ரா. கூற்றுப்படி தஞ்சைப் பல்கலைக்கழகம் ஒரு படியைக் கூட நான்கு ஆண்டுகளாக விற்காமல் அடைகாத்துப் பின்னர் அவற்றை உலகத் தமிழாராய்ச்சி நிறுவனத்திற்கு அனுப்பிவைத்திருக்கிறது. அவற்றில் 130 படிகளை இலவசமாக அளிக்க ஒதுக்கிவைத்து, 870 படிகளை அரசு நூலகங்களுக்கு அளித்தது. அதாவது ஒரு பிரதிகூட விற்கப்படவில்லை. தமிழகத்தில் எந்தக் கல்லூரி, பல்கலைக்கழக நூலகங்களிலும் இப்படிகள் இருக்கமாட்டா. செம்மொழி மாநாட்டுக்கு வந்த அறிஞர்கள் இவற்றை வாங்க முடியாது. உலகத் தமிழ் மாநாட்டு ஆய்வுக் கட்டுரைத் தொகுதிகளை இதைவிடச் சிறுமைப்படுத்த முடியுமா? அதன் பயன்கள் பலருக்கும் எட்டாவண்ணம் அரசாங்கம் சீரழித்தது ஏன்? உலகத் தமிழ் மாநாட்டைக் கூட்ட நான்கு மாதங்கள், முந்தைய மாநாட்டின் தொகுதிகளை விநியோகிக்கவோ நான்கு வருடங்கள்! ஏனெனில் அது அ.தி.மு.க. அரசு நடத்திய மாநாடு. அதன் முகப்பில் ஜெயலலிதாவின் படம் இருக்கும்.*

இதை விட அற்பத்தனமாக ஓர் அரசாங்கத்தால் யோசிக்க முடியுமா?

அடுத்ததாக வா.செ. குழந்தைசாமியும் ஐராவதம் மகாதேவனும் இணைந்து கராஷிமாவுக்கு எழுதியுள்ள மறுப்பு. இத்தகைய ஒரு நிலைப்பாட்டை வா. செ. கு. மேற்கொள்வதில் யாருக்கும் வியப்பிருக்காது. ஆனால் இதில் ஐராவதம் மகாதேவன் பெயரும் இணைந்திருப்பது பலருக்கும் தர்மசங்கடம். பல பத்தாண்டுகள் சீரிய ஆய்வைத் தமிழுக்குத் தந்த, தேவையற்ற எதிலும் ஈடுபடாமல் கவனத்தை ஒருமுகப்படுத்திப் பணியாற்றிய ஐராவதம் அவர்கள்மீது முதுமையில் இத்தகைய இழிவைச் சுமத்தியிருக்கும் தமிழ்ச் சமூகத்தைப் பழிப்பதா அல்லது இணங்கி நிற்கும் அவரைப் பழிப்பதா தெரியவில்லை. இப்படிப்பட்ட நிலையை எனக்கு ஏற்படுத்தியமைக்காக விதியைப் பழிக்க அதில் நம்பிக்கையும் இல்லை. கருணாநிதியின் சீரழிக்கும் முனைப்பு எந்தப் பண்பாட்டு அடையாளத்தையும் களங்கப்படுத்தாமல் விடாதுபோலும்.

மீண்டும் சில கேள்விகள்:

1. ஸ்டூவர்ட் பிளாக் பர்ன் 1999இல் கராஷிமாவுக்கு எழுதிய கடிதத்தை, தங்களுக்குச் சாதகமாகக் கருதி, இக்கட்டுரையில் இரு அறிஞர்களும் மேற்கோள் காட்டியுள்ளார்கள். பிளாக்பர்ன் எழுதுகிறார்: "தமிழ்நாட்டில் இன்னொரு மாநாட்டை நடத்துவதில் தங்கள் விருப்பமின்மையைப் புரிந்துகொள்கிறேன். என்றாலும் தஞ்சாவூர் அனுபவம் மிக மோசம் என்று நான் நினைக்கவில்லை."

உலகத் தமிழ் மாநாடுகள் அரசியலாக்கப்படவில்லை என்ற இவ்விரு அறிஞர்களின் வாதம் அப்பட்டமான பிழை. சுயசிந்தனையுள்ள யாராலும் இதை ஏற்றுக்கொள்ள முடியாது. கராஷிமா 'மிக மோசம்' என்று நினைப்பது பிளாக் பர்னுக்கு 'அவ்வளவு ஒன்றும் மோசமல்ல' என்று தோன்றுகிறது. இதுதான் வேறுபாடு. இதைவிடச் சாதகமான ஒரு குரலை இவ்விரு அறிஞர்களாலும் கண்டெடுக்க முடியவில்லை என்பது உலக அறிஞர்கள் உலகத் தமிழக மாநாடுகளை எவ்வாறு நோக்குகிறார்கள் என்பதைத் தெளிவுபடுத்திவிடுகிறது.

2. இரு அறிஞர்களும் கூறுகிறார்கள்:

   "கோயம்புத்தூரில் நடந்த சமீபத்திய செம்மொழி மாநாட்டில் ஆய்வுச் செயல்பாடுகளையும் பொது நிகழ்ச்சிகளையும் ஒன்றுகலவாமல் பிரிப்பது இன்னும் கடுமையாகவும் திட்டவட்டமாகவும் இருந்தது."

மாநாட்டுக் கட்டுரைகளின் தேர்வு பெருமளவிற்கு அரசியலுக்கு உட்பட்டிருந்தது. எந்தச் செம்மொழிப் படைப்பாளியைவிடவும் படைப்பைவிடவும் கருணாநிதிக்கும் கனிமொழிக்கும் அதிக விமர்சனக் கட்டுரைகள் சமர்ப்பிக்கப்பட்டமை இதற்குச் சான்று. எட்டாம் உலகத் தமிழ் மாநாட்டில் ஆய்வரங்கில் இலங்கைத் தமிழர்களை அனுமதியாமல் மத்திய அரசின் பாதுகாப்பு நிறுவனங்கள் அரசியலைப் புகுத்தின. மாநில அரசு மௌன சாட்சியாக அந்த அரசியலை வேடிக்கை பார்த்தது. ஆனால் ஆய்வரங்குப் பக்கம்கூட ஜெயலலிதா வரவில்லை. துவக்க விழாவிற்கு வந்த நெடுஞ்செழியனைத் தவிர எந்த அமைச்சரும் ஆய்வரங்கிற்கு வரவில்லை. மாநாட்டில் கட்டுரை படிக்க அரசியல் பரிந்துரைகளும் இல்லை. மாறாகச் செம்மொழி மாநாட்டின் தலைவரே அரசியல்வாதி! கட்டுரைகளின் தேர்விலும் கட்டுரையாளர் தேர்விலும் அரசியல் இல்லை என்பதை உ.பி.கள்கூட நம்பமாட்டார்கள்! இவ்வளவு ஆடம்பரச் செலவில் இவ்வளவு குப்பையான கட்டுரைகள் சமர்ப்பிக்கப்பட்ட மாநாட்டை, ஆகச் சிறந்தது என்றெல்லாம் அதிகாரத்திற்குப் பணிந்து வருணிக்க நேர்ந்ததற்காக இரு அறிஞர்களும் தலைகுனிய வேண்டும். அவர்கள் குனியாவிட்டாலும் நாம் தலை நிமிர நெடுங்கால மெடுக்கும்.

3. 1999இல் முந்தைய தி.மு.க. ஆட்சியின்போது வா.செ.கு., கராஷிமாவுக்கு மீண்டும் ஒரு உலகத் தமிழ் மாநாடு நடத்த அழைப்புவிடுத்தும் கராஷிமா அது மீண்டும் ஒரு அரசியல் கூத்தாகும் என நியாயமாகவே பயந்து மறுத்ததும் தெரிகின்றது. இந்தப் பின்னணியில் பன்னாட்டுத் தமிழாய்வுக் கழகம் இயங்குகின்றதா என்ற சந்தேகத்தை இரு அறிஞர்களும் பலமுறை எழுப்பியுள்ளனர். 2005இல் ஐந்து தொகுதிகளாக சுமார் 5000 பக்கங்களில் எட்டாம் உலகத் தமிழ் மாநாட்டு ஆய்வுக் கட்டுரைத் தொகுதிகள் வெளிவந்துள்ளதால் அது இயங்குவதாகவே தெரிகிறது. அவற்றை விநியோகிக்க அரசாங்கம் பல ஆண்டுகள் எடுத்ததும் இப்போது இதை ஆய்வாளர்களுக்கும் மாணவர்களுக்கும் எட்டாமல் பொது நூலகங்களில் புதைத்துள்ளமை பற்றிக் கருத்துக்கூறும் துணிவை இவ்வறிஞர்களிடம் நாம் எதிர்பார்ப்பதற்கில்லை. கருணாநிதியின் கைப்பாவையாகச் செயல்படும் வா.செ.கு. தமிழாய்வுக் கழகத்தின் துணைத் தலைவராக இருந்தும் எட்டாம் உலகத் தமிழ் மாநாட்டுக் கட்டுரைகள் விநியோகிக்கப்படாமல் கிடந்தது பற்றி மூச்சுவிட வில்லை. அந்தப் பிரச்சினையைத் தொடர்ந்து எழுப்பியவர் இவரால் பழிக்கப்படும் கராஷிமாதான்.

4. கராஷிமா மாநாட்டை நடத்த மறுத்தபோது துணைத் தலைவர் வ.செ.கு. அவருக்குச் சில உறுதிகள் வழங்கியதாக அறிஞர்கள் தெரிவித்துள்ளனர்.

"துணைத் தலைவர் என்னும் முறையிலும் நிர்வாக மன்றத்தின் தலைவர் என்னும் முறையிலும் டாக்டர் குழந்தைசாமி பன்னாட்டுத் தமிழாய்வுக் கழகத்திற்கெனச் சென்னையில் சொந்தக் கட்டடம் கட்டித்தருமாறும் அதற்கெனத் தனி அலுவலகத்தை நடத்தவும் அதன் ஆய்வுச் செயல்பாடுகளை நடத்தவும் தேவையான நிதி வழங்குமாறும் தமிழக அரசை இசைவிக்க முடியும் எனப் பேராசிரியர் கராஷிமாவுக்கு உறுதிகூறும் அளவுக்குச் சென்றார்." பச்சையாகச் சொன்னால் வா.செ.கு. கருணாநிதியின் தூண்டுதலில் காரியத்தைச் சாதிக்க கராஷிமாவுக்கு ஆசைகாட்டி, தமிழாய்வுக் கழகத்திற்குக் கையூட்டு வழங்க முயன்றுள்ளார். பெற்றுச் சிவந்த, கொடுத்துக் கறக்கும் கரங்கள் அதிகாரத்தினுடையவை. கராஷிமா மறுத்தது இவர்களின் ஆத்திரத்தைத் தூண்டியுள்ளது. தமிழாய்வுக் கழகத்திற்குத் தமிழ் வளர்ச்சிக்காக மட்டுமே நிதியும் இடமும் வழங்குவது பற்றிக் கருணாநிதியால் சிந்திக்க முடியாது. தனக்கு ஆதாயம் இல்லாத எதைப் பற்றியும் சிந்திக்கவே முடியாதவர் நம் முதல்வர்!

5. நிர்வாகமன்றக் கூட்டத்தைக் கூட்டாமல், கராஷிமா மாநாட்டை நடத்த மறுத்ததை இவ்விரு அறிஞர்களும் கண்டித்துள்ளனர். அதே நேரம் தமிழாய்வுக் கழகத்தைக் கலந்தாலோசிக்காமல் அடுத்த உலகத் தமிழ் மாநாட்டை நடத்தப்போவதாக முதலமைச்சர் அறிவிப்பு வெளியிட்டதைக் கேள்வி கேட்கும் துணிவு இவர்களுக்கு இல்லை.

6. மாநாட்டில் கலந்துகொண்ட முக்கியமான தமிழ் அறிஞர்களின் பெயர்களைப் பட்டியலிட்டிருக்கின்றனர் அறிஞர்கள். வழக்கம்போல அதில் தமிழர்கள் பெயர் இல்லை. (அ. மார்க்ஸ், ரவிக்குமார், வா.செ.கு எல்லோர் பட்டியலும் இங்ஙனம்தான். என்று தணியும் இந்த அடிமையின் மோகம்!) உலகத் தமிழாய்வுக் கழகம் இம்மாநாட்டை நடத்தவில்லை என்பதாலும் மாநாட்டில் நிழலாடிய ஈழத் தமிழருக்குத் துரோகம் இழைத்த அரசியலாலும் போதுமான கால அவகாசம் – அசலான ஆய்வுக் கட்டுரை எழுத – இல்லை என்பதாலும் மாநாட்டில் கலந்து கொள்ளாத அறிஞர்கள் பட்டியல் மிக நீண்டது. இதைப் பற்றிய வருத்தம்கொள்ள வேண்டியது செம்மொழி மாநாட்டை, கருணாநிதியின்

பெரிய குடும்பத்தின் 184 உறுப்பினர்களை அழைத்து, போஷித்து அரசியல் அதிகாரத்தின் ஆபாசம் ததும்ப நடத்திய அறிஞர்கள்தாம். சுயமரியாதையுடன் விலகி நின்ற கராஷிமா அல்ல. எல்லாப் பண்பாட்டு அதிகார மையங்களிலும் புகுந்து புறப்பட்டுச் சீரழிக்கும் கருணாநிதி குடும்பத்தின் அதிகாரத்திற்கு அப்பால் உலகத் தமிழாய்வுக் கழகத்தை இறுதிவரை நிறுத்திக்காட்டிய கராஷிமாவுக்குத் தலைவணங்குவோம். (வா.செ.கு., ஐராவதம் மறுப்பைப் படிக்கும்போது பாரதி, கிருஷ்ணசாமி ஐயருக்கு எழுதிய வரிகள் மீண்டும் நினைவுக்கு வந்தன.)

7. *மாநாடு அரசியலாக்கப்படவில்லை என மறுத்தபடியே, மாநாட்டைச் சட்டமன்றத் தேர்தல் காரணமாக டிசம்பர் 2010இல் நடத்த முடியாது என்ற அரசின் அரசியல் சார்ந்த நிலைப்பாட்டை அப்படியே விமர்சனமின்றி ஏற்கவும் இவ்விரு அறிஞர்களால் முடிகிறது. மொழி ஆய்வு மாநாடு ஒன்று தேர்தலுக்காக முன்பின் தள்ளப்படும் விந்தை உலகின் வேறு எந்த மொழியிலும் நடக்காது. மொழி சார்ந்த ஒரு மாநாட்டில் அரசியல்வாதிகளும் அரசியல் நிகழ்வுகளும் பேராதிக்கம் செலுத்தும் விந்தையும் உலகில் எந்த மொழியிலும் இருப்பதாகத் தெரியவில்லை. எல்லாம் தமிழின் தவப்பயன்.*

***காலச்சுவடு* 130, அக்டோபர் 2010**

43

உலகத் தமிழ் மாநாடு
இரண்டு கடிதங்கள்

பேராசிரியர் ஏ. வேலுப்பிள்ளையின் கடிதத்திலிருந்து . . .

ஜனவரி மாதம் முதல் வாரம் தஞ்சாவூரில் நடந்த உலகத் தமிழ் மாநாட்டில் கலந்துகொள்ள வந்த என்னையும், இலங்கையைச் சேர்ந்த இன்னும் பல தமிழர்களையும் இந்திய அரசாங்கம் வெளியேற்றியது. யாழ்ப்பாண பல்கலைக் கழகத்தைச் சார்ந்த, பேராசிரியராக இயங்கும் தகுதி பெற்ற பல பிரதிநிதிகளும் ஒட்டு மொத்தமாக வெளியேற்றப்பட்டனர். உலகத்திலேயே பெரும்பான்மையான தமிழர் இனம் இருப்பது, இந்தியாவுக்கு அடுத்தபடி இலங்கையில். கடந்த இரு நூற்றாண்டுகளில் இலங்கைத் தமிழ் ஆராய்ச்சி தமிழ்க் கல்விக்குத் தந்த பங்களிப்பு மிகவும் மெச்சத்தக்கது. இம்முறை மாநாட்டுக்கு வெகு சில பிரதிநிதிகளே அழைக்கப்பட்டிருந்தனர். பிறகு இந்தச் சிலரும் அவமதிக்கப்பட்டனர். இலங்கையின் கல்விமான்களில் மிகவும் தகுதி வாய்ந்தவர்களை உலகத் தமிழ் மாநாட்டில் பங்கு கொள்வதிலிருந்து ஒதுக்கியதன் மூலம் இம்மாநாடு வெறும் தேசிய மாநாட்டின் தரத்துக்குத் தாழ்த்தப்பட்டுவிட்டது.

நவம்பர் மாதம் இந்தியத் தூதரகத்துக்கு விசாவுக்கு விண்ணப்பித்துக் கொண்டபோது, தமிழக அரசாங்கத்தின் அரசாங்க விருந்தாளியாக நான் அழைக்கப்பட்டிருந்த அழைப்புக் கடிதத்தையும் அதனுடன் சம்பந்தப்பட்ட மற்ற காகிதங்களையும் இணைத்திருந்தேன். 1989இல் உலகத் தமிழ் ஆராய்ச்சிக் குழுவின் துணைப் பொதுக் காரியதரிசியாக நான் தேர்ந்தெடுக்கப்பட்டிருந்தேன். இந்தக் குழுவின் தலைவரான பேராசிரியர் நொபுரு கராஷிமா, அரசாங்க விருந்தாளியாக அழைக்கப்பட வெளிநாட்டைச் சேர்ந்த இருபது மதிப்பிற்குரியவர்களின் பெயர்களைப் பட்டியலிட்டுத் தமிழக

அரசாங்கத்துக்கு அனுப்பினார். அதில் எங்கள் பிரயாணம் மற்றும் தங்குவதற்கான செலவுகளைத் தமிழக அரசாங்கமே ஏற்கும் என்று குறிப்பிடப்பட்டுள்ளது. ஏப்ரல் 1994இலேயே கராஷிமா முன்மொழிந்த கோரிக்கை மாநில அரசாங்கத்தால் ஏற்கப்பட்டு, ஏற்கப்பட்ட ஆணையின் பிரதிகள் சம்பந்தப்பட்ட அரசுத் துறைகளுக்கு அனுப்பப்பட்டுவிட்டன. மே இரண்டாம் தேதி உலகத் தமிழ் ஆராய்ச்சிக் குழுவின் நிர்வாகக் காரியதரிசியான பேராசிரியர் சு. ராஜாராம் இந்த தஸ்தாவேஜுகளை எனக்குத் தபால் மூலம் அனுப்பி மாநாட்டுக்காகப் பதிவு செய்துகொள்ளும்படி என்னை வேண்டினார். நானும் பதிவு செய்துகொண்டேன். என் ஆராய்ச்சிக் கட்டுரையும் அதன்பின் ஏற்கப்பட்டது. மாநாட்டுச் சிறப்பிதழின் ஆசிரியரான டாக்டர் ஆர். நாகசாமி, சிறப்பிதழுக்காக ஓர் ஆராய்ச்சிக் கட்டுரை எழுதும்படி கேட்டுப் பின்னர் என் கட்டுரையும் ஏற்கப்பட்டது. உயர் ஆராய்ச்சி முறைகளை மற்ற அறிஞர்களுக்கு அறிமுகப்படுத்த ஒரு சிறப்புச் சொற்பொழிவு ஆற்றும்படி பேராசிரியர் நொபுரு கராஷிமா எனக்கு எழுதினார். நான் ஒப்புக்கொண்டேன். இந்தச் சிறப்புச் சொற்பொழிவை எழுத நான் நிறைய நேரத்தையும், சக்தியையும் செலவிட்டேன். இன்னொரு பொதுக் காரியதரிசியான டாக்டர் இ. அண்ணாமலை, ஜனவரி மூன்றாம் தேதி நடக்கப் போகும் மதம் மற்றும் வேதாந்தம் என்ற தலைப்பிட்ட அமர்வுக்கு என்னைத் தலைமை தாங்கும்படி அழைத்தார். எனக்கு அளிக்கப்பட்ட இந்தக் கௌரவத்தை நான் ஏற்றுக்கொண்டு இந்த அமர்வை ஆவலுடன் எதிர்பார்த்தேன். தமிழ்நாட்டு அரசாங்கச் செலவில் ஜனவரி ஆறு முதல் பதினொன்றாம் தேதி வரை ஏற்பாடு செய்யப்பட்டிருந்த சுற்றுலாவில் பங்கு பெற என் பெயரைச் சிபாரிசு செய்திருப்பதாகவும் பேராசிரியர் ராஜாராம் எனக்கு எழுதினார். இந்தச் சுற்றுலாவையும் நான் ஆவலுடன் எதிர்நோக்கினேன். சுற்றுலாவுக்குப் பின் 14ஆம் தேதி ஊர் திரும்பும் முன் தமிழ் அறிஞர்களைச் சந்தித்து விட்டு, தமிழ்ப் பல்கலைக் கழகத்தின் நூல் நிலையத்தையும் பார்த்து விட்டு வர விரும்பினேன்.

நடந்தது என்னவோ ஒரு கொடுங்கனவு – நான் எதிர்பார்க்காத, என் தகுதிப் பொருந்தாத ஒன்று. சென்னைக்கு நான் 27ஆம் தேதி வந்த போது ஏர் இந்தியா பிரதிநிதிகளும், இந்தியா டூர்ஸ் இண்டர்நாஷனல் ஏஜண்டும் என்னை மாநில அரசாங்க விருந்தாளியாக வரவேற்றனர். 29ஆம் தேதி நடு இரவில் போலீஸார் தொலைபேசி மூலம் தொடர்பு கொண்டு பாதுகாப்பு குறித்து அச்சம் இருப்பதாகவும், எனக்குப் பாதுகாப்பு அளிக்கப்படும் என்றும் கூறினர். டிசம்பர் 31ஆம் தேதி நான்

சென்னையிலிருந்து கிளம்பும் முன் என் அறைக்கு ஒரு போலீஸ் அதிகாரி வந்தார். நான் திருச்சியில் இறங்கியபோது மூன்று போலீஸார் என் பெயரைக் கூறியவாறே விமானத்தை அணுகினர். நான் கஜப்ரியா ஹோட்டலில் ஓரிரவு தங்கினேன். போலீஸார் என் நடமாட்டங்களை வரையறுத்துக்கொண்டிருந்தனர். என் பாதுகாப்புக்காக இப்படி முன்னெச்சரிக்கையான நடவடிக்கைகள் எடுப்பதாக அவர்கள் கூறினாலும், எனக்கு மிகவும் சங்கடமாக இருந்தது. ஜனவரி ஒன்றாம் தேதி எட்டரை மணிக்கு அவர்கள் என்னிடம் எனக்குப் பாதுகாப்புத் தடைநீக்கம் இல்லையென்றும் நான் மாநாட்டில் பங்கேற்க முடியாது என்றும் அறிவித்தனர். இலங்கையின் தமிழ் அறிஞர்களான பேராசிரியர்கள் சிவத்தம்பி மற்றும் ஷண்முகதாஸ், ஸ்வீடனைச் சேர்ந்த பேராசிரியர் பீட்டர் ஷால்க் இவர்களையும் தஞ்சாவூரிலிருந்து போகச் சொல்லிவிட்டதாகவும், அவர்களும் திருச்சிக்கு வருவார்கள் என்றும் எனக்குக் கூறப்பட்டது. நான் அவர்களுடன் சேர்ந்து கொண்ட பின் நாங்கள் எல்லோரும் சென்னைக்குப் போக வேண்டும் என்று ஏற்பாடு. இதில் எனக்கு மகிழ்ச்சி இல்லை. ஆனால் தஞ்சாவூரில் உள்ள மாநாட்டு மற்ற பிரதிநிதிகள் இந்நிலையை மாற்ற ஏதாவது செய்வார்கள் என்று நினைத்தேன். மதியத்திற்குள் என் சாமான்களைக் கட்டிக்கொண்டு, சென்னை செல்ல அவர்கள் வண்டியில் ஏறும்படிப் போலீஸார் கூறினர். சென்னையிலிருந்து திருச்சிக்கு வெளிநாட்டைச் சேர்ந்த ஒரு மரியாதைக்குரிய நபராக விமானத்தில் வந்த நான், ஒரு போலீஸ் வாகனத்தில், ஒரு வேண்டப்படாத அந்நியனாக ஏற்றப்பட்டேன்.

இதுதான் என் பயணத்தின் திருப்பு முனை. இதன்பின் நான் போலீஸ் பாதுகாப்பிலேயே இருந்தேன் என்ற உணர்வு எனக்கு ஏற்பட்டது. தமிழ்நாட்டைச் சேர்ந்த பல போலீஸ்காரர்கள் என்னிடம் நல்லமுறையில் நடந்துகொண்டனர். மேலிடத்து உத்தரவுகளை நிறைவேற்ற வேண்டியிருப்பதாகவே கூறினர். அவர்கள் அன்புச் செயல்கள் பல எனக்கு நினைவிருக்கிறது என்றாலும் நான் இருந்த நிலைமையில் அவற்றை என்னால் பொருட்படுத்த முடியவில்லை. எவ்வளவு சீக்கிரம் முடியுமோ அவ்வளவு சீக்கிரம் அவர்களிடமிருந்து விடுபடவே விரும்பினேன். என் பாஸ்போர்ட்டை தத்தம் செய்யும்படிக் கூறினர். தஞ்சாவூரில் எல்.டி.டி.ஈ. குழுவின் ஊடுருவில் இருப்பதாகவும், இந்திய அரசாங்கம் இந்தியாவிலிருந்து ஜனவரி 2அல்லது 3ஆம் தேதி நான் திருப்பி அனுப்பப்பட வேண்டுமென்று ஆணையிட்டிருப்பதாகவும் என் பயண ஏஜன்டிடம் கூறப்பட்டது. அதன்பின்தான் எல்.டி.டி.ஈயுடன் எங்களை இணைத்துப் பார்க்கிறார்கள் என்று எனக்குப் புரிந்தது. அதன் பின்பு,

எல்.டி.டி.ஈயுடனான தொடர்பு பற்றிச் சில செய்தித்தாள்கள் எழுதியிருந்ததையும், சில தினசரிகளில் பாதுகாப்பு அதிகாரிகள் மாநாட்டிலிருந்து நீக்கப்பட்டவர்களின் இத்தகைய தொடர்பு குறித்த தகவல்களை உறுதி செய்திருப்பதான அறிக்கைகளையும் காண நேரிட்டது. ஆதாரமற்ற இத்தகைய குற்றச்சாட்டுகளை அவர்கள் எய்திருந்தால் இதற்கான ஆதாரங்களைத் தரும்படி அவர்களுக்கு நான் சவால் விடுகிறேன்.

என் நிலைமையை நான் தெளிவாக்க வேண்டும். நான் அரசியலிலிருந்து முற்றும் விலகி இருக்கிறேன். எந்த அரசியல் கட்சியுடனோ, குழுவுடனோ எனக்குத் தொடர்பில்லை. என் ஆராய்ச்சி சரித்திர ஆய்வுப் பொருள்கள் பற்றியது பழமைக் காலம் பற்றியது. தஞ்சாவூர் மாநாட்டுக்கு நான் எழுதிய கட்டுரையும் தமிழ் இலக்கிய நூலான மணிமேகலையில் வேற்று மதங்கள் எப்படி எதிர்மறையாக எடை_யிடப்பட்டிருக்கின்றன என்பதைக் குறித்துதான். நான் அரசியல் கொள்கைகளைப் பரப்புவதாகவோ யாரும் எந்த ஆதாரமும் காட்ட முடியாது என்னுடைய சில வெளியீடுகளில், இலங்கையும் தமிழர்கள் காலம் காலமாக உறைந்த இடம் என்று வலியுறுத்தியிருக்கிறேன். இந்த நோக்கு அங்குள்ள எல்லாத் தமிழ்க் கட்சிகளும், குழுக்களும் ஏற்கும் ஒன்று. எனக்குத் தெரிந்த அளவு, இந்த நோக்கு தமிழ்நாடும், இந்தியாவும் ஏற்றுக்கொள்ளும் ஒன்றுதான். செப்டம்பர் 1990இல் என் குடும்பத்துடன் ஸ்வீடன் வந்து இருக்கத் தொடங்கியபின் இலங்கைக்கு ஒரு முறை கூட இதுவரை செல்லவில்லை.

இந்திய அரசாங்கம் செய்த தவறை இப்போது நேராக்க முடியாது என்பதை நான் உணர்கிறேன். ஆனால் மிகுந்த அவமானத்துக்குள்ளாக்கிய இந்த மாநாட்டுத் தொடர்பாக நான் செய்த செலவை ஈடுகட்ட இழப்பீடுக்கான கோரிக்கையை நான் வைக்க விரும்புகிறேன். இந்தச் சோதனையிலிருந்து நான் இப்போதுதான் மீண்டு கொண்டிருக்கிறேன். தடுப்பூசிகளுக்கும், மருந்துக்கும், விசா பெறவும், மற்ற ஏற்பாடுகளைச் செய்யவும் நான் நிறையப் பணம் செலவிட நேர்ந்தது. இந்தியப் பயணத்துக்கும், அங்கு தங்கும் போதும் – குறிப்பாக, என்னைப் 'பாதுகாக்க' முற்பட்ட போது – எனக்கு ஏற்பட்ட செலவுகள் குறித்து நான் மிகவும் கசப்படைந்திருக்கிறேன். மிகவும் மனச் சோர்வுற்றதால் என் வேலைகளைச் சரியாகக் கவனிக்கும் மனநிலை இல்லாமல் போயிற்று. தமிழ்நாடு அரசாங்கம் விமானப் பயணச் சீட்டுகளை அனுப்பி, என் சில செலவுகளுக்கான பணத்தைக் கட்டியிருந்தாலும், வீணாக நான் நானூறு டாலர்கள் செலவழிக்க நேர்ந்தது. சென்னை ஏர் இந்தியா ஒரு ஸ்டாக்ஹோம் பயணியாக என்னை ஏற்றுக்கொண்டது என்றாலும், பம்பாய் ஏர்

இந்தியா நான் பொறுப்பேற்க முடியாத ஏதோ ஒரு குறையைச் சுட்டிக்காட்டி, என் செலவிலேயே என்னை ஜனவரி மூன்றாம் தேதி திருப்பிச் சென்னைக்கு அனுப்பியது. ஜனவரி ஐந்தாம் தேதி சென்னையிலிருந்து பம்பாய் மீண்டும் செல்வதற்கான விமானப் பயணச் செலவை நானே ஏற்க வேண்டும் என்று போலீஸ் அதிகாரி கூறிவிட்டார். 3ஆம் தேதியிலிருந்து 5ஆம் தேதிவரை போலீஸார் மூன்று முறை வேறு வேறு விருந்தினர் விடுதிகளுக்கு என்னை மாற்றியபடி இருந்தனர். பல முறை சாமான்களைக் கட்டவும், அவிழ்க்கவும் நேரிட்டது. இங்கு வந்த பிறகுதான், திருச்சியில் 31ஆம் தேதி நான் வாங்கி, இன்னும் அணிந்து கூடக் கொள்ளாத ஸ்ஃபாரி உடை எங்கோ காணாமல் போனதைக் கவனித்தேன்.

இந்திய அரசாங்கத்தைத் தன் நல்ல பெயரை இழக்கச் செய்து, கேலிக்குள்ளாக்கிய அதிகாரிகளிடமிருந்து தகுந்த விளக்கங்களை இந்தியத் தூதரகம் பெற்றுத் தரமுடியுமா? பல வகைகளில் உயர்ந்த நாடான இந்தியாவின் நல்ல பெயரைக் காப்பது இந்திய தூதரகத்தின் பொறுப்பு ஆகும்.

ஏ. வேலுப்பிள்ளை

(*DLA News* Vol: 19 No.2 February 1995)

❍

பேராசிரியர் பீட்டர் ஷால்கின் கடிதத்திலிருந்து . . .

என்னையும் என் குடும்பத்தையும் இந்தியாவிலிருந்து வெளியேற்ற இந்திய அரசு மூலம் தெரிவித்த முடிவு இத்துடன் இணைக்கப்பட்டிருக்கிறது. எந்தவித விளக்கமும் தரப்படவில்லை. எங்களுடன் பேராசிரியர் வேலுப்பிள்ளை, பேராசிரியர் ஷண்முகத்தாஸ் மற்றும் பேராசிரியர் கே. சிவத்தம்பியும் அவர்கள் குடும்பங்களுடன் வெளியேற்றப்பட்டனர். இவர்கள் எல்லோரும் யாழ்ப்பாணப் பல்கலைக்கழகத்தில் பேராசிரியர்கள். பேராசிரியர் வேலுப்பிள்ளை உப்பசாலா பல்கலைக்கழகத்தில் வருகைதரு பேராசிரியராக இருக்கிறார். 1989லிருந்து எங்கள் கல்வி நிறுவனம் யாழ்ப்பாணப் பல்கலைக்கழகத்துடன் பரிமாற்றத் திட்டம் வைத்திருப்பதால் நானும் இப்பேராசிரியர்களுடன் இணைக்கப்பட்டுவிட்டேன். யாழ்ப்பாணப் பல்கலைக்கழகத்துடன் எங்களுக்குள்ள தொடர்புதான் வெளியேற்றத்துக்குக் காரணம் என்று நான் அனுமானிக்கிறேன். நாங்கள் பேராசிரியர்களாக இருப்பதால் தலைப்புச் செய்திகளில் குறிப்பிடப்பட்டோம். ஆனால் ஐம்பதுக்கும் மேற்பட்ட இலங்கைத் தமிழர்கள் மாநாட்டிலிருந்து வெளியேற்றப்பட்டோ அல்லது மாநாட்டில்

பங்கெடுப்பதிலிருந்து தடை செய்யப்பட்டோ இருக்கிறார்கள் என்பதை நானறிவேன். டில்லியின் குறுக்கீட்டால் தமிழர்களின் உலக மாநாடு ஒரு தேசிய அல்லது பிரதேச மாநாடாகிவிட்டது.

தமிழ்நாடு அரசு ஏற்பாடு செய்த மாநாட்டில் நாங்கள் அரசு விருந்தினர்களாகவும், ஆராய்ச்சிக் கட்டுரை எழுதிப் பங்கேற்பவர்களாகவும் அழைக்கப்பட்டதற்கான சான்றுகளையும் நான் இத்துடன் இணைக்கிறேன். நாங்கள் எல்லோரும் தமிழ்நாடு அரசின் விருந்தினர்கள். எங்களில் சிலரின் பயணச் செலவும் ஏற்கப்பட்டது. பேராசிரியர் வேலுப்பிள்ளை மற்றும் பேராசிரியர் சிவத்தம்பி இருவரும் சிறப்புச் சொற்பொழிவு ஆற்ற அழைக்கப்பட்டிருந்தனர். வழக்கமான ஆராய்ச்சிக் கட்டுரைகளின் தொகுப்பைத் தவிர மாநாட்டின் சிறப்புத் தொகுப்பு ஒன்றுக்கு விசேஷக் கட்டுரைகள் வழங்கவும், அமர்வுகளுக்குத் தலைமை தாங்கவும் நானும் பேராசிரியர் வேலுப்பிள்ளையும் அழைக்கப்பட்டிருந்தோம்.

ஸ்டாக்ஹோமிலுள்ள இந்திய தூதரகத்துக்கு விசாவுக்காக விண்ணப்பித்த போது நான் மாநாட்டுக்கான அழைப்பை இணைத்து, நான் மாநாட்டுக்குப் போக போவதைத் தெளிவாக்கியிருந்தேன். எனக்கு விசா கிடைத்ததால் நான் சென்றேன். ஆனால் புது வருடப் பிறப்பின் முதல் நாள் நடு இரவில், தஞ்சாவூரில் மாநாட்டு ஸதலத்தில் நாங்கள் தங்கியிருந்த இடத்துக்கு ஐந்து போலீஸ்காரர்கள் வந்து எங்களையும் மற்ற பேராசிரியர்களையும் சென்னைக்கும் திருச்சிக்கும் அழைத்துப் போயினர். சென்னையில் சில நாட்கள் நாங்கள் போலீஸ்காரர்களுக்கு இடையே கடத்த நேரிட்டது. ஆனால் நாங்கள் தமிழ்நாட்டுப் போலீஸாரால் நன்றாக நடத்தப்பட்டோம். டில்லியின் இந்த முடிவு அவர்களையும் சங்கடப்படுத்தியிருந்தது. கிளம்புவதற்கு முன்னால், சென்னை போலீஸாருடன் நடந்த பிரிவுபசார நிகழ்ச்சியில், ஒரு போலீஸ்காரர் என்னை அணைத்துக்கொண்டு, "தமிழ்நாடு போலீஸ் உங்களை விரும்புகிறது" என்று உளமாறச் சொன்னார். தஞ்சாவூரைத் தவிர்த்துவிட்டுத் தமிழ்நாட்டில் தங்கவும் தமிழ்நாட்டுப் போலீஸாருடன் நாங்கள் உடன்பாடு செய்துகொள்ள முடிந்தது. இதுவும் டில்லியால் ரத்து செய்யப்பட்டது. என்னைப் பற்றிய சாதகமான கட்டுரைகள் செய்திப் பத்திரிகைகளில் வெளியிடப்பட்டன. மாநாட்டின் அங்கத்தினர்கள் ஒரு ஆர்ப்பாட்ட ஊர்வலம் நடத்தவும் திட்டமிட்டிருந்தனர்.

இதிலிருந்து மத்திய அரசாங்கத்தின் தீர்மானம் எதிர்மறை விளைவுகளை ஏற்படுத்தியது என்பது தெரிகிறது மையத்துக்கும் விளிம்புக்கும் இடையே வழக்கமாக உள்ள இறுக்கத்தை இது

தெளிவாகக் காட்டியது. இந்தியத் தமிழர்களிடமும், தமிழ்நாட்டுப் போலீஸாரிடமும் டில்லிக்கு எதிர்வான உணர்வுகளை ஏற்படுத்தியது மத்திய அரசாங்கம். ஒரு கல்வி மாநாட்டில் அரசியல் தீர்மானத்துடன் புகுந்தது அனைத்துலக அறிஞர் சமூகத்தில் வியப்பையும், எதிர்ப்பையும் உண்டாக்கியது. இது கல்வியாளர் சமூகத்தில் கட்டாயமாக ஏற்கப்படாத ஒன்று. அடுத்த தமிழ் மாநாட்டுக்கான பொதுக் காரியதரிசியாக சிவத்தம்பியை பொதுஜன அபிப்பிராயப்படி ஏற்கெனவே நியமித்தாயிற்று. டில்லியின் முடிவு முன்னெச்சரிக்கை எடுத்துக்கொள்வதற்கான உதாரணங்களாக இல்லாமல் வீரத்தியாகிகளை உருவாக்கி விட்டது.

உங்கள் அரசாங்கம் ஒரு கல்வி மாநாட்டில் அரசியல் சார்ந்த தீர்மானத்தை எவ்வகையிலும் ஏற்க முடியாத அடிப்படையில் எடுத்திருக்கிறது. இவ்விடம் நான் குறிப்பிடுவது யாழ்ப்பாணப் பல்கலைக்கழகம் எல்.டி.டி.ஈ.யின் ஆளுமையிலுள்ள பிரதேசத்தில் இருப்பதால் நாங்கள் எல்லோரும் எல்.டி.டி.ஈ. சார்ந்த ஊடுருவல்வாதிகளாகக் கருதப்பட்ட வதந்திகளையும் யூகங்களையும்தான்.

இந்திய அரசாங்கம் எல்.டி.டி.ஈ.யைத் தடை செய்திருப்பதும், எல்.டி.டி.ஈ. ஆதரவாளர்களும் தடை செய்யப்படுவார்கள் என்பது நான் அறியாததல்ல. எங்கள் எல்லோருக்குமே இது பற்றித் தெரியும். ஆனால் இதற்கும் எங்களுக்கும் என்ன சம்பந்தம்? நாங்கள் யாரும் எல்.டி.டி.ஈ.யை செயல் ரீதியில் ஆதரித்திருக்கிறோமா? டில்லி இதற்கான ஆதாரங்களைக் காட்ட நான் சவாலிடுகிறேன். யாழ்ப்பாணப் பல்கலைக் கழகத்துடன் கல்வி சம்பந்தமான தொடர்பு வைத்திருப்பது எங்களை எல்.டி.டி.ஈ. ஆதரவாளர்களாக்கி விடாது. பல ஆண்டுகளாக எல்.டி.டி.ஈ.க்கு மனித உரிமைகள் பற்றிப் போதிக்க நாங்கள் முயற்சித்திருக்கிறோம்.

என்னைப் பற்றி மட்டுமே கூறப்போனால், 1970 முதல் தமிழர் – சிங்களர்களுக்கிடையே உள்ள பிரச்னையை நான் கவனித்து வருகிறேன். 1981இல் யாழ்ப்பாணத்துப் பொது நூலகம் சிங்கள மந்திரிகளால் எரிக்கப்பட்டுக் கலாசார ரீதியில் தமிழர்களை இன அழிவுக்குள்ளாக்க முயன்றபோது தமிழர்கள் நம்மிடையே உள்ள நார்டிக் ஸாமிஸ் (Nordic Sammis) போன்றவர்கள், தன்முடிவுரிமை பெற உரிமையுள்ளவர்கள், மாவட்ட ஆட்சி மன்றங்கள் உடைய தனியொருமை (Unitarian) அரசிலோ, கூட்டாட்சி (Federate) அரசிலோ, கூட்டமைவு (Confederate) அரசிலோ அல்லது தனிப்பட்ட அரசிலோ இருப்பது

பற்றித் தீர்மானிக்க உரிமையுள்ளவர் என்பதை ஏற்க நான் தயாராகயிருந்தேன். சமீபத்து நிகழ்ச்சிகள் எல்.டி.டி.ஈ.யே தனி ஈழம் பற்றிய திட்டங்களைக் கைவிட்டு, மற்ற தமிழர்களுடன், பொது நோக்கை ஒட்டி நடக்க முற்படுவதைக் காட்டுகிறது. அவர்களுக்கும் அவர்கள் வாழும் தீவுக்கும் எது நல்லது என்று தமிழர்கள் தீர்மானிக்கிறார்களோ அதை நான் ஆதரிக்கிறேன். சமாதானத்துக்கான நம்பிக்கையை ஊட்டும் தற்போதைய நிகழ்ச்சிகளை நான் வரவேற்கிறேன். இந்த என் மதிப்பீட்டு அடிப்படைதான் 1981இலிருந்த தமிழர்களுக்கான செயல் ரீதியான வேலைகளுக்கு என்னை இட்டுச் சென்றிருக்கிறது. இலங்கையின் யு.என்.பி. அரசுகள் என் செயலைத் தீவிரமாக வெறுத்தன. என்னை வன்மையாகப் பலமுறை எதிர்த்தன.

பல அனைத்துலகக் கருத்தரங்குகளில் தமிழர்கள் ஒரு மக்கள் இனமாக உணரப்பட வேண்டும் என்பதற்கான செயலாளியாக நான் இருந்திருக்கிறேன் என்பதை நான் எவ்வகையிலும் மறுக்கவில்லை. இப்பிரச்னையில் ஒரு மூன்றாம் நபர் புகுந்து இடையீட்டாளராகச் செயல்படுவதற்கான முயற்சிகளிலும் பலமுறை நான் சம்பந்தப்பட்டிருக்கிறேன். இதற்கும் தமிழர்களுக்கு எத்தகைய அரசு வேண்டும் என்று தீர்மானிப்பாளர்கள் கணிப்பதற்கும் நிறைய வித்தியாசம் உண்டு. தமிழர்கள் மக்கள் குழுவாய்த் தீர்மானிக்க வேண்டிய ஒன்று இது. கல்வி சம்பந்தப்பட்ட என் வேலையினின்றும் மாறுபட்டது இது.

ஒரு செயலாளி என்ற முறையில் இலங்கை ராணுவம் யாழ்ப்பாணத்தை அழித்தது பற்றி ஒரு புத்தகம் நான் வெளியிட்டிருக்கிறேன். யாழ்ப்பாணத்து மக்கள் குழுவினைச் சேர்ந்தவர்கள் மக்களுக்கு எதிரான போரை நிறுத்தும்படி இலங்கைப் பிரதமருக்கு எழுதிய 62 கடிதங்களின், விளக்கங்களோடு கூடிய, தொகுப்பு இப்புத்தகம். யாழ்ப்பாணத்து மக்கள் குழுவின் சிறப்பு அங்கத்தினனாக நான் இருந்தேன். அனைத்துலக சமுதாயத்திற்கு இப்போரை நிறுத்தும்படி அவர்கள் எழுதிய முறையீடுகள் பலவற்றை எழுத நான் உதவியிருப்பதற்கு நான் எந்தவகையிலும் வருத்தப்படவில்லை. இக்கடிதங்களில் ஒன்று இந்தியப் பிரதமருக்குக் கூடப் போயிற்று. புத்தகத்தின் தலைப்பு 'மிகுந்த நம்பிக்கையுடன் *(Hoping Against Hope)*' என்பதாகும். ஒரு சமாதான உடன்படிக்கைக்கான நம்பிக்கையை வெளிப்படுத்துகிறது தலைப்பு. மக்கள் குழுவைச் சேர்ந்த பலரும் செல்வநாயகத்தின் கொள்கையை ஏற்றவர்கள்.

கல்வி சார்ந்த என் பிரதான வேலை காலனிய ஆதிக்கத்துக்கு முற்பட்ட தமிழ் பௌத்தத்தைப் பற்றியது. இதற்கும் தற்காலப் பிரச்னைகளுக்கும் எந்தவித சம்பந்தமுமில்லை. தஞ்சாவூரில்

நடந்த தமிழ் மாநாட்டில் பல ஆண்டுகள் இது பற்றிச் செய்த ஆராய்ச்சியின் முடிவுகளைத்தான் முன் வைப்பதாக இருந்தேன். பௌத்த மதம் தமிழ் நிலத்தில் வந்த சரித்திர காலத்தை நான் மாற்றிக் கணித்திருக்கிறேன். தமிழர்கள் சரித்திரத்தில் பௌத்தம் *(Buddhism in the history of the Tamils)* என்ற தலைப்பிட்ட இப்புத்தகம் இரு பகுதிகளாக வரவிருக்கிறது.

நான் எடுத்துக் கொண்டிருக்கும் இன்னொரு ஆராய்ச்சி இலங்கையைச் சேர்ந்த தமிழர்களின் மதங்களின் சரித்திரம். நான் கொண்டு வரும் லங்கா இதழின் ஐந்து மற்றும் ஆறாம் இதழ்கள் இந்தப் பொருள் குறித்தது. தற்போதைய அரசியலுக்கும் இதற்கும் எந்தவிதத் தொடர்புமில்லை.

நான் ஈடுபட்டுள்ள மூன்றாவது ஆராய்ச்சி எல்.டி.டி.ஈ.யின் தியாகம் என்ற கோட்பாடு பற்றியது. வீரத்தியாகம்தான் முடிவாக வாழ்க்கையைத் துறப்பதைக் குறிக்கிறது. என்று பொருள்படுத்திப் பல கட்டுரைகளை வெளியிட்டிருக்கிறேன். இப்பொருள் பற்றிய பல கட்டுரைகள் அகில உலக உயர்கல்விப் பத்திரிகைகளில் வரவிருக்கின்றன. 'ஸைடாஸியன்' *(Sydasion)*என்ற ஸ்வீடனைச் சேர்ந்த பத்திரிகையில் இலங்கையின் இனப்போர் எப்படி மதத்தை உருவாக்குகிறது என்பது பற்றி ஸ்வீடனைச் சேர்ந்தவர்களுக்குப் பல ஆண்டுகளாகச் சொல்லி வருகிறேன். மதத்தைப் பற்றிய சரித்திராசிரியனாக இருப்பதால், இந்தியாவின் புராதன மதக்கோட்பாடான தியாகத்தையும், பகவத் கீதையின் கடைசிப்பகுதியையும் மூலாதாரமாக வைத்துக்கொண்டு அது எவ்வாறு காலம் காலமாகப் புரிந்துகொள்ளப்பட்டது, எவ்வாறு இந்தியாவின் சுதந்திரப் போராட்டத்திலிருந்து, தெலுங்கானா போராட்டம் மற்றும் இலங்கையின் தமிழர் போராட்டம் வரை எட்டியது என்பதைப் பற்றி எனக்கு மிகுந்த ஆர்வம் உண்டு. யாழ்ப்பாணத்துக்கு நான் பலமுறை சென்றிருக்கிறேன். தியாகம் என்ற கோட்பாடு பற்றிய நிறைய விவரங்கள் சேகரித்துள்ளேன். உலகத்திலேயே இது பற்றிய மிகச் சிறந்த தகவல்காப்பகம் என்னிடம்தான உள்ளது எனலாம். ஒவ்வொரு நவம்பர் 27ஆம் தேதியும் ஓஸ்லோ, ஹெர்னிங், ஸ்டாக்ஹோம், லண்டன் மற்றும் பாரிஸில் நடைபெறும் மாவீரர்கள் தினத்திலும் நான் பங்கேற்று வீரத்தியாகம் பற்றிய தகவல்களைச் சேகரிக்க இச்சந்தர்ப்பத்தைப் பயன்படுத்தி வருகிறேன்.

டில்லி அரசாங்கத்திடமிருந்து நான் எதிர்பார்ப்பது தமிழர்களுக்காக நான் செயலாளியாக இருப்பதையும் என் கல்வி சார்ந்த வேலைகளையும் இரு வேறு விஷயங்களாக்குவதுதான். நான் அவற்றை ஒருபோதும் இணைப்பதில்லை. செயலாளியாக இருப்பதில் என் நோக்கம் தமிழர்கள் ஒரு மக்கள்குழுவாக

ஏற்கப்படுவதும், இலங்கை அரசும் தமிழர்களும் ஒத்துப்போவதுமான இரண்டும்தான். டில்லி அரசாங்கத்தின் கடமை எல்.டி.டி.ஈ.யுடன் உள்ள தொடர்பு பற்றிக் கவனமாகப் பார்ப்பதுதானே ஒழிய, ஒட்டு மொத்தமாக, எந்தவித வேறுபாடும் காணாமல், யாழ்ப்பாணத்து அறிஞர்களை எல்லாம், எல்.டி.டி.ஈ.யின் ஆதரவாளர்களாக்குவது அல்ல. சிவத்தம்பி நவீன தமிழ் இலக்கிய வல்லுனர் ஆவார். ஷண்முகதாஸ் தமிழ் இலக்கணத்திலும், தமிழ் மற்றும் ஜப்பானிய கலாசாரத்தை ஒப்பு நோக்கும் படிப்பிலும் வல்லுனர். தமிழ்க் கல்லெழுத்துக்களில் வேலுப்பிள்ளை வல்லுனர். அரசியல் கலந்த எதையும் அவர்கள் எழுதவில்லை. இவர்களை எல்.டி.டி.ஈ. ஆதரவாளர்களாக்குவதைப் புரிந்துகொள்ள முடியவில்லை. டில்லியில் தீர்மானங்களைச் செய்யும் சிலர் ஒரு பெருந்தவறைச் செய்து சீர்தூக்கிப் பார்ப்பதில் உள்ள பலவீனத்தைக் காட்டியிருக்கிறார்கள். அமெரிக்காவில் மெக்கார்த்தி காலத்தில் ஒவ்வொரு முற்போக்குவாதியையும் கம்யூனிஸ்டாக ஆக்கிய நிலைமை இன்று இந்தியாவில் உள்ளது. டில்லி ஒவ்வொரு இலங்கைத் தமிழனையும், தமிழர்களை ஒரு மக்கள் குழுவாக ஏற்றுக்கொள்ள தமிழர் மேற்கொண்டுள்ள போராட்டத்தை ஆதரிக்கும் யாரையும் எல்.டி.டி.ஈ.யின் ஆதரவாளராகக் காண்கிறது.

டில்லி எடுத்த தீர்மானத்தை மாற்ற முடியாது. ஆனால் தகுந்த விசாவுடன் மாநாட்டுக்குப் பயணப்பட்ட எங்களுக்குப் பொருளாதார இழப்பீடு தரலாம்.

இங்கு ஸ்டாக்ஹோமிலுள்ள தூதரகத்துடன் கலாசார விஷயங்களில் எனக்கிருக்கும் நல்லுறவு இந்நிகழ்ச்சியினால் பாதிக்கப்படாது என்று நம்புகிறேன். எனக்கு விசா அளித்ததில் நீங்கள் எந்தத் தவறையும் செய்யவில்லை. மாநில அரசாங்க விருந்தினர்களை வெளியேற்றி, தானே அளித்த விசாவை ஏன் ரத்து செய்கிறது என்பதை விளக்குவது டில்லியின் பிரச்னையாகும்.

பீட்டர் ஷால்க்
(*DLAM News* Vol: 19 No.3 March 1995)
தமிழாக்கம்: சி.எஸ். லக்ஷ்மி

***காலச்சுவடு* 12, டிசம்பர் 1995**

44

அகவிழி திறந்து: வரலாறு

கண்ணன்

1995இல் நடந்த உலகத் தமிழ் மாநாட்டைக் கருணாநிதி எவ்வாறு எதிர்கொண்டார்? அக்காலகட்டத்துப் பத்திரிகை நறுக்குகள் சிலவற்றை நண்பரொருவர் தனது பழைய கோப்புகளிலிருந்து எடுத்துக் கொடுத்தார். எந்த நாளிதழ் என்பது தெளிவாகத் தெரியவில்லை. விளிம்பில் தெரியும் எழுத்துகளைப் பார்க்கத் தினமலராக இருக்கலாம் எனத் தோன்றுகிறது. (தி இந்து நாளிதழ் நறுக்குகளும் கிடைத்தன.)

கருணாநிதியின் இலக்கிய முகவர் பெருங்கவிக் கோவும் இலங்கை கே. சச்சிதானந்தமும் தமது 'சர்வதேசத் தமிழாய்வுச் சங்க'த்திலிருந்து – இதுவரை இந்த 'சர்வதேச' 'ஆய்வு' சங்கத்திலிருந்து என்ன என்ன 'சர்வதேச' ஆய்வுகள் மேற்கொள்ளப்பட்டுள்ளன, அவ்வாய்வுகள் எந்தெந்த 'சர்வதேச' இதழ்களில் பிரசுரம் பெற்றுள்ளன என்பதை அறிய ஆவல் – உயர் நீதிமன்றத்தில் உலகத் தமிழ் மாநாட்டைத் தடைசெய்யக் கோரி வழக்கு தொடுத்தார்கள். பெருங்கவிக்கோவை அறியாத தமிழர்கள் – தமிழ்த் துரோகிகள்! – யாரேனும் இருந்தால் அவர்களுக்காக ஒரு வரி. பெருங்கவிக்கோ ஸ்வீடன் தலைநகரான ஸ்டோக்ஹொமிலிருக்கும் நோபல் அகாதமி அலுவலகத்திற்கு நேரில் சென்று தனக்கு இலக்கியத்திற்கான நோபல் பரிசு கிடைக்க விண்ணப்பித்தவர்; அங்கிருந்து அவர் சென்னை மீண்டதும் அவருடைய சாதனையை மெச்சிப் பாராட்டுக் கூட்டம் நடந்தது.

வழக்கை 'சர்வதேசத் தமிழாய்வுச் சங்கம்' சார்பாக நடத்தியிருப்பவர் கருணாநிதிக்கு நெருக்கமான வழக்கறிஞர் காந்தி. மாநாட்டைத் தடைசெய்யக் கோரிய மனுதாரர்கள் சுட்டிக்காட்டிய பல காரணிகளில் முக்கியமான இரண்டு: 1. ஆடம்பரச் செலவு. 2. ஜெயலலிதாவின் 'கட் அவுட்'கள்

வைக்கப்பட்டமை. இதைப் படித்ததும் 'செம்மொழி நாயகனே!' என்ற மதுரையில் அஞ்சா நெஞ்சனுக்கு வைக்கப்பட்டிருந்த 'கட் அவுட்'கள் நினைவுக்கு வந்தன. எழுதப் படிக்கத் தெரியாதவர்களை எல்லாம் செம்மொழி நாயகனாக்க முடியும் இங்கு – கம்பன் வீட்டுக் கட்டுத்தறியாக இருந்தால்.

மேற்படி நண்பர் வழக்குத் தீர்ப்பு வந்த அன்று ஏற்பட்ட நீதிமன்றக் காட்சிகளையும் வருணித்தார். ஆவேசமான திமுக உ.பிகளின் கூட்டம் நிறைந்த நீதிமன்றத்தில், மாநாட்டைத் தடைசெய்யக்கோரும் மனு நிராகரிக்கப்பட்டதும் அரசு சார்பாக வந்தவர்களைத் திமுக தொண்டர்களிடமிருந்து காப்பாற்றப் போலீஸ் கடும் பிரயத்தனப்பட வேண்டியிருந்ததாம்.

மூன்று பத்திரிகைச் செய்திகளைக் கூறியன கூறல் தவிர்த்துக் கீழே முழுமையாகக் கொடுத்திருக்கிறேன். ஒரு பழமொழி நினைவுக்கு வருகிறது. 'மாமியார் உடைத்தால் மண்குடம் . . .'

i

தமிழ் மாநாட்டுக்குத் தடை விதிக்கக்கோரி உயர் நீதிமன்றத்தில் வழக்கு

தஞ்சையில் நடைபெறவுள்ள உலகத் தமிழ் மாநாட்டைத் தடைசெய்யக் கோரி சென்னை உயர்நீதிமன்றத்தில் வழக்கு தொடரப்பட்டுள்ளது.

இது தொடர்பாகத் தமிழக அரசுக்கு எதிராக சர்வதேசத் தமிழ் ஒருமைப்பாட்டுச் சங்கத்தின் அமைப்பாளர் வா.மு. சேதுராமன், சர்வதேசத் தமிழ் ஆய்வுச் சங்கத்தின் (இலங்கைப் பிரிவு) துணைத்தலைவர் கே. சச்சிதானந்தம் ஆகியோர் தாக்கல் செய்திருந்த ரிட் மனுக்களின் விவரம் வருமாறு:

'உலகம் முழுவதும் உள்ள தமிழறிஞர்களை ஒரு இடத்திற்கு வரவழைத்து தமிழ்மொழியை மேம்படுத்துவது குறித்து விவாதிப்பதே தமிழ் மாநாடுகளின் நோக்கம். ஆனால், தஞ்சாவூரில் வரும் ஜனவரி 1ஆம் தேதி முதல் 5ஆம் தேதி வரை தமிழக அரசு ஏற்பாடு செய்துள்ள உலகத்தமிழ் மாநாடு, தமிழ் மாநாடுகளின் நோக்கத்திற்கு முரணாக உள்ளது. ஆளும் கட்சிக்குப் (அதிமுக) பலன் ஏற்படும் வகையில் உலகத் தமிழ் மாநாட்டுக்கான ஏற்பாடுகள் செய்யப்பட்டுவருகின்றன. ஆளும் கட்சியின் சுய விளம்பரத்திற்கு உலகத் தமிழ் மாநாடு பயன்படுத்தப்படுகிறது. மாநாட்டையொட்டித் தஞ்சாவூரில் வளர்ச்சிப் பணிகள் என்ற போர்வையில் மக்களின் வரிப்பணம் ஆளும் கட்சிக்கு

நெருக்கமானவர்களால் கொள்ளையடிக்கப்படுகிறது. வளர்ச்சிப்பணிகள் முழுமையடையாமலும், கட்டுமானப் பணிகள் தரம் குறைந்ததாகவும் உள்ளது.

பேராசிரியர் ஏ.எஸ். ஞானசம்பந்தம் (இந்தியா), டாக்டர். முத்துக்கண்ணப்பன் (இந்தியா), எஸ். புஷ்பரதம் (மோரீஷஸ்), டாக்டர். பாஷ்யம் பிள்ளை (இலங்கை) போன்ற பல தமிழறிஞர்கள் மாநாட்டுக்கு அழைக்கப்படவில்லை. இதுவரை தமிழ் மாநாடுகளை நடத்தியுள்ள மலேசிய அமைச்சர் டத்தோ சாமிவேலு, மோரீஷஸ் அமைச்சர் ஏ. பரசுராமன் ஆகியோர் தஞ்சை மாநாட்டுக்கு அழைக்கப்படவில்லை. எங்களுக்கும் (வா.மு. சேதுராமன், சச்சிதானந்தம்) அழைப்பு இல்லை. மாநாட்டில் கலந்துகொண்டு தமிழ் ஆய்வு அறிக்கைகளைத் தாக்கல் செய்ய இலங்கையைச் சேர்ந்த 200 தமிழறிஞர்கள் ஏற்கெனவே மனுச் செய்துள்ளனர். மாநாட்டுக்கு இன்னமும் 10 தினங்களே இருக்கும் நிலையில், இவர்களது மனுக்களை அரசு இன்னமும் பரிசீலனை செய்யவே இல்லை.

தஞ்சை மாவட்டம் முழுவதும் முதல்வர் ஜெயலலிதாவின் கட் – அவுட்டுகள் வைக்கப்பட்டுள்ளன. இதிலிருந்தே கட்சித்தொண்டர்களைத் திருப்திப்படுத்தவே ஆளும் அதிமுக அரசு இந்த உலகத் தமிழ் மாநாட்டை ஏற்பாடு செய்துள்ளது என்பது தெரிகிறது. எனவே இதுவரை நடந்த தமிழ் மாநாடுகளில் கலந்துகொண்ட தமிழறிஞர்களை அழைக்காமல் தஞ்சையில் உலகத் தமிழ் மாநாட்டைத் தமிழக அரசு நடத்துவதற்கு நீதிமன்றம் தடை விதிக்க வேண்டும்' என்று மனுதாரர்கள் கோரியிருந்தனர்.

நீதிபதி சிவராஜ் பாட்டீல் முன்னிலையில் இந்த வழக்கு செவ்வாயன்று விசாரணைக்கு வந்தது. மாநாட்டுக்கு அழைக்கப்பட்டுள்ள தமிழறிஞர்களின் பட்டியலை அரசின் சார்பில் அட்வகேட் ஜெனரல் ஆர். கிருஷ்ணமூர்த்தி நீதிமன்றத்தில் தாக்கல் செய்யும் வகையில் வழக்கு விசாரணையை நீதிபதி புதனன்று (டிச.21) ஒத்திவைத்தார்.

22.12.1994

ii

'உலகத் தமிழ் மாநாட்டை தமிழக அரசு நடத்தவில்லை'

'தஞ்சையில் நடைபெறும் உலகத் தமிழ் மாநாட்டை தமிழக அரசு நடத்தவில்லை' என்று தமிழக அரசின் வழக்கறிஞர் ஆர். கிருஷ்ணமூர்த்தி கூறினார்.

அனைத்துலகத் தமிழ் ஆராய்ச்சி மன்றத்தின் (இலங்கைக் கிளை) துணைத்தலைவர் கே. சச்சிதானந்தன், உலகத் தமிழ் மாநாடு தொடர்பாக அரசுக்கு எதிராக ரிட் மனு தாக்கல் செய்துள்ளார். 'தஞ்சை மாநாட்டில் ஆய்வு அறிக்கைகள் தாக்கல் செய்ய மனு செய்துள்ள இலங்கைத் தமிழ் அறிஞர்களுக்கு விசா அளிக்க ஏதுவாக அவர்களது பெயர்களை இலங்கையில் உள்ள இந்தியத் தூதரகத்திற்கு அனுப்புமாறு, மாநாட்டு அமைப்பாளராக உள்ள தமிழக தலைமைச் செயலாளருக்கு உத்தரவிட வேண்டும்' என்று சச்சிதானந்தன் தனது மனுவில் கோரியிருந்தார்.

இந்த மனுக்கள் மீதான வழக்கு விசாரணையின்போது, அரசு வழக்கறிஞர் மேற்கண்டவாறு கூறினார்.

அவர் மேலும் கூறியதாவது: 'தஞ்சையில் நடைபெற உள்ள உலகத் தமிழ் மாநாட்டைத் தமிழக அரசு நடத்தவில்லை. சர்வதேசத் தமிழ் ஆராய்ச்சிச் சங்கம் ஒரு தன்னிச்சையான அமைப்பு ஆகும். சர்வதேசத் தமிழ் ஆராய்ச்சிச் சங்கத்தின் பெயரில்தான் 8வது உலகத் தமிழ் மாநாடு நடைபெற உள்ளது. தஞ்சாவூர் தமிழ் பல்கலைக்கழகம்தான் மாநாட்டை நடத்துகிறது. மாநாட்டிற்குத் தேவையான உதவிகளை மட்டுமே தமிழக அரசு செய்கிறது.

மாநாட்டை நடத்துவதற்கு 15 குழுக்கள் அமைக்கப்பட்டுள்ளன. அவற்றில் வரவேற்புக் குழுவின் தலைவராக முதல்வர் ஜெயலலிதா உள்ளார். மனுதாரர்களுக்கு ஏதேனும் குறை இருந்தால் அதை சர்வதேசத் தமிழ் ஆராய்ச்சி சங்கத்திடம்தான் கூறவேண்டும். ஏனெனில் இது அரசு விழா அல்ல. மாநாட்டில் தமிழ் ஆய்வு அறிக்கைகளைத் தாக்கல் செய்ய மனு செய்த இலங்கைத் தமிழ் அறிஞர்களுக்கு இதுவரை அழைப்பு இல்லை என மனுதாரர்கள் குற்றஞ்சாட்டினர். இலங்கைத் தமிழ் அறிஞர்களின் மனுக்களைப் பரிசீலித்து அழைப்பிதழ் அனுப்புவது குறித்து அதற்கென அமைக்கப்பட்டுள்ள மாநாட்டுக் குழுதான் (Academic Committee) முடிவு செய்யவேண்டும். அரசு முடிவு செய்ய முடியாது.

குடியரசுத் தலைவர், பிரதமர் ஆகியோர் உலகத் தமிழ் மாநாட்டில் கலந்துகொள்ள ஒப்புக்கொண்டுள்ளனர். இந்நிலையில், பாதுகாப்பு உள்பட பல்வேறு விஷயங்களைக் கருத்தில்கொள்ள வேண்டியது அவசியமாகிறது. எனவே மாநாட்டை அரசு நடத்தாததால் அரசுக்கு உத்தரவிடக்கோரும் இந்த ரிட் மனுக்களைத் தள்ளுபடி செய்யவேண்டும்' என்று அட்வகேட் ஜெனரல் வாதாடினார். மனுதாரர்கள் சார்பில் மூத்த வழக்கறிஞர் ஆர். காந்தி வாதாடினார். 'உலகத் தமிழ்

மாநாட்டிற்காக மக்களின் வரிப்பணம் 50 கோடி ரூபாயைத் தமிழக அரசு செலவு செய்கிறது. சர்வதேசத் தமிழ் ஆராய்ச்சிச் சங்கத்தின் பெயரில்தான் மாநாடு நடைபெறுவதாகத் தமிழக அரசு கூறுகிது; ஆனால், மாநாடு குறித்த விளம்பரங்களிலோ அல்லது பேனர்களிலோ சர்வதேசத் தமிழ் ஆராய்ச்சி சங்கத்தின் பெயரோ அல்லது தமிழ் அறிஞர்களின் உருவப்படமோ இல்லை; விளம்பரங்கள் மற்றும் மாநாடு தொடர்பான சுவரொட்டிகளில் முதல்வர் ஜெயலலிதாவின் உருவப்படம்தான் உள்ளது. மேலும் ஒரு தமிழறிஞரின் ஆய்வு அறிக்கைகளைக் காட்சியாக வைப்பதற்குக் கனகசுப்புரத்தினம் என்பவர் தமிழக அரசிடம் அனுமதி கோரினார். அதற்குத் தமிழக அரசுதான் அனுமதி மறுத்துள்ளது. மாநாட்டைத் தமிழக அரசுதான் நடத்துகிறது என்பதற்கு இதுவே சான்று.

உலகத் தமிழ் மாநாட்டை நடத்துவதற்கு எதிர்ப்பு தெரிவிக்கவில்லை. மாநாட்டில் ஆய்வு அறிக்கைகளைத் தாக்கல் செய்வதற்கு ரூ. 1000 தொகையுடன் இலங்கையைச் சேர்ந்த 200க்கும் மேற்பட்ட தமிழறிஞர்கள் 9 மாதங்களுக்கு முன்பு மனு செய்தனர். இதுவரை அவர்களுக்கு மாநாட்டுக்கான அழைப்பிதழ் அனுப்பப்படவில்லை. அழைப்பிதழ் அனுப்பவேண்டிய இலங்கைத் தமிழ் அறிஞர்களின் பெயர்களை சர்வதேசத் தமிழ் ஆராய்சி சங்கம் ஏற்கெனவே தமிழக அரசின் உள்துறைக்கு அனுப்பிவிட்டது. நீதிபதி சிவராஜ்பாட்டீல் வழக்கை விசாரணை செய்தார். மாநாடு தொடங்குவதற்கு இன்னும் சில தினங்களே இருப்பதால், பதில் மனுவை வியாழனன்றே (டிச.22) தாக்கல் செய்யுமாறு அட்வகேட் ஜெனரலுக்கு நீதிபதி உத்தரவிட்டார். இந்த வழக்கை விசாரணைக்கு ஏற்பதா, வேண்டாமா என்பது குறித்த தீர்ப்பை வியாழன்று வழங்குவதாகவும் நீதிபதி கூறினார்.

22.12.94

iii

தமிழ் மாநாடு: தடை கோரும் மனு தள்ளுபடி

தமிழறிஞர்களை அழைக்காமல் தஞ்சையில் உலகத் தமிழ் மாநாட்டை நடத்துவற்கு தடை விதிக்க வேண்டும் என்று கோரி தொடரப்பட்ட வழக்கைச் சென்னை உயர்நீதிமன்றம் தள்ளுபடி செய்துள்ளது. நீதிபதி சிவராஜ் பாட்டீல் அளித்த தீர்ப்பின் விவரம் வருமாறு: ‘மனுதாரர்கள் மற்றும் எதிர்மனுதாரர்களின் வாதங்களின்படி தஞ்சையில் உலகத் தமிழ் மாநாட்டை அனைத்துலகத் தமிழ் ஆராய்ச்சி சங்கம் (ஐ.ஏ.டி.ஆர்) நடத்துகிறது

என்பது தெளிவாகிறது. ஏனெனில், மனுதாரர் கூறியுள்ளபடி இலங்கையைச் சேர்ந்த தமிழறிஞர்களிடமிருந்து அனைத்துலகத் தமிழ் ஆராய்ச்சி சங்கம்தான் விண்ணப்பங்களை கட்டணத்துடன் பெற்றுள்ளது. எனவே தமிழறிஞர்களுக்கு அழைப்பிதழ்களை அனுப்புவது குறித்து, மாநாட்டை நடத்தும் அனைத்துலகத் தமிழ் ஆராய்ச்சி சங்கம்தான் முடிவு செய்யவேண்டும்.

மாநாட்டிற்குத் தங்களைக் கட்டாயம் அழைத்துத்தான் ஆக வேண்டும் என உரிமை கோருவதற்கான ஆதாரங்களை மனுதாரர்கள் (தமிழறிஞர்கள்) நீதிமன்றத்தில் தாக்கல் செய்யவில்லை. அனைத்துலகத் தமிழ் ஆராய்ச்சி சங்கத்திற்கு மனு செய்ததாலேயே மாநாட்டிற்கு அரசு தங்களை அழைக்க வேண்டும் என மனுதாரர்கள் கோர முடியாது. மேலும் இந்த வழக்கில் முதல் இரண்டு எதிர் மனுதாரர்களாகக் குறிப்பிடப்பட்டுள்ள அரசு அதிகாரிகள் தமிழறிஞர்களுக்கு விண்ணப்பங்களை அனுப்பவோ அல்லது அவர்களிடமிருந்து பெறவோ இல்லை. தமிழறிஞர்கள் உள்படச் சிலருக்குப் பாதுகாப்பு உள்படப் பல்வேறு விஷயங்கள் காரணமாக அனைத்துலகத் தமிழ் ஆராய்ச்சி சங்கம் அழைப்பு அனுப்பா விட்டால், அது கடமை தவறிய செயல் ஆகாது.

அனைத்துலகத் தமிழ் ஆராய்ச்சி சங்கம் பற்றிய முழு விவரங்கள் நீதிமன்றத்தில் தாக்கல் செய்யப்படவில்லை. எனவே மாநாட்டில் ஆய்வு அறிக்கைகள் தாக்கல் செய்ய மனு செய்துள்ள இலங்கைத் தமிழ் அறிஞர்களுக்கு விசா அளிக்க ஏதுவாக அவர்களது பெயர்களை இலங்கையில் உள்ள இந்திய தூதரகத்திற்கு அனுப்புமாறு மாநாட்டு அமைப்பாளராக உள்ள தமிழக தலைமைச் செயலாளருக்கு உத்தரவிட வேண்டும் என்று கோரி தாக்கல் செய்யப்பட்ட ரிட் மனுவை (சச்சிதானந்தன் தாக்கல் செய்த மனு) தள்ளுபடி செய்கிறேன். இதேபோன்று மற்றொரு மனுதாரர் (வா.மு. சேதுராமன்), அழைப்பிதழ் அனுப்பியே ஆகவேண்டும் என்பதற்கான அடிப்படை மற்றும் சட்டரீதியான உரிமை இருப்பதற்கான ஆதாரங்களை நிரூபிக்கவில்லை. அழைப்பிதழ் அனுப்பியே ஆகவேண்டும் என நிர்பந்திக்க முடியாது. இதனால் தமிழறிஞர்களை அழைக்காமல் மாநாட்டை நடத்தக்கூடாது என்ற மனுதாரரின் கோரிக்கையைத் தள்ளுபடிசெய்கிறேன்'.

24.12.94

காலச்சுவடு 132, டிசம்பர் 2010